മൂലധനവും അധ്വാനവും
പുനർനിർവചനം

mooladhanavum adhvanavum punarnirvachanam

•

amiyakumar bagchi

•

translation
muhammad ameen

•

first edition
may 2012

•

typesetting
megha

•

published
chintha publishers, thiruvananthapuram

•

cover
vinod

•

വിതരണം

ദേശാഭിമാനി ബുക്ക് ഹൗസ്

H O തിരുവനന്തപുരം–695 035
www.chinthapublishers.com
chinthapublishers@gmail.com

ബ്രാഞ്ചുകൾ

ഹെഡ്ഡാഫീസ് കുന്നുകുഴി • ഓവർബ്രിഡ്ജ് തിരുവനന്തപുരം • കെ എസ് ആർ ടി സി ബസ് സ്റ്റേഷൻ ആലപ്പുഴ • കെ എസ് ആർ ടി സി ബസ് സ്റ്റേഷൻ എറണാകുളം • മച്ചിങ്ങൽ ലെയ്ൻ തൃശൂർ • ഐ ജി റോഡ് കോഴിക്കോട് • കെ എസ് ആർ ടി സി ബസ് സ്റ്റേഷൻ കോഴിക്കോട് • എൻ ജി ഒ യൂണിയൻ ബിൽഡിങ് കണ്ണൂർ • സെൻട്രൽ ബസ് ടെർമിനൽ കോംപ്ലക്സ് താവക്കര കണ്ണൂർ

CO - 1732 / 2895

ISBN - 978-93-82167-04-4

മൂലധനവും അധ്വാനവും
പുനർനിർവചനം

അമിയകുമാർ ബാഗ്ചി

പരിഭാഷ:
മുഹമ്മദ് അമീൻ

ചിന്ത പബ്ലിഷേഴ്സ്
തിരുവനന്തപുരം-695 035

അമിയകുമാർ ബാഗ്ചി

പ്രശസ്ത സാമ്പത്തികശാസ്ത്രജ്ഞനും ചരിത്രകാരനും. കൊൽക്കത്ത പ്രസിഡൻസി കോളേജ്, കേംബ്രിഡ്ജ് യൂണിവേഴ്സിറ്റി, യു എസിലെ കോർണൽ യൂണിവേഴ്സിറ്റി, യു കെയിലെ ബ്രിസ്റ്റൽ യൂണിവേഴ്സിറ്റി, ഡെൻമാർക്കിലെ റോസ്കിൽഡെ യൂണിവേഴ്സിറ്റി, ഇറ്റലിയിലെ യൂണിവേഴ്സിറ്റി ഓഫ് നേപ്പിൾസ് എന്നിവിടങ്ങളിൽ അധ്യാപകനും ഗവേഷകനുമായിരുന്നു. കൊൽക്കത്തയിലെ സെന്റർ ഫോർ സ്റ്റഡീസ് ഇൻ സോഷ്യൽ സയൻസസിന്റെ മേധാവിയായിരുന്നു.

ഇന്ത്യയിലെ സ്വകാര്യസമ്പാദ്യം 1900–1939 (കേംബ്രിഡ്ജ് യൂണിവേഴ്സിറ്റി പ്രസ് 1972), *അവികസനത്തിന്റെ രാഷ്ട്രീയധനതത്വശാസ്ത്രം* (കേംബ്രിഡ്ജ് യൂണിവേഴ്സിറ്റി പ്രസ് 1982), *ചൈനയിലെയും ഇന്ത്യയിലെയും കൊറിയയിലെയും പൊതുജന ഇടപെടലും വ്യാവസായിക പുനഃസംഘടനയും* (ILO, ARTEP), *സ്റ്റേറ്റ് ബാങ്ക് ഓഫ് ഇന്ത്യയുടെ നാലുഭാഗം വരുന്ന ചരിത്രം* (ഓക്സ്ഫോഡ് യൂണിവേഴ്സിറ്റി പ്രസ്, *സേജ്*) എന്നീ കൃതികൾ രചിച്ചു. നിർമല ബാനർജിയോടൊപ്പം *ഇന്ത്യൻ വ്യവസായത്തിന്റെ പരിണാമവും സാധ്യതകളും* (1981), *നവസാങ്കേതിക വിദ്യയും തൊഴിലാളികളുടെ പ്രതികരണവും* (1995), *സംഘടനയും സമ്പദ്വ്യവസ്ഥയും: നവഉദാരവൽക്കരണത്തിനു കീഴിൽ ഇന്ത്യൻ സ്ഥാപനങ്ങൾ* (1999), *ജനാധിപത്യവും വികസനവും* (1995). ആർ ഭാർഗവ, ആർ സുദർശൻ എന്നിവരുടെകൂടെ *സാംസ്കാരികബഹുസ്വരത, മിതവാദം, ജനാധിപത്യം* (1999) എന്നീ ഗ്രന്ഥങ്ങൾ എഡിറ്റ് ചെയ്തു.

മുഹമ്മദ് അമീൻ

കോഴിക്കോട് ഗവ. ഹോമിയോ മെഡിക്കൽ കോളേജിൽ നിന്നും ബി എച്ച് എം എസ് ബിരുദം നേടി. കോഴിക്കോട് മെഡിക്കൽ കോളേജിലെ സാന്ത്വന ശുശ്രൂഷാ ക്ലിനിക്കിൽ (പാലിയേറ്റീവ് കെയർ ക്ലിനിക്) മെഡിക്കൽ സോഷ്യൽവർക്കറായി 1994–97 ൽ ജോലി നോക്കി. 1997–99 ൽ യു പി യിലെ ബല്യായിൽ ഹെൽത്ത് കെയർ കോ ഓർഡിനേറ്റർ. 1999–2000 ത്തിൽ ലക്നൗവിലെ യുവഭാരതിയിൽ ഇതേ ജോലിയിലായിരുന്നു. 2003–05 ൽ പെരിന്തൽമണ്ണയിലെ സ്നേഹവേദിയിൽ ഹോമിയോ ചികിത്സകനായിരുന്നു. 2005 മുതൽ മലപ്പുറം ജില്ലയിലെ തിരൂർ കേന്ദ്രമാക്കി ഗ്രാമീണ ആരോഗ്യ പ്രവർത്തകനായി തുടരുന്നു.

ക്ലിനിക്കൽ, പരിസ്ഥിതി, ആരോഗ്യരക്ഷയുടെ സാമൂഹ്യരാഷ്ട്രീയ പ്രശ്നങ്ങൾ എന്നിവ സംബന്ധിച്ച് മലയാളത്തിൽ ലേഖനങ്ങളെഴുതുന്നു.

ഉള്ളടക്കം

ആമുഖം

മൂലധനവും അധ്വാനവും ഇരുപത്തൊന്നാം നൂറ്റാണ്ടിന്റെ പുലരിയിൽ

ബംഗ്ലാവ് മുതലാളിത്തം: ജീവനും സ്വാതന്ത്ര്യത്തിനും നേരെ ഉയർത്തുന്ന വെല്ലുവിളികൾ

ഞാൻ ഈ ലേഖനങ്ങൾക്കുള്ള ആമുഖം എഴുതുമ്പോൾ വെള്ളക്കാരുടെയും മൂലധനത്തിന്റെയും പരമാധികാരത്തിൽ അമിതവിശ്വാസമുള്ളവരുടെ കിരാതവാഴ്ച മഹത്തായ ഒരു ലോകമതത്തിന്റെ പിന്തിരിപ്പൻ പുനരാഖ്യാനത്തിൽ അമിത വിശ്വാസമുള്ളവരുടെ മറ്റൊരു കിരാതവാഴ്ചയോട് പൊരുതുകയാണ്. മാർക്സിന്റെയും എംഗൽസിന്റെയും ലെനിന്റെയും സിദ്ധാന്തങ്ങളെ അടിസ്ഥാനമാക്കിയുള്ള നയങ്ങൾ പ്രഖ്യാപിച്ച ഒരു അധികാരശക്തിയുടെ വെല്ലുവിളികളെ പരാജയപ്പെടുത്താൻ ജോർജ് ബുഷ് നേതൃത്വം നൽകുന്ന പടിഞ്ഞാറിന്റെ കൗബോയ്സ് താലിബാന്റെ കിരാതവാഴ്ചയെ ഉത്സാഹപൂർവമാണ് വളർത്തിക്കൊണ്ടുവന്നത്. ചരിത്രത്തിലെ ഏറ്റവും ഭയാനകമായ ആയുധങ്ങൾ കയ്യാളുന്ന യു എസ് സാമ്രാജ്യത്വത്തിന്റെ യുദ്ധസന്നാഹങ്ങൾ ഒരുപക്ഷേ ലോകത്തിലെ ഏറ്റവും ദരിദ്രരാഷ്ട്രമായ അഫ്ഗാനിസ്ഥാനിലെ ഗുഹകളെയും ചെറ്റപ്പുരകളെയും പൊടിക്കുകയാണ്. മാനവസംസ്കൃതി പുനഃസ്ഥാപിക്കുന്നുവെന്ന പേരിൽ വീടുകളുടെ അവശിഷ്ടങ്ങളിലും അവികസിത ആശുപത്രികളിലും കഴിയുന്ന കുഞ്ഞുങ്ങളെയും അമ്മമാരെയും വൃദ്ധരെയും നിർദയം കൊല്ലുകയാണ്. സ്വാതന്ത്ര്യം സഹനീയമാക്കാനുള്ള സൈനിക നീക്കമെന്നാണിതിന് പേരിട്ടിരിക്കുന്നത്.

നിറഞ്ഞ ഉന്മാദത്തിൽ ഈ സൈനികനീക്കത്തിന് തുടക്കമിട്ടപ്പോൾ അഫ്ഗാനിസ്ഥാനു നേരെയുള്ള യു എസ് കടന്നാക്രമണത്തിന് മൂകസാക്ഷിയായി നിന്ന ഐക്യരാഷ്ട്ര സംഘടനയുടെ സെക്രട്ടറി ജനറൽ ആയ കോഫി അന്നന് നൊബേൽ സമ്മാനം ലഭിച്ചു. സൈനിക ഏകാ

ധിപത്യത്തിനു കീഴിലുള്ള പാകിസ്ഥാനിൽനിന്നാണ് ആക്രമണത്തിന് തുടക്കംകുറിച്ചത്. സ്വന്തം ജനതയുടെ അഭിപ്രായങ്ങളെ അതികഠിനമായി അടിച്ചമർത്തിയാണ് പാകിസ്ഥാൻ ഭരണകൂടം യു എസ് ഭരണകൂടത്തിന് വംശഹത്യാ സൗകര്യമൊരുക്കിക്കൊടുത്തത്. ഏഷ്യയിലെ മറ്റൊരു ദേശത്ത് ഇസ്രയേലി ഭടന്മാർ ബലംപ്രയോഗിച്ച് അധിനിവേശം നടത്തി. അപരാധികളായ ഏതാനും കൊലയാളികൾ വധിക്കപ്പെട്ടതിന്റെ പേരിൽ വീടുകളും ആശുപത്രികളും വിദ്യാലയങ്ങളും തകർക്കുകയും നിരപരാധികളെ കൊന്നൊടുക്കുകയുമാണ്. നാസി വംശഹത്യയോടുള്ള പ്രതികരണമെന്ന നിലയിൽ ഉയർന്നുവന്ന ഒരു രാഷ്ട്രമാണിത് ചെയ്യുന്നത്. ലോകത്തിലെ വമ്പൻ മാധ്യമങ്ങൾ കിരാതമായ ഈ വംശഹത്യയെ ആഘോഷിക്കുകയാണ്. പ്രതിഷേധിക്കുന്നവർക്ക് വാർത്താപ്രാധാന്യം ലഭിക്കുന്നില്ല. നിരപരാധികളെ ക്രിമിനൽ അധാർമികതയിലൂടെ ശിക്ഷിക്കുന്ന സന്നാഹങ്ങളുടെ ഭാഗമായാണ് ഇന്ത്യയും നീങ്ങുന്നത്. ഉത്തരവാദികളെ കണ്ടെത്താനാവാത്ത ആക്രമണങ്ങളുടെ പേരിൽ യു എസും ബ്രിട്ടനും ഇന്ത്യക്കാരുടെ നേരെ ആയുധം തിരിക്കാനിടയുണ്ടെന്ന യാഥാർഥ്യം ഇന്ത്യയിലെ ഭരണകർത്താക്കളും അവരെ പിന്തുണയ്ക്കുന്നവരും ഉൾക്കൊള്ളുന്നില്ല.

ആഗോളതലത്തിൽ വിജയിയായ മുതലാളിത്തം ദേശങ്ങളെ ഈയൊരവസ്ഥയിലേക്ക് വെട്ടിച്ചുരുക്കിയിരിക്കുകയാണ്. ഫ്യൂഡൽ, കൊളോണിയൽ, ട്രൈബൽ സാമൂഹികബന്ധങ്ങളും അധികാരഘടനകളും സ്വന്തം രാഷ്ട്രഘടനയിൽ വഹിക്കുന്ന ആതുരമുതലാളിത്തത്തിന്റെ മുദ്രയുള്ള ഒരു രാഷ്ട്രത്തിന്റെ സമകാലിക ഭരണകർത്താക്കളുടെ രാഷ്ട്രീയവും ധാർമികവുമായ ഷണ്ഡത്വം ഈ സവിശേഷ അവസ്ഥയ്ക്ക് കാരണമായി.

അധ്വാനവും മൂലധനവും തമ്മിലും കർഷകരും ഭൂപ്രഭുക്കളും തമ്മിലും; ബഹുരാഷ്ട്രകുത്തകകളും താൽക്കാലിക ഫാക്ടറികളിലും ചേരികളിലും യാതനയനുഭവിക്കുന്ന ഉൽപ്പാദകരും തമ്മിലും വൈറ്റ് ഹൗസിലെയും ഡൗണിങ് സ്ട്രീറ്റിലെയും കൊലപാതകികളായ ഭരണകർത്താക്കളും അവയുടെ കാവൽനായകളായി നിലകൊള്ളുന്ന മുംബൈയിലെയും ന്യൂഡൽഹിയിലെയും ലഖ്നൗവിലെയും സൂത്രക്കാരായ വർഗീയവാദികളുമായുള്ള ബന്ധം എല്ലാം അസമമായ പരസ്പരാശ്രിതത്വത്തിന്റേതായ ഒരു ആഗോളക്രമത്തിന്റെ ഭാഗമാണ്. എങ്കിലും ബഗോട്ടയിലെയും മുംബൈയിലെയും കുടിലുകളിൽ പാർക്കുന്ന കൊക്കകോള വാങ്ങുന്ന ഒരുവനും അതിനെ വെള്ളക്കാരന്റെ ദേശാഭിമാന ചിഹ്നമായി കാണുന്ന അമേരിക്കൻ പ്രസിഡന്റു സ്ഥാനാർഥിയും തുല്യരാണെന്ന് മാധ്യമപ്രഭുക്കളെത്ര പറഞ്ഞാലും ഈ ലോകക്രമം തുന്നിച്ചേർക്കപ്പെട്ടതല്ലാതാവുന്നില്ല. യു എസ് പ്രസിഡന്റ് സ്ഥാനാർഥിക്ക് കൊക്കകോള ലോകത്തിനുമേലുള്ള വെള്ളക്കാരന്റെ അധികാരശക്തിയുടെ പ്രതീകമാണ്. ഒരു ചേരിനിവാസിക്കത് ബഹുരാഷ്ട്രമൂലധനത്തിന്റെ പരമാധികാരം നടപ്പിലാക്കുന്ന ഉപഭോഗസാധ്യതയുടെ നിഷേധപ്രകടനമാണ്.

മൂലധനത്തിന്റെ മുഖംമൂടിയിലെ തുന്നലുകൾ കണ്ടെത്തുക എന്നതാണ് എന്നും എന്റെ യജ്ഞം. എവിടെയാണ് മുഖംമൂടി ദുർബലമായിരിക്കുന്നതെന്നറിഞ്ഞാൽ ഇന്നല്ലെങ്കിൽ അടുത്ത തലമുറയ്ക്കെങ്കിലും അതിനെ തകർക്കാനാവും. ലോകക്രമം എല്ലായ്പ്പോഴും ആന്തരിക വൈരുധ്യങ്ങളുടെ ഭീഷണിയിലാണെന്നും അത്, അതിന്റെ ഗുണഭോക്താക്കളാൽ തുടർച്ചയായി പരിഹരിക്കപ്പെടേണ്ടതുണ്ടെന്നും ബോധ്യമായില്ലെങ്കിൽ മഹാഭൂരിപക്ഷം മനുഷ്യരുടെമേൽ കുന്നുകൂട്ടുന്ന അനീതികൾ കുറയ്ക്കാനായി മൂലധനത്തെ വലിച്ചുകീറുക എന്ന ആശയം പ്രതീക്ഷയ്ക്ക് വക നൽകുന്നില്ലെന്ന് തോന്നിയേക്കാം.

കാൾ മാർക്സും ഫ്രെഡറിക് എംഗൽസും *കമ്യൂണിസ്റ്റ് മാനിഫെസ്റ്റോയിൽ* (1848) പറയുന്നത് മുതലാളിത്തം പ്രകൃത്യായുള്ള എല്ലാ മാനവിക ബന്ധങ്ങളെയും അലിയിച്ചുകളയുമെന്നാണ്. ആ പ്രവചനം എല്ലായിടത്തും സത്യമായി വന്നിരിക്കുകയാണ്. അത്തരം ചില ബന്ധങ്ങളെ പരിവർത്തിപ്പിക്കാനും നിയന്ത്രണവിധേയമാക്കാനും മുതലാളിത്തത്തിന് കഴിഞ്ഞു. കുടുംബത്തിന്റെ എല്ലാ ഘടനയിലും പിതൃദായക്രമം ഇരുപതാം നൂറ്റാണ്ടിലേക്കും പൈതൃകമായി നീങ്ങിയിരിക്കുകയാണ്. മുൻകാല നാഗരികതകളിലെ മൃതപ്രായമായ വംശവെറിയെ മുതലാളിത്തം സമകാലീന ഭരണനിർവഹണത്തിന്റെയും വകതിരിവിന്റെയും അടിസ്ഥാനതത്വമാക്കിയിരിക്കുകയാണ്.

ഇന്ത്യയിലെ സാമൂഹിക രൂപീകരണത്തെ ഞാൻ 'ബംഗ്ലാവ് മുതലാളിത്ത'മെന്നാണ് വിശേഷിപ്പിക്കാറുള്ളത്. ആഗോളമൂലധനത്തിന് അനുയോജ്യമായ വിശേഷണമാണിതെന്ന് എനിക്ക് തോന്നുന്നു. ബ്രിട്ടീഷ് അധികാരികളുടെ വാസസ്ഥലം ബംഗ്ലാവുകളായിരുന്നു. പൂർവരൂപങ്ങളിൽ നിന്ന് ഈ ബംഗ്ലാവുകൾ വസ്തുക്കളാലും അലങ്കാരങ്ങളാലും വ്യത്യസ്തമായിരുന്നു. വിദേശമൂലധനത്തിന്റെ ഈ കേന്ദ്രങ്ങളിൽനിന്നാണ് വിദൂര ജില്ലകളെ നിയന്ത്രിച്ചിരുന്നത്. ഇപ്പോഴത് എല്ലായിടത്തുമുള്ള മൂലധനത്തിന്റെ നിയന്ത്രണ കേന്ദ്രമാണ്. ന്യൂയോർക്ക് നഗരത്തിൽ നിന്നായാലും മുംബൈയിലെ ചെലവേറിയ ഓഫീസിൽ നിന്നായാലും മൂലധന നിയന്ത്രണത്തിന്റെയും അധികാരനിയന്ത്രണത്തിന്റെയും കേന്ദ്രം ഈ ബംഗ്ലാവുകളാണ്. വിദേശീയതയും തദ്ദേശ പരിസ്ഥിതിയിലേക്ക് വഴങ്ങാനുള്ള ശേഷിയും ബഹുരാഷ്ട്ര മൂലധനത്തിന്റെ വിനിയോഗരീതികളിലും അതിന്റെ പ്രതിരൂപമായ മൂന്നാംലോക സമ്പന്നരിലുമുണ്ട്. (Banerjee - Guha 1997).

മുംബൈയിലെയും മറ്റു നഗരങ്ങളിലെയും കുടിലുകളും കുടിലുകളധികമുള്ള പട്ടണങ്ങളും ചേരിപ്രദേശങ്ങളും ദളിത്നാടൻ ക്വാർട്ടേഴ്സുകളും ലോകമെങ്ങും തൊഴിലാളിവർഗത്തിന് അഭയം നൽകുന്നു. തൊഴിലാളി വർഗമില്ലായിരുന്നുവെങ്കിൽ മുതലാളിത്തം കൊഴിഞ്ഞുപോവുകയോ അപ്രത്യക്ഷമാവുകയോ ചെയ്യുമായിരുന്നു. മുതലാളിത്തത്തിന്റെ വക്താക്കൾ തൊഴിലാളിവർഗത്തിന്റെ ജീവനോടും സ്വാതന്ത്ര്യത്തോടും അവ്യ

ക്തമായ നിലപാടാണ് സ്വീകരിക്കുന്നത്. മുതലാളിത്തം യൂറോപ്പിൽ മനുഷ്യാകാരം പൂണ്ടശേഷം സൈനികമത്സരങ്ങളിലൂടെ ലോകത്തിന്റെ മറ്റു ഭാഗങ്ങളെ കീഴടക്കാനും നുഴഞ്ഞുകയറാനും എല്ലാ ദിശയിലേക്കും നീങ്ങുകയായിരുന്നു. തൊഴിലാളി പരമ്പരാഗത ദാസ്യവൃത്തിയിൽനിന്നും കടക്കെണി പരിചാരകവൃത്തിയിൽനിന്നും പരമ്പരാഗത അടിമവൃത്തിയിൽനിന്നും വിമുക്തമായിരിക്കണമെന്ന് മുതലാളിത്തം ആഗ്രഹിച്ചു. അത്തരത്തിലുള്ള സ്വാതന്ത്ര്യം ഉൽപ്പാദന ഉപാധികളുടെ വിമുക്തിയും തൊഴിലാളിയെ മുതലാളിത്തത്തിന്റെയും മുതലാളിത്ത സൗഹൃദരാഷ്ട്രത്തിന്റെയും അതിരുകളില്ലാത്ത ചൂഷണത്തിന് വിട്ടുകൊടുത്തു. ചൂഷണവിധേയമാകാവുന്ന തൊഴിലാളികളുടെ ലഭ്യത കുറയുമ്പോൾ അവരെ തട്ടിക്കൊണ്ടുപോയി ബലപ്രയോഗത്തിലൂടെ അടിമകളാക്കി. യൂറോപ്യൻ പ്രബുദ്ധതയുടെ കാലത്താണ് ആഫ്രിക്കക്കാരെ അടിമകളാക്കി അറ്റ്ലാന്റിക് സമുദ്രം കടത്തിക്കൊണ്ടുപോയത്. മിതവാദത്തിന്റെ വിജയകാലത്താണ് ഇന്ത്യയിൽനിന്നും ചൈനയിൽനിന്നും തൊഴിലാളികളെ അടിച്ചമർത്തി കടത്തിക്കൊണ്ടുപോയത്. പതിനെട്ടാം നൂറ്റാണ്ടിന്റെ അവസാനം മുതൽ 'സ്വതന്ത്രരായ' തൊഴിലാളികളെ ഖനികളുടെയും ഫാക്ടറികളുടെയും വർക്ക്ഷോപ്പുകളുടെയും അച്ചടക്കത്തിന് വിധേയരാക്കി. ടെയിലറിസത്തിന്റെയും ഫോർഡിസത്തിന്റെയും ഉപകരണങ്ങളുപയോഗിച്ച് മാനേജ്മെന്റ് അവരുടെ ജീവിതത്തെ പരുവപ്പെടുത്തി. ഫാക്ടറി സമ്പ്രദായത്തിനു മുമ്പുതന്നെ യഥാർഥ പൗരരാഷ്ട്രീയ സ്വാതന്ത്ര്യത്തിനു വേണ്ടിയുള്ള പോരാട്ടങ്ങൾ നടക്കേണ്ടിയിരുന്നു (Linebaugh and Rediker 2000). സമ്പന്നന്റെ ആഗോളവൽക്കരണത്തിന്റെ ഈ ഘട്ടത്തിലും അതിനായുള്ള പോരാട്ടം തീവ്രതയോടെ തുടരുകയാണ്.

മിക്ക മൂന്നാം ലോകരാഷ്ട്രങ്ങളെയും ഭരിക്കുന്നത് ജനാധിപത്യ വ്യവസ്ഥകളാണ്. പശ്ചിമേഷ്യയിലെ രാജഭരണംപോലെ അവയിൽ ഭൂരിപക്ഷവും നേരെചൊവ്വേയുള്ള ഏകാധിപത്യത്തിൻ കീഴിലാണ്. പെറുവിലെയും സിംബാംബ്വെയിലെയും പരാഗ്വയിലെയും പോലെ ഇലക്ഷൻ അട്ടിമറികളിലൂടെ ഒരു പാർട്ടിക്ക് അല്ലെങ്കിൽ ഒരു സഖ്യത്തിന് മാത്രം മത്സരിക്കാനും ഫലപ്രദമായി ഇടപെടാനും അവസരം ലഭിക്കുന്നു. പതിവായ ഇലക്ഷനിലൂടെ ഭരണകർത്താക്കളെ തെരഞ്ഞെടുക്കുന്ന വ്യവസ്ഥകളിലും തൊഴിലാളികൾ പ്രത്യേകിച്ചും അസംഘടിതമേഖലയിലെ തൊഴിലാളികൾ അടിസ്ഥാന പൗരാവകാശംപോലും ആസ്വദിക്കുന്നില്ല. നിയമവ്യവസ്ഥ അവർക്ക് അനുകൂലമല്ല. പൊലീസിന്റെയും ഗ്രാമത്തിലെയും ചേരിയിലെയും കറുത്തവരുടെയും പീഡനവും പ്രഹസനവും അവർ സഹിക്കേണ്ടിവരുന്നു. മഹാശ്വേതാദേവി, അനിതാ അഗ്നിഹോത്രി തുടങ്ങിയവരുടെ കഥകളും നോവലുകളും സാമൂഹ്യശാസ്ത്രജ്ഞരെക്കാൾ നന്നായി അത്തരം സാഹചര്യങ്ങളെ രേഖപ്പെടുത്തിയിട്ടുണ്ട്. മാന്യമായ കൂലി, പട്ടിണിയിൽനിന്നുള്ള സുരക്ഷ, യുവത്വത്തിലും വാർധക്യത്തിലും അസുഖത്തിൽനിന്നും അംഗവൈകല്യത്തിൽനിന്നുമുള്ള സംര

ക്ഷണം എന്നിവ തൊഴിലാളികൾക്ക് ലഭിക്കുന്നില്ല. ഈ ദിശകളിലുള്ള ശോഷണത്തിന്റെ ക്രൂരദൃഷ്ടി ഉദാരവൽക്കരണത്തിന്റെ ജൈത്രയാത്ര യോടൊപ്പം തെളിഞ്ഞുകാണുന്നുണ്ട്. ഈ സാമൂഹിക അവകാശങ്ങളിൽ ചിലത് തൊഴിലാളികൾ അനുഭവിച്ചിരുന്ന ഔപചാരികമേഖലയെ തൊഴിൽ വിപണി പരിഷ്കാരമെന്ന പേരിൽ വെട്ടിച്ചുരുക്കുകയാണ്. വോട്ടി നുള്ള അവകാശം മിക്ക മൂന്നാം ലോകരാഷ്ട്രങ്ങളിലെയും ഒന്നാം ലോക രാഷ്ട്രങ്ങളിലെയും തൊഴിലാളികൾക്ക് ജനാധിപത്യത്തിലേക്കുള്ള യഥാർഥ മുന്നേറ്റമല്ലാതായിരിക്കുന്നു. മുതലാളിത്തം തൊഴിലാളികളുടെ സ്വാതന്ത്ര്യത്തിൽ ഇരട്ടത്താപ്പ് കാണിച്ചു. സ്വന്തം ആവശ്യങ്ങൾ നേടി യെടുക്കാൻ മുതലാളിത്തം ലോകത്തെ പുനഃസംവിധാനം ചെയ്യാൻ ശ്രമിച്ച അഞ്ച് നൂറ്റാണ്ടുകളിലും തൊഴിലാളികളുടെ സൗഖ്യത്തിനും നില നിൽപ്പിനും വേണ്ടിയെടുത്ത നിലപാടുകൾ കഠോരമായിരുന്നു. ഇംഗ്ല ണ്ടിലെ ടൂഡോർ രാജാക്കന്മാരുടെ അഴിമതിയിലാണ്ട അധികാരിയായി രുന്ന, ശാസ്ത്രാന്വേഷണങ്ങളുടെ സൈദ്ധാന്തികനായിരുന്ന ഫ്രാൻസിസ് ബേക്കൺ ചെറുത്തുനിൽക്കുന്ന തൊഴിലാളികളെ വംശഹത്യയർഹി ക്കുന്ന അനേകം തലയുള്ള നീരാളിയായാണ് വിശേഷിപ്പിച്ചത് (Linebaugh and Rediker 2000: 36-40). സ്വകാര്യ തിന്മകളായ ഉപഭോഗ സാമ ഗ്രികളുടെ കുമിഞ്ഞുകൂടുന്ന അളവിന്റെയും വൈവിധ്യത്തിന്റെയും വീറുറ്റ വക്താവായിരുന്ന ബെർണാർഡ് മാൻഡെവില്ലി കൂലി കുറയ്ക്കണമെന്നും തൊഴിലാളികൾക്ക് വിദ്യാഭ്യാസം നൽകരുതെന്നും ആഗ്രഹിച്ചു (Mandeville 1724 - 1989). അദ്ദേഹത്തിന്റെ അവതാരങ്ങളിലൊന്നായ ഡാനിയൽ ഡീഫൊ തൊഴിലില്ലാത്തപ്പോൾ പാവങ്ങൾക്ക് ദുരിതാശ്വാസം നൽകണമെന്ന ആശയത്തെ എതിർത്തു (Polanyi 1944 - 1957:108-09). പക്ഷേ, പിൽക്കാലത്ത് ഇംഗ്ലീഷ് കമ്പിളിവസ്ത്രങ്ങളുടെ മികവും യൂറോ പ്യൻ വിപണിയിലെ മുന്നേറ്റവും വിശദീകരിക്കുന്നിടത്ത് മത്സരാധിഷ്ഠിത കൂലിക്കുറവിനെതിരെ അദ്ദേഹം വാദിച്ചു. കൂലി കുറച്ചാൽ യഥാർഥ ഇംഗ്ലീ ഷുകാരന്റെ അച്ചടക്കവും വിശ്വാസ്യതയും ഇടിയുമെന്നാണ് അദ്ദേഹം വാദിച്ചത്. ഇംഗ്ലണ്ടിലെ കൂലി ഫാക്ടറി വ്യവസ്ഥയുടെ ഉദയകാലത്തുട നീളം താഴ്ന്നുതന്നെ നിന്നു. പത്തൊമ്പതാം നൂറ്റാണ്ടിന്റെ മധ്യത്തോടെ മാത്രമാണ് വ്യാപകമായ കൂലിവർധനയുണ്ടായത്.

മത്സരങ്ങളിലൂടെയും പ്രാബല്യത്തിലുള്ള ഭരണകൂടനയത്തിലൂ ടെയും ഒരു കുടുംബത്തിന് മുതിർന്നവരുടെ വേതനത്താൽമാത്രം ജീവി ക്കാമെന്ന അവസ്ഥയില്ലാതാക്കി കുട്ടികളെക്കൂടി തൊഴിൽ ചെയ്യാൻ നിർബന്ധിതരാക്കി. ലോകത്തിലെ ദരിദ്രരും നാഗരികതയ്ക്ക് താഴെയു ള്ളവരും സമ്പന്നരുടെ സുഖത്തിനായി വളരെയധികം കഷ്ടപ്പെട്ടുവെന്ന് റോബർട്ട് മാൽത്തസും മറ്റനേകം പേരുമെഴുതി. ദരിദ്രർക്ക് മാന്യമായ വേതനം നൽകിയാൽ അവർ കൂടുതൽ കുഞ്ഞുങ്ങളെ ഉൽപ്പാദിപ്പിച്ച് ധൂർത്തടിക്കുമെന്നും കുഞ്ഞുങ്ങളെ മുമ്പത്തേതുപോലെ ദരിദ്രാവസ്ഥ യിലേക്കെത്തിക്കുമെന്നും ഭരണകൂടത്തിന് കൂടുതൽ ബാധ്യതയായിത്തീ

രുമെന്നുമുള്ള മാൽത്തസിയൻ മുൻവിധിയെ സമൂഹത്തിന്റെ അധികാര ശ്രേണിയുടെ വക്താക്കളും പിൻപറ്റി. ദരിദ്രരുടെ പെരുപ്പം ഭരണകൂട ത്തെയും സമൂഹത്തെയും പ്രകൃതിയെയും ബാധിക്കുമെന്നും നാഗരി കർക്ക് മാന്യമായ ജീവിതം നയിക്കാനാവില്ലെന്നും അവർ പറയുന്നു.

വെനീഷ്യൻ ക്രിസ്ത്യൻ സന്യാസിയായ ഗ്യാമറിയ ഓർട്ടസ് 1777 ലും ഇംഗ്ലീഷ് ഇടവക വികാരി ജോസഫ് ടൗൺസണ്ട് 1786ലുമെഴുതിയത് വിശപ്പ് ഏറ്റവും നല്ല അച്ചടക്കക്കാരിയാണെന്നും അത് പാവപ്പെട്ടവരെ സമൂഹത്തിന്റെ അധികാരശ്രേണിക്ക് കീഴൊതുക്കുമെന്നുമാണ് (Marx 1886/1965:646–47). വേതനസംരക്ഷണമോ തൊഴിൽ സുരക്ഷയോ നൽ കാത്ത തൊഴിലിന്റെ അവസ്ഥ സുരക്ഷിതമാക്കാത്ത മാറാവുന്ന വേതന ത്തിന്റെ ഇപ്പോഴത്തെ വക്താക്കൾ മാണ്ടിവല്ലി, ഓർട്ടസ്, ടൗൺസണ്ട്, മാൽത്തസ് തുടങ്ങിയവരുടെ പാത തന്നെയാണ് പിന്തുടരുന്നത്.

ഈ മുൻഗാമികളെല്ലാം ഭൂപ്രഭുസംസ്കാരം സജീവമായിരുന്ന യൂറോപ്പിലാണ് ജീവിച്ചിരുന്നതെന്നത് യാദൃച്ഛികമല്ല. വ്യാപാരികളായ രാജാക്കന്മാരിൽനിന്നാണ് വെനീസിലെ പ്രഭു ജനാധിപത്യം വളർന്നത്. ഇംഗ്ലീഷ് ഭൂപ്രഭുക്കൾ വാണിജ്യ ഇടപാടുകളിലേക്ക് വന്നത് തങ്ങളുടെ താൽപ്പര്യങ്ങൾ സംരക്ഷിക്കാനാണ്. ത്രിത്വത്തിലെ മൂന്നാമത്തെ ഘടക മായ ഇന്ത്യൻ പ്രഭുവസതി (ഹവേലി) എളുപ്പത്തിൽ തിരിച്ചറിയാം. ഹവേ ലിയുടെ പുതിയ അവതാരം മുഴുവൻ ലോകത്തെയും അതിന്റെ ആധി പത്യത്തിൽ കൊണ്ടുവരാനാഗ്രഹിക്കുന്നു. ഹവേലിവാസികൾക്ക് ബാങ്കിന്റെയും വിപണിയുടെയും ഉപയോഗത്തെ കുറിച്ചറിയാം. എല്ലാ വർക്കും അത് സ്വതന്ത്രമായി ലഭിക്കണമെന്ന് അവരാഗ്രഹിക്കുന്നില്ല. ഇന്ത്യക്ക് പൈതൃകമായി ലഭിച്ച അർധ ഭൂപ്രഭു ജനാധിപത്യം ഹവേലി വാസികൾക്കുവേണ്ടി വിപണി മത്സരനിയന്ത്രണവും വിപണിക്ക് പുറ ത്തുള്ള ഉരസലുകളും ഒരുക്കുകയാണ്. ആഗോള മുതലാളിത്തത്തിന്റെ വർത്തമാന കാലക്രമത്തിൽ ബഹുരാഷ്ട്ര കുത്തകകളാണ് എവിടെയും ജീവിതത്തെ നിയന്ത്രിക്കുന്നത്.

മഹാനായ ഭാഷാശാസ്ത്രജ്ഞനായ നോം ചോംസ്കിയും മനുഷ്യ ജിനോം പദ്ധതിയുടെ പ്രധാന അംഗമായ സർ ജോൺ സൾട്ടണും അതിനെ കോർപ്പറേറ്റ് ഭൂപ്രഭുത്വം എന്നാണ് വിളിക്കുന്നത് (Chomsky 1998, 2001: states man 2001). മത്സരം ആഗ്രഹിക്കാത്ത കുത്തകകൾ എല്ലാ മാർഗത്തിലൂടെയും അതിനെ അട്ടിമറിക്കുകയാണെന്ന് ചോംസ്കി പറയുന്നു. സ്വത്തുള്ളവരുടെ മാത്രം അവകാശമാണ് അന്താരാഷ്ട്രനിയ മവും എഴുതപ്പെട്ട ഭരണഘടനകളും കോടതികളും സംരക്ഷിക്കുന്ന തെന്നും അദ്ദേഹം പറയുന്നു. സമ്പന്നരുടെ സ്വത്തിന്റെ വലിയൊരു ഭാഗവും വിപണിയിലെ മത്സരങ്ങളിലൂടെയല്ല നേടിയത്. സാധാരണക്കാ രുടെ ഭൂമിയും വസ്തുക്കളും ബലം പ്രയോഗിച്ച് പിടിച്ചടക്കുകയായിരുന്നു. മുൻപ് എല്ലാവരുടേതുമായിരുന്ന വസ്തുക്കളിൽ സ്വകാര്യസ്വത്തുണ്ടാ ക്കാൻ കുത്തകകൾ അന്താരാഷ്ട്ര സംഘടനകളുടെമേൽ സമ്മർദം

ചെലുത്തിയിട്ടുണ്ട്. ബൗദ്ധികസ്വത്തവകാശനിയമം അത്തരത്തിലുള്ള കോർപ്പറേറ്റ് പിടിച്ചടക്കലിന്റെ ഉദാഹരണമാണ്. മൗലികവാദിയല്ലാത്ത സൽട്ടൺ മനുഷ്യജീനോമിന്റെ ഉപയോഗത്തിലെ ഏകാധിപത്യത്തിനെതിരെ പ്രതിഷേധിക്കുകയായിരുന്നു. മാനവക്ഷേമത്തിനായുള്ള ഗവേഷണത്തെയും ശാസ്ത്രീയവിജ്ഞാന ഉപയോഗത്തെയും ഗുരുതരമായി തടസപ്പെടുത്തുന്നവർക്കെതിരെയാണ് അദ്ദേഹം നിലകൊണ്ടത്. പഴയകാല ഭൂപ്രഭുത്വത്തിന്റെ ശൈലി കോർപ്പറേറ്റ് ഭൂപ്രഭുത്വത്തോടൊപ്പമുണ്ട്. യു എസ് ആ ഭൂപ്രഭുത്വത്തിന്റെ പ്രധാന പൊലീസുകാരനായി രംഗത്ത് വന്നിരിക്കുകയാണ്. ഹവേലിയുടെ കൊച്ചുകോട്ട മുഴുവൻ ലോകത്തെയും ഭീഷണിപ്പെടുത്തുകയാണ്. അതിന്റെ ഭടന്മാർക്ക് നിക്കരാഗ്വായിലും ഇറാഖിലും സുഡാനിലും അഫ്ഗാനിസ്ഥാനിലും ഭോപ്പാലിലും ആയിരക്കണക്കിനാളുകളെ കൊല്ലാനും വികലാംഗരാക്കാനും കഴിഞ്ഞു. സ്വന്തം സഖ്യകക്ഷികളാൽത്തന്നെ എതിർക്കപ്പെട്ട യു എസിന്റെ ദേശീയ മിസൈൽ പ്രതിരോധത്തിന് ഭൂമുഖത്തെ മാനവരാശിയെ മുഴുവൻ കൊന്നൊടുക്കാൻ കഴിയും.

ആഗോളവിപണിയിൽ മത്സരിക്കാമെന്നും വിദേശധനസഹായത്താൽ കരുത്തുറ്റതാകുമെന്നുമുള്ള വ്യാമോഹത്താലാണ് ഇന്ത്യൻ മൂലധനം ഉദാരവൽക്കരണത്തെ സ്വാഗതം ചെയ്തത്. അങ്ങനെയല്ലാതാക്കാൻ എന്താണ് ചെയ്യേണ്ടതെന്ന് അറിയാവുന്ന കോർപ്പറേറ്റ് ഭൂപ്രഭുത്വത്തിന്റെ ആഗോളക്രമം അവരുടെ വിധി നടപ്പാക്കി. പിതൃദായക ഭൂപ്രഭുത്വത്തിലും വട്ടിപ്പലിശ മൂലധനത്തിലും അനാരോഗ്യത്തിലും നിരക്ഷരതയിലും മുങ്ങിക്കഴിഞ്ഞിരുന്ന ഇന്ത്യൻ സമൂഹത്തെ ഭരിച്ചിരുന്നവരിൽനിന്ന് ചെറിയ ചെറുത്തുനിൽപ്പുപോലും കോർപ്പറേറ്റ് ഭൂപ്രഭുത്വം നേരിട്ടില്ല. സ്വാതന്ത്ര്യത്തിന്റെ അമ്പതാണ്ടുകൾക്കുശേഷവും ഇന്ത്യയിലെ സാക്ഷരത ഏഷ്യൻ രാഷ്ട്രങ്ങളെക്കാളും ലാറ്റിനമേരിക്കയിലെ എല്ലാ വൻരാഷ്ട്രങ്ങളെക്കാളും വളരെ താഴെയാണ്. പൊതുജനാരോഗ്യവും വിദ്യാഭ്യാസ സൗകര്യങ്ങളും പാവപ്പെട്ടവർക്ക് പ്രത്യേകിച്ചും സ്ത്രീകൾക്ക് നിഷേധിക്കപ്പെട്ടിരിക്കുന്നു. ഇന്ത്യയിലെ ഏറ്റവുമധികം ജനസംഖ്യയുള്ള ഉത്തർപ്രദേശിൽ നിന്നുള്ളവരാണ് മുഴുവൻകാലം ഭരിച്ച ഇന്ത്യൻ പ്രധാനമന്ത്രിമാരിലധികംപേരും. ഇന്ത്യൻ ജനതയുടെ ആറിലൊന്ന് വസിക്കുന്ന ഉത്തർപ്രദേശ് വിദ്യാഭ്യാസം, ആരോഗ്യം, സ്ത്രീകൾക്ക് സമൂഹത്തിലുള്ള സ്ഥാനം, വ്യവസായവൽക്കരണം എന്നിവയിൽ ദേശീയ ശരാശരിയെക്കാളും താഴെയാണ്.

ഒരു വൻകരയോളം വലുപ്പമുള്ള ഒരു രാജ്യത്തിലെ അത്തരമൊരു പരിതസ്ഥിതി ഉദാരവൽക്കരണത്തോടെയോ അല്ലാതെയോ ചലനാത്മകമായ ഒരു മുതലാളിത്തത്തെ ഉൽപ്പാദിപ്പിക്കില്ല. ബിസിനസ് മഹാരാജാക്കന്മാരായി അറിയപ്പെടുന്ന മിക്കവരും ബ്രിട്ടീഷ് ഇന്ത്യയിലെ നാട്ടുരാജ്യങ്ങളിൽ മഹാരാജാക്കന്മാരെപ്പോലെ താരപ്രഭയിൽ വൻമൂലധനത്തിന്റെ സമ്മതത്തോടെയാണ് ആ നിലയിലെത്തിയത്. പക്ഷേ, വൻമൂ

ലധനം അവരുടെ തട്ടകം കയ്യേറി. 1991–ൽ ഭരണകർത്താക്കളുടെ ആറ് വർഷത്തെ ബോധപൂർവമായ സാമ്പത്തിക ദുർവിനിയോഗത്തെ തുടർന്നാണ് ഇന്ത്യ പണമിടപാട് പ്രതിസന്ധിയിലകപ്പെട്ടത്. തുടർന്ന് ധനമന്ത്രാലയത്തിലെ ആൾക്കാരുടെ സഹായത്തോടെ ഐ എം എഫ് പതിവ് ഉപാധികളോടെ ഇന്ത്യാ ഗവൺമെന്റിന് കടംവെച്ചു നീട്ടി. ഫാക്ടറികൾക്ക് ലൈസൻസ് നൽകുന്ന സമ്പ്രദായം നിർത്തലാക്കി. വിദേശമൂലധനത്തിന് ചുവന്ന പരവതാനി വിരിച്ചുകൊടുത്തു. അഞ്ചു വർഷത്തിനകം നേരിട്ടുള്ള വിദേശനിക്ഷേപത്തിനുമേലുള്ള നിയന്ത്രണങ്ങൾ നീക്കി. ഗവൺമെന്റ് കുത്തകകളുടെ നിയന്ത്രണത്തിലുള്ള വിപണിക്കായുള്ള വളർച്ചയെ പ്രോത്സാഹിപ്പിച്ചു. രൂപയുടെ മൂല്യം അതിവേഗമിടിഞ്ഞു. അന്താരാഷ്ട്ര വിപണികളിലുള്ളതിനെക്കാൾ വളരെ ഉയർന്ന നിലയിൽ ആഭ്യന്തര പലിശ നിരക്കെത്തി. സ്വാഭാവികമായും ആഗോള സംരംഭങ്ങൾക്ക് ഇന്ത്യൻ സംരംഭകരെക്കാൾ വൻമെച്ചം ലഭിച്ചു. സാങ്കേതികവിദ്യാ മുന്നേറ്റങ്ങളും പുതിയ സാങ്കേതികവിദ്യ വികസിപ്പിക്കാനുള്ള ഗവേഷണ സംരംഭങ്ങളും അവർക്കുണ്ടായിരുന്നു. ഇന്ത്യൻ സ്വകാര്യസ്ഥാപനങ്ങൾ ഗവേഷണത്തിലും വികസനത്തിലും വളരെ കുറച്ചുമാത്രമാണ് നിക്ഷേപമിറക്കിയത്. മിക്ക സ്ഥാപനങ്ങളും ഗവേഷണത്തിലും വികസനത്തിലും വിദേശ സ്ഥാപനങ്ങളെ ദയനീയമായി ആശ്രയിച്ചു. ഏതാനും തദ്ദേശ സംരംഭകരെ വിദേശികൾ ഏറ്റെടുത്തു. ചിലത് വിദേശകമ്പനികളോടൊത്ത് സംയുക്ത സംരംഭമായി മാറി. 1994–98 കാലഘട്ടത്തിൽ സ്വകാര്യ ഉടമസ്ഥതയിലുള്ള പതിനഞ്ച് വൻകിട ഉൽപ്പാദക സംഘങ്ങൾ ഉണ്ടായിരുന്നപ്പോൾ വിദേശികളോ പ്രവാസി ഭാരതീയരുടെ കമ്പനികളോ 237 ഇന്ത്യൻ കമ്പനികൾ വിലയ്ക്കു വാങ്ങി. പതിനാറ് വിദേശ കമ്പനികളെയോ സംയുക്ത സംരംഭങ്ങളെയോ മാത്രമാണ് ഇന്ത്യൻ കമ്പനികൾക്ക് വിലയ്ക്ക് വാങ്ങാൻ കഴിഞ്ഞത് (Dasqupta 1999:Table 3-3).

ഇന്ത്യയിലെ പരിഷ്കർത്താക്കൾ ഒരിക്കലും അവരുടെ അജണ്ടയിൽ സുസ്ഥിര സാമ്പത്തിക വികസനത്തെ ഉത്തേജിപ്പിക്കാനുള്ള അടിസ്ഥാന ഉപാധികളെ ഉൾപ്പെടുത്തിയിരുന്നില്ല. സാമ്പത്തിക വളർച്ചയ്ക്കുള്ള തേടലിന്റെ പ്രധാന ഭാഗമെന്ന നിലയിൽ ഓരോ ഇന്ത്യക്കാരന്റെയും മാനവികസാധ്യതകളെ വികസിപ്പിക്കാനുള്ള കാഴ്ചപ്പാട് അവർക്കുണ്ടായിരുന്നില്ല. പ്രശ്നത്തിന്റെ ആഴത്തിലേക്കിറങ്ങിച്ചെന്ന് കർഷകപക്ഷ ഭൂപരിഷ്കരണങ്ങളും ജാതിവിവേചനങ്ങൾ ഇല്ലാതാക്കലും സ്ത്രീപുരുഷ പൗരാവകാശ സമത്വങ്ങളുടെ നടപ്പാക്കലും വേണം. സ്വത്തവകാശങ്ങളും പൊതുമേഖലാ സൗകര്യങ്ങളുടെ ലഭ്യതയും സാർവത്രിക സാക്ഷരതയും വിദ്യാഭ്യാസത്തിലെ സ്ഥിര അഭിവൃദ്ധിയും മഹാഭൂരിപക്ഷം ജനതയ്ക്കും ലഭ്യമാകണം (ഈ ആവശ്യങ്ങളുടെ ചർച്ചയ്ക്ക് Bagchi 1987, 1993, 1998 കാണുക).

ഇന്ത്യയുടെ വിശാലമായ നാട്ടിൻപുറങ്ങളിലും ചെറുപട്ടണങ്ങളിലും

മാറ്റമില്ലാത്ത സ്ഥിതി മുറുകെപിടിക്കുന്നവരുടെ ഉദ്ദേശ്യങ്ങളെ മാത്രം ആശ്രയിച്ചാണ് സാമൂഹികമാറ്റം നിലകൊള്ളുന്നത്. രാഷ്ട്രീയ-സാമൂഹിക പ്രവർത്തകരുടെ ബോധപൂർവമായ ഇടപെടലുകളും സാമൂഹിക മാറ്റത്തിന് ഇടയാകാറുണ്ട്. പൊതുമേഖലാ ഉദ്യോഗത്തിൽ ഇതരപിന്നോക്ക ജാതികൾക്ക് വിപുലമായ സംവരണം നൽകിയ മണ്ഡൽ കമ്മീഷൻ നിർദേശങ്ങളെ സ്വാഗതം ചെയ്തും എതിർത്തുകൊണ്ടും നടന്ന പ്രക്ഷോഭങ്ങൾ ഉദാഹരണമായെടുക്കാം. ഉത്തർപ്രദേശിലും ബീഹാറിലും ഉത്തരേന്ത്യയുടെ മറ്റു ഭാഗങ്ങളിലും സമ്പദ്വ്യവസ്ഥയുടെയും രാഷ്ട്രീയത്തിന്റെയും പ്രധാന കളിക്കാരാണ് പ്രക്ഷോഭത്തിന് തിരികൊളുത്തിയത്. ദക്ഷിണേന്ത്യയിലും മഹാരാഷ്ട്രയിലും അത്തരത്തിലുള്ള സംവരണം 1990–91 കാലഘട്ടത്തിലെ മണ്ഡൽ പ്രക്ഷോഭങ്ങളുടെ അമ്പതാണ്ട് മുമ്പുണ്ടായിരുന്നുവെന്നത് പലപ്പോഴും വിസ്മരിക്കപ്പെട്ടു. ഒരു കിലോഗ്രാം അരിക്ക് രണ്ടു രൂപ വില നിശ്ചയിച്ച ആന്ധ്രപ്രദേശിലെ എൻ ടി രാമറാവു സർക്കാറിന്റെ നിലപാട് കർഷകത്തൊഴിലാളികളുടെ യഥാർഥ സമ്പാദ്യം വർധിപ്പിക്കുകയും അവരുടെ വിലപേശാനുള്ള ശേഷി വർധിപ്പിക്കുകയും ചെയ്തിട്ടുണ്ടാകാം. ആന്ധ്രയിലെ ചെറുകിട കർഷകർക്കും കർഷകത്തൊഴിലാളികൾക്കും ഗ്രാമങ്ങളിലെ വലിയ മനുഷ്യരോട് വിലപേശാൻ കഴിഞ്ഞു. ഹരിതവിപ്ലവം ഹരിയാനയിലെയും ഗുജറാത്തിലെയും (Chowdhari 1994; Agnihotri 2000) ഭൂപ്രഭുക്കളെ സമ്പന്നരാക്കി പിതൃദായക സാമൂഹികക്രമത്തെ കരുത്തുറ്റതാക്കി. തത്വാധിഷ്ഠിത സമത്വഭാവനയിലൂടെയല്ലാതെയുള്ള സാമൂഹികമാറ്റം ഗുരുതരമായ ഭരണനിർവഹണ വീഴ്ചയുണ്ടാക്കി. ഗ്രാമങ്ങളിലും ആദിവാസിമേഖലകളിലും ന്യൂഡൽഹിയിലെ കേന്ദ്രഭരണകൂട സംവിധാനത്തിൽവരെ കനത്ത നഷ്ടമുണ്ടാക്കി.

ഏതാനും ചില സംഭവങ്ങളിൽ അർധമനസോടെ ഇടപെട്ടതൊഴിച്ചാൽ ഉദാരവൽക്കരണക്കാർ ഇന്ത്യയിൽ സാമൂഹികമാറ്റത്തിന്റെ അവശ്യദൗത്യം ഏറ്റെടുത്തിട്ടില്ല. മുതലാളിത്ത സംരംഭങ്ങളെ ബാധിക്കുന്ന നിയമസ്ഥാപന പരിഷ്കരണത്തെ കൊണ്ടുവരാനും അവർ ശ്രമിച്ചിട്ടില്ല. സ്റ്റോക് എക്സ്ചേഞ്ചിനെ ഉദാഹരണമായി നോക്കാം. മൂലധനപ്രശ്നങ്ങളുടെ കൺട്രോളറുടെ ഓഫീസ് നിർത്തലാക്കിയപ്പോൾ ഗവൺമെന്റ് ബ്രോക്കർമാരുടെയും പ്രൊമോട്ടർമാരുടെയും മറ്റു അനുബന്ധ സംരംഭകരുടെയും നീക്കങ്ങളെ വ്യവസ്ഥാപിതമാക്കാൻ സെക്യൂരിറ്റീസ് ആന്റ് എക്സ്ചേഞ്ച് ബോർഡ് ഓഫ് ഇന്ത്യ (സെബി)ക്ക് അധികാരം നൽകിയില്ല. 1991ൽ ജൂണിൽ *ബിസിനസ് ആന്റ് പൊളിറ്റിക്കൽ ഒബ്സർവറി*ൽ പ്രസിദ്ധീകരിച്ച ഒരു ലേഖനത്തിൽ സർക്കാർ വ്യവസ്ഥാപിതമാക്കാനുള്ള അധികാരം നൽകാത്തതിനാലും കറപുരളാത്ത കൈകളുള്ള ഇന്ത്യൻ ഓഹരി ബ്രോക്കർമാർ അംഗീകരിക്കപ്പെടാതിരുന്നതിനാലും ഓഹരിവിപണിയിൽ അതിക്രമമുണ്ടാകുമെന്ന് ഞാൻ പ്രവചിച്ചിരുന്നു. ഒരു മാസത്തിനകം ഓഹരിവിപണിയിൽ വൻകുതിപ്പുണ്ടായി. 1992ൽ ഹർഷദ് മേത്ത കുംഭകോണം

പുറത്തുവന്നതോടെ ആ കുതിപ്പ് തകർന്നു. ഓഹരിവിപണിയിലെ ഊതിപ്പെരുപ്പിക്കലിനെക്കുറിച്ച് ചോദിച്ചപ്പോൾ അന്നത്തെ ധനകാര്യമന്ത്രി പറഞ്ഞത് ഓഹരിവിപണിയിലെ കുതിപ്പ് കാരണം തനിക്ക് ഉറങ്ങാൻ കഴിയുന്നില്ലെന്നാണ്. കുതിപ്പ് തകർന്നതോടെ ആയിരക്കണക്കിന് ചെറുകിട നിക്ഷേപകർക്ക് കഠിന പ്രയത്നത്തിലൂടെ നേടിയ സമ്പാദ്യം നഷ്ടപ്പെടുകയും ചെയ്തു. പൊതുമേഖലാ ബാങ്കുകൾ പ്രത്യേകിച്ചും സ്റ്റേറ്റ് ബാങ്ക് ഓഫ് ഇന്ത്യയും നാഷണൽ ഹൗസിങ്ങ് ബാങ്കുമായിരുന്നു ഏറ്റവും വലിയ നഷ്ടക്കാർ. നാഷണൽ ഹൗസിങ്ങ് ബാങ്കിന്റെ ചെയർമാൻ കേന്ദ്രഗവൺമെന്റിന്റെ വിശ്വസ്ത ഉപദേശകനും പുതിയ സ്റ്റോക്ക് എക്സ്ചേഞ്ചുകളുടെ പ്രവർത്തനം ക്രമീകരിക്കുന്ന സമിതിയുടെ ചെയർമാനുമായിരുന്നു. ദുരൂഹമായ സാഹചര്യങ്ങളിൽ അദ്ദേഹം മരിച്ചു. ഓഹരിവിപണിയിൽ 1992–93ലും 1995–96ലും കുതിപ്പുകളുണ്ടായി. 1997നുശേഷം ഇക്വിറ്റികൾക്കുള്ള പ്രാഥമിക വിപണി അപ്രത്യക്ഷമാവുകയും ചെയ്തു. വിവരസാങ്കേതികവിദ്യാ കമ്പനികൾ തിരികൊളുത്തിയ ചെറുകിട മുന്നേറ്റം 2000–2001ൽ ഓഹരി വിപണിയിലുണ്ടായി. 2001ലെ കേതൻപരേഖ് യൂണിറ്റ് ട്രസ്റ്റ് ഓഫ് ഇന്ത്യാ കുംഭകോണത്തിലാണ് അത് അവസാനിച്ചത്. ഈ കുംഭകോണവും ദുരുപയോഗം റിപ്പോർട്ട് ചെയ്യുന്നതിലുള്ള സെബി വീഴ്ച പുറത്തുകൊണ്ടുവന്നു. ധനമന്ത്രാലയം സ്റ്റോക്ക് എക്സ്ചേഞ്ചിന്റെ പട്ടികയിലില്ലാത്ത നൂറുകണക്കിന് കമ്പനികളിൽ നിക്ഷേപിക്കാൻ യു ടി ഐയെ പ്രേരിപ്പിച്ചുവെന്ന സംശയവും ഉയർന്നുവന്നു. 2001–02 കേന്ദ്രബജറ്റിന് തൊട്ടുമുമ്പായി വിശ്വസ്തത ഊട്ടിയുറപ്പിക്കാനുള്ള ഒരു തന്ത്രവും ഭരണത്തിലുള്ള രാഷ്ട്രീയക്കാരുടെ ശിങ്കിടികളുടെ കീശ വീർപ്പിക്കാനുള്ള പ്രക്രിയയുമായിരുന്നുവത്. യു ടി ഐയുടെ നേട്ടങ്ങൾ ഇത്തരം പ്രവർത്തനങ്ങൾ ഏറെക്കുറെ ഇല്ലാതാക്കി. അതിന്റെ ഫ്ളാഗ്ഷിപ്പ് സ്കീമിൽ കയ്യിലുള്ള യു എസ് 64ന് കടംവീട്ടൽ നിഷേധിക്കപ്പെട്ടു. വരാനിരിക്കുന്ന പ്രതിസന്ധിയെക്കുറിച്ച് അറിയാമായിരുന്ന വൻകുത്തകകൾ ഊതിപ്പെരുപ്പിച്ച വിലയ്ക്ക് തങ്ങളുടെ പക്കലുള്ള ഓഹരി യു ടി ഐക്ക് വിറ്റു. ഇത് മൂചൽ ഫണ്ടിന്റെ കടം വീട്ടാനുള്ള പ്രതിസന്ധിയെ രൂക്ഷമാക്കി.

സ്വാതന്ത്ര്യത്തിനുശേഷം നിലവിൽവന്ന ഭരണകൂടങ്ങൾക്ക് പ്രവർത്തന മൂലധനവും സാങ്കേതിക സംരംഭങ്ങൾക്കുള്ള സ്ഥിരനിക്ഷേപത്തിനുള്ള ധനവും നൽകിയിരുന്നത് ബാങ്കുകളായിരുന്നു. ഉദാരവൽക്കരണവാദികളുടെ ലക്ഷ്യങ്ങളിലൊന്ന് ബാങ്ക്ധനത്തിന്റെ അനുപാതം കുറച്ചുകൊണ്ടുവന്ന് സംരംഭങ്ങളുടെ മൊത്തം ബാധ്യത ഇക്വിറ്റി ധനത്തിൽ നിന്നെടുക്കുക എന്നതായിരുന്നു. ഓഹരികളുടെ പ്രാഥമിക വിപണികളിലുള്ള തകർച്ച ഈ ലക്ഷ്യത്തെ പരാജയപ്പെടുത്തി. ധനമന്ത്രാലയത്തിന്റെയും റിസർവ്ബാങ്കിന്റെയും ദശാബ്ദങ്ങളുടെ ശ്രദ്ധക്കുറവ് പ്രവർത്തനക്ഷമമല്ലാത്ത ആസ്തികൾ ദേശസാൽക്കൃത ബാങ്കുകളിൽ കുന്നുകൂടാനിടയാക്കി. ഹിന്ദുട്രസ്റ്റ് നിയമങ്ങളും ഹിന്ദുവ്യക്തിനിയമത്തിലെ മിതാ

ക്ഷരഭേദങ്ങളും മേൽനോട്ടം വഹിക്കുന്ന അധികാരികളുടെ വീഴ്ചയ്ക്കിടയാക്കി. മതപ്രതിഷ്ഠാപനത്തിന്റെയോ ദേവതയുടെയോ ആസ്തിയാക്കി മാറ്റി കടക്കാർക്ക് ബാധ്യതയിൽനിന്ന് ഒഴിഞ്ഞുമാറാൻ കഴിഞ്ഞു. സങ്കീർണമായ വ്യക്തിനിയമത്തിന്റെയും സ്വത്തവകാശ നിയമത്തിന്റെയും കമ്പനി നിയമത്തിന്റെയും വരുമാന നികുതി നിയമത്തിന്റെയും ബിനാമി ഇടപാടുകളുടെ ചേരുവയിലൂടെ വൻസ്വത്ത് കൈക്കലാക്കിയവർ നികുതി വെട്ടിപ്പും കടബാധ്യതാ വഞ്ചനയും നടത്തിയപ്പോൾ തൊഴിലാളികൾക്ക് നഷ്ടപ്പെട്ടത് അവർ കഠിനപ്രയത്നത്തിലൂടെ നേടിയ പ്രോവിഡന്റ് ഫണ്ടും റിട്ടയർമെന്റ് നേട്ടങ്ങളുമാണ്. വൻകിട പൊതുമേഖലാ ബാങ്കുകളെല്ലാം പ്രവർത്തിക്കാത്ത ആസ്തികളുടെ കനത്തഭാരം പേറുന്നവയാണ്. പുതിയ മൂലധനത്തെ അവയുടെ ബാലൻസ് ഷീറ്റിലേക്ക് ലയിപ്പിച്ച് താങ്ങിനിർത്താനുള്ള ശ്രമമാണ് നടത്തിയത്. ധനികർക്ക് ഇളവുകൾ നൽകി നികുതി വെട്ടിപ്പുകാർക്ക് രക്ഷപ്പെടാൻ അവസരം നൽകിയ കേന്ദ്ര സർക്കാർ സ്വന്തം ധനക്ഷമതയെയാണ് തകർത്തത്. ബാങ്കുകളെ കാര്യക്ഷമമാക്കാനുള്ളശേഷി അതിനില്ലാതാവുകയും ചെയ്തു. ആഗോള സമ്പദ്വ്യവസ്ഥയും ഇന്ത്യൻ സമ്പദ്വ്യവസ്ഥയും മാന്ദ്യത്തിലേക്ക് കടന്നതോടെ ബാങ്കിന് നൽകിയ ഈടുകളുടെ വില കുറഞ്ഞു. നല്ല പ്രോജക്ടുകൾ വഴുവഴുപ്പൻ ലോണുകളായി മാറി. എല്ലാ ധനത്തിന്റെയും മൂലധനവിപണിയുടെയും കൂടിച്ചേരൽ എല്ലാ ആസ്തികളുടെയും ബാധ്യതകളുടെയും സുരക്ഷയുറപ്പാക്കാൻ വ്യവസ്ഥാപരമായ വൻദുരന്തത്തിലേക്ക് നയിക്കുമെന്ന് ഉദാരവൽക്കരണവാദികൾക്കൊന്നും ഉൾക്കൊള്ളാനാകുന്നില്ല. ഇന്റർനാഷണൽ സെറ്റിൽമെന്റ് ബാങ്കിന്റെ ജനറൽ മാനേജർപോലും സ്വന്തം തട്ടകത്തിൽ ഈ യാഥാർഥ്യത്തിന് ഊന്നൽ നൽകുന്നുണ്ട് (Crockett 2001).

1990കളുടെ ഒടുവിൽ സാമ്പത്തിക പരിഷ്കരണങ്ങളുടെ ഫലമായി ഇന്ത്യൻ മുതലാളിവർഗം കൊളോണിയൽ കാലത്തിന്റേതുപോലെ ആഗോള മൂലധനത്തിന് വിധേയരായി. മാർക്സിസ്റ്റ് ചരിത്രകാരനായ ഡി ഡി കൊസാംബി ജവഹർലാൽ നെഹ്റുവിന്റെ *ഇന്ത്യയെ കണ്ടെത്തലി*നെ നിരൂപണം ചെയ്തുകൊണ്ട് *ബൂർഷ്വാ ഇന്ത്യയിൽ വയസറിയിക്കുന്നു* എന്ന തലക്കെട്ടിലാണ് എഴുതിയത്. പുതുതായി സ്വാതന്ത്ര്യം നേടിയ രാജ്യം വിവിധ അടിസ്ഥാനസൗകര്യങ്ങളിലും ഉൽപ്പാദനമേഖലയിലും പൊതുമേഖലാ നിക്ഷേപമിറക്കിയും അതേസമയം ആഭ്യന്തര സ്വകാര്യവ്യവസായത്തെ പ്രോത്സാഹിപ്പിച്ചും ഇന്ത്യൻ ബൂർഷ്വാസിയെ കരുത്തുറ്റതാക്കുകയാണെന്ന് തോന്നിച്ചു. പക്ഷേ, പരിഷ്കരിക്കപ്പെടാത്ത സാമൂഹികഘടനയും ഭൂപ്രഭുക്കളുടെയും മേൽജാതിക്കാരുടെയും മുതലാളിത്തവർഗത്തിന്റെ അധീനത്തിലായ രാഷ്ട്രീയ പ്രക്രിയയും തമ്മിലുള്ള വൈരുധ്യങ്ങൾ ഉടൻതന്നെ ആസൂത്രണ പ്രക്രിയയെ അഴിമതിയിലാഴ്ത്തുകയും മരുന്നിന്റെയും ഫാർമസ്യൂട്ടിക്കൽസിന്റെയും ഗതാഗത വ്യവസായത്തിന്റെയും മേഖലയൊഴിച്ചാൽ ആഗോളമൂലധനത്തിന്റെ അര

ങ്ങിൽ മത്സരിക്കാനുള്ള ക്ഷമയില്ലാതാവുകയും ചെയ്തു. അപ്പോൾ കൊസാംബി വിവരിക്കുന്ന പക്വത മുരടിച്ച കൗമാരത്തിന്റെ തുടർച്ചയാണെന്ന് വരുന്നു. ആശ്രിതരായ ഭരണവർഗത്തിന്റെ കാൽക്കീഴിൽ ജീവിക്കുന്നതിന് ഇന്ത്യ വൻവിലയാണ് നൽകുന്നത്.

ഇന്ത്യൻ മൂലധനം ഉദാരവൽക്കരണത്തിന്റെ ആശ്ലേഷത്തിൽ

1930കൾ മുതൽ കൊളോണിയൽ ഇന്ത്യയിലെ കർഷക പ്രസ്ഥാനങ്ങൾ നാട്ടിൻപുറങ്ങളിലെ ഭൂപ്രഭുക്കൾക്ക് എതിരായിരുന്നു. കൃഷിഭൂമി കർഷകന് വിട്ടുകിട്ടുന്നതിനും കൂട്ടുകൃഷിയിലെ പങ്കും സുരക്ഷയും മെച്ചപ്പെടുത്തുന്നതിനും കമ്യൂണിസ്റ്റുകാരും ഇന്ത്യൻ നാഷണൽ കോൺഗ്രസിലെ ഇടതുചായ്‌വുള്ളവരും പ്രക്ഷോഭങ്ങൾ നടത്തി. സ്വാതന്ത്ര്യപ്രാപ്തിയുടെ ഉടനെ കോൺഗ്രസ് നിയമിച്ച ജെ സി കുമരപ്പകമ്മിറ്റി സെമീന്ദാരിയുടെ തുടർച്ചയായ റവന്യൂകൃഷി നിർത്തലാക്കണമെന്നും യഥാർഥ കർഷകർ കൃഷിഭൂമി കൈവശംവെക്കണമെന്നും ഉപയോഗിക്കണമെന്നും നിർദേശിച്ചിരുന്നു. ബീഹാറിലെയും ഉത്തർപ്രദേശിലെയും മറ്റു സംസ്ഥാനങ്ങളിലെയും ഭൂപ്രഭുക്കളിൽനിന്നുള്ള എതിർപ്പും അവർക്കനുകൂലമായ കോടതി തീരുമാനങ്ങളും കാരണം കോൺഗ്രസ് റവന്യൂകൃഷി നിർത്തലാക്കുന്നതിലേക്ക് മാത്രം ഒതുങ്ങി. കൃഷിഭൂമി കർഷകന് എന്ന മുദ്രാവാക്യം ഉപേക്ഷിച്ചു (Thorner 1976; Ghose 1983).

മറ്റു പേരുകളിൽ ഭൂപ്രഭുത്വം നിലനിർത്താനുള്ള തീരുമാനം യഥാർഥ കർഷകരുടെ നിയന്ത്രണത്തിലുള്ള, വിപണി ലാക്കാക്കിയുള്ള ഉൽപ്പാദന വളർച്ചയെ തടസപ്പെടുത്തി. യഥാർഥ കർഷകർക്ക് നിയന്ത്രണമില്ലാത്ത ഇടങ്ങളിൽ വിളകളുടെ വിന്യാസത്തെയും സാങ്കേതികവിദ്യയെയും മുരടിപ്പിച്ചു. അത് സ്വതന്ത്ര ഇന്ത്യയിലെ ഭരണനിർവഹണത്തെയും നിയമസാധുത്വത്തെയും പ്രതികൂലമായി ബാധിക്കുകയും ചെയ്തു. ബ്രിട്ടീഷുകാരുടെ കാലത്ത് നാട്ടിൻപുറത്തെ പൊലീസ് സംവിധാനം മേൽജാതി ഭൂവുടമകളുടെ ഉത്തരവാദിത്വത്തിലായിരുന്നു. അവർ ബ്രിട്ടീഷുകാർക്കെതിരെ തിരിയാത്തിടത്തോളംകാലം അങ്ങനെയായിരുന്നു. സ്വാതന്ത്ര്യലബ്ധിക്കുശേഷം സംസ്ഥാനത്തിന്റെ അജണ്ട വിശാലമാക്കി. ജാതി നേതാക്കളും ഭൂപ്രഭുക്കളുടെയും രക്ഷാധികാരികളുടെയും പിന്മുറക്കാരും പിടിമുറുക്കി. റവന്യൂകൃഷി നിർത്തലാക്കിയതോടെ സെമീന്ദാർഭൂമിയുടെ ഒരു ഭാഗവും വനങ്ങളും സംസ്ഥാനത്തിന്റെ അധീനത്തിലായപ്പോൾ പുതിയ അധികാര ഇടനിലക്കാർ ആ പൊതുഭൂമി അവരുടെ സ്വകാര്യ നിയന്ത്രണത്തിലാക്കി. നിയമത്തിന്റെ വഴിയിലൂടെ അത് സാധ്യമല്ലാത്തതിനാൽ എല്ലാ വഴിക്കും നിയമലംഘനം നടത്തിയും ഇലക്ഷനുകളിലൂടെ അധികാരത്തിലെത്തിയും അവർ നിയമലംഘനത്തിന് പ്രാബല്യമുണ്ടാക്കി. വടക്കൻ ബീഹാറിലെ ധനിക സെമീന്ദാരി കൃഷിത്തോട്ടങ്ങളെ ഭരിക്കുന്ന വരേണ്യവർഗം പൊളിച്ചെടുത്തത് ഇതിന്റെ ദാരുണമായ ഉദാഹരണങ്ങളിലൊന്നാണ്. ബ്രിട്ടീഷ് ഇന്ത്യയിലെ നാട്ടുരാജ്യങ്ങളുടെ അധീ

നത്തിലായിരുന്ന മിക്ക സ്വത്തുക്കളുടെയും കാര്യത്തിൽ ഇതുപോലെ നടന്നിട്ടുണ്ട്. ആധിപത്യം ചെലുത്തുന്ന ജാതിയും ഭൂപ്രഭു താവഴിക്കാരും രാജ്യത്തിന്റെ പേരിൽ പൊതുസ്വത്ത് കയ്യേറുകയും അവരുടെ നിക്ഷിപ്ത സ്ഥാനപ്രകാരം ഗ്രാമീണ സമൂഹത്തിന്റെ അംഗീകരിക്കപ്പെട്ട പ്രതിനിധികളാവുകയും ചെയ്തു. തമിഴ്നാട്ടിൽ ഗ്രാമത്തലവന്മാരായ മറവർ ജാതിക്കാർ സംസ്ഥാന സർക്കാർ നടപ്പാക്കുന്ന ജലസേചനപദ്ധതികൾ തങ്ങൾക്കനുകൂലമാക്കി വൻനേട്ടമുണ്ടാക്കി (Mosse 2000). പഞ്ചാബിലും ഹരിയാനയിലും ആധിപത്യം ചെലുത്തുന്ന കർഷകർ വൻഭൂവുടമകളായിരുന്നു. അവർ സംസ്ഥാന സർക്കാരിൽ സമ്മർദം ചെലുത്തി വിപുലമായ ജലസേചന പദ്ധതികളും മറ്റു അടിസ്ഥാന സൗകര്യങ്ങളും സ്വന്തം മെച്ചത്തിനായി നേടിയെടുത്തു.

രാജ്യത്തിന്റെ ഭരണനിർവഹണ സംവിധാനത്തിലേക്ക് മേൽജാതിക്കാരും ഭൂപ്രഭു താവഴികളും വൻതോതിൽ കടന്നേറിയതോടെ കോളനി വിമുക്തദേശത്തിന്റെ വികസനപ്രവൃത്തികളും സ്വത്തുക്കളും കയ്യേറ്റപ്പെട്ടു. നിയമലംഘനത്തിലൂടെയും നിയമങ്ങളെ വളച്ചൊടിച്ചുകൊണ്ടുമാണിത് സാധിച്ചത്. ജലസേചന, വൈദ്യുതി, ബാങ്ക് തീരുവകൾ അടയ്ക്കാതെ ഹരിതവിപ്ലവത്തെ മുതലെടുത്ത പഞ്ചാബിലെയും ഹരിയാനയിലെയും പശ്ചിമ ഉത്തർപ്രദേശിലെയും ഇന്ത്യയുടെ മറ്റുഭാഗങ്ങളിലെയും ധനിക കർഷകർ അതിസമ്പന്നരായി. നിയമലംഘനം ആ സംസ്ഥാനങ്ങളുടെ ഭരണനിർവഹണ വിന്യാസത്തിന്റെ പ്രധാന ഭാഗമായി വരികയും മേൽജാതിക്കാരുടെ ആധിപത്യം ചെലുത്തുന്ന താവഴികളുടെ ഭരണത്തിലാവുകയും ചെയ്തു.

കോളനി വിമുക്ത ഇന്ത്യയുടെ പ്രഖ്യാപിത വികസനപദ്ധതികളിൽ പ്രധാന വ്യതിചലനങ്ങളെയും എല്ലാ അഴിമതികളെയും സങ്കുചിത കച്ചവട ഭരണവ്യവസ്ഥയിലേക്കും ലൈസൻസ് രാജിലേക്കും ഒരുക്കിയത് ബ്യൂറോക്രാറ്റുകളാണെന്ന് പറയുന്ന ഗ്രാമീണ ഇന്ത്യയിലെ വിശ്ലേഷകർ അഴിമതിയെയും അന്യായത്തെയും പ്രോത്സാഹിപ്പിക്കുന്ന പ്രധാന ശക്തികളെ കാണുന്നില്ല (Bhagwati and Desai 1976; Bardhan 1984). അധികാരത്തിന്റെ വിഘടനവും സംസ്ഥാനത്തിന്റെ ദൗർബല്യവും ഇതിന് ആക്കം കൂട്ടി. മൃദുസംസ്ഥാനമെന്നാണ് അത്തരമൊരു സംസ്ഥാനത്തെ മിർഡാൽ (1968) വിളിച്ചത്. മൃദുലതയുടെ ഉത്ഭവങ്ങളെക്കുറിച്ച് വിശദീകരണമില്ല. സമൂഹങ്ങൾ ശക്തമാകുമ്പോൾ സംസ്ഥാനങ്ങൾ ദുർബലമാകുമെന്നും പ്രാദേശികമായി വിഘടിതമാകുമെന്നും മിക്ക മൂന്നാംലോക രാഷ്ട്രങ്ങളുടെയും അവസ്ഥയിതാണെന്നും ജോയൽ മിഗ്ദൽ (1988) പറയുന്നു. ഉച്ചനീചത്വമുള്ളപ്പോഴല്ല സമത്വാധിഷ്ഠിതമാകുമ്പോഴാണ് ഒരു സമൂഹം ശക്തമാകുന്നത് (Putnam 1993). ശക്തിപകരാൻ ജനാധിപത്യത്തിന്റെയും പൗരാവകാശത്തിന്റെയും മേന്മകൾ വേണം. ഇന്ത്യയുടെ മിക്കഭാഗങ്ങളിലും സമൂഹം ശക്തമാകാനുള്ള കാരണമതല്ല. സാമൂഹിക രാഷ്ട്രീയ ഘടനയുടെ മേൽത്തട്ടിലുള്ളവർക്ക് ഭരണനിർവഹണത്തിന്റെ

ന്യായമായ ആവശ്യങ്ങളെയും നിയമങ്ങളെയും ജനാധിപത്യ പ്രക്രിയകളെയും ചെറുത്തുനിൽക്കാൻ കഴിയുന്നത് കൊണ്ടാണത്.

സാമ്പത്തികവും രാഷ്ട്രീയവുമായ മാറ്റം ഉത്തരേന്ത്യയിലും പശ്ചിമേന്ത്യയിലും ദക്ഷിണേന്ത്യയുടെ മിക്കഭാഗങ്ങളിലും ഭരണനിർവഹണത്തിൽ പ്രതിസന്ധിയുണ്ടാക്കി. ഹരിതവിപ്ലവവും തിരഞ്ഞെടുപ്പ് ജനാധിപത്യത്തിന്റെ ന്യായവാദവും ഇതരപിന്നോക്ക ജാതികളെയും ഹരിയാനയിലെയും പശ്ചിമ ഉത്തർപ്രദേശിലെയും ജാട്ടുകളെയും ആധിപത്യം ചെലുത്തുന്ന ജാതികളാക്കി. മറ്റു പിന്നോക്ക ജാതിക്കാർക്ക്, മിക്ക ദക്ഷിണേന്ത്യൻ സംസ്ഥാനങ്ങളിലുമെന്നപോലെ പൊതുമേഖലാ ഉദ്യോഗത്തിനും സർക്കാർ സഹായത്താൽ നടക്കുന്ന വിദ്യാലയങ്ങളിലേക്കുള്ള പ്രവേശനത്തിനും സംവരണ സമ്പ്രദായത്തിന്റെ ആനുകൂല്യം അനുഭവിച്ചിരുന്നിടങ്ങളിൽ മുൻകാല മേൽജാതി വരേണ്യർക്ക് സ്ഥാനചലനം വരുത്താൻ നിയമസാധുത്വം നിർലജ്ജം ലംഘിക്കപ്പെട്ടിട്ടില്ല. പുതുതായി വരുന്ന ആധിപത്യസംഘങ്ങളുടെ ആവശ്യങ്ങൾ ഉൾക്കൊള്ളാൻ പഴയ മേൽജാതി വരേണ്യസംഘങ്ങൾ വളരെയധികം സമയമെടുത്ത സംസ്ഥാനങ്ങളിലാണ് നിയമലംഘനം നിർലജ്ജമായി നടന്നത്. വിരോധാഭാസമെന്നു പറയട്ടെ ഭരണകൂട സംവിധാനത്തിന്റെ നിയമവിധേയമല്ലാത്ത ഉപയോഗത്തിനായി കുത്തകാവകാശം ഉറപ്പാക്കാനും 1970കളിൽ സഖ്യങ്ങൾ രൂപപ്പെട്ടു തുടങ്ങി. അതിന്റെ പ്രത്യാഘാതങ്ങൾ അത്യാപൽക്കരമായിരുന്നു. പരമ്പരാഗത കോട്ടൺമില്ലുകൾ തകർന്നു. പശ്ചിമേന്ത്യയിലെയും ഡൽഹി, കാൻപൂർ തുടങ്ങിയ ഉത്തരേന്ത്യയിലെ ഒറ്റപ്പെട്ട വ്യവസായകേന്ദ്രങ്ങളിലെയും ഏറ്റവും കൂടുതൽ സംഘടിത മേഖലാ തൊഴിലാളികൾ തുണിമില്ലുകളിലായിരുന്നു. വോട്ടർമാരിൽ ഭൂരിപക്ഷംപേരും ഈ സംസ്ഥാനങ്ങളിൽ നിന്നുള്ളവരായിരുന്നു. നിയമസാധുത്വത്തിന്റെ പ്രതിസന്ധി ഭരണസംവിധാനത്തെയും ബാധിച്ചിരുന്നു. വർഗീയതയും സംഘർഷപ്രിയതയുംകൊണ്ടാണ് ഈ പ്രതിസന്ധിയെ മറികടക്കാൻ ശ്രമിച്ചത്.

അപരിഷ്കൃത സാമൂഹിക സംവിധാനത്തിന്റെയും അപൂർണമായ നിയമസാധുത്വത്തിന്റെയും സ്വാർഥതാൽപ്പര്യങ്ങൾക്കുവേണ്ടി ഭരണകൂട സംവിധാനത്തെ ഉപായങ്ങളാൽ തരപ്പെടുത്തുന്നതിന്റെയും വിദേശമൂലധനവുമായി ഒത്തുപോകുന്നതിന്റെയും പശ്ചാത്തലത്തിൽ ഇന്ത്യൻ മുതലാളിവർഗത്തെ നമുക്ക് നിർത്താം (ഇതിനെക്കുറിച്ചുള്ള വിശകലനത്തിന് Degnbol-Martinussen 2001; Mukherjee Reed 2001; Tyabji 2000 കാണുക). ഹിന്ദു ബിസിനസ് കുടുംബങ്ങൾ 'മിതാക്ഷര' നിയമത്തെയും കമ്പനി നിയമത്തിന്റെ മറവിനെയും ഉപയോഗപ്പെടുത്തി. നികുതികളിൽ നിന്നും സംരംഭം തകർച്ചയിലായാൽ തൊഴിലാളികൾക്ക് നൽകേണ്ട നിയമാനുസൃത ബാധ്യതകളിൽനിന്നും ഒഴിഞ്ഞുമാറി. സമ്പദ്‌വ്യവസ്ഥ ചലനാത്മകമല്ലാത്തപ്പോൾപോലും തങ്ങളുടെ സമ്പത്ത് വർധിപ്പിക്കാനും സംരക്ഷിക്കാനും അവർക്ക് കഴിഞ്ഞു. അവരിൽത്തന്നെ സ്വന്തം രാഷ്ട്രീയ

ബന്ധങ്ങളെ ഉപായങ്ങളാൽ തരപ്പെടുത്താൻ കഴിഞ്ഞവർക്ക് സ്വന്തം നേട്ടങ്ങൾക്കായി ഉപയോഗപ്പെടുത്താവുന്ന സർക്കാർ നിയന്ത്രണങ്ങളെ പ്രയോജനപ്പെടുത്താൻ കഴിഞ്ഞു. പുതിയ സാങ്കേതികവിദ്യകളെയും അവശ്യസമ്പദ്‌വ്യവസ്ഥകളെയും അവർ ചൂഷണം ചെയ്തു (Chandrasekhar 1999).

1990കളിൽ തുടങ്ങിയ സാമ്പത്തിക ഉദാരവൽക്കരണം വൻകിട ബിസിനസ് ഗ്രൂപ്പുകൾക്കിടയിൽ ആധിപത്യം ചെലുത്തിയിരുന്ന കുടുംബാധിഷ്ഠിത ബിസിനസ് ഗ്രൂപ്പുകൾക്ക് വെല്ലുവിളിയുയർത്തി. ബഹുരാഷ്ട്ര കുത്തകകൾക്കെതിരെ അവർ അനുഭവിച്ചിരുന്ന സംരക്ഷണം അവരുടെ സാമ്പത്തിക മേഖലയിലേക്ക് ബഹുരാഷ്ട്ര കുത്തകൾ കടന്നുവന്നതോടെ തകർന്നു. ആഭ്യന്തര കളിക്കളത്തിന്റെ അറിവും നിയന്ത്രണവും നന്നായുണ്ടായിരുന്ന ഇന്ത്യൻ കുടുംബാധിഷ്ഠിത ബിസിനസ് ഗ്രൂപ്പുകൾക്ക് വിദേശ സംരംഭകരുമായി സാങ്കേതികവിദ്യക്കുവേണ്ടി വിലപേശാൻ കഴിഞ്ഞിരുന്നു. ഉദാരവൽക്കരണത്തെയും ബൗദ്ധിക സ്വത്തവകാശനിയമത്തെയും ലോകവാണിജ്യ സംഘടനയുടെ രൂപീകരണത്തെയും തുടർന്ന് അവർക്ക് വിലപേശാനുള്ള മുൻതൂക്കം നഷ്ടപ്പെട്ടു. ബിസിനസ് ഗ്രൂപ്പിന്റെ പരസ്പരാശ്രയത്വം വെല്ലുവിളിക്കപ്പെട്ടു. ബിസിനസ് കുടുംബത്തിലെ അംഗങ്ങൾ വിദേശ സംരംഭകരെ ഉൾക്കൊള്ളാനും സംയുക്ത സംരംഭമുണ്ടാക്കാനും തുടങ്ങി (Bhargara 1993; Tyabji 2000:10-11). ഈ ഉൾക്കൊള്ളൽ കീഴടങ്ങലിനു തുല്യമായിരുന്നു. ഇന്ത്യാവിദേശ സംയുക്തസംരംഭമായി തുടങ്ങിയവയിൽ മിക്കവയും വിദേശികൾ ഏറ്റെടുത്തു. മിക്ക ബിസിനസ് ഗ്രൂപ്പുകളും തകരുകയോ ഉൽപ്പാദന താൽപ്പര്യങ്ങളിൽനിന്ന് പിൻവാങ്ങി റിയൽ എസ്റ്റേറ്റിലേക്കും ഫിനാൻസിലേക്കും സേവനസംരംഭങ്ങളിലേക്കും നീങ്ങുകയോ ചെയ്തു.

ചലനാത്മക വിവരസാങ്കേതികവിദ്യാമേഖലയുടെ ഉദയം മാത്രമാണ് 1990കളിലെ പുതിയ സംഭവവികാസം. ഏറ്റവും നന്നായി പ്രവർത്തിച്ച സംരംഭങ്ങൾ ഉയർന്നുവന്നതും സാക്ഷരതയിൽ മികച്ചുനിൽക്കുന്നത് ദക്ഷിണേന്ത്യയിലാണെന്നതും യാദൃച്ഛികമല്ല. എങ്കിലും വിവരസാങ്കേതിക വിദ്യയുടെ പ്രസക്തി യു എസിലെന്നപോലെ ഇന്ത്യയിലും ഊതിപ്പെരുപ്പിക്കപ്പെട്ടതാണ് (Monthly Review, 52 (11) April 2001). 2001ൽ ഇന്ത്യയുടെ ദേശീയ വരുമാനത്തിലേക്ക് സോഫ്ട്‌വെയറിൽ നിന്നുള്ള ആദായം ഒരു ശതമാനത്തിൽ കുറവായിരുന്നു. അതിൽനിന്നുള്ള ദേശീയ തൊഴിൽ ഉൽപ്പാദനം ഇതിലും കുറവായിരുന്നു. വിവരസാങ്കേതികവിദ്യയാണ് 2000ൽ ഓഹരി വിപണികളിൽ ആഗോള മുന്നേറ്റമുണ്ടാക്കിയത്. നസ്ദഖിന്റെ തകർച്ച ആഗോള ഓഹരി വിപണികളിൽ സുദീർഘമായ പൊട്ടിത്തകരലുണ്ടാക്കി. അത് ഇന്ത്യൻ ഓഹരി വിപണികളിലേക്കും പകർന്ന് ഊതിപ്പെരുപ്പിക്കലുകളെ തുടർന്ന് പൊട്ടിത്തകരലുകളുണ്ടാക്കി.

ഇന്ത്യൻ ബിസിനസ് വർഗം വിദേശി മത്സരങ്ങളിലൂടെ ദുർബലമായെങ്കിലും ആ വർഗം വിദേശസംരംഭകരുടെ നടത്തിപ്പുകാരുടെയും

രാഷ്ട്രീയക്കാരുടെയും അഴിമതിയിലാണ്ട ബ്യൂറോക്രാറ്റുകളുടെയും തുണയോടെ അവർക്കും സുഹൃത്തുക്കൾക്കുംവേണ്ടി സർക്കാരിന്റെ പരമാധികാര കേന്ദ്രങ്ങളുടെമേൽ പിടിമുറുക്കി. വിലയേറിയ സർക്കാർ സംരംഭങ്ങളെ സ്വകാര്യവൽക്കരിക്കാനുള്ള തത്വരഹിതമായ പരക്കംപാച്ചിലാണ് തുടർന്നുണ്ടായത്. ദേശത്തിന്റെ വിശാലമായ ഭൂഭാഗങ്ങൾ പുതിയ സാങ്കേതികവിദ്യയുടെ വികസനത്തിന്റെയും കാർഷിക സംസ്കരണ വ്യവസായത്തിന്റെയും പേരിൽ കൈമാറി. സാമ്പത്തിക ഉദാരവൽക്കരണം ജനാധിപത്യ സാധ്യതകളെ സങ്കുചിതമാക്കുകയാണ് ചെയ്തത്.

ഇന്ത്യൻ തൊഴിലാളികളുടെ യഥാർഥജീവിതം

മൂലധനത്തിന്റെയും തൊഴിലാളികളുടെയും ചരിത്രത്തെക്കുറിച്ച് ഇന്ത്യയിലധികം ഗവേഷണം നടന്നിട്ടില്ല. തൊഴിലാളി ചരിത്രത്തിലെ വിടവുകൾ സമീപകാലത്ത് അനേകം പുസ്തകങ്ങളിലൂടെ ഒരു പരിധിവരെ നികത്തിയിട്ടുണ്ട് (Breman and Das 2000; Ghosh 2000; Nair 1998; and sen 1999) ഇക്കണോമിക് ആന്റ് പൊളിറ്റിക്കൽ വീക്ക്ലിയും ഇന്ത്യൻ ജേണൽ ഓഫ് ലേബർ ഇക്കണോമിക്കും അനേകം പഠനങ്ങൾ പ്രസിദ്ധീകരിച്ചിട്ടുണ്ട്. ഇതിനെക്കുറിച്ചുള്ള പഠനങ്ങൾ ഇന്ത്യൻ തൊഴിലാളിവർഗത്തിലെ വൈജാത്യത്തെക്കുറിച്ച് പ്രതിപാദിക്കുന്നുണ്ട്. തൊഴിലാളികൾ വ്യത്യസ്ത പശ്ചാത്തലങ്ങളിൽനിന്നാണ് വന്നത്. ചിലർ പൂർവ തൊഴിലുകളിൽനിന്ന് വിസ്ഥാപനം ചെയ്യപ്പെട്ട കൈത്തൊഴിൽക്കാർ ആയിരുന്നു. ചിലർ ഭൂമി നഷ്ടപ്പെട്ട കർഷകരായിരുന്നു. ചിലർ കൃഷിയിൽനിന്നുള്ള വരുമാനം തികയാതെ വന്നതിനാൽ വ്യവസായശാലകളിൽ പണിയെടുക്കുന്നവരായിരുന്നു. ചിലർ കുടുംബത്തോടൊപ്പം വന്ന് തൊഴിലെടുക്കുന്ന സ്ത്രീകളായിരുന്നു. ഉടമകളുടെ ബോധപൂർവമായ ഇടപെടലുകളിലും വൈജാത്യമുണ്ടായിട്ടുണ്ട്. വ്യത്യസ്ത ഭാഗങ്ങളിൽനിന്നും സമൂഹങ്ങളിൽനിന്നും വന്ന തൊഴിലാളികളെ വ്യത്യസ്ത സ്ഥലങ്ങളിലാണ് പാർപ്പിച്ചത്. പുരുഷന്മാർക്കും സ്ത്രീകൾക്കും വ്യത്യസ്ത ജോലികളും വേതനവും നൽകി. പുരുഷന്മാർക്കുള്ള പ്രത്യേക പദവി വ്യവസ്ഥയുടെ ഭാഗമാക്കി. ജാതികളിലൂടെയും സമുദായങ്ങളിലൂടെയും പ്രാദേശികതയിലൂടെയും തൊഴിലാളികൾ തങ്ങളുടെ ഓർമകളെയും ബന്ധങ്ങളെയും ഉപയോഗപ്പെടുത്തി സഖ്യങ്ങളും പുതിയ സമുദായങ്ങളുമുണ്ടാക്കി. പുതിയ സാഹചര്യത്തിൽ ജീവിതമുറപ്പിക്കാൻ പുരാതനമായ ബന്ധങ്ങൾക്ക് അവർ പുനർരൂപം നൽകി. വല്ലപ്പോഴുമുള്ള സമരങ്ങളിലൂടെ അടിച്ചമർത്തുന്ന വ്യവസ്ഥയ്ക്കെതിരെ അവർ പൊരുതി.

തൊഴിലിടത്തിലെ തൊഴിലുകളിൽ നിരവധി ശൈലികളിലുള്ള വിവേചനമുണ്ടാക്കി പുറത്തെ ജീവിതത്തിലേക്കുമത് വ്യാപിപ്പിച്ചു. വൈദഗ്ധ്യം കുറഞ്ഞ വേതനക്കുറവുള്ള തൊഴിലുകളാണ് സ്ത്രീകൾക്ക് നൽകിയിരുന്നത്. വീട്ടിലെ പണികളെല്ലാം സ്ത്രീകൾ ചെയ്യേണ്ടിവന്നു. സ്ത്രീകൾക്ക് പുരുഷന്മാരെക്കാളധികം തൊഴിലെടുക്കേണ്ടി വന്നു. മിക്ക

ദളിതുകൾക്കും ആദിവാസികൾക്കും വൈദഗ്ധ്യം കുറഞ്ഞ അരക്ഷിതമായ തൊഴിലുകളാണ് നൽകിയത്. അവരുടെ വിദ്യാഭ്യാസക്കുറവാണ് അതിന് കാരണമായി പറഞ്ഞിരുന്നത്. അവരുടെ ദാരിദ്ര്യവും വിദ്യാഭ്യാസ സൗകര്യങ്ങളിലേക്കെത്തിപ്പെടാനാകാത്തതും അവരെ അത്തരം അർധസ്ഥിര സ്ഥാനങ്ങളിലേക്കൊതുക്കി.

മുതലാളിത്തത്തിനെതിരായ തൊഴിലാളികളുടെ ഈ അസമ പോരാട്ടങ്ങളിൽ പൊതുമേഖലാ നീക്കങ്ങൾ മാറ്റമുണ്ടാക്കിയിട്ടുണ്ട്. പൊതുമേഖലാ വ്യവസായങ്ങളിലും ഭരണനിർവഹണത്തിലും മറ്റു സേവന മേഖലകളിലും അഭിപ്രായ രൂപീകരണതലങ്ങളിലും സ്ത്രീകളുടെ പ്രാതിനിധ്യം സ്വകാര്യസംഘടിത മേഖലയെക്കാൾ വളരെ കൂടുതലാണ്. ഉദാരവൽക്കരണത്തിന്റെ ഫലമായി ലോകമെങ്ങും തൊഴിലാളികൾ താൽക്കാലികാടിസ്ഥാനത്തിലായി. താൽക്കാലിക തൊഴിലുകളിലേക്ക് സ്ത്രീകൾ കൂടുതലായി വന്നു (Bagchi 1999).

തൊഴിലാളികളും അവരുടെ പിന്തുണയ്ക്കുന്ന രാഷ്ട്രീയ പ്രസ്ഥാനങ്ങളും തുടങ്ങിയ പ്രക്ഷോഭങ്ങൾ തൊഴിലാളികളുടെ ജീവിതസാഹചര്യങ്ങൾ മെച്ചപ്പെടുത്തുന്നതിൽ സുപ്രധാന പങ്കുവഹിച്ചു. ഫാക്ടറി, ഓഫീസ് തൊഴിലാളികളെ കേന്ദ്രീകരിച്ചുകൊണ്ടായിരുന്നു ട്രേഡ്‌യൂണിയൻ പ്രസ്ഥാനങ്ങൾ പരമ്പരാഗതമായി പ്രവർത്തിച്ചിരുന്നത്. അസംഘടിത മേഖലയിലും പിൽക്കാലത്ത് പ്രസ്ഥാനങ്ങൾ വന്നു. ഇത്തരം പ്രസ്ഥാനങ്ങൾ ഏറ്റവും വിജയകരമായത് ഇടതുപക്ഷശക്തികളുടെ നീക്കത്തിന്റെ ഭാഗമായി കേരളത്തിലാണ്. പശ്ചിമബംഗാളിലും ജാർഖണ്ഡിന്റെ ഖനനമേഖലയിലും ഛത്തീസ്ഗഡിന്റെ വന, ഖനന മേഖലകളിലും റിക്ഷക്കാരുടെയും ചുമട്ടുതൊഴിലാളികളുടെയും വനത്തൊഴിലാളികളുടെയും ഖനിത്തൊഴിലാളികളുടെയും ഇടയിലും ചിലപ്പോൾ ഒരു പ്രദേശത്തെ മുഴുവൻ തൊഴിലാളികളെയും സംഘടിതരാക്കിയിട്ടുണ്ട്. മാതൃകയാവേണ്ട ഒരു പ്രസ്ഥാനത്തിൽ ഗുജറാത്തിലെ സ്ത്രീകളെ വേറിട്ട് സംഘടിപ്പിച്ചിട്ടുണ്ട്. കൃഷിയിലും മറ്റും ഉൽപ്പാദനവർധനവ് ഉയർത്തിക്കാണിച്ച ഈ പ്രസ്ഥാനങ്ങൾ തൊഴിലില്ലായ്മ വർധിക്കുമ്പോഴും കൂടുതൽ വേതനം നടപ്പാക്കാൻ ഉപകരിച്ചിട്ടുണ്ട്. തങ്ങളുടെ പൗരാവകാശ രാഷ്ട്രീയ അവകാശങ്ങളെക്കുറിച്ചുള്ള ഉയർന്ന അവബോധം തൊഴിലാളികളുടെ ചെറുത്തുനിൽപ്പിനെ ശക്തമാക്കി കൂലിവെട്ടിക്കുറയ്ക്കുന്നതിനെയും അവകാശങ്ങളെ മറ്റു മാർഗങ്ങളിലൂടെ ഇല്ലാതാകുന്നതിനെയും പരാജയപ്പെടുത്തി.

ട്രേഡ്‌യൂണിയൻ വിദഗ്ധരെയും ഇടതുപ്രസ്ഥാനങ്ങളുടെ നേതാക്കളെയും കൊലചെയ്തും വർഗീയതയും ജാതീയതയും കുത്തിപ്പൊക്കിയും പൗരാവകാശങ്ങൾ ഇല്ലാതാക്കിയും തിരഞ്ഞെടുപ്പ് അഴിമതിയിലൂടെ സാധാരണക്കാരന് സ്വന്തം ഭരണകർത്താക്കളെ തിരഞ്ഞെടുക്കാനുള്ള അവകാശമില്ലാതാക്കിയും ഭരണകൂട സംവിധാനത്തെ നിയമവിരുദ്ധമായി ഉപയോഗപ്പെടുത്തിയും ജനങ്ങളെ അടിച്ചമർത്തിയും മുതലാളിത്ത

ത്തിന്റെ ഏജന്റുകൾ പ്രത്യാക്രമണത്തിന് ആക്കം കൂട്ടി. സോവിയറ്റ് യൂണിയന്റെ തകർച്ചയ്ക്കുശേഷം നവഉദാരവൽക്കരണ സാമ്പത്തിക പരിഷ്കരണങ്ങളും മൂലധനത്തിന്റെ ശക്തിക്കെതിരെയുള്ള ഭീഷണികളെ അടിച്ചൊതുക്കുന്ന യു എസും ബഹുശതകോടി ഡോളർ ആസ്തിയുള്ള രാഷ്ട്രാന്തര കമ്പനികളുടെ സഖ്യവും ഇന്ത്യയടക്കം മൂന്നാംലോക രാഷ്ട്രങ്ങളുടെ സ്വാതന്ത്ര്യത്തിനും ജനാധിപത്യത്തിനും ഭീഷണിയായിരിക്കുകയാണ്. യു എസ് ഫെഡറൽ ബ്യൂറോ ഓഫ് ഇൻവെസ്റ്റിഗേഷന്റെ ഓഫീസ് ഇന്ത്യയിൽ തുടങ്ങിയിട്ടുണ്ട്. മുതലാളിത്തത്തിന്റെ ഉന്മത്തതയ്ക്കെതിരെയുള്ള തൊഴിലാളിവർഗ പോരാട്ടം മെക്സിക്കോ മുതൽ ദക്ഷിണകൊറിയ വരെയുള്ള ഓരോ രാജ്യത്തും യഥാർഥ ദേശീയവിമോചനത്തിനായുള്ള ജനകീയ പ്രക്ഷോഭങ്ങളുമായി ലയിച്ചിരിക്കുകയാണ്.

ഈ പുസ്തകത്തിലെ ലേഖനങ്ങളിൽ പറയുന്നതുപോലെ തൊഴിലാളി ചരിത്രം ബുദ്ധിപരമായ മികവിനോടൊപ്പമായിരുന്നു. തീർച്ചയായും അക്കാദമിക് അന്വേഷണത്തിന്റെ ഭാഗമാവാത്ത തൊഴിലാളി ജീവിതത്തിന്റെ മേഖലകൾ അടുത്തകാലംവരെയുണ്ടായിരുന്നു. തൊഴിലാളികളുടെ പരിസരശുചിത്വവും മരണനിരക്കും ഘോഷ് (2000) പഠനവിധേയമാക്കി. കൊളോണിയൽ കാലത്തെ തൊഴിലാളികളുടെ നിലനിൽപ്പിന്റെ ലൈംഗികമാനങ്ങളെയും പിതൃദായക ജാതീയ അടിച്ചമർത്തലുകളെക്കുറിച്ചും നായരും സെന്നും (1999) ഉജ്വലമായി വിവരിക്കുന്നുണ്ട്. അന്തസിനും നിലനിൽപ്പിനുമായുള്ള തൊഴിലാളികളുടെ ദൈനംദിന പോരാട്ടത്തിന്റെ പ്രാദേശിക തലത്തെക്കുറിച്ച് വിനയ്ബഹ്ലും രാജ്നാരായണനും ദിലീപ് സിമിയോണും പഠനം നടത്തിയിട്ടുണ്ട്. കേരളത്തിലെ ട്രേഡ്യൂണിയൻ പ്രസ്ഥാനം ജീവിതസാഹചര്യങ്ങളിലുണ്ടാക്കിയ മാറ്റങ്ങളെക്കുറിച്ച് കണ്ണനും മറ്റും പഠനം നടത്തിയിട്ടുണ്ട്. വർഗീയതയുടെയും ജാതീയതയുടെയും ശക്തികൾ തൊഴിലാളികളുടെ പോരാട്ടങ്ങളുടെ ദിശ തെറ്റിക്കുന്നതിനെക്കുറിച്ചും സോഷ്യലിസ്റ്റുകൾക്കുപോലും കാര്യം പിടികിട്ടാതെ പോകുന്നതിനെക്കുറിച്ചും സമീപകാലത്ത് പഠനങ്ങൾ നടന്നിട്ടുണ്ട്. വാണിജ്യവൽക്കൃതമായ കൃഷിയെയും സാമ്പത്തിക ഉദാരവൽക്കരണത്തെത്തുടർന്ന് സ്ത്രീകൾക്ക് ഏറ്റെടുക്കേണ്ടിവരുന്ന തൊഴിൽഭാരത്തെക്കുറിച്ചും സഹാനുഭൂതിയോടെ സ്വാമിനാഥനും ജയരഞ്ജനും (1999) രാമമൂർത്തി (2001)യും പഠനം നടത്തിയിട്ടുണ്ട്. പിതൃദായക അടിച്ചമർത്തലിനോട് ബന്ധപ്പെട്ട് പെൺകുട്ടികളുടെ അതിജീവനത്തിനുനേരെ കടുത്ത വിവേചനമുണ്ടായിട്ടുണ്ടെന്ന് അഗ്നിഹോത്രി (2001) നടത്തിയ പഠനം പറയുന്നു.

നിലനിൽപ്പിന്റെ എല്ലാ അവസ്ഥകളും തൊഴിലാളികളുടെ അവബോധത്തിൽ പ്രതിഫലിക്കുന്നുണ്ട്. അത് അവർക്ക് അവരുടെ ജീവിത, തൊഴിൽ സാഹചര്യങ്ങളെ മാറ്റുന്നതിന് ഉപകരിക്കുന്നു. ഏറ്റവും സുദീർഘമായ സാമൂഹികപ്രസ്ഥാനങ്ങളുടെ ചരിത്രമുള്ള കേരളം ശക്തമായ ഇടതുപക്ഷ പ്രസ്ഥാനത്തിലൂടെയും ഉയർന്ന സാക്ഷരതയിലൂടെയും പെൺ ഭ്രൂണഹത്യയെ പിടിച്ചുനിർത്തിയെന്നത് യാദൃച്ഛികമല്ല.

ഈ വർഷങ്ങളിലെല്ലാം എന്റെ ലക്ഷ്യം മൂലധനവും തൊഴിലാളികളും തമ്മിലുള്ള സങ്കീർണമായ ബന്ധത്തെ മനസിലാക്കുക എന്നതായിരുന്നു. എന്റെ അക്കാദമിക വൃത്തിയുടെ തുടക്കത്തിൽ ഇന്ത്യൻ മുതലാളിവർഗത്തിന്റെ സ്വഭാവത്തെക്കുറിച്ച് അധികം ഗവേഷണങ്ങൾ നടന്നിരുന്നില്ല. ആ തലമാണ് എന്റെ ഗവേഷണ ഉദ്യമങ്ങളുടെ വലിയൊരു ഭാഗവും ഉൾക്കൊണ്ടത്. മൂലധനത്തിന്റെയും തൊഴിലാളികളുടെയും നിലനിൽക്കുന്ന അവസ്ഥകളും തൊഴിലാളികളുടെയും മുതലാളികളുടെയും അവബോധവും ഈ ലേഖനങ്ങളിൽ വരുന്നുണ്ട്. മുതലാളിയുടെയും തൊഴിലാളിയുടെയും അവബോധത്തിൽ വരുന്ന മാറ്റങ്ങളെ ചരിത്രവൽക്കരിച്ച വൈരുധ്യാത്മക വിശ്ലേഷണ ചട്ടക്കൂട്ടിൽത്തന്നെ കൈകാര്യം ചെയ്യാം.

ഇന്ത്യൻ ബൂർഷ്വാസിയുടെ
ചരിത്രവും സ്വഭാവവും

1

ധനതത്വശാസ്ത്രത്തിന്റെ വ്യാപാരവും വ്യാപാരത്തിന്റെ ധനതത്വശാസ്ത്രവും

മുതലാളിത്തം ഒരു വ്യവസ്ഥയായി വളർന്നതോടെയാണ് ധനതത്വശാസ്ത്രം ഒരു പഠനശാഖ എന്ന നിലയിൽ ജനിക്കുന്നത്. അരിസ്റ്റോട്ടിൽ *പൊളിറ്റിക്സ്* എന്ന ഗ്രന്ഥത്തിൽ ഒരു വസ്തുവിന്റെ ഉപയോഗങ്ങളെ കൈമാറ്റത്തിനായി എന്നും ഉൽപ്പാദനത്തിന് അല്ലെങ്കിൽ ഉപഭോഗത്തിന് എന്നും വേർതിരിക്കുന്നുണ്ട്. തന്റെ കാലത്തെ ഗ്രീക്ക് സ്റ്റേറ്റുകളുടെ പ്രത്യേകതയായിരുന്ന അടിമകളുടെ ഉടമകളായ 'സ്വതന്ത്ര' പൗരന്മാരുടെ ഭൗതിക ആവശ്യങ്ങളുടെ വിനിയോഗത്തെക്കുറിച്ചാണ് അരിസ്റ്റോട്ടിൽ മുഖ്യമായും ശ്രദ്ധിച്ചിരുന്നത്. കൗടില്യന്റെ *അർഥശാസ്ത്ര*വും ഒരു സമൂഹത്തിലെയോ സ്റ്റേറ്റിലെയോ വ്യത്യസ്ത ഘടകങ്ങൾ തമ്മിലുള്ള സാമ്പത്തിക ബന്ധങ്ങളെക്കാൾ ഭരണസംവിധാനത്തെക്കുറിച്ചാണ് പ്രതിപാദിക്കുന്നത്. പതിനേഴാം നൂറ്റാണ്ടിനും പതിനെട്ടാം നൂറ്റാണ്ടിനുമിടയിലാണ് ആധുനിക സ്റ്റേറ്റിൽ ജീവിക്കുന്ന കുടിയാന്മാരും വർഗങ്ങളും തമ്മിലുള്ള സാമ്പത്തികബന്ധങ്ങളെ വിശ്ലേഷണം ചെയ്യുന്ന *അർഥശാസ്ത്രം* (Political economy) ഉടലെടുത്തത്. പത്തൊമ്പതാം നൂറ്റാണ്ടിനും ആധുനിക കാലത്തിനുമിടയിലുള്ള സുദീർഘമായ ഒരു ഇടവേളയ്ക്കുശേഷം യാഥാസ്ഥിതിക അക്കാദമികളിൽ ശുദ്ധ സാമ്പത്തികശാസ്ത്രം വർഗങ്ങളെയും ആധുനിക വ്യവസായസംരംഭങ്ങളുടെ ആന്തരപ്രവർത്തനങ്ങളെയും കാരണവിവരണങ്ങളെയും അടിസ്ഥാനമാക്കി രൂപപ്പെട്ടു. മാനേജീരിയൽ സാമ്പത്തികശാസ്ത്രമെന്നപേരിൽ ഒരു ഇരട്ട വിശേഷ ജ്ഞാനമേഖലയ്ക്ക് പാതിരിമാർ ഷോർട്ട്ഹാൻഡിന്റെയും ബുക്ക്കീപ്പിങ്ങിന്റെയും പദവി നൽകി. എങ്കിലും അതിവേഗം വിസ്തൃതമാകുന്ന ഒരു സംരംഭത്തിന്റെ പ്രവർത്തനം സംഘടനാസിദ്ധാന്തത്തിന്റെയും വിനിമയനിരക്കുകളുടെയും യുക്തിയുടെയും പരമ്പരാഗത സൂക്ഷ്മസാമ്പത്തിക ശാസ്ത്ര

ത്തിന്റെയും പുതിയ സങ്കരങ്ങൾ തയാറാക്കാൻ പ്രേരണ നൽകി. മറുവശത്ത് ഒരു വ്യവസ്ഥ എന്ന നിലയിൽ സോഷ്യലിസം ലോകമെമ്പാടുമുള്ള രാഷ്ട്രീയ സമ്പദ്വ്യവസ്ഥയിലേക്ക് പുതുരക്തം കടത്തിവിട്ടു. അത്രയും കാലം *അർഥശാസ്ത്രം* പൊളിറ്റിക്സിലേയും സാമ്പത്തിക ശാസ്ത്രത്തിലെയും സോഷ്യോളജിയിലെയും ഉപജീവികളെ വേർതിരിക്കാൻ കൂട്ടാക്കാത്തതായിരുന്നു. ഈ അധ്യായത്തിൽ വ്യാപാരത്തിന്റെ പുതിയ സാമ്പത്തികശാസ്ത്രത്തിനും പഴയ രാഷ്ട്രീയ സമ്പദ്വ്യവസ്ഥയ്ക്കുമിടയിൽ മുന്നോട്ടും പുറകോട്ടും പോകാനാണ് ഞാൻ ഉദ്ദേശിക്കുന്നത്.

ആധുനിക വ്യാപാരത്തെക്കുറിച്ച് ചിന്തിക്കുമ്പോൾ വൻ സംരംഭങ്ങളാണ് നമ്മുടെ മുൻപിലേക്ക് വരുന്നത്. അത്തരത്തിലുള്ള വ്യാപാരങ്ങൾക്ക് ആധുനിക സ്റ്റേറ്റിന്റെ ആയുധച്ചെലവുകളിൽനിന്നും പൂർണമായി വിട്ടുനിൽക്കാൻ വിരളമായേ സാധ്യമാകുമായിരുന്നുള്ളൂ. മധ്യയൂറോപ്പിൽ പ്രാചീന ഇന്ത്യയിലെന്നപോലെ വ്യാപാരവും യുദ്ധവും ധ്രുവങ്ങൾ അകലെയാക്കിയായിരുന്നു പരിഗണിച്ചിരുന്നത്. രാജകുമാരന്മാർക്കിടയിലുള്ള യുദ്ധങ്ങളിൽ വ്യാപാരികൾ കുടുങ്ങിനിന്നെങ്കിലും അവർ വാക്കുപാലിക്കാൻ പ്രതിജ്ഞാബദ്ധരായിരുന്നു. വ്യാപാരകൂട്ടുകെട്ടും ദൃഢവിശ്വാസവും വിജയകരമായ വ്യാപാരത്തിന്റെ അടിസ്ഥാനങ്ങളാണ്.

വ്യാപാരപങ്കാളികളിലുള്ള വിശ്വാസം ത്രികോണ ബാർട്ടർ സമ്പ്രദായത്തിന്റെ പൗരാണികകാലം മുതൽ ബഹുവിധ ഇടപാടുകളുടെ അടിത്തറയായും വ്യാപാരത്തിന്റെ ഉൾക്കാമ്പായും നിലകൊണ്ടിട്ടുണ്ട്. ഭാവിയിലുള്ള ദൃഢവിശ്വാസം ഭാവിയിലെ വ്യാപാര ഇടപാടുകൾ ആസൂത്രണം ചെയ്യാൻ ആവശ്യമാണ്. നിക്ഷേപങ്ങളിൽ മൂലധന തീവ്രതയോടെ പുതുമകൾ പതിവായതോടെ ഉൽപ്പന്നങ്ങൾ മാറിയതോടെ പ്രക്രിയകളും വിപണിയുടെ അതിർത്തിയും ഫിനാൻസിന്റെ രീതികളും മാറിയതോടെ വ്യാപാരത്തിന്റെ സമയചക്രവാളവും വലുതായി.

വ്യാപാരകൂട്ടുകെട്ടിനെയും ദൃഢവിശ്വാസത്തെയും കുറിച്ചുള്ള ചർച്ചകൾ മുൻകാലങ്ങളിലെന്നപോലെ ധർമപ്രബോധനത്തിലും തത്വചിന്തയിലും മാത്രം ഒതുങ്ങി നിൽക്കേണ്ടതല്ല. വ്യാപാരതീരുമാനങ്ങളെ ഭരിക്കുന്ന ചട്ടക്കൂടാണ് വ്യാപാര കൂട്ടുകെട്ട്. ആഡംസ്മിത്ത് മുതൽ കെന്നത്ത് ആരോ വരെയുള്ള സാമ്പത്തിക ശാസ്ത്രജ്ഞൻ സാമ്പത്തിക തീരുമാനങ്ങളെ ഭരിക്കുന്ന സ്ഥാപനങ്ങളെക്കുറിച്ച് മികച്ച തീരുമാനങ്ങളെടുക്കാൻ മികവുറ്റ സ്ഥാപനങ്ങൾ എങ്ങനെ രൂപവൽക്കരിക്കുമെന്നതിനെക്കുറിച്ച് സിദ്ധാന്തങ്ങളുണ്ടാക്കിയിട്ടുണ്ട്.

ചരക്കുകളുടെ സാമ്രാജ്യത്തിൽ സാമ്പത്തിക ശാസ്ത്രജ്ഞരും നിയമജ്ഞരും സ്വകാര്യ പൊതുമേഖലാ വസ്തുക്കളെ വേർതിരിച്ചിട്ടുണ്ട്. സ്വകാര്യവസ്തുക്കളെ ഒരു വ്യക്തിക്കോ വ്യക്തികളുടെ കൂട്ടായ്മയ്ക്കോ സ്വന്തമാക്കാം. മറ്റുള്ളവരെ വസ്തുക്കളുടെ ഉപയോഗത്തിൽനിന്ന് മാറ്റി നിർത്താം. ഒരാൾ ഒരു വസ്തുവിനെ കൂടുതൽ ഉപയോഗിക്കുമ്പോൾ

മറ്റുള്ളവർ ഉപയോഗിക്കാതെയാവുന്നു. പൊതുമേഖലാ വസ്തുക്കൾ ഏതെങ്കിലും വ്യക്തിക്കായി മാറ്റിവെക്കാനാവില്ല. ഒരാൾ അതിനെ കൂടുതൽ ഉപയോഗിക്കുമ്പോൾ മറ്റുള്ളവർ ഉപയോഗിക്കാതെയാവുന്നില്ല. വായു, പൊതുനിരത്തുകൾ, തുറന്ന കടലുകൾ എന്നിങ്ങനെ ചുരുക്കം ചില പൊതുവസ്തുക്കളുടെ തിക്കും തിരക്കും തിങ്ങലും പൊതുവസ്തുക്കളുടെ ആസ്വാദനത്തെ പരിമിതപ്പെടുത്തിയേക്കാം. അത്തരം സാഹചര്യങ്ങളിലും ആരോഗ്യകരമായ പൊതുജനനയത്തിന്റെ ലക്ഷ്യങ്ങളിലൊന്ന് പൊതുജനവസ്തുക്കളുടെ പൊതുജനസ്വഭാവം പുനഃസ്ഥാപിക്കുക എന്നതായിരിക്കണം.

വ്യാപാരകൂട്ടുകെട്ടിനെ കെന്നത്ത് ആരോ ഒരു പൊതുവസ്തുവായാണ് കാണുന്നത്. അത് വായുവിനെപ്പോലെയല്ല. അതിനെ കൊണ്ടുവരേണ്ടതുണ്ട്. അതൊരു പരമാധികാര രാജ്യത്തിന്റെ മുഖ്യഭരണാധികാരിയുടെ തീരുമാനത്താലോ സാമ്രാജ്യത്വ നിർദേശത്താലോ വിക്ഷേപിക്കപ്പെട്ട ഉപഗ്രഹത്തെപ്പോലെയുമല്ല. അനേകം വ്യക്തികൾക്കിടയിലുള്ള ദീർഘകാല സഹകരണത്തിന്റെ ഫലമാണ് വ്യാപാരകൂട്ടുകെട്ട്. ബോധപൂർവമായ ചതിയാലോ സദാചാരത്തിൽനിന്നുള്ള അബോധമായ വ്യതിചലനത്താലോ അത് കേടുപാടുകൾ തീർക്കാനാകാത്തവിധം തകർന്നുപോയേക്കാം.

ആധുനിക ലോകത്ത് വ്യാപാരത്തിൽ നല്ല നിലയിൽ നിൽക്കാൻ മത്സരത്തിൽ ജയിക്കേണ്ടതുണ്ട്. ഏഷ്യൻ ഗെയിംസിലെ ഉത്തര, ദക്ഷിണ കൊറിയകളുടെ വിജയംപോലെ അമേരിക്കക്കാരുടെയും സോവിയറ്റ് ടീമുകളുടെയും ജപ്പാന്റെയും പുതുതായി വരുന്ന ചൈനയുടെയും ഒളിംപിക് വിജയങ്ങൾപോലെ ട്രാക് ഇനങ്ങളിലും ജിംനാസ്റ്റിക്കിലുമുള്ള വിജയം വ്യക്തിപരമായ പ്രതിഭയുടേതല്ല. ദേശീയതലത്തിൽ അതിസൂക്ഷ്മമായ തയാറെടുപ്പിന്റെ ഫലമാണത്. അതുപോലെ സൂക്ഷ്മമായ അവലോകന സാമഗ്രികളോടെ വ്യത്യസ്ത തലങ്ങളിൽ വിശ്വാസമുള്ളവർ സംഘടന വൻവ്യാപാരത്തിനെ സുസ്ഥിരമാക്കാനും വിപുലമാക്കാനും ആവശ്യമാണ്.

വ്യാപാര കൂട്ടുകെട്ടിനാൽ സുസ്ഥിരമായ ശൃംഖലയുണ്ടാക്കാൻ ഇന്ത്യൻ വ്യാപാരികൾക്ക് കഴിഞ്ഞിട്ടുണ്ടോ? പതിനാറും പതിനേഴും നൂറ്റാണ്ടുകളിൽ യൂറോപ്യൻ വ്യാപാരികളും യാത്രികരും ഇന്ത്യൻ തീരത്ത് പോലുമെത്തി. ഇന്ത്യൻ വ്യാപാരികളുടെയും ബാങ്കർമാരുടെയും സൂക്ഷ്മബുദ്ധിയും വിശ്വാസയോഗ്യതയും അവരിൽ മതിപ്പുളവാക്കി. പത്തൊമ്പതാം നൂറ്റാണ്ടിൽ പ്രഗത്ഭരായ ഇന്ത്യൻ ബാങ്കർമാരെയും വ്യാപാരികളെയും കോടതികളിൽ ഹാജരാക്കുന്നതിൽ നിന്നൊഴിവാക്കിയിരുന്നു.

വ്യാപാര കൂട്ടുകെട്ടിന്റെ ഈ ശൃംഖല വിശ്വാസം അർപ്പിക്കുന്നവർക്ക് മാത്രമുള്ളതായിരുന്നു. അതൊരു പ്രത്യേക സ്ഥലത്തെ ജാതി സമൂഹമായിരിക്കാം. അനേകം പട്ടണങ്ങളിൽനിന്ന് അത് മറ്റ് വ്യാപാരികളെയും പ്രമുഖ ബാങ്കർമാരെയും അവരുടെ മികവുറ്റ ഉപഭോക്താക്കളെയും

ഉൾക്കൊണ്ടിരുന്നു. ഇത്തരം പരിഗണനകൾ ഒരു വ്യക്തി വിശ്വാസയോഗ്യൻ അല്ലാതാകുന്നതുവരെ നിലനിന്നിരുന്നോ എന്നറിയില്ല. മുഗളന്മാരുടെ കീഴിലും തുടർന്നുവന്ന സ്റ്റേറ്റുകളിലും മഹാവ്യാപാരികൾ സർക്കാർ നികുതി കൈകാര്യം ചെയ്തു. വിശ്വസ്തരായ പണമിടപാടുകാർക്ക് നാണയശാലയിലേക്കുള്ള വോട്ടവകാശമുണ്ടായിരുന്നു. മുർശിദ് അലിഖാൻ ബംഗാളിന്റെ സുബഹ്ദാറായിരുന്ന കാലത്ത് ജഗത്സേഠ് എന്ന് ആദരിക്കപ്പെട്ടിരുന്ന മണിക്ചന്ദിന്റെയും ഫത്തേഹ്ചന്ദിന്റെയും കുടുംബം അക്കാലത്തെ വ്യാപാരകുടുംബങ്ങൾക്കിടയിൽ എതിരില്ലാത്ത ഔന്നത്യം കൈവരിച്ചിരുന്നു. ഈ കുടുംബത്തിലെ രണ്ട് മുതിർന്ന പങ്കാളികളായ ജഗത്സേഠ് മഹ്തബ്റായിക്കും മഹാരാജാസ്വരൂപ്ചന്ദിനുമായിരുന്നു സിറാജുദ്ദൗള ബംഗാളിന്റെ നവാബായപ്പോൾ പണമിടപാടിന്റെ ചുമതല നൽകിയിരുന്നത്. സിറാജുദ്ദൗളയ്ക്കെതിരെ ബ്രിട്ടീഷുകാരുമായി അവർ ഉപജാപത്തിലേർപ്പെട്ടു. അവർ രാജ്യത്തെയും തങ്ങളുടെതന്നെ സങ്കുചിത താൽപ്പര്യത്തെയും വഞ്ചിച്ചു. ബംഗാളിന്റെ പരമാധികാരം ബ്രിട്ടീഷുകാരുടെ കീഴിലായതോടെ സമുന്നതരായ ഇന്ത്യൻ വ്യാപാരികൾ അപ്രസക്തരായി. വ്യാപാര കൂട്ടുകെട്ടിന്റെ പൂർവകാല ബന്ധങ്ങൾ മുറിക്കൽ ദൗർഭാഗ്യകരമായ വേളയിൽ സ്വന്തം ഹവേലിയിലേക്ക് ക്ഷണിച്ചുവരുത്തിയ പ്രതിയോഗിയെക്കുറിച്ചുള്ള തെറ്റിദ്ധാരണയോടെ നടന്നു.

വ്യാപാരികൾ ആധുനിക വ്യവസായത്തിലേക്ക് കടന്നതോടെ ചില അപവാദങ്ങളൊഴിച്ച് വ്യാപാരത്തിന്റെ നിയന്ത്രണം കുടുംബസമൂഹത്തിൽ നിക്ഷിപ്തമായി. ബ്രിട്ടീഷുകാരും വ്യാപാരവിനിയോഗ കുടുംബസമൂഹവും തമ്മിൽ സാക്ഷ്യങ്ങളുണ്ടായിരുന്നു. അവരുടെ വകുപ്പു വിഭജനങ്ങൾ ഒരേപോലെ വൈവിധ്യമുള്ളതായിരുന്നു. മാനേജർ കേഡർമാരുടെ തിരഞ്ഞെടുപ്പിൽ ഇന്ത്യൻ കമ്പനികൾ വ്യത്യസ്തരായിരുന്നു. ബേഡ് ആന്റ് കമ്പനിപോലുള്ള ചില കമ്പനികൾ മാത്രമാണ് കുടുംബസമൂഹത്തിന്റെ നിയന്ത്രണം ഒരു നൂറ്റാണ്ടോളം തുടർന്നത്. ബ്രിട്ടീഷ് മാനേജിങ് ഏജൻസി സ്ഥാപനങ്ങളിൽ സ്ഥാപകകുടുംബത്തിന്റെ നിയന്ത്രണം അപൂർവമായേ ഒരു തലമുറയ്ക്കപ്പുറം നിലനിന്നുള്ളൂ. ഇന്ത്യൻ വ്യാപാര കുടുംബങ്ങളുടെയും ഗ്രൂപ്പുകളുടെയും നിയന്ത്രണം ദൃഢമായിരുന്നു. അത് തീർച്ചയായും കുടുംബത്തിനകത്ത് തടസമില്ലാത്ത വിശ്വാസത്തിന്റെ പ്രവാഹവും കുടുംബസമൂഹത്തിന് പുറത്തുള്ളവരോട് അവിശ്വാസവും ആവശ്യപ്പെട്ടു.

ബ്രിട്ടീഷ് കാലത്തും താഴെക്കിടയിലുള്ള ഇന്ത്യൻ വ്യാപാരികളും പലിശക്കാരും വിശ്വസ്തതയ്ക്ക് പ്രസിദ്ധരായിരുന്നില്ല. പരുത്തിയിലെ ബോധപൂർവമായ മായം ചേർക്കലും മേത്തരം, താഴ്ന്നതരം പണികളുടെ ഇടകലർത്തലും കയറ്റുമതിക്കാരെ ചൊടിപ്പിച്ചിരുന്നു. ബ്രിട്ടീഷ് നിയമങ്ങളും ചേംബർ ഓഫ് കൊമേഴ്സും കയറ്റുമതി സ്ഥാപനങ്ങളും ഇക്കാര്യത്തിൽ പരാജയപ്പെടുന്നതിനിടയാക്കിയ കാരണങ്ങളേതൊക്കെയാണെന്ന് നോക്കാം.

ഇന്ത്യൻ പരുത്തി കുപ്രസിദ്ധമായതോടെ മേത്തരം പരുത്തിയുമായി വന്ന വ്യാപാരിക്കും ശരാശരിയിലധികം വില ലഭിച്ചില്ല. ഗുണനിലവാരം സൂക്ഷ്മമായി പരിശോധിക്കാനുള്ള സംവിധാനങ്ങൾ മൊത്തവ്യാപാരികൾക്ക് മുതലാകില്ലായിരുന്നു. ചന്തയിൽ ഉൽപ്പാദകരുടെ പക്കൽനിന്ന് മേത്തരം പരുത്തി കൂടുതൽ വിലയ്ക്ക് വാങ്ങിയാൽ തനിക്ക് കയറ്റുമതിക്കാരുടെ പക്കൽനിന്ന് ഉയർന്ന വില ലഭിക്കുമെന്ന് ചന്തവ്യാപാരിക്ക് ഉറപ്പില്ലായിരുന്നു. അത്തരം നിസ്സംഗത ഉൽപ്പാദകരെയും നിരുത്സാഹപ്പെടുത്തി. ദരിദ്ര കർഷകർക്ക് സ്വന്തം ഉൽപ്പന്നങ്ങളുടെ ഗുണമേന്മയ്ക്കായി പ്രേരണയില്ലാതായി. ഏറ്റവും താഴെക്കിടയിലേക്ക് നീക്കപ്പെട്ട അനേകം ദരിദ്രകർഷകരും ഗുണമേന്മ ഉറപ്പാക്കുന്ന ചെറിയ ഉൽപ്പാദക സമൂഹവുമായി ബന്ധം സ്ഥാപിക്കാനാവാത്ത വ്യാപാരികളും രാഷ്ട്രീയ വിധേയത്വത്തിന്റെയും വിവേചനത്തിന്റെയും ദുരിതമനുഭവിച്ചു.

തദ്ദേശ പരുത്തി വ്യവസായം വളർന്ന് ഇന്ത്യ പരുത്തിയുടെ ഏറ്റവും വലിയ ഉപഭോക്താക്കളായി വളർന്നതോടെ ഗുണമേന്മയെക്കുറിച്ചുള്ള പരാതികൾ നിശ്ശബ്ദമായി. പ്രധാന വ്യാപാരികളുമായി ഇന്ത്യൻ മില്ലുകൾ നേരിട്ട് ബന്ധം സ്ഥാപിച്ചു. വ്യാപാരികൾ പരുത്തിമില്ലിലെ പ്രധാന ഓഹരി ഉടമകൾ ആയതോടെ പരുത്തിയുടെ ഗുണനിലവാരം കുറഞ്ഞാലുള്ള ലാഭക്കുറവിനെക്കുറിച്ച് ബോധവാന്മാരായി. ഗുണമില്ലാത്ത പരുത്തി വിൽക്കാനുള്ള പ്രക്ഷോഭങ്ങളിൽനിന്ന് എല്ലാ വ്യാപാരികളും മുക്തരായിരുന്നില്ല. അത് ഇന്ത്യയിലൊട്ടുക്കുമുള്ള പരുത്തിവ്യാപാരത്തെ ബാധിക്കുകയും ചെയ്തു.

വ്യാപാരികളുടെ ഹ്രസ്വദൃഷ്ടിക്കു പുറമെ മൂന്നു ഘടകങ്ങൾ ഉൽപ്പാദകരും ഉപഭോക്താക്കളും തമ്മിലുള്ള ബന്ധത്തെ ബാധിച്ചു. ആദ്യമായി ബ്രിട്ടീഷ് വ്യാപാരികൾ ചണ ഉൽപ്പാദനത്തെ നിയന്ത്രിച്ചപ്പോൾ തന്നെ മില്ലുടമസ്ഥരും ഉൽപ്പാദകരും തമ്മിൽ വംശീയ അകലമുണ്ടായിരുന്നു. ബംഗാളി മുസ്ലിം ഹിന്ദു കർഷകനെ സഹോദരനായി കണ്ടിരുന്നില്ല. വ്യവസായം ഇന്ത്യൻ നിയന്ത്രണത്തിലായപ്പോൾ ദൗർഭാഗ്യവശാൽ അസംസ്കൃത വസ്തുവിന്റെ കർഷകർക്കും മില്ലുടമകൾക്കുമിടയിൽ ഭാഷാപരവും മതപരവുമായ മതിൽ നിലനിന്നു.

രണ്ടാമതായി വ്യാപാരമാന്ദ്യം തുടങ്ങിയപ്പോൾ വൻവ്യാപാരികളും മില്ലുടമസ്ഥരും നഷ്ടം തൊഴിലാളികളുടെയും കർഷകരുടെയുംമേൽ വെച്ചുകെട്ടി. വിപണിയിൽ ചണത്തിന്റെ സ്റ്റോക്ക് കൂടുതലാകുമ്പോൾ നിലവാര മാനദണ്ഡങ്ങൾ ഉയർത്തിവെക്കുമായിരുന്നു. സമൃദ്ധിയുടെ കാലത്തും അവ താഴ്ത്തിയിരുന്നില്ല. ബ്രിട്ടീഷ് അധികൃതരും ചണമിൽ ഉടമകളും വ്യവസ്ഥാപിതമായി ചണകർഷകരെ വഞ്ചിച്ചിരുന്നു. നിലവിലുള്ള സ്റ്റോക്കിനെക്കുറിച്ചും സാധ്യതയുള്ള വിലകളെക്കുറിച്ചും അവർ തെറ്റായ വിവരം നൽകി. കർഷകർ അതിനെ അടിസ്ഥാനമാക്കിയാണ് അടുത്ത സീസണിലേക്കുള്ള കൃഷി ആസൂത്രണം ചെയ്തിരുന്നത്. ജാപ്പനീസ് വ്യവസായത്തിലുള്ളതുപോലെ താഴേക്കിടയിലുള്ളവരുമായി കരാർ

ബന്ധം സ്ഥാപിക്കാനായില്ല. കരാർ ബന്ധങ്ങളിലൂടെയാണ് ജാപ്പനീസ് വ്യവസായങ്ങൾ കരുത്താർജിച്ചത്.

മൂന്നാമതായി തൊഴിലാളികളും കർഷകരും ജീവിച്ചുപോന്ന നിരാശാജനകമായ ദരിദ്രാവസ്ഥ വ്യാപാരികളും ഉൽപ്പാദകരും തമ്മിലുള്ള കവർച്ചാബന്ധത്തിന്റെ ഫലമായതിന് ആ മനോഭാവത്താൽതന്നെ രണ്ട് സമൂഹങ്ങളും അനിഷ്ടത്തിലാണ്. കവർച്ചാ ബന്ധത്തിൽ പരസ്പര വിശ്വാസത്തിന്റെ ചോദ്യമുയരുന്നില്ല. കവർച്ചക്കാരെല്ലാം ഒറ്റയ്ക്കോ ചെറു സംഘങ്ങളോ ആയാണ് വേട്ടയാടുക. വ്യാപാരത്തിന്റെ അഭിവൃദ്ധിക്ക് വിശ്വാസത്തിന്റെ ശൃംഖലയാണ് ആവശ്യമായിട്ടുള്ളത്.

ഇന്ത്യൻ വ്യാപാരഗ്രൂപ്പുകളിൽ വളരെ കുറച്ചുപേർ മാത്രമാണ് ഉയർന്ന വേതനത്തിന്റെ സമ്പദ്‌വ്യവസ്ഥയിൽ യഥാർഥത്തിൽ വിശ്വസിച്ചിരുന്നത്. യുദ്ധങ്ങൾക്കിടയിലെ അഹമ്മദാബാദ് ഒഴിച്ചാൽ മറ്റിടങ്ങളിൽ ജീവിക്കാനുതകുന്ന വേതനത്തിനു വേണ്ടിയുള്ള പോരാട്ടമായിരുന്നു. തൊഴിലാളികളോടുള്ള കൂറ് നിറവേറ്റാനും പരിശീലനം നൽകാനും കുറച്ച് വ്യാപാരികൾ തയാറായിരുന്നു. പെട്ടെന്നവസാനിപ്പിക്കാവുന്ന കരാറെന്നപോലെയാണ് വലിയൊരു വിഭാഗം വ്യാപാരികൾ അവരുടെ ഉപഭോക്താക്കളോടും തൊഴിലാളികളോടും പെരുമാറിയിരുന്നത്. വിപണിയിലെ ക്ഷണികമായ കരാറിനുപകരം എല്ലാവർക്കും മെച്ചമുണ്ടാകുന്ന ദീർഘകാല ബന്ധങ്ങൾക്കാണ് വിജയകരമായ വ്യാപാരസ്ഥാപനങ്ങൾ എക്കാലത്തും ശ്രമിച്ചിട്ടുള്ളത്.

രണ്ട്

വ്യാപാരവിജയത്തിന്റെ മറ്റൊരു വശമായ ഭാവിയിലുള്ള വിശ്വാസത്തിലേക്ക് തിരിയാം. ഉൽപ്പാദനമേഖലയിലെ ഉയർന്ന തോതിലുള്ള നിക്ഷേപമാണ് ചലനാത്മക സമ്പദ്‌വ്യവസ്ഥയുടെ അടിസ്ഥാന ചേരുവ. മൂലധന നിക്ഷേപം, വിദ്യാഭ്യാസം, ഗവേഷണം എന്നിവ സാമ്പത്തിക വളർച്ചയ്ക്ക് നൽകുന്ന സംഭാവനകളെക്കുറിച്ച് വ്യത്യസ്തമായ അഭിപ്രായങ്ങളുണ്ടാകാം. ഉയർന്ന നിക്ഷേപമില്ലാതെ സാമ്പത്തികവളർച്ചയുണ്ടാവില്ല എന്നതിൽ സംശയമില്ല. സ്വാതന്ത്ര്യലബ്ധിക്കുശേഷമുള്ള ഇന്ത്യൻ സമ്പദ്‌വ്യവസ്ഥയുടെ ചരിത്രം വ്യാവസായിക വളർച്ചയുടെയും നിക്ഷേപത്തിന്റെയും മികവ് കാണിച്ചിട്ടില്ല. 1970കളുടെ പകുതിക്കുശേഷം നിക്ഷേപത്തിന്റെ തോത് വർധിച്ചിട്ടുണ്ടെങ്കിലും അധികൃതർ അവകാശപ്പെടുന്നത്രയില്ല. പ്രകടമായ വ്യവസായ വളർച്ച എന്തുകൊണ്ടുണ്ടായില്ല. നിക്ഷേപം കൂടിയിട്ടുണ്ടെങ്കിലും അന്താരാഷ്ട്ര വിപണികളിൽ മത്സരിക്കാനുള്ള ശേഷി അതുകൊണ്ട് ഇന്ത്യൻ ഉൽപ്പന്നങ്ങൾക്കുണ്ടായിട്ടില്ല. ഉയർന്ന തോതിലുള്ള നിക്ഷേപവും മേന്മയേറിയ വിദ്യയിലുള്ള മൂലധന

സ്റ്റോക്കും അന്താരാഷ്ട്ര ആഭ്യന്തര വിപണികളിൽ വലിയ വിലയ്ക്ക് നൽകാൻ ഇന്ത്യൻ ഉൽപ്പാദകർക്ക് ഉപകരിക്കും.

സാമ്പത്തിക വളർച്ചയ്ക്ക് നിക്ഷേപം നിർണായകമാണെന്നിരിക്കെ നിക്ഷേപത്തെക്കുറിച്ച് വിവരിക്കുക സാമ്പത്തിക ശാസ്ത്രജ്ഞർക്ക് അനന്തവും പ്രയോജനശൂന്യവുമായ ദൗത്യമായിത്തീർന്നിട്ടുണ്ട്. മുതലാളിത്ത സമ്പദ്‌വ്യവസ്ഥയിലെ തൊഴിലില്ലായ്മയുടെയും മൊത്തം ആവശ്യത്തിന്റെയും കുറവ് വിവരിക്കുമ്പോൾ നിക്ഷേപത്തിന്റെ തോത് വ്യവസ്ഥിതിയിൽ നിർണായക മാറ്റംവരുന്ന ഘടകമാണെന്ന് ജോൺ മെയിനാർഡ് കെയിൻസ് പറയുകയുണ്ടായി. മൂലധനത്തിന്റെ കാര്യക്ഷമത കുറഞ്ഞൊരളവിൽ വർധിക്കുമെന്നതുപോലും ബോധ്യപ്പെടുത്തുവാൻ കെയിൻസിനു കഴിഞ്ഞില്ല. നിക്ഷേപകരുടെ ചേതനയാണ് നിക്ഷേപത്തിന്റെ നിലയെയും നീക്കത്തെയുംകുറിച്ചുള്ള വിശദീകരണമായി കെയിൻസ് പറയുന്നത്. എങ്ങനെയാണ് ജാപ്പനീസ് മുതലാളിത്ത വ്യവസ്ഥിതിക്കാർ ദീർഘകാല നിക്ഷേപത്തിന്റെ കാര്യത്തിൽ മറ്റുള്ളവരെ നിഷ്പ്രഭരാക്കിയത്? ചോദനഞെരുക്കമുള്ള സ്വകാര്യ സമ്പദ്‌വ്യവസ്ഥയെക്കാൾ സോഷ്യലിസ്റ്റ് സമ്പദ്‌വ്യവസ്ഥയെ ദുർബലമാക്കിയത് എന്താണ്? അത്തരം ചോദ്യങ്ങൾക്ക് മറുപടി പറയുന്നതിനായി മുതലാളിത്ത വ്യവസ്ഥിതിയുടെ സാമൂഹിക ഘടനയിലും ആചാരങ്ങളിലുമുള്ള വൻവ്യതിയാനങ്ങളെക്കുറിച്ച് മനസിലാക്കേണ്ടതുണ്ട്.

ഇന്ത്യൻ സമ്പദ്‌വ്യവസ്ഥയെ തടസപ്പെടുത്തുന്ന ബന്ധനത്തിന്റെ പ്രകൃതം ഇപ്പോൾ വ്യക്തമാണ്. 1960കളുടെ ഒടുവിലും 1970കളുടെ തുടക്കത്തിലും രണ്ട് തവണത്തെ കാർഷിക വിളവർധനകൊണ്ട് സാധാരണക്കാരന്റെ വാങ്ങൽശേഷി വർധിപ്പിക്കുന്നതിനോ കനത്തതോതിൽ വ്യവസായങ്ങളിൽ നിക്ഷേപിക്കുവാൻ സ്വകാര്യമുതലാളിയെ ഉത്തേജിപ്പിക്കുന്നതിനോ, പൊതുമൂലധന നിക്ഷേപത്തെ കമ്മിബജറ്റുകളുടെ സ്വേച്ഛാധിപത്യത്തിലും വിദേശവിനിമയ ദൗർലഭ്യത്തിൽനിന്നു മോചിപ്പിക്കുന്നതിനോ മതിയാവുകയില്ലെന്ന് പറഞ്ഞാൽ എന്നെപ്പോലുള്ളവർ ജനപ്രതീതിയില്ലാത്തവരാകുമായിരുന്നു. ഇന്ത്യയിൽ മിക്കപ്പോഴും ഉൽപ്പന്നങ്ങളുടെയും അടിസ്ഥാനസൗകര്യങ്ങളുടെയും കമ്മിയുണ്ടായിരുന്നു. പൊതുമേഖലാ സ്വകാര്യനിക്ഷേപങ്ങളിലുള്ള വീഴ്ചകൊണ്ടായിരുന്നു അത്. ഗവൺമെന്റിന്റെ ഉന്നത നയരൂപീകരണ വിദഗ്ധർ അതിനെക്കുറിച്ച് ഇപ്പോൾ ബോധവാന്മാരാണ്. അവർ മെച്ചപ്പെട്ട മാനേജ്മെന്റ് രീതികളിൽ വിശ്വാസമുള്ളവരാണെന്നാണ് തോന്നുന്നത്. തൊഴിലാളികൾക്കും ഉടമകൾക്കും മേലാളർക്കുമിടയിൽ ഈടുറ്റ ബന്ധങ്ങൾ ഉണ്ടാക്കുന്നതിലെ പ്രശ്നങ്ങളാണ് അവർക്ക് അഭിമുഖീകരിക്കാനുള്ളത്. ഇന്ത്യയിലുടനീളം ചിതറിക്കിടക്കുന്ന നൂറോളം ഫാക്ടറികളൊഴിച്ചാൽ ശേഷിക്കുന്ന മിക്കവയിലും മാനേജ്മെന്റ് തൊഴിലാളി ബന്ധങ്ങൾ വഷളായി പരസ്പര അവിശ്വാസത്തിലാണ് നിലകൊള്ളുന്നത്. മിക്കവയിലും മാനേജ്മെന്റ് വിധേയത്വം അടിച്ചേൽപ്പിക്കുകയാണ്. അന്തരീക്ഷം അതിലും വഷളായപ്പോൾ കലാപങ്ങളുണ്ടായിട്ടുണ്ട്.

സൂക്ഷ്മസാമ്പത്തിക ശാസ്ത്രപ്രകാരമുള്ള മികച്ച മാനേജ്മെന്റ് കുറഞ്ഞ ലാഭത്തിന് കുറഞ്ഞ നിക്ഷേപമെന്ന ആത്മനിർവൃതിയുടെ ചക്രത്തിൽനിന്ന് പുറത്തുകൊണ്ടുവരാൻ പര്യാപ്തമല്ല. രണ്ടും മൂന്നും പഞ്ചവത്സര പദ്ധതിക്കാലത്ത് ഇന്ത്യൻ സ്വകാര്യ നിക്ഷേപങ്ങൾ ഉയർന്നുവെങ്കിലും അത് സമീപകാലത്ത് ജാപ്പനീസ്, ചൈനീസ്, ദക്ഷിണകൊറിയൻ സമ്പദ്വ്യവസ്ഥകൾ കൈവരിച്ച നേട്ടങ്ങളെപ്പോലെ ശ്രദ്ധേയമായിരുന്നില്ല. സ്വകാര്യനിക്ഷേപം 1960കളുടെ മാധ്യത്തിൽ താഴ്ന്നു. സർക്കാർ സബ്സിഡിക്കും നികുതിയിളവിനും അതിനെ ഏഷ്യൻ മുതലാളിത്ത മത്സരത്തിന് സജ്ജമാക്കാൻ കഴിഞ്ഞില്ല.

നിക്ഷേപം അളവിൽ അപര്യാപ്തമായിരുന്നുവെന്നുമാത്രമല്ല; ഗർഭകാല ദൈർഘ്യവും വികല ഫലപ്രാപ്തിയുമാണുണ്ടായത്. വെട്ടിക്കൂട്ടി കത്തിച്ച് കൃഷിചെയ്യുന്നതിന് തുല്യമായ നയമാണ് ഇന്ത്യൻ മുതലാളിമാർ സ്വീകരിച്ചത്. പഴയ ഉൽപ്പന്നങ്ങളാലോ പഴയ സാങ്കേതികവിദ്യയാലോ ലാഭകരമല്ലാതാകുമ്പോൾ ഉൽപ്പന്നങ്ങളെ മാറ്റുന്നതിലോ സാങ്കേതികവിദ്യയെ മെച്ചപ്പെടുത്തുന്നതിനോ നിക്ഷേപമിറക്കുന്നതിനുപകരം അവർ വ്യവസായശാല അടച്ചുപൂട്ടി അനുനയത്തോടെ സർക്കാരിന്റെമേൽ വെച്ചുകെട്ടി പുതിയ സ്ഥലത്തേക്ക് നീങ്ങുകയാണ് ചെയ്തത്. വ്യാവസായിക രോഗങ്ങളാൽ ഒരു പ്രദേശം തകരുമ്പോൾ മികച്ച അടിസ്ഥാന സൗകര്യങ്ങളും ലാഭകരമായ പുതിയ ഉൽപ്പന്നങ്ങളിലുള്ള നിക്ഷേപവുമൊരുക്കി ആരോഗ്യം വീണ്ടെടുക്കുന്നതിനുപകരം ഫണ്ട് മറ്റു മേഖലകളിലേക്ക് വലിച്ചെടുത്ത് വിദേശരാജ്യങ്ങളിലേക്കുപോലും നീങ്ങുകയാണ് വൻകിട വ്യവസായ സ്ഥാപനങ്ങളും ഇടത്തരം ഗ്രൂപ്പുകളും ചെയ്യുന്നത്.

കൂടുതൽ ചലനാത്മകമായ ബിസിനസ് ഗ്രൂപ്പുകൾ ആധുനിക സാങ്കേതികവിദ്യയെ സജീവമായി അന്വേഷിച്ച് വിദേശത്തുനിന്ന് സാങ്കേതികവിദ്യ വൻതോതിൽ ഇറക്കുമതി ചെയ്തു. ഇന്ത്യൻ സംരംഭകർ പൊതുവെ പുതുസാങ്കേതികവിദ്യയെ സ്വീകരിക്കുന്നതിൽ വൈദഗ്ധ്യം കാണിച്ചിരുന്നില്ല. ജപ്പാന്റെയും ദക്ഷിണകൊറിയയുടെയും അർജന്റീനയുടെയും ഇന്ത്യയുടെയും അസാമാന്യമായ സംരംഭങ്ങളുടെ കാര്യത്തിലെന്നപോലെ കടംവാങ്ങിയ സാങ്കേതികവിദ്യയുടെ സ്വീകരണം ഗവേഷണ വികസനച്ചെലവിനെയും അനുരൂപീകരണ, സാങ്കേതികവിദ്യയെയും ആശ്രയിച്ചിരുന്നു. സർക്കാരിന്റെ ഉദാരമായ ഇളവുകളുണ്ടായിട്ടും ഇന്ത്യയിൽ ഗവേഷണ വികസനച്ചെലവുകൾ ഏതൊരു മാന്യമായ അന്താരാഷ്ട്ര മാനദണ്ഡം വെച്ചുനോക്കിയാലും കുറവാണ്.

സ്വകാര്യസംരംഭത്തിന്റെ ഫലത്തിൽ വിശ്വസിക്കുന്ന അനേകം സാമ്പത്തിക ശാസ്ത്രജ്ഞർ അനുകരിക്കാവുന്ന ഒരു മാതൃക എന്ന നിലയിൽ ദക്ഷിണകൊറിയയെ ഉയർത്തിക്കാണിക്കുന്നുണ്ട്. ദക്ഷിണകൊറിയൻ അത്ഭുതം ശ്രദ്ധാപൂർവം വളർത്തിയെടുത്ത സ്വകാര്യസംരംഭത്തിന്റെ വിജയമാണ്. രാഷ്ട്രീയപരമായും സാമൂഹികമായും അഭികാമ്യമെങ്കിലും ഇന്ത്യയുടെയും ദക്ഷിണകൊറിയയുടെയും സമ്പദ്വ്യവസ്ഥകൾ തമ്മിൽ

അടിസ്ഥാനപരമായ വ്യത്യാസമുള്ളതിനാൽ ചെറിയ അറ്റകുറ്റപ്പണി കൊണ്ട് ഇരുരാജ്യങ്ങളെയും സമാനമാക്കാൻ കഴിയുകയില്ല. ഇന്ത്യൻ സമ്പദ്‌വ്യവസ്ഥയിൽ സർക്കാർ അമിതമായി ഇടപെടുകയാണെന്നതിനാൽ ദക്ഷിണകൊറിയയെപ്പോലെ വളരാനുള്ള സാധ്യതകൾ നശിക്കുകയാണെന്നും സൂചിപ്പിക്കുന്ന വിമർശകർ ദക്ഷിണകൊറിയയിലെയും ഇന്ത്യയിലെയും സ്വകാര്യസംരംഭങ്ങളുടെ ചലനാത്മകതകൾക്കിടയിലെ വ്യത്യാസം സൂചിപ്പിക്കുന്നതിൽ പരാജയപ്പെടുന്നു. 1982ൽ ദക്ഷിണകൊറിയയുടെ ജനസംഖ്യ ഇന്ത്യയുടെ പതിനെട്ടിൽ ഒന്ന് മാത്രമായിരുന്നു. ദക്ഷിണകൊറിയയുടെ വ്യാവസായിക വരവ് 29 ബില്യൺ ഡോളറായിരുന്നു. ഇന്ത്യയുടേത് 47.5 ബില്യൺ ഡോളറായിരുന്നു. പ്രതിശീർഷ വ്യവസായ വരുമാനത്തിൽ അത്രയും പ്രയാസമേറിയ വ്യത്യാസം രണ്ട് ദശാബ്ദങ്ങൾകൊണ്ട് പടുത്തുയർത്തിയതിന്റെ കാരണങ്ങളെന്തെന്ന് ഇരുന്നാലോചിക്കേണ്ടതുണ്ട്. ഭാവിയിലെ നിക്ഷേപത്തെ പ്രോത്സാഹിപ്പിക്കുന്ന കാഴ്ചപ്പാടിൽനിന്ന് നോക്കുകയാണെങ്കിൽ 1981ലെയും 82ലെയും ഗവേഷണ വികസനച്ചെലവ് ഇന്ത്യയിൽ യഥാക്രമം 138.5 മില്യൺ ഡോളറും 166.3 മില്ല്യൺ ഡോളറുമായിരുന്നപ്പോൾ ദക്ഷിണകൊറിയയിലേത് 236.3 മില്യൺ ഡോളറും 383.9 മില്യൺ ഡോളറുമായിരുന്നു. ഇന്ത്യൻ സ്വകാര്യ സംരംഭകരെക്കാളും ദക്ഷിണകൊറിയൻ സ്വകാര്യബിസിനസുകൾ 100 ശതമാനത്തിലധികം ഗവേഷണ വികസനത്തിന് ചെലവഴിച്ചു. ഇന്ത്യയിലെ ഗവേഷണവികസനച്ചെലവുകൾ മുഴുവനായും സ്വകാര്യ ബിസിനസുകാരിൽ നിന്നായിരുന്നുമില്ല.

ഇന്ത്യയിലെ സ്വകാര്യ വ്യാപാര കൂട്ടുകെട്ടിലെ ദ്വാരങ്ങളും മുറിവുകളും ബിസിനസ് നിർവഹണത്തെ മുടക്കി. ബിസിനസിലുള്ള വിശ്വാസം ഇന്ത്യയിൽ ഇടറിയാണ് നീങ്ങിയത്. വ്യക്തികളുടെ ബിസിനസിലുള്ള വിശ്വാസം മറ്റുള്ളവരുടെ പെരുമാറ്റത്തെയാണ് വലിയൊരളവോളം ആശ്രയിച്ചിരിക്കുന്നതെന്നത് പലപ്പോഴും മറന്നുപോകുന്നു. ഭാവിയിലുള്ള വിശ്വാസം വ്യക്തികളിലുള്ള വിശ്വാസവുമായി ബന്ധപ്പെട്ടിരിക്കുകയും ഒരു പൊതുവസ്തുവായി ഇരട്ടിയായി തിരിച്ചുവരികയും ചെയ്യുന്നു.

ഒരു ദുർഘടപ്രതിസന്ധിയിലാണ് നാം വന്നെത്തിയിരിക്കുന്നത്. വ്യാപാര കൂട്ടുകെട്ടും വിശ്വാസവുമില്ലെങ്കിൽ അത് കെട്ടിയുയർത്തുന്നതെങ്ങനെയാണ്? അത്തരമൊരു പ്രശ്നത്തിനുള്ള ഉത്തരമെന്ന നിലയിൽ യോജിച്ചു പോകാനാവാത്ത താൽപ്പര്യങ്ങളുള്ള രണ്ട് യന്ത്രപ്രവർത്തകരുടെ സാഹചര്യമായി ഗെയിം തിയറിയിലെ സന്ദർഭമാണ് സമൂഹശാസ്ത്രജ്ഞർ പറയാറുള്ളത്. അതിൽ ഏറ്റവും കൂടുതൽ അറിയപ്പെടുന്നത് ജയിൽപുള്ളികളുടെ പ്രതിസന്ധിയാണ്. ഈ കളിയിൽ പരസ്പരം ആശയവിനിമയം നടത്താനാവാത്ത രണ്ട് ജയിൽപുള്ളികളുണ്ട്. രണ്ടുപേരും കുറ്റം സമ്മതിക്കുന്നില്ലെങ്കിൽ ചെറിയ ശിക്ഷ മാത്രമെ അവർക്കിരുവർക്കും ലഭിക്കുകയുള്ളൂ. രണ്ടുപേരും കുറ്റം സമ്മതിക്കുകയാണെങ്കിൽ കഠിനശിക്ഷ ലഭിക്കും. ഒരാൾ കുറ്റം സമ്മതിക്കുകയും മറ്റെയാൾ കുറ്റം

സമ്മതിക്കാതെയിരിക്കുകയുമാണെങ്കിൽ ആദ്യത്തെയാളെ വിട്ടയയ്ക്കുകയും രണ്ടാമത്തെയാളെ ശിക്ഷിക്കുകയും ചെയ്യും. ജയിൽപുള്ളികൾ തമ്മിൽ മുൻധാരണയില്ലെങ്കിൽ ഏറ്റവും സുരക്ഷിതമായ മാർഗം കുറ്റം സമ്മതിക്കുക എന്നതാണ്. അപ്പോൾ തീർച്ചയായും അവർ കടുത്ത ശിക്ഷയിലകപ്പെടുകയും ചെയ്യും.

വ്യക്തികൾക്കിടയിലുള്ള സഹകരണത്തിന്റെയും സംഘർഷത്തിന്റെയും എത്ര സാഹചര്യങ്ങൾ ജയിൽപുള്ളികളുടെ പ്രതിസന്ധിയെ മാതൃകയാക്കി കാണാമെന്നത് വിഷമമാണ്. മലയിൽ വസിക്കുന്ന ആദിവാസികൾ വിൽപ്പനയ്ക്കുള്ള ചരക്കുകൾ കുന്നിനു താഴെവെച്ച് പോവുകയും ആവശ്യക്കാർ ചരക്കെടുത്ത് ആദിവാസികൾക്കാവശ്യമായ ചരക്കുകൾ തിരിച്ചുവെക്കുമെന്നും പ്രത്യാശിക്കുകയും ചെയ്യുന്ന സന്ദർഭത്തിനും ആ കഥ യോജിക്കും. ഇരുവരും പ്രലോഭനത്താൽ ഇരുവരെയും ആഴങ്ങളിലേക്ക് തകർത്തിടുകയും സഹകരണമില്ലായ്മയുടെയും ലാഭമില്ലായ്മയുടെയും അവസ്ഥയിലെത്തുകയും ചെയ്യും.

ഒരു കളിക്കാരനെ മറ്റൊരു കളിക്കാരന് എതിരെ നിർത്തുന്നതിനു പകരം സ്വന്തം നയമുള്ള അനേകം കളിക്കാരെ ഓരോരുത്തർക്കെതിരെയും കമ്പ്യൂട്ടർ ഗെയിമിൽ അവതരിപ്പിച്ച അമേരിക്കൻ പൊളിറ്റിക്കൽ സയന്റിസ്റ്റായ റോബർട്ട് ആക്കൻഫോർഡ് പ്രതീക്ഷ നൽകുന്നുണ്ട്. ഹൃദ്യമായി പെരുമാറുന്നവനും മാപ്പുനൽകുന്നവനുമാണ് വിജയിക്കുക. ഹൃദ്യമായ നയമുള്ള കളിക്കാരൻ തെറ്റുചെയ്തവരെ ഒറ്റപ്പെടുത്തുകയില്ല. ഒറ്റുകാരനെ ഓരോ തവണ മാത്രമേ അയാൾ ഒറ്റപ്പെടുത്തുകയുള്ളൂ. അപരൻ സഹകരണ മനോഭാവത്തോടെ തിരിച്ചുവന്നാൽ വീണ്ടും അവനോട് ഹൃദ്യമായി പെരുമാറും. പരസ്പര നിസ്സഹകരണത്തിന്റെ പിന്തിരിപ്പൻ പ്രവർത്തനങ്ങളുടെ ശൃംഖല ഹൃദ്യമായ നയമുണ്ടാക്കിയില്ല എന്നതിനാൽ എല്ലാവർക്കുമെതിരെയാണ് കളിപ്പിക്കുന്നതെങ്കിലും വിജയിക്കുകയും ചെയ്തു. ആക്രമണോത്സുകതയുള്ള കുബുദ്ധികൾ പരാജയപ്പെടുകയും ചെയ്തു.

ഇന്ത്യൻ ബിസിനസ് രംഗത്തേക്ക് തിരിച്ചുവരാം. ഹൃദ്യമായ നയങ്ങളുടെ ശൃംഖല പ്രവർത്തനം എങ്ങനെയുണ്ടാക്കാമെന്നതു തന്നെയാണ് പ്രശ്നം. രൂപകം കുറച്ചുകൂടി മാറ്റിപ്പറയുകയാണെങ്കിൽ പരസ്പരം മെച്ചമുള്ള സാമൂഹികലാഭമുള്ള വീരപരിശ്രമങ്ങളിൽ പരസ്പര സാന്ത്വനഭാവത്തോടെ ഉയരങ്ങളിലേക്ക് തുടക്കമിടാം. ആത്മവിശ്വാസങ്ങൾ ഇവിടെ ഉപകാരപ്പെടും. ആൺപെൺ പോരാട്ടങ്ങളുടെ ഒരു വകഭേദമാണത്. അമർത്ത്യസെൻ അതിനെക്കുറിച്ച് വിശകലനം നടത്തിയിട്ടുണ്ട്. രണ്ട് നിക്ഷേപ സംഘങ്ങളെയെടുക്കാം. ഒരു കൂട്ടർ ഇന്റഗ്രേറ്റഡ് സർക്യൂട്ടുകളിൽ നിക്ഷേപമിറക്കുന്നു. മറ്റൊരുകൂട്ടർ ആ സർക്യൂട്ടുകർ ഉപയോഗിച്ച് മൈക്രോപ്രൊസസർ സാങ്കേതികവിദ്യയിൽ നിക്ഷേപമിറക്കുന്നു. തുല്യനിലയിൽ നിക്ഷേപമിറക്കുകയാണെങ്കിൽ ഇരുകൂട്ടർക്കും സമ്പദ്വ്യവസ്ഥകളെ ഉപയോഗപ്പെടുത്തി അന്തർദേശീയമായി മത്സരിക്കാനുള്ള പ്രതീക്ഷ

യുണ്ടാക്കാം. ഇന്റഗ്രേറ്റഡ് സർക്യൂട്ടിൽ നിക്ഷേപിക്കുന്നവർ പര്യാപ്തമായ പണമിറക്കുന്നില്ലെങ്കിൽ മൈക്രോപ്രൊഫസറിൽ നിക്ഷേപിക്കുന്നവർ പ്രതിസന്ധിയിലാകും. പരസ്പരം പര്യാപ്തമായ വിശ്വാസമില്ലെങ്കിലും ഭാവിയിൽ വിശ്വാസമില്ലെങ്കിലും എല്ലാ നിക്ഷേപകരും വളരെ കുറച്ചു മാത്രമേ നിക്ഷേപിക്കൂ. അവർക്കും സമ്പദ്വ്യവസ്ഥയ്ക്കുതന്നെയും കൂടുതൽ പ്രശ്നങ്ങളുണ്ടാവുകയും ചെയ്യും.

ഈ കളിയുടെ ഫലത്തെ സങ്കീർണമാക്കുന്നത് രണ്ട് കളിക്കാരുടെ പിറകിൽ അവരുടെ വിജയത്തിന്റെ അവശ്യഘടകമായി അതാത് രാജ്യങ്ങളിലെ പൊതുജനങ്ങൾ ഉണ്ടെന്നതാണ്. കളിയുടെ വിജയകരമായ ഫലത്തിന് പൊതുജനങ്ങളുടെ വാങ്ങൽശേഷിയും ഭാവിയിലുള്ള വിശ്വാസവും ഉണ്ടായിരിക്കണം. അത്തരം പരിഗണനകൾ നാം കൊണ്ടുവരുമ്പോൾ കളിയുടെ ചട്ടക്കൂടിൽനിന്ന് പുറത്തുകടക്കേണ്ടിവരും.

നമുക്ക് പ്രധാന വിഷയത്തിലേക്കുതന്നെ മടങ്ങാം. ഇന്ത്യൻ ബിസിനസുകാർ നിക്ഷേമിറക്കാനും വളരാനുമുള്ള അവരുടെ പരാജയത്തിന്റെ കാരണമായി പറയുന്നത് സർക്കാർ ഇടപെടലുകളെയാണ്. സർക്കാർ ബിസിനസുകാരുടെ താൽപ്പര്യങ്ങളെ സംരക്ഷിക്കുകയാണെന്ന് ആരോപിച്ചുകൊണ്ട് ചില വ്യക്തികൾ അത്തരം പരാതികളെ തള്ളിക്കളയുകയും ചെയ്യുകയാണ്. അത്തരമൊരു പ്രശ്നത്തിൽ പക്ഷംചേരാതെ സർക്കാർ ബിസിനസുകാരെ സ്വാധീനിക്കുന്നുണ്ടെങ്കിൽ ബിസിനസുകാർ സർക്കാരിനെയും സ്വാധീനിക്കുന്നുണ്ടെന്ന് സ്ഥാപിക്കാം. നിരവധി മേഖലകളിൽ ഇറക്കുമതിയും ക്വാട്ട നിയന്ത്രണങ്ങളുമുണ്ടായിരുന്നുവെങ്കിൽ അത്തരം നിയന്ത്രണങ്ങൾക്കുവേണ്ടി ശക്തമായി സ്വാധീനം ചെലുത്താനും സ്വന്തം താൽപ്പര്യങ്ങൾ ഭീഷണിയിലാകുമ്പോൾ അവ നടപ്പാക്കാൻ സമ്മർദം ചെലുത്താനും ചില പ്രത്യേക വിഭാഗങ്ങളുണ്ടായിരുന്നു. വ്യാവസായിക ലൈസൻസിങ്ങിന്റെ മേഖലയിൽ ബിസിനസുകാർ മറ്റുള്ളവർ ചില പ്രത്യേക മേഖലയിലേക്ക് വരുന്നത് തടയാൻ തടസങ്ങളുണ്ടാക്കുന്നതിന്റെ നിരവധി ഉദാഹരണങ്ങളുണ്ട്. ഇന്ത്യൻ ബിസിനസുകാരുടെ കയറ്റുമതി റിക്കോർഡ് തിളക്കമുള്ളതായിരുന്നില്ല. ചൈന യു എസിലേക്കുള്ള തുണിത്തരങ്ങളുടെയും മറ്റും കയറ്റുമതി ക്വാട്ടകൾക്ക് ഓരോ വർഷവും കടുത്ത വിലപേശിയപ്പോൾ നമ്മുടെ ബിസിനസുകാർക്ക് യൂറോപ്പിലേക്കും യു എസിലേക്കുമുള്ള അവരുടെ ക്വാട്ടകൾ പൂർത്തിയാക്കാൻ കഴിയുന്നില്ല. സർക്കാർ കയറ്റുമതിക്കാർക്ക് പലതരത്തിലുള്ള ഇളവുകൾ നൽകുമ്പോഴാണിത്. പഞ്ചസാര വ്യാപാരികൾ മത്സരിക്കുന്ന ഒരു ഗ്രൂപ്പു പോലെയെന്നതിനു പകരം ഉപജാപകസംഘം പോലെയാണ് പെരുമാറുന്നത്. പരസ്പരം ഒരുക്കുന്ന പ്രവർത്തനങ്ങളുടെ അന്തരീക്ഷം ബിസിനസ് സംസ്കാരത്തിന്റെയും ബഹളംകൂട്ടുന്ന സർക്കാർ ഇടപെടലിന്റെയും ഫലമാണ്.

ഭൂപ്രഭുക്കളുടെ വിട്ടുവീഴ്ചയില്ലായ്മപോലെ ബിസിനസുകാരുടെ കഠിനഹൃദയത്വവും അവസരവാദവുമാണ് മിക്ക ദാരിദ്ര്യനിർമാർജന പദ്ധതി

കളെയും അട്ടിമറിക്കുന്നത്. അങ്ങനെ അവശ്യവളർച്ചയുടെയും ഉൽപ്പാദനശേഷിയുടെയും പുരോഗതിക്ക് തുരങ്കംവെക്കുന്ന ബിസിനസുകാർ തന്നെയാണ് നല്ല വിദ്യാഭ്യാസം ലഭിച്ച നന്നായി ജീവിക്കുന്ന തൊഴിലാളി വർഗത്തെ ഇല്ലാതാക്കുന്നത്. മിക്ക വികസിത മുതലാളിത്ത രാഷ്ട്രങ്ങളിലും ഭാവിയിൽ വിശ്വാസമുള്ള ചലനാത്മകമായ സമൂഹം തൊഴിലാളികൾക്ക് നല്ല അവസരമുണ്ടാക്കുന്നുണ്ട്. വ്യത്യസ്ത വ്യവസായവാദികൾക്കിടയിലുള്ള പരസ്പര സഹകരണത്തിലൂടെയും മത്സരത്തിലൂടെയും വേതനവും ഉൽപ്പാദനക്ഷമതയും വർധിപ്പിക്കാനും കഴിയുന്നുണ്ട്. ഇന്ത്യയിലിത് സംഭവിച്ചിട്ടില്ല. ലേഖനത്തിന്റെ ആദ്യഭാഗത്ത് ഞാൻ വാദിച്ചതുപോലെ ഇന്ത്യൻ മുതലാളിമാർ തങ്ങളുടെ തൊഴിലാളികളുടെയും ഉപഭോക്താക്കളുടെയും അതിദരിദ്രാവസ്ഥയെ വെച്ചുകളിക്കുകയാണ്. തൊഴിലാളികളും ഉപഭോക്താക്കളും വർഗ സംഘർഷത്തിന്റെ ഭാഷ മാത്രമേ അവരെ നേരിടാൻ കാണുന്നുള്ളൂ. നിലവിലുള്ള വ്യവസ്ഥിതിയിലെ ഈ കെണിയിൽനിന്ന് തൊഴിലാളികളും മുതലാളിമാരും പുറത്തു കടക്കുമോ എന്നത് ചർച്ചാവിഷയമാണ്.

ഞാൻ എന്റെ വിശകലനം ഇന്ത്യയിലെ സ്വകാര്യമേഖലയുടെ സ്വഭാവത്തിലേക്ക് ഒരുക്കിയിട്ടുണ്ട്. പക്ഷേ, നിക്ഷേപത്തിന്റെ നീക്കത്തെക്കുറിച്ചു നടത്തിയ നിരീക്ഷണങ്ങൾ സ്വകാര്യമേഖലയ്ക്കും പൊതുമേഖലയ്ക്കും ഒരുപോലെ ബാധകമാണ്. നമ്മുടെ ഉന്നത അഭിപ്രായ രൂപീകരണക്കാരുടെ അവകാശവാദങ്ങളെല്ലാം പൊങ്ങച്ചം കലർന്നതാണ്. ഇന്ത്യൻ ആണവനിലയങ്ങളുടെ പരിതാപകരമായ പ്രവർത്തനങ്ങൾക്ക് ശേഷവും നാം നൂറുകണക്കിന് കോടി രൂപ ആണവോർജത്തിൽ ചെലവഴിക്കുന്നു. നിലയപ്രവർത്തനത്തിലായാലും പ്രക്രിയ നവീകരണത്തിലായാലും ദാരിദ്ര്യനിർമാർജനത്തിനായുള്ള മഹത്തായ ദൗത്യങ്ങളുടെ കാര്യത്തിലായാലും വിശ്വാസം പ്രവർത്തനത്തിൽ നിന്നാണ് വളരേണ്ടത്. പൊള്ളയായ അവകാശവാദങ്ങൾ പരസ്പര അവിശ്വാസംപോലെ വിശ്വാസത്തെ തകർക്കും.

വിജയകരമായ ബിസിനസിന്റെ സാമ്പത്തികശാസ്ത്രവും സാമൂഹ്യശാസ്ത്രവും ചർച്ചചെയ്ത് മാനേജീരിയൽ സാമ്പത്തികശാസ്ത്രത്തിന്റെ പതിവ് അതിർത്തികൾ മുറിച്ചുകടന്ന് വ്യവസ്ഥാന്തര തുലനങ്ങളെക്കുറിച്ചുള്ള ചോദ്യങ്ങളിലെത്തിയിരിക്കുകയാണ്. പണമളക്കാനുള്ള കാര്യങ്ങളെക്കുറിച്ചു മാത്രമല്ല സാമ്പത്തികശാസ്ത്രം പറയുന്നതെന്നും അതിന് സംസ്കാരത്തിന്റെ, രാഷ്ട്രീയത്തിന്റെ മേഖലകളിലേക്ക് സാഹസപൂർവം കടന്നുചെല്ലാമെന്നും ഈ ലേഖനത്തിന്റെ തുടക്കത്തിൽതന്നെ ഞാൻ പറഞ്ഞത് അതുകൊണ്ടാണ്.

2

വ്യാപാരികളും കൊളോണിയലിസവും

വ്യാപാര മൂലധനവും മുതലാളിത്ത പൂർവ സാമൂഹിക രൂപങ്ങളും

വ്യാപാരികൾ വികസിത മുതലാളിത്ത സമ്പദ്‌വ്യവസ്ഥയിലെ (ഉൽപ്പാദനോപകരണങ്ങളുടെ ഉടമകളും തൊഴിലാളികളും വ്യത്യസ്ത വർഗങ്ങളായിരിക്കുകയും ഉൽപ്പാദനോപകരണങ്ങളുടെ ഉടമകൾക്ക് തങ്ങളുടെ അധ്വാനശക്തി വിൽക്കുക എന്ന ഉൽപ്പാദനബന്ധം നിലനിൽക്കുകയും ചെയ്യുന്ന സമ്പദ്‌വ്യവസ്ഥ) ഒരു ഘടകമാണ്. മുതലാളിത്തേതര സമൂഹങ്ങളിലും മുതലാളിത്തത്തിലേക്ക് സംക്രമിക്കാത്ത സമൂഹങ്ങളിലും വ്യാപാരികളുണ്ട്. മുതലാളിത്ത പൂർവ സമൂഹത്തിൽ വ്യാപാരികൾ സുപ്രധാന പങ്ക് നിർവഹിക്കുന്നുണ്ട്. മുതലാളിത്ത പൂർവ സമൂഹത്തിലെയും മുതലാളിത്ത സമൂഹത്തിലെയും വ്യാപാരികൾ തമ്മിൽ സ്വഭാവത്തിൽ വളരെയധികം വ്യത്യാസമുണ്ട്. വികസിത മുതലാളിത്ത സമ്പദ്‌വ്യവസ്ഥയിൽ മുതലാളികൾ രാജ്യത്തിന്റെ പിന്തുണയോടെ ഉൽപ്പാദന സങ്കേതങ്ങൾ പരിഷ്കരിക്കുകയും അവരുടെ വിപണിയെ വിപുലമാക്കുകയും ചെയ്യുന്നു. നേരെമറിച്ച് മുതലാളിത്ത പൂർവ സമൂഹങ്ങളിൽ ഉൽപ്പാദന സങ്കേത പരിഷ്കരണം വളരെ മന്ദഗതിയിലാണ്. മൂലധന ഉടമകൾ അത്തരം പരിഷ്കരണങ്ങളിൽ സുപ്രധാന പങ്ക് നിർവഹിക്കുന്നില്ല.

മാർക്സ് മുതലാളിത്ത പൂർവ സമൂഹഘടനയിലെ വ്യാപാരികളുടെ ഉദ്ഗ്രഥനത്തെയും മുതലാളിത്ത സമൂഹങ്ങളിൽ പുതുമകൾ കൊണ്ടുവരാനുള്ള അവരുടെ പങ്കിനെയും അംഗീകരിച്ചിരുന്നു. മൂലധനത്തിന്റെ മൂന്നാംഭാഗത്തിൽ ഇരുപതാം അധ്യായത്തിൽ വ്യാപാരികളുടെ മൂലധനത്തിന്റെ ചരിത്രപരമായ യാഥാർഥ്യങ്ങളെക്കുറിച്ചും മുതലാളിത്ത പൂർവ സമൂഹങ്ങളിലെ വ്യാപാരിയുടെ പങ്കിനെക്കുറിച്ചും പറയുന്നുണ്ട്. മുത

ലാളിത്ത പക്ഷക്കാരുടെ പുതുമകൾ കൊണ്ടുവരാറുള്ള പങ്കിനെക്കുറിച്ച് മിച്ചമൂല്യത്തിൽ പറയുന്നുണ്ട്. പഴയ വസ്തുക്കളുടെ പുതിയ രീതിയിലുള്ള ഉൽപ്പാദനത്തെക്കുറിച്ചും പുതിയ ഉപയോഗങ്ങളെക്കുറിച്ചും ഉൽപ്പന്നങ്ങളുടെ വൈവിധ്യവൽക്കരണത്തെക്കുറിച്ചും മാർക്സ് പറയുന്നുണ്ട്. ഭൂരിപക്ഷമാളുകളും വേതനം പറ്റുന്നവരും കുടിയാന്മാർ കാർഷിക വ്യവസായ മുതലാളിത്ത പക്ഷക്കാരും എല്ലാ സ്വത്തുക്കളും വളരെ പെട്ടെന്ന് വിലയ്ക്കെടുക്കാവുന്ന മൂലധനവുമാകുന്ന വികസിത മുതലാളിത്ത സമ്പദ് വ്യവസ്ഥയുമായാണ് അത്തരം സ്വഭാവങ്ങളെ അദ്ദേഹം ബന്ധപ്പെടുത്തുന്നത്.

മാർക്സിന്റെ വിശകലനത്തിൽ വ്യാപാരത്തിലേർപ്പെടുന്ന വ്യക്തികളുടെയോ മുതലാളിത്ത പക്ഷക്കാരുടെയോ വ്യാപാരഗ്രൂപ്പുകളുടെയോ ആത്മനിഷ്ഠമായ മനോവൃത്തിയല്ല അവരുടെയും അവർ പ്രവർത്തിക്കുന്ന സമൂഹത്തിന്റെയും പ്രകൃതമാണ് അവരുടെ സ്വഭാവത്തെ വ്യവസ്ഥപ്പെടുത്തുന്നതിൽ സുപ്രധാന പങ്കുവഹിക്കുന്നത്. മുതലാളിത്ത പൂർവ സമൂഹങ്ങളെ മുതലാളിത്ത സമൂഹങ്ങളിൽനിന്നും നുഴഞ്ഞു കയറാനാവാത്ത വേലികൊണ്ട് വേർതിരിക്കാനാവില്ല. സമൂഹങ്ങളുടെ പരിണാമത്തെ സ്വാധീനിക്കാൻ വ്യാപാരികൾക്കോ മുതലാളിമാർക്കോ കഴിയില്ല എന്നുമില്ല. ഉയർന്നുവരുന്ന മുതലാളിവർഗത്തിന്റെ പ്രേരണകളും ഭൂപ്രഭു സമൂഹവും തമ്മിലുള്ള വൈരുധ്യമാണ് മുതലാളിത്ത സമൂഹത്തിലേക്കുള്ള സംക്രമണ ശക്തിയായി വർത്തിക്കുന്നത്. സ്വതന്ത്ര കർഷകരും ഭൂപ്രഭുക്കളും തമ്മിലുള്ള വൈരുധ്യങ്ങളും ചെറുജീവികളും ഭൂരഹിത തൊഴിലാളികളും തമ്മിലുള്ള വൈരുധ്യങ്ങളും അതിന് ആക്കം കൂട്ടുന്നു.

ബ്രിട്ടീഷ് പരമാധികാരത്തോടൊപ്പം വ്യാപാരികൾ എങ്ങനെ ഒത്തുപോയി എന്നാണ് നാമിവിടെ വിശകലനം ചെയ്യുന്നത്. ബ്രിട്ടീഷുകാർക്ക് മുൻപുള്ള സാമൂഹിക രൂപങ്ങളോട് വ്യാപാരികൾ സംവദിച്ചത് എങ്ങനെയെന്നും മനസിലാക്കേണ്ടതുണ്ട്. അത് ഒത്തുപോകലും സംഘർഷവും നിറഞ്ഞതായിരുന്നു. ബ്രിട്ടീഷ് പരമാധികാരത്തോടുള്ള ഒത്തുപോക്കും സഹകരണവും സംഘർഷങ്ങളും നിറഞ്ഞതായിരുന്നു. ഇരുകാലഘട്ടങ്ങളിലെയും സഹകരണവും സംഘർഷവും സാമൂഹികരൂപത്തെ മുതലാളിത്ത പൂർവ രൂപമായി അംഗീകരിക്കുന്നുണ്ടെങ്കിലും ഉൽപ്പാദനത്തിന്റെ ഒരു രീതി നൂറ്റൊന്നു തരത്തിൽ മുതലാളിത്തത്തിൽനിന്ന് വ്യത്യസ്തമായിരിക്കും. നൂറ്റൊന്നു രീതികളും നിലനിന്നുകൊള്ളണമെന്നില്ല. ഏതാനും കൂട്ടങ്ങൾ മാത്രമെ കണ്ടെത്തിയിട്ടുണ്ടാവുകയുള്ളൂ. അതിലും ചെറിയൊരു എണ്ണത്തിനേ തിരിച്ചറിയാവുന്ന സമൂഹഘടനയുടെ സവിശേഷതയെന്ന നിലയിൽ അതിജീവന ശേഷിയുണ്ടാവുകയുള്ളൂവെങ്കിലും ഈ വ്യത്യസ്ത കൂട്ടങ്ങൾ തിരിച്ചറിയാവുന്ന വ്യത്യസ്ത കൂട്ടങ്ങളായും വ്യത്യസ്ത കൂട്ടമെന്ന അതിജീവനത്തോടെയും ഒരുകാലംവരെ പ്രവർത്തിക്കും. ബ്രിട്ടീഷ് അധിനിവേശം ഇന്ത്യൻ സമ്പദ്‌വ്യവസ്ഥയെ അതിന്റെ കീഴിൽ കൊണ്ടുവന്നപ്പോൾ വ്യാപാര മൂലധനവും സമൂഹവും

തമ്മിലുള്ള ബന്ധം മാറുകയും സമുദായങ്ങളുടെയും ഗ്രൂപ്പുകളുടെയും സംഘടനയിൽ ആന്തരികമാറ്റമുണ്ടാവുകയും ചെയ്തു. മുതലാളിമാരെ തെരഞ്ഞെടുക്കുന്ന പ്രക്രിയയുടെയും നിലനിൽപ്പിന്റെയും വളർച്ചയുടെയും അന്യംനിൽക്കലിന്റെയും പ്രക്രിയകളെയും സംബന്ധിച്ച പഠനങ്ങൾ ഇന്ത്യൻ സമൂഹത്തിന്റെ ചരിത്രകാരന്മാർ നടത്തേണ്ടതുണ്ട്. ഈ ലേഖനം മുഗൾകാലത്തെയും ബ്രിട്ടീഷ് കാലഘട്ടത്തിലെയും വ്യാപാര നീക്കങ്ങളെക്കുറിച്ചുള്ള അനുമാനങ്ങൾ മുന്നോട്ട് വെക്കുകയാണ്.

പതിനേഴും പതിനെട്ടും നൂറ്റാണ്ടുകളിലെ ഇന്ത്യയിലെ വ്യാപാര സമൂഹങ്ങളുടെ സവിശേഷതകൾ

ഇന്ത്യയിലെ ബ്രിട്ടീഷ് പൂർവ വ്യാപാരഗ്രൂപ്പുകൾ വംശീയ മതപരമായ ബന്ധങ്ങളിലും ആഭ്യന്തര വിദേശ കച്ചവടബന്ധങ്ങളിലും പ്രവർത്തനങ്ങളുടെ തോതുകളിലും യഥാർഥ ഉൽപ്പാദന പ്രക്രിയയുമായുള്ള ബന്ധത്തിലും ബ്രിട്ടീഷുകാരുമായി സഖ്യത്തിലാകാനുള്ള പ്രവണതയിലും വൈവിധ്യമുള്ളവയായിരുന്നു. സമീപകാലത്ത് സാമ്പത്തികശാസ്ത്ര സാമൂഹ്യചരിത്രകാരന്മാർ ഇന്ത്യയിലെ വ്യാപാരസമുദായങ്ങളെക്കുറിച്ച് പഠനം നടത്തിയിട്ടുണ്ട്. ഡി ആർ ഗാഡ്ഗിലിന്റെ *ഇന്ത്യൻ വ്യാപാര വർഗത്തിന്റെ ഉത്ഭവങ്ങൾ: ഒരു ഇടക്കാല റിപ്പോർട്ട്* (1959) എന്ന പുസ്തകവും വി ഐ പാവ്‌ലോവിന്റെ *ഇന്ത്യൻ മുതലാളിവർഗം* (1964) എന്ന പുസ്തകവും മാത്രമാണ് ബ്രിട്ടീഷുകാലത്തെയും അതിനുതൊട്ടുമുമ്പുള്ള കാലത്തെയും ഇന്ത്യയിലുടനീളമുള്ള വ്യാപാര സമുദായങ്ങളുടെ ഘടനയെയും സ്വഭാവത്തെയുംകുറിച്ച് പഠിക്കുന്നത്. ഗാഡ്ഗിലിന്റെ പുസ്തകം പാവ്‌ലോവിന്റേതിനെ അപേക്ഷിച്ച് ചെറുതും വിവരണങ്ങൾ കുറച്ചുള്ളതുമാണെങ്കിലും വിശലകനത്തിന്റെ വലിയൊരാഴം പ്രാപിക്കുന്നുണ്ട്. ബ്രിട്ടീഷ് പൂർവ ഇന്ത്യയിലെ വ്യാപാരികളുടെ നീക്കത്തിന് പശ്ചാത്തലമായ ദുർബലമായ കാർഷിക ഘടനയെക്കുറിച്ച് ഗാഡ്ഗിൽ പാവ്‌ലൊവിനെക്കാൾ വളരെയധികം ബോധവാനായിരുന്നു. കാലാവസ്ഥാ വ്യതിയാനങ്ങൾക്കനുസരിച്ച് ഏറ്റക്കുറച്ചിലുള്ള കാർഷികവിളവും ദൈനംദിന ജീവിതത്തിനുള്ളത് മാത്രം ലഭിച്ചിരുന്ന കർഷകരും ആശ്രിതതൊഴിലാളികളും കൈത്തൊഴിൽകാരും കൂലിത്തൊഴിലാളികളും മാന്ദ്യത്തിലായിരുന്നാലും കൃഷിയിൽനിന്ന് വൻ നഗരങ്ങളിലേക്ക് വൻതോതിൽ വിഭവമൂറ്റൽ ഉണ്ടായിരുന്നതിനാലുമാണ് കാർഷിക ഘടന ദുർബലമായത്. ഈ ദൗർബല്യം വട്ടിപ്പലിശ മുതലാളിത്തത്തിനും ഊഹക്കച്ചവടത്തിനും കൊയ്ത്തുകാലത്ത് വൻ ഏറ്റക്കുറച്ചിലുണ്ടാക്കുന്ന ബാങ്കിങ് മുതലാളിത്തത്തിനും അവസരമേകി. പാവ്‌ലോവിന് ഒരു മാർക്സിസ്റ്റ് ചട്ടക്കൂട് ഉപയോഗിക്കാൻ കഴിയുന്നുണ്ട്. പക്ഷേ, അദ്ദേഹം കൈകാര്യം ചെയ്യുന്ന വസ്തുതകളിലുള്ള ഗ്രാഹ്യം ഗാഡ്ഗിലിനെക്കാൾ കുറവാണ്.

ഈ ലേഖനത്തിൽ ചർച്ചചെയ്യപ്പെടുന്ന പ്രശ്നങ്ങൾ ഗാഡ്ഗിലിന്റെ സുപ്രധാന രചനയിലെ കേന്ദ്രപ്രമേയമല്ല. ഗാഡ്ഗിൽ തന്റെ ഏകവിഷയ

പ്രബന്ധം എഴുതിയ കാലത്ത് ലഭ്യമല്ലാതിരുന്ന സാമ്പത്തികചരിത്രകാര ന്മാരുടെ രചനകളെ ഞാൻ ഉപയോഗപ്പെടുത്തിയിട്ടുണ്ട്. ഗാഡ്ഗിൽ മുഗൾ കാലത്തെ കർഷകർ അനുഭവിച്ച അതികഠിന ചൂഷണത്തെക്കുറിച്ചും മിച്ചമൂല്യത്തിന്റെ നഗരങ്ങളിലേക്കുള്ള ഏകദിശാ ഒഴുക്കിനെക്കുറിച്ചും ഊന്നിപ്പറയുമ്പോൾ റവന്യൂവർധനവിനുള്ള നീക്കങ്ങളെ ത്വരിതപ്പെടുത്തി സാധാരണ കർഷകന്റെ ദൈനംദിന വരുമാനത്തിൽ വർധനവുണ്ടാക്കിയ വൻബേങ്കർമാർക്ക് അത് അവസരമേകിയതിനെക്കുറിച്ച് അദ്ദേഹം പറയു ന്നില്ല. ഗാഡ്ഗിൽ ഇന്ത്യയിലെ വ്യാപാരസമുദായങ്ങളുടെ വളർച്ചയിൽ നഗരവൽക്കരണത്തിനുള്ള പങ്ക് പെരുപ്പിച്ച് കാണിക്കുന്നു. വ്യാപാരികളും ബേങ്കർമാരും ഇന്ത്യയുടെ വ്യത്യസ്തഭാഗങ്ങളിലെ ഭരണാധികാരികളു മായി ബന്ധപ്പെട്ട വിഭിന്ന വഴികളെക്കുറിച്ച് പറയുന്നില്ല. രാഷ്ട്രീയ രക്ഷാ കർതൃത്വത്തിനും രാഷ്ട്രീയ പ്രാധാന്യം നേടാൻ വ്യാപാരികൾക്കും ഗ്രൂപ്പു കൾക്കുമുള്ള അവസരങ്ങൾക്കും ഗാഡ്ഗിൽ പ്രാധാന്യം നൽകുന്നില്ല. വ്യാപാരികൾക്കും ഭരണാധികാരികൾക്കുമിടയിൽ പൊട്ടിപ്പുറപ്പെട്ട സംഘർഷങ്ങളെ അദ്ദേഹം കുറച്ചുകാണുന്നു. പശ്ചിമയൂറോപ്പിലെന്ന പോലെ വഴിവാണിഭക്കാരനും മാന്യനായ വ്യാപാരിയും തമ്മിലുള്ള വ്യത്യാസം ഏഷ്യൻ വ്യാപാരികൾക്ക് ബാധകമല്ലെന്ന വാൻലിയൂറിന്റെ നിലപാടിനെ ഗാഡ്ഗിൽ പൂർണമായും സ്വീകരിക്കുന്നു. വ്യാപാരഗ്രൂപ്പു കളുടെ പദവിയുടെയും പ്രവർത്തനങ്ങളുടെയും സൗകര്യപ്രദമായ വർഗീ കരണം മാത്രമായിരുന്നുവത്. മൂലധനത്തിന്റെ വൻകൂടിച്ചേരലിലൂടെയുള്ള വിശേഷവൽക്കൃത ഉൽപ്പാദനത്തിനു മാത്രമേ സാമ്പത്തിക വളർച്ചയിൽ പ്രസക്തിയുള്ളുവെന്ന അദ്ദേഹത്തിന്റെ നിലപാടുമായി ബന്ധപ്പെട്ടതാ ണിത്. ഔപചാരിക ഗിൽഡുകൾക്കും വ്യാപാരികളുടെയും കൈത്തൊ ഴിൽകാരുടെ സംഘടനകൾക്കും ഊന്നൽ നൽകുന്ന ഗാഡ്ഗിൽ അവ യുടെ അനൗപചാരികമായ ഘടനാരീതികൾക്ക് ഊന്നൽ നൽകുന്നില്ല. വിശകലനത്തിന്റെ ചട്ടക്കൂടുകളൊന്നും ബാധ്യതയില്ലാത്ത ഗാഡ്ഗിലിന്റെ

ഇർഫാൻ ഹബീബ് ആധികാരികമായ ഒരു ലേഖനത്തിൽ (1971) മുഗൾകാലത്തെ വ്യാപാര മൂലധനത്തിന്റെ പ്രാധാന്യം വിശദമായി അവതരിപ്പിക്കുന്നുണ്ട്. പക്ഷേ യഥാർഥ മൂലധന രൂപീകരണത്തിലൂടെയുള്ള കാർഷിക സമ്പദ്വ്യവസ്ഥയുടെ വികാ സത്തെ തടസപ്പെടുത്തിയ അപഹരണം വിരോധാഭാസമെന്നു പറയട്ടെ ശക്തമാ ക്കിയെന്ന നിഗമനത്തിൽ അദ്ദേഹമെത്തുന്നില്ല. പതിനെട്ടാം നൂറ്റാണ്ടിലെ മുതലാ ളിത്ത രീതിയിലുള്ള ഉൽപ്പാദനത്തിന്റെയും ഘടനയുടെയും വളർച്ചനേടുന്നതിന്റെ ആരോപിത വീഴ്ചകൾക്ക് അദ്ദേഹം അമിത പ്രാധാന്യം നൽകുന്നുണ്ട്. സോവിയറ്റ് ഗവേഷകരായ എ ഐ ചിയെറോയ് എഴുതിയ *ഇന്ത്യ: 16–18 നൂറ്റാണ്ടുകളിലെ സാമ്പ ത്തികവികസനം വിരുതിന്റെ വ്യാപാരത്തിന്റെയും പുറം ചരിത്രം* എന്ന പുസ്തകവും എ ഐ ലെവ്കോവ്സ്കിയുടെ *ഇന്ത്യയിലെ മുതലാളിത്തം: അതിന്റെ വികസന ത്തിലെ അടിസ്ഥാന പ്രവണതകൾ* എന്ന പുസ്തകവും പ്രശ്നങ്ങളെ ചർച്ചചെയ്യു ന്നതിൽ ഉപകാരപ്രദമാണ്. ചിയെറോവിന്റെ പുസ്തകം ഇന്ത്യയിലെ സാമ്പത്തിക സാമൂഹിക പരിണാമങ്ങളെക്കുറിച്ച് യാന്ത്രിക കാഴ്ചപ്പാടാണ് അവതരിപ്പിക്കുന്നത്. അനേകം സ്രോതസുകളിൽ നിന്നെടുത്ത കണക്കുകളെ ലെവ്കോവ്സ്കി പരിശോ ധിക്കുന്നുമില്ല. എന്തായാലും രണ്ട് പുസ്തകങ്ങളും വ്യാപാരഗ്രൂപ്പുകളുടെ ഘടന യിലേക്കും പ്രവർത്തനത്തിലേക്കും ശ്രദ്ധകേന്ദ്രീകരിക്കുന്നില്ല.

വിവരണം അതിന്റെ ദൗർബല്യത്തിന്റെ പ്രധാന സ്രോതസാണ്. രാഷ്ട്രീയഘടനയുടെയും സമൂഹത്തിന്റെയും പൊതുഘടനയിലെ മാറ്റങ്ങൾ എങ്ങനെ ഏതെങ്കിലും വ്യാപാര സമൂഹങ്ങളെ തടസപ്പെടുത്തുകയോ പ്രോത്സാഹിപ്പിക്കുകയോ ചെയ്തുവെന്ന് അദ്ദേഹത്തിന് പറയാനാവുന്നില്ല.

ഇന്ത്യൻ വ്യാപാരികൾ ബ്രിട്ടീഷ് കൊളോണിയലിസത്തെ നേരിടുമ്പോൾ സ്വന്തം സ്വഭാവത്തെ എങ്ങനെ മാറ്റിയെടുത്തുവെന്ന് നമുക്ക് വിശദമായി നോക്കാം. അനുരൂപണ സ്വഭാവത്തെക്കുറിച്ചും ബ്രിട്ടീഷ് പൂർവ ഇന്ത്യയിലെ തുടർച്ച മാത്രമായിരുന്ന മാതൃകകളെക്കുറിച്ചും മുൻകാല സ്വഭാവമാതൃകകളെക്കുറിച്ചും മനസിലാക്കേണ്ടതുണ്ട്. ബ്രിട്ടീഷ് പൂർവ സാമൂഹിക രൂപീകരണങ്ങൾ വൈവിധ്യമുള്ളതായതിനാൽ വ്യാപാരസമുദായങ്ങളുടെ പരസ്പര പ്രവർത്തനങ്ങളുടെ രീതിക്കും ഘടനയ്ക്കും സ്വഭാവത്തിലും വൻമാറ്റങ്ങൾ വന്നിട്ടുണ്ടാകും. ഈ മൂന്ന് വശങ്ങളുടെയും സവിശേഷതകൾ നമുക്ക് പുറത്തെടുക്കാം.

ബ്രിട്ടീഷ് പൂർവ ഇന്ത്യയിലെ പ്രധാന വ്യാപാരഗ്രൂപ്പുകളുടെ ഘടന, സ്വഭാവം, പരസ്പരപ്രവർത്തനത്തിന്റെ രീതികൾ എന്നിവ തിരിച്ചറിയാൻ കഴിയുന്ന സമുദായങ്ങളായാണ് ഇന്ത്യയുടെ മിക്കഭാഗങ്ങളിലും വ്യാപാരികൾ സംഘടിക്കപ്പെട്ടിരുന്നത്. ഗുജറാത്തിലും ബംഗാളിലും വിർജീവോറ, അബ്ദുൽഗഫൂർ, ഫത്തേഹ്സിങ്, ജഗത്ത്സേഠ് എന്നീ വൻവ്യാപാരികൾ കപ്പലുടമകളുമായിരുന്നു. സ്വന്തം നിലയ്ക്ക് സമ്പന്നരായിരുന്ന അവർ സമുദായങ്ങളുടെ മേൽവിലാസത്തിലാണ് അറിയപ്പെട്ടിരുന്നത്. വ്യാപാരകാര്യങ്ങളിലും പൊതുതാൽപ്പര്യകാര്യങ്ങളിലും വലിയൊരളവോളം സമുദായാന്തര സഹകരണമുണ്ടായിരുന്നു. അഹമ്മദാബാദിലെ ശാന്തിദാസിന്റെ കുടുംബമെന്നതുപോലെ കുടുംബത്തലവന്മാരെയും സമുദായനേതാക്കളെയും വ്യാപാരസമുദായത്തിന്റെ വക്താക്കളായി അംഗീകരിക്കുകയും അവരെ ഒരു നഗരത്തിന്റെയോ സമുദായത്തിന്റെയോ വിഭാഗത്തിന്റെയോ നഗരങ്ങളുടെയോ വക്താക്കളായി നിയമിക്കുകയും ചെയ്തിരുന്നു. പ്രമുഖ വ്യാപാരികൾക്കിടയിൽ തീർച്ചയായും വ്യാപാര സ്പർധയുണ്ടായിരുന്നു. ഈ സ്പർധകൾക്ക് വർഗീയനിറം നൽകിയിരുന്നു. വർഗീയപരതകളെ മറികടന്ന വ്യാപാരസ്പർധയ്ക്ക് നിരവധി ഉദാഹരണങ്ങളുണ്ട്. പൊതുഭീഷണിയെ നേരിടാൻ നിരവധി വ്യാപാരഗ്രൂപ്പുകൾ സഹകരിച്ചിട്ടുണ്ട് (Das Gupta 1970; Mehta 1981).

ഗുജറാത്തിലെ ചില പട്ടണങ്ങളിലും നഗരങ്ങളിലും വ്യാപാരികളും കൈത്തൊഴിൽകാരും അസോസിയേഷനുകളിലും ഗിൽഡുകളിലുമായി സംഘടിപ്പിക്കപ്പെട്ടിരുന്നു (Gada; 1959; section 7; Pearson 1972; Bhadra 1976; Bayly 1978). വ്യാപാരികളിലെ മഹാജനന്മാരും കൈത്തൊഴിൽകാരിലെ പാഞ്ച്കളും വ്യാപാരകാര്യങ്ങളെ നിയന്ത്രിച്ചു. മിക്കപ്പോഴും ജാതി പഞ്ചായത്തുകളും വ്യാപാരകൈത്തൊഴിൽ പഞ്ചായത്തും ഒരേ സമിതി തന്നെയായിരിക്കും. എല്ലായിടത്തും ഇതിന്റെ തുടർച്ചയുണ്ടായിരുന്നില്ല.

അഹമ്മദാബാദിലെ നഗർസേഠാണ് ഭരണാധികാരികളും കടന്നേറ്റക്കാരുമായി നഗരപ്രതിനിധിയായി നിർണായകചർച്ചകൾ നടത്തിയിരുന്നത്. ഈ സ്ഥാപനങ്ങൾ നിലനിന്നിരുന്നതും സുസംഘടിതമായിരുന്നതും ഗുജറാത്തിലായിരുന്നുവെങ്കിലും മഹാജൻ പഞ്ചായത്തുകളും അയഞ്ഞ വ്യാപാര അസോസിയേഷനുകളും ജാതിവേർതിരിവുകൾക്കുപ്പുറത്തേക്ക് കടന്ന് പൂനെയിലും മുർഷിദാബാദിലും ബനാറസിലും പരന്നുകിടന്നിരുന്നു. നഗർസേഠിന്റെയും വ്യാപാരികളുടെ പഞ്ചായത്തിന്റെയും സ്ഥാപനങ്ങൾ രാജസ്ഥാനിലും വ്യാപകമായിരുന്നു (Tool 1829; 119-20, 553).

വ്യാപാരികളുടെയും പണദാതാക്കളുടെയും തലങ്ങൾ വ്യത്യസ്തമായിരുന്നു. ചില ബേങ്കർമാർ മുഗൾ സുബേദാർമാർക്കും അവരുടെ താവഴിയിലുള്ള നവാബ്മാർക്കും രാജാക്കന്മാർക്കും കടംനൽകി. ചിലർ വൻകിട ഭൂപ്രഭുക്കൾക്കും കർഷകർക്കും കൈത്തൊഴിൽകാർക്കും ചെറുകിട ഭൂപ്രഭുക്കൾക്കും കടംനൽകി. കടൽ കടന്ന് വ്യാപാരം നടത്തുന്ന വൻകിട കച്ചവടക്കാർ രാജ്യത്തിന്റെ വിവിധ ഭാഗങ്ങളിലേക്ക് ചരക്കുകൾ കയറ്റി അയയ്ക്കുന്ന മൊത്തവ്യാപാരികളുമായും വ്യാപാരത്തിലേർപ്പെട്ടു. ചെറുകിട വ്യാപാരികൾ വൻകിട വ്യാപാരികൾക്കുവേണ്ടി ചരക്കുകൾ വാങ്ങിക്കൂട്ടുന്ന ഏജന്റുമാരായും വർത്തിച്ചു.

പതിനേഴാം നൂറ്റാണ്ടിന്റെ തുടക്കം മുതൽ പതിനെട്ടാം നൂറ്റാണ്ടിന്റെ അന്ത്യംവരെയുള്ള വിശദീകരിക്കപ്പെടാത്ത ഒരു കാലഘട്ടത്തെക്കുറിച്ചാണ് നാം പ്രതിപാദിക്കുന്നതെന്നതിനാലും ഇടക്കാലഘട്ടങ്ങളെക്കുറിച്ച് വിവരങ്ങൾ ലഭ്യമല്ലാത്തതിനാലും കടൽകടക്കുന്ന വ്യാപാരികളെക്കുറിച്ചും ഉൾനാടൻ വൻവ്യാപാരികളെക്കുറിച്ചും മറ്റു മൊത്ത വ്യാപാരികളെക്കുറിച്ചും പ്രാദേശിക വ്യാപാരം നടത്തുന്ന അനേകംപേരുള്ള ചെറുകിട വ്യാപാരസമൂഹത്തെക്കുറിച്ചും സാമാന്യനിരൂപണം നടത്താനാവുന്നില്ല. എങ്കിലും, സംഘടനാരീതികളും അനേകം ചെറുകിട വൻകിട വ്യാപാരികൾ രാജ്യത്തിന്റെ വിവിധ ഭാഗങ്ങളിൽ തുടർന്ന് നിന്നതിനെക്കുറിച്ചും ഊന്നൽ നൽകേണ്ടത് പ്രാധാന്യമർഹിക്കുന്നുണ്ട്. കടൽകടക്കുന്ന വ്യാപാരികൾ അനേകം കപ്പലുള്ളവരും ദശലക്ഷക്കണക്കിന് രൂപയുടെ ഇടപാടുകൾ നടത്തുന്നവരുമായിരുന്നു. ബഞ്ചാരകൾ രാജ്യത്തിന്റെ ഒരു ഭാഗത്തുനിന്ന് മറ്റൊരു ഭാഗത്തേക്ക് വൻതോതിൽ ധാന്യങ്ങളും മറ്റ് ഉൽപ്പന്നങ്ങളും കയറ്റി അയച്ചിരുന്നു. പൈക്കറുകളും വ്യാപാരികളും ഒരു ചന്തയിൽനിന്ന് മറ്റു ചന്തകളിലേക്ക് കാളവണ്ടിയിൽ ചരക്കുകളെത്തിച്ചു. അർമീനിയക്കാർ ഇന്ത്യയെ മധ്യേഷ്യയുമായും പശ്ചിമേഷ്യയുമായും ബന്ധിപ്പിച്ചു. കപ്പലുടമകളായ ഗുജറാത്തി വ്യാപാരികൾ പ്രത്യേകിച്ചും അവരിലെ മുസ്ലിങ്ങളാണ് ബംഗാളിനും ഗുജറാത്തിനുമിടയിലുള്ള ബന്ധമായി വർത്തിച്ചിരുന്നത്. ബ്രിട്ടീഷ് ഈസ്റ്റ് ഇന്ത്യാക്കമ്പനി അധികാരത്തിലായതോടെ ബംഗാളിലെ ഗുജറാത്തികളുടെയും അർമീനിയക്കാരുടെയും ഭാഗ്യം അസ്തമിച്ചു.

യൂറോപ്യന്മാർ ഇന്ത്യയിൽ വ്യാപാരം തുടങ്ങിയപ്പോൾ ഇന്ത്യൻ വ്യാ

പാരികളുടെ ഏജൻസി (ദലാൽ) സമ്പ്രദായവും മുൻകൂർ പണം നൽകിയുള്ള വാങ്ങിക്കൂട്ടലും ഏറ്റെടുത്തു. സാധ്യമായപ്പോഴെല്ലാം ഇടനിലക്കാരനെ ഒഴിവാക്കി ഉൽപ്പാദകരിൽനിന്നും ചെറുകിട വ്യാപാരികളിൽനിന്നും ചരക്കുകൾ വാങ്ങി. വിദേശികൾക്കുവേണ്ടി സഖ്യവ്യാപാരം നടത്തിയിരുന്നവർ നാശോന്മുഖമായി. ഈ വിഷയം നമുക്ക് പിന്നീട് വിശദമായി പറയാം.

മിക്ക ഇന്ത്യൻ വൻകിട വ്യാപാരികളും അനേകം ചരക്കുകൾ കൈകാര്യം ചെയ്യുകയും പണം പലിശയ്ക്ക് കൊടുക്കുന്നതടക്കമുള്ള ചെറുകിട ഇടപാടുകളിൽ ഏർപ്പെടുകയും ചെയ്തിരുന്നു. മിക്ക യൂറോപ്യൻ കമ്പനികളും അനേകയിനം ചരക്കുകളും യൂറോപ്പിലെയും ഏഷ്യയിലെയും വിൽപ്പനയ്ക്കായി വാങ്ങിക്കൂട്ടിയിരുന്നു. ചരക്കുകളുടെയും വായ്പകളുടെയും ഭീമമായ ഏറ്റക്കുറച്ചിൽ അനിശ്ചിതമാവുന്നതിനാൽ ഇത് യുക്തിപൂർവമായ ഒരു തീരുമാനമായിരുന്നു.

ഇന്ത്യൻ സമൂഹത്തിലെ മറ്റുള്ളവരുമായി വ്യാപാരികൾ എങ്ങനെയാണ് പെരുമാറിയിരുന്നതെന്നും പരസ്പരം പ്രവർത്തിച്ചിരുന്നതെന്നും നോക്കാം. രണ്ടു പ്രമേയങ്ങളും പരസ്പരം ഒന്നിച്ചുകിടക്കുന്നതിനാൽ ഒന്നിച്ചു പരിഗണിക്കാം.

ബേങ്കർമാർക്ക് ഭരിക്കുന്ന രാഷ്ട്രീയക്കാരുമായുള്ള ബന്ധങ്ങൾ വിശദീകരിക്കാനെളുപ്പമാണ്. സ്റ്റേറ്റ് ട്രഷറിയുടെ സൂക്ഷിപ്പുകാരായിരുന്ന ബേങ്കർമാർക്ക് നാണയനിയന്ത്രണത്തിന്റെ ദൗത്യം നൽകിയിരുന്നു. റവന്യൂവരുമാനം കുറയുമ്പോൾ ഭരിക്കുന്നതിന് പണം മുൻകൂറായി നൽകി. മുഗൾ സുബേദാർമാരും മറാഠാ മുഖ്യരുമടക്കമുള്ള ഭരണാധികാരികൾക്ക് തങ്ങളുടെ പ്രചാരണങ്ങൾക്ക് പണം ആവശ്യമായി വന്നപ്പോഴെല്ലാം ബേങ്കർമാർ പണം നൽകി. രാജസ്ഥാനിൽ ബേങ്കർമാർ നികുതിവർധകരായും വർത്തിച്ചു. ക്ഷാമകാലത്ത് അവശ്യവസ്തുക്കളുടെ വിതരണം ഉറപ്പാക്കാനും വിലപിടിച്ചുനിർത്താനും ഭരണകർത്താക്കൾ ബേങ്കർമാരെ ആശ്രയിച്ചു. തുറമുഖങ്ങളിൽ കസ്റ്റംസ് തീരുവയും മറ്റ് കടത്ത് തീരുവയും ശേഖരിച്ചിരുന്നത് വൻകിട വ്യാപാരികളുടെ സഹകരണത്തോടെയായിരുന്നു. ഇന്ത്യൻ വ്യാപാരികളോടും ബേങ്കർമാരോടുമുള്ള അത്തരം ആശ്രിതത്വം ഇന്ത്യൻ മണ്ണിലെ പോർച്ചുഗീസ് വിധേയത്വംവരെ തുടർന്നു.

സമുന്നത മുഗൾ അധികാരികൾ വ്യാപാരത്തിൽ ഏർപ്പെട്ടിരുന്നില്ല. താൽക്കാലിക ഇടപാടിനപ്പുറമുള്ള എന്തും നിരുത്സാഹപ്പെടുത്തപ്പെട്ടിരുന്നു. സ്വകാര്യ ഇടപാടിൽ വൻതോതിൽ ഇടപെട്ടതിനാൽ ഔറംഗസീബിന്റെ പൗത്രനായിരുന്ന ബംഗാൾ സുബേദാറിനെ സ്ഥാനഭ്രഷ്ടനാക്കി (Karim 1964:16) വിശിഷ്ട വ്യക്തികൾക്ക് വ്യാപാരികളാകാൻ കഴിയാതിരുന്നതുപോലെ വ്യാപാരികൾക്ക് സൈന്യാധികാരമടക്കമുള്ള വിശിഷ്ട പദവികളിലെത്താനും കഴിഞ്ഞിരുന്നില്ല. മീർ ജുംല മാത്രമായിരുന്നു ഇതിനൊരപവാദം. വൻകിട ബേങ്കർമാർക്കും വ്യാപാരികൾക്കും രാജാക്കന്മാരുടെയും നവാബുമാരുടെയും മന്ത്രിമാരാവാൻ കഴിഞ്ഞിരുന്നുവെങ്കിലും

വാളുകൊണ്ടും പൈതൃകാവകാശംകൊണ്ടും ഭരിക്കുന്നവരുടെ വർഗ ത്തിൽ അവരെ ഉൾപ്പെടുത്തിയിരുന്നില്ല.

വ്യാപാരികളും ഭരണാധികാരികളും തമ്മിലുള്ള എഴുതിവെക്കാത്ത പരസ്പര സഹനചട്ടം അനുസരിക്കാത്ത ഗുജറാത്തിലെ ചില വൻ മുസ്ലിം വ്യാപാരികൾക്ക് രാഷ്ട്രീയ രംഗം മാറിയതോടെ ഹിന്ദു വ്യാപാരികളെ ക്കാൾ നഷ്ടമുണ്ടായി. ബേങ്കർമാരുടെയും പലിശക്കാരുടെയും സെമീ ന്ദർമാരുടെയും ഭൂവുടമകളുടെയും ഇടയിലും പരസ്പരം സഹനത്തിന്റെ ഈ ചട്ടം ബാധകമായിരുന്നു. സെമീന്ദാരി അവകാശം കൈമാറിയപ്പോഴും കൈമാറ്റം പരമ്പരാഗത ഭൂപ്രഭു അവകാശമുള്ളവരെ മാത്രമെ പരിഗണി ച്ചിരുന്നുള്ളൂ. സെമീന്ദാരി അവകാശ കൈമാറ്റങ്ങൾ അപൂർവമായിരുന്നു. പ്രാദേശിക സെമീന്ദാർമാരായ പട്ടേലർമാരുടെയും പട്ടീദാർമാരുടെയും അനുവാദം അതിനാവശ്യമായിരുന്നു. ബംഗാളിലും രാജസ്ഥാനിലും ഭൂകൈമാറ്റം കൂടുതൽ നടന്നിരുന്നു. ബംഗാളിൽ സ്വർണപ്പണിക്കാരായ സുബർണബണിക്കുകൾ മാത്രമാണ് ഭൂമി വാങ്ങുന്നത് വേണ്ടെന്നു വെച്ചത്. നദീതട, തീരദേശ കച്ചവടത്തെക്കാൾ ഗ്രാമാന്തര പ്രദേശാന്തര വ്യാപാരത്തിൽ താൽപ്പര്യമുള്ള തേലികളും ഗന്ധാബണിക്കുകളും മുമ്പു ണ്ടായിരുന്ന വ്യാപാരഘട്ടത്തിൽനിന്ന് വ്യതിചലിച്ചു (Sangal 1975:87-88).

പരസ്പര പ്രവർത്തനത്തിന്റെ രീതികളോടൊപ്പം പ്രതിഷേധത്തി ന്റെ രീതികളുമുണ്ടായിരുന്നു. ബണ്ഡാരകൾക്കും മുമ്പ് രാജസ്ഥാനിലെ ചരക്കുവാഹകരായിരുന്ന ചരൺമാരും ഭട്ട്മാരും തങ്ങളുടെ ആവശ്യങ്ങൾ നിറവേറ്റപ്പെട്ടില്ലെങ്കിൽ ആത്മഹത്യ ചെയ്യുമെന്ന് ഭീഷണിപ്പെടുത്തുമായി രുന്നു (Tool 1978:554-56). മറ്റു വ്യാപാരികളും കൈത്തൊഴിൽകാരും ഹർത്താൽ നടത്തുമായിരുന്നു. അതിലും തീവ്രമായ സാഹചര്യങ്ങളിൽ വ്യാപാരികൾ ഒന്നിച്ച് സ്ഥലംവിടുമെന്ന് ഭീഷണിപ്പെടുത്തുമായിരുന്നു (Bhadra 1980:75-96). ഭരണാധികാരികളുടെ ഖജനാവിനെ ബാധിക്കു മെന്നതിനാൽ ഈ പ്രതിഷേധങ്ങൾ വിജയിച്ചു. ചരക്കുകളുടെ വിതര ണത്തിനും അധികാരപദവിയിലുള്ളവരുടെ കടാവശ്യങ്ങൾ നിറവേറ്റുന്ന തിനും ബദൽ മാർഗങ്ങൾ എളുപ്പത്തിൽ നടപ്പാക്കാത്തതിനാൽ വിവിധ യിനം കൈത്തൊഴിൽകാരും തൊഴിലാളികളും വ്യാപാരികളും പലായനം ചെയ്യുവാനും കരാറുകൾ റദ്ദാക്കുവാനും കടുത്ത ചൂഷണത്തിനെതിരെ ഫലപ്രദമായി പ്രതിഷേധിക്കാനുള്ള സ്വാതന്ത്ര്യവും ഉപയോഗപ്പെടുത്തി (Das Gupta 1979:36-42). വ്യാപാരികൾ കൂടിയായിരുന്ന ബ്രിട്ടീഷുകാ രുടെ ആധിപത്യകാലത്ത് അത്തരം പ്രതിഷേധങ്ങൾ താരതമ്യേന ഫല പ്രദമായിരുന്നില്ല.

വ്യാപാരികൾ എങ്ങനെയാണ് കൈത്തൊഴിലുകാരോട് ഇടപെട്ടിരു ന്നത്? കൈത്തൊഴിൽകാർ സ്വന്തം നിലയ്ക്ക് പ്രവർത്തിക്കുകയും അസം സ്കൃത വസ്തുക്കൾ വാങ്ങുകയും സ്വയം പണിയെടുക്കുകയും അടുത്ത ചന്തയിലോ മൊത്തക്കച്ചവടക്കാർക്കോ ഇടനിലക്കാർക്കോ വിൽക്കുകയും

ചെയ്തിരുന്നു. വ്യാപാരികൾ കൈത്തൊഴിൽകാർക്ക് പണം മുൻകൂറായി നൽകിവന്നു. കൈത്തൊഴിലുകാർ അസംസ്കൃതവസ്തുക്കൾ വാങ്ങി ഉൽപ്പന്നം പറഞ്ഞുറപ്പിച്ച വിലയ്ക്ക് വ്യാപാരികൾക്ക് നൽകി. കൈത്തൊഴിലുകാർക്ക് അസംസ്കൃത വസ്തുക്കൾ മുൻകൂറായി നൽകിയിരുന്ന വ്യാപാരികൾക്ക് പ്രത്യേക വിലയ്ക്ക് ഉൽപ്പന്നങ്ങൾ ലഭിച്ചിരുന്നു. ഇത്തരം സാഹചര്യങ്ങളിൽ കൈത്തൊഴിലുകാർ കൂലിപ്പണിക്കാരന്റെ തലത്തിലേക്ക് താഴ്ന്നു. വ്യാപാരിയുടെയോ വ്യാപാരികളുടെയോ നിയന്ത്രണത്തിൽ ഒരു മേൽക്കൂരയ്ക്കുകീഴിൽ അനേകം പണിക്കാരെ ഒരുമിച്ചുകൊണ്ടുവന്ന് ഏതാനും വ്യവസായശാലകൾ പ്രവർത്തിച്ചിരുന്നു. അവ അപൂർവുമായിരുന്നു. കുടുംബാംഗങ്ങളുടെയും അധ്വാനം മുതലെടുക്കാവുന്ന കുടിൽ വ്യവസായമാണ് വ്യാപാരികൾക്ക് പ്രിയങ്കരമായിരുന്നത്. രാജകീയ വ്യവസായശാലകളും വിപണിയുടെ നിർദേശങ്ങൾക്കൊത്താണ് പ്രവർത്തിപ്പിച്ചിരുന്നത്.

ബ്രിട്ടീഷ് പരമാധികാരത്തിനു മുമ്പുള്ള യൂറോപ്യൻ വ്യാപാരികളുടെ സ്വാധീനം

ഗവർണരായിരുന്ന അൽഫോൻസ് ഡി ആൽബുക്കർക്കിന്റെ കീഴിൽ പോർച്ചുഗീസുകാർ അറേബ്യൻ സമുദ്രത്തിലെയും കിഴക്കൻ സമുദ്രങ്ങളിൽ ഇൻഡോനേഷ്യവരെയും ഏറ്റവും വലിയ സമുദ്രതീര ശക്തിയായി മാറി. യൂറോപ്പിലേക്കുള്ള ഗുഡ്ഹോപ്പ് മുനമ്പിനെ ചുറ്റുന്ന സമുദ്രപാതയുടെ ഏകാധികാരത്തിനും പ്രതിഫലത്തിനായി മറ്റു കടൽവ്യാപാരികൾക്ക് സംരക്ഷണം നൽകാനും നീക്കങ്ങൾ നടന്നിരുന്നു. ഗുജറാത്തി വ്യാപാരികൾ ആദ്യകാലത്ത് പോർച്ചുഗീസുകാരോട് കടുത്ത ചെറുത്തുനിൽപ്പ് നടത്തിയെങ്കിലും 1530കൾക്കുശേഷം പോർച്ചുഗീസ് ആധിപത്യത്തെ സ്വീകരിക്കുകയും ഡ്യൂട്ടിയടയ്ക്കുകയും ചെയ്തു. എങ്കിലും വൻകരയിലെ പോർച്ചുഗീസ് നിയന്ത്രണം പരിമിതമായിരുന്നു. അവർ അധികാരമുറപ്പിച്ച വൻകരയിലെ അന്യരാജ്യത്തിനകത്തുള്ള ഭൂപ്രദേശത്തിന്റെയും ഗോവയുടെയും സംരക്ഷണത്തിലാണ് അവർ അധികവും ഏർപ്പെട്ടിരുന്നത്.

പതിനേഴാം നൂറ്റാണ്ടിലെ ഡച്ചുകാരുടെ വരവോടെ വ്യാപാരത്തിന്റെ ഏകാധികാരത്തിനായി നിഷ്കരുണമായ നീക്കങ്ങൾ നടന്നു. ഡച്ച് ഈസ്റ്റ് ഇന്ത്യാകമ്പനി ഇൻഡോനേഷ്യയെയും സിലോണിനെയുമാണ് നോട്ടമിട്ടിരുന്നത്. ഡച്ചുകാരുടെ സാന്നിധ്യം ഇന്ത്യയുടെ ചില കുടിയേറ്റമേഖലകളിലേക്ക് പരിമിതപ്പെട്ടിരുന്നുവെങ്കിലും ആ സ്ഥാനങ്ങളിലൂടെ അകത്തേക്കും പുറത്തേക്കുമുള്ള വ്യാപാരത്തിന്റെ നിയന്ത്രണം അവർക്കായിരുന്നു.

ഡച്ചുകാരെ പിന്തുടർന്ന് ഫ്രഞ്ചുകാരും ഇംഗ്ലീഷുകാരും വന്നു. ഇന്ത്യയിലെ പരമാധികാരത്തിനുവേണ്ടിയുള്ള അന്തിമപോരാട്ടം ഫ്രഞ്ചുകാർക്കും ഇംഗ്ലീഷുകാർക്കുമിടയിലായിരുന്നു. മുഗൾ അധികാരം പ്രബല

മായിരുന്നിടത്തോളംകാലം ഈ വ്യാപാരകമ്പനികൾക്ക് ഭൂമി കീഴടക്കുന്നതിൽ മുന്നേറാനായില്ല. ഡച്ചുകാരെപ്പോലെ ബ്രിട്ടീഷുകാരും സായുധക്കപ്പലുകളുടെയും സൈന്യത്തിന്റെയും സഹായത്തോടെയാണ് ഇന്ത്യയിലെത്തിയത്. ശക്തിപ്രയോഗത്തിലൂടെ പ്രാദേശിക പരമാധികാരം ഉപയോഗപ്പെടുത്തികൊണ്ട് ഏഷ്യക്കാരെ ഭീതിയിലാഴ്ത്തി മാത്രമേ പ്രാദേശിക ഭരണാധികാരികളെ പരാജയപ്പെടുത്താനാവുകയുള്ളുവെന്ന ധാരണയോടെയാണ് ഇംഗ്ലീഷുകാർ വന്നത് (K N Chandhari 1978: Chapter 6; Watson 1980).

യൂറോപ്യൻ കമ്പനികളുടെയും സ്വകാര്യ വ്യാപാരിമാരുടെയും നീക്കങ്ങൾ ഇന്ത്യൻ വ്യാപാരികളെയും കൈത്തൊഴിലുകാരെയും എത്രകണ്ട് സമ്പന്നരാക്കി? വിശാലമായ വ്യാപാരം നൽകിയ ഉത്തേജനങ്ങൾ ഇന്ത്യൻ കൃഷിയിടങ്ങളുടെയും കുടിലുകളുടെയും ഉൽപ്പന്നങ്ങൾ വർധിക്കുകയും വ്യാപാരികളുടെയും കൈത്തൊഴിലുകാരുടെയും പങ്കോടെ വിലയിടിവില്ലാതെ നിൽക്കുകയും ഇറക്കുമതിചരക്കുകളുടെ വില കയറ്റുമതി ചരക്കുകളെക്കാൾ കുറയുകയും ചെയ്തതോടെ സമൃദ്ധി കൈവന്നു. ഇക്കാര്യങ്ങളെക്കുറിച്ചുള്ള തെളിവുകൾ ഇപ്പോഴും ശിഥിലമാണ്. യൂറോപ്യൻ വ്യാപാരക്കമ്പനികളുടെ റെക്കോർഡുകളെ അടിസ്ഥാനമാക്കി പതിനേഴും പതിനെട്ടും നൂറ്റാണ്ടുകളിൽ ഇന്ത്യയുടെ മൊത്തം കയറ്റുമതി ഗണ്യമായി വർധിച്ചുവെന്ന് അവകാശപ്പെടാറുണ്ട്. വ്യാപാരക്കമ്പനികളുടെ റെക്കോർഡുകൾപോലും വ്യക്തമായ പ്രവണതകൾ കാണിക്കുന്നുണ്ട്. ഇംഗ്ലീഷ് ഈസ്റ്റ് ഇന്ത്യാക്കമ്പനിയിലൂടെ ഏഷ്യയിൽനിന്ന് ബ്രിട്ടനിലേക്കുള്ള ഇറക്കുമതി 1684ൽ 802,527 പൗണ്ടായിരുന്നു. 1741 വരെയത് ഇതിലും താഴ്ന്ന നിലയിലായിരുന്നു. സംഖ്യയിൽ ഉയരുന്ന പ്രവണത 1760 വരെ സ്ഥാപിക്കാനായില്ല. 1760ൽ ഇറക്കുമതി 711,340 പൗണ്ടിന്റെതായിരുന്നു (K N Chandhari: 1978:508-10).

ഇന്ത്യയുടെ മറ്റുഭാഗങ്ങളിലേക്കുള്ള യൂറോപ്യൻ കമ്പനിയുടെ കയറ്റുമതി വ്യാപാരത്തിന്റെ ചലനാത്മക ഘടകങ്ങളിലൊന്നായിരുന്നു. അക്കാര്യത്തിലും വ്യക്തമായ തെളിവുകളില്ല. ഏഷ്യൻ രാജ്യങ്ങൾക്കിടയിലെന്നപോലെ ഏഷ്യക്കും യൂറോപ്പിനുമിടയിലും വ്യാപാരത്തിന്റെ ഗണ്യമായ തിരിച്ചുവിടലുകളുണ്ടായിരുന്നു. ഇറക്കുമതിക്കും കയറ്റുമതിക്കുമിടയിലുള്ള മറ്റ് അടിസ്ഥാനങ്ങൾ മൊത്തത്തിൽ അവ്യക്തമാണ്. ഏഷ്യക്കകത്തെ സമുദ്രവ്യാപാരത്തിൽനിന്നും ഇന്ത്യയും യൂറോപ്പും തമ്മിലുള്ള വ്യാപാരത്തിൽനിന്നും വലിയൊരു ഭാഗം അപഹരിക്കാനാണ് യൂറോപ്യൻ കമ്പനികൾ ഉദ്ദേശിച്ചിരുന്നതെന്ന് വ്യക്തമാണ്. യൂറോപ്പിലേക്കുള്ള സമുദ്രപാതയിൽ അവർക്കുള്ള നിയന്ത്രണവും ഇന്ത്യൻ വ്യാപാരികൾക്ക് യൂറോപ്യൻ വിപണിയിലേക്കെത്തുന്നതിലെ വിലക്കും പശ്ചിമേഷ്യയിൽനിന്ന് ഇന്ത്യയിലേക്കെത്തിയിരുന്ന ചരക്കുകളുടെ വിലക്കും ഇന്ത്യൻ വ്യാപാരികളെക്കാൾ നിർണായക മുൻതൂക്കം അവർക്ക് നേടിക്കൊടുത്തു.

സമുദ്രപാതകളുടെയും യൂറോപ്യൻ വിപണിയുടെയും നിയന്ത്രണ

ത്തിനപ്പുറം ഇന്ത്യയിലെ കയറ്റുമതി ഉൽപ്പന്നങ്ങളുടെയും ചരക്കുകളുടെയും ഏകാധികാര നിയന്ത്രണം അവർ ആഗ്രഹിച്ചു. അവരുടെ രാഷ്ട്രീയശക്തി ദുർബലമായിരുന്ന ഇടങ്ങളിൽ ഇന്ത്യൻ വ്യാപാരികളെ വിധേയരാക്കാനുള്ള അവരുടെ കഴിവ് അപര്യാപ്തമായിരുന്നുവെങ്കിലും അനേകം വ്യാപാരികൾ അവരുമായുള്ള കച്ചവടത്തിൽ തകർന്നു. ഇന്ത്യൻ വ്യാപാരികളെയും കൈത്തൊഴിൽകാരെയും വിധേയരാക്കാൻ യൂറോപ്യൻ കമ്പനികളുടെ രാഷ്ട്രീയശക്തിക്ക് കഴിഞ്ഞു. ബിസിനസിൽനിന്ന് മിക്ക ഇന്ത്യൻ കമ്പനികളെയും ആട്ടിയോടിക്കാനും സാമ്പത്തികമായി ദുർബലമാക്കാനും അവർക്ക് കഴിഞ്ഞു. കൂട്ടുമുതൽ ദാതാക്കളെ സംഘടിപ്പിക്കാനും അവരെ വിധേയരാക്കാനും ഈസ്റ്റ് ഇന്ത്യാക്കമ്പനി മദ്രാസിൽ കൂടുതൽ ഫലപ്രദമായിരുന്നു. കൽക്കട്ടയിൽ രാഷ്ട്രീയശക്തി ദുർബലമായിരുന്നതിനാൽ ഈസ്റ്റ് ഇന്ത്യാക്കമ്പനി വിജയിച്ചില്ല. തങ്ങളുടെ ഉൽപ്പന്നങ്ങൾ കൈത്തൊഴിലുകാർക്ക് നേരിട്ടോ ഇടനിലക്കാരിലൂടെയോ യൂറോപ്യൻ കമ്പനികൾ കൊടുത്തപ്പോൾ വിലയുടെ വലിയൊരു പങ്ക് ലഭിച്ചുവെന്നതിന് തെളിവുകളില്ല.

കൊളോണിയൽ മേഖലയിലെ സ്വതന്ത്രവ്യാപാരികളുടെയും കൈത്തൊഴിലുകാരുടെയും ജീവിതം

കൊളോണിയലിസത്തിന്റെ നേരിട്ടുള്ള അടിച്ചേൽപ്പിക്കൽ ബിസിനസ് ഗ്രൂപ്പുകളുടെയും കൈത്തൊഴിൽ വികസനത്തിന്റെയും ചില വഴികളെ പതിനെട്ടും പത്തൊമ്പതും നൂറ്റാണ്ടുകളിൽ തടസപ്പെടുത്തി. വ്യാപാര മൂലധനത്തിൽനിന്നും കൈത്തൊഴിൽ വ്യവസായത്തിൽനിന്നും വ്യവസായമൂലധനത്തിലേക്ക് മൂന്നു രീതിയിലുള്ള സംക്രമണമാണ് യൂറോപ്പിലുണ്ടായതെന്ന് കാൾമാർക്സ് പറയുന്നു. ആദ്യത്തേതിൽ വ്യാപാരി നേരിട്ട് വ്യവസായ മുതലാളിയാകുന്നു. വ്യാപാരാധിഷ്ഠിത ആഢംബര കൈത്തൊഴിലുകളുടെ കാര്യത്തിൽ ഇത് ശരിയാണ്. വിദേശനാടുകളിൽനിന്ന് അസംസ്കൃത വസ്തുക്കളെയും തൊഴിലാളികളെയും ഇറക്കുമതി ചെയ്തിരുന്നു. രണ്ടാമത്തേതിൽ വ്യാപാരികൾ ചെറുകിട മേൽനോട്ടക്കാരെ ഇടനിലക്കാരാക്കിയോ അല്ലെങ്കിൽ സ്വതന്ത്ര ഉൽപ്പാദകരിൽനിന്ന് നേരിട്ട് വാങ്ങിയോ പ്രവർത്തിച്ചു. മൂന്നാമത്തേതിൽ വ്യവസായി സ്വയം വ്യാപാരിയായി മൊത്ത വിപണിയിൽനിന്ന് നേരിട്ട് ഉൽപ്പാദിപ്പിച്ചു.

അതേ അധ്യായത്തിൽ മൂന്നാമത്തെ സംക്രമണപാതയെ അദ്ദേഹം യഥാർഥ വിപ്ലവകരമായ വഴിയെന്ന് വിശേഷിപ്പിക്കുന്നു. രണ്ടും മൂന്നും സംക്രമണപാതകൾ ഇന്ത്യയിലും ഇതര മൂന്നാംലോക രാഷ്ട്രങ്ങളിലും ഒരിക്കലും നടന്നിരുന്നില്ല. ആവശ്യമായ സാങ്കേതികവിദ്യയും ഘടനയും വിദേശത്തുനിന്ന് ഇറക്കുമതിചെയ്ത് പ്രാദേശികമായി അനുരൂപമാക്കിയ വ്യാപാരികളിൽനിന്നാണ് ആധുനിക വ്യവസായികൾ ഉദയം ചെയ്തത്. കൈത്തൊഴിൽ വ്യവസായങ്ങളുടെ ഉൽപ്പാദനവുമായി അടുത്ത ബന്ധമുള്ള വ്യാപാരികളെയും കൈത്തൊഴിലുകാരെയും പതുക്കെ ഇല്ലാതാ

ക്കിയ കൊളോണിയലിസത്തിന്റെ നീക്കങ്ങളാണ് ഇന്ത്യയിൽ രണ്ടും മൂന്നും സംക്രമണരീതികളെ പരാജയപ്പെടുത്തിയത്. പതിനെട്ടാം നൂറ്റാണ്ടിന്റെ അന്ത്യത്തിലെ ബംഗാളിലെയും ടിപ്പുസുൽത്താനെ ബ്രിട്ടീഷുകാർ കീഴ്പ്പെടുത്തിയ ഉടനെയുള്ള മൈസൂറിലെയും സ്വതന്ത്രവ്യാപാരികളെയും കൈത്തൊഴിലുകാരെയും താരതമ്യം ചെയ്ത് കൊളോണിയലിസം ഇക്കാര്യത്തിൽ കൊണ്ടുവന്ന മാറ്റം മനസിലാക്കാം. മൈസൂറിനെക്കുറിച്ചുള്ള വിവരങ്ങൾ ഈസ്റ്റ് ഇന്ത്യാക്കമ്പനി കീഴടക്കി അധീന രാജ്യങ്ങളുടെ വിഭവങ്ങൾ അളക്കാൻ നിയുക്തനായ ഫ്രാൻസിസ് ബുഖാനന്റെ റിപ്പോർട്ടുകളിൽ കാണാം (Buchanan 1807).

പതിനെട്ടാം നൂറ്റാണ്ടിലെ ബ്രിട്ടീഷ് ബംഗാളിലെ വ്യാപാരികളുടെയും കൈത്തൊഴിലുകാരുടെയും സാഹചര്യം ശ്രദ്ധിക്കുകയാണെങ്കിൽ വ്യാപാരികളുടെ ജീവിതചക്രത്തിന്റെ പല രീതികളും കണ്ടെത്താൻ കഴിയും. അവരിൽ ചിലർ സ്വന്തം നിലയ്ക്ക് വ്യാപാരികളായിരുന്നു. ചിലർ സ്വകാര്യ വ്യാപാരികളുടെയും യൂറോപ്യൻ കമ്പനികളുടെയും കൈത്തൊഴിൽകാരുടെയും ഇടനിലക്കാരായിരുന്നു. ചിലർ കൂലിത്തൊഴിലാളികളെയും കൈത്തൊഴിൽകാരെയും സ്വതന്ത്ര ഉൽപ്പാദകരായി നിയമിച്ചിരുന്നു. ചിലർ വ്യാപാരികളുടെയോ യൂറോപ്യൻ കമ്പനികളുടെയും കൈത്തൊഴിൽകാരുടെയും ഏജന്റുമാരായി വർത്തിക്കുന്ന കൈത്തൊഴിലുകാരായിരുന്നു. ചിലർ സ്വന്തം കൈത്തൊഴിലിൽ കൂലിത്തൊഴിലാളികളായ കൈത്തൊഴിലുകാരായിരുന്നു. ചിലർ ഭൂരഹിത കൈത്തൊഴിലാളികളോ പൊതു തൊഴിലാളിയോ ആയ കൈത്തൊഴിലുകാരായിരുന്നു. ഒരു അനുഭവപരമ്പരയുടെ ഉദാഹരണം പറയാം. ഈസ്റ്റ് ഇന്ത്യാക്കമ്പനി ഇടനിലക്കാരനിൽനിന്നും പരുത്തിയും പട്ടും വാങ്ങുന്നു. ഏതാനും സീസണുകൾക്കുശേഷം കമ്പനി വിലകുറയ്ക്കാൻ ഇടനിലക്കാരനിൽ സമ്മർദം ചെലുത്തുന്നു. ഇടനിലക്കാരൻ നൽകിയ പരുത്തിയും പട്ടും തരംതാണതാണെന്ന് പറയുകയും വിലനൽകാൻ വിസമ്മതിക്കുകയും ചെയ്യുന്നു. ഇടനിലക്കാരൻ തകരുകയോ വിപണിയിൽനിന്ന് പിൻവാങ്ങുകയോ ചെയ്യുന്നു. കമ്പനി നേരിട്ടോ ഇടനിലക്കാരിലൂടെയോ കൈത്തൊഴിലുകാരുമായി ബന്ധപ്പെട്ട് കമ്പനിയുമായി മത്സരിക്കുന്നവർക്ക് പരുത്തിയും പട്ടും ലഭിക്കുന്നില്ലെന്ന് ഉറപ്പുവരുത്തുന്നു. കൈത്തൊഴിലുകാരെ കേവലം കൂലിത്തൊഴിലാളികളായി മാറ്റുന്നു. പണിപൂർത്തിയായ ഉൽപ്പന്നങ്ങൾ ശേഖരിക്കാൻ ഭൃത്യന്മാരെ നിയമിക്കുന്നു. കമ്പനി ജീവനക്കാരുടെ ന്യായമോ അന്യായമോ ആയ ആവശ്യങ്ങൾക്ക് വഴങ്ങാതിരുന്നാൽ അവരെ അറസ്റ്റ് ചെയ്യുകയും പീഡിപ്പിക്കുകയും ചെയ്യുന്നു. അങ്ങനെ കമ്പനി വാങ്ങിയ ചരക്കുകൾക്കുള്ള ബാഹ്യവിപണി തകരുന്നു. മുൻകാല അളവിലുള്ള ചരക്കുകൾ കമ്പനി നിരസിക്കുന്നു. തകർന്ന കൈത്തൊഴിലുകാർ ആത്മഹത്യ ചെയ്യുകയോ അവരുടെ പൂർവതൊഴിലുകളിലേക്ക് മടങ്ങുകയോ സാധാരണ തൊഴിലാളിയായി എന്തെങ്കിലും ജോലിക്ക് ശ്രമിക്കുകയോ ചെയ്യുന്നു.

1780കൾ വരെയുള്ള വിവിധ ഉൽപ്പാദക മണ്ഡലങ്ങളിലെ സംഭവവികാസങ്ങളും അവയോടു ബന്ധപ്പെട്ട ഇന്ത്യൻ വ്യാപാരികളുടെയും ഉൽപ്പാദകരുടെയും വിധിയും ബൂർക്കെയുടെ ഒമ്പതാം റിപ്പോർട്ടിൽ സമാഹരിക്കപ്പെട്ടിട്ടുണ്ട്. കമ്പനിയുടെ മുഖ്യനിക്ഷേപം പരുത്തിവസ്ത്രങ്ങളുടെ വ്യാപാരത്തിലായിരുന്നു. കമ്പനിയുടെയും ജീവനക്കാരുടെയും ഭീഷണിമിക്ക ഉൽപ്പാദകരും നേരിട്ടനുഭവിച്ചിരുന്നു. കമ്പനി നയം മാറ്റിയതോടെ ഏജന്റ് വ്യാപാരികളും ദുരിതമനുഭവിച്ചു. വ്യാപാരികളും ഏജന്റുമാരും സമ്മർദം നെയ്ത്തുകാരിലെത്തിച്ചു.

ക്ലൈവിന്റെ വ്യാപാരസമൂഹം ബ്രിട്ടീഷ് പൂർവകാലത്ത് ഏകാധികാരത്തിലല്ലാതിരുന്ന ഉപ്പുവ്യാപാരത്തെ കടുത്ത ഏകാധികാരത്തിലാക്കി. ഡ്യൂട്ടി ചുമത്തി ഈ ഏകാധികാരം നീക്കം ചെയ്ത് മറ്റു വ്യാപാരികൾക്കായി തുറന്നിട്ടതോടെ കമ്പനിയിലെ ജീവനക്കാർ വ്യാപാരം മുഴുവൻ കൈവശപ്പെടുത്തി (Barki 1979: Chapter 2). ഉപ്പിന്റെ കാര്യത്തിൽ പല നയംമാറ്റങ്ങളുണ്ടായെങ്കിലും ബ്രിട്ടീഷുകാർ ഏകാധികാരം പുലർത്തി. മൊളുബീസ് എന്ന് വിളിക്കപ്പെട്ടിരുന്ന ഉപ്പുൽപ്പാദകരെ മുൻകാലങ്ങളിൽ ഇന്ത്യൻ വ്യാപാരികളും സെമീന്ദാർമാരുമായിരുന്നു സംഘടിപ്പിച്ചിരുന്നത്. കമ്പനി നിയന്ത്രണത്തിലായതോടെ ഉൽപ്പാദനവും വരുമാനവും കമ്പനി ജീവനക്കാരുടെയും അവരുടെ ബിനാമികളായ ഉപ്പുപാട്ടക്കാരുടെയും മേൽനോട്ടത്തിലായി.

പട്ടുൽപ്പാദനത്തിന്റെ കാര്യത്തിൽ പണിതീർന്ന പട്ടുൽപ്പന്നങ്ങളുടെ ഉൽപ്പാദനം ബലം പ്രയോഗിച്ചു നിർത്തലാക്കി. ലാഭകരമായ പട്ടുനൂൽ കയറ്റുമതിയിൽ ശ്രദ്ധിക്കുകയാണ് കമ്പനിചെയ്തത്. സ്പിന്നിങ്ങും നൂലുരുട്ടലും ഇറ്റാലിയൻ സാങ്കേതികവിദ്യയുപയോഗിച്ച് മെച്ചപ്പെടുത്തി. അനേകം ഇന്ത്യൻ വ്യാപാരികളും ഇറ്റാലിയൻ ഉപകരണങ്ങൾ വാങ്ങി. ഈസ്റ്റ് ഇന്ത്യാക്കമ്പനിയുടെയും പട്ടുനൂൽ കർഷകരുടെയും ഇടയിലെ മധ്യവർത്തികളായിരുന്ന പൈക്കർമാരും ഉപകരണങ്ങൾ വാങ്ങി.

മറ്റു യൂറോപ്യൻ കമ്പനികൾക്കും ഇന്ത്യൻ വ്യാപാരികൾക്കും പട്ടുനൂൽ വിൽക്കുന്നത് തടയാൻ ഈസ്റ്റ് ഇന്ത്യാക്കമ്പനി പൈക്കാർമാരുടെയും സ്വതന്ത്ര ഇന്ത്യൻ ഉൽപ്പാദകരുടെയും ഉപകരണങ്ങൾ നിർബന്ധപൂർവം വാടകയ്കൊടുക്കാനോ വാങ്ങുവാനോ തുടങ്ങി. അത് സ്വാഭാവികമായും സംഘർഷങ്ങളിലേക്ക് നയിച്ചു. 1820കളുടെ ഒടുവിൽ പട്ടുനൂലിനും പട്ടു വസ്ത്രങ്ങൾക്കും ആവശ്യം കുറഞ്ഞു. അനേകം സ്വതന്ത്ര ഉൽപ്പാദകർ നൂലുൽപ്പാദനം ഉപേക്ഷിച്ച് കമ്പനിയുടെ പട്ടുനൂൽപ്പുഴുകൊക്കൂണിന്റെയും അസംസ്കൃത പട്ടിന്റെ വാങ്ങലിന്റെയും ഇടനിലക്കാരായി.

ഓപ്പിയം തുടങ്ങിയ മറ്റു നിക്ഷേപയിനങ്ങളുടെ വിതരണത്തിലും സമാനകഥകളുണ്ട്. താൽപ്പര്യമുള്ളയിനങ്ങളുടെ ഏകാധികാര വ്യാപാരത്തിനായുള്ള ഈസ്റ്റ് ഇന്ത്യാക്കമ്പനിയുടെ നിർദയമായ സമ്മർദങ്ങൾക്കെതിരെ ഇന്ത്യൻ വ്യാപാരികളും ഇടനിലക്കാരും മൂന്നുതരത്തിലുള്ള രക്ഷാ

മാർഗങ്ങളുണ്ടാക്കി. ആദ്യത്തേത് ഇതരയൂറോപ്യൻ കമ്പനികളുമായുള്ള വ്യാപാരത്തിന്റേതായിരുന്നു (Sinha 1965; Mitra 1968). ഈസ്റ്റ് ഇന്ത്യാക്കമ്പനിയുടെ ഭൂഭാഗങ്ങളിൽ മത്സരപൂർവം ന്യായമായും അന്യായമായും വ്യാപാരം നടത്തിയിരുന്ന ഡാനിഷ്, ഫ്രഞ്ച് കമ്പനികൾക്കു പുറമെ സ്വകാര്യ യൂറോപ്യൻ വ്യാപാരികളുമുണ്ടായിരുന്നു. ഈസ്റ്റ് ഇന്ത്യാ കമ്പനിയുടെ ചില നിയന്ത്രണങ്ങളെ മറികടന്ന് കമ്പനി ജീവനക്കാരും ഇന്ത്യൻ വ്യാപാരികളുമായി സഹകരിച്ചിരുന്നു. നെപ്പോളിയന്റെ യുദ്ധങ്ങൾ ഇന്ത്യൻ ചരക്കുകളുടെ കള്ളക്കടത്തലിലേർപ്പെട്ടിരുന്ന ഫ്രഞ്ചുകാരെ അപ്രത്യക്ഷരാക്കിയെങ്കിലും അവർ കള്ളക്കടത്തിനും വലിഞ്ഞുകയറലിനും പ്രേരണ നൽകിയിരുന്നു.

ഇന്ത്യൻ വ്യാപാരികൾക്കും കൈത്തൊഴിലുകാർക്കും ലഭ്യമായ രണ്ടാമത്തെ വഴി ആഭ്യന്തരവിപണിയിൽ വിൽക്കുകയെന്നതായിരുന്നു. ഇന്ത്യയുടെ ഇതരഭാഗങ്ങളുമായുള്ള അർമീനിയക്കാരുടെയും മറ്റു വ്യാപാരികളുടെയും മത്സരത്തെ ഈസ്റ്റ് ഇന്ത്യാക്കമ്പനി ഫലപ്രദമായി ഇല്ലാതാക്കിയതോടെ അതിനുള്ള സാധ്യതകൾ പരിമിതമായി. കമ്പനിയുടെ നയംമാറ്റത്തിലൂടെ ഇന്ത്യൻ ഉപഭോക്താക്കളുടെ വരുമാനം കുറയുകയും ആഡംബരവസ്തുക്കളുടെ ഉപഭോഗം കുറയുകയും ചെയ്തു. കമ്പനിയുടെ വിലനയം പ്രശ്നത്തെ കൂടുതൽ വഷളാക്കി. സ്വതന്ത്രവ്യാപാരികളുടെ ന്യായമായ പ്രവർത്തനങ്ങൾക്ക് വഴിയൊന്നുമില്ലാതായപ്പോൾ ഉപ്പിന്റെയും ഓപ്പിയത്തിന്റെയും കള്ളക്കടത്ത് ഇന്ത്യൻ ആഭ്യന്തരവിപണിയിൽ ഇന്ത്യൻ വ്യാപാരികൾ കമ്പനിയുടെ ജീവനക്കാരെ കൂട്ടുപിടിച്ചു നടത്തുന്ന ചൂഷണമായാണ് കണ്ടിരുന്നത് (Barui 1975; Barui 1979).

ഇന്ത്യൻ വ്യാപാരികൾക്കും ഇടനിലക്കാർക്കും മുന്നിലുള്ള മൂന്നാമത്തെ രക്ഷാമാർഗം സമ്മർദം താഴോട്ട് ഉൽപ്പാദകരിലേക്ക് വിടുകയെന്നതായിരുന്നു. മുൻകൂർ പണംകൊണ്ട് ഉൽപ്പാദകരെ കെട്ടിയിട്ടും (പൈക്കർമാരും ഉപ്പുൽപ്പാദകരും ഇതിന് വ്യാപകമായി ശ്രമിച്ചു) ബലം പ്രയോഗിച്ചും കമ്പനിയുടെ അധികാരമുയർത്തുന്ന ഭീഷണിയിലൂടെയും ഉൽപ്പാദകരെ കീഴടക്കി. കമ്പനിയുടെ റവന്യൂ ആവശ്യങ്ങൾ വർധിച്ചതോടെ കടംകൊടുത്തടിമയാക്കൽ കടുത്ത ഫലപ്രദമായ മാർഗങ്ങളിലൊന്നായിത്തീർന്നു. ക്ഷാമം, വെള്ളപ്പൊക്കം, വരൾച്ച തുടങ്ങിയ പ്രകൃതിദുരന്തങ്ങളുള്ളപ്പോഴും അതിന് ശമനമുണ്ടായില്ല. പ്രാഥമിക ഉൽപ്പാദകരായ കൈത്തൊഴിലുകാരെയും കർഷകരെയും അന്നന്നത്തെ നിലനിൽപ്പിന്റെ നിലയിലേക്ക് അരച്ചൊതുക്കാൻ പരസ്പരം ശക്തമാകുന്ന ചൂഷണത്തിന്റെ നയം ഈസ്റ്റ് ഇന്ത്യാക്കമ്പനി നടപ്പിലാക്കി.

നേരിട്ട് ഉൽപ്പാദിപ്പിക്കുന്നവർക്ക് വളരെ കുറച്ച് രക്ഷാമാർഗങ്ങളേ ഉണ്ടായിരുന്നുള്ളു. കമ്പനിയുടെ എതിരാളികളായ വ്യാപാരികളുടെ സൗകര്യം ലഭ്യമായിരുന്നിടത്തോളം അവർക്ക് കമ്പനിയുടെ നിയന്ത്രണത്തിൽനിന്ന് ഒഴിഞ്ഞുമാറാൻ കഴിഞ്ഞു. കൈത്തറിവസ്ത്ര നിർമാതാക്കൾ പ്രാദേശിക വിപണിക്ക് വേണ്ടിയായിരുന്നു ഉൽപ്പാദിപ്പിച്ചിരുന്നത്. ഈസ്റ്റ്

ഇന്ത്യാക്കമ്പനി ചട്ടങ്ങൾ പ്രബലമാക്കിയതോടെ ആഡംബരവസ്തുക്കളുടെ ഉൽപ്പാദകർക്ക് ആഭ്യന്തരവിപണിയില്ലാതായി.

ഇത്തരത്തിലുള്ള എല്ലാ സമ്മർദങ്ങൾക്കുമെതിരെ സ്വാഭാവിക പ്രതിഷേധങ്ങളും സംഘടിത ചെറുത്തുനിൽപ്പുമുണ്ടായിരുന്നു. കമ്പനി നിരന്തരമായി വില വെട്ടിക്കുറയ്ക്കുന്നതിനെതിരെ ബംഗാളിലെ സാന്തിപ്പോറിലെ കൈത്തറി നെയ്ത്തുകാർ കടുത്ത ചെറുത്തുനിൽപ്പ് കാഴ്ചവെച്ചു (Sinha 1965:169-70). ഉപ്പുവ്യാപാരികളും പ്രാദേശിക സെമീന്ദാർമാരും കമ്പനി അധികൃതരെന്ന നിലയിലുള്ള ഉപ്പുപാട്ടക്കാരുടെ ശ്രമങ്ങളെ പരാജയപ്പെടുത്താൻ നിരോധിത ഉപ്പിന്റെ വ്യാപാരം വർധിപ്പിച്ചു. അത്തരം പ്രതിഷേധങ്ങളെ കമ്പനി ബലംപ്രയോഗിച്ച് കെടുത്തി. ചരക്കിന് ആഭ്യന്തര വിപണിയുള്ളതിനാൽ കള്ളക്കടത്തുകാർ പഴയ വ്യാപാരികളുടെ സ്ഥാനം കയ്യടക്കി.

ഡാക്കാജില്ലയിലെ തീത്താബാദിലെ തൻജീബ് നിർമാതാക്കൾ ചെയ്തതുപോലെ കൈത്തൊഴിലുകാർ പ്രതിഷേധമെന്ന നിലയിൽ പതിവുൽപ്പാദനം പാടേ നിർത്തി (Sinha 1965:168-69). കമ്പനിയുടെ വ്യവസായങ്ങളും യൂറോപ്പിൽനിന്നുള്ള യന്ത്രനിർമിത ഉൽപ്പന്നങ്ങളും വ്യവസായ നിർവ്യാപനം വ്യാപകമാക്കിയതോടെ വ്യാപാരികൾക്കും ഉൽപ്പാദകർക്കും മുടക്കുമുതൽ നഷ്ടപ്പെട്ട് മണ്ണിലേക്ക് കർഷകരായും ഭൂരഹിത തൊഴിലാളികളായും തിരിച്ചുപോകേണ്ടി വന്നു. മറ്റു ചരക്കുകളെടുക്കുന്നവർക്കും നേരത്തെ കമ്പനിയുടെ കാശ് മുൻകൂറായി നൽകിയിരുന്ന പട്ടിന്റെ മുമ്പത്തെ സ്വതന്ത്ര വ്യാപാരികളായിരുന്ന പൈക്കർമാർ പിന്നീട് കമ്പനിയിൽനിന്ന് മുൻകൂർ കാശുവാങ്ങി റവന്യൂപരവും മറ്റുമായ കാശ് ബാധ്യതകളും നിറവേറ്റി. (Bhadra, The role of Pykars) മുമ്പ് സ്വന്തം നിലയ്ക്ക് പ്രവർത്തിച്ചിരുന്ന കൈത്തൊഴിലുകാർ അസംസ്കൃതവസ്തുക്കൾക്കും നിലനിൽപ്പിനുമായി പലിശക്കാരുടെ ആശ്രിതരായി. വ്യവസായ നിർവ്യാപനത്തിന്റെ ശക്തികൾ കടന്നേറിയപ്പോൾ വടക്കെ ഇന്ത്യയിലെ കൈത്തറി നെയ്ത്തുകാർ വീണ്ടും വീണ്ടും അഹിംസാത്മക ചെറുത്തുനിൽപ്പുമായി ഉയർന്നുവന്നു. 1813നും 1842നുമിടയിൽ ആസംഗഡിലെ മുബാറക്ക്പൂരിൽ ജൂലഹകൾ അനേകം അഹിംസാത്മക കലാപങ്ങളിൽ പൊട്ടിത്തെറിച്ചു. അവരുടെ ശാപത്തിന്റെ പ്രധാനയിരകൾ പലിശക്കാരായിരുന്നു (Pandey 1981:33). പത്തൊമ്പതാം നൂറ്റാണ്ടിലുടനീളം പലിശക്കാരെ ആക്രമിച്ച അനേകം കർഷക കൈത്തൊഴിൽ പ്രസ്ഥാനങ്ങളുണ്ടായിരുന്നു.

പ്ലാസിക്കുശേഷമുള്ള ബംഗാളിൽപ്പോലും ചില ഇന്ത്യൻ വ്യാപാരികൾ അഭിവൃദ്ധി പ്രാപിച്ചു. സ്വതന്ത്ര വ്യാപാരികൾ എന്ന നിലയ്ക്കല്ല അവർ അഭിവൃദ്ധരായത്. അവരിൽ മിക്കവരും ഈസ്റ്റ് ഇന്ത്യാക്കമ്പനിയുടെ അധികാരമുള്ള ജീവനക്കാരായ ക്ലൈവ്, ഹേസ്റ്റിംഗസ്, വാൻസിറ്റാർട്ട് എന്നിവരുടെയും യൂറോപ്യൻ ബിസിനസുകാരായ പാൽമർ ആന്റ് കമ്പനി, അലക്സാണ്ടർ ആന്റ് കമ്പനി, മാക്സിന്തോഷ് ആന്റ് കമ്പനി

എന്നിവരുടെയും സഹായത്താലാണ് അഭിവൃദ്ധി കൈവരിച്ചത്. അവരെ ബനിയകളെന്നോ സർക്കാരുകളെന്നോ ദിവാന്മാരെന്നോ വിളിക്കാം. അവരെ മൊത്തത്തിൽ ബനിയമാരെന്ന് വിളിക്കാം. അന്യായമായ കച്ചവടനീക്കങ്ങൾക്ക് കമ്പനി ജീവനക്കാർ അവരെ ഉപയോഗപ്പെടുത്തിയിരുന്നു. മൂലധനത്തിന്റെ ആദ്യദാതാക്കളായും വിവരങ്ങളും കൈക്കൂലിയും ശേഖരിക്കുന്നവരായും അവരെ ഉപയോഗപ്പെടുത്തിയിരുന്നു.

യൂറോപ്യൻ മുതലാളിമാർക്ക് നേരിട്ട് സ്വന്തം നിലയിൽ വ്യാപാരത്തിലേർപ്പെടാനുള്ള സൗകര്യങ്ങളേർപ്പെടുത്തിയും പ്രാദേശിക വിപണിയുടെമേൽ കൂടുതൽ മെച്ചപ്പെട്ട പിടിമുറുക്കാനും ബാങ്ക് ഓഫ് ബംഗാൾ, യൂണിയൻ ബാങ്ക്, ആഗ്ര ആന്റ് യുണൈറ്റഡ് സർവീസ് ബാങ്ക് എന്നിവ സ്ഥാപിക്കുകയും ചെയ്ത ഈസ്റ്റ് ഇന്ത്യാക്കമ്പനി അവരുടെ വ്യാപാര ഏകാധികാരം ഉപേക്ഷിച്ചതോടെ യൂറോപ്യൻ കമ്പനി ജീവനക്കാർക്ക് സമാനപ്രവർത്തനത്തിലുള്ള ഇന്ത്യക്കാരെ ആവശ്യമില്ലാതായി. ഇന്ത്യൻ കൈവേല ഉൽപ്പന്നങ്ങളുടെ കയറ്റുമതിയെക്കാൾ യൂറോപ്യൻ മൂലധനം ഇൻഡിഗൊയുടെയും കരിമ്പിന്റെയും തോട്ടങ്ങളിലേക്ക് ഉൽപ്പാദകരെ ഇറക്കുമതി ചെയ്യുന്നതിലേക്കായിരുന്നു താൽപ്പര്യപ്പെട്ടത്. ബ്രിട്ടീഷുകാർക്ക് ഭൂമിയുടെ മേലുള്ള ആധിപത്യം തീവ്രമായതോടെ യൂറോപ്യർക്ക് ഇന്ത്യൻ പങ്കാളികളോടുള്ള ആശ്രിതത്വം വലിയൊരളവോളം കുറഞ്ഞു.

അതിസമ്പന്നരായിരുന്ന ബംഗാളിലെ ഈസ്റ്റ് ഇന്ത്യാക്കമ്പനി ജീവനക്കാരുടെ ബനിയന്മാർക്കും ദിവാന്മാർക്കും എന്തുപറ്റിയെന്ന് മനസിലാക്കാൻ ഈ വർഗക്കാരെ 1800 നുമുമ്പ് സമ്പന്നരായവരെന്നും 1800നുശേഷം സമ്പന്നരായവരെന്നും രണ്ടായി തിരിക്കാം (Kling 1976:19). 1800നുമുമ്പ് കമ്പനി ജീവനക്കാരുടെ കൂട്ടെന്ന നിലയിൽ ധനമുണ്ടായവർക്ക് ഭൂസ്വത്തിൽ നിക്ഷേപിക്കാനുള്ള അവസരമുണ്ടായിരുന്നു. വെറെലിസ്റ്റിന്റെ ബനിയനുമായിരുന്ന ഭൂകൈലാസ്‌രാജ് കുടുംബത്തിന്റെ സ്ഥാപകനുമായ ഗോകുൽഗോശാൽ വലിയൊരു വ്യാപാരിയും റവന്യൂ കർഷകനുമായിരുന്നു. അദ്ദേഹവും മരുമകനായ ജോയ്നാരായണൻ ഗോശാലും ഭൂസ്വത്തുക്കൾ വാങ്ങി ബംഗാൾ സെമിന്ദാർമാരുടെ സമുന്നത പട്ടികയിൽ സ്ഥാനം നേടി (Sinha 1965:104-06; Sinha 1968:223; Islam 1979:20). ടാഗോർ കുടുംബത്തിന്റെ സീനിയർ ശാഖയുടെ കാര്യത്തിലും ഇതുതന്നെ സംഭവിച്ചു.

പ്രമുഖ യൂറോപ്യൻ ഏജൻസി വ്യാപാരികളുമായി അടുത്ത് പ്രവർത്തിക്കുന്ന കുടുംബങ്ങളും പതിവ് കയറ്റുമതിയിൽ ഏജൻസികളുമായി മത്സരിക്കാനാഗ്രഹിച്ചിരുന്നവരും ഭാഗ്യഹീനരായിരുന്നു. രണ്ട് ദശാബ്ദത്തോളം അലക്സാണ്ടർ ആന്റ് കമ്പനിയുടെ ബനിയനുകളായിരുന്ന ബുറലുകൾ സ്ഥാപനം 1832ൽ പ്രവർത്തനം നിർത്തിയതോടെ പതനത്തിലെത്തി. 1820കളുടെ ഒടുവിലും 1830കളിലും ബംഗാളിന്റെ കയറ്റുമതി തകരുകയും ഇൻഡിഗോ വ്യാപാരം പ്രതിസന്ധിയിലാവുകയും ചെയ്തതോടെ പ്രമുഖ ഏജൻസികളും അവരുടെ കൂട്ടുസംരംഭകരും മാത്രമല്ല

പ്രമുഖ ഇന്ത്യൻ സ്ഥാപനമായ മത്തൂരമോഹൻസീനും കമ്പനിയും തകർന്നു. യൂറോപ്യൻ ഏജൻസികളുടെ നാമമാത്ര പങ്കാളികളായതിനാൽ ആസ്തികൾ കണ്ടുകെട്ടപ്പെടാത്ത ഇന്ത്യക്കാരും ഭൂമിയിലും റിയൽ എസ്റ്റേറ്റിലും ഗണ്യമായ ആസ്തിയുണ്ടാക്കാൻ കഴിഞ്ഞവരും മാത്രമേ 1830കളിലെ കൂട്ടനാശത്തിൽനിന്ന് രക്ഷപ്പെട്ടുള്ളൂ. നേരത്തെ തുടങ്ങിയ പ്രക്രിയയുടെ ഒടുവിൽ യൂണിയൻ ബാങ്കിന്റെ പ്രവർത്തനം നിലച്ചു. വീഴ്ചവരുത്തിയ യൂറോപ്യൻ വ്യാപാരികൾ ധനവുംകൊണ്ട് സ്ഥലം വിടുകയോ കോടതി അവരെ പാപ്പരായ കടക്കാരനായി പ്രഖ്യാപിക്കുകയോ ചെയ്തപ്പോൾ ഇന്ത്യൻ ബനിയനുകളും പങ്കാളികളും സ്ഥാപനങ്ങളുടെ കടം സ്ഥലങ്ങൾ വിറ്റുവീട്ടി. നിയമമറിയുന്ന ദ്വാരകനാഥിന്റെ ദീർഘവീക്ഷണം സെമീന്ദാരി മക്കളുടെ പേരിലാക്കി സെമീന്ദാരി ആസ്തികളെ കടക്കാരിൽനിന്ന് സംരക്ഷിച്ചു. എന്നാൽ അദ്ദേഹത്തിന്റെ വ്യാപാരം അദ്ദേഹത്തിന്റെ മരണത്തോടൊപ്പം നിലച്ചുപോയി (ക്ലിങ് 1976: അധ്യായം 10).

ബോംബെയിലെ യൂറോപ്യന്മാരുടെ സഹകാരികളായിരുന്ന പാർസികളും ഗുജറാത്തികളും എങ്ങനെ അതിജീവിച്ചുവെന്നതിന് വ്യത്യസ്തമായ ചോദ്യങ്ങളും ഉത്തരങ്ങളുമുണ്ടായിട്ടുണ്ട്. ബംഗാളിലെന്നതുപോലെ ബോംബെ പ്രസിഡൻസിയുടെ കാര്യത്തിൽ പത്തൊമ്പതാം നൂറ്റാണ്ടിന്റെ ആദ്യകാലത്തെ വാണിജ്യത്തെയും സമ്പദ്‌വ്യവസ്ഥയെക്കുറിച്ചുമുള്ള പഠനങ്ങൾ ലഭിക്കുന്നതുവരെ ഇതിന് തൃപ്തികരമായ ഉത്തരം നൽകാനാവുകയില്ല. ബോംബെയെക്കാളും നേരത്തേതന്നെ ബ്രിട്ടീഷുകാർ കൽക്കത്തയുടെ ഉൾനാടുകൾ പൂർണമായും അധീനപ്പെടുത്തിയിരുന്നുവെന്നതാണ് ഇതിന്റെ പ്രധാന കാരണമെന്ന് ഞാൻ നേരത്തെ വാദമുന്നയിച്ചിരുന്നു (Bagchi 1972:1976). 1818നുമുമ്പ് മറാഠാ കോൺഫെഡറസി പരാജയപ്പെടുത്തപ്പെട്ടിരുന്നില്ല. 1813ൽ ഈസ്റ്റ് ഇന്ത്യാകമ്പനിക്ക് ഇന്ത്യാ യൂറോപ്പ് വ്യാപാരത്തിന്റെ ഏകാധികാരം നഷ്ടപ്പെടുകയും ചെയ്തു. പശ്ചിമേന്ത്യയിലെ വ്യാപാരികളും കൈത്തൊഴിലുകാരും ഈസ്റ്റ് ഇന്ത്യാക്കമ്പനിയുടെയും ജീവനക്കാരുടെയും ഏകാധികാരഭീഷണിയുടെ കടുത്ത അതിക്രമങ്ങളിൽനിന്ന് രക്ഷപ്പെടുകയും ചെയ്തു. മറാഠർക്കെതിരെയുള്ള യുദ്ധത്തിൽ ബ്രിട്ടീഷുകാർക്ക് മിക്കപ്പോഴും പാർസികളുടെ സഹായം ആവശ്യമായിരുന്നു. ചൈനയിലും കിഴക്കൻ ആഫ്രിക്കയിലും ബ്രിട്ടീഷുകാരോടൊപ്പം വാണിജ്യബന്ധങ്ങൾ പിന്തുടരുന്നതിൽ പാർസികൾ തൽപ്പരരായിരുന്നു. പശ്ചിമേന്ത്യയിൽ എതിരില്ലാത്ത രാഷ്ട്രീയമേധാവിത്വം ആർജിക്കുന്നതുവരെ യൂറോപ്യൻ പങ്കാളികളുമായി തുല്യതയോളമെത്താൻ പാർസികൾക്ക് കഴിഞ്ഞു.

പശ്ചിമേന്ത്യയിൽനിന്ന് പത്തൊമ്പതാം നൂറ്റാണ്ടിന്റെ ആദ്യത്തിൽ കയറ്റുമതി ചെയ്തിരുന്ന ഉൽപ്പന്നങ്ങളുടെ സ്വഭാവവും ഇന്ത്യൻ വ്യാപാരികൾക്ക് ചില മുൻതൂക്കങ്ങൾ നൽകി. ഉൾനാടുകളായ നാട്ടുരാജ്യങ്ങളിൽ നിന്നാണ് പരുത്തിയും ഓപ്പിയവും വന്നിരുന്നത്. റെയിൽവെ വരുന്നതുവരെ ഉൾനാടുകളുമായി സുഗമ ഗതാഗതമുണ്ടായിരുന്നില്ല. കിഴക്കൻ

ഇന്ത്യയിലെ ഓപ്പിയം ഉൽപ്പാദനത്തിലെയും വ്യാപാരത്തിലെയും ഏകാധി കാരത്തിൽനിന്ന് വ്യത്യസ്തമായി മാൾവാ ഓപ്പിയത്തിന്റെ ഉൽപ്പാദനവും വ്യാപാരവും പൂർണമായി നിയന്ത്രിക്കാൻ ബ്രിട്ടീഷുകാർക്ക് കഴിഞ്ഞില്ല. ദശലക്ഷക്കണക്കിന് കർഷകർ ഉൽപ്പാദിപ്പിച്ചിരുന്ന പരുത്തിയുടെ വ്യാപാ രവും ഇതുപോലെ തന്നെയായിരുന്നു. 1813 വരെ പശ്ചിമേഷ്യയിലെ ആഭ്യ ന്തര പരുത്തിവ്യാപാരം ബ്രിട്ടീഷുകാരുടെ കൈയിൽനിന്ന് വിട്ടുപോയി രുന്നു. വിദേശവ്യാപാരത്തിൽ ശ്രദ്ധകേന്ദ്രീകരിക്കുന്നതാണ് ലാഭകരമെന്ന് അവർക്ക് ബോധ്യമായിരുന്നു (Bejamin 1973). കിഴക്കൻ ഇന്ത്യയിലെ പരുത്തി, പട്ട്, ഇൻഡിഗൊ എന്നിവയിലുണ്ടായ കയറ്റുമതി പ്രതിസന്ധി അതേ അളവിൽ പശ്ചിമേഷ്യയിലുണ്ടായില്ല.

പതിനെട്ടാം നൂറ്റാണ്ടിന്റെ ഒടുവിലും 19-ാം നൂറ്റാണ്ടിന്റെ ആദ്യവും ബംഗാളിലെ പുതിയ രാജമാരും ബാബുമാരും റവന്യൂഭൂമിയിൽ നേടിയെ ടുത്ത അവകാശങ്ങൾപോലെയുള്ള അവസരം ബ്രിട്ടീഷ് അധികാരിക ളുടെ സഹകാരികൾക്കുണ്ടായിരുന്നില്ല.

എങ്കിലും വിദേശ വ്യാപാരത്തിൽ ക്ലേശപ്പെട്ട് അതിജീവിച്ചു എന്നത് ഇന്ത്യൻ വ്യാപാരികൾ ആധുനിക ഉൽപ്പാദന വ്യവസായത്തിൽ വൻതോ തിൽ നിക്ഷേപിക്കും എന്നതിനുള്ള ഉറപ്പ് ആയിരുന്നില്ല. 1862-65 കാലത്തെ പരുത്തി കുതിപ്പിൽനിന്നും ജീവിതത്തിന് പുതിയ പ്രസരിപ്പ് നേടാൻ പശ്ചിമേഷ്യയിലെ ഇന്ത്യൻ വ്യാപാരികൾക്ക് കഴിഞ്ഞു. ബോംബെയിലെ പ്രമുഖ പരുത്തിമില്ലുകളുടെ വൻലാഭം അവർക്ക് ഭാവി യിലേക്കുള്ള വഴി നൽകി. 1865-67 കാലത്തെ സാമ്പത്തിക പ്രതിസന്ധി യിൽ അനേകം ഇന്ത്യൻ വ്യാപാരികൾക്ക് ഉന്മൂലനാശം വന്നു. മൂന്നു കാരണങ്ങളാൽ 1830-34 കാലത്തെ കൽക്കത്തയിലെ ഏജൻസി തകർച്ച യിൽനിന്ന് ഈ കൂട്ടനാശം വ്യത്യസ്തമായിരുന്നു. 1) സ്വന്തം നിലയ്ക്ക് പ്രവർത്തിച്ചിരുന്ന ബോംബെയിലെ ഭൂരിഭാഗം വ്യാപാരസ്ഥാപനങ്ങൾക്കും ബ്രിട്ടീഷുകാർ വരുത്തിയ കടത്തിന്റെ ബാധ്യതയില്ലായിരുന്നു. 2) ബോംബെ ഭരണകൂടം പാസാക്കിയ പാപ്പരാക്കൽ നിയമം പാപ്പരായ കട ക്കാരുടെ ആസ്തികളെ സംരക്ഷിച്ചു. 3) ബോംബെ വ്യാപാരികളിൽ മിക്ക വരും മിതാക്ഷര അനന്തരാവകാശ നിയമത്താൽ നിയന്ത്രിതരായിരുന്ന തിനാൽ കടക്കാർക്ക് വീഴ്ചവരുത്തുന്ന വ്യാപാരികളുടെ ആസ്തികൾ വിൽക്കാനാവാതെ വന്നു.

1865-67 കാലത്തെ സാമ്പത്തിക പ്രതിസന്ധിക്കു പുറമെ ബോംബെ യിലെ ഇന്ത്യൻ വ്യാപാര സമൂഹം യൂറോപ്യൻ സ്ഥാപനങ്ങൾക്ക് വിധേയ രാകുന്ന ശക്തികളെ നേരിട്ടിരുന്നു. റെയിൽവെ ഉൾനാടുകളിലെത്തിയ തോടെ യൂറോപ്യൻ കയറ്റുമതി സ്ഥാപനങ്ങളായ റാലിസ് ബ്രോസും വോൽകാർട്ട് ബ്രോസും പരുത്തി ജില്ലകളുമായി നേരിട്ട് ഇടപാട് നടത്തി ചെറുകിട ഇന്ത്യൻ വ്യാപാരികളെ ഒഴിവാക്കി. 1850കളിൽ നൈസാമിൽ നിന്ന് പരുത്തി സമ്പന്നമായ ബെരാൻ ജില്ലകൾ ബ്രിട്ടീഷ് ഗവൺമെന്റ് കൈവശപ്പെടുത്തിയതോടെ ബ്രിട്ടീഷ് സ്ഥാപനങ്ങൾക്ക് വളരെയെളുപ്പ

ത്തിൽ ഈ ജില്ലകളുമായി ബന്ധപ്പെടാൻ കഴിഞ്ഞു. വൻകിട യൂറോപ്യൻ കയറ്റുമതി സ്ഥാപനങ്ങളുടെ വൻതോതിലുള്ള നീക്കങ്ങൾ സാങ്കേതിക വിദ്യ മുതലെടുക്കാൻ അവരെ സഹായിച്ചു. പരുക്കൻ ചാക്കുകളിൽ അയഞ്ഞുകെട്ടിയിരുന്ന പരുത്തി റെയിൽവേയിലൂടെ തുറമുഖങ്ങളിലേക്കെത്തിക്കുക പ്രയാസകരമായിരുന്നു. പരുത്തിയെ പൂർണമായും അമർത്തി പാക്ക്ചെയ്തു. പകുതിയമർത്തിയ പരുത്തിക്ക് റെയിൽവെ കൂടുതൽ കടത്തുകൂലി ഈടാക്കി (Lyall 1870: Chapter 12). സ്വാഭാവികമായും വൻകിട യൂറോപ്യൻ കയറ്റുമതി കമ്പനികൾ പരുത്തി ജില്ലകളിലെ യന്ത്ര സംവിധാനങ്ങളെ നിയന്ത്രിച്ചുകൊണ്ട് ഇന്ത്യൻ പരുത്തി കയറ്റുമതിക്കാരിൽ വളരെയധികം മുൻതൂക്കം നേടി.

യൂറോപ്യൻ ആധിപത്യമുള്ള ഫിനാൻസ് സ്ഥാപനങ്ങളുടെ വ്യാപനം നാട്ടുരാജ്യങ്ങളിൽ ബന്ധങ്ങളുള്ള വൻകിട വ്യാപാരികൾക്ക് അനുകൂലമായിത്തുടങ്ങി. ചെറുകിട വ്യാപാരികളും ഇന്ത്യൻ വ്യാപാരികളും തഴയപ്പെട്ടു. പഴയ ബാങ്ക് ഓഫ് ബോംബെ ബ്രോച്ചിൽ ശാഖ തുറന്നപ്പോൾ ഇന്ത്യൻ വ്യാപാരികളെ തഴഞ്ഞുകൊണ്ട് യൂറോപ്യരെയും യൂറേഷ്യക്കാരെയും അനുകൂലിച്ചു. 1877ൽ പരുത്തി വ്യാപാരത്തിന്റെ വലിയൊരു ഭാഗവും യൂറോപ്യരും യൂറേഷ്യക്കാരുമാണ് നടത്തിയിരുന്നതെന്നും എട്ടിലൊരു ഭാഗം മാത്രമാണ് തദ്ദേശവ്യാപാരികളുടെ പക്കലുണ്ടായിരുന്നതെന്നും ബോംബെ ഗസറ്റിയർ രേഖപ്പെടുത്തി (Gazetteer of the Bombay Presidency 1877:466). അതുപോലെ വാർത്താവിനിമയ സംവിധാനങ്ങൾ മെച്ചപ്പെട്ടതോടെ തദ്ദേശ പലിശക്കാരും വ്യാപാരികളും ബോംബെയിൽനിന്നുള്ള മാർവാടി വ്യാപാരികളാലും ഭാട്ടിയകളാലും കഷ്ടപ്പാടിലായി. മാർവാടികളും ഭാട്ടിയമാരും റെയിലിലൂടെയും കമ്പിത്തപാലിലൂടെയുമുള്ള വ്യാപാരത്തിൽ നിപുണരായിരുന്നു. ജൽഗാൻവിലെ വ്യാപാരം യൂറോപ്യന്മാരുടെ രണ്ടു സ്ഥാപനമടക്കം 11 സ്ഥാപനങ്ങളുടെ പക്കലായിരുന്നു. യൂറോപ്യൻ കമ്പനികൾ മൊഫൂസിലും ന്യൂബരാർ കമ്പനിയുമായിരുന്നു (Gazetteer of the Bombay Presidency 1880: Chapter V, 191-93).

1851–നെ അപേക്ഷിച്ച് 1875–ൽ യൂറോപ്യൻ കമ്പനികൾക്ക് പരുത്തി വ്യാപാരത്തിന്റെ വലിയൊരു ഭാഗം കൈയാളാൻ കഴിഞ്ഞു. എങ്കിലും ഈ മാറ്റങ്ങളൊക്കെ ഉണ്ടായിട്ടും പരുത്തി കയറ്റുമതിയുടെ വലിയൊരു പങ്ക് വിനിയോഗിക്കാൻ ഇന്ത്യൻ കമ്പനികൾക്ക് കഴിഞ്ഞു. മാൾവാ ഓപ്പിയത്തിന്റെ കയറ്റുമതി പൂർണനിയന്ത്രണത്തിലാക്കാനും ബ്രിട്ടീഷുകാർക്ക് കഴിഞ്ഞില്ല. ഇന്ത്യൻ വ്യാപാരികൾക്ക് ഓപ്പിയം തന്നിരുന്ന നാട്ടുരാജ്യങ്ങളിൽ ബ്രിട്ടീഷുകാരെ അപേക്ഷിച്ച് സ്വതന്ത്ര മേൽകൈ ഉണ്ടായിരുന്നു. എങ്കിലും ബോംബെയിലെയും അഹമ്മദാബാദിലെയും പരുത്തി മില്ലുകളുടെ വളർച്ചയാണ് പശ്ചിമേന്ത്യയിലെ വ്യാപാര സമൂഹങ്ങളെ രക്ഷിച്ചത്. ഈ മില്ലുകൾ സ്ഥാപിച്ച വ്യാപാരികൾക്ക് കച്ചവടത്തിന്റെയും വ്യവസായത്തിന്റെയും വലിയൊരു ഭാഗം നിയന്ത്രിക്കാൻ കഴിഞ്ഞു. ഇന്നും അത് തുടരുന്നുണ്ട്.

ടിപ്പുവിന്റെ സർവാധിപത്യവും കൊളോണിയൽ മുതലാളിത്തവും

കിഴക്കൻ ഇന്ത്യയിലെയും ബോംബെയിലെയും ഗുജറാത്തിലെയും ഇന്ത്യൻ വ്യാപാരികൾ തമ്മിലുള്ള താരതമ്യം അപൂർണമായി നിൽക്കട്ടെ. ബോംബെയിലെ കൈത്തൊഴിലുകാരുടെ വിധിയെക്കുറിച്ച് വളരെ കുറച്ചു മാത്രമാണ് നാം പറഞ്ഞത്. ഈ വിഷയത്തിൽ ലഭ്യമായ വസ്തുക്കളെക്കുറിച്ച് ഞാൻ പരിചിതനല്ല. അത് അപൂർണമാണെങ്കിലും കൽക്കത്തയിലെ ബാബുസഹകാരികളുടെയും ബോംബെയിലെ സാഹിബ് സഹകാരികളുടെയും വിധി ചർച്ചചെയ്യാൻ കഴിയും. അവരുടെ മൂല്യങ്ങളിലും ജീവിതരീതിയിലുമുള്ള വ്യത്യാസങ്ങളാണ് വിധിയെ സ്വാധീനിച്ചതെന്ന് തുടക്കത്തിലേ തീരുമാനിക്കാതിരുന്നാൽ മതി. പാർസി സാഹിബുമാരുടെയും ബംഗാളി ബാബുമാരുടെയും അഭിലാഷങ്ങൾക്കിടയിൽ കൃത്യമായ വ്യത്യാസങ്ങളുണ്ടായിരുന്നു. പാർസി സാഹിബുമാർ നൈറ്റ് പദവിയും പ്രഭു പദവിയുമാഗ്രഹിച്ചു. ബംഗാളി ബാബുമാർ രാജാ, മഹാരാജാ പട്ടങ്ങളാൽ സംതൃപ്തരായിരുന്നു. ബംഗാളി ബാബുമാർ പാർസികളെക്കാൾ ഉൾവലിഞ്ഞവരായിരുന്നു. സൂറത്തിൽനിന്ന് ബോംബെയിലെത്തി അഭിവൃദ്ധി പ്രാപിച്ച ചെറുസമുദായമായ പാർസികൾക്ക് വലിയൊരു സമുദായത്തിന്റെ ഭാഗമാവാൻ കഴിഞ്ഞിരുന്നില്ല. വ്യത്യാസങ്ങൾ ഊതിപ്പെരുപ്പിച്ചതാകാം അതിന്റെ കാരണം. ദ്വാരകനാഥ് ടാഗോറിനെപ്പോലെയുള്ള പ്രബുദ്ധനായ ബാബു കൽക്കത്ത മെഡിക്കൽ കോളേജിന് ധനസഹായം നൽകുകയും ആവിക്കപ്പൽ കമ്പനികൾ തുടങ്ങുകയും തന്നെ ദത്തെടുത്ത അമ്മ മരിച്ചപ്പോൾ ബ്രാഹ്മണർക്ക് വലിയൊരു സംഖ്യ ദാനമായി നൽകുകയും ചെയ്തു. പശ്ചിമേന്ത്യയിൽ ആർദസീർ കർസറ്ജീവാഡിയ റോയൽ സൊസൈറ്റിയുടെ ആദ്യത്തെ ഇന്ത്യൻ അംഗമായി തെരഞ്ഞെടുക്കപ്പെട്ടു. മെക്കാനിക്കൽ എഞ്ചിനീയർ എന്ന നിലയിൽ തന്റെ കഴിവുകൾ മെച്ചപ്പെടുത്താൻ ഇംഗ്ലണ്ടിലേക്ക് യാത്രചെയ്യുമ്പോഴെല്ലാം പാർസിയല്ലാത്തവർ പാകംചെയ്ത ഭക്ഷണം കഴിക്കാൻ അദ്ദേഹം വിസമ്മതിക്കുമായിരുന്നു (Kling 1976; Wadia 1957). യൂറോപ്യരെ ആനന്ദിപ്പിക്കാൻ പണം ചെലവാക്കുന്നതിൽ രണ്ട് കൂട്ടരും തമ്മിൽ വ്യത്യാസമില്ലായിരുന്നു. ബംഗാളി ബാബുവാണ് സാമ്പത്തിക നേട്ടങ്ങളില്ലാതെ ആഘോഷങ്ങളിൽ കൂടുതൽ പണം ചെലവാക്കിയിരുന്നത്. യൂറോപ്യരിൽനിന്ന് സ്വതന്ത്രരായിരുന്ന ജംഷഡ്ജി ജീജീഭോയിയെപ്പോലുള്ള വ്യാപാരികൾക്ക് വിദേശ വ്യാപാരിമാരുമായി സുഗമമായി ഇടപെടാൻ കഴിഞ്ഞിരുന്നു. അത്തരം വസ്തുനിഷ്ഠഘടകങ്ങളുടെ വ്യത്യാസത്തെക്കുറിച്ചും കൊളോണിയലിസത്തിന്റെ വ്യത്യസ്തമായ പ്രത്യാഘാതങ്ങളെക്കുറിച്ചും പഠിക്കുന്നതിനായി ബംഗാളി ബനിയകളുടെയും പാർസി ഇടനിലക്കാരുടെയും വ്യത്യസ്തമായ ലോകവീക്ഷണം വ്യത്യസ്തമായ വിധിയുണ്ടാക്കിയതിനെക്കുറിച്ചും നാം മനസിലാക്കേണ്ടതുണ്ട്.

മുഗൾ ഇന്ത്യയെയും ബ്രിട്ടീഷ് ഇന്ത്യയെയും താരതമ്യം ചെയ്തപ്പോൾ ഈസ്റ്റ് ഇന്ത്യാക്കമ്പനി രാഷ്ട്രീയാധികാരം ആർജിച്ചപ്പോൾ അത്

ഇന്ത്യൻ വ്യാപാരികളെയും കൈത്തൊഴിലുകാരെയും വൻതോതിൽ ബാധിച്ചുവെന്ന് നാം മനസിലാക്കി. ടിപ്പുസുൽത്താന്റെ മൈസൂരിലെ ഏകാധിപത്യ രാജഭരണത്തെക്കാളും നിർണായകമായിരുന്നു ബ്രിട്ടീഷ് കൊളോണിയലിസം. ടിപ്പുവിന്റെ ഭരണകൂടത്തിന് ചന്ദനം, കുരുമുളക്, ഏലം എന്നിവയുടെ വ്യാപാരത്തിന്റെ കുത്തകാധികാരമുണ്ടായിരുന്നു. അത് വൻതോതിലുള്ള വിദേശവ്യാപാരം നടത്തിയിരുന്നു. ബ്രിട്ടീഷ് അധീന ഭൂഭാഗങ്ങളുമായുള്ള വ്യാപാരം വിച്ഛേദിച്ചതുപോലുള്ള ടിപ്പുവിന്റെ നീക്കങ്ങൾ ഈസ്റ്റ് ഇന്ത്യാക്കമ്പനിയുമായുള്ള ശത്രുതാപരമായ ബന്ധത്തിൽനിന്നും ചട്ടങ്ങളിൽനിന്ന് ഒഴിഞ്ഞുമാറുന്ന വ്യാപാരികളാലും ഉളവായതായിരുന്നു.

ടിപ്പുവിന്റെ ഈ നീക്കങ്ങൾ ചില വൻ വ്യാപാരികളുമായുള്ള അകൽച്ചയ്ക്കിടയാക്കിയിട്ടുണ്ട്. എങ്കിലും അനേകം കൈത്തൊഴിലുകാരും കൂലിവേല ചെയ്യുന്നവരും ചെറുകിട വ്യാപാരികളും അദ്ദേഹത്തിന്റെ ഭരണത്തിനുകീഴിൽ അഭിവൃദ്ധി പ്രാപിച്ചു. വ്യാപാരികൾ നൽകുന്ന മുൻകൂർ പണംകൊണ്ടുള്ള കൈത്തൊഴിലുകാരുടെ ഉൽപ്പാദനം അദ്ദേഹത്തിന്റെ രാജ്യത്ത് വ്യാപകമായിരുന്നു. ഫ്രാൻസിസ് ബുഖാനർ ഇതിനു സാക്ഷ്യം നിൽക്കുന്നുണ്ട്. മുതലാളികൾ കൂലിത്തൊഴിലാളികളായി നിയമിച്ചിരുന്ന കൈത്തൊഴിലുകാരാണ് മൈസൂറിലെ ഇരുമ്പുരുക്കുന്ന സംരംഭങ്ങളിലുണ്ടായിരുന്നത്. മുതലാളിമാർക്ക് ലഭിച്ചിരുന്ന ലാഭം വളരെ കുറവായിരുന്നുവെന്ന് ബുഖാനർ കണ്ടെത്തിയിട്ടുണ്ട്. മധുഗിരി, മിൻ നാരായൺ ദുർഗ, നഗലവാഡി, ദേവരായദുർഗ ജില്ലകളിലെ ഇരുമ്പുരുക്ക് സംരംഭങ്ങളെ കുറിച്ചിത് ശരിയായിരുന്നു. മുതലാളിമാർക്ക് വ്യാപാരികളിൽനിന്നാണ് പണം ലഭിച്ചിരുന്നത്. മുൻകൂർ പണംപറ്റി മുങ്ങുന്നവർ മുതലാളിമാരെ കുഴപ്പത്തിലാക്കിയിരുന്നു (Buchanan 1807:33).

സത്യമംഗലത്ത് നെയ്ത്തുകാർ വ്യാപാരികളിൽനിന്ന് പണം മുൻകൂറായി പറ്റുന്നതും സേലത്ത് ഈസ്റ്റ് ഇന്ത്യാക്കമ്പനിയുടെ വാണിജ്യ റസിഡന്റിന്റെ പക്കൽനിന്ന് പണം മുൻകൂറായി പറ്റുന്നതും ബുഖാനർ കണ്ടിരുന്നു (Buchanan 1807:239-40). ഇന്ത്യൻ വ്യാപാരികൾ എപ്പോഴും നെയ്ത്തുകാരെ കടത്തിൽ നിർത്തിയെന്ന് അദ്ദേഹം പറയുന്നു. നെയ്ത്തുകാരൻ വ്യാപാരിയോട് കടപ്പെട്ടവനായിരുന്നിടത്തോളം അവൻ കുറഞ്ഞ കൂലിക്ക് പണിയെടുക്കുമായിരുന്നു. സ്വന്തം പണംകൊണ്ട് തുണിയുണ്ടാക്കുന്ന ധനിക നെയ്ത്തുകാരെയും ബുഖാനർ കണ്ടിരുന്നു. അവർക്ക് നല്ല വിലയ്ക്ക് വിൽക്കാൻ കഴിഞ്ഞിരുന്നു.

ടിപ്പുവിന്റെ അധീനത്തിലായിരുന്ന കോയമ്പത്തൂരിൽ നെയ്ത്തുകാർ ഇന്ത്യൻ വ്യാപാരികളിൽനിന്ന് വായ്പയെടുത്തോ സ്വന്തം പണം കൊണ്ടോ നെയ്തിരുന്നത് ബുഖാനർ കണ്ടിരുന്നു. വിഭിന്നവർഗത്തിലുള്ള നെയ്ത്തുകാർ ഒരു കുടുംബമായാണ് കഴിഞ്ഞിരുന്നത്. ധനികർ പാവപ്പെട്ടവരെ സഹായിച്ചു. അവർ സ്വന്തം പണംകൊണ്ട് തുണികളുണ്ടാക്കി. വ്യാപാരികളിൽനിന്ന് ഒന്നിലധികം തുണികൾക്ക് അവർ മുൻകൂർ പണം

പറ്റിയിരുന്നില്ല. നാടൻ വ്യാപാരിയുടെ കടക്കെണിയിലായവർ അടിമകളെപ്പോലെയായി. കുറഞ്ഞ കൂലിക്ക് പണിയെടുക്കാൻ അവർ നിർബന്ധിതരായി.

അങ്ങനെ ടിപ്പുവിന്റെ ഭരണകാലത്തുപോലും കൈത്തൊഴിലുകാർ കട അടിമപ്പെടലിന്റെ വിധിയിൽനിന്ന് മുക്തരായിരുന്നില്ല (Buchanan 1807:264). 1792നുശേഷം ടിപ്പുവിന്റെ സാമ്രാജ്യം ബ്രിട്ടീഷ് കൊളോണിയലിസത്തിൽനിന്നുള്ള നിരന്തരമായ ഭീഷണിയിലായിരുന്നു. ബ്രിട്ടീഷ് വ്യാപാരികളുടെ സ്വാധീനത്തിൽനിന്നും തന്റെ സാമ്രാജ്യത്തിലെ വ്യാപാരികളെയും കൈത്തൊഴിലുകാരെയും രക്ഷിക്കാൻ അദ്ദേഹത്തിനു കഴിഞ്ഞില്ല. ഈ പരിമിതികളൊക്കെയുണ്ടെങ്കിലും മൈസൂറിലെ കൈത്തൊഴിലുകാർ മൈസൂറിൽ സ്വാതന്ത്ര്യമെടുത്ത് ആഭ്യന്തര വിപണിക്കുവേണ്ടി നെയ്തു. അത്തരമൊരു വിപണിയെ സ്ഥിരമാക്കാനുള്ള നീക്കങ്ങൾ ടിപ്പു നടത്തിയില്ല. ബ്രിട്ടീഷ് നയങ്ങളും ആഗോള മുതലാളിത്ത ശൃംഖലയും കൈത്തൊഴിലുകാരുടെ ഉൽപ്പാദനത്തെയും വ്യാപാരികളുടെ സ്വാതന്ത്ര്യത്തെയും അട്ടിമറിച്ചു. ടിപ്പു നടപ്പാക്കിയ നെയ്ത്തുയന്ത്ര നികുതിക്കു പകരം ഉൽപ്പാദിപ്പിക്കപ്പെടുന്ന തുണിക്ക് സ്റ്റാമ്പ്ഡ്യൂട്ടി ബ്രിട്ടീഷുകാർ ഏർപ്പെടുത്തിയതോടെ, നെയ്ത്തുകാർ പണിനിർത്തുന്നത് സത്യമംഗലത്ത് ബുഖാനൻ കണ്ടു (Gopal:15-16 കാണുക).

പത്തൊമ്പതാം നൂറ്റാണ്ടിലുടനീളം ദക്ഷിണേന്ത്യയിൽ കൈത്തറി വ്യവസായം തകർച്ചയില്ലാതെ നിലനിന്നു. എത്തിച്ചേരാനാകാത്ത ഭൂഭാഗങ്ങളും ആളുകളുടെ ഉപഭോഗശീലങ്ങളും തദ്ദേശ പരുത്തി ലഭ്യതയും കൈത്തൊഴിലുകാരുടെ താഴ്ന്ന ജീവിതനിലവാരവും ഈ അവസ്ഥ നിലനിർത്തി. പതിനെട്ടാം നൂറ്റാണ്ടിന്റെ അന്ത്യംവരെ ബ്രിട്ടീഷുകാരെ ചെറുത്തുനിന്ന ടിപ്പുവിന് ഇതിലുള്ള പങ്ക് നോക്കേണ്ടതുണ്ട്. ചില ചരക്കുകളുടെ വ്യാപാരത്തിന്റെ കുത്തകാവകാശത്തിന് ടിപ്പുവിന്റെ ഭരണകൂടം ശ്രമിച്ചപ്പോൾ ആഭ്യന്തര വ്യാപാരം സ്വതന്ത്രമായിരുന്നു. തന്റെ സാമ്രാജ്യവുമായി വ്യാപാരത്തിലേർപ്പെടാൻ വ്യക്തികളെയും സംഘങ്ങളെയും അദ്ദേഹം പ്രോത്സാഹിപ്പിച്ചിരുന്നു. ടിപ്പുവിന്റെ, സാമ്രാജ്യം സ്ഥാപിച്ച വാണിജ്യ കൂട്ടായ്മയിൽ സാധാരണ പൗരന്മാർക്ക് പങ്കാളികളാകാമായിരുന്നു. അങ്ങനെ ടിപ്പുവിന്റെ ഏകാധികാരം ഈസ്റ്റ് ഇന്ത്യാ കമ്പനിയും യൂറോപ്യൻ വ്യാപാരികളും 1757നും 1813നുമിടയിൽ ബംഗാളിൽ അടിച്ചേൽപ്പിച്ച കുത്തകാധികാരത്തിൽനിന്ന് വ്യത്യസ്തമായിരുന്നു. ആഭ്യന്തര ഉപഭോഗത്തിനായുള്ള യുദ്ധോപകരണങ്ങളുടെയും ലോഹ ഉൽപ്പന്നങ്ങളുടെയും ഉൽപ്പാദനം കൈത്തൊഴിലുകാർക്കും വ്യാപാരികൾക്കും പ്രലോഭനമേകി. ടിപ്പുവിന്റെ കീഴിൽ വളർന്ന വ്യാപാര സമൂഹങ്ങളിൽ ചിലത് മൈസൂരിൽ നിലനിൽക്കുകയും ദക്ഷിണേന്ത്യയുടെ ഉൾഭാഗങ്ങളിൽ യൂറോപ്യൻ വ്യാപാര ഏകാധികാരത്തെ മന്ദീഭവിപ്പിക്കുകയും ചെയ്തു. വ്യവസായവൽക്കരണത്തിൽനിന്ന് പിൻവാങ്ങാനുള്ള നീക്കങ്ങളെയുമത് മന്ദീഭവിപ്പിച്ചു. പക്ഷേ, ഈ നിഗമനങ്ങൾ ബ്രിട്ടീഷ് സംരക്ഷ

ണത്തിൽ നടന്ന മൈസൂറിലെ ടിപ്പുവിന്റെ അധികാരകൈമാറ്റങ്ങളെക്കുറിച്ചുള്ള തീവ്രമായ പഠനങ്ങളാൽ തെളിയിക്കപ്പെടേണ്ടതുണ്ട്.

കൈത്തൊഴിലുകാർക്കും വ്യാപാരികൾക്കും കൊളോണിയലിസത്തിന്റെ മനഃപൂർവമായ ആയുധങ്ങളും നിർഭയമായ ശക്തിയും നേരിടേണ്ടി വന്നു. ചില മേഖലകളിൽ അവർക്ക് ആപത്തില്ലായിരുന്നു. വ്യാപാരികൾക്കും കൈത്തൊഴിലുകാർക്കുമിടയിലെ സംഘാടനം ശക്തമായതോടെ കൊളോണിയൽ കൊള്ളക്കാർക്കെതിരെ അവർ ചെറുത്തുനിന്നു. മറ്റു വ്യാപാരികളിൽനിന്ന് വ്യത്യസ്തമായി ഗുജറാത്തി വ്യാപാരികൾ ശക്തമായ ചെറുത്തുനിൽപ്പ് കാഴ്ചവെച്ചു. ഗുജറാത്തി കൈത്തൊഴിലുകാരും പ്രതിരോധത്തിൽ പങ്കാളികളായി. പത്തൊമ്പതാം നൂറ്റാണ്ടിന്റെ രണ്ടാംപാദത്തിൽ മൂലധനശേഷിയുള്ള കൈത്തൊഴിലുകാർ ഗുജറാത്തിലുണ്ടായിരുന്നു. 5000 രൂപ മുതൽ 20,000 രൂപവരെ ആസ്തിയുണ്ടായിരുന്ന കാലിക്കൊ പണിക്കാരായ ഭാവ്സറുകൾ സ്വന്തം പണംകൊണ്ടാണ് ഉൽപ്പന്നങ്ങൾ തയാറാക്കിയിരുന്നത്. പക്ഷേ, ഭൂരിപക്ഷംപേരും വ്യാപാരികളും മറ്റു മൂലധനക്കാരും നിയമിച്ച തൊഴിലാളികളായിരുന്നു. അച്ചടിതുണികളുടെയും സാരികളുടെയും എണ്ണത്തിനനുസരിച്ച് അവർക്ക് വേതനം ലഭിച്ചു (Gazetteer of Bombay Presidency 1899:178).

ഉൽപ്പാദനം നിയന്ത്രിക്കാനും മൂലധനം സ്വരൂപിക്കാനും വ്യാപാരികളെ പ്രാപ്തരാക്കാൻ കൈത്തൊഴിൽ സംഘടനയും ഉൽപ്പാദനവും നിലനിൽക്കുകയും മൂലധനത്തിന്റെ വിനിയോഗത്തിന് ലാഭകരമായ വഴിയായിത്തീരുകയും ചെയ്യണം. കൈത്തൊഴിൽ മേധാവികളെ വ്യവസായ മുതലാളിമാരാക്കാൻ അതേ വ്യവസ്ഥകൾ നടപ്പാക്കുകയും മുതലാളിത്ത തീവ്രസംരംഭങ്ങളിൽ നിക്ഷേപിക്കാൻ മൂലധനം സ്വരൂപിക്കാൻ മാത്രം സമ്പന്നമായിരിക്കുകയും വേണം. കൊളോണിയൽ അനന്തര ഇന്ത്യയിൽ വ്യാപാരികളാണ് വ്യവസായ മുതലാളിമാരായി വളർന്നത്. കൈത്തൊഴിലുകാർ വ്യവസായമില്ലാതായതോടെ തൊഴിലിൽനിന്ന് പുറത്താക്കപ്പെട്ടു. കൈത്തൊഴിൽ നിലനിന്ന അപൂർവം ചിലയിടങ്ങൾ ആധുനിക വ്യവസായത്തിന്റെ വൈദഗ്ധ്യത്തിനുള്ളയിടങ്ങളായി മാറി. ഗുജറാത്തിലെ ബ്ലീച്ചിങ്ങിനും ഡൈയിങ്ങിനുമുള്ള മികവ് യന്ത്രവൽക്കൃത പരുത്തിയുൽപ്പാദനത്തിന് വഴിമാറി. ഇംഗ്ലണ്ടിലെ മരപ്പണിമികവ് മരത്തിന്റെയും ലോഹത്തിന്റെ ഭാഗങ്ങളുള്ള ഫാബ്രിക്കേഷൻ യന്ത്രങ്ങൾക്ക് വഴിമാറി (Musson 1972).

ബ്രിട്ടീഷ് ഇന്ത്യയുടെ മിക്കഭാഗങ്ങളിലും വ്യാപാരികളുടെയും കൈത്തൊഴിലുകാരുടെയും അവശേഷിക്കുന്ന കൂട്ടായ്മകൾ യന്ത്രയുഗത്തിലേക്ക് ഒരുമിച്ചു നീങ്ങിയില്ല. ഗുജറാത്തിൽപോലും അപൂർവമായ അപവാദങ്ങളേയുണ്ടായുള്ളൂ. ജുലഹകൾ മാത്രമാണ് കൈത്തൊഴിൽ മികവിന്റെയും യന്ത്രവൽക്കരണത്തിന്റെയും ഇടനിലക്കാരായി വർത്തിച്ചത്. അവർ ചണമില്ലുകളുടെയും പരുത്തിമില്ലുകളുടെയും നെയ്ത്തു വിഭാഗങ്ങളിൽ തൊഴിലെടുത്തു. ഇത് പൊതുവെ കൈത്തൊഴിലിലെ

ദാസ്യവൃത്തിയിൽനിന്ന് വൻമില്ലുകളിലെ ദാസ്യവൃത്തിയിലേക്കുള്ള മാറ്റ മായിരുന്നു.

പത്തൊമ്പതാം നൂറ്റാണ്ടിലെ ഇന്ത്യയിലെ വ്യാപാര സമൂഹങ്ങ ളുടെ അതിജീവനോപാധികൾ

സ്വതന്ത്ര കൈത്തൊഴിലുകാർ ഇന്ത്യയിൽനിന്ന് അപ്രത്യക്ഷരായ പ്പോൾ ചില വ്യാപാരിസമൂഹങ്ങൾ ഇരുപതാംനൂറ്റാണ്ടിൽ വൻ ബിസിനസ് സംരംഭങ്ങളുടെ നിയന്ത്രകരായി മാറി. 1818നുശേഷം ഇന്ത്യയുടെ വൻ ഭൂഭാഗങ്ങളെല്ലാം ബ്രിട്ടീഷ് ആധിപത്യത്തിലായിരിക്കെ ഇന്ത്യൻ വ്യാപാര സമൂഹത്തിന്റെ അതിജീവനത്തിന്റെ ഉപാധികൾ എന്തെല്ലാമായിരുന്നു? അതിന് വിപുലമായ ഉത്തരം നൽകാതിരുന്നാൽ താഴെപ്പറയുന്ന നാലു ഘടകങ്ങൾ ഒറ്റപ്പെട്ടുപോകും. ആദ്യമായി വ്യാപാരികൾക്ക് ഭൂമിയുമാ യുള്ള ബന്ധം നിർണായകമാണ്. അവർ ഭൂപ്രഭുക്കൾ മാത്രമായി നില കൊണ്ടോ അതോ വ്യാപാര മാന്ദ്യകാലത്ത് നിലനിൽക്കാൻ ഭൂമിയുടെ പിന്തുണ അവർക്കില്ലാതെ പോയോ അതോ വ്യാപാരികളായിരുന്നപ്പോൾ തന്നെ ഭൂവിനിയോഗവും നടത്തിയിരുന്നുവോ എന്ന് നിർണയിക്കുന്നതിൽ ഭൂമിയുമായുള്ള ബന്ധം പ്രധാനമാണ്. രണ്ടാമതായി നാട്ടുരാജ്യങ്ങളുടെ തുടർച്ച ചില സംഘം ബാങ്കർമാർക്ക് ബ്രിട്ടീഷ് ഭരണത്തിൽനിന്നുള്ള പരിമിതമായ അഭയം നൽകി. മൂന്നാമതായി അനന്തരാവകാശ നിയമം വ്യാപാരസ്വത്ത് സംരക്ഷിക്കുന്നതിലും തകർക്കുന്നതിലും സുപ്രധാന മായിരുന്നു. വ്യക്തിഗതമായ പുരോഗമനപരമായ സ്വത്തുവ്യവസ്ഥയി ലുള്ള സമുദായങ്ങൾ തുടച്ചുനീക്കപ്പെട്ടു. പുരോഗമനപരമല്ലാത്ത മിതാ ക്ഷര നിയമത്തിന്റെ ചില വകഭേദങ്ങളെ പാലിച്ചിരുന്നവർ അതിജീവിച്ചു. നാലാമതായി സമുദായത്തിനകത്ത് പരസ്പരാശ്രിതത്വമുണ്ടായിരുന്ന വ്യാപാര സമൂഹങ്ങൾ അതിജീവിച്ചു. സമുദായം പാതി തുറന്നതും സംഘ ടന ശൃംഖലകളാൽ തിങ്ങിയതുമായിരിക്കണം. വ്യാപാരത്തിന്റെ മാറുന്ന പാറ്റേണുകളെക്കുറിച്ചുള്ള ബുദ്ധിപരതയെ ദഹിപ്പിക്കാനുള്ള ശേഷിയ തിനുണ്ടാകണം. പുറത്തുനിന്നുള്ള മത്സരക്കാരാൽ തകർക്കാനാകാത്ത വ്യാപാരത്തിലും വാർത്താവിനിമയത്തിലും അതിന് അവകാശമുണ്ടായിരി ക്കണം.

ഭൂമിയും ഇന്ത്യൻ വ്യാപാരസമൂഹവും

ബ്രിട്ടീഷ് ആധിപത്യത്തിനു മുമ്പുള്ള ഇന്ത്യയിൽ സ്വകാര്യ ഭൂമി യുടെ ഭൂരിഭാഗവും ഉന്നത രാഷ്ട്രീയാധികാരത്തിന്റെയും തദ്ദേശ സമു ദായങ്ങളുടെയും വരുതിയിലായിരുന്നു. ഭൂമിയിൽനിന്നുള്ള ആദായത്തിലും പാട്ടത്തിലും പങ്കുപറ്റാനുള്ള അവകാശം രാഷ്ട്രീയ അധികാരശ്രേണി യിൽ ഇടംനേടാനുള്ള അവകാശവും നൽകി (Neale 1979). കൃഷി ചെയ്യാ നുള്ള അവകാശമുണ്ടായിരുന്ന കർഷകരുടെ നീക്കങ്ങൾ പരിമിതമാക്കി

യിരുന്നു. വ്യാപാരികൾ ഈ വിഭാഗങ്ങളിലൊന്നും ഉൾപ്പെട്ടിരുന്നില്ല. ഗുജറാത്തിലെ ഹിന്ദു വ്യാപാരികൾ സാധാരണക്കാരെപ്പോലെ ആയുധമണിഞ്ഞിരുന്നില്ല (Gazetteer of Bombay Presidency 1901:28). അവർ ഭരിക്കുന്ന രാജകുമാരന്മാരെപ്പോലെയോ കൂലിപ്പട്ടാളക്കാരെപ്പോലെയോ സഞ്ചാരസ്വാതന്ത്ര്യമുള്ളവരായിരുന്നു. അവർ ഭൂമിയുടെ നിയന്ത്രകരായ മുഗൾ രാജാക്കന്മാരുടെയോ സുബഹ്ദാർമാരുടെയോ രജപുത് അഥവാ മറാത്താ രാജാക്കന്മാരുടെയോ മുഖ്യന്മാരുടെയോ ഗോത്രസമൂഹങ്ങളുടെയോ സംരക്ഷണത്തിലായിരുന്നു. അടിച്ചമർത്തലിനെ രാഷ്ട്രീയമായി നേരിടാനുള്ള വ്യാപാരികളുടെ കഴിവില്ലായ്മ വ്യാപാരികളുടെമേൽ പ്രത്യേകിച്ചും ഹിന്ദുവ്യാപാരികളുടെമേൽ അടിച്ചേൽപ്പിക്കപ്പെട്ട നിരായുധീകരണവുമായി ബന്ധപ്പെട്ടതായിരുന്നു.

പൊതുവായ സ്വകാര്യസ്വത്ത് അവതരിപ്പിച്ച ബ്രിട്ടീഷുകാർ ഭൂവുടമാവകാശം രാഷ്ട്രീയ തീരുമാന പ്രക്രിയയിൽനിന്ന് മാറ്റി (Ray 1979: Chapters 2 and 4). ഇന്ത്യയുടെ എല്ലാ ഭാഗങ്ങളിലും ഇത് പൂർണവും ഒരേ രൂപത്തിലുള്ളതുമായിരുന്നില്ല. ഭൂമിയെ വിൽപ്പനയ്ക്ക്വെക്കാനും ഭൂമി അന്യവൽക്കരിക്കപ്പെടുന്നതൊഴിവാക്കാനും ബ്രിട്ടീഷുകാർ നിയമം കൊണ്ടു വന്നപ്പോൾ വ്യാപാരികളും പലിശക്കാരും മുമ്പത്തേക്കാളധികം ഭൂമി വാങ്ങിത്തുടങ്ങി. പക്ഷേ, ഇന്ത്യയുടെ മിക്കയിടങ്ങളിലും വ്യാപാരികളും പലിശക്കാരും വൻഭൂഭാഗങ്ങൾ സ്വന്തമാക്കിയില്ല. അവസരമൊത്തു വന്നപ്പോൾ റവന്യൂകൃഷി അവകാശം സ്വന്തമാക്കാൻ അവർ ശ്രമിച്ചു.

ബ്രിട്ടീഷ് ഇന്ത്യയിൽ വ്യാപാരികൾ ഭൂപ്രഭുക്കളാകുന്നത് തടയാൻ തടസങ്ങളുണ്ടായിരുന്നു. ഭൂമി വാങ്ങിക്കൂട്ടിയാൽ മൂലധനം നിശ്ചലമാകുമെന്നതിനാലും കൂടുതൽ ലാഭകരമായ നിക്ഷേപ അവസരങ്ങൾ മുതലെടുക്കാൻ വ്യാപാരികൾക്കാവില്ല എന്നതിനാലുമായിരുന്നു അത്. ഭൂമിയുടെ വിപണി പ്രാദേശികവും അപൂർവവുമായിരുന്നതിനാൽ ഏറ്റവും വിലകൂടുതലുള്ള ഭൂമിയുടെ ക്രയവിക്രയം അത്രയും നിശ്ചലവുമായിരുന്നു. ഭൂവുടമസ്ഥതയിലും റവന്യൂകൃഷിയിലുമുള്ള നിക്ഷേപം നിശ്ചലമായിരുന്നു. റെയിൽവേയുടെ വരവിന് മുമ്പ് ഇന്ത്യയുടെ വിഭിന്ന ഭാഗങ്ങൾ തമ്മിലുള്ള വാർത്താവിനിമയ പരിമിതിയും ഒരേ ഭൂമിയിൽ ഒരുപാട് പേർ അവകാശമുന്നയിക്കുന്ന സ്ഥിതിവിശേഷവും ഭൂമിയെ അപൂർണമായ നിശ്ചല ആസ്തിയാക്കി മാറ്റി.

വ്യാപാരികൾ ഭൂമി വാങ്ങിക്കൂട്ടുന്നതിന്റെ രണ്ടാമത്തെ തടസമായത് ബ്രിട്ടീഷുകാർ ഭൂമി പൂർണമായും വിൽക്കാവുന്ന വസ്തുവാക്കിയില്ല എന്നതായിരുന്നു. രാഷ്ട്രീയ കാരണങ്ങൾ അവർക്ക് ബംഗാളിനു പുറത്തുള്ള ഒരേ ഭൂമിക്ക് ഒരുപാട് പേർ അവകാശവാദമുന്നയിക്കുന്ന വ്യക്തതയുള്ള ഭൂമിയുണ്ടാക്കാൻ ശ്രമിക്കേണ്ടിയിരുന്നു. ആസാമിലെ തോട്ടം മേഖലയിൽ ഒരു ഫീസ് നിശ്ചയിച്ച് ബ്രിട്ടീഷുകാർ യൂറോപ്യൻ തോട്ടക്കാർക്ക് അനുകൂലമാക്കി. ഗവൺമെന്റിന് വാടകയോ നികുതിയോ നൽകാതെ ഭൂമി സ്ഥിരമായി സ്വന്തമാക്കാൻ കഴിഞ്ഞിരുന്നില്ല. ബംഗാളിലെ സ്ഥിരവാസ

മാക്കിയയിടങ്ങളിൽ ബ്രിട്ടീഷ് ഗവൺമെന്റ് താഴ്ന്ന സ്വത്തുടമകളെയും കർഷകരെയും അവഗണിച്ചു. അനേകം ധനികവ്യാപാരികൾ അവിടെ സമീന്ദാരി അവകാശങ്ങൾ വാങ്ങി. നിക്ഷേപ അവസരങ്ങൾ വറ്റുകയും പരമ്പരാഗത ചരക്കുകളുടെ കയറ്റുമതി പ്രതിസന്ധിയിലാവുകയും ചെയ്തതോടെ സമ്പന്നരായ വലിയൊരു ഭാഗം വ്യാപാരികുടുംബങ്ങൾ സെമീന്ദാരിയിലും നഗരറിയൽ എസ്റ്റേറ്റിലും ഗവൺമെന്റ് സെക്യൂരിറ്റികളിലും നിക്ഷേപിച്ചു.

വ്യാപാരികൾ ഭൂമി വാങ്ങിക്കൂട്ടുന്നതിനു മൂന്നാമത്തെ തടസമായി നിന്നത് കരുത്തരായ സെമീന്ദാർമാരുടെയും താലൂക്ക്ദാർമാരുടെയും സാന്നിധ്യമായിരുന്നു. പുറമെക്കാരും പുതിയ ആളുകളും ഭൂമിയിൽ വൻകിട അവകാശികളാകുന്നതിനെ അവർ എതിർത്തു. ചെറുകിട കർഷകരിൽനിന്ന് ചിതറിയ ഭൂമി വാങ്ങുന്നത് ഭൂമിയുടെ വിനിയോഗം ചെലവേറിയതാക്കി. വൻ വ്യാപാരികളും ബാങ്കർമാരും അത്തരം ഭൂമികൾ വാങ്ങിയില്ല. ചെറുകിട കർഷകരുടെ പക്കലുള്ള ഭൂമിയിൽ കാർഷിക ഉൽപ്പാദനം വളരെ കൂടുതലായിരുന്നു. അവരെ കടക്കെണിയിലാക്കി വ്യാപാരികൾ ഭൂമി വാങ്ങുന്നതിനുപകരം ഉൽപ്പാദനത്തിന്റെ വലിയൊരു ഭാഗം അപഹരിക്കുമായിരുന്നു.

ചില വ്യാപാരികൾ ഭൂമിവാങ്ങിക്കൂട്ടുന്നതിനുപകരം സെമീന്ദാർമാർക്ക് പണം കൂടിയ പലിശയ്ക്ക് കൊടുക്കുമായിരുന്നു. അവസരമൊത്താൽ വ്യാപാരികൾ കുറഞ്ഞ വിലയ്ക്ക് സെമീന്ദാരി സ്വന്തമാക്കുമായിരുന്നു. ഉത്തർപ്രദേശിൽ അങ്ങനെ അനേകം മാർവാഡികൾ വലിയ സെമീന്ദാർമാരായി. അന്തസിനുവേണ്ടി വ്യാപാരി കുടുംബങ്ങളുടെ ഒരു ശാഖ ഭൂമി വാങ്ങി സെമീന്ദാർമാരായി സ്വയം പ്രഖ്യാപിക്കുമായിരുന്നു. എങ്കിലും ഭൂവുടമസ്ഥതയും വിനിയോഗവും വ്യാപാരികളുടെ കുടുംബത്തെ നാശത്തിന്റെ വക്കിലെത്തിക്കുമായിരുന്നു.

കർഷകരുടെ ചെറുത്തുനിൽപ്പിനാലും പഴയ സെമീന്ദാർ താലൂക്ക്ദാർ കുടുംബങ്ങൾ നാശമടയുമെന്ന ഭീതിയാലും 1870 നുശേഷം ബ്രിട്ടീഷുകാർ പഞ്ചാബിൽ ഭൂമിയും സെമീന്ദാരി അവകാശങ്ങളും വാങ്ങുന്നതിന് വിലക്കേർപ്പെടുത്തി. മറ്റുള്ളവരുടെ പേരിൽ സ്വത്ത് വാങ്ങിക്കൂട്ടുന്നതും കാർഷിക വിദഗ്ധർ സെമീന്ദാർമാരായി കർഷകരെ പട്ടിണിക്കിടുന്നതും തടയാൻ ഇതുകൊണ്ടായില്ല. പലിശയുടെയും ഭൂപ്രഭുത്വത്തിന്റെയും വ്യാപാര കുത്തകാവകാശത്തിന്റെയും ചേരുവ ചൂഷണം നടത്തിയത് വിശകലനം ചെയ്യാൻ ഭൂപ്രഭു പലിശക്കാരനായതും വ്യാപാരിയായതും വ്യാപാരി ബാങ്കറും ഭൂപ്രഭുവുമായതും പഠിക്കേണ്ടതുണ്ട്. ഭൂപ്രഭു മുഖ്യ ചൂഷകനായിരുന്നിടത്തും ചൂഷണ സംവിധാനത്തിന്റെ നിർണായക ഏജന്റ് വ്യാപാരിയായിരുന്നു. സെമീന്ദാറിന് പതിവായും പ്രതിസന്ധി ഘട്ടത്തിലും വ്യാപാരി ധനസഹായം നൽകി. സെമീന്ദാർ സംഭരിച്ചുവെച്ച ചരക്കുകളും കർഷകർ പ്രതിസന്ധിയിൽ വിറ്റ ചരക്കുകളും വ്യാപാരി വിറ്റു. കർഷകർക്ക് വായ്പനൽകി അവരെ കടക്കെണിയിലാക്കുന്നതിൽ

സെമീന്ദാർമാരുടെ ഏജന്റുമാരായി വ്യാപാരികൾ വർത്തിച്ചു. സെമീന്ദാർമാരും വ്യാപാരികളും തമ്മിൽ സംഘർഷങ്ങളുണ്ടായിരുന്നുവെങ്കിലുമവ ചൂഷണസംവിധാനത്തെ മാറ്റാനുപകരിച്ചില്ല.

ഇന്ത്യയുടെ ഉൾനാടുകളിലെ അനേകം പഴയ വ്യാപാര സ്ഥാപനങ്ങൾ ഭൂപ്രഭുക്കളെ സ്ഥാനഭ്രഷ്ടരാക്കുന്നതിനുപകരം അവരുടെ സേവകരായി നിലകൊള്ളുകയാണ് ചെയ്തത്. വില്ലേജ് സെമീന്ദാർമാരുടെയും മുതലാളിമാരുടെയും ഭൂഅവകാശങ്ങൾ ബ്രിട്ടീഷുകാർ നീക്കാത്തയിടങ്ങളിൽ പത്തൊമ്പതാം നൂറ്റാണ്ടിന്റെ ആദ്യപകുതിയിലും അത് തുടർന്നു. 1857നുശേഷം അത്തരം പ്രദേശങ്ങളിലും ഭൂപ്രഭുക്കളുടെ പരമ്പരാഗതമായ ആധിപത്യത്തെ കയ്യേറി അർഥ ഭൂപ്രഭുചൂഷണം തീർത്തും ദൃഢമായി. അവരുടെ ആന്തരിക വൈരുധ്യങ്ങളും അതോടെ വികസിച്ചു.

നാട്ടുരാജ്യങ്ങൾ ഇന്ത്യൻ വ്യാപാരികൾക്ക് അഭയം നൽകുന്നു

പതിനെട്ടാം നൂറ്റാണ്ടിന്റെ ദുഷ്കരമായ വർഷങ്ങളിൽ ഇന്ത്യയുടെ വിഭിന്ന വിഭാഗങ്ങളിൽ യുദ്ധത്തിലേർപ്പെട്ട മറാത്താ മുഖ്യന്മാർക്കും മുഗൾ സാമ്രാജ്യത്തിന്റെ ശേഷിപ്പുകൾ ഭരിച്ചിരുന്ന നവാബ്മാർക്കും സുബഹ്ദാർമാർക്കും വൻകിട ബാങ്കുകാർ വൻതോതിൽ വായ്പ നൽകിയിരുന്നു. രാജ്യഫിനാൻസിന്റെ ഗ്യാരണ്ടിയോടെ വായ്പനൽകുന്നത് നാട്ടുരാജ്യങ്ങളിൽ പത്തൊമ്പതാം നൂറ്റാണ്ടിലും തുടർന്നു (ബ്രിട്ടീഷ് സാഹസികർ ആർക്കോട്ട് നവാബിനെയും ഹൈദരാബാദ് നൈസാമിനെയും അവധ് നവാബിനെയും ഇത്തരത്തിൽ വൻതോതിൽ കവർച്ചചെയ്തിരുന്നത് മറ്റൊരു കഥയാണ്). 1805–ൽ ഈസ്റ്റ് ഇന്ത്യാക്കമ്പനിയുടെ ഏജന്റായ കേണൽ വാൽക്കർ ബറോഡയിലെ ഗെയ്ക്വാദിന്റെ ഫിനാൻസ് പരിഷ്കരിക്കാൻ തുടങ്ങി. ചില ഷ്രോഫുമാരുടെ ആവശ്യങ്ങളുംകൂട്ടി പലിശയടക്കം 6,00,286 രൂപയാണ് ബാധ്യതയായി വകയിരുത്തിയത് (Gazetteer of Bombay Presidency 1883). ബറോഡയിലെ വൻ ബാങ്കർമാരായ ഹരിഭക്തിനും നർസുവിനും ഉണ്ടായിരുന്ന കടം ഇതിൽ ഉൾപ്പെടുത്തിയില്ല.

കേണൽ വാൽക്കറുടെ പരിഷ്കരണത്തിനുശേഷവും രാജ്യം ട്രഷറി സംവിധാനം നിലനിർത്താതെ പോട്ടേദാർ എന്നു വിളിക്കപ്പെടുന്ന വൻകിട ബാങ്കർമാരെ ആവശ്യമുള്ള തുകകൾക്കുവേണ്ടി ആശ്രയിച്ചു. പോട്ടെദാർമാരുമായി പങ്കാളിയായ സയാജിറാവു രണ്ടാമൻ സ്വന്തം രാജ്യത്തിന് മിക്കപ്പോഴും പോട്ടെദാർമാരെക്കാളധികം വായ്പ നൽകി. ബ്രിട്ടീഷ് ട്രഷറി സർ ടി മാധവറാവുവിനെ ബറോഡ ദിവാനായി നിയമിക്കുന്നതുവരെ പോട്ടേർദാർമാർ രാജ്യട്രഷറിയായി നിലനിന്നു. നേരത്തെയുണ്ടായിരുന്ന സംവിധാനത്തിൽ രാജ്യ ബാങ്കർമാരുടെ പക്കൽ വൻതോതിൽ ധനമുണ്ടായിരുന്നു. അതിന്റെ ചില ഭാഗങ്ങൾ രാജ്യത്തിനുപുറത്ത് ഉപയോഗിച്ചിരുന്നു. മാധവറാവുവിന്റെ പരിഷ്കരണത്തിന്റെ ഏഴുവർഷത്തിനുശേഷം

ഏറ്റവും വലിയ രണ്ട് ബാങ്കർമാരായ ബറോഡയിലെ ഹരിഭക്തിയുടെയും ഗോപാൽറാവുവിന്റെയും പക്കൽ 75ലക്ഷം രൂപവീതമുണ്ടായിരുന്നു.

ഹൈദരാബാദിൽ വില്യം ആന്റ് പായർ കമ്പനിയാൽ സ്ഥാനഭ്രഷ്ടരാക്കപ്പെടുന്നതുവരെ ഇന്ത്യൻ ബാങ്കർമാർ നിസാമിന്റെ ട്രഷറർമാരായി തുടർന്നു. അവർ നൈസാമിന്റെ ഭൂപ്രദേശമാകെ പ്രതിഫലമായി കൈവശം വച്ചു. ഹൈദരാബാദിന്റെ റസിഡന്റായിരുന്ന ചാൾസ് മെറ്റ്കാൽഫും, പിന്നീട് ഗവർണർ ജനറലും അപഹരിച്ച മുതലിൽ കുറെയെങ്കിലും തിരിച്ചുകൊടുക്കാൻ നിർബന്ധിതനാക്കിയെങ്കിലും ഈ സ്ഥാപനത്തിന്റെയും അതിന്റെ ധനസ്രോതസായ ഡൈട്ടൺന്റെയും സ്വാധീനം ദീർഘനാൾ നിലനിന്നു. അറബികളിൽ (ഇവരാണ് കൂലിപ്പട്ടാളക്കാരെ നിയന്ത്രിക്കുകയും വൻ ഭൂവുടമകളാവുകയും ചെയ്തത്) നിന്നും അമിലുകളുടെയും സാഹുകാർമാരുടെയും പക്കൽനിന്ന് വായ്പയെടുക്കുന്ന പതിവ് തുടർന്നു. റസിഡൻസിയുമായും നൈസാം ഗവൺമെന്റുമായും അടുപ്പമുള്ള യൂറോപ്യന്മാരുമായി സാഹുകാർമാർ സഖ്യത്തിലായിരുന്നു. നൈസാമിന്റെ പത്തൊമ്പതാം നൂറ്റാണ്ടിലെ ഏറ്റവും പ്രശസ്തനായ മന്ത്രിയായിരുന്ന സലാർജങ്ങ് നേടിയെടുത്ത സ്ഥിരതയ്ക്കുശേഷവും നൈസാം ഭരണകൂടം സാഹുകാർമാരിൽനിന്നും ഹൈദരബാദിൽ ശാഖ തുടങ്ങിയ ബാങ്ക് ഓഫ് ബംഗാളിൽനിന്നും വായ്പയെടുക്കുന്നത് തുടർന്നു. സിയൊലാൻ മോട്ടിലാലിൽനിന്ന് 5 ലക്ഷം രൂപയും ബൻസിലാൽ അബിർചന്ദിൽനിന്ന് മൂന്നേകാൽ ലക്ഷവും മോട്ടിലാൽ രമണ്ണ ഗോവിന്ദാസിൽനിന്ന് 2 ലക്ഷം രൂപയും നൈസാം വായ്പയെടുത്തിരുന്നു. ഇതിനു പുറമെ 1889ൽ പ്രതിവർഷം 9 ശതമാനം പലിശയ്ക്ക് കൂടുതൽ സംഖ്യ വേറെ മൂന്ന് സാഹുകർമാരിൽനിന്ന് വാങ്ങാൻ നൈസാമിന്റെ ഭരണകൂടം പദ്ധതിയിട്ടു. വൻ സംരംഭമായിരുന്ന ബൻസിലാൽ അബിർചന്ദ് 1870കളിൽ അമൃത്സറിലും ബോംബെയിലും ബാങ്ക് ഓഫ് ബംഗാളിന്റെ ഖജാൻജിയായിരുന്നു. ഹൈദരാബാദിൽ ഖജാൻജിയാകാൻ അവർ രംഗത്തുണ്ടായിരുന്നു. നാട്ടുരാജ്യങ്ങളുടെ റവന്യുവിനോടുള്ള സാമീപ്യം വൻതോതിൽ നിക്ഷേപമിറക്കുന്നതിനും ആവശ്യമുള്ളപ്പോൾ മൂലധനത്തിന്റെ വൻതുക വലിച്ചെടുക്കുന്നതിനുമുള്ള അവസരം സാഹുകർമാർക്ക് നൽകി.

രാജസ്ഥാനാണ് ഇന്ത്യയിലെ ഏറ്റവും വലിയ വ്യാപാര സമുദായമായിരുന്ന മാർവാരികൾക്ക് സ്രോതസും അടിത്തറയുമായി നിലകൊണ്ടത്. ചെറുകിട, വൻകിട രജപുത്താനാ നാട്ടുരാജ്യങ്ങൾ മാർവാരി വ്യാപാരികളുടെ വിഭിന്ന വിഭാഗങ്ങൾക്കുള്ള സംഘടിത അടിത്തറയായി വർത്തിച്ചു. ഈ സംസ്ഥാനങ്ങളിലെ മന്ത്രിമാരായും രാജ്യ ട്രഷറർമാരായും നികുതി കർഷകരായും സേവനമനുഷ്ഠിച്ച ബനിയകൾ ഈ നീക്കത്തിലൂടെ മൂലധനം സമാഹരിച്ചു. നാട്ടുരാജ്യങ്ങൾ വ്യാപാരികൾക്ക് ഊഹക്കച്ചവടത്തിനുള്ള അവസരവുമേകി.

ഹൈദരാബാദിനും ബറോഡയ്ക്കും ഒരു ലക്ഷം രൂപയുടെ റവന്യൂ വരുമാനം മാത്രമുള്ള ജെയ്സൽമേറിനും സ്വന്തം കറൻസികളുണ്ടായിരുന്നു. അതിന്റെ മൂല്യം ബ്രിട്ടീഷ് ഇന്ത്യൻ രൂപയുമായി താരതമ്യം ചെയ്യുമ്പോൾ വൻതോതിൽ ഏറ്റക്കുറച്ചിലുണ്ടായിരുന്നു (Imperial Gazetteer of India 1908 vol 14). കറൻസികളുടെ മാറ്റത്തിലൂടെ വ്യാപാരികൾ പണമുണ്ടാക്കി. കറൻസി വിനിമയത്തിന്റെ ഊഹത്തിലുള്ള തങ്ങളുടെ കഴിവ് നിലനിർത്തിയ വ്യാപാരികൾ ഇന്ത്യയും ലോകവും തമ്മിലുള്ള നാണയ വിനിമയം ബ്രിട്ടീഷ് എക്സ്ചേഞ്ച് ബാങ്കുകളും ഏജൻസികളും നാണയ വിനിമയത്തിന്റെ ഏകാധികാരം സ്ഥാപിച്ചപ്പോഴും പ്രവർത്തനം തുടർന്നു.

വ്യാപാര സംരംഭങ്ങളുടെ ആദ്യകാല അടിത്തറയൊരുക്കിയ നാട്ടുരാജ്യങ്ങൾ ആ സംരംഭകർ തുടങ്ങിയ വ്യവസായങ്ങളുടെ ഗുണഭോക്താക്കളായില്ല. ജക്പൂരിനും ബികാനറിനെക്കാളുമുപരി ബറോഡയും ഗ്വാളിയോറുമാണ് വ്യവസായത്തിലേക്ക് നീങ്ങിയ വ്യാപാരികളെ ആകർഷിച്ചത്. ഇന്ത്യൻ വ്യാപാരികൾക്ക് സുസ്ഥിരമായ അടിത്തറ നൽകിയപ്പോഴും വ്യവസായ വളർച്ചയ്ക്കുള്ള അവസരമൊരുക്കിയില്ല. ബ്രിട്ടീഷ് ഇന്ത്യൻ ഭൂഭാഗങ്ങൾക്കും നാട്ടുരാജ്യങ്ങൾക്കുമിത് ബാധകമായിരുന്നു.

വ്യാപാരസ്വത്ത് സംരക്ഷണത്തിനായുള്ള പ്രാഗ്ബൂർഷ്വാ പിന്തുടർച്ചാ നിയമം

മിതാക്ഷര സമ്പ്രദായത്തിനുപകരം ദയാഭാഗ അനന്തരാവകാശ നിയമത്താലാണ് ബംഗാളി ഹിന്ദുക്കളുടെ പൂർവികസ്വത്ത് വിനിയോഗിക്കപ്പെടേണ്ടതെന്ന് രാജാറാം മോഹൻറോയ് *ഹിന്ദുക്കളുടെ പൂർവിക സ്വത്തവകാശത്തെക്കുറിച്ച്* എന്ന പ്രബന്ധത്തിൽ പറയുന്നുണ്ട്. രണ്ട് സമ്പ്രദായങ്ങളും തമ്മിലുള്ള പ്രധാന വ്യത്യാസങ്ങൾ റാംമോഹൻ പറയുന്നുണ്ട്. അതിൽ അഞ്ചാമത്തേതും ആറാമത്തേതും താഴെക്കൊടുക്കുന്നു.

അഞ്ചാമത്തേത് ഭാഗിച്ചിട്ടില്ലാത്ത സ്വത്തിന്റെ ഒരു അവകാശി അത് മറ്റ് അവകാശികളുടെ അനുവാദമില്ലാതെ വിൽക്കുവാനോ സമ്മാനമായി നൽകുവാനോ മിതാക്ഷര നിയമപ്രകാരം പാടില്ല. ദയാഭാഗ സമ്പ്രദായ പ്രകാരം സ്വന്തം ഇഷ്ടപ്രകാരം അയാൾക്കത് കൊടുക്കാം.

ആറാമത്തേത് മിതാക്ഷര നിയമപ്രകാരം ഒരാൾ തന്റെ പക്കലുള്ള പൂർവികസ്വത്ത് മക്കളുടെയും പേരക്കുട്ടികളുടെയും അനുവാദമില്ലാതെ സമ്മാനമായി നൽകരുത്. ദയാഭാഗ സമ്പ്രദായപ്രകാരം ഒരാൾക്ക് അയാളുടെ ഭൂമി സ്വന്തം ഇച്ഛപ്രകാരം അന്യന് കൊടുക്കാം.

റാംമോഹന്റെ അഭിപ്രായപ്രകാരം ദയാഭാഗരീതിയനുസരിച്ച് ഭൂസ്വത്തുള്ളവർക്ക് സ്വന്തമായി വാങ്ങിയതായാലും പൂർവികരിൽനിന്ന് ലഭിച്ചതായാലും അത് പണയപ്പെടുത്തി വായ്പവാങ്ങി ഭൂസ്വത്ത് മെച്ചപ്പെടുത്തുകയോ വ്യാപാരത്തിലോ ഉൽപ്പാദനത്തിലോ ഏർപ്പെട്ട് തന്നെയും കുടുംബത്തെയും രാജ്യത്തെയും സമ്പന്നമാക്കാനോ കഴിയും. ബംഗാളിനുപുറത്ത് ഹിന്ദുക്കളെ ഭരിക്കുന്ന മിതാക്ഷര സമ്പ്രദായം ബംഗാളിലും നടപ്പാക്കുന്നതിനെതിരെ റാംമോഹൻ പ്രതിഷേധിച്ചിരുന്നു.

ഹിന്ദുനിയമത്തെക്കുറിച്ചുള്ള ഒരു സാമാന്യ ഗ്രന്ഥം ദയാഭാഗ മിതാക്ഷര സമ്പ്രദായങ്ങളെ താഴെപ്പറയുന്ന പ്രകാരം വേർതിരിക്കുന്നു.

സ്വത്തിന്റെ രണ്ടുതരത്തിലുള്ള സംക്രമണം മിതാക്ഷര അംഗീകരിക്കുന്നു. നിലനിൽപ്പും പിന്തുടർച്ചയും. നിലനിൽപ്പിന്റെ നിയമം കൂട്ടുകുടുംബത്തിന് ബാധകമാണ്. പിന്തുടർച്ചയുടെ നിയമം ഏറ്റവുമൊടുവിലത്തെ അവകാശിക്ക് ബാധകമാണ്.

ദയാഭാഗ പിന്തുടർച്ചയുടെ സംക്രമണത്തെ മാത്രം അംഗീകരിക്കുന്നു. നിലനിൽപ്പിന്റെ നിയമത്തെ അത് കൂട്ടുകുടുംബത്തിന്റെ കാര്യത്തിലായാലും അംഗീകരിക്കുന്നില്ല. മിതാക്ഷര കൂട്ടുകുടുംബത്തിലെ ഒരംഗത്തിന് കൂട്ടുസ്വത്തിൽ വിഭജിക്കപ്പെടാത്ത താൽപ്പര്യം മാത്രമുള്ളപ്പോൾ ദയാഭാഗ കൂട്ടുകുടുംബത്തിലെ ഒരംഗത്തിന് ഭിന്നിതമായ ഒരു വിഹിതമുണ്ട്. തന്റെ മരണശേഷം അത് തന്റെ അനന്തരാവകാശികളിലേക്ക് പോകുന്നു (Desai 1978:85-86).

മിതാക്ഷര നിയമത്തെക്കാളും വ്യക്തിഗതമായ നിയമമാണ് ദയാഭാഗ. ദയാഭാഗ തത്വങ്ങൾ അവതരിപ്പിച്ച ജിമൂതവാഹനയുടെ സ്വകാര്യ സ്വത്ത് ധാരണ മുതലാളിത്ത സമ്പദ്‌വ്യവസ്ഥ പൂർണമായും ആഗ്രഹിക്കുന്ന മൂലധനത്തിന്റെ ചലനാത്മകത അനുവദിക്കുന്നു. ദൗർഭാഗ്യകരമെന്ന് പറയട്ടെ ആംഗലവൽക്കരിക്കപ്പെട്ട ബംഗാളി ബുദ്ധിജീവിവർഗം പത്തൊമ്പതാം നൂറ്റാണ്ടിൽ ദയാഭാഗനിയമത്തെ അട്ടിമറിച്ചു. കൂട്ടുകുടുംബസ്വത്ത് സമ്പ്രദായം നികുതിയിൽനിന്ന് ഒഴിഞ്ഞുമാറാൻ ഉപകരിച്ചു. ക്രോഡീകരിക്കാത്ത മാമൂൽപ്രകാരമുള്ള ഹിന്ദുനിയമം കടക്കാരുടെ സ്വത്ത് പിടിച്ചെടുക്കൽ ദുഷ്കരമാക്കിത്തീർത്തു. ഇന്ത്യൻ വ്യാപാരികളുടെ കുടുംബപരമായ ബിസിനസിന്റെ തുടർച്ചയ്ക്കും നിയമത്തിന്റെ മുഖംമൂടിക്കും മിതാക്ഷര സമ്പ്രദായം അനുയോജ്യമായിരുന്നു.

ഗ്രൂപ്പിനകത്തും ഗ്രൂപ്പുകൾക്കിടയിലുമുള്ള വ്യാപാരികളുടെ പരസ്പരാശ്രയത്വത്തിന്റെ അതിജീവനമൂല്യം

കൊളോണിയൽ ഇന്ത്യയിലെ വ്യാപാരികൾ രാഷ്ട്രവ്യാപകമായ വാണിജ്യ ഫിനാൻസ് ബന്ധങ്ങൾ പിന്തുടർന്നു. വൻകിട ബാങ്കുകളുടെ ഫണ്ടുകൾക്ക് ഇന്ത്യയുടെ മിക്കഭാഗങ്ങളിലും വിലകൽപ്പിച്ചിരുന്നു. ചരക്കുകൾക്കും സ്വർണത്തിനും ഇൻഷ്വറൻസ് ലഭ്യമായിരുന്നു. ഇൻഷ്വറൻസിന്റെ നിരക്ക് വളരെ കുറവായിരുന്നു. ഇൻഷ്വറൻസ് പോളിസിയുടെയും എക്സ്ചേഞ്ച് ബില്ലിന്റെയും സവിശേഷതകൾ ഉൾക്കൊണ്ടിരുന്ന ജഖ്മി ഹുണ്ടികളുമുണ്ടായിരുന്നു. നിക്ഷേപകബാങ്കിങ് വ്യവസ്ഥാപിതാടിസ്ഥാനത്തിൽ രാജ്യംമുഴുവൻ വികസിച്ചിട്ടുണ്ടായിരുന്നില്ലെങ്കിലും അനേകം ബാങ്കർമാർ നിക്ഷേപം സ്വീകരിച്ചിരുന്നു. ജാതിയുടെയും സമുദായങ്ങളുടെയും വേർതിരിവുകൾക്കപ്പുറത്തേക്ക് വളർന്ന വാണിജ്യകൂട്ടായ്മകളും പൗരസംഘടനകളുമുണ്ടായിരുന്നുവെന്ന് മുമ്പ് നമ്മൾ കണ്ടു. കൊളോണിയൽ കാലങ്ങളിലേക്കും ഈ സംഘടനകൾ അതിജീവിച്ചെത്തി. മുൻഗാമി

കളിൽനിന്ന് വ്യത്യസ്തമായി ബ്രിട്ടീഷ് ഭരണാധികാരികൾ അവയെ പരിഗണിച്ചില്ല. നഗർസേഠുമാരും മഹാജൻ, പഞ്ചായത്ത്, ചൗധരി നേതാക്കളും അവഗണിക്കപ്പെട്ടു. ഔദ്യോഗിക നിസ്സംഗതയും ശത്രുക്കളും ഉണ്ടായിട്ടും ജാത്യാന്തര, സമുദായാന്തര ബന്ധങ്ങൾ ബ്രിട്ടീഷ് ഇന്ത്യയിലെ വ്യാപാര സമുദായങ്ങൾക്കിടയിൽ നിലനിന്നു (Bayly 1978).

പത്തൊമ്പതാം നൂറ്റാണ്ടിന്റെ ആദ്യകാലത്ത് സമുന്നതമായ അന്തർ പ്രാദേശിക സംഘടന ഇന്ത്യൻ വ്യാപാര സമുദായങ്ങളും ബിസിനസ് സ്ഥാപനങ്ങളും പരിപാലിച്ചിരുന്നു. ഉദാഹരണത്തിന് ജെയിംസ് ഡഗ്ലസ് 1845ൽ ബോംബെയിൽ സുദൃഢമായ 21 ഷ്രോഫുമാരെക്കുറിച്ചു പറയുന്നുണ്ട്. അവരിൽ ജീവ്‌രാജ് ബല്ലവിനെപ്പോലെയുള്ളവർ പത്തൊമ്പതാം നൂറ്റാണ്ടിന് മുമ്പ് പ്രവർത്തനമാരംഭിച്ചവരാണ് (Douglas 1900). പെഷാവർ മുതൽ തിരുവിതാംകൂർ വരെ മാറാവുന്ന ഡ്രാഫ്റ്റുകൾ അവരിൽ മിക്കവരും നൽകിയിരുന്നു. വെള്ളിയുടെ വിദേശത്തേക്കുള്ള കടത്തലിനാലുണ്ടായ നാണയ പ്രതിസന്ധിയെ മറികടക്കാനുള്ള വ്യാപാര സമുദായങ്ങളുടെ കഴിവും ചെറുത്തുനിൽപ്പും ശ്രദ്ധേയമാണ്. ഗുജറാത്തിലെ വ്യാപാരികൾ നാണയം കൈമാറാതെ സാങ്കൽപ്പിക നാണയമായ 'ആന്റി (ant) ലൂടെ ഇടപാടുകൾ തീർത്തു. ബ്രിട്ടീഷുകാർ കമ്മട്ടം താൽക്കാലികമായി അടച്ചിട്ടപ്പോഴും ബ്രിട്ടീഷ് നയങ്ങൾ എക്സ്ചേഞ്ച് മാധ്യമത്തിന്റെ കമ്മിയുണ്ടാക്കിയപ്പോഴും അവരത് ചെയ്തു. 1846വരെ ഭൊല്ലെരയിൽ എല്ലാ വ്യാപാര ഇടപാടുകളും തീർക്കുന്നതിനും അഹമ്മദാബാദിൽ 1870 കൾ വരെ എല്ലാ ബാങ്കിങ് ഇടപാടുകൾ നടത്തുന്നതിനും ആ രീതി തുടർന്നു (Gazetteer of Bombay Presidency 1884: 212 and Vol 8 p 212). 1826-27ലും 1852-53ലും ഇന്ത്യയുടെ മിക്കഭാഗങ്ങളെയും ബാധിച്ച സാമ്പത്തികമാന്ദ്യത്തിൽനിന്നും ഭാഗികമായി ഗുജറാത്തി വ്യാപാരികളെ സംരക്ഷിച്ചത് ഇതാവാം. മിർസാപൂരിലും സമീപ പട്ടണങ്ങളിലും ഫറൂഖാബാദിലും സുപ്രധാന വ്യാപാരികളുടെ പേരും ഗ്യാരണ്ടിയുമുള്ള നാണയങ്ങൾ വിനിമയമാധ്യമമായി ഉപയോഗിച്ചിരുന്നു. ഫറൂഖാബാദ് രൂപയ്ക്ക് ബ്രിട്ടീഷ് ഇന്ത്യൻ രൂപയെക്കാൾ മൂല്യം കുറവായിരുന്നു. പണം നിക്ഷേപിക്കാനുള്ള സമ്മർദം ഫറൂഖാബാദ് ടോറയുടെ ക്രയവിക്രയം താഴ്ന്ന പലിശനിരക്ക് മിർസാപൂരിൽ നിലനിർത്തി. പലിശനിരക്ക് ചിലപ്പോൾ കൽക്കത്തയെക്കാളും ലണ്ടനെക്കാളും കുറവായിരുന്നു.

സിന്ധുവിനും സത്‌ലജിനുമപ്പുറമുള്ള രാജ്യങ്ങളിൽനിന്ന് യൂറോപ്യൻ ചരക്കുകളിൽ പതിവായി ഇടപെട്ടിരുന്നവർ ജോധ്പൂരിലെയും ശെഖാവത്തിയിലെയും ബനിയകളായിരുന്നുവെന്ന് കേണൽവേഡ് റിപ്പോർട്ട് ചെയ്തിട്ടുണ്ട്. ഫത്തേഫ്പൂർ നവാബിന്റെ ഫോട്ടേധാർ (ട്രഷറർ) ആയിരുന്ന ബുഗോട്ടീറാമിന്റെ പത്ത് മക്കളും പേരക്കുട്ടികളും വ്യാപാര രംഗത്തുണ്ടായിരുന്നു. ഫോട്ടോധാർമാരെന്നും പോഡാർമാരെന്നും വിളിക്കപ്പെട്ടിരുന്ന ബുഗോട്ടീറാമിന്റെ താവഴിയിലുള്ളവർക്ക് ഷെക്കാവത്തിയിലെ രാംഗഡിനും ബിക്കാനറിലെ ചൊരുവിനും പുറമെ ബോംബെ, സൂറത്ത്,

ബയോനഗർ, മസ്ക്കത്ത്, പാലി, ജോധ്പൂർ, നാഗോർ, ജെയ്സൽമേർ, ശിഖർപൂർ, അജ്മീർ, ബിക്കാനർ, ജലന്ധർ, അമൃത്സർ, ലാഹോർ, ലുധിയാന, പാട്യാല, നദ, ജഗധാരി, ഹിസ്സാർ, ഇൻഡോർ, നാഗ്പൂർ, ഹൈദരാബാദ്, പൂന, ഹത്ത്റസ്, ചന്ദൗസി, ഫറുഖാബാദ്, മഥുര, ആഗ്ര, മിർസാപൂർ, ബനാറസ് മുർഷിദാബാദ്, പാട്ന, കൽക്കത്ത, ഗോയൽപുര എന്നിവിടങ്ങളിൽ ഏജന്റുമാരുണ്ടായിരുന്നു. ഏജന്റുമാരെല്ലാം ബിക്കാനറിൽ നിന്നോ ഷെക്കാവതിയിൽനിന്നോ ഉള്ളവരായിരുന്നു.

അത്രയും ദൂരവ്യാപകമായ ബന്ധങ്ങളുള്ള വ്യാപാരസ്ഥാപനത്തിന് കുറഞ്ഞ ലാഭത്തിന് വ്യാപാരം നടത്താൻ കഴിഞ്ഞിരുന്നുവെന്ന് കേണൽ വേഡ് പറയുന്നു. പരസ്പരമുള്ള നല്ല ധാരണ അവർക്ക് ഇന്ത്യയിൽ വാണിജ്യ മുൻതൂക്കം നൽകി. മറ്റുള്ളവരുടെ പൊതു ഇൻഷ്വറൻസുമാർ അവരായിരുന്നു. അവർ അനുഭവിച്ചിരുന്ന ഉന്നതമായ സൗകര്യങ്ങളും ഇടപാടുകളുടെ വ്യാപകമായ പ്രകൃതവും ഇൻഷ്വറൻസിന്റെ തന്നെ ആവശ്യമില്ലാതാക്കി.

മാർവാരികൾ ആധുനിക ഇന്ത്യയിലെ ഏറ്റവും വലിയ ബിസിനസ് സമുദായമായപ്പോൾ അതേ പ്രദേശത്തുനിന്ന് വരുന്ന ബഞ്ചാരകൾ കർഷകരോ അല്ലെങ്കിൽ തരംതാഴ്ത്തപ്പെട്ട ആദിവാസികളോ ജിപ്സികളോ ആയി, വിധിയിലെ ഈ വ്യത്യാസം എന്തുകൊണ്ടാണുണ്ടായത്? ഇതിനു മൂന്ന് കാരണങ്ങളുണ്ട്. വ്യാപാരസമുദായത്തിന്റെ ആന്തരിക സംഘടന സാമൂഹിക സമ്പദ്ഘടനയിലുള്ള അതിന്റെ സവിശേഷ സ്ഥാനം, പുതിയ സാഹചര്യങ്ങളോട് പൊരുത്തപ്പെടുന്നതിലുള്ള വിജയവും പരാജയവും എന്നിവ അഭിവൃദ്ധിയെ നിർണയിച്ചു. ഈ പ്രബന്ധത്തിന്റെ വൃത്തത്തിനകത്ത് ഈ അനുമാനങ്ങളെ വിലയിരുത്തുക പ്രയാസകരമാണ്. ബഞ്ചാരകളുടെയും ലോഹാനകളുടെയും മാർവാരികളുടെയും ചരിത്രത്തിൽ നിന്ന് ചില തെളിവുകളെടുക്കാം.

രാജസ്ഥാനിലെ ചരണുകളും ഭട്ടുകളുമാണ് ബഞ്ചാരകളുടെ പൂർവികരായി കരുതപ്പെടുന്നത്. അവരുടെ വിശുദ്ധ സവിശേഷത അവരുടെ ജന്മനാടുകളിൽ സംരക്ഷണം ഉറപ്പാക്കി. സന്ദേശങ്ങളും ചരക്കുകളും വഹിക്കുന്ന ബിസിനസിൽ അവർ ഏർപ്പെട്ടു (Tool 1829, Tpt 1978:554). പതിനേഴാം നൂറ്റാണ്ടിന്റെ ഒടുവിലും പതിനെട്ടാം നൂറ്റാണ്ടിലും യുദ്ധത്തിലേർപ്പെട്ട മുഗളന്മാർക്കും മറ്റുള്ള സൈന്യങ്ങൾക്കും പഞ്ചാബ് മുതൽ മൈസൂർവരെയും മഹാരാഷ്ട്ര മുതൽ ബീഹാർ വരെയുള്ള സാധാരണക്കാർക്കും ചരക്കുകളെത്തിച്ചു കൊടുത്തിരുന്നത് അവരായിരുന്നു. ഇന്ത്യയുടെ ഭാഗങ്ങൾ ബ്രിട്ടീഷുകാരുടെ അധീനത്തിലായതോടെ മിലിട്ടറിയുടെ വിതരണത്തിന് സ്വന്തം സൗകര്യമുണ്ടാക്കിയതോടെ ബഞ്ചാരകളുടെ പ്രാധാന്യം കുറഞ്ഞു. സായുധസംഘങ്ങളായിരുന്ന ബഞ്ചാരകൾ നാട്ടുരാജാക്കന്മാരുമായും പൊതുജനവുമായും നിരവധി സ്ഥലങ്ങളിൽ സംഘർഷം നടത്തി. 1860കൾ വരെ അവർ മധ്യ ഇന്ത്യയിലും ഹൈദരാബാദിലും ചരക്കുകളുടെ വാഹകരായിരുന്നു (Temple 1882; Sannders

1884:276). സ്ഥിരമായി വ്യാപാരക്രേന്ദങ്ങൾ സ്ഥാപിക്കാത്ത ബഞ്ചാരകൾ വ്യാപാരികളെന്ന നിലയ്ക്ക് പരാജയപ്പെട്ടു. ഉത്തർപ്രദേശിൽ അവർ കന്നുകാലികളുടെയും കുതിരകളുടെയും വ്യാപാരത്തിലേക്ക് നീങ്ങി (Crooke 1896, 7pt 1974;144). മറ്റുള്ള ഭാഗങ്ങളിൽ അവർ കൊള്ളക്കാരായാണ് അറിയപ്പെട്ടത്. 1857ലെ മഹത്തായ ഇന്ത്യൻ ലഹളയിൽ അവർ സുപ്രധാന പങ്കുവഹിച്ചു (Stokes 1978). രാജ്യത്തിന്റെ മിക്കഭാഗങ്ങളിലും അവർ ജിപ്സികളായി കഴിഞ്ഞു.

ബഞ്ചാരകളോട് സാദൃശ്യമുള്ള മറ്റൊരു സമുദായമാണ് ഭസ്നാമി ഹൊസൈനുകൾ. പതിനെട്ടാം നൂറ്റാണ്ടിൽ അവർ വൻതോതിൽ വ്യാപാരികളും ഫിനാൻസിയർമാരുമായി. അവരുടെ മഠങ്ങൾ സ്ഥിര വ്യാപാര കേന്ദ്രങ്ങളായിരുന്നു. അവരുടെ വ്യാപാരം ബനാറസിലേക്കും ബംഗാളിലെ താരകേശ്വരിലേക്കും ഒതുങ്ങിയെങ്കിലും അവർ വലിയ ഭൂസ്വത്ത് സ്വരൂപിച്ചിരുന്നു (Wilson 1828, rpt 1980:38-42; Sarkar, n. d: Chapter 10; Cohn 1964).

രാജാക്കന്മാരുടെ കീഴിലാണ് കച്ചിലെ ലോഹാനകൾ പതിനേഴാം നൂറ്റാണ്ടിൽ അഭിവൃദ്ധി പ്രാപിച്ചത്. പതിനെട്ടാം നൂറ്റാണ്ടിൽ പ്രാദേശിക ഭരണകർത്താക്കളാൽ ഉപദ്രവിക്കപ്പെട്ട അവരുടെ പ്രാധാന്യം കുറഞ്ഞു. കച്ചിന്റെ പരിധിയിലുള്ള അവരിൽ കുറച്ചുപേർക്ക് മാത്രമാണ് സമ്പത്തും പദവിയുമുണ്ടായിരുന്നതെന്ന് 1880ലെ ഗസറ്റിയർ ഓഫ് കച്ചിൽ പറയുന്നു. അവരുടെ സുപ്രധാന കേന്ദ്രമായിരുന്ന ശികർപൂരിൽ അവർ പ്രധാന വ്യാപാര സമുദായമായിരുന്നു. ഇംപീരിയൽ ഗസറ്റിയർ അമിലുകളെയും ലോഹാനകളെയും വേർതിരിക്കുന്നുണ്ട്. അമിലുകൾ ഗുമസ്ഥന്മാരും ഗവൺമെന്റ് ജീവനക്കാരും വ്യാപാരികളുമായിരുന്നു (Imperial Gazetteer of India 1908: 276-77). അമിലുകൾ ഹൈദരാബാദിലെ സുപ്രധാന ഫിനാൻസിയർമാരായിത്തീർന്നു. ഇന്ത്യയിലുടനീളം കണ്ടിരുന്ന മുൽത്താനി ഷ്രോഫുമാരിലധികം പേരും മാർവാരികളായിരുന്നു. സിന്ധിൽ വ്യാപാരത്തിനും ഫിനാൻസിനും അവസരം കുറഞ്ഞതും അതിർത്തിയിലൂടെയുള്ള വ്യാപാരത്തിലേക്ക് യൂറോപ്യൻ വന്നതും വ്യാപാരികളെന്ന നിലയിലുള്ള ലോഹാനകളുടെ പങ്ക് പരിമിതമാക്കി. ലോഹാനകളുടെ കാര്യത്തിൽ അതിവേഗം മാറിക്കൊണ്ടിരിക്കുന്ന സാഹചര്യങ്ങളോട് പൊരുത്തപ്പെടാനുള്ള ശേഷിയില്ലായ്മയാണ് ആന്തരിക പരസ്പരാശ്രയത്വത്തെക്കാളുപരി വ്യാപാര സമുദായമെന്ന നിലയിൽ മുരടിപ്പുണ്ടാക്കിയത്.

വിജയിച്ച എല്ലാ വ്യാപാര സമുദായങ്ങളും പരിശീലനവും നിയമനവും സമുദായത്തിനകത്തെ ബന്ധങ്ങളും മികവുറ്റ രീതിയിൽ ചിട്ടപ്പെടുത്തിയിരുന്നു. ദക്ഷിണേന്ത്യയിലെ കോമാഠികളിലും ചെട്ട്യാർമാരിലും ഗുജറാത്തിലെ മാർവാരികളിലും ബനിയകളിലുമിത് കാണാം. ഗുജറാത്തി ബനിയകളുടെയും കോമാഠികളുടെയും പക്കൽ രൂപയുടെയും അണയുടെയും കണക്കുകൾ അതിവേഗം ചെയ്യാനുള്ള ഗുണനപ്പട്ടികയുണ്ടായി

രുന്നു. രണ്ട് സമുദായങ്ങൾക്കും സവിശേഷഭാഷയും ചിഹ്നങ്ങളുമുണ്ടായിരുന്നു. (വില പേശാനുള്ള പ്രത്യേക ചിഹ്നങ്ങളും ശബ്ദങ്ങളും വ്യാപാര രഹസ്യങ്ങളും ചേർച്ചയുള്ള വ്യാപാര ഗ്രൂപ്പുകളുടെ പ്രത്യേകതയായിരുന്നു) (Thurston and Rangachari 1909 vol.3-308-09). യുവവ്യാപാരികളുടെ പരിശീലനം വ്യാപാര സ്ഥാപനത്തിനകത്ത് തന്നെ നടന്നു. 1909 വരെ നാട്ടുകോട്ടൈ ചെട്ട്യാർ ഇംഗ്ലീഷ് വിദ്യാഭ്യാസം അപ്രായോഗികമാണെന്ന് കരുതി. യുവചെട്ട്യാർമാർ പരമ്പരാഗതമായി വിധേയമാക്കപ്പെട്ടിരുന്ന ദീർഘകാല പരിശീലനത്തിനാണ് അവർ മുൻഗണന നൽകിയത്.

നന്നായി ക്രമീകരിക്കപ്പെട്ട സമുദായഘടനയ്ക്കകത്താണ് മാർവാരി വ്യാപാരികൾ പൊതുവെ പ്രവർത്തിച്ചിരുന്നത്. ഒരു പ്രദേശത്ത് പുതുതായി വന്നയാൾ തന്റെ സഹജാതിക്കാരിൽ നിന്നോ അതേ പ്രദേശത്തെ മറ്റു വ്യാപാരികളിൽനിന്നോ സഹായംതേടി. ഒരുകൂട്ടം ഗ്രാമങ്ങളിലെ മാർവാരി താമസക്കാർ ഒരു സഭയോ പഞ്ചായത്തോ തുടങ്ങാൻ നായകരെ തെരഞ്ഞെടുത്തു. സമൂഹതർക്കങ്ങൾ, ക്ഷേത്രപരിപാലനം, കരുതൽ ധനശേഖരത്തിന്റെ വിനിയോഗം എന്നിവ ഈ സഭയുടെ നിയന്ത്രണത്തിലായിരുന്നു. അതുപോലെ ഒരേസ്ഥലത്ത് താമസമാക്കിയ കോമാഠികൾക്ക് പെഡ്ഡാസേഠിയെന്ന ഒരു നേതാവുണ്ടായിരുന്നു. കലിംഗ കോമാഠികൾക്ക് കുലരാജായെന്നും വൈശ്യരാജായെന്നും അറിയപ്പെടുന്ന തലവന്മാരുമുണ്ടായിരുന്നു. ജാതി, പിഴ, ഭ്രഷ്ട് തുടങ്ങിയവയെ സംബന്ധിച്ചുള്ള സുപ്രധാന ചോദ്യങ്ങൾക്ക് തീർപ്പ് കൽപ്പിച്ചിരുന്നത് അവരായിരുന്നു. നീതിന്യായകോടതികളെ ഏറ്റവുമൊടുവിലത്തെ അഭയകേന്ദ്രമായാണ് കോമാഠികൾ കണ്ടിരുന്നത്. മറ്റു ജാതിക്കാരും അവരുടെ തർക്കങ്ങൾക്ക് തീർപ്പ് കൽപ്പിക്കാൻ കോമാഠികളെ സമീപിച്ചിരുന്നു (Thruston and Rangachari 1909: Vol 3, 309-10).

മദ്രാസിലെ രാംനാട്ട് ജില്ലയിലെ നാട്ടുകോട്ടൈ ചെട്ട്യാർമാർക്ക് പരിശീലനത്തിനും നിയമനത്തിനുമുള്ള വിപുലമായ സമ്പ്രദായമുണ്ട്. പത്തോ പന്ത്രണ്ടോ വയസുള്ള ആൺകുട്ടി ബിസിനസിലേർപ്പെടാൻ സ്വയം അപേക്ഷിക്കണം. കണക്കുകൾ പഠിക്കാനും പിതാവിന്റെ കടയിൽ വേലയെടുക്കാനുമുള്ള താൽപ്പര്യം അവനുണ്ടാകണം. അവന് നൽകിയ ആനുകൂല്യങ്ങളിൽനിന്നും തുടക്കമൂലധനത്തിൽനിന്നും അവൻ കഴിയുന്നത്ര സമ്പാദിക്കണമെന്ന് പ്രതീക്ഷിക്കപ്പെട്ടിരുന്നു.

തങ്ങളുടെ ജില്ലയ്ക്കുപുറത്ത് അതിദൂരം യാത്രചെയ്ത ചെട്ട്യാർമാർ ശ്രീലങ്ക, മലേഷ്യ, ബർമ, ഇൻഡോ–ചൈന, ഇൻഡോനേഷ്യ എന്നീ രാജ്യങ്ങളിൽ വ്യാപാരികളും പലിശക്കാരുമായി വാസമുറപ്പിച്ചു. തങ്ങളുടെ കുടുംബസ്ഥാപനത്തിന്റെ ഏജന്റുമാരായി അതേ സമുദായത്തിൽ നിന്നുള്ളവരെ നിയമിക്കുന്നതിന് വിപുലമായ നിയമന സമ്പ്രദായമുണ്ടായിരുന്നു. 1907ലെ ഒരു കുറിപ്പിൽനിന്ന്.

ഇടത്തരം ജീവനോപാധിയുള്ളവർ വ്യത്യസ്ത സ്ഥാപനങ്ങളുടെ ഏജന്റുമാരായി വിദൂരസ്ഥലങ്ങളിലേക്ക് പോകുവാനായി തെരഞ്ഞെടുക്ക

പ്പെട്ടു. അവരുടെ കേന്ദ്രസ്ഥാപനങ്ങൾ മധുരയിലോ രാംനാട്ടിലെയോ ശിവഗംഗയിലെയോ സെമീന്ദാരികളിലായിരുന്നു. നിയമിക്കപ്പെട്ട സ്ഥലത്തേക്കുള്ള ദൂരമനുസരിച്ച് വേതനത്തിൽ വ്യത്യാസമുണ്ടായിരുന്നു. ബർമയിലേക്ക് നിയമിക്കപ്പെട്ടാൽ മധുരയിൽ നിയമിക്കപ്പെട്ടാലുള്ളതിന്റെ മൂന്നിരട്ടി വേതനം ലഭിച്ചിരുന്നു. ഏജന്റ് കഠിനാധ്വാനിയും ഊർജസ്വലനുമാണെന്ന് സ്വയം തെളിയിക്കുകയാണെങ്കിൽ ലാഭത്തിന്റെ ഒരു ശതമാനം അദ്ദേഹത്തിന് നൽകിയിരുന്നു. മൂന്നര വർഷത്തേക്കാണ് ഒരു സ്ഥലത്തേക്ക് നിയമിച്ചിരുന്നത്. കാലാവധി തീരുന്നതിന് മുമ്പ് അടുത്ത ഏജന്റിനെ ഇവിടെ പ്രവർത്തിക്കാൻ പറഞ്ഞയയ്ക്കുമായിരുന്നു. കാലാവധി തീർന്നാൽ ഏജന്റ് കേന്ദ്ര ഓഫീസിലേക്ക് മടങ്ങുമായിരുന്നു. കണക്കുകളെല്ലാം കൊടുത്ത് അദ്ദേഹംതന്നെ ഗ്രാമത്തിലേക്ക് മടങ്ങും. അതോടെ സ്ഥാപനവുമായുള്ള എല്ലാ ബന്ധവും നിലയ്ക്കും. അടുത്ത മൂന്നുവർഷം താൻ സമ്പാദിച്ചത് അനുഭവിച്ച് കഴിയുന്നു. അതുകഴിഞ്ഞ് പഴയ സ്ഥാപനത്തിലോ പുതിയ സ്ഥാപനത്തിലോ പുനർനിയമനം തേടുന്നു. മുൻകാലത്ത് ലാഭത്തിന്റെ ഒരു ശതമാനം എടുത്തിട്ടുണ്ടെങ്കിൽ പഴയസ്ഥാപനത്തിൽ ജോലിചെയ്യാൻ അയാൾ ബാധ്യസ്ഥനാണ്. പഴയ സ്ഥാപനം അദ്ദേഹത്തെ നിരസിക്കുകയാണെങ്കിൽ അല്ലെങ്കിൽ അദ്ദേഹം ആഗ്രഹിക്കുന്നുവെങ്കിൽ പുതിയ സ്ഥാപനത്തിൽ ജോലിക്ക് ചേരാം (Hayavadana Rao, Indian Review, 1907 quoted in Thurston and Rangachari 1909, Vol 5:257).

നാട്ടുകോട്ടൈ ചെട്ടികൾക്ക് സഹോദരങ്ങൾക്കിടയിൽ സ്വത്ത് ഭാഗിക്കാനുള്ള അനുവാദമുണ്ടായിരുന്നുവെങ്കിലും വിനിയോഗത്തിന്റെ സൗകര്യത്തിനായി കൂട്ടുകുടുംബവ്യവസ്ഥ സ്വീകരിച്ചുവെങ്കിലും സ്വത്തിന്റെ ഒരു ഭാഗം അംഗങ്ങൾക്ക് വ്യക്തിപരമായി ബിസിനസ് ആവശ്യങ്ങൾക്കായി സൂക്ഷിക്കുവാൻ പ്രോത്സാഹിപ്പിച്ചിരുന്നു (Thurston and Rangachari 1908 Vol 5). ഈ സംഘടനാരീതി സമുദായ പരസ്പരവിശ്വാസത്തിന്റെ നിയമാവലിയുടെയും ആത്മവിശ്വാസത്തിന്റെയും മിശ്രണമായിരുന്നു. വ്യക്തിഗതമായ സംരംഭങ്ങളെ പ്രോൽസാഹിപ്പിച്ച അത് അസ്ഥിരമായ ലോകത്ത് വളരെയധികം പ്രസക്തിയുള്ളതായിത്തീർന്നു (cf Arrow 1971). ജാതിക്കുപുറത്തുള്ള ദരിദ്രകർഷകരും ജാതിക്കുള്ളിലെ സ്ത്രീകളും ഈ പരീക്ഷണത്തിന്റെ ഇരകളായി. ചെട്ട്യാർമാരുടെയും മാർവാഡികളുടെയും ബനിയകളുടെയും ബിസിനസ് കൂട്ടായ്മകളുടെ അടിസ്ഥാനഘടകം കുടുംബമായിരുന്നപ്പോഴും മറ്റു ജാതികളിൽനിന്നുള്ളവരെ ബിസിനസ് കൂട്ടായ്മയിൽ സുപ്രധാന കണ്ണിയായി ചേർത്തിരുന്നു മെഷ്രി ബനിയകൾ ചിലപ്പോൾ ബ്രാഹ്മണരെയും പാർസികളെയും ഗുമസ്ഥന്മാരും മാനേജർമാരുമായി നിയമിച്ചു (Gazetteer of Bombay Presidency, 1880:79). ചില മാർവാരി സ്ഥാപനങ്ങളിലും ബ്രാഹ്മണരെ ഗുമസ്ഥന്മാരായി നിയമിച്ചു (Timberg 1972:134). എങ്കിലും അതേ ജാതിയിൽനിന്നുള്ളവരെ നിയമിക്കുന്നതാണ് കൂടുതൽ പതിവായി കണ്ടിരുന്നത്.

ഇന്ത്യൻ വ്യവസായികൾ സാഹസികരല്ലായിരുന്നുവെങ്കിലും ഊഹത്തിൽ നല്ല താൽപ്പര്യമുള്ളവരായിരുന്നു. മുതലാളിത്ത പ്രവർത്തനങ്ങളെ യുക്തിവൽക്കരിക്കുന്നതിൽ ഊഹത്തിനുള്ള പങ്ക് ഇനിയും അന്വേഷിക്കപ്പെട്ടിട്ടില്ല. ഗുജറാത്തി ബനിയകൾക്കിടയിലും മാർവാരികൾക്കിടയിലും ചിലയിനം ഊഹക്കച്ചവടം സ്ഥാപനവൽക്കരിക്കപ്പെട്ടിരുന്നു. അഹമ്മദാബാദിൽ സമയ വിലപേശലും 'ആന്റ്' കച്ചവടവും വ്യാപകമായി നിലനിന്നിരുന്നു. ധാന്യങ്ങളൊഴികെ കറുപ്പിലും വാണിജ്യപ്രധാനമായ ഇനങ്ങളിലും സമയവിലപേശലുകൾ (വൈദകൾ) 1849ലും 1879ലും സർവത്ര വ്യാപിച്ചിരുന്നു (Gazetteer of Bombay Presidency 1880:66-67). ഓഹരിയിലുള്ള സമയ വിലപേശൽ പഴയ ബാങ്ക് ഓഫ് ബോംബെയെ തകർത്തതിൽ പ്രധാന ഘടകമായിരുന്നു. അനേകം ഫിനാൻഷ്യൽ സ്ഥാപനങ്ങളും റിയൽ എസ്റ്റേറ്റ്കമ്പനികളും അതിലൂടെ തകർന്നു. ചൂതാട്ടം മധ്യ ഇന്ത്യയിലെയും ഗുജറാത്തിലെയും ബനിയകളുടെ മതപരമായ ആചാരത്തിൽ ഉൾപ്പെട്ടിരുന്നു. രണ്ട് പ്രദേശങ്ങളിലും ദീപാവലി ബനിയകളുടെ വളരെയധികം പ്രാധാന്യമുള്ള ഉത്സവമായിരുന്നു. ഇപ്പോഴും അങ്ങനെ തന്നെയാണ്.

ബനിയകൾ ആ ദിവസം ഇടപാടുകൾ തീർക്കുന്നു. ദീപാവലിക്കപ്പുറത്തേക്ക് നീളുന്ന വായ്പകളെ കച്ചവടക്കാർ ഇഷ്ടപ്പെടുന്നില്ല. ദീപാവലിക്കു തൊട്ടുമുമ്പുള്ള ദിവസങ്ങളിൽ വ്യാപാരികൾ തങ്ങളുടെ വായ്പ തിരിച്ചടയ്ക്കുകയും കക്ഷികളിൽനിന്ന് കിട്ടാനുള്ള കടം വാങ്ങുകയും ചെയ്യുന്നു. വ്യാപാരികൾ പുതിയയിനം ചരക്കുകളിലുള്ള ബിസിനസ് തുടങ്ങിവെക്കുന്നു. സ്ഥിര ഉപഭോക്താക്കൾക്ക് ബനിയ അവരുടെ ചില വ്യാപാരയിനങ്ങൾ അയയ്ക്കുകയും ആ വിവരണം കണക്കുപുസ്തകത്തിൽ ചേർക്കുകയും ചെയ്യുന്നു (Trivedi 1965:65).

സാമാന്യമായ ആചാരങ്ങൾ മധ്യഇന്ത്യയിലെ ബനിയകളിലുമുണ്ടെന്ന് വിവരിച്ചുകൊണ്ട് റസ്സലും ഹീരലാലും പറയുന്നു. ഹിന്ദുക്കളിലെ ബനിയകൾ അടുത്തവർഷം ഭാഗ്യം കടാക്ഷിക്കാൻ ദീപാവലി ദിനത്തിൽ ചൂതാടുന്നത് ആവശ്യമാണെന്ന് കരുതുന്നു. എല്ലാ വർഗക്കാരും ഇക്കാലത്ത് ഊഹക്കച്ചവടം നടത്തുന്നു (റസ്സൽ ആന്റ് ഹീരലാൽ 1916:126).

ചൂതാട്ടവും നാണയവിനിമയവും കൂടിക്കലർന്ന കറുപ്പിലെ സട്ടയിൽനിന്ന് ഇൻഡോർ രാജ്യത്തിന് പതിവായി വരുമാനം ലഭിച്ചിരുന്നു. മുതലാളിത്ത പൂർവ തത്വങ്ങളാൽ ഭരിച്ചിരുന്ന ഒരു രാജ്യത്തിന് ബ്രിട്ടീഷുകാർക്ക് അസ്വീകാര്യമായിരുന്ന ഒരു വ്യവസ്ഥയെ ഉൾക്കൊള്ളാൻ കഴിഞ്ഞു. കൃഷി പ്രധാനമായ ഒരു സമ്പദ്‌വ്യവസ്ഥയിൽ വിളവിലുള്ള ഏറ്റക്കുറച്ചിലുണ്ടാക്കുന്ന അസ്ഥിരതയെ മുതലെടുക്കാൻ ഊഹക്കച്ചവടം വ്യാപാരത്തെ വിജയകരമായി നിലനിർത്താൻ ആവശ്യമായിരുന്നു.

പിൻകുറിപ്പ്

വിജയികളായ വ്യാപാരിഗ്രൂപ്പുകൾ യൂറോപ്യൻ ശൈലിയിലുള്ള വ്യവസായ വ്യാപാര ഇടപാടുകളോട് യോജിച്ചതും വിയോജിച്ചതുമായ

രീതികളെക്കുറിച്ച് ഒരു വേറിട്ട വിഷയമായതിനാൽ ഇവിടെ പറയുന്നില്ല. വാണിജ്യപരമായും രാഷ്ട്രീയപരമായും വിജയികളായ വ്യാപാരികളിൽ മിക്കവരും ബ്രിട്ടീഷുകാരുമായി സഹകരിച്ചു (Stokes 1978:159-74; Metcalf 1979: Chapter 6). 1857ലെ മഹത്തായ ഇന്ത്യൻ വിപ്ലവകാലത്ത് വ്യാപാരികളും പലിശക്കാരും ലഹളക്കാരുടെ ആക്രമണത്തിന് ഇരയായിരുന്നു. വ്യാപാരികൾ പൊതുവെ ബ്രിട്ടീഷുകാരോട് സഹകരിച്ചിരുന്നു. ഏതാനും ചില വ്യാപാരികൾ ഇതിനപവാദമായിരുന്നു. ഗുർവാലാ ബാങ്കിങ് സ്ഥാപനത്തിന്റെ റാംജീദാസ് 1857–58 കാലത്ത് ബഹദൂർഷാ ചക്രവർത്തി രണ്ടാമത് വൻസംഖ്യ വായ്പയായി നൽകിയിരുന്നു. ബ്രിട്ടീഷുകാർ അദ്ദേഹത്തെ തൂക്കിക്കൊന്നു (Joshi 1975:42-43). ചക്രവർത്തിയുടെ തോഷാഖാനയിലേക്ക് ഷാലുകളും മറ്റും വിതരണം ചെയ്ത് സമ്പന്നനായ ചുന്നാമൽ സാലിഗ്റാം ലഹള തീരുന്നതുവരെ തന്റെ താൽപ്പര്യങ്ങൾ മറച്ചുവെക്കുകയും ബ്രിട്ടീഷുകാർ അധികാരമേറിയപ്പോൾ വീണ്ടും സമ്പന്നനാകാൻ രംഗത്ത് വരികയും ചെയ്തു. കർണാലിലെ ബ്രിട്ടീഷ് കന്റോൺമെന്റിന്റെ ട്രഷററും ഡൽഹിയിലെയും ഫിറോസ്പൂരിലെയും ബ്രിട്ടീഷ് കന്റോൺമെന്റിന്റെ കോത്വാളുമായിരുന്ന ബുദ്‌രിദാസ് 1857ലെ ലഹളയിൽ ബ്രിട്ടീഷുകാരോട് സഹകരിച്ചിരുന്നു.

ഇന്ത്യൻ വ്യാപാരികളുടെയും ഫിനാൻസിയർമാരുടെയും ബ്രിട്ടീഷ് വ്യാപാരികളുമായുള്ള സഹകരണം സ്ഥിരമായ തോതിലായിരുന്നില്ല. പത്തൊമ്പതാം നൂറ്റാണ്ടിൽ പാർസി വ്യാപാരികൾ വിദേശ വ്യാപാരികളിൽനിന്ന് സ്വയംഭരണം നേടിയെടുത്തു. യൂറോപ്യന്മാരിൽനിന്ന് അകലം പാലിച്ച ബ്രിട്ടീഷ് സ്ഥാപനങ്ങളുടെ സഹകാരികളായി മാറി. ഇരുപതാം നൂറ്റാണ്ടിൽ വിദേശമൂലധനവും വ്യത്യസ്ത വ്യാപാര ഗ്രൂപ്പുകളും തമ്മിലുള്ള ബന്ധം പിന്നെയും മാറി.

സർവോപരി കന്നുകാലിക്കച്ചവടക്കാരിലും (badalia) സഞ്ചരിക്കുന്ന ചെറുകിട വ്യാപാരികളിലും അനേകംപേർ ബ്രിട്ടീഷ് ഭരണത്തെ ചെറുത്തുനിന്നു. ഇന്ത്യൻ സമൂഹത്തിന്റെ വൻ പ്രസ്ഥാനങ്ങളിലുണ്ടായ രാഷ്ട്രീയവും സാമ്പത്തികവുമായ പരിമിതികളെ വ്യാപാരികളുടെ പെരുമാറ്റത്തിലുള്ള വ്യതിയാനം ചർച്ചചെയ്യുമ്പോൾ പരിഗണിക്കേണ്ടതുണ്ട്. ഈ ദിശയിലുള്ള നീക്കങ്ങൾ പത്തൊമ്പതാം നൂറ്റാണ്ടിലെ വ്യാപാരികളുടെ പെരുമാറ്റത്തെ വിശകലനം ചെയ്യാൻ ഇനിയും നടത്തേണ്ടിയിരിക്കുന്നു.

3

ഇന്ത്യൻ ബൂർഷ്വാസിയുടെ സ്വഭാവത്തെക്കുറിച്ചുള്ള പര്യാലോചനകൾ

തൊഴിലാളിവർഗത്തിന്റെ പ്രത്യയശാസ്ത്രത്തെയും സ്വഭാവത്തെയുംക്കുറിച്ച് ഗണ്യമായ പഠനങ്ങൾ സമീപകാലത്തുണ്ടായിട്ടുണ്ട്. ചില സാമൂഹ്യശാസ്ത്രജ്ഞരും ചരിത്രകാരന്മാരും തൊഴിലാളിവർഗത്തിന് ചില പോരായ്മകളുള്ളതായി കണ്ടെത്തിയിട്ടുണ്ട്. അവർ വേണ്ടത്ര വർഗബോധമുള്ളവരല്ലായെന്ന് കണ്ടെത്തിയിട്ടുണ്ട്. ചില സാഹചര്യങ്ങളിൽ അവർ വർഗീയവാദികളാണെന്നും സ്വന്തം പ്രദേശത്തോടോ ഭാഷാപരവും വംശീയവുമായ സ്വത്വങ്ങളോടോ വളരെയധികം ബന്ധപ്പെട്ടു കഴിയുന്നവരാണെന്നും കണ്ടെത്തിയിട്ടുണ്ട് (Chakrabarty 1989; Bagchi 1980). ആ തൊഴിലാളികളെ ചൂഷണം ചെയ്യുന്നവരെ സാമൂഹ്യശാസ്ത്രജ്ഞർ അതേരീതിയിൽ ശ്രദ്ധിക്കുന്നില്ല. തൊഴിലാളികൾ വർഗീയവാദികളാണെങ്കിൽ മുതലാളിമാർക്കെന്ത് സംഭവിച്ചിട്ടുണ്ട്? മികച്ച വിദ്യാഭ്യാസവും മികച്ച സ്വത്തുനിലയും ജീവിതത്തിലെ വൻ മുൻതൂക്കങ്ങളും അവരെ പ്രാപ്തരാക്കുന്ന മതേതര മൂല്യങ്ങളെ അവർ പിന്തുടരുന്നുവോ? ഇന്ത്യയിലെ മുതലാളിത്ത വളർച്ചയെ മനസിലാക്കുന്നതിന് ഇന്ത്യയിലുള്ള മുതലാളിത്തയിനത്തെ മനസിലാക്കുന്നതിന് മുതലാളിത്തവർഗത്തിന്റെ സ്വഭാവം മനസിലാക്കേണ്ടത് അതിപ്രധാനമാണ്. അവർ എന്തുകൊണ്ടാണ് ആ രീതിയിൽ പെരുകുന്നതെന്ന് നമുക്ക് തീർപ്പ് കൽപ്പിക്കാനാവില്ലെങ്കിലും ചില പ്രത്യേക സാഹചര്യങ്ങളിൽ അവർ പെരുകുന്നതെങ്ങനെയാണെന്നും എന്തുതരം പ്രത്യയശാസ്ത്രങ്ങളാണ് വിശാലമായ അടിസ്ഥാനത്തിൽ അവർക്ക് പ്രചോദനം നൽകുന്നതെന്നും അറിയേണ്ടത് പ്രധാനമാണ്. ഞാനിവിടെ ചർച്ചചെയ്യാൻ പോകുന്നത് ബി ടി രണദിവെയുടെ ആദ്യത്തെ പി പി ചിണ്ടൻ അനുസ്മരണ പ്രഭാഷണത്തിന് ഒരളവോളം അനുപൂരകമാണ്. നമ്മുടെ വിധിയുടെ യജമാനന്മാരുടെയിടയിലെ അശാ

സ്ത്രീയമായ തദ്ദേശലാഭകരമായ പ്രത്യയശാസ്ത്രങ്ങളുടെ വളർച്ചയെയും നിലനിൽപ്പിനെയുംകുറിച്ചാണ് ഞാൻ സംസാരിക്കാൻ പോകുന്നത്. ഇത് 1989 ഒക്ടോബർ 19ന് മദ്രാസിലെ ഇന്ത്യൻ സ്കൂൾ ഓഫ് സോഷ്യൽ സയൻസിൽ വെച്ചുനടന്ന മൂന്നാമത് പി പി ചിണ്ടൻ അനുസ്മരണ പ്രഭാഷണത്തിന്റെ പാഠമാണ്.

പാശ്ചാത്യ യൂറോപ്പിന്റെയും യു എസിന്റെയും ആധുനിക സമൂഹങ്ങളെ സവിശേഷവൽക്കരിക്കുവാനും വിശകലനം ചെയ്യാനും മാർക്സിസ്റ്റുകാർ ഉപയോഗിച്ചശേഷം മാത്രമാണ് മുതലാളിത്തം എന്ന പദം പൊതു ഉപയോഗത്തിൽ വന്നത്. മാർക്സും എംഗൽസും അവരുടെ ജീവിതം ചെലവഴിച്ചത് മുതലാളിത്തത്തിന്റെ ഒരു സൈദ്ധാന്തിക മാതൃകയുണ്ടാക്കുന്നതിനും അതിന്റെ സഹജമായ വൈരുധ്യങ്ങളെ തുറന്നുകാണിക്കുന്നതിനും ആ വൈരുധ്യങ്ങളെ മറികടക്കാനുള്ള വഴികൾ നിർദേശിക്കുന്നതിനുമാണ്. സാമൂഹിക പ്രതിനിധിത്വമായ തൊഴിലാളിവർഗം സ്വന്തം സാമൂഹിക താൽപ്പര്യങ്ങളാൽ ഈ വൈരുധ്യങ്ങളെ മറികടക്കുമെന്നും സോഷ്യലിസ്റ്റ് സാമൂഹികവ്യവസ്ഥയ്ക്ക് ജന്മമേകുമെന്നും അത് സൂചിപ്പിച്ചു. പുറന്തള്ളപ്പെട്ട മുതലാളിത്ത സാമൂഹികക്രമത്തെക്കാൾ മികച്ചതായിരിക്കുമത്. ഭൂമിയിൽ ശുദ്ധമായ മുതലാളിത്തമുണ്ടെന്ന് മാർക്സും എംഗൽസും ഒരിക്കലും കരുതിയിരുന്നില്ല. തങ്ങളുടെ പഠനത്തിന് പ്രാഥമികമായി അവർ ബ്രിട്ടീഷ് സമൂഹത്തെയും സമ്പദ്വ്യവസ്ഥയെയുമാണ് വിധേയമാക്കിയത്. മുതലാളിത്തത്തിന്റെ പ്രണേതാക്കളും എതിരാളികളും സ്വതന്ത്ര മുതലാളിത്തശക്തികൾ യഥാർഥത്തിൽ സ്വതന്ത്രമായി പ്രവർത്തിക്കുകയും എല്ലാ വ്യക്തികളും സ്വതന്ത്രമായി ഒഴുകുന്ന കണികകളാണെന്നും പറയുന്നതുപോലെ എവിടെ ശുദ്ധമുതലാളിത്തമുണ്ടെന്ന് പറയുന്നു. വിപണിയും പ്രകൃതത്തെയും അതിനു ചുറ്റുമുള്ള സ്വാതന്ത്ര്യത്തെയും നിശ്ചയിക്കുന്ന വിഭിന്ന സാമൂഹികശക്തികളാൽ അവരെല്ലാം ബന്ധിതരാണെന്ന് നാം കണ്ടുകഴിഞ്ഞതാണ്.

തങ്ങളുടെ കാലത്ത് മുതലാളിത്ത ബന്ധങ്ങളെ വിടർത്തുന്നദിശയിൽ ഏറ്റവുമധികം മുന്നേറിയതിനാലാണ് ബ്രിട്ടീഷ് സമ്പദ്വ്യവസ്ഥയെയും സമൂഹത്തെയും മാർക്സും എംഗൽസും പ്രാഥമിക പഠനത്തിന് തെരഞ്ഞെടുത്തത്. ബ്രിട്ടന്റെ കാര്യത്തിൽപ്പോലും മാർക്സിന്റെയും എംഗൽസിന്റെയും ബ്രിട്ടീഷ് രാഷ്ട്രീയരംഗത്തെക്കുറിച്ചുള്ള അഭിപ്രായങ്ങൾ കുലീനവർഗ പ്രത്യയശാസ്ത്രങ്ങളെയും മുതലാളിത്ത താൽപ്പര്യങ്ങളോടൊപ്പം ചേർന്ന ശക്തരായ ഭൂപ്രഭുക്കളുടെ താൽപ്പര്യങ്ങളെയും മുതലാളിത്തത്തോട് നേരിട്ട് ബന്ധമുള്ള പ്രത്യയശാസ്ത്രങ്ങളുടെ വ്യാപനത്തെയും തുറന്നുകാണിക്കുന്നുണ്ട്. പുതിയ ബ്രിട്ടീഷ് മുതലാളിത്ത സാമ്രാജ്യത്തിന്റെ കോളനികളിലൊന്നായിരുന്ന ഉത്തര അയർലണ്ടിലെ സമൂഹത്തിൽ മതം വിനാശം വിതച്ചത് നാമിപ്പോഴും കാണുന്നുണ്ട്. മുതലാളിത്തം വിടർന്നതിനാൽ അധിനിവേശവും മതയുദ്ധങ്ങളും നിൽക്കുന്നില്ല. 1850കളിലും 60കളിലും ബ്രിട്ടണിൽ ശുദ്ധമുതലാളിത്തം

ഉണ്ടായിരുന്നില്ലെങ്കിൽ യൂറോപ്പിലെയും അമേരിക്കയിലെയും മറ്റൊരു രാജ്യത്തും അക്കാലത്ത് അതുണ്ടായിട്ടുണ്ടാവില്ല.

സ്വതന്ത്ര സാമൂഹികവ്യവസ്ഥയുടെ അന്ത്യോദയമാണ് മുതലാളിത്തമെന്നും അത് പതിനെട്ടാം നൂറ്റാണ്ടിലെയും പത്തൊമ്പതാം നൂറ്റാണ്ടിലെയും യൂറോപ്പിലും യു എസിലുമാണ് പിറന്നതെന്നും ചിലയാളുകൾ കരുതുന്നു. അങ്ങനെയൊന്നും സംഭവിച്ചിട്ടില്ല. ഇംഗ്ലണ്ടിനുപകരം ഫ്രാൻസിലും യു എസിലുമാണ് മുതലാളിത്തത്തിന് കൂടുതൽ ഭരണഘടനാപരമായ രൂപമുണ്ടായത്. മുതലാളിത്ത, ബൂർഷ്വാ പ്രത്യയശാസ്ത്രങ്ങളുടെ ആധിപത്യവും അവിടെയാണുണ്ടായിരുന്നത്. 1832 വരെ ഇംഗ്ലണ്ടിൽ പാർലമെന്റ് ഭൂപ്രഭുവർഗത്തിന്റെ ആധിപത്യത്തിലായിരുന്നു. ഫ്രഞ്ചുവിപ്ലവത്തിനുശേഷം ഫ്രാൻസിൽ ബൂർഷ്വാകൾ ആധിപത്യം ചെലുത്തുന്ന ശക്തികളായി മാറി. ഭൂപ്രഭുക്കളുടെ അടിമ സമ്പ്രദായത്തിനെതിരെ വ്യവസായ മുതലാളിത്തത്തിന്റെ ആധിപത്യം സ്ഥാപിക്കുന്നതിനായി അമേരിക്കക്കാർക്ക് 1860കളിൽ രക്തരൂക്ഷിതമായ ആഭ്യന്തര യുദ്ധം നടത്തേണ്ടിവന്നു. 1789ലെ വിപ്ലവത്തിനുശേഷം ഫ്രാൻസിൽ രണ്ട് ആഭ്യന്തര യുദ്ധങ്ങളെത്തുടർന്ന് മുതലാളിത്തവും ഏറ്റവും വികസിത ഭരണനിർവഹണ രൂപമായ പാർലമെന്ററി ജനാധിപത്യവും ദൃഢീകരിക്കപ്പെട്ടു.

പത്തൊമ്പതാം നൂറ്റാണ്ടിന്റെ അവസാനത്തിൽ സാമ്പത്തികമായി ഏറ്റവും ശക്തമായ യൂറോപ്യൻ രാജ്യം ജർമനിയായിരുന്നു. ഭൂപ്രഭുക്കളായ ബ്യൂറോക്രാറ്റുകളും പട്ടാളക്കാരും ബിസിനസുകാരും ഒരു സംഘം കുലീനരും ഒരുമിച്ച് ജർമനിയുടെ സാമ്പത്തികവും സൈനികവുമായ ശക്തിയെ പരമാവധി വർധിപ്പിക്കാൻ ഭരണകൂടത്തെ നിയന്ത്രിച്ചു. മാർക്സിസ്റ്റ് പ്രത്യയശാസ്ത്രത്തിലൂന്നുന്ന ഏറ്റവും വലിയ സോഷ്യൽ ഡമൊക്രാറ്റിക് പാർട്ടി ജർമനിയുടേതായിരുന്നു. കൈസറിന് അന്തിമ വീറ്റോ പവറുള്ള ഒരു പാർലമെന്റ് നിലവിലുണ്ടായിരുന്നു. തൊഴിലാളികളുടെയും ജീവനക്കാരുടെയുംമേൽ ആധിപത്യം ചെലുത്തിയിരുന്ന മുതലാളിത്ത വർഗവുമുണ്ടായിരുന്നു. ഭൂപ്രഭു രാജഭരണമൂല്യങ്ങൾ അതിൽ ഇഴചേർന്നിരുന്നു. ഒന്നാം ലോകയുദ്ധത്തെ പിന്തുണച്ച ഏറ്റവും വലിയ സോഷ്യൽ ഡമോക്രാറ്റിക് പാർട്ടിയെ ലെനിൻ സോഷ്യൽ സാമ്രാജ്യത്വ പാർട്ടിയെന്ന് വിളിച്ചു. ഒരു രാജ്യത്ത് ആദ്യമായി വളരുന്ന ഒന്ന് വിജയിച്ചുകൊള്ളണമെന്നില്ല. മുതലാളിത്തമോ തൊഴിലാളിവർഗ ആധിപത്യമോ ജർമനിയിൽ 1914ൽ വിജയിച്ചില്ല.

മാർക്സിന്റെയും എംഗൽസിന്റെയും ലെനിന്റെയും മറ്റു മാർക്സിസ്റ്റുകളുടെയും കൃതികൾ മുതലാളിത്തത്തിന്റെ ആന്തരഘടനയെ കീറിമുറിച്ചുകാണിക്കുന്നുണ്ടെങ്കിലും ഒരു രാജ്യത്തും ആ വ്യവസ്ഥ നേർരേഖയിൽ ചലിച്ചിട്ടില്ലയെന്നത് നാമോർക്കണം. അവർ വിശലകനം ചെയ്ത മുതലാളിത്ത വികാസത്തിൽ മാർക്സിസ്റ്റ് പാരമ്പര്യത്തിലെ നേതാക്കൾ ശുദ്ധത പ്രതീക്ഷിച്ചിരുന്നില്ല. റഷ്യയിലെ മുതലാളിത്തത്തെക്കുറിച്ചുള്ള ലെനിന്റെ കൃതി മുതലാളിത്തത്തിന്റെ സവിശേഷതകളുടെ ചിത്രണമാ

യും ആ സവിശേഷതകളുണ്ടായിട്ടും ഒരു വ്യവസ്ഥയ്ക്ക് വളരാനാകുമെന്നതിന്റെയും ചിലപ്പോൾ ആ സവിശേഷതകൾ കാരണം വളരാനാകുന്നുവെന്നും പരിഗണിക്കപ്പെടാം.

അതുകൊണ്ട്, ഇന്ത്യൻ മുതലാളിത്തത്തെക്കുറിച്ച് പഠിക്കുമ്പോൾ ആദർശമാതൃകയെ പരതുന്നതുകൊണ്ട് പ്രയോജനമില്ല. ചരിത്രത്തിന്റെ ഒരു സന്ദർഭത്തിലുള്ള ഒരു പ്രത്യേകഘടനയെ മനസിലാക്കാനും യാഥാർഥ്യത്തിന്റെ ഒരു പാളിയുടെ പരിണാമം വിശദമാക്കാനും ആദർശമാതൃക ഉപകരിക്കും. പരിണമിക്കുന്ന ഏതെങ്കിലും സമൂഹത്തെക്കുറിച്ചോ ഇന്ത്യൻ സമൂഹത്തെക്കുറിച്ചോ പഠിക്കാൻ അതുപകരിക്കില്ല. ഉത്തര അറ്റ്ലാന്റിക് സമുദ്രതീരത്തെയും മെഡിറ്ററേനിയൻ രാജ്യങ്ങളിലെയും ജപ്പാനിലെയും മുതലാളിത്തത്തിന്റെ ചരിത്രവും സിദ്ധാന്തവും ഇന്ത്യയെയും മൂന്നാംലോക രാഷ്ട്രങ്ങളെയും അപേക്ഷിച്ച് വളരെയധികം പഠനവിധേയമാക്കിയിട്ടുണ്ട്. ഒരു താരതമ്യ പരിപ്രേക്ഷ്യം ലഭ്യമാകാൻ ചില യൂറോപ്യൻ, ജാപ്പനീസ്, അമേരിക്കൻ സാദൃശ്യങ്ങളെ കാണേണ്ടതുണ്ട്. ഒരു രാജ്യത്തെയും വികസനരീതിയെ നാം മാതൃകയായിയെടുക്കേണ്ടതില്ല. മുതലാളിത്തത്തിന്റെ സർപ്പിളമായ ചരിത്രം ഏതെങ്കിലും ഭാഗങ്ങൾ ഒഴിവാക്കിയോ സാമൂഹിക വിദ്യാഭ്യാസത്തിലൂടെയോ അതിന്റെ വിനാശശേഷിയെ ഇല്ലാതാക്കാമെന്ന മിഥ്യയെ അനുവദിക്കുന്നില്ല. ഏറ്റവും അനുകൂലമായ മുതലാളിത്തം എന്നൊന്നില്ല. സവിശേഷമായ സാമൂഹിക രൂപങ്ങൾ നിറഞ്ഞ ഭയാനകമായ വ്യവസ്ഥയായിരുന്നു മുതലാളിത്തം എന്നും. ഈ വൈരുധ്യങ്ങളോടെയാണ് മുതലാളിത്തം നിലനിന്നത്.

മുതലാളിത്തം ഒരു വ്യവസ്ഥയായി എവിടെയും വരുന്നതിനുമുമ്പ് മുതലാളിമാരുണ്ടായിരുന്നു. ആദ്യത്തെ മുതലാളിമാരുടെ സംഘം വ്യാപാരികളായിരുന്നു. വളരെക്കാലം മുമ്പ് മുതൽ ഇന്ത്യയിൽ വ്യാപാരികളുണ്ട്. ചുരുങ്ങിയപക്ഷം പതിനെട്ടാം നൂറ്റാണ്ടിന്റെ ഒടുവിൽ ഇന്ത്യയുടെ ചില പ്രദേശങ്ങളിൽ കൂലിവേലയുണ്ടായിരുന്നു. അവിടെ മുതലാളിമാർ ഉൽപ്പാദനോപാധികളെ നിയന്ത്രിച്ച് തൊഴിലാളികളെ നിയമിച്ച് മിച്ചമൂല്യമുണ്ടാക്കി. പക്ഷേ, ഇത് അക്കാലത്ത് ഇന്ത്യയിൽ മുതലാളിത്തമുണ്ടാക്കിയില്ല. ഇപ്പോഴും ഇന്ത്യയുടെ മിക്കഭാഗങ്ങളിലും മുതലാളിത്ത ഉൽപ്പാദനബന്ധങ്ങൾ ഉൽപ്പാദനപ്രക്രിയയിൽ മേൽക്കൈ നേടിയിട്ടില്ല. തൊഴിലാളികൾ പ്രത്യേകിച്ചും, കർഷകത്തൊഴിലാളികളും അസംഘടിതമേഖലയിലെ തൊഴിലാളികളും കുറഞ്ഞ കൂലിയുള്ള തൊഴിലുകളിലുള്ളവരും പണക്കെണിയാലും വിപണിയുടേതല്ലാത്ത ഭരണപരമായ ഭയപ്പെടുത്തലുകളാലും വിധേയത്വത്താലും തൊഴിലുടമകളോട് ബന്ധിതരായി കഴിയുന്നു. ഇപ്പോഴും നിലവിലുള്ള അടിമവേലയെക്കുറിച്ചുള്ള കണക്കുകൾ ഇന്ത്യാഗവൺമെന്റ് പുറത്തുവിടാറുണ്ട്. ഇന്ത്യയുടെ വിഭിന്ന ഭാഗങ്ങളിൽ രാഷ്ട്രീയ പ്രവർത്തനങ്ങളിലൂടെ വിമോചിതരാകുന്ന അടിമവേലക്കാരെക്കുറിച്ച് ഓരോ വർഷവും നമ്മൾ കേൾക്കാറുണ്ട്. സമ്പദ്‌വ്യവസ്ഥയുടെ ഘടന നിർണായകമായി മാറ്റാൻ മുതലാളിമാർക്ക് കഴിഞ്ഞിട്ടില്ല. മുഴുവൻ

സമൂഹത്തിലും ആധിപത്യമുള്ള ഒരു പ്രത്യയശാസ്ത്രം വികസിപ്പിച്ചെടുക്കാൻ അവർക്ക് കഴിഞ്ഞിട്ടുമില്ല. മുതലാളിത്ത പൂർവ സാമൂഹിക രൂപ മാതൃകകളിൽനിന്നുള്ള പ്രത്യയശാസ്ത്രങ്ങളെയാണ് ഇന്ത്യൻ മുതലാളികൾ ഉൾക്കൊള്ളുന്നത്. ജപ്പാനെയും തായ്‌വാനെപ്പോലുമുള്ള രാജ്യങ്ങളിൽ മുതലാളിത്തം മുതലാളിത്ത പൂർവ പ്രത്യയശാസ്ത്രങ്ങളെ അധികാരമുറപ്പിക്കാൻ വിജയകരമായി ഉപയോഗിച്ചിട്ടുണ്ട്. ഇത് ആ രാജ്യങ്ങളിൽ തൊഴിലാളി വർഗത്തെ ചൂഷണം ചെയ്യുന്നത് കൂടുതൽ കടുപ്പമുള്ളതാക്കിയിട്ടുണ്ട്. രണ്ടാംലോക മഹായുദ്ധത്തിനു മുമ്പ് ജപ്പാനിലെ തൊഴിലാളിവർഗത്തെ കടുത്ത അടിച്ചമർത്തലിനു വിധേയമാക്കിയപ്പോഴും ഇപ്പോഴും തായ്‌വാനിലെയും ദക്ഷിണകൊറിയയിലെയും തൊഴിലാളി വർഗത്തെ അടിച്ചമർത്തുമ്പോഴും തൊഴിലാളികൾ അതിനെതിരെ പൊരുതുന്നുണ്ട്.

ഇന്ത്യയിൽ നിലവിലുള്ള മുതലാളിത്ത പൂർവ ബന്ധങ്ങളുടെയും മുതലാളിത്ത ഉൽപ്പാദനബന്ധങ്ങളുടെയും സമ്മിശ്രവും പ്രത്യയശാസ്ത്രങ്ങളും തൊഴിലാളികളും കർഷകരും ചൂഷണം ചെയ്യപ്പെടുന്നത് കുറച്ചിട്ടില്ല. മിക്ക സ്ഥലങ്ങളിലും കൂലിത്തൊഴിലാളികളെ അടിമകളായാണ് പരിഗണിക്കുന്നത്. ആധിപത്യം ചെലുത്തിയ ചൂഷണരീതികളുടെ കൂട്ട് സാമ്പത്തികവും സാമൂഹികവുമായ ഇടത്തെ ശിഥിലമാക്കുകയും അന്തർദേശീയ മൂലധനത്തിന് ആധിപത്യം ചെലുത്താനവസരം നൽകുകയും മുതലാളിത്തത്തിന്റെ പരിവർത്തനശക്തിയെ മുരടിപ്പിക്കുകയും ചെയ്തു. പശ്ചിമയൂറോപ്പിലും യു എസിലും മുതലാളിത്തം സമൂഹത്തെ മിക്ക തലങ്ങളിലും മാറ്റി. ഇന്ത്യയിൽ അടിസ്ഥാനതല മാറ്റങ്ങൾ ഇനിയും നടക്കേണ്ടിയിരിക്കുന്നു. നിലവിലുള്ള സാമൂഹികബന്ധങ്ങളുടെ സങ്കരത്തിന്റെയും അതിന്റെ താറുമാറാകലിന്റെയും വേരുകൾ കിടക്കുന്നത് കൊളോണിയൽക്കാല ഇന്ത്യാചരിത്രത്തിലാണ്. ഒറ്റപ്പെട്ട ഭാഗത്തിൽ നേരത്തെ നിലവിലുണ്ടായിരുന്ന മുതലാളിത്തബന്ധങ്ങളും മറ്റുഭാഗങ്ങളിലെ പുതുതായി ഉറപ്പാക്കിയ മുതലാളിത്ത പൂർവബന്ധങ്ങളും മുതലാളിത്തത്തിലെ വൈരുധ്യങ്ങളും കാരണങ്ങളായിത്തീർന്നു.

മുതലാളിത്തത്തിന്റെ, പ്രത്യേകിച്ചും വ്യാവസായിക മുതലാളിത്തത്തിന്റെ യുക്തിയുടെ ചില ഭാഗങ്ങൾ നമുക്ക് പരിശോധിക്കാം. ചില രാഷ്ട്രങ്ങളിലൊഴികെ എവിടെയും പ്രശ്നങ്ങളുണ്ടാക്കുന്നത് വ്യാവസായിക മുതലാളിത്തമാണ്. മിക്ക വികസിത മുതലാളിത്ത രാഷ്ട്രങ്ങളിലും ചരക്കുൽപ്പാദനത്തിനുപകരം പണം പലിശയ്ക്കു കൊടുക്കുന്ന സമ്പ്രദായം നിലവിൽ വന്നു. അതിന് മുമ്പ് കൈത്തൊഴിലുകാർ സ്വന്തം വീടുകളിൽ സ്വന്തം ഉൽപ്പാദനോപാധികളോടെ തൊഴിലെടുത്തു വന്നു. പിന്നീട് കൈത്തൊഴിലുകാർ വ്യാപാരികളിൽനിന്ന് പണം മുൻകൂർപറ്റി പണിയെടുത്തു. കൈത്തൊഴിലുകാർക്ക് അസംസ്കൃതവസ്തുക്കളും ഉപകരണത്തിന്റെ ഭാഗങ്ങളും നൽകിയ വ്യാപാരികൾ അങ്ങനെ പണം പലിശയ്ക്കു നൽകുന്ന സമ്പ്രദായം തുടങ്ങി. ഒടുവിൽ കൈത്തൊഴിലുകാരെ

ഫാക്ടറികളിലേക്ക് കൂലിത്തൊഴിലാളികളാക്കി കൊണ്ടുവന്ന് ആധുനിക ഫാക്ടറി വ്യവസ്ഥയ്ക്ക് ഉദയം നൽകി. മുതലാളിത്തം സങ്കീർണമായ ഈ പ്രക്രിയയിൽനിന്ന് വികസിച്ചപ്പോൾ കൂടുതൽ സങ്കീർണമായ സംഘടിത ഉൽപ്പാദനമുണ്ടായി. യന്ത്രസംവിധാനം വികസിച്ചതോടെ തൊഴിലാളിയുടെ ഉൽപ്പാദനം വർധിക്കുകയും ഉൽപ്പാദനോപാധികളുടെ ഉടമകളുടെ നിയന്ത്രണം ശക്തമാവുകയും ചെയ്തു. യന്ത്രങ്ങൾ മനുഷ്യരുടെ യജമാനരായി മാറി.

യന്ത്രാധിഷ്ഠിത ഉൽപ്പാദനവിദ്യയുടെ വികസനം തുടർന്നതോടെ ഉൽപ്പാദനയൂണിറ്റുകൾ ചില പ്രദേശങ്ങളിൽ മാത്രം വ്യാപിക്കുന്നതിനിടയാക്കി. തൊഴിലാളികൾക്കും സാങ്കേതികവിദഗ്ധർക്കും ഒരു പ്രത്യേക സ്ഥലത്ത് പ്രവർത്തിക്കേണ്ടി വന്നു. അവർക്ക് പുതിയ ഉപകരണങ്ങളും പുതിയ വസ്തുക്കളും പുതിയ ഡിസൈനുകളും ഉപയോഗിക്കേണ്ടി വന്നു. എല്ലായിടത്തും സഞ്ചരിച്ചുകൊണ്ട് തൊഴിലാളികൾക്ക് ഇത് ചെയ്യാനാവുമായിരുന്നില്ല. ഉൽപ്പാദനവിദ്യകൾ വിദ്യാഭ്യാസ സ്ഥാപനങ്ങളുടെ ശാസ്ത്രസാങ്കേതിക പരീക്ഷണശാലകളിലാണ് ഉരുത്തിരിഞ്ഞതും വികസിച്ചതുമെങ്കിലും ഈ പരീക്ഷണശാലകൾ വ്യവസായശാലകളുടെ സമീപത്താകേണ്ടിയിരുന്നു. വിദഗ്ധ തൊഴിലാളികളില്ലാതെ തൊഴിലാളി ചെലവ് വർധിപ്പിക്കാതെ ഉൽപ്പാദനം വർധിപ്പിക്കാനുള്ള നവീകരണങ്ങൾ നടപ്പാക്കാൻ കഴിയുമായിരുന്നില്ല. തൊഴിലാളികളുടെ എണ്ണം കുറയ്ക്കാവുന്ന നവീകരണങ്ങളാൽ പ്രേരിതരായിരുന്ന തൊഴിലുടമകൾക്ക് പരിധികളില്ലാത്ത തൊഴിലാളികളുടെ സാന്നിധ്യം ഉണ്ടാവരുത്. നവീകരണം ഫലപ്രദമാവണമെങ്കിൽ തൊഴിലാളികളുടെ എണ്ണം ചുരുങ്ങണം. ദേശരാഷ്ട്രത്തിന്റെ അതിർത്തികൾക്കകത്തെ മുതലാളിമാരുടെ നീക്കത്തിന്റെ അതിർത്തി നിർണയം വിജ്ഞാനത്തിന്റെയും സാങ്കേതികവിദ്യയുടെയും വികസനം സ്വരൂപിക്കാനുള്ള അവസരം നൽകി. തൊഴിലാളികളുടെ കരുതൽ ശേഖരത്തെ പകരംവെച്ച് അത് പ്രവർത്തിച്ചു. സൗകര്യമൊത്ത സ്ഥലത്ത് തൊഴിലാളി ചെലവേറിയതായപ്പോൾ തൊഴിലാളി ചെലവ് കുറയ്ക്കാനുള്ള മാർഗങ്ങൾ മുതലാളിമാർ അന്വേഷിച്ചുതുടങ്ങി. തുടരെയുള്ള പ്രതിസന്ധിയിൽ തൊഴിലാളികളെ തൊഴിൽരഹിതരാക്കുകയും അവരുടെ വിലപേശാനുള്ള ശക്തിയില്ലാതാക്കുകയും ചെയ്തു. തൊഴിലാളികളെ ചാക്രികമായി നവീകരിച്ചുകൊണ്ടിരുന്നു. മുതലാളിത്തവളർച്ചയുണ്ടായ ഇടങ്ങളിൽ മിച്ചതൊഴിലാളി അല്ലെങ്കിൽ കരുതൽ ശേഖരത്തിലെ തൊഴിലാളികളുടെ എണ്ണം മൊത്തം തൊഴിൽ ശക്തിയെ അപേക്ഷിച്ച് കുറഞ്ഞു.

അധികരിപ്പിക്കുന്നതിന്റെ സമ്പദ്വ്യവസ്ഥകളിലൂടെ തൊഴിലാളികളുടെ ഉൽപ്പാദനക്ഷമത പെരുപ്പിക്കുമ്പോൾ മുതലാളിത്തം തുടക്കം മുതൽ ഒരു വൻ വൈരുധ്യത്തിലായിരുന്നു. അതിന്റെ വളർച്ചയുടെ യുക്തിയാൽ ഏറ്റവും കൂടുതൽ ലാഭമുള്ള തൊഴിൽ മേഖലകളാണ്. ഏറ്റവും കൂടുതൽ അധ്വാനക്ഷമതയുള്ള മേഖലകളല്ല മൂലധനം തെരഞ്ഞെടുത്തത്. തൊഴി

ലാളി ഉൽപ്പാദിപ്പിക്കുന്നത് കുറവാണോ കൂടുതലാണോയെന്ന് മുതലാളിമാർ ശ്രദ്ധിക്കുന്നില്ല. തൊഴിലാളി തനിക്ക് പര്യാപ്തമായ ലാഭം ഉൽപ്പാദിപ്പിക്കുന്നുണ്ടോ എന്നു മാത്രമാണ് അയാൾ ശ്രദ്ധിക്കുന്നത്. ഒരു സ്ഥലത്ത് തൊഴിലാളിയുൽപ്പാദിപ്പിച്ച മിച്ചമൂല്യം മൂലധനത്തിന്റെ നിർദേശത്താൽ മറ്റൊരു സ്ഥലത്തെത്തി തൊഴിലുൽപ്പാദിപ്പിക്കുകയോ ഉൽപ്പാദനക്ഷമത വർധിപ്പിക്കുകയോ ചെയ്ത് കൂടുതൽ ലാഭം വാഗ്ദാനം ചെയ്യുന്നു. മാർക്സ് *അർഥശാസ്ത്ര*ത്തിൽ തന്റെ ഗുരുവായി കരുതിയിരുന്ന ഡേവിഡ് റിക്കാർഡോവിന് ഇതറിയാമായിരുന്നു. രണ്ട് രാജ്യങ്ങൾക്കിടയിൽ മൂലധനം ചലിക്കുകയില്ലെന്ന് അദ്ദേഹം ധരിച്ചു. അതങ്ങനെ ചലിക്കരുതെന്നും അദ്ദേഹം നിർദേശിച്ചു. പക്ഷേ, ഇത് മുതലാളിത്തത്തിന്റെ യുക്തിക്ക് തന്നെ എതിരായിത്തീരുന്നു. മൂലധനം ഒരിടത്തുനിന്നും മറ്റൊരിടത്തേക്ക് ലാഭത്തിനായി സഞ്ചരിച്ചു. ഒരു സ്ഥലത്ത് ലാഭം കുറഞ്ഞതോടെ മുതലാളിമാർ ലാഭം വർധിപ്പിക്കാനായി പുതിയ സ്ഥലങ്ങൾ അന്വേഷിച്ചു. മൂലധനത്തിന്റെ സഞ്ചാരമുണ്ടായിട്ടും യൂറോപ്യൻ രാജ്യങ്ങളിൽ പത്തൊമ്പതാം നൂറ്റാണ്ടിൽ ഗണ്യമായ വികസനമുണ്ടായി. യൂറോപ്യൻ രാജ്യങ്ങളിൽനിന്നും കൊളോണിയൽ രാജ്യങ്ങളിൽനിന്നുമുള്ള മിച്ചമൂല്യം ഈ രാജ്യങ്ങളിൽ നിക്ഷേപിച്ചിരുന്നു. സ്വന്തം മാതൃരാജ്യത്തും വെള്ളക്കാർ കുടിയേറിയ യു എസ്, കാനഡ, ഓസ്ട്രേലിയ പോലുള്ള രാജ്യങ്ങളിലും ഈ മൂലധനം നിക്ഷേപിച്ചു. അതുകൊണ്ട് യൂറോപ്യൻ രാഷ്ട്രങ്ങളിലും വെള്ളക്കാർ കുടിയേറിയ കോളനികളിലും മൂലധനത്തിന്റെ ചലനം ഉൽപ്പാദനക്ഷമതയുടെ വളർച്ചയ്ക്ക് അനുയോജ്യമായിരുന്നു. കൊളോണിയൽ രാജ്യങ്ങളിൽ ഇതുണ്ടായില്ല. അവിടെനിന്നും മൂലധനം വലിച്ചെടുക്കുകയും വളരെ കുറച്ച് പുതിയ മൂലധനം മാത്രം ആ രാഷ്ട്രങ്ങളിൽ നിക്ഷേപിക്കുകയും ചെയ്തു. ഈ രാജ്യങ്ങളിൽ തൊഴിൽശക്തി വളരുന്നുണ്ടെങ്കിലും വിലകുറഞ്ഞതാണ്. ഈ രാജ്യങ്ങളിൽ തൊഴിൽ ശക്തി വളരുന്നത് മാത്രമല്ല തൊഴിലാളികളെ അടിച്ചമർത്തിയുമാണ് വിലകുറഞ്ഞതായത്. ഉദാഹരണത്തിന് പത്തൊമ്പതാം നൂറ്റാണ്ടിൽ ആസാമിലെ തേയിലത്തോട്ടങ്ങളിൽ അടിമവേലയാണ് നടപ്പാക്കിയത്. ഇന്ത്യയിൽനിന്നുള്ള തൊഴിലാളികളെ മൗറീഷ്യസിലും ട്രിനിഡാഡിലും സിലോണിലും നിയമിച്ചപ്പോൾ അവർ തീർത്തും അടിമകളായിരുന്നു. ദക്ഷിണാഫ്രിക്കയിൽ ഇപ്പോഴും ഏഷ്യക്കാരെയും കറുത്ത വംശജ തൊഴിലാളികളെയും രണ്ടാംതരം പൗരന്മാരായാണ് പരിഗണിക്കുന്നത്.

ഇന്ത്യയിലെ മുതലാളിത്ത വളർച്ചയെ പരിഗണിക്കുമ്പോൾ മുതലാളിത്ത ഉൽപ്പാദനം കൊണ്ടുവരികയെന്നത് മുതലാളിത്ത കൊളോണിയലിസത്തിന്റെ അവിഭാജ്യഭാഗമായിരുന്നില്ല എന്ന് മനസിലാക്കണം. ബ്രിട്ടീഷുകാർ മുതലാളിത്തവാദികളായിരുന്നു. ബ്രിട്ടീഷ് ഭരണകൂടത്തിനും മുതലാളിത്ത വർഗത്തിനും വരുമാനവും ലാഭവുമുണ്ടാക്കാൻ മാത്രമുള്ള മുതലാളിത്ത ബന്ധങ്ങൾ ഇന്ത്യയിൽ അവതരിപ്പിക്കുന്നതിനു മാത്രമേ ബ്രിട്ടീ

ഷുകാർക്ക് താൽപ്പര്യമുണ്ടായിരുന്നുള്ളൂ. മിഷണറി പ്രവർത്തനത്തിനു വേണ്ടിയല്ല ബ്രിട്ടീഷ് ഭരണകർത്താക്കളും മുതലാളിമാരും ഇവിടെ വന്നത്. മിതവാദിയും മാർക്സിസ്റ്റ് ചരിത്രകാരന്മാരും ചിലപ്പോഴിതിനെ അവഗണിക്കുന്നു. ബ്രിട്ടീഷുകാർ മുതലാളിത്തവർഗക്കാരായിരുന്നതിനാൽ അവർ ഇന്ത്യ ഒരു മുതലാളിത്ത രാജ്യമാക്കാനാണ് വന്നതെന്ന് അവർ കരുതുന്നു. അവർക്ക് അങ്ങനെയൊരു താൽപ്പര്യമുണ്ടായിരുന്നില്ല. ഈ രാജ്യത്ത് നിന്നുള്ള മൊത്തം റവന്യു വരുമാനം പരമാവധി വർധിപ്പിക്കുന്നതിന് മിഷണറി പ്രവർത്തനം തടസമായപ്പോൾ ബ്രിട്ടീഷുകാർ തുടക്കത്തിൽ തന്നെ മിഷണറി പ്രവർത്തനം നിർത്തിവെപ്പിച്ചിരുന്നു. കർഷകസെമീന്ദാർ ബന്ധങ്ങളും കർഷക മിരാസിദാർ ബന്ധങ്ങളും മാറ്റിയപ്പോൾ അത് ചിലപ്പോൾ മുതലാളിത്ത ബന്ധങ്ങളെപ്പോലെ തോന്നിച്ചു. ഈ മാറ്റങ്ങൾ കർഷക ഭൂവുടമസ്ഥരുടെതിനെക്കാൾ റവന്യു കർഷകരുടെ പിടിമുറുക്കുകയാണ് ചെയ്തത്. മറാത്താഭൂഭാഗത്തെ പഠ്വർധൻ ഭൂപ്രഭുത്വത്തെപ്പോലെ ചിലതിൽ ഉയർന്നുവരുന്ന മുതലാളിത്ത ഭൂപ്രഭുനിരയെ ഒതുക്കുകയാണ് ചെയ്തത്. പത്തൊമ്പതാം നൂറ്റാണ്ടിന്റെ തുടക്കത്തിൽ ബ്രിട്ടീഷുകാർ ഇന്ത്യയുടെ അനേകം ഭാഗങ്ങളിൽ മുതലാളിത്തത്തിന്റെ വളർച്ചയെ തടസപ്പെടുത്തുകയാണ് ചെയ്തത്. കൃഷിയിലെ ഉൽപ്പാദനബന്ധങ്ങൾ മാറ്റി മുതലാളിത്തവളർച്ച സഹായിക്കുന്നതിനുപകരം തടസപ്പെടുത്തി ബ്രിട്ടീഷ് ഭരണകാലത്തുടനീളം മുതലാളിത്ത കർഷകരെയും വിഷമത്തിലാക്കി. കരകൗശലവ്യവസായത്തിലും വിപണനത്തിലും ആ തൊഴിലുമായി ബന്ധപ്പെട്ട വ്യാപാരികളുടെ തകർച്ചയ്ക്കിടയാക്കി. യൂറോപ്പിൽ കൈത്തൊഴിലുകാർ വ്യവസായികളായി വളർന്നപ്പോൾ ഇന്ത്യയിലെ കൈത്തൊഴിലുകൾക്ക് ബ്രിട്ടീഷുകാരുടെ ഭരണത്താൽ തകർച്ചയാണുണ്ടായത്.

വ്യാവസായിക വളർച്ചയിലേക്കുള്ള രണ്ടുപാതകളെക്കുറിച്ച് മാർക്സ് പറഞ്ഞിട്ടുണ്ട്. വ്യാപാരികൾ വ്യവസായികളാകുന്ന പരമ്പരാഗത വഴിയാണ് ആദ്യത്തേത്. രണ്ടാമത്തേത് കൈത്തൊഴിലുകാർ വേണ്ടത്ര മൂലധനം സമാഹരിച്ച് പുതിയ വ്യവസായ മുതലാളിമാരാകുന്ന വിപ്ലവകരമായ വഴിയാണ്. ഇന്ത്യയിൽ ഗുജറാത്തിൽ ഭവ്സർമാരെപ്പോലുള്ള സമ്പന്നരായ കൈത്തൊഴിലുകാരുണ്ടായിരുന്നു. ബ്രിട്ടീഷ് ഭരണം പിന്തുടർന്ന നയങ്ങൾ അവരുടെ തൊഴിലിനെ തകർത്തു. അങ്ങനെ കരകൗശലവുമായി ബന്ധപ്പെട്ട വ്യാപാരികൾക്കും സമ്പന്നരായ കൈത്തൊഴിലുകാർക്കും വ്യവസായ മുതലാളിമാരാകാനുള്ള അവസരം നഷ്ടമായി. കർഷകരും കൈത്തൊഴിലുകാരും ചൂഷണം ചെയ്യപ്പെട്ടപ്പോൾ തൊഴിലാളികളുടെ എണ്ണം പെരുകി. തദ്ദേശ മുതലാളിത്തവർഗത്തിന്റെ അതിജീവനവും വളർച്ചയും പ്രതിസന്ധിയിലായി.

മുതലാളിത്തവർഗങ്ങളുടെ പ്രകൃതവും അവരുടെ വളർച്ചയുടെ പരിധിയും മുതലാളിത്തത്തോട് സമാനമാകുന്നില്ല. മുതലാളിത്തത്തെ മനസിലാക്കാൻ മറ്റു വർഗങ്ങളെയും ആ വർഗങ്ങളെങ്ങനെ പരസ്പരം പ്രതി

പ്രവർത്തിക്കുന്നുവെന്നും രാജ്യഭരണകൂടവുമായി ആ വർഗങ്ങൾ എങ്ങനെ പ്രതിപ്രവർത്തിക്കുന്നുവെന്നും മനസിലാക്കേണ്ടതുണ്ട്. ആ പ്രതിപ്രവർത്തനങ്ങളുടെ എല്ലാ സങ്കീർണതകളെയും നേരിടാൻ ഇവിടെയുദ്ദേശിക്കുന്നില്ല. ഇന്ത്യൻ മുതലാളിത്തവർഗത്തിന്റെ സ്വഭാവം ചർച്ചചെയ്യാൻ മുതലാളിത്തവ്യവസ്ഥയുടെ മുഴുവൻ സ്വഭാവവും ഓർത്തുകൊണ്ട് അതല്ലെങ്കിൽ ഇന്ത്യയിലുള്ള സാമൂഹികവ്യവസ്ഥയെ തൊഴിലാളികളുടെയും കർഷകരുടെയും ഭൂപ്രഭുക്കളുടെയും രാജ്യഭരണസംവിധാനത്തിന്റെ പ്രവർത്തനത്തെയും വിശകലനം ചെയ്തുകൊണ്ട് മനസിലാക്കാം.

ഏഷ്യയിലും യൂറോപ്പിലും വർഗസമൂഹം പുരാതനകാലം തൊട്ടുണ്ട്. മേൽജാതിക്കാർക്ക് ചില പ്രത്യേക നിർദേശങ്ങളുണ്ടായിരുന്നു. യൂറോപ്പിലെ ഭൂപ്രഭുവർഗത്തിലെ ഒരംഗത്തിന് വിശിഷ്ടനായി പരിഗണിക്കപ്പെടാൻ കുലീന പിതൃത്വം സമപ്രായക്കാരിൽനിന്നും മുതിർന്നവരിൽനിന്നും അംഗീകാരവും വേണമായിരുന്നു. ഹിന്ദുരാജാക്കന്മാർ ഭരിച്ചിരുന്ന ഇന്ത്യയിൽ ക്ഷത്രിയ എന്ന പദവി അഭിഷേകം ചെയ്തു നൽകിയിരുന്നത് ബ്രാഹ്മണരായിരുന്നു. ക്ഷത്രിയ ജാതിയുടെ ഒരംഗമായി ക്ഷത്രിയ രാജാവായി ശിവജി അഭിഷേകം ചെയ്യപ്പെട്ടത് നമുക്കറിയാം. മുതലാളിത്തം എല്ലാവർക്കും തുല്യഅവസരം വിഭാവനചെയ്യുന്നുണ്ടെങ്കിലും എവിടെയുമുള്ള മുതലാളിത്തവർഗക്കാർ അവരുടെ മാത്രമായ സംഘങ്ങളുണ്ടാക്കാനാണ് ശ്രമിച്ചത്. പദവികൾക്ക് തീർപ്പ് കൽപ്പിക്കാനുള്ള നിയമം അവരുണ്ടാക്കിയിട്ടുണ്ട്. ഇവിടെ അത്തരം നിയമങ്ങളെയാണ് ഞാൻ പരിശോധിക്കുന്നത്.

പതിമൂന്നും പതിനാലും നൂറ്റാണ്ടുകളിലെ ഇറ്റാലിയൻ നഗരരാജ്യങ്ങളുടെ കാലംമുതൽ യൂറോപ്പിൽ വ്യാപാരികളുടെ സംഘങ്ങളായ ഗിൽഡുകൾ ഉണ്ടായിരുന്നു. നിർണായകമായ രാഷ്ട്രീയശക്തിയാർജിച്ച ഈ ഗിൽഡുകളും സംഘങ്ങളും മറ്റു മുതലാളിത്ത ഗ്രൂപ്പുകളുടെയും മുതലാളിത്ത ഉൽപ്പാദനബന്ധങ്ങളുടെയും വളർച്ചയെ തടസപ്പെടുത്തി. യൂറോപ്പിലെ പ്രഭുത്വത്തിന്റെ തകർച്ച അത്തരത്തിലുള്ള പ്രത്യേകമായ ഗിൽഡുകളെയും സംഘങ്ങളെയും തകർത്തു. പക്ഷേ, വീണ്ടും മുതലാളിത്തത്തിന്റെ വളർച്ചയോടെ പ്രത്യേകമായ ക്ലബുകൾ അംഗത്വത്തിനുള്ള ഔപചാരിക അനൗപചാരിക നിയമങ്ങളോടെ വളരുകയും ഈ സംഘങ്ങൾ നിർണായകമായ രാഷ്ട്രീയശക്തി പ്രയോഗിക്കുകയും ചെയ്തു. മാഞ്ചസ്റ്റർ ചേംബർ ഓഫ് കൊമേഴ്സ് ബ്രിട്ടീഷ്–ഇന്ത്യൻ ബന്ധങ്ങളിൽ പത്തൊമ്പതാം നൂറ്റാണ്ടിൽ കുപ്രസിദ്ധമായ സ്വാധീനം ചെലുത്തിയിരുന്നു. ഇന്ത്യയിൽ വ്യാപാരികൾക്ക് തങ്ങളുടെതായ പ്രത്യേക നിയന്ത്രണമുണ്ട്. സ്വത്തുടമസ്ഥതയാണ് ആദ്യത്തെ മാനദണ്ഡം. പണമില്ലെങ്കിൽ നിങ്ങൾക്ക് വ്യാപാരിയാകാനാവില്ല. ഇന്ത്യയിൽ ഒരു സംരംഭം വിജയിക്കുന്നതിന്റെ അടിസ്ഥാനഘടകം ഒരു പ്രത്യേക ജാതിയിലെ അംഗത്വമായിരുന്നു. മതങ്ങൾ മാറിയാലും അത്തരം ജാതികൾ തുടർന്നു. ഹിന്ദു വ്യാപാരി ജാതികളിൽനിന്ന് ഇസ്ലാമതം സ്വീകരിച്ചവരാണ് മേമ

ന്മാരും ബോറകളും. വിജയികളായ അനേകം വ്യാപാരികൾ ഈ ജാതികളിൽ നിന്നുള്ളവരായിരുന്നു. മദ്രാസിലെ വളരെയധികം ശക്തരായ മേമന്മാരെ കുറിച്ച് ഞാൻ മുമ്പ് വിവരിച്ചിട്ടുണ്ട് (Bagchi 1989:51). എല്ലാ മേമന്മാരും ബോറമാരും വ്യാപാരികളായിരുന്നില്ല. ആ വ്യാപാര ജാതികളിൽനിന്നുള്ളവർ മാത്രമേ വ്യാപാരികളാവുകയുള്ളൂ എന്നതും ശരിയല്ല. ബ്രാഹ്മണരും ക്ഷത്രിയരും വൈശ്യരല്ലാത്ത മറ്റുള്ളവരും വ്യാപാരികളായിട്ടുണ്ട്. അവസരങ്ങൾ ഉപയോഗപ്പെടുത്തിയ തമിഴ്നാട്ടിലെ നാടാർമാർ ധനികവ്യാപാരികളായി മാറി. എങ്കിലും ഇന്ത്യയിലുടനീളം പ്രത്യേക ജാതിയിലും ഉപജാതിയിലുംപെട്ട വ്യാപാര ഗ്രൂപ്പുകളെ കാണുവാൻ നിങ്ങൾക്ക് കഴിയും. ജാതിയുടെയും സമുദായത്തിന്റെയും സീമകൾക്കപ്പുറത്തേക്ക് പടരുന്ന വ്യാപാര ഗ്രൂപ്പുകളുമുണ്ടായിരുന്നു. അഹമ്മദാബാദിലും സൂറത്തിലും ജാതിയെയും സമുദായത്തെയും മറികടന്ന വ്യാപാര ഗ്രൂപ്പുകളുണ്ടായിരുന്നു. ഇതെല്ലാമുണ്ടെങ്കിലും നൂറ്റാണ്ടുകളായി ചില പ്രത്യേക ജാതികൾ വ്യാപാരികളായി നിലകൊള്ളുന്നതാണ് നാം കാണുന്നത്.

യൂറോപ്പിൽനിന്നുള്ള മുതലാളിമാർ മറ്റു രാജ്യങ്ങൾ കീഴടക്കിയപ്പോൾ അവർ തങ്ങളുടേതായ പ്രത്യേക നിരോധന നിയമങ്ങളുണ്ടാക്കി. അതിൽ ഏറ്റവും നിർലജ്ജമായത് വംശീയ പ്രത്യയശാസ്ത്രത്തിൽ നിന്നുള്ളതായിരുന്നു. കീഴടക്കിയവരിൽനിന്ന് കീഴടക്കുന്നവരെയും വെളുത്തവരിൽനിന്ന് കറുത്തവരെയും വേർതിരിക്കാൻ വംശീയവാദവും കുറഞ്ഞൊരളവിൽ മതവും ഉപയോഗിച്ചിരുന്നു. ഭരണകർത്താക്കൾ ഒരു മുതലാളിത്ത രാഷ്ട്രത്തിൽ നിന്നുള്ളവരായപ്പോൾ നിയമത്തിനു മുന്നിൽ എല്ലാവരെയും സമന്മാരാക്കുന്ന ബൂർഷ്വാ നിയമങ്ങൾ അവതരിപ്പിച്ചപ്പോൾ ഭരണകർത്താക്കൾക്ക് പ്രത്യേകാവകാശം ഉറപ്പിക്കാൻ ബ്രിട്ടീഷുകാർ യൂറോപ്യന്മാരെ വിചാരണ ചെയ്യാൻ യൂറോപ്യൻ കോടതികൾ എന്നതുപോലുള്ള പ്രത്യേക നിയമങ്ങൾ കൊണ്ടുവന്നു. അത്തരം നിയമങ്ങൾ പാസാക്കുന്നതിലുപരി ഭരിക്കുന്ന വെള്ളക്കാരുടെ ഗ്രൂപ്പുകൾ ഔപചാരികമായും അനൗപചാരികമായും തങ്ങളുടെതായ വെള്ളക്കാർക്ക് മാത്രം പ്രവേശനമുള്ള സംഘങ്ങളും ക്ലബുകളുമുണ്ടാക്കി. പത്തൊമ്പതാം നൂറ്റാണ്ടിലുടനീളം മദ്രാസ് ചേംബർ ഓഫ് കൊമേഴ്സിൽ ഇന്ത്യൻ അംഗങ്ങളുണ്ടായിരുന്നില്ല. ബ്രിട്ടണിൽനിന്നും യൂറോപ്യൻ രാജ്യങ്ങളിൽനിന്നുമുള്ള മുതലാളിമാർ പ്രവർത്തിച്ചിരുന്ന വ്യത്യസ്ത സാഹചര്യങ്ങളാലും ഇന്ത്യൻ മുതലാളിത്തഗ്രൂപ്പുകളുടെ മത്സരശക്തിയിലെ വ്യത്യാസത്താലും വിവേചനം ഇന്ത്യയിൽ പലരീതിയിലാണ് നിലനിന്നത്. പത്തൊമ്പതാം നൂറ്റാണ്ടിന്റെ ആദ്യപകുതിയിൽ ബംഗാളിലെ ബംഗാളിമുതലാളിമാരും ബോംബെയിലെ പാർസി മുതലാളിമാരും വിധേയസ്ഥാനങ്ങളിലായിരുന്നു. പക്ഷേ, അവർ ബ്രിട്ടീഷുകാരുമായി സഹകരിക്കുകയും അവരുമായി നിരവധി വ്യാപാര പ്രവർത്തനങ്ങളിൽ മത്സരിക്കുകയും ചെയ്തു. പത്തൊമ്പതാം നൂറ്റാണ്ടിന്റെ ആദ്യ ദിനങ്ങളിൽ ബ്രിട്ടീഷുകാരുമായി സഹകരി

ക്കുകയോ മത്സരിക്കുകയോ ചെയ്യുന്ന വൻ മുതലാളിമാർ ആരും മദ്രാസി ലുണ്ടായിരുന്നില്ല.

പത്തൊമ്പതാം നൂറ്റാണ്ടിൽ സാഹചര്യം മാറി. ആ നൂറ്റാണ്ടിന്റെ ഒടുവിൽ ബോംബെയിൽ വൻതോതിലുള്ള വ്യാപാരവും ഉയർന്നുവരുന്ന കോട്ടൺമില്ലുകളും ബ്രിട്ടീഷുകാരെയും ഇന്ത്യക്കാരെയും ഡയറക്ടർമാരാക്കി. വൻതോതിലുള്ള വ്യാപാരത്തിൽനിന്ന് ബംഗാളി മുതലാളിമാർ അപ്രത്യക്ഷരായിരുന്നു. കിഴക്കൻ ഇന്ത്യയിൽ മാർവാരികൾ വൻവ്യാപാരികളായിരുന്നില്ല. മദ്രാസിൽ ഇന്ത്യൻ വ്യാപാരികളുടെ പുതിയ സംഘം നിവേശിക്കുകയായിരുന്നു. 1906ൽ അർബത്നോട്ട് ആന്റ് കമ്പനി തകർന്നപ്പോൾ ഓഹരിവിപണിയിലെ നേട്ടങ്ങളിൽ മിക്കതും നേടിയത് ബ്രിട്ടീഷ് ഗ്രൂപ്പുകൾക്ക് പകരം ഇന്ത്യൻ വ്യാപാര ഗ്രൂപ്പുകളായിരുന്നു. വ്യത്യസ്ത പ്രദേശങ്ങളിൽ സാമൂഹിക ഉൽപ്പാദനബന്ധങ്ങളിലുള്ള വ്യത്യാസം പ്രത്യക്ഷമായത് ഇങ്ങനെയാണ്. ബ്രിട്ടീഷ് ഭരണം ദക്ഷിണേന്ത്യൻ സമൂഹത്തിലെ എല്ലാ വിഭാഗങ്ങളെയും തുടക്കത്തിൽ വിനാശകരമായാണ് ബാധിച്ചത്. (ബംഗാളിൽ സഹകരിക്കുന്ന ഇന്ത്യൻ സംരംഭങ്ങൾ ആദ്യം സമ്പന്നമായിരുന്നു) പതിനെട്ടാം നൂറ്റാണ്ടിന്റെ ഒടുവിൽ മദ്രാസിനെ ബാധിച്ച ജനസംഖ്യാ ദുരന്തങ്ങൾ 1870 വരെ നിലനിന്നു. മദ്രാസ് പത്തൊമ്പതാംനൂറ്റാണ്ടിന്റെ ആദ്യഭാഗങ്ങളിൽ ജനശൂന്യമാക്കലിനെ നേരിടുകയായിരുന്നുവെന്ന് റൊണാൾഡ് ലാർഡിനോയ്സിന്റെ പഠനം പറയുന്നു. 1830കളിലെ ക്ഷാമകാലത്ത് ഗുണ്ടൂർജില്ലയിലെ ജനസംഖ്യയുടെ മൂന്നിലൊരു ഭാഗം മരണപ്പെട്ടു. 1870കളിലെ ദക്ഷിണേന്ത്യയിലെ ഏറ്റവും മോശമായ ക്ഷാമകാലം വരെ ഈ അവസ്ഥ നിലനിന്നു. ഈ കാലഘട്ടത്തിനു ശേഷം ദക്ഷിണേന്ത്യ ജനസംഖ്യാപരമായി ആരോഗ്യം വീണ്ടെടുത്തു. ജനസംഖ്യയുടെ മേലേക്കിടയിലുള്ള വ്യാപാരികളെയും വൻകർഷകരെയുംകുറിച്ച് അത് ശരിയായിരുന്നു.

ഇത്തരത്തിലുള്ള വീണ്ടെടുപ്പ് സാധ്യമാക്കിയതിന്റെ കാരണങ്ങൾ മദ്രാസിന്റെ ആന്തരിക സാമൂഹിക ഘടനയിലുണ്ട്. കഴിയുന്നത്ര റവന്യൂ പിഴിഞ്ഞെടുക്കാനുള്ള ബ്രിട്ടീഷുകാരുടെ ആർത്തി മദ്രാസ് പ്രസിഡൻസിയിൽ റയോട്ട്വാരി വ്യവസ്ഥ കൊണ്ടുവന്നു. അത് ബംഗാളിനെക്കാളുമധികം റവന്യൂ അവർക്ക് ലഭ്യമാക്കി. ഈ പ്രക്രിയയിലൂടെ സെമീന്ദാർമാരും മിറാസിദാർമാരും മദ്രാസിന്റെ മിക്കഭാഗങ്ങളിൽനിന്നും അപ്രത്യക്ഷരായി. നാട്ടിൻപുറങ്ങളിൽ സെമീന്ദാർമാർ ആധിപത്യം ചെലുത്തുന്ന ബംഗാളിൽനിന്ന് വ്യത്യസ്തമായി അത് മദ്രാസിൽ മുതലാളിത്ത ശക്തികളെ തുറന്നുവിട്ടു. ശ്രീലങ്ക, മലേഷ്യ, ഇൻഡോ-ചൈന, ബർമ എന്നീ രാജ്യങ്ങളിലേക്ക് വ്യാപാരത്തിനായി പോയ ദക്ഷിണേന്ത്യൻ വ്യാപാരികൾ ലാഭമുണ്ടാക്കി ഇന്ത്യയിൽ നിക്ഷേപിച്ചു. ഈ വികസനങ്ങൾ ഇരുപതാം നൂറ്റാണ്ടിൽ കോയമ്പത്തൂരിലും തുടർന്ന് മദ്രാസിന്റെ മറ്റുഭാഗങ്ങളിലും ആധുനികവ്യവസായത്തിന്റെ വളർച്ചയുണ്ടാക്കി. ഇത്തരത്തിൽ ഒരു തദ്ദേശ മുതലാളിത്ത വളർച്ച കിഴക്കൻ ഇന്ത്യയിലുണ്ടായില്ല. ബംഗാ

ളിലും ബീഹാറിലും വൻകിട വ്യവസായങ്ങളും വ്യാപാരങ്ങളും പുതുതായിവരുന്ന വ്യവസായങ്ങളും ബ്രിട്ടീഷുകാരുടെ ആധിപത്യത്തിലായിരുന്നു. മിക്ക വ്യവസായങ്ങളിൽനിന്നും മിച്ചമൂല്യമെടുത്ത ബ്രിട്ടീഷുകാർ വളരെ കുറച്ചുമാത്രമാണ് പ്രാദേശികമായി നിക്ഷേപിച്ചത്. ഇന്ത്യൻ മുതലാളിമാരുടെ വരവിനുമുമ്പ് ബ്രിട്ടീഷുകാരുടെ രാഷ്ട്രീയശക്തിയെ നീക്കം ചെയ്യേണ്ടതുണ്ടായിരുന്നു. രണ്ടാം ലോകമഹായുദ്ധത്തിന്റെ അന്ത്യംവരെയും ബ്രിട്ടീഷുകാരുടെ പകരക്കാരായി മാർവാരികൾ കിഴക്കൻ ഇന്ത്യയിലെ ഏറ്റവും വലിയ മുതലാളിത്ത ഗ്രൂപ്പായി മാറിയിരുന്നില്ല. ബ്രിട്ടീഷ് ഭരണത്തിൻകീഴിൽ സങ്കീർണങ്ങളായ അന്തർദേശീയ ഘടകങ്ങളും ആഭ്യന്തര ഘടകങ്ങളും ഇന്ത്യൻ മുതലാളിത്ത വളർച്ചയെ ഇന്ത്യയുടെ വ്യത്യസ്ത മേഖലകളിൽ വ്യത്യസ്തമാകുന്നത് ഇവിടെ കാണാനാകും.

കൊളോണിയൽ ഇന്ത്യയിൽ സമൂഹത്തിലെ മുതലാളിത്ത ബന്ധങ്ങളുടെ വളർച്ചയ്ക്കെതിരെ ധാരാളം ഘടകങ്ങൾ പ്രവർത്തിച്ചിരുന്നതായി കാണാം. ഇന്ത്യയുടെ അനേകം ഭാഗങ്ങളിൽ റവന്യൂകൃഷിയെ നിലനിർത്തിയ ബ്രിട്ടീഷുകാർ മുതലാളിത്തകൃഷി അതിവേഗം വളരുവാൻ അനുവദിച്ചില്ല. ഇന്ത്യയിൽ മിച്ചമൂല്യത്തിന്റെ വലിയൊരു ഭാഗം വലിച്ചെടുത്ത അവർ മറ്റെവിടെയോ അത് നിക്ഷേപിച്ചു. ഇന്ത്യൻ ആഭ്യന്തരവിപണിയുടെ വളർച്ച അതുമൂലം തുടർച്ചയായി തടസപ്പെട്ടു. ഏകദിശാ സ്വതന്ത്ര വ്യാപാരനയം അവർ പിന്തുടർന്നു. ഈ ഘടകങ്ങൾ രാജ്യത്ത് ഉൽപ്പാദന ശക്തികളെയും മുതലാളിത്തവർഗത്തെയും മുരടിപ്പിച്ചു. മിച്ചമൂല്യത്തിന്റെ ചെറിയൊരളവ് മാത്രം ലഭിച്ചിരുന്ന ഇന്ത്യൻ മുതലാളിക്ക് എങ്ങനെ അഭിവൃദ്ധിപ്പെടാൻ കഴിയും?

ബ്രിട്ടീഷ് ഭരണം നിഷ്കാസിതമായതോടെ മിക്ക സാഹചര്യങ്ങളും മാറി. സ്വതന്ത്ര ഇന്ത്യയിൽ എവിടെയും മൊത്തത്തിലുള്ള റവന്യൂകൃഷി നിർത്തലാക്കി. ബംഗാളിലും ഉത്തർപ്രദേശിലും മദ്രാസ് പ്രസിഡൻസിയിലെ രാംനാടും പുതുക്കോട്ടയിലും സെമീന്ദാരി സമ്പ്രദായം നിർത്തലാക്കി. ആഭ്യന്തരവിപണി രാഷ്ട്രസീമയ്ക്കകത്ത് പ്രവർത്തിക്കുന്ന എല്ലാ മുതലാളിമാർക്കുമായി സംരക്ഷിക്കപ്പെട്ടു. സാമ്പത്തിക വളർച്ചയ്ക്കുവേണ്ട അടിസ്ഥാനസൗകര്യങ്ങളൊരുക്കാൻ ജലസേചനത്തിലും വൈദ്യുതിവിതരണത്തിലും ഗതാഗത ശൃംഖലയിലും പൊതുമേഖലാ പ്രവർത്തനങ്ങൾ നടത്തി. നിക്ഷിപ്ത വിഭാഗീയ താൽപ്പര്യക്കാർ സാമൂഹിക സാമ്പത്തിക മാറ്റത്തെ തടസ്സപ്പെടുത്തിയെന്ന് അനേകം വിശകലനക്കാർ പറഞ്ഞിട്ടുണ്ട്. കർഷകരുടെ ഭൂവുടമസ്ഥത ഇന്നും സ്വപ്നമായിരിക്കുകയും ഇന്ത്യയുടെ മിക്ക സംസ്ഥാനങ്ങളിലും സമീപ ലക്ഷ്യമല്ലാതിരിക്കുകയുമാണ്. ജമ്മുകാശ്മീർ, പശ്ചിമബംഗാൾ, ത്രിപുര, കേരളം, കർണാടക, പഞ്ചാബ്, ഹരിയാന എന്നീ സംസ്ഥാനങ്ങളിലൊഴിച്ച് ഭൂപ്രഭുത്വം നാട്ടിൻപുറങ്ങളിൽ വിഹരിക്കുന്നുണ്ട്. പൊതുജനം നിരക്ഷരരായി തുടരുകയാണ്.

ഞാൻ വീണ്ടും വീണ്ടും ഊന്നിപ്പറയുന്ന ഒരു കാര്യം നിരക്ഷരതയെ നിർമാർജനം ചെയ്യാതെ ലോകത്തിൽ ഒരു രാഷ്ട്രവും ഉയർന്നതോതിൽ

വ്യവസായ വളർച്ച അനുഭവിച്ചിട്ടില്ല എന്നതാണ്. നമ്മുടെ നേതാക്കൾ ഉന്നത സാങ്കേതികവിദ്യയെയും ഇരുപത്തൊന്നാം നൂറ്റാണ്ടിനെയുംകുറിച്ച് കേമമായി സംസാരിക്കുന്നുണ്ട്. വളർന്നുയർന്ന വ്യവസായഭാവിക്കുള്ള അടിത്തറ നിരക്ഷര ജനതയല്ല. ശിശുപ്രായത്തിലുള്ള സാങ്കേതികവിദ്യയും പൊതുമേഖലാ ഗവേഷണ സ്ഥാപനങ്ങളിൽ വികസിപ്പിച്ച ഡിസൈൻ വൈദഗ്ധ്യവും പൊതുമേഖലാ സംരംഭങ്ങളും കൺസൾട്ടൻസി സ്ഥാപനങ്ങളും തത്വരഹിതമായ വിദേശവിദഗ്ധരുടെ ഇറക്കുമതിയാലും ബഹുരാഷ്ട്ര മൂലധനത്തിന്റെ ആധിപത്യത്തെ ബോധപൂർവം വളർത്തുന്നതിനാലും തടസപ്പെടുത്തപ്പെടുകയാണ്. തൊഴിലാളി യൂണിയനുകൾ ശിഥിലമായി സാമ്പത്തിക പ്രവർത്തനത്തിന് പ്രവർത്തനക്ഷമമല്ലാതായതോടെ തൊഴിലാളിവർഗത്തിന്റെ വിലപേശാനുള്ള ശേഷി ശോഷിച്ചു. ഉൽപ്പാദനക്ഷമത വർധിപ്പിച്ച് ലാഭംകൂട്ടാനുള്ള പ്രേരണയെയും ഇത് ശോഷിപ്പിച്ചു. ഉയരുന്ന വേതനം മുതലാളിത്തവർഗക്കാരെ സ്വതാൽപ്പര്യങ്ങൾക്കായി തൊഴിലാളികളുപയോഗിക്കുന്ന സാങ്കേതികവിദ്യയെ മെച്ചപ്പെടുത്താൻ പ്രേരിപ്പിച്ചിട്ടുണ്ടാകാം. ഇന്ത്യൻ മുതലാളിമാർ ഉപകരണം കുറച്ചുള്ള പണിശാലകളിലാണ് തൊഴിലാളികളെ നിയോഗിക്കുന്നത്. സംഘടിതമായ വ്യവസായത്തിന്റെയും ഫിനാൻസിന്റെയും മേഖലയ്ക്ക് പുറത്ത് വേതനം വളരെ കുറവാണ് എന്നതാണിതിന്റെ പ്രധാന കാരണം. ഇന്ത്യയുടെ സാമ്പത്തിക സാമൂഹിക വളർച്ചയെ തടസപ്പെടുത്തുന്ന പ്രധാന ഘടകം ഇന്ത്യൻ മുതലാളിത്തവർഗത്തിന്റെ സ്വഭാവമാണെന്ന് ഞാനൂന്നിപ്പറയുന്നു. തീർച്ചയായും നേരത്തെ സൂചിപ്പിച്ചതുപോലെ മുതലാളിത്ത ഗ്രൂപ്പുകൾ തീർത്തും സ്വയംഭരണമുള്ളവരല്ല. സ്വന്തം നിലയ്ക്ക് പ്രവർത്തിക്കാൻ അവയ്ക്കാവില്ല. അവരുടെ സ്വഭാവം സാഹചര്യങ്ങളുടെ ഒരു ഭാഗമാണ്.

ഇന്ത്യയിലെ മുതലാളിത്തസ്വഭാവത്തിന്റെ ചില വശങ്ങൾ നമുക്ക് കൂടുതൽ പരിശോധിക്കാം. ഇന്ത്യൻ മുതലാളിഗ്രൂപ്പുകൾ ശൈശവകാലരീതികളിൽനിന്ന് ഏറെ മാറിയിട്ടില്ല. ജാതിയുടെ പ്രത്യേകതാസ്വഭാവം അവരെ ജാതീയതയുടെയും വർഗീയതയുടെയും പ്രത്യയശാസ്ത്രങ്ങളോട് ബന്ധിപ്പിച്ചു. ഇന്ത്യൻ സമൂഹത്തിന്റെ ബാക്കിയുള്ളവരിൽനിന്ന് തങ്ങളെ സംരക്ഷിക്കുകയും ഒരു ഘട്ടത്തിൽ വേർതിരിക്കുകയും ചെയ്തവയെ അവരിപ്പോഴും വേർതിരിവുകളുണ്ടാക്കാനും തങ്ങളോട് മത്സരിക്കുന്നവരെ തടയാനുമാണുപയോഗിക്കുന്നത്. വൈശ്യർക്ക് പ്രത്യേക നിയമങ്ങളില്ലായിരുന്നുവെങ്കിൽ സ്വാതന്ത്ര്യത്തിന് മുമ്പുള്ള സ്വേച്ഛാധിപത്യ ഭരണകൂടത്താൽ അവ താഴ്ത്തപ്പെട്ടുപോകുമായിരുന്നു. വൻ നഗര മുതലാളിമാരും അവരെ താഴ്ത്തുമായിരുന്നു. ബ്രിട്ടീഷുകാരുമായി അവർക്ക് മത്സരിക്കാൻ കഴിയുകയില്ലായിരുന്നു. പ്രത്യേകതാസ്വഭാവമുള്ള ആ നിയമങ്ങൾ അവരെ ഇന്ത്യയിൽ മുതലാളിത്തം വികസിപ്പിച്ചേക്കാമായിരുന്ന പുതിയ ഗ്രൂപ്പുകളിൽനിന്നുള്ള മത്സരത്തെ തടയുകയാണ്.

സങ്കീർണരീതികളിൽ അവരുടെ സ്വഭാവം വംശീയതയാൽ രൂപീകരിക്കപ്പെട്ടതാണ് (Bagchi 1972: Chapter 6; Bagchi 1982: Chapter 24). മുതലാളിത്ത കൊളോണിയലിസത്തിന്റെ രൂപീകരണ പ്രത്യയശാസ്ത്രത്തിന്റെ ഒരു ഭാഗായിരുന്നു വംശീയതയെന്ന് ഞാൻ നേരത്തെ പറഞ്ഞിട്ടുണ്ട്. അധിനിവേശ ആശ്രിതത്വത്തിൽ അത് ഭരിക്കുന്നവരെ ഭരിക്കപ്പെടുന്നവരിൽനിന്ന് വേർതിരിക്കുവാനും യൂറോപ്യൻ മുതലാളിത്ത ഗ്രൂപ്പുകളെ ഇന്ത്യൻ ഏഷ്യൻ മുതലാളിമാരിൽനിന്ന് വേർതിരിക്കുവാനും ഉപയോഗിക്കപ്പെട്ടു. അത് പരിഹാസ്യമായ സാഹചര്യങ്ങളുണ്ടാക്കി. *ടൈംസ് ഓഫ് ഇന്ത്യ ഡയറക്ടറി ആന്റ് അൽമനാക്* പത്തൊമ്പതാം നൂറ്റാണ്ടിലെ ഇന്ത്യൻ യൂറോപ്യൻ കമ്പനിയുടെ പട്ടിക നൽകുന്നുണ്ട്. ഏതെങ്കിലുമൊരു വർഷമെടുക്കാം. 1882–83ലെ *ടൈംസ് ഓഫ് ഇന്ത്യ ഡയറക്ടറി*യിൽ സസൂൺ സ്ഥാപനങ്ങളെ അല്ലെങ്കിൽ ജൂതസ്ഥാപനങ്ങളെ യൂറോപ്യൻ സ്ഥാപനങ്ങളുടെ കൂട്ടത്തിലാണ് ഉൾപ്പെടുത്തിയിട്ടുള്ളത്. പശ്ചിമേഷ്യയിൽനിന്ന് വന്ന ജൂതന്മാർക്ക് ഒരു നൂറ്റാണ്ടിന്റെ പഴക്കമേ ഉണ്ടായിരുന്നുള്ളൂ. 1860കളിലും 1870കളിലും ഏലിയാസ് സസൂൺ ജീവിച്ചിരുന്നപ്പോൾ തന്നെ അദ്ദേഹത്തിന്റെ മക്കളും മറ്റു ബന്ധുക്കളും നിയന്ത്രിച്ചിരുന്ന സ്ഥാപനങ്ങൾ യൂറോപ്യൻ സ്ഥാപനങ്ങളായി കണക്കാക്കപ്പെടാൻ തുടങ്ങി. ഏഷ്യൻ വേരുകളുള്ള അവർ അങ്ങനെ യൂറോപ്യരായി വേർതിരിക്കപ്പെട്ടു. ഇത്തരത്തിലുള്ള വംശീയ വേർതിരിക്കൽ ഇന്ത്യയിലെ വാണിജ്യ ഇടപാടുകളിലെല്ലാമുണ്ടായിരുന്നു. സസൂണുകൾ അധികം വൈകാതെ മൂലധനം ഇന്ത്യയിൽനിന്ന് പുറത്തേക്കെടുത്തുവെന്നതിനാൽ അത്തരം വേർതിരിക്കലുകളിൽ പ്രത്യാഘാതങ്ങളുണ്ട്. ഇന്ത്യയിൽനിന്ന് തുടക്കമിട്ട അന്തർദേശീയ ബാങ്കായ ഈസ്റ്റേൺ ബാങ്ക് അവരുടെതായിരുന്നു. ഇന്ത്യൻ മണ്ണിൽ ഒരു വിദേശബാങ്കായി അത് പ്രവർത്തനമാരംഭിച്ചു. പ്രവാസി ഇന്ത്യക്കാരുടെ പൂർവികരായിരുന്നു സസൂൺമാർ. പ്രവാസികൾ ഇന്ത്യക്ക് പുറത്തേക്കുപോയി തിരിച്ചുവന്ന് ഇന്ത്യയിൽ പ്രവർത്തിക്കുമ്പോൾ വിദേശസ്ഥാപനങ്ങളെപ്പോലെ പെരുമാറുന്നു.

ഇന്ത്യയിലെ മിക്ക മേൽജാതി ഗ്രൂപ്പുകളും സ്വാതന്ത്ര്യലബ്ധിക്കു ശേഷവും വാണിജ്യത്തിലും മിലിട്ടറിയിലും സാങ്കേതികവിദ്യയിലും വെള്ളക്കാരുടെ അധീശത്വത്തെ ചോദ്യംചെയ്യാതെ സ്വീകരിക്കുന്നത് തുടർന്നു. അതുകൊണ്ടാണ് ഇന്ത്യക്കാരുടെ വരുതിയിലായ സംരംഭങ്ങളുടെ മേൽനോട്ടപദവിയിൽ വേണ്ടത്ര വിദ്യാഭ്യാസമില്ലാത്ത വെള്ളക്കാരെ നിയമിച്ചത്. നഷ്ടത്തിലായ ഇന്ത്യൻ അയൺ ആന്റ് സ്റ്റീൽ കമ്പനിയുടെ ചുമതല 1960കളിലുടനീളം യോഗ്യരല്ലാത്ത ഒരുകൂട്ടം യൂറോപ്യന്മാർക്കായിരുന്നു. ആ സ്ഥാപനത്തിൽ എന്താണ് നടക്കുന്നതെന്ന് ഡയറക്ടർമാരല്ലാത്തവർക്കെല്ലാം അറിയാമായിരുന്നു. കിഴക്കൻ ഇന്ത്യയിലെ അനേകം ചണമില്ലുകളും ഖനനകമ്പനികളും ഇങ്ങനെയായിരുന്നു പ്രവർത്തിച്ചിരുന്നത്. ഇന്ത്യ ബ്രിട്ടനുമായി ഒപ്പുവെച്ച വിദേശ സഹകരണധാരണകൾ എത്രയാണെന്ന് നോക്കാം. 1950കളോടെ ബ്രിട്ടൻ സാങ്കേതികമായി ഇതര

സിദ്ധികളെ അപേക്ഷിച്ച് പിന്നോക്കാവസ്ഥയിലായിരുന്നു. 1960കളിൽ ജപ്പാനും പശ്ചിമജർമനിയും യു എസും ഉൽപ്പാദനസാങ്കേതികവിദ്യക ളിൽ ബ്രിട്ടനെക്കാളും വളരെയധികം മുന്നിലായിരുന്നപ്പോഴാണ് ഇന്ത്യൻ സ്ഥാപനങ്ങൾ ബ്രിട്ടീഷ് സ്ഥാപനങ്ങളുമായി ഏറ്റവും കൂടുതൽ സഹ കരണധാരണകളിൽ ഒപ്പുവെച്ചത്. അനേകം ഇന്ത്യൻ മുതലാളിമാരെ ബാധിച്ചിരുന്ന കൊളോണിയൽ അപകർഷത മൂലമാണിത്. അത് മുത ലാളിമാരെ മാത്രമല്ല ബാധിച്ചത്. ഉന്നത ബ്യൂറോക്രാറ്റുകളിലെ മിക്ക വരും അതിന്റെ പങ്ക് പറ്റിയിരുന്നു. നാട്ടിൽ വളർന്ന വിദഗ്ധരിലും സാങ്കേ തികവിദഗ്ധരിലുമുള്ള തുടർച്ചയായ അവിശ്വാസത്തിന്റെ സമാനമായ തുടക്കമാണുള്ളത്.

ചുറ്റുപാടും നോക്കുമ്പോൾ നാം കാണുന്നത് പ്രത്യേകിച്ചും ആഫ്രി ക്കയിൽ ഇന്ത്യൻ മേൽജാതിക്കാർ പൊതുവെ മറ്റു രാഷ്ട്രങ്ങളിൽ നിന്നുള്ള കറുത്തവരോട് വംശീയ വിവേചനം സ്വീകരിക്കുന്നതാണ്. കിഴ ക്കൻ ആഫ്രിക്കയിൽ ഇന്ത്യൻ ബിസിനസുകാർ നേരിട്ട പ്രശ്നങ്ങൾ ഭാഗി കമായി ഇതുമൂലമായിരുന്നു. പുതിയ ഭരണകൂടങ്ങൾ മിക്കപ്പോഴും പ്രത്യേ കതാസ്വഭാവത്തെയും സങ്കുചിതമായ വർഗസ്നേഹത്തെയും എതിർത്തു. കുടിയേറ്റ സമുദായങ്ങളുടെ ചിന്തിക്കാത്ത വംശീയതയ്ക്ക് നീതീകരണ മില്ലായിരുന്നു.

ഇന്ത്യൻ മുതലാളിത്ത ഗ്രൂപ്പുകളുടെ പ്രത്യേകതാ സമീപനത്തിന് ഇന്ത്യൻ വികസനത്തെ ധനാത്മകമായി സ്വാധീനിക്കാൻ കഴിഞ്ഞു. 1950 കളിലും 1960കളിലും ഇന്ത്യയിൽനിന്ന് മൂലധനമിറക്കുമതി ചെയ്തിരു ന്നില്ല. വിദേശത്തുള്ള ഇന്ത്യൻ സംരംഭങ്ങളുടെ ലാഭത്തിന്റെയൊരു ഭാഗം ഇന്ത്യയിലേക്കയച്ചിരുന്നു. ഇന്ത്യൻ സ്വകാര്യമൂലധനം കരുത്താർജിച്ച തോടെ വിരോധാഭാസമെന്നവണ്ണം ദീർഘകാല മുതലാളിത്തവളർച്ചയ് ക്കുള്ള ഇന്ത്യൻ സാഹചര്യമൊരുക്കുന്നതിൽ പരാജയപ്പെടുകയും കട ലിനക്കരെ മൂലധനം നിക്ഷേപിക്കാൻ തുടങ്ങുകയും ചെയ്തു. ഇന്ത്യൻ മുതലാളിമാർ കടലിനക്കരെ കരുത്താർജിച്ചപ്പോൾ അവർ ഇന്ത്യയെ മാതൃ രാജ്യമായി കാണുന്നത് കുറഞ്ഞു. യൂറോപ്യൻ, ജാപ്പനീസ്, അമേരിക്കൻ ക്ലബുകളിൽനിന്ന് തഴയപ്പെട്ടപ്പോൾ അവർ സ്വന്തം ചേരികളുണ്ടാക്കി അവിടെനിന്ന് പ്രവർത്തിച്ചു. ഈ അന്തർദേശീയവൽക്കരിച്ച ആഭ്യന്തര മൂലധനം രണ്ടു വഴിക്കും പ്രവർത്തിച്ചു. വിദേശ ഇടപാടുകളിൽ ഇന്ത്യ യിലെ രാഷ്ട്രീയ യജമാനന്മാരുടെയും ഉന്നത മുതലാളിമാരുടെയും ഇട നിലക്കാരായി വർത്തിച്ചു. ഇന്ത്യയിൽ കരുത്തുറ്റ സാന്നിധ്യമില്ലെങ്കിലും വിദേശ സ്ഥാപനങ്ങൾ ഇന്ത്യയിൽ പ്രവർത്തനത്തിനുള്ള അടിത്തറയു ണ്ടാക്കാൻ ആഗ്രഹിച്ചപ്പോൾ അവർ വിദേശസ്ഥാപനങ്ങളുടെ ഇടനില ക്കാരായി വർത്തിച്ചു. പ്രത്യേകതാസ്വഭാവം പാലിച്ചിരുന്ന ഇന്ത്യൻ മുത ലാളിമാർ സഹകരണക്കാരായി പ്രവർത്തിക്കുകയും ഇന്ത്യയിൽനിന്ന് മൂല ധനം പുറത്തേക്കൊഴുകുന്നതിനെ സഹായിക്കുകയും ചെയ്തു. ഈ പ്രവാസി മുതലാളിമാർ ഇന്ത്യയെ ആസൂത്രണമില്ലാതെ ഉദാരവൽക്കരണ

പദ്ധതികൾ നടപ്പാക്കാൻ പ്രേരിപ്പിക്കുകയും കടക്കെണിയിലാക്കുകയും ചെയ്ത പ്രധാന സമ്മർദ ഗ്രൂപ്പാണ്. 1989ൽ ഇന്ത്യ 96,000 കോടി രൂപയുടെ കടത്തിലായിരുന്നു. ഉദാരവൽക്കരണകാലത്ത് സമ്പദ്വ്യവസ്ഥയെ തുറന്നതിനു തൊട്ടുമുമ്പുള്ള നാലുവർഷങ്ങളിലാണ് അതിൽ മിക്ക കടവുമുണ്ടായത്. ഇതിൽ ബഹുരാഷ്ട്ര ബാങ്കുകൾക്കും നാട്ടിൽ വളർന്ന ഇന്ത്യൻ മുതലാളിമാർക്കും പ്രവാസി മുതലാളിമാർക്കും വളരെ പ്രധാനമായ പങ്കുണ്ട്.

ഈ മാറ്റങ്ങളിലുടനീളം ഇന്ത്യൻ മൂലധനം മതേതരമാവുകയോ ജനാധിപത്യമൂല്യങ്ങളെ പുണരുകയോ ചെയ്തില്ല. അവർ പിന്തുടരുന്ന പ്രത്യയശാസ്ത്രങ്ങൾ മിക്കതും പിന്തിരിപ്പനാണ്. വികസിത മുതലാളിത്ത രാജ്യങ്ങളിൽനിന്നുള്ള പ്രതിലോമ പ്രത്യയശാസ്ത്രങ്ങളെ ചിലപ്പോളവർ അനുകരിക്കുന്നു. മുതലാളിത്തത്തെ പ്രോൽസാഹിപ്പിക്കുന്നതിനുപോലും ഇന്ത്യയിലത് ഉപകരിക്കില്ലെന്ന് അവരിൽ മിക്കവർക്കും മനസിലാകുന്നില്ല. സ്വതന്ത്രവ്യാപാരം ഇന്ത്യൻ സാഹചര്യത്തിന് അനുയോജ്യമല്ലെന്ന് അവരിൽ ചിലർക്കറിയാം. സ്വന്തം താൽപ്പര്യങ്ങളെ സംരക്ഷിക്കാൻ സ്വതന്ത്രവ്യാപാരത്തിനുവേണ്ടിയുള്ള സമ്പൂർണനീക്കങ്ങളെ അവർ എതിർക്കുന്നു. ഇന്ത്യയിലെ സാധാരണക്കാരുടെ ശരിയായ സ്വാതന്ത്ര്യത്തിനായുള്ള സമരങ്ങളെ എതിർക്കാനുള്ള ഒരു മുദ്രാവാക്യമാണ് സ്വതന്ത്രവ്യാപാരത്തിന്റേത്. യഥാർഥ പ്രശ്നങ്ങളിൽനിന്ന് പൊരുതുന്ന ജനതയുടെ ശ്രദ്ധ തെറ്റിക്കാൻ മുതലാളിത്ത ഗ്രൂപ്പുകളും മാധ്യമങ്ങളും ദോഷൈകദൃഷ്ടിയോടെ ഈ മുദ്രാവാക്യത്തെ ചൂഷണം ചെയ്യുന്നു. ഉദാഹരണത്തിന് മിൽട്ടൺ ഫ്രീഡ്മാന്റെ സഹായികൾക്ക് ഇന്ത്യൻ ചേംബർ ഓഫ് കൊമേഴ്സും മറ്റും നിരന്തരമായി വിരുന്നൊരുക്കാറുണ്ട്. ഇന്ത്യൻ ജനതയ്ക്കു മുന്നിൽ പ്രഭാഷണം നടത്താൻ അവരെ ക്ഷണിക്കാറുണ്ട്.

ഭൂപ്രഭുത്വം ചെലുത്തുന്ന ജനാധിപത്യവിരുദ്ധ ശക്തിക്കുകീഴിൽ അഭയംകൊള്ളുന്ന മിക്ക മുതലാളിത്ത വിഭാഗങ്ങളും തീർത്തും ജാതീയവും വർഗീയവുമാണ്. കൽക്കത്തയിൽനിന്നുള്ള രണ്ട് സമീപകാല ഉദാഹരണങ്ങൾ ഞാൻ പറയാം. ദേവ്രാലയിലെ രൂപ്കൻവറിനെ തീയിട്ടതിന്റെ വാർഷികം അവർ തന്നെയൊരുക്കിയ സതിക്ഷേത്രത്തിൽ ആഘോഷിക്കണമെന്ന ആഗ്രഹം ഒരു ഉത്തരേന്ത്യൻ വ്യാപാര ഗ്രൂപ്പിന്റേതായിരുന്നു. ബാബറി മസ്ജിദിന്റെ യഥാർഥ സ്ഥാനത്തും രാമജന്മഭൂമിയുടെ ഐതിഹ്യ സ്ഥലത്തും കുപ്രസിദ്ധമായ ഒരു ക്ഷേത്രം നിർമിക്കാനുള്ള രാമശിലയുടെ ആദ്യപൂജ നടന്നതും ഇതേ ഉത്തരേന്ത്യൻ വ്യാപാര ഗ്രൂപ്പിന്റെ പരിപാലനത്തിലുള്ള ക്ഷേത്രത്തിലാണ്. ഉത്തരേന്ത്യയിലെ വ്യാപാരികളും അനേകം മുതലാളിമാരും ബി ജെ പിയുടെയും വി എച് പിയുടെയും ആൾനാശമുണ്ടാക്കുന്ന വർഗീയ രാഷ്ട്രീയത്തിനു നൽകിയ പിന്തുണ 1990ൽ സ്പഷ്ടമായി. ബിർളയെപ്പോലുള്ള വൻ മുതലാളിത്ത ഗ്രൂപ്പുകൾ ഇത്തരം കക്ഷികൾക്ക് സാമ്പത്തികവും ധാർമികവുമായ പിന്തുണ നൽകിയിട്ടുണ്ട്. കൽക്കട്ടയിൽ ബിർളാഗ്രൂപ്പിന്റെ നിയന്ത്രണ

ത്തിലുള്ള സ്കൂളുകൾ എൽ കെ അദ്വാനിക്ക് പ്രത്യേക സ്വീകരണം നൽകിയിരുന്നു.

ഒരു നൂറ്റാണ്ടിനു മുൻപ് മാർക്സ് വ്യാപാരമൂലധനത്തെക്കുറിച്ച് പറഞ്ഞപ്പോൾ അതിന്റെ നിലനിൽപ്പും വികസനവും ഒരു പരിധിവരെ മുതലാളിത്ത ഉൽപ്പാദനം വളരാനുള്ള ചരിത്രപരിസരമാണെന്നാണ് പറഞ്ഞിരുന്നത്. അതിന്റെ വികസനംകൊണ്ടുമാത്രം ശരിയായ മുതലാളിത്തത്തെ പ്രോൽസാഹിപ്പിക്കാനോ ഭൂപ്രഭുത്വത്തിൽനിന്ന് മുതലാളിത്തത്തിലേക്കുള്ള സംക്രമണത്തെ വിശദീകരിക്കാനോ കഴിയില്ലെന്ന് അദ്ദേഹം മുന്നറിയിപ്പും നൽകിയിരുന്നു. ഈ വിശദീകരണം ഇന്നും പ്രസക്തമാണ്. നമ്മുടെ സവിശേഷ സാഹചര്യങ്ങളിൽ അവയെ വ്യാഖ്യാനിക്കേണ്ടതുണ്ട്. സ്വയം സംരക്ഷിക്കാനുള്ള വ്യഗ്രതയിൽ ഇന്ത്യൻ ഭരണവർഗം ഇന്ത്യയിലെ വ്യവസായ മുതലാളിത്തത്തിന്റെ വളർച്ചയ്ക്ക് ഭീഷണമായ തടസങ്ങളുണ്ടാക്കിയിട്ടുണ്ട്. ഇന്ത്യൻ കൃഷി അനേകം ഭാഗങ്ങളിൽ അർധ ഭൂപ്രഭുബന്ധങ്ങളുടെ തടവറയിലാണ്. സംഘടിത വ്യവസായത്തിന്റെയും ഫിനാൻസിന്റെയും ഏതാനും മേഖലകൾക്കുപുറത്ത് ഇന്ത്യൻ തൊഴിലാളികൾ സംഘടിതരാകാൻ ശ്രമിക്കുമ്പോഴെല്ലാം കടുത്ത അടിച്ചമർത്തലുകളെ നേരിടേണ്ടിവരുന്നു. വ്യാവസായികമായി കുതിക്കുന്ന ഗുജറാത്തിൽ തൊഴിലാളികളോടുള്ള മുതലാളിമാരുടെ മനോഭാവവും തൊഴിലാളികൾക്ക് ലഭിക്കുന്ന ശിക്ഷയും ബ്രെമൻ (1990:446-608) വിശകലനം ചെയ്യുന്നുണ്ട്. വിദേശ സംരംഭങ്ങളുടെ ഏജന്റുകൾ തങ്ങളുടെ പരിശ്രമങ്ങളെ അട്ടിമറിക്കുന്നത് ഇന്ത്യൻ സാങ്കേതികവാദക്കാർ കാണുന്നുണ്ട്. ഇന്ത്യൻ സിവിൽ നിയമം മതപരമായ ഉത്തരവുകളാൽ അനേകം വിഭാഗങ്ങളായി ശിഥിലമായിട്ടുണ്ട്.

ഏതാനും വർഷംമുമ്പ് ശാബാനുകേസ് വിവാദത്തിൽ കേന്ദ്രത്തിലെ കോൺഗ്രസ് ഐ സർക്കാർ മുസ്ലിം അഭിപ്രായങ്ങളെയും രാഷ്ട്രീയമായി സക്രിയരായ സ്ത്രീകളുടെയും എതിർപ്പുകളെ അവഗണിച്ചുകൊണ്ട് മുസ്ലിം വ്യക്തിനിയമത്തിന്റെ ഒരു പിന്തിരിപ്പൻ വീക്ഷണത്തെ സ്ഥാപിച്ചു. ഒറ്റയടിക്ക് അത് ഇന്ത്യയിലെ മുസ്ലിം സ്ത്രീകളുടെ സ്ഥാനം ഇന്ത്യയിലെ മുസ്ലിം പുരുഷന്മാരെക്കാൾ താഴെയാക്കി. അക്കാലത്ത് ഹിന്ദുവർഗീയവാദികൾ മുസ്ലിം വ്യക്തിനിയമം പ്രാബല്യത്തിലാക്കുന്നതിനെതിരെ ഉത്സാഹഭരിതരായി പ്രവർത്തിച്ചിരുന്നു. ഇതാണ് മുസ്ലിം നിയമമെങ്കിൽ മുസ്ലിം നിയമം മൊത്തത്തിൽ സാധാരണക്കാരുടെ ക്ഷേമത്തിനെതിരാണെന്ന് അവർ ഉയർത്തിക്കാണിച്ചു. മതത്തിന്റെ ചരടുകളിൽ ബന്ധിതമായ ഹിന്ദുനിയമം അങ്ങേയറ്റം വിഭജിതവും ഇന്ത്യയുടെ വിഭിന്ന ഭാഗങ്ങളിൽ വ്യത്യസ്തവുമാണെന്നത് ആരും പറഞ്ഞില്ല. നിയമപരമായും അർധനിയമവിധേയവും അനേകം ഇന്ത്യൻ മുതലാളിത്ത ഗ്രൂപ്പുകൾ മിതാക്ഷര നിയമത്തിന്റെ സഹായത്തോടെയാണ് അവരുടെ സ്വത്ത് സംരക്ഷിക്കുന്നത്. ഈ നിയമങ്ങൾ ബൂർഷ്വായുക്തിയുടെ മിക്ക ചട്ടങ്ങൾക്കുമെതിരാണ്. മുസ്ലിം വ്യക്തിനിയമത്തെ സിവിൽ നിയമത്തിന്റെ പൊതു

പരിധിയിലേക്ക് കൊണ്ടുവരാൻ ഉത്സാഹിച്ചവർ എല്ലാ ഹിന്ദുക്കളെയും എല്ലാ ഇന്ത്യക്കാർക്കുംവേണ്ടിയുള്ള മതേതരമായ സിവിൽ നിയമത്തിന്റെ കീഴിൽ കൊണ്ടുവരാൻ ഇതുവരെ ശ്രമിച്ചിട്ടില്ല. എന്റെ തീവ്രനിലപാടുള്ള സുഹൃത്തുക്കളും അവർ ചെയ്യേണ്ടിയിരുന്നതുപോലെ ഈ ആവശ്യം ശക്തമായി ഇതുവരെ ഉന്നയിച്ചിട്ടില്ല.

വൻകിട ഇന്ത്യൻ മുതലാളിമാരിൽ വലിയൊരു വിഭാഗം ജാതീയ വാദികളും വർഗീയവാദികളും വിദേശസഹകരണവാദികളും സ്വേച്ഛാധിപതികളും സർക്കാർ സംവിധാനത്തെ അഴിമതിയിലൂടെ ഉപയോഗപ്പെടുത്തുന്നവരുമായി തുടരുകയാണ്. വൻ വ്യവസായശാലകൾ നിയന്ത്രിക്കുമ്പോൾപോലും അവർ ഹ്രസ്വദൃഷ്ടികളായ വ്യാപാരികളെപ്പോലെയാണ് പെരുമാറുന്നത്. വ്യവസായ മുതലാളിമാരായി പെരുമാറുന്ന ഏതാനും പേരെ സർക്കാരിന്റെ ഹ്രസ്വദൃഷ്ടിയോടെയുള്ള വിദേശമുതലാളിത്ത അസമസഹകരണ നയങ്ങൾ മുടന്തരാക്കുന്നു. മരുന്നിലും ഫാർമസ്യൂട്ടിക്കൽസിലും എഞ്ചിനീയറിങ്ങിലും സെറാമിക്കിലും മെറ്റലർജിയിലും കൂടുതൽ പുരോഗമനപരവും ദേശീയമായി കേന്ദ്രിതവുമായ വ്യവസായ മൂലധനത്തെ വിദേശസഹകരണ രൂപങ്ങൾ ഒരുക്കുകയാണ് (Ghosh 1983; Ghosh 1984; Chandhuri 1988; Bagchi 1990). ഇന്ത്യയുടെ അനേകം ഭാഗങ്ങളിൽ ഈ സാഹചര്യമുണ്ട്. പ്രതിലോമമായ പ്രത്യയശാസ്ത്രങ്ങളെ പരിപോഷിപ്പിച്ചത് മിക്കപ്പോഴും ഇത് സാധ്യമാക്കിയ സാമൂഹികബന്ധങ്ങളുടെ ഉൽപ്പാദനത്തിന് വഴിവെച്ചു. വൻതോതിൽ ഊഹക്കച്ചവടം നടക്കുന്ന മനഃസാക്ഷിക്കുത്തില്ലാത്ത വ്യാപാരികളുടെ ഇടപെടലനുവദിക്കുന്ന മൂലധനവിപണിയാണ് സർക്കാർ വികസിപ്പിച്ചിട്ടുള്ളത്. ഇത് യഥാർഥ വ്യവസായ പുരോഗതിക്ക് വിഘാതമാണ്. വ്യാപാര മൂലധനമുണ്ടാക്കിയ തരംതാണ സമൂഹത്തെയും പുതുതായിവരുന്ന ഫിനാൻസ് മൂലധനത്തെയും ഇന്ത്യയിലെ ഭൂപ്രഭുക്കളെയും ആക്രമിക്കുന്നതിന് ജാതീയതയുടെയും വർഗീയതയുടെയും വിദേശസഹകരണവാദത്തിന്റെയും മുഴുവൻ പ്രത്യയശാസ്ത്രത്തെയും നേർക്കുനേർ നേരിടണം. സമ്പദ്ഘടനയുടെ ഏതാനും മേഖലകളിൽ ഉയർന്ന വേതനത്തിനുള്ള വിലപേശലിലേക്ക് മാത്രമായി ഒതുങ്ങിക്കൂടരുത്.

4

കൊളോണിയലിസവും ഇന്ത്യയിലെ മുതലാളിത്തത്തിന്റെ സ്വഭാവവും

ഒരു രാജ്യത്തെ ഭരണവർഗം മറ്റൊരു രാജ്യത്തെ ജനങ്ങളെ ചൂഷണംചെയ്യുകയും ഭരിക്കുകയും ചെയ്യുന്ന കൊളോണിയലിസം ആശ്രിത രാജ്യത്ത് ഉൽപ്പാദനശക്തികൾക്കും ഉൽപ്പാദനബന്ധങ്ങൾക്കുമിടയിൽ വിടവുണ്ടാക്കുന്നു. അത്തരമൊരു വിടവ് ഉൽപ്പാദനോപാധികളെയും ബലപ്രയോഗ ഉപാധികളെയും നിയന്ത്രിക്കുന്നവരും ഉൽപ്പാദനോപാധികളെ നിയന്ത്രിക്കുന്നവരെയും തങ്ങളുടെ മേലുള്ള ബലപ്രയോഗ ഉപകരണങ്ങളെയും നേരിടുന്ന വർഗങ്ങളും ഗ്രൂപ്പുകളും തമ്മിൽ നേരിട്ടുള്ള സംഘർഷത്തിനിടയാക്കുന്നു. ഒരു മുതലാളിത്ത കൊളോണിയൽ സാഹചര്യത്തിൽ അത്തരമൊരു സംഘർഷം പെട്ടെന്ന് ഉൽപ്പാദനബന്ധങ്ങളിൽ മാറ്റമുണ്ടാക്കി ആഗോള ഉൽപ്പാദനശക്തികളുടെ മികവിനോടൊപ്പം നിൽക്കുന്നില്ല. മികവാർന്ന ഉൽപ്പാദനോപാധികൾ നടപ്പിലാക്കാനുള്ള നീക്കങ്ങൾ വൻനഗര അധികാരശക്തികളാണ് നിയന്ത്രിക്കുന്നത്. കൊളോണിയലിസം നിലനിർത്തുന്ന രാഷ്ട്രീയവും സാമൂഹികവുമായ സംവിധാനം വിവരവിനിമയത്തിന്റെയും മൂലധനത്തിന്റെയും തൊഴിലാളികളുടെയും സാങ്കേതികവിദ്യയുടെയും നീക്കത്തിന്റെ ചില പ്രക്രിയകളെ നിയന്ത്രിക്കുകയും ഇവയുടെ മറ്റുതരത്തിലുള്ള നീക്കങ്ങളെ തടയുകയോ നിരുത്സാഹപ്പെടുത്തുകയോ ചെയ്യുകയും ചെയ്യുന്നു. സാമ്രാജ്യത്വശക്തികളുടെ മത്സരിക്കുന്ന ഉപകരണങ്ങളിലൂടെ പുതിയ വിജ്ഞാനവും സാങ്കേതികവിദ്യയും സംഘടനാരീതികളും പൊട്ടിപ്പുറപ്പെടുമ്പോഴുണ്ടാകുന്ന ആകാംക്ഷയെ ഭരിക്കുന്ന ഗ്രൂപ്പുകൾ വൻനഗര ശക്തികളിലൂടെ ഉൽപ്പാദന ബന്ധങ്ങളെ ബലാൽകാരത്തിലൂടെ നിയന്ത്രിച്ചുകൊണ്ട് അവയെ അടിച്ചമർത്തപ്പെട്ട ഉൽപ്പാദനശക്തികളോടൊപ്പം നിർത്തുന്നു. ഭയപ്പെടുത്തിയുള്ള ഭരണം വൻനഗര കൊളോണിയൽ ബന്ധങ്ങളിൽ ഒരു പ്രധാന പങ്ക് നിർവഹിക്കുന്നതിന്റെ ഒരു കാരണമിതാണ്.

സാങ്കേതികമാറ്റത്തെ നിരുത്സാഹപ്പെടുത്തി തൊഴിലാളികളെ ഭയപ്പെടുത്തിയും അപമാനവൽക്കരിച്ച് മാനവിക മാനവികേതര വിഭവങ്ങളെ പതിവായി പാഴാക്കി കൊളോണിയലിസം ഉൽപ്പാദനശക്തികളുടെ മുരടിപ്പിനിടയാക്കുന്നു. ഈ സംവിധാനം വ്യത്യസ്ത നിലകളിൽ ശൈഥില്യവും ഭരിക്കുന്നവർക്കും ഭരിക്കപ്പെടുന്നവർക്കുമിടയിൽ വലിയൊരു അകലവും ആവശ്യപ്പെടുന്നു. മിച്ചമൂല്യമുണ്ടാക്കാനാണ് ഭരിക്കുന്നവർ ശൈഥില്യമുണ്ടാക്കുന്നത്. അതിനെ ഒഴിവാക്കാനുള്ള വിവേകം ഗണ്യമായ അളവിൽ അവർക്കുണ്ട്. അധീനതയിലുള്ള ഭൂഭാഗത്തിന്റെ അതിരുകൾ മാറ്റിവരയ്ക്കാനും വിസ്തീർണം കൂട്ടാനും സ്ഥാപനങ്ങളുടെ നിയന്ത്രണം വൻനഗരങ്ങളിൽ നിന്നാക്കി ചെലവ് കുറയ്ക്കാനും വിധേയരായ സഹകരിക്കുന്നവരെ സംതൃപ്തരാക്കാനും അവരത് ഉപയോഗിക്കുന്നു.

ഉൽപ്പാദനശക്തികളും ഉൽപ്പാദനബന്ധങ്ങളും തമ്മിൽ നേരിട്ടുള്ള സംഘർഷമല്ല കൊളോണിയലിസത്തിനെതിരെയുള്ള ജനമുന്നേറ്റത്തിന് ചാലകശക്തിയേകുന്നത്. കൊളോണിയൽ ശക്തിക്കെതിരെ കൂടുതൽ വ്യാപകമായ രാഷ്ട്രീയ സംഘർഷമാണാവശ്യം. കൊളോണിയലിസത്തിന്റെ അവശിഷ്ടങ്ങളെ നിലനിർത്തുന്ന സാമൂഹികശക്തികൾ അതിന്റെ ഔപചാരിക പിൻവാങ്ങലിനുശേഷവും പൊതുവെ നിലനിൽക്കുന്നു. കൊളോണിയലിസം സമൂഹത്തിൽ ശൈഥില്യവും മുരടിപ്പുമുണ്ടാക്കുന്നതിന്റെ അനേകം വഴികൾ നന്നായി മനസിലാക്കേണ്ടതിന്റെ ഒരു കാരണമിതാണ്.

ഒരു മെട്രോപോളിറ്റൻ രാജ്യത്ത് കോളനികളിൽനിന്നുള്ള മിച്ചമൂല്യത്താലുണ്ടായ ശൈഥില്യം ആ രാജ്യത്ത് സാങ്കേതികമാറ്റത്തെയും ഘടനാപരമായ മാറ്റത്തെയും മുരടിപ്പിക്കും: താരതമ്യേന അടഞ്ഞ കൊളോണിയൽ വിപണികളാണ് 1870–1914 കാലഘട്ടത്തിൽ ബ്രിട്ടീഷ് വ്യവസായത്തെ മുരടിപ്പിച്ചത്. ആഗോളതലത്തിൽ മത്സരം കുറഞ്ഞ പരുത്തിയുൽപ്പന്നങ്ങളോ പിന്നോക്കംനിന്ന തക്ലികളോ വിറ്റഴിക്കാൻ ബ്രിട്ടന് കഴിഞ്ഞില്ല. വൻനഗര രാഷ്ട്രത്തിലെ ഉൽപ്പാദനശക്തികൾക്ക് ലാഭകരമായ കോളനികളോടുള്ള ബന്ധം ഈ ലേഖനത്തിന്റെ കേന്ദ്രപ്രമേയമല്ലാത്തതിനാൽ ഒരു കോളനിവൽക്കൃത രാഷ്ട്രമായ ഇന്ത്യയിലേക്ക് നാം ശ്രദ്ധകേന്ദ്രീകരിക്കുകയാണ്.

ഇന്ത്യയടക്കമുള്ള കൊളോണിയൽ രാജ്യങ്ങളിലെ മുതലാളിത്തവികസനത്തെക്കുറിച്ചുള്ള കൃതികൾ വ്യാപാരമൂലധനത്തിന്റെ ആധിപത്യസ്വാധീനം വളരെ മുമ്പുതന്നെ തിരിച്ചറിഞ്ഞിട്ടുണ്ട്. ഏതുതരത്തിലുള്ള മുതലാളിത്ത സംരംഭങ്ങളായിരുന്നു ഇവ എന്നതിനെക്കുറിച്ച് സൂചനകൾ അധികമില്ല. സംരംഭത്തിനകത്ത് ഉപയോഗിച്ചിരുന്ന തൊഴിൽ പ്രക്രിയയും തൊഴിലാളികളുടെമേൽ നിയന്ത്രണത്തിനുള്ള ഉപാധികളും ഉടമകൾക്കും മാനേജർമാർക്കും രാജ്യഭരണകൂടവുമായുള്ള ബന്ധങ്ങളും അവരുടെ സവിശേഷതകളെയും പരിണാമത്തെയും കുറിച്ചുള്ള 'സാമ്പത്തിക

വിശകലന'ത്തിലേക്ക് അപൂർവമായേ കൊണ്ടുവരുന്നുള്ളൂ. ഈ ചോദ്യങ്ങളുടെമേൽ ശ്രദ്ധകേന്ദ്രീകരിക്കാനാണ് ഞാനുദ്ദേശിക്കുന്നത്.

വൻനഗര രാഷ്ട്രങ്ങളിൽനിന്നുള്ള വ്യാപാരികളോ വൈദേശികാധിപത്യത്തെ അതിജീവിച്ച തദ്ദേശ വ്യാപാരികളോ വിദേശികളുമായി സഹകരണത്തിലായവരോ ആണ് മിക്ക കൊളോണിയൽ സംരംഭങ്ങളും സ്ഥാപിച്ചത്. കൊളോണിയൽ രാജ്യങ്ങളിലെ വ്യാപാരികൾക്ക് കൊളോണിയൽ ഭരണമുണ്ടാക്കിയ സാമൂഹികവും പാരിസ്ഥിതികവുമായ സാഹചര്യങ്ങളോട് പൊരുത്തപ്പെടേണ്ടിയിരുന്നു. ഇന്ത്യക്കാരായ വ്യാപാരികൾക്ക് ഭൂപ്രഭുക്കളുടെ നീക്കങ്ങളെ കണക്കിലെടുക്കേണ്ടിയിരുന്നു. നികുതി കളക്ടർമാരെന്ന നിലയിലും ഗ്രാമങ്ങളിലെ കൊളോണിയൽ അധികാരത്തിന്റെ പ്രതിനിധികളെന്ന നിലയിലും ഭൂപ്രഭുക്കൾക്ക് പ്രത്യേക പരിഗണനയുണ്ടായിരുന്നു. ഇന്ത്യൻ വ്യാപാരികൾക്ക് കൊളോണിയൽ അധികാരികളിൽനിന്നുള്ള വിവേചനവും വികസിതമുതലാളിത്ത രാജ്യങ്ങളിലെ വിദേശ വ്യാപാര സാങ്കേതികവിദ്യ മാറ്റങ്ങളെക്കുറിച്ചുള്ള വിവരങ്ങളുടെ ലഭ്യതക്കുറവും അനുഭവിക്കേണ്ടി വന്നു. വ്യവസായത്തിലുള്ള അവരുടെ നിക്ഷേപം ഉപാധികളോടെയായിരുന്നു. വ്യാപാരത്തിൽ നിന്നുള്ള അത്രയും കുറഞ്ഞ ലാഭമാണ് വ്യവസായത്തിൽ നിന്നുമുണ്ടായിരുന്നത്. പത്തൊമ്പതാം നൂറ്റാണ്ടിന്റെ അന്ത്യപകുതിയിലെ ബോംബെയിലെ ഇന്ത്യൻ വ്യാപാരികൾ വൻനഗര മൂലധനം അവരുടെ കച്ചവടത്തിന് പകരം വന്നതോടെ ഉൽപ്പാദനത്തിലേക്ക് നിർബന്ധിതരായെത്തി. കൂടുതൽ തീർച്ചയും ലാഭവുമുള്ള വ്യാപാരത്തിന്റെയും മാനുഫാക്ചറിന്റെയും വഴികൾ വിദേശമൂലധനം കയ്യടക്കി കുത്തകാവകാശത്തിലാക്കിയതോടെ ഇന്ത്യൻ വ്യാപാരികൾ തട്ടകം മാറ്റാൻ ചിലയിടങ്ങളിൽ നിർബന്ധിതരായി. ഒന്നാം ലോകമഹായുദ്ധത്തിനു മുമ്പുള്ള ഇന്ത്യൻ ഗ്ലാസ് വ്യവസായം ഇത്തരത്തിലുള്ള ഇന്ത്യൻ വ്യാപാരികളുടെ സാഹസത്തിന്റെ ഉദാഹരണമാണ്.

പൊതുവായ സാമൂഹിക രാഷ്ട്രീയ പരിസ്ഥിതി കോളനിരാജ്യത്തെ വിദേശ മുതലാളിമാരുടെ സ്വഭാവത്തിനുള്ള സാഹചര്യമൊരുക്കി. ഇതേ സാഹചര്യങ്ങൾ തന്നെയാണ് ഇന്ത്യൻ വ്യാപാരികളുടെയും ഫിനാൻസിയർമാരുടെയും സ്വഭാവത്തെ സ്വാധീനിച്ചത്. വിദേശമുതലാളിമാരുടെ മുൻഗണനകൾ വ്യാപാരത്തിലും ഊഹക്കച്ചവടത്തിലുമുള്ള മുൻവിധിയോടു കൂടിയുള്ളതായിരുന്നു. വിദേശ വിപണികളുമായുള്ള അടുത്ത ബന്ധം അവർക്ക് മുൻതൂക്കം നൽകി. വിദേശ വൻനഗര മുതലാളിമാർ വിദേശ വിപണിയിലേക്കുള്ള വ്യവസായ പ്രവർത്തനങ്ങൾകൊണ്ട് മുൻഗണന നൽകിയത്. അവ കോളനികളിലെ വിലകുറഞ്ഞ അസംസ്കൃത വസ്തുക്കളുടെ സംസ്കരണവുമായി ബന്ധപ്പെട്ടവ മാത്രമായിരുന്നു. കൂടുതൽ ആധുനികമായ സാങ്കേതികവിദ്യകൾ ആവശ്യമായ വ്യവസായങ്ങളുടെ അഗ്രഗാമികൾ അവരായിരുന്നുവെങ്കിലും ഉയർന്ന നിലയിലുള്ള പരാജയ സാധ്യതകളിൽ അവർ പദ്ധതിയുമായി മുന്നോട്ടുപോയില്ല.

ആസൂത്രണ ഫലപ്രാപ്തിക്കാലം കുറവായിരുന്ന പ്രവർത്തനങ്ങളിലേർപ്പെടാനായിരുന്നു വിദേശമുതലാളിമാരുടെയും ഇന്ത്യൻ മുതലാളിമാരുടെയും പ്രവണത. ഇന്ത്യയിൽ പ്രവർത്തിക്കുന്ന വിദേശമുതലാളിമാർക്കും തദ്ദേശ മുതലാളിമാർക്കും വികസിത മുതലാളിത്ത രാഷ്ട്രങ്ങളിലെ സാങ്കേതികവിദ്യാമുന്നേറ്റത്തിനുമിടയിലുള്ള മറയായാണ് കൊളോണിയലിസം നിലകൊണ്ടത്. വിദേശമുതലാളിമാരെ അവരുടെ പ്രത്യേക പദവി മന്ദതയുള്ളവരാക്കി. വിദേശ മുതലാളിമാരിൽനിന്നും വിദേശരാജ്യത്തിൽ നിന്നുമാണ് തദ്ദേശ മുതലാളിമാർക്ക് സാങ്കേതികവിദ്യാ നേട്ടങ്ങൾ പകർന്നു കിട്ടിയത്. വിദേശമുതലാളിമാർക്കോ വിദേശ രാഷ്ട്രങ്ങൾക്കോ സാങ്കേതികവിദ്യാ മുന്നേറ്റങ്ങൾ പകർന്നു കിട്ടുന്നതിലുള്ള കാലതാമസം കോളനിരാഷ്ട്രങ്ങളിലെ തദ്ദേശ മുതലാളിമാരെയും ബാധിച്ചു.

പരിഷ്കൃതമായ വ്യവസായ പ്രവർത്തനത്തിന് പ്രോൽസാഹനമില്ലാതിരുന്നതിനാലും വിദേശമുതലാളിമാരും ഉൽപ്പന്നങ്ങളുമുണ്ടാക്കിയ കുത്തകാവകാശത്താലും ഭീഷണിഭരണത്തിലൂടെയുള്ള സാമൂഹിക സംഘടനാരൂപീകരണത്താലും സാധാരണക്കാരിലും വരേണ്യേതരരിലുമുള്ള നിരക്ഷരതയാലും കോളനിരാജ്യങ്ങളിലെ ആന്തരിക സാങ്കേതിക വികസനം നിലച്ചു. ഇന്ത്യയിലെ തേയിലയും ഇൻഡോനേഷ്യയിലെ പഞ്ചസാരയും പോലെ ചില പ്രത്യേക മേഖലകളിലുള്ള പരീക്ഷണാടിസ്ഥാനത്തിലുള്ള ഉൽപ്പാദനത്തിൽ പുരോഗതിയുണ്ടായെങ്കിലും സാമ്പത്തികവും സാമൂഹികവുമായ പ്രവർത്തനങ്ങളുടെ മറ്റു മേഖലകളിലേക്ക് അത് വ്യാപിപ്പിക്കാനായില്ല. കൊളോണിയൽ തോട്ടക്കാർക്കും ഉൽപ്പാദകർക്കും മുൻതൂക്കവും വിഭവങ്ങളുടെ കുത്തകാധികാരത്തിലൂടെ വൻതോതിലുള്ള സമ്പദ്‌വ്യവസ്ഥകളുമുണ്ടായിരുന്നതിനാലാണ് അങ്ങനെയായത്. ബ്രിട്ടീഷ്, ഡച്ച് ശൈലികളിലുള്ള കൊളോണിയലിസം മുതലാളിത്തവഴികളിലൂടെ ഉൽപ്പാദനശക്തികളുടെ പൊതുവായ വളർച്ചയുണ്ടാക്കിയെന്നതിന് തെളിവുകളില്ല. തദ്ദേശ വികസന പ്രക്രിയയിലൂടെ ദീർഘകാല ഉൽപ്പാദനക്ഷമതയും വളർച്ചയും ഒരു കോളനിരാജ്യത്ത് നിലനിർത്താമെന്നതിനും തെളിവുകളില്ല.

കൊളോണിയൽ ഉൽപ്പാദനശക്തികളുടെ സ്ഥൂലസാമ്പത്തികവും സ്ഥൂലസാമൂഹികവുമായ മുരടിപ്പിന്റെ കാരണങ്ങൾ കോളനി രാജ്യത്തുനിന്ന് വിദേശമുതലാളിത്ത രാജ്യത്തിലേക്കുള്ള മിച്ചമൂല്യത്തിന്റെ കടത്തുമായി ബന്ധപ്പെട്ടിരിക്കുന്നു. കൊളോണിയലിസത്തിലൂടെയുള്ള ഉൽപ്പാദനശക്തികളുടെ മുരടിപ്പിന്റെയും പിന്തിരിപ്പൻ തൊഴിൽപ്രക്രിയയുടെ ഉൾപ്പെടുത്തലിന്റെയും ചില ഉദാഹരണങ്ങൾ അവതരിപ്പിക്കാനാണ് ഞാനുദ്ദേശിക്കുന്നത്.

ഉൽപ്പതിഷ്ണുക്കളായ സാമൂഹ്യശാസ്ത്രജ്ഞരും; നവസാമ്രാജ്യത്വ, നവമാർക്സിസ്റ്റ് വീക്ഷണ സാമൂഹ്യശാസ്ത്രജ്ഞരും (ജെഫ്രി കേ, ബിൽവാറൻ തുടങ്ങിയവർ) സുദൃഢമായ ചരിത്ര പശ്ചാത്തലങ്ങളെ വിശകലനം ചെയ്യാൻ ലിപ്റ്റീസ് തുടങ്ങിയവരെ നിർബന്ധിച്ചു. യൂറോ

കേന്ദ്രിതമായ ദന്തഗോപുര വീക്ഷണത്തിൽനിന്നും മാറിനിൽക്കാൻ അവർക്ക് വളരെയധികം ബുദ്ധിമുട്ടേണ്ടി വന്നു. പ്രാന്തീയ ഫോർഡിസം മുതലാളിത്ത ക്രമീകരണം എന്നൊക്കെയാണ് കോടിക്കണക്കിനാളുകളുടെ യാതനയെ അവർ വിശേഷിപ്പിച്ചത്. ആന്തരിക സാമൂഹികഘടനയുടെ വിശകലനമോ അന്താരാഷ്ട്ര ആധിപത്യ ശൃംഖലകളെ വേർതിരിക്കലോ മുതലാളിത്ത ഘടനയുടെ ഒഴിവാക്കാനാവാത്ത ഘടകങ്ങളുടെ നീക്കമോ ഉൽപ്പതിഷ്ണു സാമാന്യവൽക്കരണത്തിൽ കാണാനാകുന്നില്ല. വിശാലമായ മാർക്സിസ്റ്റ് പരിപ്രേക്ഷ്യത്തിൽ പ്രത്യേക രാജ്യത്തെ യഥാർഥ വികസനങ്ങളെ വിശകലനം ചെയ്യാനാണ് ഈ പ്രബന്ധത്തിൽ ഉദ്ദേശിക്കുന്നത്. ചരിത്രം ഒരു വിഡ്ഢി പറഞ്ഞ കഥകളുടെ പരമ്പരയാകേണ്ടതില്ല. ദന്തഗോപുരത്തിൽ വിശ്രമിക്കുമ്പോൾ നെയ്യുന്ന സ്വപ്നങ്ങളുമാകേണ്ടതില്ല.

മുതലാളിത്ത സംരംഭമെന്ന നിലയിലുള്ള ഇൻഡിഗൊ ഉൽപ്പാദനം

ഇന്ത്യയിലെ മുതലാളിത്ത സംരംഭത്തിന്റെ വികസനം എന്ന തന്റെ കൃതിയിൽ ഡി എച്ച് ബുഖാനൻ യൂറോപ്യൻ സംരംഭത്തിന്റെ ഉദാഹരണമെന്ന നിലയിൽ ഇൻഡിഗൊക്ക് ഒരു മുഴുവൻ അധ്യായവും നൽകുന്നുണ്ട്. ഇതെത്രമാത്രം മുതലാളിത്ത സംരംഭമായിരുന്നുവെന്ന് സൂചിപ്പിക്കാൻ അദ്ദേഹം ശ്രദ്ധിച്ചിരുന്നു. ഇൻഡിഗൊ കമ്മീഷന്റെ റിപ്പോർട്ടി (1861)ൽനിന്ന് വസ്തുതകളെടുത്തിട്ടുണ്ട്.

ഇന്ത്യയിലെ മുതലാളിത്ത സംരംഭത്തിന്റെ വികസനം വേറെ ചിലയിടത്ത് ചർച്ച ചെയ്തിട്ടുണ്ട്. ഇൻഡിഗൊ വ്യവസായത്തിനു സംഭവിച്ചതിന് പിന്നീടുള്ള വികാസങ്ങളെ സ്വാധീനിക്കാൻ കഴിഞ്ഞിരുന്നില്ല. യഥാർഥത്തിൽ ഇൻഡിഗൊകൃഷിയും ഉൽപ്പാദനവും ബ്രിട്ടീഷുകാരുടെ ഇന്ത്യാചൂഷണത്തിന്റെ കൊളോണിയൽ സ്വഭാവത്തിന്റെ മകുടോദാഹരണമാണ്. യൂറോപ്യൻ ഇൻഡിഗൊ തോട്ടക്കാർ ലാഭംതേടുന്ന സാഹസികരായിരുന്നു. തദ്ദേശ ഇൻഡിഗൊ ഗ്രൂപ്പുകളുണ്ടാക്കിയാണ് അവർ ലാഭം നേടാനാഗ്രഹിച്ചതെന്ന് നീൽബിദ്രോഹ (ഇൻഡിഗൊ ലഹള)കാലത്ത് ബംഗാൾ ലെഫ്റ്റനന്റ് ഗവർണറായിരുന്ന ജോൺ പീറ്റർ ഗ്രാന്റ് രേഖപ്പെടുത്തിയിരുന്നു. യൂറോപ്യൻ സംരംഭത്തിന്റെ നേട്ടത്തിനുവേണ്ടിയുള്ള ഇൻഡിഗൊ കൃഷിയിൽ ഉത്തരേന്ത്യയിലെയും കിഴക്കെ ഇന്ത്യയിലെയും വലിയൊരു വിഭാഗം കർഷകർ ഏർപ്പെട്ടിരുന്നു.

തുടക്കംമുതൽ തന്നെ ബംഗാളിലെയും ബീഹാറിലെയും ഇൻഡിഗൊ പ്ലാന്റർമാർ നിയമം കയ്യിലെടുത്തു. ഈസ്റ്റിന്ത്യാകമ്പനിക്ക് ചില മേഖലകളിൽനിന്ന് അവരെ വിലക്കുന്നതിനും അവരുടെ നീക്കങ്ങൾ പരിമിതപ്പെടുത്തുന്നതിനും ഇടയ്ക്കിടെ ഉത്തരവു പുറപ്പെടുവിക്കേണ്ടിവന്നു. കൃഷി ചെയ്താലും ഇല്ലെങ്കിലും ഇൻഡിഗൊ പ്ലാന്റർമാർ കർഷകരുടെ ഭൂമിയും തൊഴിലും ബലംപ്രയോഗിച്ച് പിടിച്ചെടുത്തു. വാണിജ്യ ഇടപാടിലെ കക്ഷികളായി പരിഗണിക്കുന്നതിനുപകരം അധീന പ്രജകളായാണ്

കർഷകരെ പരിഗണിച്ചത്. കുടിയാന്മാരുടെ കണ്ണിൽ സെമീന്ദാർമാർ രാജാക്കന്മാരായിരുന്ന സമ്പ്രദായമാണ് ഇൻഡിഗൊ പ്ലാന്റർമാർ പിന്തുടർന്നത്. ഈസ്റ്റ് ഇന്ത്യാക്കമ്പനിയുടെ ബഹാദൂറിന്റെ ഉപരിശക്തിയെ അവർ ആവശ്യമുള്ളിടത്ത് പിന്തുണച്ചു. ബംഗാളിലെ കർഷകർക്ക് ഇൻഡിഗൊ കൃഷി ലാഭദായകമായിരുന്നില്ലെന്ന് 1861ലെ ഇൻഡിഗൊ കമ്മീഷൻ തിരിച്ചറിഞ്ഞിരുന്നു. ബംഗാളിലെയും ബീഹാറിലെയും ഭൂരിപക്ഷം കർഷകർക്കും നഷ്ടമുണ്ടാക്കി എന്നതല്ലാതെ ഇൻഡിഗൊ കൃഷിയൊന്നും ഉൽപ്പാദിപ്പിച്ചില്ല. അതുകൊണ്ടാണ് കർഷകരുടെ അധ്വാനവും ഭൂമിയും ബലംപ്രയോഗിച്ച് ഇൻഡിഗൊ കൃഷിക്ക് ഉപയോഗിക്കേണ്ടി വന്നത്.

പ്ലാന്റർമാർക്ക് ബ്രിട്ടീഷ് ഗവൺമെന്റിന്റെ പിന്തുണയുണ്ടായിരുന്നു. ഗവൺമെന്റിന്റെ പ്രാദേശിക പ്രതിനിധികൾ അവരുടെ നീക്കങ്ങളുടെ നേരെ കണ്ണടച്ചു. ബംഗാളിൽനിന്നുള്ള കരകൗശലവസ്തുക്കളുടെ കയറ്റുമതി തകർന്നതിനുശേഷം ഇൻഡിഗൊ പ്രധാനപ്പെട്ട കയറ്റുമതി വിളകളിലൊന്നാവുകയും കപ്പം അടയ്ക്കേണ്ട പ്രധാനരീതികളിലൊന്നാവുകയും യൂറോപ്യൻ അധികൃതരുടെയും വ്യാപാരികളുടെ പ്രധാന വരുമാനമാവുകയും ചെയ്തു. അതുകൊണ്ട് ഇന്ത്യാ ഗവൺമെന്റിന് ഇൻഡിഗൊ പ്ലാന്റർമാർക്കെതിരെ നടപടിയെടുക്കാൻ കഴിഞ്ഞില്ല. മിക്കപ്പോഴും സെമീന്ദാർമാരുടെ കൂട്ടോടെ പ്ലാന്റർമാരുടെ സ്വകാര്യനിയമം ഗവൺമെന്റിന്റെ പൊതുനിയമത്തിന് പകരംവെക്കുന്നതിനെ അനേകം കലക്ടർമാരും ജഡ്ജിമാരും വെറുത്തു.

ഈ അന്തർലീനമായ പിന്തുണ ചിലപ്പോൾ ബാഹ്യരൂപത്തിലായി. ഉദാഹരണത്തിന് കരാർ ലംഘിക്കുന്ന കർഷകരെ സിവിൽ കുറ്റത്തിനു പകരം ക്രിമിനൽ കുറ്റത്തിലേക്ക് മാറ്റി. അവർക്ക് ജയിൽശിക്ഷ ഏർപ്പെടുത്തി. അതേ കരാർ ലംഘിച്ചാൽ പ്ലാന്റർമാർക്കെതിരെ ശിക്ഷാനടപടികളുണ്ടായിരുന്നില്ല. ഈ ചട്ടം 1835ൽ ഈസ്റ്റ് ഇന്ത്യാക്കമ്പനിയുടെ കോർട്ട് ഓഫ് ഡയറക്ടേഴ്സ് നീക്കംചെയ്തുവെങ്കിലും പ്ലാന്റർമാർ കർഷകരെ ശാരീരികമായി ശിക്ഷിക്കുന്നതും തടവറയിലിടുന്നതും കർഷകർ ഇൻഡിഗൊ കൃഷിക്ക് വിസമ്മതിച്ചപ്പോഴെല്ലാം തുടർന്നു (Buckland 1901; Chowdhury 1964: 147-65; Banerjee 1984, vol 2: 104-05).

കർഷകരുടെ ഭൂമി മാത്രമല്ല അവരുടെ അധ്വാനവും കാളകളും കാളവണ്ടിയും പ്ലാന്റർമാർ ആവശ്യപ്പെട്ടു. കർഷകർക്ക് സ്വന്തം ആവശ്യത്തിനുവേണ്ടിയും വിൽക്കാൻവേണ്ടിയും നടത്തിയിരുന്ന കൃഷി ഉപേക്ഷിക്കേണ്ടി വന്നു. കൂടുതൽ ലാഭകരമായ നാണ്യവിളകളുടെ കൃഷിനടത്താനും കർഷകർക്ക് കഴിഞ്ഞില്ല (Fisher 1978).

ഇൻഡിഗൊ വ്യവസായത്തിലെ തൊഴിൽ പ്രക്രിയ പ്രാചീനമായിരുന്നു. ഉൽപ്പാദന പ്രക്രിയയിൽ തീർത്തും പൊരുത്തപ്പെടാനാകാത്ത സാഹചര്യങ്ങളിലെ കഠിനതൊഴിലും ഉൾപ്പെട്ടിരുന്നു. പ്ലാന്റർമാർ ആദിവാസികളിൽനിന്ന് തൊഴിലാളികളെ നിയമിക്കാൻ ശ്രമിച്ചു. വാണിജ്യവൽക്കരിക്കപ്പെടാത്ത മേഖലകളിൽനിന്നും കുറഞ്ഞ കൂലിക്ക് തൊഴിലാളി

കളെ കണ്ടെത്തി അവരെ പ്ലാന്റർമാർ സ്വന്തമാക്കുകയോ പാട്ടത്തിലെടുക്കുകയോ ചെയ്ത ഭൂമിയിൽ താമസിപ്പിച്ച് കർഷകരെക്കാൾ ബന്ധിതരായ തൊഴിലാളികളാക്കി മാറ്റിയിരുന്നു. അനേകം അവസരങ്ങളിൽ അത്തരം നടപടികൾ പരാജയപ്പെട്ടു. അതേത്തുടർന്ന് തങ്ങളുടെ ലക്ഷ്യത്തിനായി പ്ലാന്റർമാർ തുറന്ന ബലപ്രയോഗം ആരംഭിച്ചു.

അനേകം അവസരങ്ങളിൽ അത്തരം നീക്കങ്ങൾ പരാജയപ്പെട്ടു. തുടർന്ന് പ്ലാന്റർമാർ അവരുടെ ലക്ഷ്യത്തിനായി മറയില്ലാത്ത പ്രയോഗം ആരംഭിച്ചു.

നിലവിലുള്ള നിരക്കിൽ തൊഴിലാളികൾക്ക് വേതനം നൽകിയാൽ പ്ലാന്റർമാർക്ക് ലാഭകരമായി കൃഷിചെയ്യാൻ കഴിയുമായിരുന്നില്ല. അനേകം കർഷകർ കുടുംബാംഗങ്ങളെ ഉപയോഗിച്ച് വേതനം നൽകാതെ കൃഷി ചെയ്തുവെങ്കിലും അത് തുടക്കംമുതലേ ലാഭകരമായിരുന്നില്ല. 1840 കളിലും 1850കളിലും പണപ്പെരുപ്പമുണ്ടാവുകയും ഒരു ബദൽ നാണ്യവിളയെന്നനിലയിൽ ചണം ഉയർന്നുവരികയും ഭൂമിക്ക് ശോഷണം വരികയും ചെയ്തതോടെ ബംഗാളിലെ മിക്കജില്ലകളിലും ഇൻഡിഗൊകൃഷി നിലച്ചു. ബംഗാളിൽ വൻകർഷക കലാപങ്ങളുണ്ടായി. ബീഹാറിലെയും ഉത്തർപ്രദേശിന്റെ ചില ഭാഗങ്ങളിലെയും ഇൻഡിഗൊകൃഷിയുടെ നിലനിൽപ്പും വളർച്ചയും ഇൻഡിഗൊകൃഷി ബീഹാറിലെ കർഷകർക്ക് ലാഭകരമാണെന്ന് തെളിയിച്ചില്ല. കുടിയാന്മാർ ഭൂവുടമയ്ക്കും ഭൂവുടമ ഗവൺമെന്റിനും തീരുവ കൊടുക്കേണ്ട സമയത്തുതന്നെ പ്ലാന്റർമാരിൽനിന്ന് മുൻകൂർ പണം ലഭിച്ചിരുന്നതിനാലാണ് ഉത്തർപ്രദേശിൽ ഇൻഡിഗൊകൃഷി തുടരാനായത് (Whitecombe 1972:172-74).

ബംഗാളിൽ കർഷകരും സെമീന്ദാർമാരും ചെറുത്തുനിന്നതോടെ ഇൻഡിഗൊ കൃഷി ബീഹാറിലേക്ക് മാറ്റി. ദർഭംഗയിലേതുപോലെ വൻ സെമീന്ദാർമാരിൽനിന്ന് ഭൂമി പാട്ടത്തിനെടുക്കാനുള്ള സാധ്യത ബീഹാറിലുണ്ടായിരുന്നു (Buchanan 1934: 42-47). സെമീന്ദാർമാരിൽനിന്ന് ഭൂമി ലഭ്യമായാൽ അവർ സെമീന്ദാർമാരുടെ ന്യായവും അന്യായവുമായ എല്ലാ അധികാരങ്ങളും സ്വയം ഏറ്റെടുത്തിരുന്നു. ഇൻഡിഗൊ കൃഷി സർക്കാർ കുടിയാന്മാരുടെ ഓപ്പിയം കൃഷിയുമായി എപ്പോഴും സംഘർഷത്തിലായിരുന്നതിനാൽ ബ്രിട്ടീഷ് ഗവൺമെന്റ് അവർക്ക് പ്രത്യേക സംരക്ഷണം നൽകി. യഥാർഥത്തിൽ ഗവൺമെന്റ് കർഷകർക്ക് നൽകുന്ന ഓപ്പിയത്തിന്റെ വിലകുറച്ചു. പരമ്പരാഗത സെമീന്ദാർമാരെയും ഉയർന്നുവരുന്ന സെമീന്ദാർമാരെയും അവരുടെ നീക്കങ്ങൾ വ്യാപകമായ കർഷകപ്രക്ഷോഭത്തിന് വഴിവയ്ക്കാൻ ഇടയാവുന്നിടത്തോളം ഒറ്റപ്പെടുത്തി. അവകാശപ്പെട്ടിരുന്നതുപോലെ പ്ലാന്റർമാരുടെ നീക്കങ്ങൾ പലിശക്കാരുടെ കെണിയിൽനിന്ന് കർഷകരെ രക്ഷിച്ചില്ല. പലിശക്കാരെയും മറികടക്കുന്ന അപഹരണമാണ് കർഷകരുടെ ഭൂമിയിൽനിന്നും അധ്വാനത്തിൽനിന്നും പ്ലാന്റർമാർ നടത്തിയത്.

ഇൻഡിഗൊ പ്ലാന്റർമാർ നടത്തുന്ന ഫാക്ടറികൾ ആ പ്രദേശത്ത്

കൂലി വർധിപ്പിച്ചില്ല. പ്രദേശത്ത് ലഭ്യമായിരുന്നതിലും കുറഞ്ഞ കൂലിയാണ് അവർ നൽകിയത്. തൊഴിലാളികളെ ബലപ്രയോഗത്തിലൂടെയാണ് പണിയെടുപ്പിച്ചിരുന്നതെന്ന് നാം നേരത്തെ ശ്രദ്ധിച്ചതാണ്.

അങ്ങനെ ബ്രിട്ടീഷ് ഇന്ത്യയിലെ യൂറോപ്യൻ മുതലാളിത്ത സംരംഭത്തിന്റെ ഏറ്റവും ആദ്യത്തെ ഉദാഹരണമായ ഇൻഡിഗൊ കൃഷിയും ഫാക്ടറികളും ബ്രിട്ടീഷ് ഗവൺമെന്റും സെമീന്ദാർമാരും പ്ലാന്റർമാരും പലിശക്കാരും പങ്കാളികളായ സംയുക്ത ബലപ്രയോഗ സംവിധാനത്തിലൂടെയാണ് പ്രവർത്തിച്ചത്. പ്രത്യയശാസ്ത്രവും ഏകതാൽപ്പര്യമുള്ള സംവിധാനവും സായിപ്പുമാരുടെ അധീശശക്തിയുറപ്പിക്കാനുള്ള വംശീയവാദവും നിർവഹിച്ച പങ്ക് ഇനിയും അന്വേഷിക്കേണ്ടതുണ്ട്. സംയുക്ത ബലപ്രയോഗ സംവിധാനവും ബദൽ തൊഴിൽ സാധ്യതകളെ മുതലാളിത്ത കൊളോണിയൽ സംവിധാനത്തിലൂടെ നശിപ്പിക്കലും ഉൽപ്പാദന ശക്തികളെ മന്ദീഭവിപ്പിച്ചു. തൊഴിലാളിക്ക് വേതന സംരക്ഷണമില്ലാതായി. സങ്കൽപ്പിത പാരിസ്ഥിതിക കാരണങ്ങളെക്കാളുപരി ബീഹാറിനെ ഫാക്ടറികൾക്കും ഖനികൾക്കും കിഴക്കെ ഇന്ത്യയിലെ തേയിലത്തോട്ടങ്ങൾക്കുമുള്ള കുറഞ്ഞ കൂലിക്കുള്ള തൊഴിലാളികളുടെ വൃഷ്ടി പ്രദേശമാക്കിയത് ഈ സംയുക്ത ബലപ്രയോഗ സംവിധാനമാണ്.

ഇൻഡിഗൊ പ്ലാന്റർമാരുടെയും സെമീന്ദാർമാരുടെയും പലിശക്കാരുടെയും പ്രവർത്തനങ്ങളെ ബംഗാളിലെയും ബീഹാറിലെയും കർഷക പ്രക്ഷോഭങ്ങൾ എതിർത്തിരുന്നു. കർഷകരുടെ അവബോധവും സെമീന്ദാർമാരുടെയും പ്ലാന്റർമാരുടെയും കരുത്തും ഭയപ്പെടുത്തി ഭരിക്കുന്ന ശക്തിയും സെമീന്ദാരുടെ പ്രത്യയശാസ്ത്രത്തിന്റെ ആധിപത്യത്തിന്റെ തോതും ഈ പ്രക്ഷോഭങ്ങളുടെ കരുത്തിനെയും ഫലപ്രാപ്തിയെയും സ്വാധീനിച്ചിരുന്നു. ഉത്തര മധ്യബീഹാറിലുടനീളവും ആധുനിക ഉത്തർപ്രദേശിന്റെ വലിയൊരു ഭാഗത്തും വ്യക്തികൾ എന്ന നിലയിൽ രജപുത്രരും ഭൂമിഹാർമാരും അവരുടെ സ്വന്തക്കാരുടെ സഹായത്തോടെ യഥാർഥ നിവാസികളുടെ സ്വത്ത് തങ്ങളുടെ പേരിലാക്കി അവരെ താഴ്ന്ന ജാതി പദവിയിലേക്ക് താഴ്ത്തി. മിക്ക യഥാർഥ സ്വത്തുടമകളും ആദിവാസികളായതിനാൽ അവർ ജാതിശ്രേണിയുടെ പുറത്തുള്ളവരായിരുന്നു. ചിലപ്പോൾ ജാതിശ്രേണിക്ക് പുറത്തോ ജാതിശ്രേണിയിൽ താഴെയോ ഉള്ളവർ മേൽജാതി പദവി സ്വയം പ്രഖ്യാപിച്ച് അതിന്റെ പ്രത്യയശാസ്ത്രമുൾക്കൊണ്ട് തന്റെ ഭരണത്തെ ന്യായീകരിച്ചു. അധികാരം വെല്ലുവിളിക്കപ്പെടുമ്പോൾ ശാരീരികശക്തികൊണ്ട് എതിർക്കുമായിരുന്നു. വെള്ളക്കാരന്റെ വംശീയ പ്രത്യയശാസ്ത്രത്തെ രജപുത്രരുടെയും ബ്രാഹ്മണരുടെയും പ്രത്യയശാസ്ത്രങ്ങൾ എതിർത്തിരുന്നോ? രജപുത്രരെയും ബ്രാഹ്മണരെയും അതിനുശേഷമാണോ വെള്ളക്കാർ കീഴടക്കിയത്? ജനങ്ങൾ തിങ്ങിപ്പാർക്കുന്ന ഗ്രാമീണ മേഖലകളിലും ഫാക്ടറി വളപ്പുകളിലും ഖനികളിലും തേയിലത്തോട്ടങ്ങളിലും യൂറോപ്യന്മാർ സൃഷ്ടിച്ച മുതലാളിത്ത സംരംഭങ്ങളുടെ നിലനിൽപ്പിന്റെ സാഹചര്യങ്ങളെ സ്പഷ്ടീകരിക്കുന്ന

തിന് അവർ നിയമിച്ചിരുന്ന തൊഴിലാളികളുടെ അവബോധത്തെ മനസിലാക്കേണ്ടതുണ്ട്.

പഞ്ചസാര ഉൽപ്പാദനം

ഇൻഡിഗൊ ഉൽപ്പാദനത്തിലെ യൂറോപ്യൻ സംരംഭം തൊഴിലിന്റെയും ഭൂമിയുടെയും മറ്റു ചേരുവകളുടെയും സ്വതന്ത്ര വിപണിയുണ്ടാക്കിയില്ല എന്നു മാത്രമല്ല സ്വതന്ത്ര കർഷകരെ സെമീന്ദാർമാരുടെയും യൂറോപ്യൻ പ്ലാന്റർമാരുടെയും കടുത്ത ആശ്രിതരാക്കുകയും ചെയ്തുവെന്ന് നാം മനസിലാക്കിയിരുന്നു. ഇന്ത്യൻ സെമീന്ദാർമാർ പ്ലാന്റർമാരായപ്പോൾ കൊളോണിയൽ വംശത്തിന്റെ പ്രത്യേകാധികാരം അവർക്ക് അപഹരിച്ചെടുക്കാൻ കഴിഞ്ഞില്ല. ഇന്ത്യക്കാർ വൻസംരംഭകരായി ഇൻഡിഗൊ വ്യവസായം ഏറ്റെടുക്കാനാവുന്നതിനുമുമ്പ് ഇൻഡിഗൊ കൃഷി നിലച്ചു.

നാമിപ്പോൾ പഞ്ചസാര ഉൽപ്പാദനത്തിലേക്കാണ് തിരിയുന്നത്. യൂറോപ്യൻ ഇടപെടലിനു വളരെക്കാലം മുമ്പുതന്നെ ചെറുകിട പഞ്ചസാരയുൽപ്പാദനമുണ്ടായിരുന്നു. ശുദ്ധീകരിച്ച പഞ്ചസാര ആഭ്യന്തര വിദൂര ബാഹ്യ വാണിജ്യത്തിന്റെ ഒരിനമായിരുന്നു. കർഷകർ ഉൽപ്പാദിപ്പിച്ചിരുന്ന ശർക്കര പ്രാദേശികമായും മധ്യദൂരവിപണികളിലും കൂടുതലെത്തിയിരുന്നു. പത്തൊമ്പതാം നൂറ്റാണ്ടിൽ പഞ്ചസാര യൂറോപ്യരുടെ നിയന്ത്രണത്തിൽ ഒരു വ്യാപാരയിനമെന്ന നിലയിലും ഒരു യൂറോപ്യൻ ഉൽപ്പാദനയിനമെന്ന നിലയിലും പലവട്ടം കറങ്ങി. പഞ്ചസാരയെ കൃസ്റ്റലാക്കുന്ന അന്തിമഘട്ടത്തിൽ മാത്രമാണ് യൂറോപ്യൻ സംരംഭകർ ഇടപെട്ടിരുന്നത്. കരിമ്പിൽനിന്നും തെങ്ങിൽനിന്നും പനയിൽനിന്നുമാണ് ശർക്കര ലഭിച്ചിരുന്നത്. പനഞ്ചക്കരയുടെ ഉൽപ്പാദനവും സംസ്കരണവും ഇന്ത്യക്കാരുടെ സംരംഭങ്ങളിൽ മാത്രമായിരുന്നു. പത്തൊമ്പതാം നൂറ്റാണ്ടിൽ കേന്ദ്രീകൃത പഞ്ചസാര ഫാക്ടറിയിൽ കരിമ്പ് ചതയ്ക്കുന്നതും സത്ത് സംസ്കരിക്കലും യൂറോപ്യൻ നിയന്ത്രണത്തിലായിരുന്നു (Bagchi 1972: Chapter 12).

പഞ്ചസാര വ്യവസായത്തിന്റെ വ്യത്യസ്ത ഭാഗങ്ങൾ വ്യത്യസ്ത താളത്തിലായിരുന്നു. ജില്ലകൾതോറും ഈ താളം മാറിക്കൊണ്ടിരുന്നു. പത്തൊമ്പതാം നൂറ്റാണ്ടിൽ കർഷക ഉൽപ്പാദനത്തിൽനിന്ന് വൻതോതിലുള്ള കൃഷിയിലേക്കും ശർക്കരയുൽപ്പാദനത്തിൽനിന്ന് പഞ്ചസാരയുൽപ്പാദനത്തിലേക്കും ചക്കരയുൽപ്പാദനത്തിൽനിന്ന് കൈത്തൊഴിലുകാരുടെ പഞ്ചസാരയുൽപ്പാദനത്തിലേക്കും ചെറിയ സംസ്കരണശാലകളിൽനിന്ന് മദ്യമുണ്ടാക്കുന്ന വൻ സംസ്കരണശാലകളിലേക്കും ഏകദിശാപരമായ പുരോഗതിയല്ലയുണ്ടായത്. ഈസ്റ്റ് ഇന്ത്യാക്കമ്പനിക്ക് മാത്രമറിയാവുന്ന രഹസ്യങ്ങളാൽ കമ്പനി ഇന്ത്യയിൽനിന്ന് പഞ്ചസാര കയറ്റുമതി ചെയ്യുന്നതിൽ പ്രത്യേക താൽപ്പര്യമെടുത്തു. തനി പഞ്ചസാരയുൽപ്പാദിപ്പിക്കാൻ കരിമ്പിൻതോട്ടങ്ങളും സംസ്കരണശാലകളുമുണ്ടാക്കാൻ യൂറോപ്യൻ പ്ലാന്റർമാർക്ക് പ്രേരണ നൽകി. അത്തരം കയറ്റുമതി പ്രചോദനങ്ങൾ

കർഷകരിൽ ഉൽപ്പാദനത്തെയും ഇന്ത്യക്കാരുടെ പഞ്ചസാര സംസ്കരണ പ്രവർത്തനങ്ങളെയും പ്രചോദിപ്പിച്ചുവെങ്കിലും കർഷക ഉൽപ്പാദനം ഇന്ത്യക്കാരുടെ സ്വന്തം ഉപഭോഗത്തിനായുള്ളതായിരുന്നു (Amin 1984: Chapter 12).

ഉത്തർപ്രദേശിന്റെയും ബീഹാറിന്റെയും അനേകം ഭാഗങ്ങളിൽ ഉൽപ്പന്നങ്ങൾക്ക് അനുയോജ്യമല്ലാത്ത വിപണിയെ നേരിട്ടപ്പോഴും ബല പ്രയോഗത്തിലൂടെ കൃഷിക്കാരെ കിട്ടാതായപ്പോഴും പ്ലാന്റർമാർ കരിമ്പും ഇൻഡിഗൊയും മാറിമാറി കൃഷിചെയ്തു. തേയിലക്കൃഷിക്ക് നൽകിയതു പോലെ കരിമ്പുകൃഷിക്കും ബ്രിട്ടീഷ് ഗവൺമെന്റ് യൂറോപ്യൻ പ്ലാന്റർ മാർക്ക് ഭൂമി പ്രത്യേക ഇളവോടെ നൽകി. അനേകം ഗ്രാന്റുകൾ യൂറോ പ്യൻ കൈകളിൽനിന്ന് മറിഞ്ഞ് യൂറോപ്യൻ സെമീന്ദാരികളായി. യൂറോ പ്യൻ പ്ലാന്റർമാർ കടന്നുചെല്ലാത്ത ഇടങ്ങളിൽ കരിമ്പുകൃഷി കർഷകർ തിരിച്ചുപിടിച്ചു.

അന്തർദേശീയ വ്യാപാരത്തിലെ ഏറ്റക്കുറച്ചിലുകളും റയിൽവേ വിക സനവും ഇന്ത്യൻ പഞ്ചസാരയുടെ കയറ്റുമതി ലാഭകരമാക്കി. പഞ്ചസാ രയുടെ വില ശർക്കരയുൽപ്പാദനത്തെയും സ്വാധീനിച്ചു. ശർക്കരയുടെ വലിയൊരു ഭാഗവും ഇന്ത്യക്കാരുടെ സ്വന്തം ഉപയോഗത്തിനായുള്ളതായി രുന്നു. ശർക്കരയ്ക്ക് പകരമായി പഞ്ചസാരയെ പൂർണമായും ഇന്ത്യക്കാർ സ്വീകരിച്ചിരുന്നില്ല.

1930കളിൽ പഞ്ചസാരയുൽപ്പാദനം വൻ ഇറക്കുമതി നികുതിയാൽ വൻലാഭമുണ്ടാക്കിയപ്പോൾ പഞ്ചസാര ഫാക്ടറിയുടമകൾ കരിമ്പിൻ കൃഷി സമൃദ്ധമായ ഇടങ്ങളിലേക്ക് പ്രവർത്തനം മാറ്റിസ്ഥാപിച്ചു. കരിമ്പ് കർഷകർ പലിശക്കാരുടെയും ഭൂപ്രഭുക്കളുടെയും ഇരകളായിരുന്നു. പ്രവി ശ്യാഗവൺമെന്റ് കരിമ്പിന് മിനിമംവില നിശ്ചയിച്ചുവെങ്കിലും ഫാക്ടറി ഗേറ്റിൽ അനേകയിനം വിലക്കുറവുകൾക്ക് കർഷകർ സമ്മതിക്കേണ്ടിവ ന്നു. ഖണ്ട്സാരി ഉടമകൾക്ക് കുറഞ്ഞ വിലയിൽ കരിമ്പ് ലഭ്യമാക്കിയിരു ന്നു. അവരുടെ പ്രാദേശിക അധികാരം ഉപയോഗിച്ച് കർഷകരുടെ വരു മാനം വീണ്ടും വെട്ടിക്കുറച്ചിരുന്നു. താൽക്കാലിക തൊഴിലാളികളുടെ കൂലിയും വെട്ടിക്കുറയ്ക്കുമായിരുന്നു. സാമൂഹിക ഘടനയും ഉൽപ്പാദ നപ്രക്രിയയും കരിമ്പിന്റെയും ഫാക്ടറിത്തൊഴിലിന്റെയും സ്വതന്ത്ര വിപ ണിയെ സമ്മതിച്ചില്ല. ഇത് അധികം വൈകാതെ പഞ്ചസാര ഫാക്ടറിക ളുടെ പ്രാദേശിക വിതരണത്തിലെ ക്രമക്കേടിനെക്കുറിച്ച് ആക്ഷേപമുന്ന യിക്കാനിടയാക്കി. ശർക്കരയുൽപ്പാദിപ്പിക്കാൻ വ്യത്യസ്ത ഗുണനിലവാര മുള്ള കരിമ്പുകളാണുപയോഗിക്കുന്നത്. പഞ്ചസാര ഫാക്ടറികളിലെ കേന്ദ്രീകൃത ഉപഭോഗം വിലനിശ്ചയിക്കുന്നത് ദുഷ്കരമാക്കി. 1930കളിൽ ബീഹാറിലെയും ഉത്തർപ്രദേശിലെയും ഉൽപ്പാദനച്ചെലവ് കർഷകരെ അടിച്ചമർത്തുന്നതിനാലും ഭൂപ്രഭുക്കളുടെയും പലിശക്കാരുടെയും മില്ലു ടമകളുടെയും വിപണി വിപണിയേതര നിയന്ത്രണങ്ങളാലും മറ്റു സംസ്ഥാ നങ്ങളെ അപേക്ഷിച്ച് കുറവായിരുന്നു. ആ സംസ്ഥാനങ്ങളിലെ കേന്ദ്ര

പഞ്ചസാര ഫാക്ടറികൾക്ക് അവരുടെ വൃഷ്ടിപ്രദേശങ്ങൾ മറ്റു കേന്ദ്ര പഞ്ചസാര ഫാക്ടറികളാലും ഖണ്ട്സാരികളാലും കർഷകരുടെ ശർക്കര യുൽപ്പാദനത്താലും നിറഞ്ഞതായതിനാൽ സമ്പദ്വ്യവസ്ഥയെ പൂർണ മായും മുതലെടുക്കാൻ കഴിഞ്ഞില്ല. ഗവൺമെന്റ് നയവും നിഷ്ക്രിയത്വ വും അനേകം കാര്യക്ഷമമല്ലാത്ത പഞ്ചസാരമില്ലുകളെ അതിജീവിക്കാ നനുവദിച്ചു. പക്ഷേ, മഹാരാഷ്ട്രയിൽനിന്നും ആന്ധ്രപ്രദേശിൽനിന്നും മറ്റു ദക്ഷിണ പ്രവിശ്യകളിൽനിന്നും ഉൽപ്പാദനം മാറ്റാനുള്ള പ്രവണത യുണ്ടായിരുന്നു.

കരിമ്പിന്റെയും ഫാക്ടറിതൊഴിലിന്റെയും വിപണി പിടിച്ചടക്കാൻ ഉപയോഗിച്ചിരുന്ന പഞ്ചസാരമില്ലുകൾ പഞ്ചസാരയുടെ വിപണി പിടി ച്ചടക്കാൻ തുടങ്ങി. പഞ്ചസാര വിപണിക്ക് വിദേശികളിൽനിന്നുള്ള മത്സ രത്തിൽനിന്ന് സംരക്ഷണമുണ്ടായിരുന്നു. ആഭ്യന്തരവിപണിയിൽ പഞ്ച സാര ശേഖരിച്ചുവെക്കാനുള്ള ഭീഷണിയുള്ളപ്പോഴെല്ലാം പരസ്പരം മത്സ രിക്കാത്ത വ്യാപാരികളുടെ കൂട്ടത്തെ പഞ്ചസാരമില്ലുകൾ സംഘടിപ്പിക്കു മായിരുന്നു. ഇന്ത്യൻ ഷുഗർ സിൻഡിക്കേറ്റിനെ ഒരു പ്രതിനിധിസമിതി യായി അംഗീകരിച്ച ഗവൺമെന്റ് ഫാക്ടറികൾക്ക് പഞ്ചസാര ക്വാട്ട അനു വദിക്കാനുള്ള അധികാരം അവയ്ക്ക് നൽകിയിരുന്നു (Bagchi 1963; Bagchi 1972). ഫാക്ടറികൾ പഞ്ചസാരയുടെ വിൽപ്പന നിയന്ത്രിതമാക്കി വില വർധനവുണ്ടാക്കാനായി തങ്ങളുടെ അധികാരമുപയോഗിക്കുമ്പോൾ ഷുഗർ സിൻഡിക്കേറ്റിനുള്ള അധികാരം റദ്ദാക്കുമായിരുന്നു (Bagchi 1972). പരസ്പരം മത്സരിക്കാത്ത വ്യാപാരികളുടെ കൂട്ടായ്മയുള്ളിട ത്തോളംകാലം നിയന്ത്രണമില്ലാത്ത സ്വകാര്യനീക്കങ്ങളിലൂടെ മത്സര ത്തിന്റെ അന്തരീക്ഷമുണ്ടാക്കാൻ കഴിഞ്ഞിരുന്നില്ല.

കരിമ്പിനെ ഞെരിക്കാൻ തോംസൺ ആന്റ് മൈൽനെ ചില പുതിയ യന്ത്രസംവിധാനമായ ബെഹിയ അയേൺ മില്ല് കണ്ടുപിടിച്ചു. ഉത്തർപ്രദേ ശിലെ എസ് എം ഹാദിയും മറ്റും ചെറിയ തോതിലുള്ള സംസ്കരണത്തി നുള്ള സംവിധാനം വികസിപ്പിച്ചു. ബെഗ്സതർലാന്റ് ആന്റ് കമ്പനി പഞ്ച സാരയുൽപ്പാദന പ്രക്രിയയെ മെച്ചപ്പെടുത്തി. 1920കളുടെ ഒടുവിൽ ഒരേ ക്കറിൽ നിന്നുള്ള വിളവിന്റെ അളവ് കൂട്ടിയ മേത്തരം കരിമ്പിനങ്ങളുടെ വരവാണ് പഞ്ചസാര വ്യവസായത്തെ സ്വാധീനിച്ച ഏറ്റവും വലിയ പുതു മ. പക്ഷേ ഉൽപ്പാദനത്തിലെ ഈ വർധനവ് 1930കളോടെ നിലച്ചു. സംസ്ക രിക്കാനുള്ള സാങ്കേതികവിദ്യയും വലിയൊരളവോളം ഇക്കാലത്ത് നില ച്ചു. അസംസ്കൃതവസ്തുക്കളുടെ കർഷക ഉൽപ്പാദനം, തോട്ടമുടമകൾ കർഷകരുടെമേൽ നടത്തുന്ന ബലപ്രയോഗം, ഭൂപ്രഭുക്കൾ, പലിശക്കാർ, മത്സര പ്രക്രിയയുടെ പ്രവർത്തനം (പഞ്ചസാര വ്യവസായത്തിലിറങ്ങാ നുള്ള പ്രാഥമിക യോഗ്യത കൃഷിയുടെയും ഉൽപ്പാദന പ്രക്രിയയുടെയും അറിവിനെക്കാളേറെ മൂലധനശേഖരമായിരുന്നു) എന്നിവ വ്യവസായം നിലയ്ക്കുന്നതിനുള്ള കാരണങ്ങളായി. ചിലപ്പോൾ ബാഹ്യകാരണങ്ങ ളാൽ അത് ഉത്തേജിതമായി. മുതലാളിത്ത സംരംഭകരെക്കാൾ കർഷക രാണ് നവീകരണങ്ങളെ മുതലെടുക്കാൻ വന്നത്.

പരുത്തിത്തുണിയുൽപ്പാദനം

കരിമ്പിന്റെയും തെങ്ങിന്റെയും പനയുടെയും കൃഷിയിലുള്ള കർഷക പ്രവർത്തനങ്ങളും വ്യാപാരികളുടെ പ്രവർത്തനങ്ങളും റിഫൈനറികൾ നടത്തിയിരുന്ന വൻ കർഷകരും ഭൂപ്രഭുക്കളും ആധുനിക പഞ്ചസാര ഫാക്ടറികളോടൊപ്പം പഞ്ചസാരയുൽപ്പാദനത്തെ സ്വാധീനിച്ചു. പരുത്തിമില്ലുകളിലെ തുണിയുൽപ്പാദനത്തെ അസംസ്കൃതപരുത്തിയുടെ കർഷകഉൽപ്പാദനവും വായ്പകളുടെ ഉപാധികളും പരുത്തിവളർത്തലിന്റെ വിപണി നിയന്ത്രണവും പരുത്തിയെ തുണിയാക്കുന്ന കൈത്തൊഴിലുകാരും തുണിവ്യാപാരികളും സ്വാധീനിച്ചിരുന്നു. കൈത്തൊഴിലുകാരെയും വിദഗ്ധ നെയ്ത്തുകാരെയും അടിച്ചമർത്തി ഈസ്റ്റ് ഇന്ത്യാക്കമ്പനിയുടെ അടിമകളാക്കിയതും നെയ്ത്തുകാരുടെയും ഈസ്റ്റ് ഇന്ത്യാക്കമ്പനിയുടെയും ഇടനിലക്കാരായ ഇന്ത്യക്കാരെ ഒഴിവാക്കിയതും കുപ്രസിദ്ധവും നേരത്തേ വിവരിച്ചതുമാണ് (Hossain 1979). അതുപോലെത്തന്നെ കൈത്തറിവസ്ത്രങ്ങളുടെ കയറ്റുമതിയിലെ ഇടിവും ലക്ഷക്കണക്കിന് നെയ്ത്തുകാർ 1820കൾക്കും 1860കൾക്കുമിടയിൽ ഇന്ത്യയുടെ മിക്കഭാഗങ്ങളിലും തൊഴിൽരഹിതരായതും ദാരുണമാണ്.

ആദ്യകാലങ്ങളിലെ പരുത്തിമിൽ വ്യവസായം വിരോധാഭാസമെന്നപോലെ ആഭ്യന്തര തുണിമിൽ വിപണിക്കുപകരം ഇന്ത്യയിലെയും ചൈനയിലെയും കൈത്തറിനെയ്ത്തുകാരുടെ ശേഷിപ്പുകൾക്ക് വേണ്ടിയാണ് പ്രവർത്തിച്ചത്. ആഭ്യന്തര തുണിവിപണിയെ ബ്രിട്ടീഷ് പരുത്തിമില്ലുകൾ കീഴടക്കിയിരുന്നു. നെയ്ത്തുകാരിൽനിന്നുള്ള നൂലാണ് ഇന്ത്യയാദ്യം ഉൽപ്പാദിപ്പിച്ചു നൽകിയത്. ലങ്കാഷെയർ തുണിയെ എതിർത്തുകൊണ്ട് ഇന്ത്യൻ പരുത്തിമില്ലുകൾക്കും ഇന്ത്യൻ കൈത്തറികൾക്കും മുന്നേറേണ്ടിയിരുന്നു.

ജെയിംസ് ലാണ്ടനും കോവാസ്ജീഭവറും യഥാക്രമം ബ്രോച്ചിലും ബോംബെയിലും തങ്ങളുടെ മില്ലുകൾ സ്ഥാപിച്ചതിനും ലങ്കാഷെയർ തുണിയുടെ വിതരണം മുടക്കിയ ഒന്നാം ലോകമഹായുദ്ധത്തിനുമിടയിൽ പരുത്തിമിൽ വ്യവസായത്തിന്റെ പുരോഗതി നിലച്ചിരുന്നു. ഇന്ത്യൻ തുണിക്കടകളിൽ ലങ്കാഷെയറിനുണ്ടായിരുന്ന ആധിപത്യവും പരുക്കൻ തുണികളിലുള്ള വിലവ്യത്യാസം കാരണം കൈത്തറി തുണിത്തരക്കാരുടെ ചെറുത്തുനിൽപ്പും ഇതിനെ വിശദമാക്കുന്നുണ്ട്. ഫ്ളൈഷട്ടിൽ ലൂം സ്വീകരിക്കുന്നതിൽ ഇരുപതാം നൂറ്റാണ്ടിന്റെ ആരംഭംവരെയുണ്ടായ പരാജയവും അതുകൊണ്ട് നെയ്ത്തുകാർക്കിടയിലുണ്ടായ പതുക്കെയുള്ള പുരോഗതിയും ഫ്ളൈഷട്ടിൽ ലൂയിന്റെ വിലക്കൂടുതലും നെയ്ത്തുകാരുടെ ഉൽപ്പാദനക്ഷമത വർധിപ്പിക്കുന്നതിനോടുള്ള ഗവൺമെന്റിന്റെ നിസ്സംഗതമൂലവും ആയിരുന്നു. കൊളോണിയലിസത്തിന്റെ ഏകദിശാ സ്വതന്ത്ര വ്യാപാരം ഇക്കാര്യത്തിൽ നെയ്ത്തുകാരെ ദരിദ്രരാക്കി. പരുക്കൻ കൈത്തറിയുൽപ്പന്നങ്ങളുടെ ഉപഭോക്താക്കളുടെ ദാരിദ്ര്യമാണ് കൈത്തറിക്കാർക്ക് അതിജീവനത്തെ വിശദീകരിക്കുന്നത്. കൊളോണിയലിസത്തിന്റെ ഗൂഢ

മായി പടർന്നുപിടിക്കുന്ന ഒരു പങ്കും ഇന്ത്യൻ പരുത്തിവ്യവസായത്തെ തകർക്കുന്നതിൽ നിർവഹിച്ചിട്ടുണ്ട്. കാലഹരണപ്പെട്ട സാങ്കേതികവിദ്യയും രീതികളും ഇന്ത്യൻ പരുത്തിമില്ലുകൾ സ്വീകരിച്ചത് വികസിത കേന്ദ്രങ്ങളിലെ തുണിയുൽപ്പാദനത്തിന്റെ പിറകിലാവാൻ കാരണമായി. കൊളോണിയലിസം ഉൽപ്പാദിപ്പിച്ച അവബോധത്തിന്റെയും വിതരണചാനലുകളുടെയും വക്രീകരണമാണ് ഇതിനാധാരം. ഇന്ത്യയുടെ ഗ്രാമപ്രദേശങ്ങൾ ഭൂപ്രഭുക്കളുടെയും പലിശക്കാരുടെയും നിയന്ത്രണത്തിലായതും ഇന്ത്യൻ പരുത്തി വ്യവസായത്തെ കാലഹരണപ്പെട്ട സാങ്കേതികവിദ്യ തുടർന്നുപോകുന്നതിനു കാരണമായി (Bagchi 1972: Chapter 7; Kiyokawa 1983; Chandravarkar 1985).

കൊളോണിയലിസത്തിന്റെ സ്വാധീനം സങ്കീർണമായാണ് അനുഭവപ്പെട്ടത്. വ്യാപാരികളും കർഷകരും തമ്മിലുള്ള കൂട്ടുകെട്ടിലാണ് അത് തുടങ്ങിയത്. ഈ നൂറ്റാണ്ടിന്റെ തുടക്കംവരെ പരുത്തിവിളവിന്റെ വലിയൊരു ഭാഗം കയറ്റുമതി ചെയ്തിരുന്നു. ഇടനിലക്കാരുടെ ആദ്യത്തെ കണ്ണിയായ വ്യാപാരി മികച്ച പരുത്തിക്ക് മികച്ച വില കിട്ടുമെന്ന് ഉറപ്പില്ലാത്തതിനാൽ വളരെ കുറഞ്ഞ തുകമാത്രമാണ് കർഷകന് മുൻകൂറായി നൽകിയിരുന്നത്. പരുത്തിയോട് സാദൃശ്യമുള്ള എന്തും വൻവിലയ്ക്ക് കപ്പലേറ്റിയതോടെ അമേരിക്കൻ ആഭ്യന്തര യുദ്ധകാലത്ത് ഇന്ത്യൻ പരുത്തിക്ക് ദുഷ്പേരുണ്ടായി. ഭാരം വർധിപ്പിക്കാനായി വ്യാപാരികൾ വിവിധ ഘട്ടങ്ങളിൽ പരുത്തിയിൽ വെള്ളവും ചെളിയും ചേർത്തു. വാങ്ങുന്നവർ കടഞ്ഞ പരുത്തിയും വിത്തടക്കമുള്ള മൊത്തം പരുത്തിയുടെ കനവും തമ്മിലുള്ള അനുപാതം നോക്കി വില നിശ്ചയിച്ചു. ഇത് കടയുകയും അമർത്തുകയും ചെയ്യുന്ന സമയത്ത് വ്യത്യസ്തയിനം പരുത്തികളെ കൂട്ടിക്കലർത്തുന്നതിനിടയാക്കി (Todd 1924:30).

ഇന്ത്യൻ പരുത്തിയുടെ ഗുണം കുപ്രസിദ്ധമായതോടെ ഉൽപ്പാദനത്തിനും ശേഖരണത്തിനുമുള്ള തീർത്തും വികേന്ദ്രീകൃതമായ വ്യവസ്ഥ നല്ല വ്യാപാരിക്കും നല്ല ഉൽപ്പാദകനും പ്രചോദനമേകാതെയായി (Schatz 1972; Alkerlof 1976; Bagchi 1982). ബ്രിട്ടീഷ് ഗവൺമെന്റും യൂറോപ്യൻ വ്യാപാരികളും മോശം പരുത്തിനൽകുന്നതിനെ നിന്ദിച്ചു. നിയമനിർമാണത്തിലൂടെ അതിനെ അടിച്ചമർത്താൻ അവർക്ക് കഴിഞ്ഞില്ല. സംഘടിതമായ പ്രവർത്തനത്തിലൂടെ അത്തരം ചെയ്തികൾ നിർത്തുന്നത് വ്യാപാരികൾക്കും ഉൽപ്പാദകർക്കും ലാഭകരമായി തോന്നിയില്ല. പരുത്തിയിൽ മായം ചേർക്കുന്നവരെ ശിക്ഷിക്കുന്നതിനായി ബോംബെ ലെജിസ്ലേറ്റീവ് കൗൺസിൽ 1869ൽ പരുത്തി തട്ടിപ്പ് നിയമം പാസാക്കി. ഈ നിയമപ്രകാരം ചുമത്തുന്ന നികുതികൾ പ്രയോജനപ്പെടുത്താനായി ഒരു നിയമവും ഇതിനെത്തുടർന്ന് പാസാക്കി. പരുത്തിക്കൃഷി മെച്ചപ്പെടുത്താനാണ് ഈ പണം ഉപയോഗിച്ചിരുന്നത്. ബോംബെയിലെ വ്യാപാരികളുടെയും ബോംബെ ചേംബർ ഓഫ് കൊമേഴ്സിന്റെയും പ്രക്ഷോഭങ്ങളെത്തുടർന്ന് പരുത്തി തട്ടിപ്പുമായി ബന്ധപ്പെട്ട നിയമനിർമാണം 1882ൽ ഉപേക്ഷിച്ചു.

കടയുന്നതിന്റെയും അമർത്തുന്നതിന്റെയും ഫാക്ടറികൾ സ്ഥാപിക്കുന്നതിന് ലൈസൻസ് ഏർപ്പെടുത്തിയും വീഴ്ചവരുത്തുമ്പോൾ ലൈസൻസ് റദ്ദാക്കിയും ഹൈദരാബാദ് സ്റ്റേറ്റ് ഇന്ത്യൻ പരുത്തിയുടെ ഗുണം മെച്ചപ്പെടുത്തുന്നതിനുള്ള ഒരു പുതിയ ശ്രമം നടത്തി (Pearse 1930). 1921ൽ ഇന്ത്യൻ സെൻട്രൽ കോട്ടൺ കമ്മിറ്റി സ്ഥാപിതമായതോടെ മാത്രമാണ് ബ്രിട്ടീഷുകാരുടെ ആധികാരിക സഹായത്തോടെ ഇന്ത്യൻ പരുത്തിയെ മെച്ചപ്പെടുത്താനുള്ള വ്യവസ്ഥാപിത ശ്രമമുണ്ടായത്.

ഗവേഷണത്തിനും വിപുലീകരണത്തിനും ഗണ്യമായ ധനം ചെലവഴിക്കുന്നതിലുള്ള ഗവൺമെന്റിന്റെ വിമുഖതയാണ് പരുത്തിയുടെ ഗുണം മെച്ചപ്പെടുത്താനുള്ള നീക്കങ്ങളെ പരാജയപ്പെടുത്തിയതിന്റെ ഒരു കാരണം. വിദേശത്തുനിന്നും പുതിയ പരുത്തിയിനങ്ങൾ സമയാസമയം കൊണ്ടുവന്നിരുന്നുവെങ്കിലും ഇന്ത്യയുടെ മറ്റുഭാഗങ്ങളിൽനിന്ന് അഡ്മിനിസ്ട്രേറ്റർമാർ പുതിയയിനങ്ങൾ കൊണ്ടുവന്നിരുന്നുവെങ്കിലും മികച്ചയിനങ്ങൾ വ്യാപിപ്പിക്കുന്നതിനായി ഗവൺമെന്റ് ഫാമുകളോ വിപുലീകരണ സേവനങ്ങളോ ഉണ്ടായിരുന്നില്ല. മിക്ക ഇന്ത്യൻ മില്ലുകളും ഉൽപ്പാദിപ്പിച്ചിരുന്ന പരുക്കൻ തുണികൾക്കും താഴ്ന്നയിനം നൂലുകൾക്കും മിശ്രിത പരുത്തി പര്യാപ്തമായിരുന്നു. ഇന്ത്യൻ പരുത്തി ഉൽപ്പാദകരെ വിദേശമില്ലുകളിൽനിന്ന് വ്യാപാരികളുടെ വലിയ ശൃംഖല വേർതിരിച്ചിരുന്നു. ഇംഗ്ലണ്ടിലെയും യൂറോപ്പിലെയും മില്ലുകൾക്ക് നല്ലയിനം പരുത്തി അമേരിക്കയിൽനിന്നും ഈജിപ്തിൽനിന്നും താരതമ്യേന കുറഞ്ഞ വിലയ്ക്ക് ലഭിച്ചിരുന്നു.

പത്തൊമ്പതാം നൂറ്റാണ്ടിൽ ഈജിപ്തിൽ നല്ലയിനം പരുത്തിയെ പ്രോത്സാഹിപ്പിക്കുന്നതിൽ ബ്രിട്ടീഷ് ഗവൺമെന്റ് എന്തുകൊണ്ട് വിജയിച്ചുവെന്ന ചോദ്യമുയരാം. പഞ്ചാബിലെയും സിന്ധിലെയും വൻകിട ജലസേചന സൗകര്യങ്ങൾ പൂർത്തിയാക്കുന്നതിന് മുമ്പ് നൈൽതടത്തിൽ ജലസേചനം ഉറപ്പാക്കാൻ കഴിഞ്ഞുവെന്നതാണ് ഒരു കാരണം. ഈജിപ്തിൽ സാമ്രാജ്യത്വ കപ്പംകടത്താനുള്ള പ്രധാനയിനം പരുത്തിയായിരുന്നപ്പോൾ ഇന്ത്യയിൽ ആ സ്ഥാനത്ത് അനേകം ഉൽപ്പന്നങ്ങളുണ്ടായിരുന്നതിനാൽ കൊളോണിയൽ ഗവൺമെന്റ് ഇന്ത്യൻ പരുത്തി മെച്ചപ്പെടുത്താൻ കൂടുതൽ ശ്രമങ്ങൾ നടത്തിയില്ല.

ഇന്ത്യൻ പരുത്തിയെ മെച്ചപ്പെടുത്താൻ ചുരുങ്ങിയത് രണ്ട് സാഹചര്യങ്ങൾ വേണ്ടിയിരുന്നു. പൊതുമേഖലാ, അനുപൂരക സ്വകാര്യമേഖലാ നിയന്ത്രിത ജലവിതരണവും ജലസേചന സൗകര്യങ്ങളുമാണ് ഒന്നാമത്തേത്. ഭൂനികുതിയിലും ഗ്രാമീണ ഭരണനിർവഹണത്തിലും നീതിപാലനത്തിലും ബ്രിട്ടീഷുകാർ വരുത്തിയ മാറ്റങ്ങൾ ചെറുകിട പൊതുമേഖലാ സ്വകാര്യ ജലസേചന സൗകര്യങ്ങളെ ബാധിച്ചു. പഞ്ചാബിലും സിന്ധിലും ഷോർട്ട് സ്റ്റേപ്പിൾ പരുത്തിയിൽനിന്ന് ലോങ് സ്റ്റേപ്പിൾ പരുത്തിയിലേക്ക് മാറാൻ വൻകിട ജലസേചന പദ്ധതികളുടെ പൂർത്തീകരണംവരെ കാത്തിരിക്കേണ്ടിവന്നു. സാമ്പത്തികമായി ലാഭകരമായ പദ്ധ

തികളെ മാത്രമേ ബ്രിട്ടീഷ് ഗവൺമെന്റ് പാസാക്കിയിരുന്നുള്ളൂ. ജലസേചന സൗകര്യങ്ങളുടെ വിപുലീകരണം ആവശ്യമില്ലാത്തിടത്ത് പ്രാദേശികമില്ലുകളുടെ താൽപ്പര്യമാണ് പരുത്തിയുടെ ഗുണം വർധിപ്പിക്കുന്നതിന് ഉൽപ്പാദകരെ സ്വാധീനിച്ചിരുന്നത്. മികച്ചയിനം പരുത്തിയുടെ ഉൽപ്പാദനത്തിന് കർഷകർക്ക് ഉയർന്നവില ലഭിക്കേണ്ടിയിരുന്നു. നല്ലയിനം നൂലും തുണിയും ഉൽപ്പാദിപ്പിക്കുന്നതിനായി ഉൽപ്പന്ന മിശ്രണത്തിലേക്ക് നീങ്ങി ഇന്ത്യൻ മില്ലുകൾക്ക് ഉയർന്നവില നൽകുവാൻ കഴിഞ്ഞിരുന്നു. കയറ്റുമതിക്കാരേക്കാളധികംവില ഉത്തരേന്ത്യയിലെ ഇന്ത്യൻ മില്ലുകൾ ഉൽപ്പാദകർക്ക് നൽകിയിരുന്നു (RTB, 1890:17).

ദക്ഷിണേന്ത്യൻ പരുത്തിമിൽ വ്യവസായത്തിന്റെ വൈകിയ വളർച്ചയും ബ്രിട്ടീഷ് ഉൽപ്പാദകർ അതിനെ നയിച്ചതും താഴെപ്പറയുന്ന അഭിപ്രായങ്ങളിലെത്തിക്കുന്നു; a) നൂലിനും തുണിക്കുമുള്ള വിപണിയുടെ നിലനിൽപ്പും വളർച്ചയും പൊതുമില്ലുകൾ സ്ഥാപിക്കുന്നതിനും പരുത്തി വിളവിന്റെ ഗുണം വർധിപ്പിക്കുന്നതിനും അധികാരത്തോടെ പ്രേരണ നൽകി; b) ഇന്ത്യയിൽ പ്രവർത്തിക്കുന്ന വിദേശ മുതലാളിമാരുടെ നീക്കങ്ങൾ കൊളോണിയലിസം ഇന്ത്യൻ മുതലാളിമാരുടെ അതേ തോതിലേക്ക് തന്നെ ക്ലിപ്തപ്പെടുത്തി. തദ്ദേശവിപണിയിലേക്ക് ഉൽപ്പന്നങ്ങൾ നൽകുന്ന കൈത്തറി വ്യവസായം ഇന്ത്യയുടെ മറ്റു ഭാഗങ്ങളെക്കാൾ ദക്ഷിണേന്ത്യയിൽ അതിജീവിച്ചു. ഈ കൈത്തറിയുൽപ്പാദകർക്ക് നൂൽ നൽകുന്നത് ഇന്ത്യൻ യൂറോപ്യൻ മുതലാളിമാർക്ക് ലാഭകരമായിരുന്നു. ഒന്നാം ലോകമഹായുദ്ധംവരെ മൂലധനത്തിനും നൂലിനും മേലുള്ള വംശീയ ആധിപത്യത്താലും ചൈന വിപണിയടക്കമുള്ള വിദേശ വിപണികളിൽ എളുപ്പത്തിൽ ഇടപെടാൻ കഴിഞ്ഞതിനാലും ബിന്നീസ്, ഹാർവേസ്, സ്റ്റെയിൻസ് എന്നിവരുടെ നിയന്ത്രണത്തിലുള്ള യൂറോപ്യൻ മില്ലുകളാണ് കൂടുതൽ നന്നായി പ്രവർത്തിച്ചത് (Bhogendranath 1957: 9-19; Baker 1984: 339-42).

ബ്രിട്ടീഷ് വ്യാപാരസ്ഥാപനങ്ങൾ വൻതോതിൽ ദക്ഷിണേന്ത്യയിൽ പരുത്തി ടെക്സ്റ്റയിൽ വ്യവസായത്തിൽ മുതലിറക്കിയതിന്റെ കാരണം കൽക്കത്തയിൽനിന്നും പ്രവർത്തിക്കുന്ന യൂറോപ്യൻ കമ്പനികളുടേതുപോലെ ബദൽ നിക്ഷേപമാർഗങ്ങളായി ഖനികളും പ്ലാന്റേഷനുകളും ഉണ്ടായിരുന്നില്ല എന്നതാണ്. ഇന്ത്യയിൽ വിവിധ ഭാഗങ്ങളിലായി പ്രവർത്തിക്കുന്ന യൂറോപ്യൻ കമ്പനികൾ ഒരു തരത്തിലുള്ള അനൗപചാരിക ഭൂമി വിഭജനമുണ്ടാക്കി. ഇംഗ്ലണ്ട് കേന്ദ്രമാക്കി പ്രവർത്തിക്കുന്ന ഷിപ്പിങ് കമ്പനികളും ബഹുരാഷ്ട്ര ബാങ്കുകളും ബഹുരാഷ്ട്രകമ്പനികളായ ജെയിംസ് ഫിൽമെ കമ്പനി തുടങ്ങിയവയും ഇന്ത്യ മുഴുവൻ അവരുടെ പ്രവർത്തനമേഖലയായി കണ്ടു. ഇന്ത്യയിലെ വ്യാപാരത്തിലൂടെയും ഗവൺമെന്റ് കുത്തകയിലൂടെയും തഴച്ചുവളർന്ന ആംഗ്ലോ–ഇന്ത്യൻ കമ്പനികൾ അവരുടെ ഭൂഭാഗങ്ങളിലേക്കൊതുങ്ങി (Bagchi 1972: Chapter 6). ഗവൺമെന്റിന്റെ പിന്തുണയുള്ള ബാങ്ക് ഓഫ് ബംഗാൾ, ബാങ്ക് ഓഫ്

ബോംബെ, ബാങ്ക് ഓഫ് മദ്രാസ് എന്നിവയ്ക്കിടയിലെ അപക്സ് ബാങ്കിങ് ഈ വിഭജനത്തെ ഔപചാരികമാക്കി. യൂറോപ്യൻ സ്ഥാപനങ്ങൾക്ക് പ്രസിഡൻസി ബാങ്കുകളുടെ മേലുള്ള നിയന്ത്രണവും അംഗീകരിച്ചിരുന്നു (Bagchi 1987: Chapter 27, 30). ഈ ഭൂഭാഗവിഭജനം പ്രധാന കേന്ദ്രങ്ങളിൽ തദ്ദേശ കുത്തക പ്രയോഗിക്കുന്നതുമായി ഒത്തുപോയി.

തദ്ദേശ പരുത്തിക്കുള്ള വിപുലമാകുന്ന പ്രാദേശിക വിപണി ഒരുക്കി ദക്ഷിണേന്ത്യൻ ടെക്സ്റ്റെയിൽ സ്ഥാപനങ്ങൾ കംബോഡിയൻ പരുത്തിയുടെ വളർച്ചയാണ് പരുത്തി വിപണിയുടെ ആവശ്യം വർധിപ്പിച്ചത്. വിപുലമാകുന്ന പ്രാദേശിക കോട്ടൺമില്ലുകളുടെ സ്വാധീനം മികച്ചയിനം പരുത്തി വളർത്തുന്നതിൽ ഒന്നാംലോക മഹായുദ്ധം വരെയുണ്ടായിരുന്നില്ല. ലങ്കാഷെയർ പരുത്തിഉൽപ്പന്നങ്ങളുടെയും ആധിപത്യം തകർന്നതോടെ കോട്ടൺ വസ്ത്ര വിതരണം പ്രാദേശികമായി ഉൽപ്പാദിപ്പിക്കുന്ന തുണിക്ക് വിപണിയുറപ്പാക്കുകയും പരുത്തിയുടെ ഗുണം മെച്ചപ്പെടുകയും ഇന്ത്യയിലുടനീളം സ്റ്റേപ്പിൾ നീളം വർധിക്കുകയും ചെയ്തു (Bagchi 1972:108-11).

കൊളോണിയലിസത്തിന്റെയും ഭൂപ്രഭുത്വത്തിന്റെയും സ്വാധീനം തൊഴിൽ നിയന്ത്രണരീതികളിലും തൊഴിലാളികളുടെ പെരുമാറ്റത്തിലും സാങ്കേതികവിദ്യകളുടെ തെരഞ്ഞെടുപ്പിലും അത് ഉൾക്കൊള്ളുന്നതിന്റെ വേഗതയിലും സാങ്കേതികവിദ്യാമാറ്റങ്ങളുടെ വ്യാപനത്തിലും പ്രകടമായിരുന്നു. ഇൻഡിഗൊ വ്യവസായത്തിലെ ഭരണത്തിലൂടെയുള്ള ഭയപ്പെടുത്തലിനെക്കുറിച്ച് നാം നേരത്തേ സൂചിപ്പിച്ചിട്ടുണ്ട്. കൽക്കത്തയിലെയും കാൻപൂരിലെയും മദ്രാസിലെയും കോട്ടൺ മില്ലുകളിൽ തൊഴിലെടുക്കാൻ എത്തിയപ്പോൾ ഭൂപ്രഭുത്വത്തിന്റെ ബലപ്രയോഗരീതികൾ തൊഴിൽ നിയന്ത്രണരീതികളിലുണ്ടായിരുന്നു. തൊഴിലാളികളുടെ ചെറുത്തുനിൽപ്പ് അവരുടെ എണ്ണം കുറയ്ക്കുന്ന ഓട്ടോമാറ്റിക് തറികളുടെ സ്വീകരണത്തെ മന്ദഗതിയിലാക്കിയെന്ന് ചന്ദ്രവാർക്കറും മറ്റും പറയുന്നത് ശരിയാണ് (Chandravarkar 1985:659-69). തൊഴിൽ നിയന്ത്രണത്തിന്റെയും ശാരീരിക ബലപ്രയോഗത്തിന്റെയും തൊഴിൽ ദാതാക്കളുടെ അധീരമാക്കലിന്റെയും തൊലിനിറം നോക്കി മേലധികാരം നൽകുന്നതിന്റെയും ഫലമായി ആവശ്യമായ മാറ്റങ്ങൾക്കെതിരെ ഉദാഹരണത്തിന് സാങ്കേതിക യോഗ്യതയുള്ള ഇന്ത്യക്കാരെ മേൽനോട്ട പദവികളിലേക്കെത്തിക്കുന്നതിന് എതിരായിതീർന്നു (Kiyokawa 1983:129-30).

ജാതീയമായ അധികാരശ്രേണിയും അഭിരുചിയും സാങ്കേതികവിദ്യ മെച്ചപ്പെടുത്തുന്ന പ്രക്രിയ മന്ദഗതിയിലാക്കി (cf. Joshi 1985). ജാതി സമുദായ വേർതിരിവുകളുമായി ബന്ധപ്പെട്ട പ്രവർത്തനരീതികൾ നിലനിന്നതിന്റെ കാരണം നിക്ഷിപ്തതൊഴിൽ സേനയ്ക്കൊപ്പം വ്യവസായ വളർച്ചയുണ്ടാകാതിരുന്നതും യൂറോപ്യൻ നിയന്ത്രിത സ്ഥാപനങ്ങളിൽ ഉയർന്ന തസ്തികകളിലേക്ക് സ്ഥാനമാറ്റം ഇല്ലാതിരുന്നതിനാലുമാണ്. ഇന്ത്യൻ തൊഴിലാളികളുടെ അതിദാരിദ്ര്യവും വിദ്യാഭ്യാസമില്ലായ്മയും

കാരണം ജാപ്പനീസ് ഫാക്ടറികളിലേതുപോലെ തൊഴിലാളികൾക്ക് പങ്ക് നിർവഹിക്കാനായില്ല. ആർണൊ പിയേഴ്സെ പരുത്തിമില്ലുകളിലെ ഇന്ത്യൻ ജാപ്പനീസ് തൊഴിലാളികളുടെ പ്രവർത്തനത്തെ താരതമ്യം ചെയ്തപ്പോൾ പ്രവർത്തനഘടനയുടെ ദൗർബല്യം, അപര്യാപ്തമായ ഭക്ഷണം, വൃത്തിഹീനമായ പരിസരങ്ങളിലെ ജീവിതം, വിദ്യാഭ്യാസത്തിനും ക്ഷേമത്തിനുമുള്ള പദ്ധതികളില്ലായ്മ എന്നിവ പ്രവർത്തനത്തിലെ വ്യത്യാസത്തിന്റെ പ്രധാന കാരണങ്ങളായി പറയുന്നു (Pearse 1930:-11).

ബ്രിട്ടീഷ്മിൽ മാനേജർമാരും ബ്രിട്ടീഷ് യന്ത്രവിതരണക്കാരും പരുത്തി ടെക്സ്റ്റയിൽ വ്യവസായത്തിൽ സാങ്കേതികവിദ്യാമാറ്റം മുരടിപ്പിക്കുന്നതിൽ ചെലുത്തിയ സ്വാധീനത്തെകുറിച്ച് കിയോകാവ വിശകലനം നടത്തിയിട്ടുണ്ട്. ആദ്യകാല കുതിപ്പിനുശേഷം പരുത്തിമിൽ വ്യവസായത്തിലെ പതുക്കെയുള്ള വളർച്ച പഴയ മില്ലുകളിൽ സാങ്കേതിക മാറ്റങ്ങളെ തടസപ്പെടുത്തിയെന്ന് അദ്ദേഹം പറയുന്നു. മത്സരത്തിലുള്ള മാന്ദ്യം സക്രിയമായി ഉത്തേജിപ്പിക്കുന്നതിനുപകരം പുതിയ സ്ഥലങ്ങളിലുള്ള മില്ലുകൾ വ്യാപാരമാനേജ്മെന്റിനെ പഴയ ഉപയോഗിച്ച യന്ത്രങ്ങളും കാലഹരണപ്പെട്ട സാങ്കേതികവിദ്യയെയും ആശ്രയിക്കാൻ നിർബന്ധിതരാക്കി. പ്രാദേശിക ടെക്സ്റ്റയിൽ യന്ത്രവ്യവസായം ഇല്ലാതിരുന്നതിനാലാണിത്. ടെക്സ്റ്റയിൽ ഉൽപ്പാദനത്തിന്റെ വൻകിട കേന്ദ്രങ്ങളായ യു എസിലും യൂറോപ്പിലും ജപ്പാനിലും മികവുറ്റ റിങ് സ്പിൻഡലുകൾ ഉപയോഗത്തിൽ വന്നതിന് കാലങ്ങൾക്കുശേഷവും ലങ്കാഷെയർ മില്ലുകളെ പിന്തുടർന്ന ഇന്ത്യൻ മില്ലുകൾ മ്യൂർ സ്പിൻഡിലുകളാണ് ഉപയോഗിച്ചിരുന്നതെന്ന് തന്റെ വാദത്തിനു ബലമേകാൻ കിയൊകാവ പറയുന്നു. താഴ്ന്ന ഗണത്തിലുള്ള നൂലുകൾ ഉൽപ്പാദിപ്പിച്ചിരുന്ന ഇന്ത്യയിലെ ഉൽപ്പാദകർക്ക് ക്ഷമത വർധിപ്പിക്കാൻ റിങ് സ്പിൻഡിലുകളായിരുന്നു അനുയോജ്യം (Sandberg 1969). വളരെ കുറച്ച് റിങ് സ്പിൻഡിലുകൾ ഉൽപ്പാദിപ്പിച്ചിരുന്ന യു കെയിൽ അതിന് യു എസിലേതിനെക്കാൾ വിലകൂടുതലായിരുന്നു. യു കെയായിരുന്നു ഇന്ത്യയുടെ പ്രധാന ടെക്സ്റ്റയിൽ യന്ത്ര വിതരണക്കാർ. ഈ പ്രയാസത്തെ തരണംചെയ്യാൻ ഇന്ത്യൻ ടെക്സ്റ്റയിൽ യന്ത്രനിർമാതാക്കൾക്ക് ഗണ്യമായ ഭരണകൂട സംരക്ഷണം ആവശ്യമായിരുന്നു. കൊളോണിയലിസം ഇവിടെയാണ് കാഴ്ചപ്പാടിന്റെ തടസമാകുന്നതിനെക്കാൾ ഘടനാപരമായ തടസമായത്.

ബോംബെ കേന്ദ്രമായ ഇന്ത്യൻ സ്ഥാപനങ്ങൾ മ്യൂൾ സ്പിൻഡിലുകളോടൊപ്പം നിന്നതിന് മറ്റുരണ്ട് കാരണങ്ങളുണ്ട്. ഷോർട്ട് സ്റ്റേപ്പിൾ ഇന്ത്യൻ പരുത്തിയെ സ്പിൻ ചെയ്യാൻ ഒറ്റനോട്ടത്തിൽ ഈ മ്യൂളുകൾ പര്യാപ്തമായിരുന്നു. റിങ് സ്പിൻഡിലുകളിൽ നെയ്ത നൂൽ കൂടുതൽ ചെലവേറിയതും കൂറ്റൻ മരബോബിനുകളിൽ ചുറ്റിയതുകാരണം കൊണ്ടുപോകാൻ പ്രയാസമുണ്ടാക്കുന്നതായിരുന്നു. ബോബിനുകൾ തിരിച്ചെത്തിക്കേണ്ടിയിരുന്നു. മ്യൂൾ സ്പൺ നൂലുകൾ കടലാസു ട്യൂബുകളിലും

വെറും സ്പിൻഡിലുകളിലുമാണ് ചുറ്റിയിരുന്നത്. ബോംബെ കേന്ദ്രമായി പ്രവർത്തിക്കുന്ന മില്ലുകളിൽ സ്പിൻ ചെയ്യുന്ന നൂലുകൾ ചൈനാ വിപണിക്കുവേണ്ടിയുള്ളതായതിനാൽ റിങ് സ്പിൻഡിലുകളുടെ ഉപയോഗം കുറവായി. ഗ്രീവ്സ്, കോട്ടൺ ആന്റ് കമ്പനി എന്നിവർ പരുത്തി നൂലിന്റെ ഏറ്റവും വലിയ കയറ്റുമതിക്കാരായിരുന്നു. അവർ സ്വന്തം മില്ലുകളിൽ റിങ് സ്പിൻഡിലുകൾ സ്ഥാപിക്കുകയും ഒന്നാം ലോക മഹായുദ്ധത്തിനു തൊട്ടുമുമ്പ് ചൈനാ മാർക്കറ്റിൽ നേട്ടമുണ്ടാക്കാനാവാതെ വരികയും ചെയ്തു. അവർ പരുത്തി നൂലുൽപ്പാദനത്തിൽനിന്ന് പൂർണമായും പിൻവാങ്ങി. റിങ് സ്പിൻഡിലുകൾ സ്പിന്നിങ്ങും നെയ്ത്തും ഒരുമിച്ചു നടത്തുന്ന മില്ലുകൾ വ്യാപകമായി ഉൾക്കൊണ്ടിരുന്നുവെങ്കിലെന്ന് ഞാനാശിച്ചു പോകുന്നു. അതും പരീക്ഷിക്കേണ്ടിയിരുന്നു.

ജാപ്പനീസ് മില്ലുകൾക്ക് സ്ഥലപരമായ മുൻതൂക്കമുണ്ടായിരുന്നതിനാൽ ചൈനാവിപണിക്കുള്ള നൂലുണ്ടാക്കാൻ റിങ് സ്പിൻഡിലുകളുപയോഗിക്കാൻ അവർക്ക് കഴിഞ്ഞു. ഭാഷാപരവും സാംസ്കാരികവുമായ സാമ്യമുള്ളതിനാലും ചൈനാവിപണിയെ അടുത്തറിയാമെന്നതിനാലും സാമ്രാജ്യത്വ സമ്മർദത്തിന്റെ അധികാരശക്തിയുള്ളതിനാലും ജപ്പാന് മുൻതൂക്കം ലഭിച്ചു.

കിയോകാവയുടെ വിശകലനത്തോട് ബ്രിട്ടീഷ് കോളനിയായ ഇന്ത്യയിലും വിപുലമാകുന്ന ജാപ്പനീസ് സാമ്രാജ്യത്വത്തിന്റെ ബൂർഷ്വാവൽക്കൃതമാകുന്ന മുതലാളിത്തത്തിലുമുള്ള സ്ഥൂലസാമ്പത്തിക സ്ഥൂല സാമൂഹിക സാഹചര്യങ്ങളിലുള്ള വൈരുധ്യങ്ങൾക്ക് ഊന്നൽ നൽകി കൂട്ടിച്ചേർക്കേണ്ടതുണ്ട്. വിദേശ രാജ്യത്തുനിന്നുള്ള മിൽ മാനേജർമാരിൽ നിന്നും സാങ്കേതികവിദഗ്ധരിൽനിന്നും സ്വതന്ത്രമായി സാങ്കേതിക നവീകരണങ്ങൾ സ്വീകരിക്കാൻ ജപ്പാൻകാർക്ക് കഴിഞ്ഞു. ഔപചാരികമായും അനൗപചാരികമായും ആഭ്യന്തരവ്യവസായത്തെ സംരക്ഷിക്കാൻ അവർക്ക് കഴിഞ്ഞു. പരുത്തിയുടെ വിതരണം സംഘടിതമായിരുന്നു. ഉൽപ്പന്നങ്ങളുടെ വിതരണം സമന്വയിക്കപ്പെട്ടിരുന്നു. തൊഴിലാളികളെ വിദ്യാഭ്യാസം നടത്തി തീവ്രദേശീയത അവരിൽ അങ്കുരിപ്പിച്ചിരുന്നു (Bagchi 1972: Chapter 7). ജപ്പാന്റെ റിങ് സ്പിൻഡിലുകളുപയോഗിച്ച് മത്സരനിരതരാകാനുള്ള ത്വരയും പിൽക്കാലത്ത് ഓട്ടോമാറ്റിക് യന്ത്രത്തറി ഇന്ത്യയെക്കാളും പിറകോട്ടടിച്ച ഇംഗ്ലണ്ടിനെക്കാളും വ്യാപകമായി ഓട്ടോമാറ്റിക് യന്ത്രത്തറിയുപയോഗിച്ചതും ജാപ്പനീസ് ഭരണവർഗത്തിന്റെ സാമ്രാജ്യത്വ അഭിലാഷങ്ങൾ മൂലമായിരുന്നു. മറുവശത്ത് ഇന്ത്യൻ മിൽവ്യവസായം വില കുറഞ്ഞ നൂലിലും തുണിയിലും ഒതുങ്ങിനിന്ന് ഏകദിശാസ്വതന്ത്ര വ്യാപാരത്തിൽ കുരുങ്ങി പരുത്തിയുടെ ഗുണമോ സ്റ്റേപ്പിളോ മെച്ചപ്പെടുത്താതെ റിങ് സ്പിൻഡിലുകളെയും ഓട്ടോമാറ്റിക് തറികളെയും പതുക്കെയാണ് ഉൾക്കൊണ്ടത്.

കൊളോണിയലിസം ഉൽപ്പാദിപ്പിച്ച ഘടനകളും സമീപനങ്ങളും കൊളോണിയൽ ഭരണത്തോടൊപ്പം നിലച്ചില്ല. ഫാക്ടറികളിലെ നിയമ

പ്രക്രിയയും സാമൂഹികശ്രേണികളെയും തൊഴിലാളി നിയന്ത്രണ രീതികളെയും നന്നായി മനസിലാക്കി ഇന്ത്യയുടെ മന്ദപുരോഗതിക്കുള്ള കാരണം കണ്ടെത്തുന്നതിന്റെ ആഴം വർധിപ്പിക്കാം. ഉപയോഗ്യമായ വിദേശ സാങ്കേതികവിദ്യകളോടുള്ള തുറന്ന സമീപനവും യുക്തിസഹമായ മാനേജ്മെന്റ് രീതികളുടെ ഉൾക്കൊള്ളലും ഇതോടൊപ്പം വെക്കാം. കൊളോണിയൽ ഇന്ത്യയിൽ യൂറോപ്പുകാരും ഇന്ത്യക്കാരും സ്ഥാപിച്ച മുതലാളിത്ത സംരംഭങ്ങളെന്നു പറയപ്പെടുന്നവയെ തുറന്നു പരിശോധിക്കേണ്ടത് അത്യാവശ്യമായ പ്രാഥമിക അഭ്യാസമാണ്.

കൊളോണിയലിസവും മൂലധന കൂമ്പാരവും പ്രത്യയശാസ്ത്രവും സമൂഹവും

മുതലാളിത്തത്തിനുകീഴിൽ സമ്പദ്വ്യവസ്ഥ ആദ്യമായി സമൂഹത്തിൽനിന്ന് വേർപെട്ടുവെന്ന് കാൾ പൊളാന്വി പറയുന്നു. മനുഷ്യന്റെ സമ്പദ്വ്യവസ്ഥ അവന്റെ സാമൂഹികബന്ധങ്ങളിൽ അന്തർധാനം ചെയ്തിരിക്കുന്നുവെന്നും സാമ്പത്തികേതരമായ പ്രചോദനങ്ങളാലാണ് സമ്പദ്വ്യവസ്ഥ ചലിക്കുന്നതെന്നും അദ്ദേഹം പറയുന്നു (Polanyi 1957:46). വിപണി പാറ്റേണിൽ മാത്രമാണ് സമൂഹം വിപണിയോട് ബന്ധപ്പെട്ടു നീങ്ങുന്നത്. സമ്പദ്വ്യവസ്ഥയെ സാമൂഹികബന്ധങ്ങളിൽ അന്തർലീനമാക്കുന്നതിനുപകരം സാമൂഹികബന്ധങ്ങളെ സമ്പദ്വ്യവസ്ഥയിൽ അന്തർലീനമാക്കുന്നു (ibid:57). ഇത് പൊതുവെ മുതലാളിത്തത്തിൽ ഉൽപ്പാദനോപാധികളുടെ ഉടമകൾ തൊഴിലാളികളിൽനിന്നും വേർതിരിക്കപ്പെടുന്നുവെന്നും തൊഴിൽ വേതന ബന്ധത്തിൽ നിന്നൊഴികെ എല്ലാ ബന്ധനങ്ങളിൽനിന്നും ഉൽപ്പാദനോപാധികളിൽനിന്നും മുക്തരാകുമെന്നുമുള്ള മാർക്സിയൻ പ്രസ്താവനയുടെ പുനർരൂപീകരണമാണ്. മിച്ചമൂല്യം നേടാനുള്ള ഉദ്ദേശ്യത്താലുള്ള തൊഴിൽശക്തിയെ ഒരു ചരക്കാക്കിയുള്ള വാങ്ങലും വിൽപ്പനയും മുതലാളിത്ത സമൂഹത്തിന്റെ വിഭിന്ന ഭാഗങ്ങളുടെ നീക്കത്തെ ഊർജിതമാക്കുന്ന, യോജിപ്പിക്കുന്ന, ആധിപത്യം ചെലുത്തുന്ന ചാലകശക്തിയാണ്.

പൊളാന്വിയുടെ സൂത്രവാക്യം വിപണിയൊഴികെയുള്ള മുതലാളിത്ത സമൂഹത്തിന്റെ ഘടകങ്ങളിൽനിന്ന് വേർപെട്ടു നിൽക്കുന്നു. വേർപെടുത്തപ്പെട്ട അർഥങ്ങളിലാണ് വിപണിപോലും നിലനിൽക്കുന്നത്. പ്രത്യേക രാഷ്ട്രീയ സ്ഥാപനങ്ങളും പ്രത്യയശാസ്ത്ര ഉപകരണവും ബലപ്രയോഗ ഉപകരണവും ഒരു മുതലാളിത്ത സമൂഹത്തിന് ആവശ്യമാണ്. തൊഴിലാളി തന്റെ തൊഴിൽശക്തി വിറ്റാൽ തൊഴിൽ കരാറിന്റെ കാലത്തോളം മുതലാളിയുടെ രാഷ്ട്രീയ ശക്തിക്കിരയാകും. അവനും മുതലാളിയും അധികാരശ്രേണിയുടെ ബന്ധങ്ങളിലേക്ക് വരുന്നു. നിയമത്തിന്റെ മുന്നിലെ ഔപചാരികമായ സമത്വത്തിലൂടെ വികസിത മുതലാളിത്ത സമൂഹങ്ങളിൽ അസമത്വത്തിന്റെ ഈ ബന്ധത്തെ മറച്ചുവെക്കാറുണ്ട്. പ്രത്യയശാസ്ത്രപരവും രാഷ്ട്രീയവുമായ സ്ഥാപനങ്ങളുടെ മുഴു

വൻ ഭാരവും ആ അധികാരശ്രേണിയെ നിലനിർത്തുന്നതിനും ന്യായീകരിക്കുന്നതിനും ഉപയോഗിക്കുന്നു. മുതലാളിത്ത സമൂഹങ്ങളുടെ യൗവനകാലത്ത് മുതിർന്നവരുടെ സമ്മതിദാനത്തോടെയുള്ള ഗവൺമെന്റിനായുള്ള ജനാധിപത്യം അപൂർവമായിരുന്നു. രണ്ടാംലോക മഹായുദ്ധത്തിനു ശേഷം മാത്രമാണ് മുതിർന്നവരുടെ സമ്മതിദാനത്തോടെയുള്ള ജനാധിപത്യ സംവിധാനം മിക്ക വികസിത മുതലാളിത്ത രാജ്യങ്ങളിലും നിലവിൽ വന്നത്. ആദ്യകാലങ്ങളിൽ സ്വത്താവകാശത്തിലെ അസമത്വം രാഷ്ട്രീയമായ അസമത്വവും സാമൂഹികപദവിയിലുള്ള അസമത്വവുമുണ്ടാക്കുകയും വിപണിയെ അതിനനുസരിച്ച് ക്രമീകരിക്കുകയും ചെയ്തു.

മുതലാളിത്തത്തിനുകീഴിൽ വിപണിയുടെ ഘടന ഓരോ രാജ്യത്തും ഓരോ സമയത്തും മാറുന്നുണ്ട്. സ്ഥാപനങ്ങളുടെ പ്രകൃതത്തിലും മത്സരത്തിന്റെ തോതിലും വ്യത്യസ്ത രാജ്യങ്ങളിലും വ്യത്യസ്തകാലത്തും വ്യത്യാസങ്ങളുള്ളതുകൊണ്ടു മാത്രമല്ലിത്. മുതലാളി തൊഴിലാളിബന്ധം ബലപ്രയോഗത്തിന്റെ വ്യത്യസ്തതോതിലൂടെയും ബന്ധത്തിന്റെയും കരാറിന്റെ വ്യത്യസ്ത കാലപരിധിയിലൂടെയും പരുവപ്പെടുത്തുന്നതുകൊണ്ടു കൂടിയാണിത്. പൊളാന്വിയുടേതുപോലുള്ള ആശയരൂപീകരണത്തിന് അത്തരത്തിലുള്ള എല്ലാ വ്യതിയാനങ്ങളെയും ഉത്തമ വിപണി സമ്പദ്‌വ്യവസ്ഥയിൽ നിന്നുള്ള വിടുതലാണെന്ന് ചുരുക്കിക്കാണേണ്ടതുണ്ട്. മാർക്സിയൻ ആശയരൂപീകരണത്തിന് അത്തരം വ്യതിയാനങ്ങളെ വിലയിരുത്താനാകും. വ്യതിയാനങ്ങളുടെ പ്രകൃതത്തെക്കുറിച്ചും അവയുടെ മേലുള്ള സ്വാധീനങ്ങളെക്കുറിച്ചും കൂടുതൽ പഠനങ്ങൾ നടക്കേണ്ടതുണ്ട്. തൊഴിലാളികളും മാനേജ്മെന്റും തമ്മിലുള്ള അടുത്ത ബന്ധത്തെ തുടർന്ന് കരുത്താർജിച്ച ജാപ്പനീസ് മത്സരശക്തിയുടെ പ്രചോദനത്താൽ ദീർഘകാല സംശയരഹിതമായ കരാറിന്റെ അഭാവവും പ്രഭാവവും തൊഴിലാളിക്ക് തൊഴിൽ സുരക്ഷയും ലാഭവിഹിതവും നൽകിയു എസിലെയും ബ്രിട്ടണിലെയും തൊഴിൽ പ്രക്രിയയെ രൂപപ്പെടുത്തിയതിനെക്കുറിച്ച് പുതിയ പഠനങ്ങൾ നടന്നിട്ടുണ്ട് (cf. Lazonick 1987).

മുതലാളിത്ത സമൂഹത്തിന്റെ പ്രകൃതത്തെക്കുറിച്ചുള്ള മാർക്സിസ്റ്റ് മാർക്സിസ്റ്റാനന്തര നിഗമനങ്ങളെല്ലാം ആദർശവൽക്കരണങ്ങളാണ്. ആദ്യത്തെ പൂർണവികസിത മുതലാളിത്ത രാജ്യമായ ബ്രിട്ടണിലും സിവിൽസമൂഹം സ്റ്റേറ്റിൽനിന്ന് പൂർണമായും സ്വയംഭരണം നേടിയില്ല. കച്ചവടക്കാരുടെ ഈ ആദ്യരാഷ്ട്രത്തിന് രാജകുടുംബവും ചർച്ചും നിയമസാധുത്വം നൽകുന്നത് തുടർന്നു. പത്തൊമ്പതാം നൂറ്റാണ്ടിൽ നാസ്തികവാദവും യുക്തിവാദവും അധികാരശ്രേണീബദ്ധമായ സമൂഹത്തിന്റെ പ്രത്യയശാസ്ത്രപരമായ അടിത്തറയെ വെല്ലുവിളിച്ചപ്പോൾ ജർമൻ ആശയവാദവും സൗന്ദര്യശാസ്ത്രവാദവും പുതിയ ആദരവോടെ ആനയിക്കപ്പെട്ടു. കൂടുതൽ വ്യാപകമായി വസ്തുനിഷ്ഠ പ്രതിഭാസങ്ങളെ മാത്രം അംഗീകരിക്കുന്ന പോസിറ്റിവിസവും ആശയവാദവും ശാസ്ത്രത്തിന് ഒരുതരം ദൈവികത നൽകുകയും രാഷ്ട്രീയം യൂറോപ്പിൽ മതേതരവൽക്ക

രിക്കപ്പെട്ടപ്പോൾ ഭരണവർഗത്തിന്റെ പ്രത്യയശാസ്ത്രമായി മാറി (Hobsbawm 1975; Bagchi 1997).

മുതലാളിത്തത്തെക്കുറിച്ചുള്ള പൊളാനിയുടെയും വാലർസ്റ്റിന്റെയും വ്യാപാരവാദ ധാരണ രാജ്യവും സമൂഹവും തമ്മിലുള്ള ഉദ്ഗ്രഥനത്തിന്റെ തലത്തിൽ അപര്യാപ്തമാണ്. മുതലാളിത്തരീതിയിലുള്ള ഉൽപ്പാദനത്തിന്റെ മാർക്സിയൻ ആശയത്തിന്റെ അകക്കാമ്പിൽ തൊഴിൽ പ്രക്രിയയാണുള്ളത്. അത് മുതലാളിയെ തൊഴിലാളി ശക്തിവിനിമയമൂല്യമായും തുടർന്ന് മിച്ചമൂല്യമായും പരിവർത്തിപ്പിക്കാൻ അനുവദിക്കുന്നു. എങ്കിലും സ്ഥാപനത്തിനകത്ത് വിപണിയുടെ പ്രവർത്തനം നിലയ്ക്കുന്നു. തൊഴിൽ ബന്ധം മുതലാളിത്ത സമ്പദ്വ്യവസ്ഥയിലെ വൻബന്ധങ്ങളിലൊന്നാണ് (Williamson: 1975). സംയുക്തമായി ബലംപ്രയോഗിക്കുന്ന, കുടുംബപരമായ ബലംപ്രയോഗിക്കുന്ന ഭൂപ്രഭുത്വ ബലംപ്രയോഗിക്കുന്ന, വംശീയമായ ബലംപ്രയോഗിക്കുന്ന തൊഴിൽ പ്രക്രിയകൾ വിശാലമായ മുതലാളിത്ത തൊഴിൽ പ്രക്രിയകളുടെ പുറത്തല്ല. എങ്കിലും അവരുടെ നീക്കങ്ങൾ സ്ഥാപനത്തിനു പുറത്തുള്ള സാമൂഹികവിനിമയങ്ങളെയും ബാധിക്കുകയും തൊഴിലാളിയുടെയും തൊഴിൽദാതാവിന്റെയും ബന്ധങ്ങൾക്കപ്പുറത്തേക്ക് നീളുകയും ചെയ്യുന്നു.

സ്ഥാപനത്തിനകത്തെ തൊഴിലാളി തൊഴിൽദാതാവ് ബന്ധം അനിവാര്യമായും ശക്തിയുടെയും കീഴൊതുക്കലിന്റെയും ബന്ധമാണ്. കൊളോണിയൽ സമൂഹങ്ങളിൽ ജനസംഘങ്ങളെ ഒരേതരത്തിലുള്ള കീഴൊതുക്കലിന് വിധേയമാക്കുന്നു. കീഴൊതുക്കപ്പെട്ടവരെ തൊഴിൽബന്ധങ്ങളിലേക്ക് ഉൾക്കൊള്ളിക്കുകയോ ഉൾക്കൊള്ളിക്കാതിരിക്കുകയോ ചെയ്യും. കൊളോണിയൽ വ്യവസ്ഥയാൽ സംരക്ഷിക്കപ്പെടുകയും പെരുക്കപ്പെടുകയും പരിവർത്തിക്കപ്പെടുകയും ചെയ്യുന്ന സാമൂഹിക ഘടകങ്ങൾക്കു കീഴിൽ യഥാർഥ തൊഴിലാളികളും തൊഴിലാളികളാകാൻ സാധ്യതയുള്ളവരും അവരുടെ തൊഴിൽ വേളകളിൽ മാത്രമല്ല കുടുംബങ്ങളായും ഒരു വർഗാംഗമായും ജാതി സമുദായാംഗമായും അവരുടെ യജമാനർക്ക് കീഴൊതുക്കപ്പെടുന്നു. കീഴൊതുക്കലുണ്ടെങ്കിലും തൊഴിലാളികളും കർഷകരും അവരുടെ സ്വാതന്ത്ര്യം നിലനിർത്തുമായിരുന്നു. മേലേക്കിടയിലുള്ളവരുമായുള്ള സംഘർഷവേളകളിലാണ് ആ സ്വാതന്ത്ര്യം വീണ്ടും സ്ഥാപിക്കപ്പെടുന്നത്. പലിശക്കാരും ഗ്രാമത്തലവന്മാരും തൊഴിലാളി കരാറുകാരും മേസ്തിരിമാരും മേൽത്തട്ടിന്റെ ശക്തിയുടെ ഇടനിലക്കാരായി വർത്തിക്കുന്നു. പക്ഷേ കൊളോണിയലിസം ഒരു ഉപരിശക്തിയെന്ന നിലയിൽ അത്തരത്തിലുള്ള സ്വാതന്ത്ര്യത്തിന് പരിധി നിശ്ചയിക്കുകയും സാധാരണക്കാലത്തെ അത്തരം അവ്യക്തതകളെ പരിമിതപ്പെടുത്തുകയും ചെയ്യുന്നത് തുടരുന്നു.

കൊളോണിയലിസത്തിന്റെ കീഴിലെ മുതലാളിത്ത വികസനത്തിന് അനേകം മുഖങ്ങളുണ്ട്. അതിന്, അനേകം പ്രാദേശിക വകഭേദങ്ങളും ബാഹ്യമാറ്റങ്ങളുമുണ്ട്. പതിവു ചരിത്രവ്യാഖ്യാനങ്ങളിൽ ഈ മാറ്റത്തിന്റെ

ബഹുദിശാതലങ്ങളെ ചേതനയറ്റതാക്കിതീർക്കുന്നു. അതിനാൽ പ്രത്യേക ഫലങ്ങളുണ്ടാക്കിയ പ്രക്രിയകളെ വേർതിരിച്ചറിയുന്നത് ദുഷ്കരമാവുന്നു. മറുവശത്ത്, അനേകം ഘടനാവാദപരമായ വിലയിരുത്തലുകൾ ഘടനയെ ഗണ്യമായി പരിവർത്തിപ്പിച്ച അടിസ്ഥാന ബാഹ്യമാറ്റങ്ങളെ ഉചിതമായി വിലയിരുത്താതെ പോകുന്നു. വിശകലനവിദഗ്ധർക്ക് അവരുടെ ചട്ടക്കൂടിനകത്ത് ഉൾക്കൊള്ളാൻ പ്രയാസമുള്ള മാറ്റങ്ങളെ ഘടനാവാദവിലയിരുത്തലുകൾ താഴ്ത്തിപ്പറയുന്നു.

ആശയവാദഘടനയുടെ മാതൃകകളും (1970ലെ ലൂയിഡിമോണ്ടിന്റെയും അമേരിക്കൻവൽക്കൃത വെബേറിയനിസത്തിന്റെയും അനുയായികൾ) ഭൗതികവാദ വിശകലനത്തിന്റെ ചില വകഭേദങ്ങൾ ഉപയോഗിക്കുന്നവരും മാത്രമല്ല വിശകലനത്തിൽ അടിസ്ഥാനബന്ധങ്ങൾ ഉൾപ്പെടുത്തുന്നതിനോട് യോജിക്കുന്നവർക്കിടയിലും സംഘർഷമുണ്ടാകുന്നു. ഉദാഹരണത്തിന്, വ്യത്യസ്ത ഘട്ടങ്ങളിലായി ബ്രിട്ടീഷുകാർ ഇന്ത്യയിൽ നടപ്പിലാക്കിയ നിയമനവീകരണങ്ങൾക്ക് എന്ത് പ്രാധാന്യമാണ് നൽകേണ്ടത്? ബ്രിട്ടീഷ് ഭരണകർത്താക്കളും രാഷ്ട്രീയക്കാരും ആശിച്ചതുപോലെ മുതലാളിത്തത്തെ വിഡ്ഢിത്തമാക്കിയത് സ്വകാര്യനിയമവും പൊതുനിയമവും തമ്മിലുള്ള സംഘർഷത്തോട് വാഷ്ബ്രൂക്ക് ചെയ്തതുപോലെ എത്രമാത്രം ചേർത്തുവെക്കാം? ഇന്ത്യയുടെ വിഭിന്നഭാഗങ്ങളിൽ നിലവിലുള്ള അധികാരബന്ധങ്ങളെ ദൃഢമാക്കുന്നതിലും കീഴൊതുക്കുന്നതിലും പ്രത്യയശാസ്ത്രം നിർവഹിച്ച പങ്കെന്തായിരുന്നു?

ബ്രിട്ടീഷുകാരുടെ കാലത്തുണ്ടായ സ്ഥാപന നവീകരണങ്ങൾ ഇന്ത്യൻ സമൂഹത്തിന്റെ മുതലാളിത്ത പരിവർത്തനത്തെ സഹായിച്ചോ അതോ തടസപ്പെടുത്തിയോ? അനേകം സാമ്പത്തിക ശാസ്ത്രജ്ഞരും ചരിത്രകാരന്മാരും ദീർഘകാലമായി പറയുന്നത് മാനേജിങ് ഏജൻസി വ്യവസ്ഥ പിന്നോക്കം നിൽക്കുന്ന സമൂഹത്തിൽ മൂലധനത്തെ ചലിപ്പിക്കാൻ വിരളമായ മാനേജ്മെന്റ് വൈദഗ്ധ്യം വിശാലമായ പ്രവർത്തന മണ്ഡലത്തിൽ രാജ്യത്തെ ലഭ്യമായ വിഭവങ്ങളെ ചൂഷണംചെയ്യാനായി സാങ്കേതികവിദ്യയെ ഉപയോഗിക്കുകയായിരുന്നുവെന്നാണ് (Lokanathan 1935; Basu 1940). ബോംബെ ഓഹരിയുടമാസംഘം മുതൽ ഹസാരി (1963) വരെ ഈ വ്യവസ്ഥയ്ക്കെതിരെ കടുത്ത വിമർശനമുയർത്തിയിരുന്നു (ITB 1934). ഇന്ത്യൻ വ്യവസായത്തിന്റെ മുതലാളിത്ത വ്യവസ്ഥാ വികസനത്തിൽ അതിനുള്ള സ്ഥാനത്തെ ചോദ്യംചെയ്യുന്നതിനുപകരം ചില പ്രത്യേക സന്ദർഭങ്ങളിൽ അതിനുള്ള പരിമിതിയെ വിമർശിക്കുക മാത്രമാണ് അവർ ചെയ്തത്. മൂലധനത്തിന്റെയും സാങ്കേതികവിദ്യയുടെയും ഒഴുക്കിനെ ത്വരിതപ്പെടുത്തുന്നതിനും മാനേജ്മെന്റിന്റെ ഗുണം വർധിപ്പിക്കുന്നതിനും എടുത്തുപറയാവുന്ന യാതൊരു ഫലവും പ്രതിഫലിപ്പിക്കാത്ത വെറും നിയന്ത്രണത്തിന്റെ ഒരു വ്യവസ്ഥ മാത്രമായിരുന്നു അത്.

നിയന്ത്രണത്തിന്റെ ഒരു വ്യവസ്ഥയും ബ്രിട്ടീഷ് മാനേജിങ് ഏജന്റുമാരും അവരുടെ ഇന്ത്യൻ അനുകർത്താക്കളും സാമർഥ്യത്തിലൂടെ പൊരുത്തപ്പെടുത്തിയതുമായിരുന്നു അത് എങ്കിൽ, കൊളോണിയൽ ഭരണമുണ്ടാക്കിയ ഉച്ചനീചത്വം അതിനെ നിലനിർത്തുകയും സഹായിക്കുകയും ചെയ്തു. ഈ അന്വേഷണത്തിന്റെ ദിശയിൽ മുന്നേറാൻ ആശയപരമായ വ്യക്തതയും വിപുലമായ വസ്തുതാസമാഹരണവും ആവശ്യമാണ്. സങ്കുചിതമായ സാങ്കേതികവിദ്യയുടെ കാര്യത്തിലെന്നപോലെ മാനേജുമെന്റ് രീതിയുടെ മേഖലയിലും അധീശസാമ്രാജ്യത്തിന്റെ ആപേക്ഷിക പിന്നോക്കാവസ്ഥ കോളനിവൽക്കൃത രാജ്യത്തും പിന്നോക്കാവസ്ഥ ഉണ്ടാക്കിയിരിക്കാം. ശാസ്ത്രീയ മാനേജ്മെന്റ് വ്യവസ്ഥകൾ സ്വീകരിക്കുന്നതിൽ ബ്രിട്ടൻ യു എസിന്റെയും ഫ്രാൻസിന്റെയും ജർമനിയുടെയും ജപ്പാന്റെയും പിറകിലായിരുന്നു (Littler 1982; Urry 1986). രണ്ടാം ലോക മഹായുദ്ധത്തിനുമുമ്പ് ആംഗ്ലോഇന്ത്യൻ സ്ഥാപനങ്ങൾ ശാസ്ത്രീയ മാനേജ്മെന്റോ ബഹുവിഭാഗ ഓർഗനൈസേഷനോ സംരംഭങ്ങളോ സ്വീകരിച്ചിരുന്നില്ല.

ഇന്ത്യൻ നിയന്ത്രണത്തിലുള്ള സ്ഥാപനങ്ങൾ പ്രത്യേകിച്ചും കുടുംബ നിയന്ത്രിത സ്ഥാപനങ്ങൾ ബ്രിട്ടീഷ് മാതൃകകളെ നേരിട്ട് ഉൾക്കൊണ്ടിരുന്നില്ല. സ്വത്തവകാശത്തിൽ വ്യക്തികൾക്കതീതമായ അവകാശങ്ങൾ നിലനിർത്തിയിരുന്ന മിക്ക ഇന്ത്യൻ ബിസിനസ് ഗ്രൂപ്പുകൾക്കും വിദേശമുതലാളിമാരിൽനിന്നുള്ള കടന്നാക്രമണത്തെ ചെറുത്തുനിൽക്കാൻ കഴിഞ്ഞു. പക്ഷേ, ആധുനിക ഫാക്ടറികൾ ആംഗ്ലോ ഇന്ത്യൻ മോഡലുകളെ ഉൾക്കൊണ്ട് ബ്രിട്ടീഷ് സ്ഥാപനങ്ങളുടെ നിശ്ചലതയനുഭവിച്ചു. ഈ പഠനമേഖലയും തീവ്രമായ ഗവേഷണം ആവശ്യപ്പെടുന്നുണ്ട്.

കൊളോണിയലിസത്തിന്റെ പ്രവർത്തനത്തിന്റെ പ്രത്യയശാസ്ത്രപരവും സ്ഥാപനപരവുമായ വശങ്ങളെ കോളനിപൂർവ പൈതൃകത്തിൽനിന്നുള്ള ശേഷിപ്പുകളോടും മാറ്റങ്ങളോടും പകരക്കാരോടും ഒന്നിച്ച് പഠിക്കേണ്ടതുണ്ട്. വംശീയവും സാംസ്കാരികവുമായ സവിശേഷതകളുള്ള ഒരു ഭൂഭാഗത്തെ നിവാസികളെ അതിൽനിന്നും വ്യതിരിക്തമായ, ഇന്ത്യയെ സ്വന്തം നാടായി കാണാത്ത ഒരു അന്യസംഘം ചൂഷണംചെയ്യുന്ന ഒരു വ്യവസ്ഥയായിരുന്നുവെന്നത് സൂചകമായി ഉൾക്കൊള്ളണം. വൻതോതിലുള്ള ഉൽപ്പാദനവും ഗതാഗതവും ഫിനാൻസും മുഴുവൻ ലോകത്തെയും കീഴടക്കുന്ന ഒരു കാലഘട്ടത്തിലാണ് ഈ ഭരണമുണ്ടായത് എന്നത് കൊളോണിയൽ ഭരണത്തോട് മറ്റു സവിശേഷതകളെ കൂട്ടിച്ചേർക്കുന്നുണ്ട്.

ആധുനിക വ്യവസായത്തിന്റെ വളർച്ചയെ അട്ടിമറിച്ചും കൈത്തൊഴിൽ വ്യവസായത്തെ തകർത്തും ലോകത്തിന്റെ മറ്റുഭാഗങ്ങളിൽനിന്നുള്ള മൂലധനം വലിച്ചെടുത്തുമാണ് കൊളോണിയൽ ചൂഷണങ്ങളുണ്ടായത്. നിക്ഷേപിക്കാവുന്ന മിച്ചമൂല്യത്തെ വലിച്ചെടുത്തും, നിക്ഷേപിക്കാനുള്ള പ്രേരണയെ തളർത്തിയും മുതലാളിത്ത വളർച്ചയെ തടസപ്പെടുത്തിയും

അതിന്റെ പരിവർത്തന സാധ്യതയെ മന്ദീഭവിപ്പിച്ചു. ഒരു മേഖലയുടെ മുതലാളിത്ത പരിവർത്തനം ദീർഘകാലാടിസ്ഥാനത്തിൽ പരിവർത്തിക്കപ്പെടേണ്ട മറ്റു മേഖലകളുടെ പരാജയം കാരണം മന്ദഗതിയിലായി. ഒരു മേഖല സ്ഫോടനാത്മക ചലനമാർജിക്കുമ്പോൾ മാത്രമാണ് അതേ വിധിയിലേക്ക് മറ്റു മേഖലകളെ വലിച്ചുകൊണ്ടുവരാൻ കഴിഞ്ഞിരുന്നത്. ഇന്ത്യാ വൻകരയിലുടനീളം ഒരുകാലത്തുമിത് സംഭവിച്ചില്ല. ചില മേഖലകൾ സമയാസമയം അതിവേഗം വളർന്ന് സ്വന്തം സാമൂഹികബന്ധങ്ങളെ മുതലാളിത്തപാതയിൽ പരിവർത്തിപ്പിച്ചുവെന്ന് തോന്നിച്ചുവെങ്കിലും സ്വന്തം ഭൂതകാലമുൾപ്പെടെയുള്ള മറ്റു ശക്തികൾ അവയെ പിറകോട്ട് വലിച്ചു. സമൂഹത്തിന്റെ മറ്റു മേഖലകളിൽനിന്നും തകർച്ചയ്ക്ക് വിധിക്കപ്പെട്ട സമ്പദ്വ്യവസ്ഥയിൽനിന്നും വേർപെടുത്തി കൃഷിയിലെ മുതലാളിത്ത ബന്ധങ്ങളെ ഞാൻ പരിഗണിച്ചത് അതിനാലാണ് (Bagchi 1975; Bharadwaj 1985a, 1985b). അഹമ്മദാബാദ് നഗരംപോലുള്ള വികസിത മുതലാളിത്ത കേന്ദ്രങ്ങളും വേതനം കുറഞ്ഞ തൊഴിലാളികളുടെ സംഭരണിയായി മാത്രം നിലകൊണ്ട മധ്യ ഇന്ത്യയുടെ അവികസിത ഹൃദയതടവുമുണ്ടാക്കിയത് കൊളോണിയലിസം അടിച്ചേൽപ്പിച്ച തടസങ്ങളാണ് (Bagchi 1976).

വാഷ്ബ്രൂക്ക് ഭൂനികുതി ഈടാക്കാനായി ബ്രിട്ടീഷുകാർ നടപ്പാക്കിയ പൊതുനിയമങ്ങളും തീർത്തും വ്യക്തിപരമായ ബൂർഷ്വാ സ്വത്തവകാശ നിയമങ്ങളും തമ്മിലുള്ള സംഘർഷങ്ങളെക്കുറിച്ച് വിപുലമായ പഠനം നടത്തിയിട്ടുണ്ട്. വ്യാപാരത്തിലുള്ള രാജ്യത്തിന്റെ പങ്ക് 1857നുശേഷം അവസാനിച്ചുവെന്നും ബ്രിട്ടീഷ് ചൂഷണത്തിന്റെ പ്രധാന രൂപമായി യൂറോപ്യൻ സ്വകാര്യസംരംഭങ്ങൾ സ്ഥാപിതമായെന്നും അദ്ദേഹം പറയുന്നു. യഥാർഥത്തിൽ നികുതിയുടെ പ്രധാന സ്വീകർത്താവായും യൂറോപ്യൻ സ്ഥാപനങ്ങളുടെ സംരക്ഷകനായും രാജ്യം തുടർന്നു പ്രവർത്തിച്ചു. പ്ലാന്റേഷനുകളിലും റയിൽവേയിലെയും സൈനികവിന്യാസത്തിലെയും യൂറോപ്യൻ സ്ഥാപനങ്ങളെ രാജ്യം സംരക്ഷിച്ചു. പത്തൊമ്പതാം നൂറ്റാണ്ടിൽ രാജ്യത്തിന്റെ സാമ്പത്തിക ഈടാക്കൽ വൻതോതിലായിരുന്നു. ഇത് ഉൽപ്പാദനശക്തികളുടെ വികസനത്തെ മുരടിപ്പിച്ചു. ആഭ്യന്തരവിപണിയുടെ വലുപ്പവും മൂലധന രൂപീകരണത്തിന്റെ വളർച്ചയും അതുമൂലം മന്ദഗതിയിലായി.

മിച്ചമൂല്യത്തിന്റെ പരിമിതമായ ആഭ്യന്തര നിക്ഷേപംപോലും ഉചിതമായ സ്ഥാപന നിബന്ധനയുമായിചേർത്താൽ ഉൽപ്പാദനബന്ധങ്ങളെ മാറ്റാനുപകരിക്കുമെന്നതിന് പഞ്ചാബിൽ ഉദാഹരണങ്ങളുണ്ട് (Bhattacharya 1983, 1985; Fox 1984). കൊളോണിയൽ ഇന്ത്യയിൽ പഞ്ചാബ് മറ്റെല്ലാ പ്രദേശങ്ങളെക്കാളും കാർഷികവളർച്ചയിൽ മുന്നേറി (Blyn 1966). സിന്ധുനദിയുടെയും ശാഖകളിലെയും ജലസേചനസൗകര്യങ്ങൾ മൂലമാണ് ഈ വളർച്ച സാധ്യമായത്. എങ്കിലും പഞ്ചാബിനകത്ത് പ്രാന്തീയമായ വൻ വ്യത്യാസങ്ങളുണ്ട്. വിഭജനത്തിനുമുമ്പുള്ള പഞ്ചാബിനെ

ഹിസ്സാർ, റോഹ്തക്ക്, കർണാൽ, ഗുർഗാവോൺ എന്നിവയുൾപ്പെടുന്ന തെക്കുകിഴക്കൻ പഞ്ചാബ്, ഗുർദാസ്പൂർ, ഹോഷിയാർപൂർ, ജലന്ധർ, ലുധിയാന, ഫിറോസ്പൂർ, ലാഹോർ, അമൃത്സർ എന്നിവയുൾപ്പെടുന്ന മധ്യപഞ്ചാബ്, ശാഹ്പൂർ, മോണ്ട്ഗോമറി, ലയാൽപൂർ, മുൾട്ടാൻ എന്നിവയുൾപ്പെടുന്ന പടിഞ്ഞാറൻ പഞ്ചാബ് എന്നിങ്ങനെ വിഭജിക്കാം. മധ്യപഞ്ചാബിൽനിന്നാണ് പലായനമധികമുണ്ടായത്. പശ്ചിമപഞ്ചാബാണ് പലായനം ചെയ്തവരിലധികം പേരെയും ഉൾക്കൊണ്ടത് (Fox 1984). പലായനത്തിന്റെയും ഉൽപ്പാദനവളർച്ചയുടെയും കാര്യത്തിൽ തെക്കുകിഴക്കൻ പഞ്ചാബ് നിശ്ചലമായിരുന്നു. ജലസേചനത്തിലെ നിക്ഷേപം കുറഞ്ഞതാണ് ഈ നിശ്ചലതയുടെ കാരണം.

തെക്കുപടിഞ്ഞാറൻ പഞ്ചാബിലും വടക്കുപടിഞ്ഞാറൻ പഞ്ചാബിലും കനാൽ കോളനികളുടെ ആസൂത്രിതവികസനവും നൂറുമുതൽ അഞ്ഞൂറ് ഏക്കൽ ഭൂമിവരെ വൻകിട കർഷകർക്കും കൂട്ടുകൃഷിക്കായി കുടിയാന്മാർക്കും ലീസായി നൽകലും നടപ്പിലാക്കി. വൻതോതിൽ ഭൂമി വിതരണംചെയ്യാനുള്ള ഗവൺമെന്റിന്റെ തീരുമാനത്തിനു പിറകിൽ സംഘർഷത്തിലുള്ള രണ്ട് പ്രത്യയശാസ്ത്രങ്ങളുണ്ട്. എതിരായി അനേകം തെളിവുകളുണ്ടെങ്കിലും പണക്കാർ ഭൂമിനിയന്ത്രിച്ചാൽ ഉൽപ്പാദനം കൂടുമെന്നും കൃഷിയിൽ മുതലാളിത്ത രീതികൾ വളരുമെന്നും വിശ്വസിച്ചിരുന്നവരുണ്ടായിരുന്നു. ബ്രിട്ടീഷ് ഭരണത്തോട് സ്വാഭാവികമായും കൂറുള്ളവരെ ശക്തരാക്കാൻ ആഗ്രഹിച്ചവരും അതിനു പിറകിലുണ്ടായിരുന്നു. സൈന്യത്തിലേക്കുള്ള നിയമനത്തിന്റെ പ്രധാന പ്രദേശമായിരുന്ന പഞ്ചാബിൽനിന്നുള്ള ഇന്ത്യൻ സേനാംഗങ്ങളുടെ വിശ്വസ്തതയും ഇന്ത്യൻ കുലീനരുടെ വിശ്വസ്തതയും ആദരണീയവും സുദീർഘമായ കാര്യക്ഷമതയുള്ളതുമായ ജനവിഭാഗത്തിന്റെ ഛായ അധികാരികളുടെ മനസിലുണ്ടാക്കി. പട്ടാളക്കാർ പാവപ്പെട്ട കുടുംബങ്ങളിൽ നിന്നുള്ളവരായിരുന്നു. പഞ്ചാബിലെ കനാൽ കോളനികൾ പാകിസ്ഥാനിലെ പട്ടാളഭരണത്തിന്റെ പുറങ്കോട്ടയൊരുക്കുന്ന പ്രജനനകേന്ദ്രമായി സ്വാതന്ത്ര്യാനന്തര കാലഘട്ടത്തിൽ മാറി (Hamid 1980; Chapters 12-14).

മധ്യപഞ്ചാബിലും കുടിയായ്മ അതിവേഗം വളർന്നു. ചെറുകിട കർഷകരിൽനിന്ന് വൻകിട കർഷകർ ഭൂമി പാട്ടത്തിനെടുത്തിരുന്നുവെന്ന് ഭട്ടാചാര്യ (1983) നടത്തിയ പഠനങ്ങളിൽനിന്ന് തെളിയുന്നു. കൂട്ടുകൃഷി ക്രമീകരണങ്ങൾക്ക് തെക്കുകിഴക്കൻ പഞ്ചാബിലെ ഭൂസ്വത്തുകൂടുതലുള്ളവർ ചെറുകിട കർഷകർക്ക് വരണ്ട ഭൂമി പാട്ടത്തിൽ നൽകി. കനാൽ കോളനികളിൽ ഉയർന്ന വേതനം തൊഴിലുകൾക്ക് ആവശ്യം വർധിച്ചതു മൂലം ലഭ്യമായത് കൂലിത്തൊഴിലിന്റെയും കൂട്ടുകൃഷിയുടെയും വളർച്ചയ്ക്കിടയാക്കി.

മിശ്രയും (1982) ഹാമിദും (1982) ഫോക്സും (1984) പഞ്ചാബിന്റെ വളർച്ചയെ വിലയിരുത്തിയത് തമ്മിൽ വൈരുധ്യമുണ്ട്. ഹാമിദും ഫോക്സും കർഷകർക്കിടയിലെ വർധിച്ച വ്യത്യാസങ്ങൾക്കും പുതുതായി

വളർന്ന കടക്കെണി ബന്ധനത്തിനും ഗ്രാമങ്ങളിലെ ചെറുകിട കർഷകർക്ക് വൻകിട കർഷകരോടുള്ള ആശ്രിതത്വത്തിനും ഊന്നൽ നൽകുന്നു. മിശ്ര പലിശക്കാരുടെ അസാന്നിധ്യത്തിനാണ് ഊന്നൽ നൽകുന്നത്. ഇന്ത്യയുടെ മറ്റുഭാഗങ്ങളിൽ കർഷകരെ ഞെരിക്കുന്ന പലിശക്കാരെ കുറിച്ചുപറയുമ്പോൾ മഹാരാഷ്ട്രയുമായുള്ള വൈരുധ്യമാണ് മിശ്ര കൂടുതലായി പറയുന്നത് (1983, 1985).

ഭട്ടാചാര്യ മൂന്ന് തലങ്ങൾകൂടി കൊണ്ടുവരുന്നുണ്ട്. പ്രാദേശിക വ്യതിയാനങ്ങളും ജാതിവർഗ ബന്ധങ്ങളും പഞ്ചാബിന്റെ മിക്ക ഭാഗങ്ങളിലുമുള്ള കൃഷിചെയ്യുന്ന കർഷകരുടെയും ആധിപത്യം നിലനിർത്തുന്നതിൽ പ്രത്യയശാസ്ത്രത്തിനുള്ള സ്വാധീനവുമാണവ. കനാൽ കോളനികൾ ഭൂപ്രഭുക്കളുടെ ആധിപത്യത്തിലായി. മറ്റുരണ്ട് പ്രദേശങ്ങളിൽ പതിവിലും ദീർഘമായ കൂട്ടുകൃഷിയുടെ വളർച്ചയുണ്ടായിട്ടും കൃഷിയിടങ്ങളിലെ തൊഴിലിന്റെ മഹത്വത്തിന് ഊന്നൽ നൽകുന്ന ഖുദ്കശ്ത്ത് പ്രത്യയശാസ്ത്രം (രജപുത്രരുടെയിടയിലൊഴികെ) നിലനിന്നു. ഭൂരഹിത തൊഴിലാളികളുടെയും ചമാർ, ചുഹ്റ എന്നീ കീഴ്ജാതികളിലൊന്നിൽ നിന്നുള്ള അംഗത്വവും തമ്മിലുള്ള അടുത്ത ബന്ധം ഭട്ടാചാര്യ തെളിയിച്ചിട്ടുണ്ട്. മറുവശത്ത് കർഷകർക്കിടയിലുള്ള കൊളോണിയൽ ഭരണ വേർതിരിവ് തുടർന്നുവന്ന സ്ഥാപനവൽക്കരണവും വാണിജ്യവൽക്കരണവും ആദരണീയ ജാതിക്കാർക്കിടയിൽനിന്നും പുതിയ ഭൂരഹിത തൊഴിലാളി സംഘങ്ങളെയുണ്ടാക്കിയിട്ടുണ്ടെന്ന് അദ്ദേഹം തെളിയിച്ചിട്ടുണ്ട്.

ഖുദ്കശ്ത്ത് പ്രത്യയശാസ്ത്രം ഹാജരാകാത്ത ഭൂപ്രഭുത്വത്തിന്റെ വളർച്ച തടയുകയും ഭൂവുടമകൾക്കിടയിൽ സക്രിയതയുണ്ടാക്കുകയും ചെയ്തുവെങ്കിലും കർഷകരിലെ ഒരു വർഗം വ്യാപാരികളും പലിശക്കാരുമാകുന്നത് തടയാൻ അതിന് കഴിഞ്ഞില്ല. കർഷകരിലെ ഈ വർഗത്തിന്റെ വരുമാനം വട്ടിപ്പലിശയിൽനിന്നും വ്യാപാരത്തിൽനിന്നും കൂലിവേലയിലെയും കടഅടിമ തൊഴിലിലെയും ചൂഷണത്തിൽനിന്നായിരുന്നു. പശ്ചിമ പഞ്ചാബിലെ അതിക്രൂരമായ ഭൂപ്രഭുത്വത്തെ തടയാനും അതിനായില്ല.

ഇന്ത്യയുടെ മറ്റുഭാഗങ്ങളെ അപേക്ഷിച്ച് പഞ്ചാബിൽ ഭൂരഹിത കർഷകത്തൊഴിലാളികളുടെ എണ്ണം കുറവാണ്. കനാൽ ജലസേചനത്തിലൂടെ പുതിയ പ്രദേശങ്ങൾ കൃഷി യോഗ്യമാക്കാൻ കഴിഞ്ഞതിനാലാണ് തൊഴിലാളികളുടെ എണ്ണം കുറവായിട്ടും ഈ സ്ഥിതി നിലനിർത്താനായത്.

കൊളോണിയൽ ഇന്ത്യയുടെ മറ്റുഭാഗങ്ങളിലെന്നപോലെ പഞ്ചാബിലും തൊഴിൽ ഔപചാരികമായ ഉൾപ്പെടുത്തലിന് വിധേയമാക്കിയിരുന്നു. (തൊഴിലാളികളുടെ ഔപചാരികവും യഥാർഥവുമായ ഉൾപ്പെടുത്തലിന്റെ വേർതിരിവിന് Marx 1976, Appendix: 1020-25 കാണുക). ജലസേചനവും ഗ്രാമീണ വ്യവസായത്തിന്റെ വളർച്ചയും ഉയർന്ന ഉൽപ്പാദനക്ഷമതയ്ക്കുള്ള അടിത്തറയിട്ടപ്പോൾ തൊഴിൽ യഥാർഥ ഉൾപ്പെടുത്തലിന് വിധേയമാക്കപ്പെട്ടിരുന്നു. ഭല്ല (1976) പഠനവിധേയമാക്കിയ ഹരി

യാനയിലെ ഔപചാരിക കരാറുകൾ ഇരുപതാം നൂറ്റാണ്ടിന്റെ ആദ്യത്തിലെ പഞ്ചാബിൽവരെ ചെന്നെത്തുന്നുണ്ട്. വാർഷിക കർഷകത്തൊഴിലാളികളുടെ കാര്യത്തിൽ ഇത് തീർത്തും ശരിയാണ് (Bhattacharya 1985:126).

കൊളോണിയലിസത്തിനു കീഴിൽ വളർച്ച മുരടിച്ചതും വ്യവസായവൽക്കരണം മന്ദഗതിയിലായതും തൊഴിലിന്റെ ഔപചാരിക ഉൾപ്പെടുത്തലിനുപകരമായി യഥാർഥ ഉൾപ്പെടുത്തലിനെ സ്വീകരിക്കുന്നതിനെ വ്യാപകമാക്കുകയോ അതിനെ ഒരു അനുസ്യൂത പ്രക്രിയയാക്കുകയോ ചെയ്തില്ല. പ്രത്യയശാസ്ത്രപരവും സ്ഥാപനപരവുമായ ഘടകങ്ങൾ മൂലധനവർധനവിനെ ശക്തമാക്കുകയോ തടസപ്പെടുത്തുകയോ ആണ് സാധാരണയായി ചെയ്യുന്നത്. വർഗരൂപീകരണത്തെയും കർഷക വ്യതിയാനങ്ങളെയും അതുപോലെ അത് ശക്തമാക്കുകയോ തടസപ്പെടുത്തുകയോ ചെയ്യുന്നുണ്ട്. പരദേശി ഭരണകർത്താക്കളുടെയും ആധിപത്യം ചെലുത്തുന്നതും കീഴൊതുങ്ങിയതുമായ ഇന്ത്യക്കാരുടെയും ആയുധപ്പുരകളിൽ നിന്നാണ് ഈ പ്രത്യയശാസ്ത്രപരവും സ്ഥാപനപരവുമായ ഘടകങ്ങൾ ഉരുത്തിരിഞ്ഞുവരുന്നത്.

സംക്രമണവും അസമവികസനവും അപര്യാപ്തവികസനവും

ഇന്ത്യയിലെ മുതലാളിത്ത സംരംഭങ്ങളുടെ വികസനത്തിന്റെ സവിശേഷ പ്രകൃതത്തെക്കുറിച്ചുള്ള നമ്മുടെ ചർച്ച ഭൂപ്രഭുത്വത്തിൽനിന്ന് മുതലാളിത്തത്തിലേക്കുള്ള യൂറോപ്പിലും എവിടെയുമുള്ള സംക്രമണത്തിന്റെ പ്രകൃതത്തിലും കാരണങ്ങളിലും പ്രതിഫലിക്കുന്നുണ്ട്. അസമവികസന പ്രതിഭാസത്തിലും അതിന്റെ വ്യാപ്തിയിലും അവികസിതത്വത്തിന്റെ പ്രശ്നങ്ങളിലും മാന്ദ്യത്തെയും അവികസിതത്വത്തെ നേരിടാനുള്ള സാധ്യമായ വർഗപരവും രാഷ്ട്രീയവുമായ നയങ്ങളിലും അത് പ്രതിഫലിക്കുന്നുണ്ട്.

ഇന്ത്യക്കകത്തും അനേകം സംക്രമണങ്ങളുടെ ബീജങ്ങളും അനുസ്യൂതമായ സംക്രമണത്തിനുള്ള വ്യത്യസ്തയിനം തടസങ്ങളെയും വേർതിരിച്ചറിയാൻ കഴിയും. കൊളോണിയൽ കാലത്തിനുമുമ്പുള്ള സാമൂഹിക രൂപീകരണങ്ങളും അന്താരാഷ്ട്ര മുതലാളിത്ത കൊളോണിയലിസമുണ്ടാക്കിയ ബന്ധനങ്ങളുമായാണത് ബന്ധപ്പെട്ടിരിക്കുന്നത്.

ഭൂപ്രഭുത്വത്തിൽനിന്ന് മുതലാളിത്തത്തിലേക്കുള്ള സംക്രമണത്തിലേക്കുള്ള ചർച്ച പൂർണമായിട്ടില്ല (Son 1984 കാണുക). മൂന്നുകൂട്ടം പ്രശ്നങ്ങളെ കേന്ദ്രീകരിച്ചാണ് ചർച്ച നടക്കുന്നത്. 1) മുതലാളിത്ത പൂർവ സമൂഹത്തിന്റെ പ്രകൃതവും ഭരണപദ്ധതിയും സംക്രമണത്തിന്റെ വേഗതയിലും പ്രകൃതത്തിലുമുള്ള അതിന്റെ സ്വാധീനവും; 2) ഭൂപ്രഭു സമൂഹത്തിന്റെ സഹജ വൈരുധ്യങ്ങളാലും ബാഹ്യ വ്യാപാരത്താലും മുതലാളിത്തപൂർവ സമൂഹത്തിലുണ്ടായ വിള്ളലുകളും ശാക്തീകരണവും; 3) വർഗ സംഘർഷവും പ്രത്യയശാസ്ത്രപരവും സ്ഥാപനപരവുമായ ഘടകങ്ങളും ശുദ്ധസാമ്പത്തിക ഘടകങ്ങളും സംക്രമണത്തിൽ വഹിച്ച പങ്ക്.

1950കളുടെ ആദ്യത്തിൽ മോറിസ് ഡോബ്, പോൾ സ്വീസി തുടങ്ങിയവർ പങ്കെടുത്ത സംവാദം (Dobb 1946; Sweezy, Dobbetal 1957). 2 ൽ പറഞ്ഞ പ്രശ്നങ്ങൾ ബ്രന്നൻ (1976) തൊടുത്തുവിട്ട സംവാദത്തിൽ കേന്ദ്രപങ്ക് നിർവഹിച്ചു. 3 ൽ പറഞ്ഞ പ്രശ്നങ്ങൾ നേരിട്ട് പ്രധാന പങ്ക് നിർവഹിച്ചു. 1 ൽ പറഞ്ഞ പ്രശ്നങ്ങൾ നേരിട്ടല്ലാത്ത പങ്ക് നിർവഹിച്ചു. പ്രാഥമിക വ്യവസായവൽക്കരണം, ഗ്രാമീണ വ്യവസായവൽക്കരണം എന്നീ ആരോപിത പ്രതിഭാസങ്ങളിൽ നിന്നുയരുന്ന പ്രശ്നങ്ങളും (Tilly and Tilly 1971; Mendels 1972; Kriedte, Medick and Schlumbohm 1981) സംക്രമണ സംവാദത്തിലുണ്ടായിരുന്നു. ഈയടുത്തകാലത്തെ ഇന്ത്യൻ സാമ്പത്തികശാസ്ത്രജ്ഞരുടെയും ചരിത്രകാരന്മാരുടെയും രചനകളിൽ ഈ വിവാദങ്ങളുടെ മുഴക്കമുണ്ടായിരുന്നു (ഉദാഹരണത്തിന് JPS 1985).

സംക്രമണ സംവാദത്തിൽ ഉയർന്നുവന്ന മിക്ക ചോദ്യങ്ങളും കൊളോണിയൽ ഇന്ത്യയുടെ ചരിത്രത്തിന്റെ പശ്ചാത്തലത്തിലാണ് ഉയർന്നുവന്നത്. കൊളോണിയലിസത്തിനു മുമ്പുള്ള ഇന്ത്യയുടെ ചരിത്രം വിപണിശക്തികളെ മുൻകൂട്ടി കണ്ടിരുന്നോ? ഏതൊക്കെ പ്രദേശങ്ങളിലാണ് അതിന്റെ സ്വാധീനമുണ്ടായിരുന്നത്? ഏതൊക്കെ മേഖലകളെയാണ് അത് ഏറ്റവും കൂടുതൽ ബാധിച്ചത്? കൃഷിയുടെ മുതലാളിത്ത പരിവർത്തനത്തിലേക്ക് വികസിക്കാവുന്ന കർഷകവേർതിരിവ് അതുണ്ടാക്കിയോ? അത്തരം പരിവർത്തനത്തിനുമുമ്പ് രാഷ്ട്രീയ ഘടകങ്ങളുണ്ടായോ? ഉദാഹരണത്തിന് മറാഠ രാജ്യത്ത് ഭൂപ്രഭുക്കൾ ഭൂമി വൻതോതിൽ സ്വന്തം അധീനതയിലാക്കുകയായിരുന്നു. ഭൂമി അന്യാധീനപ്പെടുകയായിരുന്നു (Perlin 1978). മറുവശത്ത് മിശ്ര (1987) പറയുന്നത് പത്തൊമ്പതാം നൂറ്റാണ്ടിലും ഇരുപതാം നൂറ്റാണ്ടിലും മഹാരാഷ്ട്രയിലെ വൻ കർഷകരുടെ ഇടപെടലിനാൽ കൃഷിയിൽ പരിവർത്തനമുണ്ടായില്ലെന്നാണ്. പത്തൊമ്പതാം നൂറ്റാണ്ടിലെ കർഷക വ്യതിയാനം മുതൽ പത്തൊമ്പതാം നൂറ്റാണ്ടിന്റെയൊടുവിലെയും ഇരുപതാം നൂറ്റാണ്ടിന്റെ തുടക്കത്തിലെയും മുതലാളിത്ത പരാജയത്തിലേക്കുള്ള വഴിയെന്തായിരുന്നു?

ഇന്ത്യയിലെ കൊളോണിയൽ അനുഭവത്തിന്റെ ചരിത്രം പൂർവകാല ചരിത്രത്തിന്റെ തുടർച്ചയായി ലളിതമായി കാണാനാവില്ലെന്ന് അത്തരം ചോദ്യങ്ങൾ സൂചിപ്പിക്കുന്നു. കൊളോണിയലിസം ഇല്ലായ്മയാണുണ്ടാക്കിയത്. ആഭ്യന്തര സമ്പദ്വ്യവസ്ഥയിൽ വ്യവസായ കാർഷിക നിക്ഷേപത്തിന്റെ ഇല്ലായ്മയാണ്, കൊളോണിയലിസമുണ്ടാക്കിയത്. ആത്മവിശ്വാസമുള്ള മുതലാളിത്ത വർഗത്തിന് അവ ആവശ്യമായിരുന്നു. കൊളോണിയൽ ഭരണത്തിന് അനുയോജ്യമായവിധം സാമൂഹികരൂപങ്ങൾ വലിച്ചു നീട്ടപ്പെടുകയും സങ്കോചിപ്പിക്കപ്പെടുകയും വിരൂപമാക്കപ്പെടുകയും ചെയ്തു. അക്കാലത്തെ അന്തർദേശീയ മുതലാളിത്തത്തിന്റെ ആധിപത്യ പ്രവണതകളോട് വളരെയധികം അടുപ്പം അതിനുണ്ടായിരുന്നു.

ലോകവ്യവസ്ഥാവാദത്തിന്റെ അനേകം വിശകലനക്കാർ കൊളോണിയൽ ഭരണകാലത്തെ ഇന്ത്യൻ സമ്പദ്വ്യവസ്ഥയുടെ പാർശ്വവൽക്ക

രണത്തെകുറിച്ച് പറയുന്നുണ്ട് (Wellerstein 1986; Palat, Barratal 1987). ഇന്ത്യയുടെ ആശ്രിതവികസനത്തെയും പാർശ്വവൽക്കരണത്തെയും കുറിച്ച് ചർച്ചചെയ്യുമ്പോൾ ഉയർന്നുവന്നിരുന്ന വാദങ്ങൾ കിഴക്കൻ യൂറോപ്പിലെ രണ്ടാം ദാസ്യത്തെ വിശകലനം ചെയ്യാൻ ഉപയോഗിച്ചിരുന്നവയാണ് (Braudel 1982:265-72). പോളണ്ടിന്റെ ചരിത്രത്തെ അടിസ്ഥാനമാക്കി വിറ്റോൾഡ്കുല ഭൂപ്രഭു സമൂഹത്തിന്റെ സാമ്പത്തികസിദ്ധാന്തം (Kula 1974) മുന്നോട്ടുവെച്ചു. വിറ്റോൾഡ് കുലയുടെ കാഴ്ചപ്പാടിന്റെ പ്രധാന പ്രശ്നം ഭൂപ്രഭു സമ്പ്രദായത്തിന് ഒരു സാമ്പത്തികശാസ്ത്രം ഉണ്ടായിരിക്കില്ല എന്നതാണ്. ഫ്യൂഡൽവ്യവസ്ഥയുടെ സാമ്പത്തികവശങ്ങളെക്കുറിച്ചുള്ള സിദ്ധാന്തമാണ് കൂടിയാൽ നമുക്ക് പ്രതീക്ഷിക്കാവുന്നത്. ഈ കാഴ്ചപ്പാടിന്റെയും കുലയുടെ സാമ്പത്തികഗണിതത്തിലെയും അപര്യാപ്തതകളെക്കുറിച്ച് പട്നായ്ക്ക് (1982) സൂചിപ്പിച്ചിട്ടുണ്ട്. കൊളോണിയലിസത്തിനു ശേഷമുള്ള ഇന്ത്യൻ സാഹചര്യത്തിൽ അർധ ഫ്യൂഡൽ സാമൂഹിക രൂപീകരണത്തിന്റെ സാമൂഹികവശങ്ങളെക്കുറിച്ച് പ്രധാൻ പ്രസാദ് അദ്ദേഹത്തിന്റെ അനേകം കൃതികളിൽ സൂചിപ്പിക്കുന്നുണ്ട് (Prasad 1973-74 കാണുക). വിപണിക്കുപുറത്തുള്ള ശക്തികളാണ് വട്ടിപ്പലിശയെയും അടിമവേലയെയും നിലനിർത്തുന്നത്. കർഷകരിൽനിന്നുള്ള പട്ടിണിഭീഷണിയും തൊഴിലും കടവും നിഷേധിക്കപ്പെട്ട തൊഴിലാളിയും അതിനെ നിലനിർത്താൻ സഹായിക്കുന്നു. കാർഷിക പിന്നോക്കാവസ്ഥയെക്കുറിച്ചും വിപണികളുടെ പരസ്പരബന്ധത്തെക്കുറിച്ചും അതിനാൽ ഗൂഢമായ സാമ്പത്തിക സിദ്ധാന്തങ്ങൾ അസാധ്യമാണ്.

പോളണ്ടിലെ ഭൂപ്രഭുത്വത്തിന്റെ ഘടനയും ചലനവും വിശകലനം ചെയ്യാൻ കുലയുടെ കാഴ്ചപ്പാട് ഉപയോഗിക്കുന്നതിലെ വിഷമതകൾ ബ്രിട്ടീഷ് ഇന്ത്യൻ കൊളോണിയൻ ചരിത്രത്തിന്റെ ഘടനയും ചലനവും മനസിലാക്കുന്നതിലുമുണ്ട്. പതിനാറാം നൂറ്റാണ്ടിലെ പോളണ്ടിൽ ഭൂപ്രഭുക്കൾ ഭാഗികമായി മാത്രമാണ് വിപണിയിലിടപ്പെട്ടിരുന്നത്. സ്വതന്ത്ര തൊഴിലിനെക്കാൾ കുറഞ്ഞ കൂലിക്ക് തൊഴിലെടുത്തിരുന്ന അടിമവേലയെയാണ് അവർ ആശ്രയിച്ചിരുന്നത്. ബഹുവിള സമ്പ്രദായത്തിലുള്ള കൃഷിയിൽ ഏകവിള രീതിയാണ് ആധിപത്യം ചെലുത്തിയിരുന്നത് (Kula 1976:40). വിപണിബന്ധങ്ങളിലും വിപണിക്കുപുറത്തെ ബലപ്രയോഗത്തിലുമുള്ള മാടമ്പിത്വം സവിശേഷമായ സംഘർഷങ്ങൾക്ക് കാരണമായി. വിപണിയെ മുഖ്യമായി ആശ്രയിക്കുന്നവരും വിപണി ബന്ധം കുറവായിരുന്നവരും തമ്മിൽ സംഘർഷമുണ്ടായി. കർഷകരുടെയും അടിമകളുടെയും സ്വാതന്ത്ര്യം ഭൂപ്രഭുവ്യവസ്ഥയുടെ തകർച്ചയിലൂടെ മാത്രമേ സാധ്യമായിരുന്നുള്ളൂ.

ഭൂപ്രഭുക്കൾ നടത്തുന്ന ഭൂമിയുടെ ചില്ലറ വ്യാപാരവും ഭൂപ്രഭുത്വത്തിനുകീഴിലെ വ്യാപാരമൂലധനത്തിന്റെ ഇരട്ടമുഖവും ഭൂപ്രഭുക്കൾക്കെതിരെയുള്ള കർഷകരുടെ പ്രക്ഷോഭവും മാർക്സിനു പരിചിതമായിരിക്കും. പക്ഷേ ഒരു സമൂഹത്തിൽ ഉദാഹരണത്തിന് പത്തൊമ്പതാം നൂറ്റാ

ണ്ടിലെ പോളണ്ടിലുണ്ടായ സംഭവവികാസങ്ങളെക്കുറിച്ചറിയാൻ ചരിത്രപരമായ അന്വേഷണവും ശ്രദ്ധാപൂർവമുള്ള വിശകലനവും ആവശ്യമാണ് (Petrusewics 1978 കാണുക). പോളണ്ടിൽ അന്തർദേശീയ വിപണിയോടുള്ള ബന്ധം ഭൂപ്രഭു ബന്ധനത്തിൽ അയവു വരുത്തുന്നതിനു പകരം മുറുക്കിയതെന്തുകൊണ്ടാണെന്ന് നാം മനസിലാക്കേണ്ടതുണ്ട്. ഇവിടെ ബോധ്യപ്പെടുത്തുന്ന വിശകലനത്തിനായി വർഗസംഘർഷമടക്കമുള്ള രാഷ്ട്രീയതലത്തെ ഉൾപ്പെടുത്തേണ്ടതുണ്ട് (Brenner 1976, 1978 and 1982).

ഇന്ത്യൻ സാഹചര്യത്തിലേക്ക് തിരിച്ചുവരാം. കൊളോണിയൽ ചരിത്രത്തിന്റെ ഓരോ യുഗത്തിനും കൊളോണിയലിസത്തിനു കീഴിലെ വിപണിയുണ്ടാക്കിയ പ്രത്യാഘാതം ചരിത്രരചനകളിലുള്ളതിനെക്കാൾ നാം മനസിലാക്കേണ്ടതുണ്ട്. കൊളോണിയൽ ഇന്ത്യയിൽ ഭൂമി പൂർണമായും ക്രയവിക്രയം ചെയ്യാമായിരുന്നോ? നിയമനിർമാണം ഈ ലക്ഷ്യത്തോടെയുള്ളതായിരുന്നോ? ഗവൺമെന്റിന് റവന്യൂവരുമാനം പരമാവധിയാകാൻ വേണ്ടി മാത്രമുള്ള നിയമനിർമാണമായിരുന്നോ അത്? നിയമങ്ങൾ എത്രമാത്രം നടപ്പിലാക്കാൻ കഴിഞ്ഞു? കോളനിക്കാലത്തിനുമുമ്പുള്ള അടിമത്തം നിർത്തലാക്കിയത് കടുത്ത അടിമത്തത്തിന്റെ അന്ത്യം കുറിച്ചോ? ഏതൊക്കെ വർഗങ്ങൾക്കാണ് മിച്ചമൂല്യം സ്വരൂപിക്കാൻ കഴിഞ്ഞത്? ഏതൊക്കെ ചാനലുകളിലൂടെയാണ് നിക്ഷേപം ഒഴുകിയത്? തൊഴിലില്ലാതായ തൊഴിലാളിക്ക് എന്ത് സംഭവിച്ചു? പത്തൊമ്പതാം നൂറ്റാണ്ടിൽ യൂറോപ്പിലും ഇന്ത്യയിലും ചൈനയിലും വ്യവസായവൽക്കരണം മന്ദഗതിയിലായിരുന്നുവെങ്കിൽ അതിനു വിരുദ്ധമായി ഇറ്റലിയിലും ഓസ്ട്രിയയിലും സ്പെയിനിലും പുനർവ്യവസായവൽക്കരണമുണ്ടാക്കിയ സാഹചര്യങ്ങൾ എന്തൊക്കെയായിരുന്നു? (Sabel and zeitlin 1985) മിച്ചമൂല്യത്തിന്റെ ഏകദിശയിലുള്ള സ്ഥിരമായ നീക്കം മാത്രമായിരുന്നോ ഇന്ത്യൻ മാന്ദ്യത്തിന്റെ കാരണം?

വാണിജ്യവൽക്കരണ പ്രക്രിയയ്ക്കു ചുറ്റും മറ്റനേകം ചോദ്യങ്ങളുണ്ട്. വ്യവസായവൽക്കരണത്തിനു മുതിരാത്തത് മുതലാളിത്തവർഗത്തിന്റെ ശാശ്വത മുരടിപ്പിനിടയാക്കിയോ? അവരുടെതന്നെ ചക്രവാളത്തെ ചുരുക്കിയോ? അതോ കീഴ്ത്തട്ടിലുള്ളവർ മുന്നോട്ട് കുതിച്ചപ്പോഴുണ്ടായ സ്വീകാര്യമായ പ്രതിസന്ധിയാണോ അത്? ഇന്ത്യ പ്രാചീന വ്യവസായവൽക്കരണത്തിന് സാക്ഷിയാകുമായിരുന്നുവെങ്കിൽ ഉൽപ്പാദനക്ഷമത കൂട്ടാനുള്ള ഏതൊക്കെ സ്പന്ദനങ്ങളാണ് അതിനുമേൽ പ്രവർത്തിച്ചിട്ടുണ്ടാവുക? കൃഷിയുടെ മുതലാളിത്തവൽക്കരണത്തെ സജീവമാക്കുന്നതിൽ വ്യവസായവൽക്കരണത്തിനുള്ള പങ്ക് മറ്റുള്ളവരോടൊപ്പം ബാഗ്ചിയും (1975) ഭരദ്വാജും (1985b) സൂചിപ്പിച്ചിട്ടുണ്ട്. ആവിയന്ത്രങ്ങൾക്കും വൈദ്യുതി യന്ത്രങ്ങൾക്കുംമുമ്പ് നഗരവ്യവസായങ്ങൾ ഇതുപോലൊരു പങ്ക് നിർവഹിച്ചിരുന്നോ? കൃഷിയിലെ ഉൽപ്പാദനബന്ധങ്ങളെ സ്വാധീനിക്കാൻ വ്യവസായം ഗ്രാമീണമേഖലകളിലാക്കേണ്ടതുണ്ടായിരുന്നുവോ?

മുഗൾ ഭരണത്തിനുകീഴിൽ ഭൂനികുതി വൻതോതിൽ ഈടാക്കിയതും പട്ടണവും ഗ്രാമങ്ങളും തമ്മിലുള്ള വിനിമയത്തിലെ വ്യവസ്ഥകളും ബന്ധപ്പെടുത്തുന്ന സംവാദം കൈത്തൊഴിൽ വ്യവസായത്തിലെ തൊഴിൽ പ്രക്രിയയിലെ വ്യതിയാനങ്ങളെയും വിപണി സാഹചര്യത്തിലെ മാറ്റങ്ങളെയും കുറിച്ചുള്ള ചോദ്യങ്ങൾ ഉന്നയിച്ച് കൊഴുപ്പിക്കാം. വിഭിന്നവർഗങ്ങളുടെ വ്യത്യസ്തതോതിലുള്ള പങ്കാളിത്തത്തെക്കുറിച്ചും വിനിമയബന്ധങ്ങളിലെ വർഗവിഭജനങ്ങളും ഈ വിഭജനങ്ങൾ വ്യത്യസ്തതോതിലുള്ള കീഴൊതുക്കലിനു വിപണിയിലും വിപണിക്കു പുറത്തുമുള്ള ബലപ്രയോഗങ്ങളിലൂടെ വിധേയമാക്കപ്പെട്ടതിനെക്കുറിച്ചും ഭരദ്വാജ് (1985a) ഉയർത്തുന്ന ചോദ്യങ്ങൾ മുഗൾകാലത്തെയും അതിനു തൊട്ടുശേഷമുള്ള കാലത്തെയും സാഹചര്യങ്ങളെക്കുറിച്ച് ഉന്നയിക്കാം. കൊളോണിയൽ ഭരണമുണ്ടാക്കിയ മാറ്റങ്ങളിലേക്കിവ വെളിച്ചം വീശും.

വിപണിയിലേയും വിപണിക്കു പുറത്തുള്ള ബന്ധങ്ങളെയും പൂർണമായും വേർതിരിക്കാനാവില്ല. അതുപോലെ ശുദ്ധ സാമ്പത്തിക ബന്ധങ്ങളെയും സാമ്പത്തികേതരബന്ധങ്ങളെയും വേർതിരിക്കാനാവില്ല. മുതലാളിത്ത പരിവർത്തനം അപൂർണമായ സാഹചര്യങ്ങളെ നിരീക്ഷിക്കുമ്പോൾ ഇത് പ്രത്യേകം ശ്രദ്ധിക്കേണ്ടതാണ്. ഈയടുത്തവർഷങ്ങളിൽ കൊളോണിയൽ ഇന്ത്യയിലെ സാമൂഹിക പരിവർത്തനത്തിന്റെ പ്രത്യയശാസ്ത്രവശങ്ങളെക്കുറിച്ച് കൂടുതൽ താൽപ്പര്യമുണ്ടായിട്ടുണ്ട്. എങ്കിലും അവബോധത്തെക്കുറിച്ചും വർഗസംഘർഷത്തെക്കുറിച്ചുമുള്ള അന്വേഷണങ്ങൾ ഉപയോഗമൂല്യമുണ്ടാക്കിയ തൊഴിലാളികളുടെയും കർഷകരുടെയും നിലനിൽപ്പിനെക്കുറിച്ചുള്ള ചോദ്യം ഉൾപ്പെടുത്തുന്നില്ലെങ്കിൽ പൂർണമാവുകയില്ല. വിശാലമായ അർഥത്തിൽ വിനിമയമൂല്യവും ഭൗതികവസ്തുക്കളുമുണ്ടാക്കിയത് അവരാണ്. നിയന്ത്രണത്തിനുള്ള ഘടന നിയമസംവിധാനത്തെ പലതലത്തിലും ഉപയോഗപ്പെടുത്തിയിട്ടുണ്ട്. കൊളോണിയലിസം നിയമവ്യവസ്ഥയിലുണ്ടാക്കിയ മാറ്റം ലളിതമായി നിലനിൽക്കുന്ന അവസ്ഥയിൽനിന്ന് കരാറിലേക്കുള്ള മാറ്റമായി കാണാനാവില്ല.

ഈ അടിസ്ഥാനത്തിൽ ബ്രിട്ടീഷുകാർക്ക് മുമ്പുള്ള ഇന്ത്യയിലെയും ബ്രിട്ടീഷ് ഇന്ത്യയിലെയും വ്യത്യാസത്തിലെ പ്രകൃതം ഹെൻറി മെയ്നും മറ്റു നിയമജ്ഞരും രൂപീകരിച്ചുവെന്ന് പറയുന്നത് വ്യാജസ്തുതിയാകും. മുതലാളിമാരുടെ സംഘടിത താൽപ്പര്യത്തിനു വേണ്ടിയാണ് കരാർ സ്വാതന്ത്ര്യത്തിന് ഉപചാരങ്ങളുടെമേൽ വിജയമുണ്ടായത് (Atiyah 1979: Parts 2 and 3). ബ്രിട്ടീഷ് അത്ഭുതത്തിന്റെ സിദ്ധാന്ത പര്യാലോചനകൾക്കുള്ള കണ്ണാടിയായാണ് ഇന്ത്യൻ സമൂഹത്തെക്കുറിച്ചുള്ള ആശയരൂപീകരണത്തെ ഉപയോഗിച്ചത്.

ഭരണകർത്താക്കളുടെ പ്രത്യയശാസ്ത്രനാട്യത്തിന്റെ പൂർണമായ അനാവരണത്തിനും കർഷകരുടെയും തൊഴിലാളികളുടെയും അവബോധത്തിന്റെ വായനയ്ക്കും നാട്യങ്ങളുടെ ബ്രിട്ടീഷ് പൗരസ്ത്യ ഉറവിടങ്ങളെക്കുറിച്ചുള്ള പുത്തൻ അന്വേഷണവും കൊളോണിയൽ കാലത്തിനു

മുമ്പുള്ള ഇന്ത്യക്കാരുടെ സാമൂഹിക വർഗ അവബോധത്തിന്റെ ഉറവിടങ്ങളെക്കുറിച്ചുള്ള അന്വേഷണവും ആവശ്യമാണ്. വികസിത മുതലാളിത്ത രാഷ്ട്രങ്ങളിൽ മുകളിൽ പറഞ്ഞതുപോലെ മൂലധനവും തൊഴിലാളികളും തമ്മിലുള്ള സംഘർഷത്തിനിടയിൽ തൊഴിൽപ്രക്രിയ തന്നെ തുടർച്ചയായി പുനർരൂപീകരിക്കപ്പെടുകയും തൊഴിൽ പ്രക്രിയയിലൂടെ സമ്മതത്തിന്റെ 'ഉൽപ്പാദനം' നടക്കുകയും ചെയ്യുന്നു (Burawoy 1979). കൊളോണിയൽ കാലത്തിനുമുമ്പുള്ള ഭരണവർഗങ്ങൾ അത്തരം സമ്മതമുണ്ടാക്കാനും പ്രത്യയശാസ്ത്ര അധീശത്വമുണ്ടാക്കാനും ശ്രമിച്ചതെങ്ങനെയാണ്? കൊളോണിയൽ ശക്തി സ്വത്തുള്ളവരെയും ഇല്ലാത്തവരെയും അധീനപ്പെടുത്തിയതെങ്ങനെയാണ്? കൊളോണിയൽ ഭരണത്തിനു കീഴിൽ ഉന്നതവർഗ ഇന്ത്യക്കാർ വർഗപദവി സംരക്ഷണ പ്രത്യയശാസ്ത്രം നിലനിർത്തിയതും പ്രചരിപ്പിച്ചതും എങ്ങനെയാണ്? കീഴൊതുക്കിയ വർഗങ്ങൾ അത്തരം അസമത്വ പ്രത്യയശാസ്ത്രങ്ങളെ എങ്ങനെയാണ് നേരിട്ടത്?

കൊളോണിയലിസവും കൊളോണിയലിസത്തിനുശേഷമുള്ള സമൂഹവും തമ്മിലുള്ള വിച്ഛേദത്തിന്റെ പ്രകൃതം പുതുതായി സിദ്ധാന്തവൽക്കരിക്കേണ്ടതുണ്ട്. മുകളിലുള്ള ഭരണവർഗത്തിന്റെ പ്രകൃതത്തിലുള്ള മാറ്റത്തിന്റെ പ്രസക്തിയെന്തായിരുന്നു? എങ്ങനെയാണ് നിയന്ത്രണത്തിന്റെ സംവിധാനം നവീകരിച്ചിരുന്നത്? സ്വേച്ഛാധിപത്യ സാമൂഹിക ഘടനയോടൊപ്പം ജനാധിപത്യരൂപത്തെ നിലനിർത്താൻ ഏത് തരത്തിലുള്ള സാന്ദ്രമായ സാമൂഹിക ബന്ധങ്ങളാണ് ആവശ്യമായിരുന്നത്? അനന്തരഫലമായുണ്ടായ വൈരുധ്യങ്ങളെ വിശകലനം ചെയ്യുന്നതിന് നാം എങ്ങനെയൊരുങ്ങും?

ഈ ചോദ്യങ്ങൾക്കുത്തരം കാണുന്നതിന് പുതിയ വിവരങ്ങളുടെ ശേഖരണവും അവയെ വ്യാഖ്യാനിക്കാൻ പുതിയ വിശകലനസങ്കേതങ്ങളും ആവശ്യമാണ്. നിരക്ഷരതൊഴിലാളികളുടെയും കർഷകരുടെയും അവബോധത്തിന്റെ അടയാളങ്ങളെക്കുറിച്ച് വ്യവസ്ഥാപിത പഠനങ്ങൾ കുറവാണ്. വ്യവസായശാല (കാർഖാന)കളും കൈത്തൊഴിലുകാരും കുടിലുകളും മധുര പലഹാരക്കടകളും യന്ത്രാധിഷ്ഠിത ഉൽപ്പാദന സംരംഭങ്ങളും ഉപയോഗിച്ചിരുന്ന തൊഴിൽ പ്രക്രിയകളെക്കുറിച്ചുള്ള വിശകലനവും കുറവാണ്. സൂക്ഷ്മമായ വിശകലനപദ്ധതികളിലെത്താൻ പത്തൊമ്പതാം നൂറ്റാണ്ടിൽ മുഴുവനും ജനനമരണത്തിന്റെ സ്ഥൂലവശങ്ങളെക്കുറിച്ചോ വിലകളെയും ഉൽപ്പാദന പ്രസ്ഥാനങ്ങളെയും കുറിച്ചോ വ്യവസ്ഥാപിതമായ വിവരശേഖരമില്ല. ഈ പ്രബന്ധം കൊളോണിയൽ സമൂഹത്തിന്റെ പ്രകൃതത്തെക്കുറിച്ചും അതിന്റെ മാറ്റങ്ങളെക്കുറിച്ചുമുള്ള ഗവേഷണത്തിനുള്ള ഒരു അജണ്ടയായി സ്വീകരിക്കാവുന്നതാണ്.

ആഗോളമൂലധനത്തിന്റെയും കൊളോണിയൽ മൂലധനത്തിന്റെയും കാലഘട്ടത്തിലെ യാതനാനിർഭരമായ അധ്യായം

5

പുരോഗതിയിലെ അവ്യക്തത ഇന്ത്യൻ സമൂഹം പരിവർത്തനത്തിൽ

മിക്ക ഇന്ത്യക്കാരും സഹസ്രാബ്ദങ്ങളായി സ്വന്തം കൃഷിയിടങ്ങളിൽ കൃഷിചെയ്യുന്നു. നൂറ്റാണ്ടുകളായി അവർ സ്വന്തം ആവശ്യത്തിനുള്ള ആയുധങ്ങളും വസ്തുക്കളുമുണ്ടാക്കുന്നു. നാലായിരം വർഷം മുമ്പുതൊട്ട് ഇന്ത്യയിൽ പട്ടണങ്ങളുണ്ട്. എഴുത്തുഭാഷയുണ്ടായിട്ട് അതിലധികമായി. രണ്ടായിരം വർഷത്തിലധികമായി വൻകരയിൽ മിക്കഭാഗങ്ങളിലും രാജ്യസംവിധാനമുണ്ട്. നാഗരികതയുടെ ഈ അടയാളങ്ങളെല്ലാം പൈതൃകമായി ഉണ്ടെങ്കിലും ഭൂരിഭാഗം ഇന്ത്യക്കാരും 'മൃഗീയം, അനുഭ്യം, ഹ്രസ്വം' എന്നു വിശേഷിപ്പക്കാവുന്ന അസ്തിത്വത്തിലൂടെ ഇഴയുകയാണ്.

ആയിരക്കണക്കിന് എഴുത്തുകാർ (അതിലധികംവരുന്ന എഴുത്തുകാരല്ലാത്തവരും) ഈ വിരോധാഭാസത്തിന് വിശദീകരണം നൽകാൻ ശ്രമിച്ചിട്ടുണ്ട്. സാമ്രാജ്യത്വ നിയമദാതാക്കൾക്കും ഭരണകർത്താക്കൾക്കും ഈ വിരോധാഭാസം വിദേശഭരണത്തിനും ആ ഭരണം ദൃഢമാക്കാനുമുള്ള നീതീകരണം നൽകി. മറ്റുള്ള പാശ്ചാത്യ നിരീക്ഷകരിൽ വിരോധാഭാസം ആകാംക്ഷയും വെറുപ്പുമുണ്ടാക്കി. മാറ്റമില്ലാത്ത കിഴക്ക് അത്തരമൊരു മനോഭാവത്തിന്റെ ഉൽപ്പന്നമാണെന്ന് ബുദ്ധിജീവികൾ പറഞ്ഞു.

ഈ പ്രബന്ധത്തിൽ നാം ഈ മനോഭാവത്തെ നേരിടാൻ പോകുന്നില്ല. നമ്മുടേതുപോലുള്ള ഒരു സമൂഹത്തിലെ പുരോഗതിയുടെ അടയാളങ്ങളെ വായിക്കുന്നതിലെ ബുദ്ധിമുട്ടാണ് നമ്മുടെ പ്രധാന പ്രമേയം. അതിൽനിന്ന് ശ്രദ്ധതെറ്ററുത്. എല്ലാവരും ദൗർഭാഗ്യവശാൽ ഇന്ത്യക്കാരെ യാതനയനുഭവിക്കുന്ന മനുഷ്യവർഗത്തിന്റെ ഭൂരിപക്ഷസോദരരായി കാണുന്നു. ലാറ്റിൻ അമേരിക്കയിലെയും ആഫ്രിക്കയിലെയും എണ്ണസമ്പന്ന അറബ് രാഷ്ട്രങ്ങളിലെയും ഭൂരിപക്ഷമാളുകൾ അനുഭവിക്കുന്ന മനുഷ്യാന്തസിന്റെ നിത്യവുമുള്ള അവഹേളനവും ദാരിദ്ര്യവും നാമനുഭ

വിക്കുന്നു. ആ വസ്തുത നമ്മുടെ അവസ്ഥയുടെ വിശദീകരണമായി ഇന്ത്യൻ സാമൂഹിക അവസ്ഥയെയും ഇന്ത്യൻ നൈസർഗിക പൈതൃകത്തെയും സ്വീകരിക്കുന്നതിൽനിന്ന് നമ്മെ വിലക്കുന്നു. നമ്മുടെ അന്തസിലും അധോഗതിയിലും നാം മാനവരാശിയിലെ മിക്കവരുമായി വളരെയധികം പങ്കുവെക്കുന്നുണ്ട്.

പരിഹസിക്കുന്ന ബുദ്ധിജീവികളും നിലവിലുള്ള സാമൂഹികക്രമത്തിന്റെ യുക്തിവൽക്കരണക്കാരും മാറ്റമില്ലാത്ത ചരിത്രം നിർമിക്കുന്നത് എളുപ്പമാണെന്ന് കാണുന്നു. ഇന്ത്യയിൽ നിർണായകമായ സാമൂഹിക വിപ്ലവമുണ്ടാകണമെന്ന് ആഗ്രഹിക്കുന്നവരും മനുഷ്യൻ മനുഷ്യനോടു (സ്ത്രീയോടും) ചെയ്യുന്ന ക്രൂരതകളെ പിന്തുടർന്ന് വിലപിച്ച് ഇന്ത്യൻ സമൂഹം അടിസ്ഥാനപരമായി മാറ്റമില്ലാത്തതാണെന്ന് കാണാൻ പ്രലോഭിപ്പിക്കപ്പെടുന്നു. വിശദീകരിക്കാൻ സാമൂഹികമാറ്റമില്ലെങ്കിൽ കാലപ്പൊരുത്തത്തിന്റെ സംഘർഷങ്ങളുമില്ല. അപ്പോൾ പിന്നെയുള്ളത് ഒരേ കഥയുടെ നിർമാണവും പുനർനിർമാണവുമാണ്. അപ്പോൾ എല്ലാ കഥകളും ചാക്രികമാണ്. ഒരേ അഭിനേതാക്കൾ പ്രത്യക്ഷപ്പെടുകയും അപ്രത്യക്ഷരാകുകയും വീണ്ടും പ്രത്യക്ഷപ്പെടുകയും ചെയ്യുന്നു. പഴകിക്കീറിയ വസ്ത്രങ്ങളുമായി അവർ അന്ത്യമില്ലാത്ത മുഷിപ്പിക്കുന്ന പരമ്പരകളിൽ പ്രത്യക്ഷപ്പെടുന്നു. കാരണത്തിനായും കാരണങ്ങളുടെ സംഗമത്തിനായുമുള്ള അന്വേഷണം മുൻകൂട്ടി നാശമടയുന്നു. അവയെല്ലാം പരമ്പരയുടെ ഏതു ഭാഗമാണ് നിരീക്ഷിക്കുന്നതെന്നും നിരീക്ഷണകോൺ എന്താണെന്നുമെന്നതിനെ ആശ്രയിച്ചിരിക്കുന്നു. ചരിത്രപഠനമപ്പോൾ കഥയെഴുത്തിനോടുപോലും മത്സരിക്കാൻ കെൽപ്പില്ലാത്തതാകുന്നു. ചരിത്രത്തിന്റെ ആകർഷണം ശൈലിയെയും ആഖ്യാനഘടനയെയും ഭാഷാപ്രയോഗത്തേയും പ്രത്യേക പ്രതിഫലനങ്ങളുണ്ടാക്കാനുമുള്ള കഴിവിനെയും ആശ്രയിച്ചിരിക്കുന്നു. സൂര്യവംശ, ചന്ദ്രവംശങ്ങളുടെ വ്യത്യസ്ത പരമ്പരകളിലെ താരതമ്യസത്യത്തെ സ്ഥാപിക്കാനുള്ള ശ്രമങ്ങൾക്ക് സമാനമാകുന്നു ചരിത്രം. നമ്മുടെ പുരാണങ്ങളിലെ അനുപേക്ഷണീയമായ പരമ്പരകളാണവ.

പതിനെട്ടാം നൂറ്റാണ്ടിനും വർത്തമാനകാലത്തിനുമിടയിൽ ഇന്ത്യൻ സമൂഹം ഗണ്യമായി മാറിയിട്ടുണ്ടെന്ന് നാം സമ്മതിച്ചാൽ എന്തു സംഭവിക്കും? അപ്പോൾ നാം ഇന്ത്യൻ സമൂഹത്തിന്റെ ആശയരൂപീകരണത്തിന്റെയും മാറ്റത്തിന്റെയും പ്രശ്നങ്ങൾ ഗ്രഹിക്കേണ്ടിവരും.

അനേകം ചരിത്രകാരന്മാരും സാമൂഹ്യശാസ്ത്രജ്ഞരും രാഷ്ട്രീയപ്രവർത്തകരും ജെയിംസ് ടോഡിന്റെ (1829) ചുവടുകൾ പിന്തുടർന്ന് യൂറോപ്യൻ സാദൃശ്യങ്ങൾ ഉപയോഗിച്ചുകൊണ്ട് ബ്രിട്ടീഷുകാർ കീഴടക്കിയ ഇന്ത്യയെ ഭൂപ്രഭു സമൂഹമായി നിരീക്ഷിച്ചു. ഈ കാഴ്ചപ്പാടു പ്രകാരം വിശ്വാസ്യതയുടെയും ഭൂമി ഉപയോഗിക്കാനുള്ള അവകാശത്തിന്റെയും അടിസ്ഥാനത്തിലുള്ള, ഒരേപോലെയുള്ള വ്യക്തിപരമായ ബന്ധം രാജാവിനും കുടിയാനും ദാസ്യരായ കർഷകരുടെയുമിടയിലുണ്ടായിരു

ന്നു. വിപണിയുടെ ഇടപെടലില്ലാതെ മിച്ചമൂല്യം നേരിട്ട് പിടിച്ചെടുക്കുന്നതിന്റെ ആധിക്യമുണ്ടായിരുന്നു. വ്യത്യസ്ത വർഗങ്ങൾക്കും എസ്റ്റേറ്റുകൾക്കുമിടയിൽ കുറച്ച് ചലനം മാത്രമുള്ള സമൂഹത്തിന്റെ കടുത്ത അധികാരശ്രേണിയുണ്ടായിരുന്നു. ആധുനിക ഇന്ത്യയുടെ അനേകം ചരിത്രകാരന്മാർ ഈ കാഴ്ചപ്പാടിനെ വെല്ലുവിളിച്ചിട്ടുണ്ട് (Thorner 1956 കാണുക). വികസിത യൂറോപ്യൻ ഫ്യൂഡലിസത്തിന്റെ സവിശേഷതയായിരുന്നവയുമായി അനേകം ചൂഷണരീതികൾ ഫലപ്രദമായി താരതമ്യം ചെയ്യാവുന്നതാണെന്ന് സാമ്പത്തികശാസ്ത്രജ്ഞരും ചരിത്രകാരന്മാരും സമ്മതിക്കുന്നുണ്ട്.

സാമൂഹ്യശാസ്ത്രജ്ഞരുടെ മറ്റൊരു സംഘം ഇന്ത്യൻ സാമൂഹിക വികാസത്തെ യൂറോപ്യനുമായി സദൃശമാക്കുന്നതിനെ തള്ളിക്കളയുന്നു. അവരുടെ അഭിപ്രായപ്രകാരം ഇന്ത്യൻ സമൂഹത്തിൽ അധികാരശ്രേണിയുണ്ട്. പക്ഷേ അത് വിഭജിതമാണ്. ഒരേ ഒരു ആശയഗതിയാണ് ശ്രേണിയുടെയും ബന്ധനത്തിന്റെ (വിഭാജ്യത)യും യുക്തി പ്രദാനം ചെയ്യുന്നത്. ഇതിനെ പിന്താങ്ങുന്ന ആശയവും, ആഴത്തിൽവേരുറച്ച സ്ഥാപനപരമായ ഘടനയാണ് ജാതിസമ്പ്രദായം. ജാതിവ്യവസ്ഥയുടെ ഏറ്റവും പ്രസിദ്ധരായ സൈദ്ധാന്തികരുടെ അഭിപ്രായപ്രകാരം ജാതി മനസിന്റെ ഒരു അവസ്ഥയാണ്. വ്യത്യസ്ത ക്രമത്തിലുള്ള സംഘങ്ങളുടെ രൂപത്തിലത് പുറത്തുവരുന്നു. അവയെ ജാതികൾ എന്ന് പറയുന്നു (Dumon 1967:34). സമൂഹത്തിന് സംഘടിതമായൊരു കാഴ്ചപ്പാടുണ്ടെന്നാണ് വിഭാവനചെയ്യപ്പെടുന്നത്. ഈ കാഴ്ചപ്പാടിലുള്ള ജാതിവ്യവസ്ഥ ചൂഷകവർഗങ്ങളുടെ ആധിപത്യം ചെലുത്തുന്ന പ്രത്യയശാസ്ത്രമല്ല. നിരന്തരമായി വെല്ലുവിളിക്കപ്പെടുന്ന അധികാരശ്രേണി നിലനിർത്തുന്ന ഒരു പ്രത്യയശാസ്ത്രവുമല്ലയത്. ജാതിവ്യവസ്ഥയാൽ ഭരിക്കപ്പെടുന്ന എല്ലാവരുടെയും അവബോധത്തിൽ പടരുന്ന ഒരു രചനയാണത്. ഇന്ത്യൻ സമൂഹത്തിലെ വ്യത്യസ്തതകളെ കണ്ടുപിടിക്കുകയെന്നപേരിൽ ആശയവാദപരമായ ഈ കാഴ്ചപ്പാട് പ്രത്യയശാസ്ത്രപരമായ സംഘർഷങ്ങളെയും വർഗങ്ങൾക്കിടയിലുള്ള സംഘർഷങ്ങളെയും ഒഴിവാക്കുന്നു. ജാതിവാദത്തിന് കൂട്ടുനിൽക്കുന്നവർ യഥാർഥചരിത്രമാറ്റത്തെ അവഗണിക്കുകയായിരുന്നു. ഇന്ത്യയിലെ അധികാരശ്രേണിയെ ആഘോഷിക്കുമ്പോൾ അവർ യൂറോപ്പിലെയും അമേരിക്കയിലെയും സമത്വത്തിനെതിരെ നിൽക്കുകയായിരുന്നു. ഭരണനിർവഹണത്തിന്റെയും സംഘടനയുടെയും സൈദ്ധാന്തികർ ആധുനിക മുതലാളിത്ത സ്ഥാപനങ്ങളിൽ അധികാരശ്രേണിയുടെ പ്രകൃതത്തെ രൂപപ്പെടുത്തേണ്ടത് ആവശ്യമാണെന്ന് കണ്ടെത്തുകയായിരുന്നു (Simon 1959; Williamson 1975).

പരമ്പരാഗതമെന്നു വിശേഷിക്കപ്പെടുന്ന സമൂഹങ്ങളിൽ മനസിന്റെ അവസ്ഥയെന്ന് സാമൂഹികവും താളാത്മകവുമായി രൂപപ്പെടുത്തിയ ജാതിവ്യവസ്ഥയുടെ ആയുസിനെ വെല്ലുവിളിക്കുമ്പോൾ ഇന്ത്യൻ സമൂഹത്തിന്റെ ജാതിസംഘങ്ങളായുള്ള അപൂർണക്രമത്തിന്റെയും വിഭജനത്തി

ന്റെയും ബാഹ്യപ്രാധാന്യത്തെ അവഗണിക്കുകയല്ല. ജാതിവ്യവസ്ഥ വളരെക്കാലം മുമ്പുതന്നെ മലകളിലെയും വനങ്ങളിലെയും സ്വതന്ത്ര ജനതയിലേക്ക് പടർന്ന് ഇന്ത്യൻ സമതലങ്ങളിലുടനീളം പടർന്ന ചൂഷണത്തിന്റെ വലിയ ശൃംഖലയിലേക്ക് അവരെക്കൂടി ഉൾപ്പെടുത്തുകയായിരുന്നു. അഹിന്ദു മതങ്ങളായ ബുദ്ധമതത്തെയും ഇസ്ലാമിനെയും ക്രിസ്തുമതത്തെയും പിന്തുടരുന്നവർക്കിടയിലേക്കുപോലും ജാതിവ്യവസ്ഥ പടർന്നിട്ടുണ്ട്. ഭൂരിപക്ഷമതത്തിൽ നിലനിന്നതിനാൽ അതുമായി യോജിപ്പിലെത്താനും ജാതിവ്യവസ്ഥയുടെ സവിശേഷതകൾ ഉൾക്കൊള്ളാനും അവർ സന്നദ്ധരായി.

ഇതെല്ലാം സമ്മതിച്ചുകൊണ്ടുതന്നെ വർണാശ്രമധർമത്തിന്റെ പ്രത്യയശാസ്ത്രം ബ്രിട്ടീഷുകാർക്കുമുമ്പും കൊളോണിയൽകാലത്തുമുള്ള സാമൂഹിക പരിവർത്തന പ്രക്രിയകളെ വിശദീകരിക്കാൻ പര്യാപ്തമല്ലെന്ന് വാദിക്കാവുന്നതാണ്. ജനങ്ങളിൽ അധികംപേരും നിരക്ഷരരും ജാതീയതയുടെ പ്രത്യയശാസ്ത്രത്തിന്റെ ഗ്രന്ഥങ്ങൾ വായിക്കാൻ കഴിയാത്തവരുമായിരുന്നു. പ്രത്യയശാസ്ത്രം നിരക്ഷരർക്കിടയിൽ വിജയകരമായി പ്രചരിപ്പിക്കാൻ കഴിഞ്ഞപ്പോൾ പുതിയ വിഭാഗക്കാർ അതിനെ പുതിയ രീതിയിൽ വ്യാഖ്യാനിച്ചു. പഴയ ഗ്രന്ഥങ്ങളുടെ പുതിയ ഭാഷ്യങ്ങളും പുതിയ ഗ്രന്ഥങ്ങളുംചേർന്നാണ് ആധുനികകാലത്ത് ഹിന്ദുയിസമുണ്ടാകുന്നത്. ചില പ്രത്യേക ജാതികളുടെ ആധിപത്യത്തിനെതിരെയും ജാതിവ്യവസ്ഥയ്ക്കെതിരെ തന്നെയും നിരന്തരം പ്രക്ഷോഭപ്രസ്ഥാനങ്ങളുണ്ടായിട്ടുണ്ട്. അനേകം പ്രതിഷേധസംഘങ്ങളെ പുതിയ വിഭാഗങ്ങളായി ഹിന്ദുയിസത്തിൽ ഉൾപ്പെടുത്തി. ജാതിയുടെ ചലനം നമുക്കറിയാവുന്ന മിക്ക ചരിത്രത്തിലുമുണ്ട്. ധർമശാസ്ത്ര നിർദേശങ്ങൾ പാലിക്കുന്നതിനുപകരം മതംതന്നെ ജനങ്ങൾ മാറി. ഈ വിമതസംഘങ്ങളെ വ്യവസ്ഥയിലേക്ക് ഉൾപ്പെടുത്താൻ അതിനാൽ കഴിഞ്ഞില്ല. വീണ്ടും നിഗൂഢമാക്കുന്ന ജാതിവ്യവസ്ഥയ്ക്ക് കൂട്ടുനിൽക്കുന്നവർ താരതമ്യത്തിന് ഊന്നൽ നൽകുമ്പോൾ അവരുടെ ഭാവനയുടെ മണ്ഡലത്തിലെ സമത്വമേഖലയായ അമേരിക്കയും യൂറോപ്യൻ രാഷ്ട്രങ്ങളും പുനർനവീകരിക്കപ്പെടുന്ന അധികാരത്തിന്റെയും നിയന്ത്രണത്തിന്റെയും ശ്രേണിയിലേക്ക് അപ്രത്യക്ഷമാവുകയാണ് (ബഹുരാഷ്ട്രകുത്തകകളെക്കുറിച്ചും അവയുടെ രൂപീകരണത്തെയും നിയന്ത്രണത്തെക്കുറിച്ചും അവർ കേട്ടിട്ടുണ്ടാകില്ല).

ഇന്ത്യൻ സമൂഹത്തെക്കുറിച്ച് മൂന്നാമതൊരു തരം ആശയരൂപീകരണം മുന്നോട്ടുവെക്കാം. അത് ഭൂപ്രഭുത്വത്തെയോ വർണാശ്രമധർമത്തെയോ ഇന്ത്യാചരിത്രത്തെ മനസിലാക്കാൻ ഉപകരിക്കുമെന്ന് കരുതുന്നില്ല. പതിനെട്ടാം നൂറ്റാണ്ടിന്റെ ആദ്യത്തിൽ ഇന്ത്യക്ക് ഒരു രാജ്യസംവിധാനമുണ്ടായിരുന്നുവെന്നും കർഷകരുടെ മിച്ചമൂല്യത്തിന്റെ വലിയൊരു ഭാഗം ഫ്യൂഡൽ രീതികളുപയോഗിച്ച് പശ്ചിമ യൂറോപ്പിലെ പരമാധികാര രാജഭരണകൂടങ്ങളുടെ സവിശേഷതകളായിരുന്ന രീതികളിലൂടെയും പിടി

ച്ചെടുത്തിരുന്നുവെന്നും അത് സമ്മതിക്കുന്നു. തീർത്തും അസമമായിരുന്ന സമൂഹത്തെ വിശ്വാസ്യതയുടെയും രക്ഷാധികാരത്തിന്റെയും ചരടുകളുപയോഗിച്ചാണ് നിലനിർത്തിയിരുന്നത്. ജാതിവ്യവസ്ഥ ഹ്രസ്വകാലയളവിൽ കർക്കശവും ദീർഘകാലയളവിൽ കീഴടക്കലും ഭൂമിശാസ്ത്രപരമായ ചലനവുമുള്ളതിനാൽ മൃദുലവുമായിരുന്നു. പതിനെട്ടാം നൂറ്റാണ്ടിലെ ഇന്ത്യൻ സമൂഹത്തിന്റെ ഭാഗമായിരുന്ന കരകൗശലത്തിന്റെയും വാണിജ്യത്തിന്റെയും പ്രാദേശികവും വിദൂരവുമായ വ്യാപാരത്തിലേർപ്പെട്ട കച്ചവടക്കാരുടെയും ബാങ്കർമാരുടെയും നഗരകേന്ദ്രങ്ങളും ആശയരൂപീകരണത്തിന്റെ അവിഭാജ്യഘടകങ്ങളാണ്. കർഷകർ ഭക്ഷ്യവിളകൾ മാത്രമല്ല പുകയില, പരുത്തി, കരിമ്പ് എന്നീ നാണ്യവിളകളും കൃഷി ചെയ്തിരുന്നു. പട്ടണങ്ങളിൽപ്പോലും കൂലിവേല തൊഴിലിന്റെ പ്രധാന രൂപമായിരുന്നില്ല. കടുത്ത അടിമത്തത്തോടും സ്വയം തൊഴിലിനോടുമൊപ്പം കൂലിവേലയും രാജ്യത്തിന്റെ മിക്കഭാഗത്തും നിലവിലുണ്ടായിരുന്നു. വിളയിലെ നിശ്ചിത ഓഹരിക്ക് അവകാശമോ നിശ്ചിത പ്രതിഫലമോ നൽകിയിരുന്ന ജജ്മാനി വ്യവസ്ഥ പ്രത്യേക കരകൗശലമോ ഗ്രാമീണ സമ്പദ്വ്യവസ്ഥയിൽ സേവന തൊഴിലോ അന്വേഷിച്ചിരുന്നവരെ ഭൂമിയിൽ മാറ്റാനാവാത്ത അവകാശമുള്ളവരുമായി ബന്ധിതരാക്കിയിരുന്നു. എങ്കിലും പതിനെട്ടാം നൂറ്റാണ്ടിൽതന്നെ ഭൂമിയിൽനിന്നുള്ള ആദായത്തിലുള്ള അവകാശവും ഭൂമിയിൽനിന്നുള്ള നികുതിയുടെ അവകാശവും ഭൂമിയുമായി ബന്ധപ്പെട്ട എല്ലാ അവകാശങ്ങളും പണമുള്ളവർക്കിടയിൽ കൈമാറ്റം ചെയ്യാവുന്നതായി മാറി. എങ്കിലും വിൽപ്പനയിലൂടെ ഭൂമി കൈമാറ്റം പട്ടീധാർ, നാർവാദാർ എന്നീ മേലേക്കിട അവകാശികൾക്ക് പരിമിതമാക്കിയിരുന്നു.

ബ്രിട്ടീഷ്ഭരണം സമൂഹത്തിൽ വൻ മാറ്റങ്ങളുണ്ടാക്കി. ഈ യാഥാർഥ്യവും നിഷേധിക്കപ്പെടുന്നുണ്ട്. നിഷേധത്തിന്റെ കടുപ്പം കുറഞ്ഞു വരുന്നുണ്ട്. കൊളോണിയലിസം കീഴ്മേൽ മറിയലുണ്ടാക്കിയില്ല എന്നുപറയുന്നവർക്ക് മാറ്റത്തിന്റെ ദിശയറിയാൻ കഴിയുന്നില്ല. എനിക്ക് പരിചയമുള്ള മണ്ഡലങ്ങളായതിനാൽ സമ്പദ്വ്യവസ്ഥയിലെ സ്വത്തുബന്ധങ്ങളിലെ ചില പ്രശ്നങ്ങളെക്കുറിച്ച് ഞാൻ പറയാം. അതുപോലെ വിദ്യാഭ്യാസ വ്യവസ്ഥയിലെയും ജനകീയ സംസ്കാരത്തിലെയും മാറ്റങ്ങളെക്കുറിച്ച് മറ്റുള്ളവർക്ക് പറയാനാവും. ബ്രിട്ടീഷുകാർ ഭൂമിയുടെ സ്വകാര്യസ്വത്തുണ്ടാക്കിയെന്ന് ഉദാരവാദികളും മാർക്സിസ്റ്റുകളും കണ്ടെത്തിയിട്ടുണ്ട്. നേരത്തെ സൂചിപ്പിച്ചതുപോലെ ഭൂമിയുടെ കൈമാറ്റം പതിനെട്ടാം നൂറ്റാണ്ടിൽ ഇന്ത്യയുടെ മിക്കഭാഗങ്ങളിലുമുണ്ടായിരുന്നു. സ്വകാര്യ ഉടമകൾ ഭൂമി കൈവശംവെക്കുന്നതിന് മുന്നുപാധിയായി ഭൂനികുതി ബ്രിട്ടീഷുകാർ നടപ്പാക്കി. നികുതിയടച്ചില്ലെങ്കിൽ ഭൂമി അന്യാധീനപ്പെടുമായിരുന്നു. ഭൂപ്രഭുക്കൾ ഭൂമി ഗ്രാമീണസമൂഹത്തിന് പുറത്തുനിന്നുള്ള പലിശക്കാർക്ക് നൽകുമെന്ന് വന്നപ്പോൾ ബ്രിട്ടീഷുകാർ കടത്തിനുപകരമായി ഭൂമി വിൽക്കുന്നത് വിലക്കി. പ്ലാന്റേഷൻ മേഖലയിൽ മാത്രമാണ് യൂറോ

പ്യൻ പ്ലാന്റർമാർക്ക് സ്വതന്ത്ര കൈമാറ്റം ഉറപ്പിക്കാനായി ഫീസടച്ച് വാങ്ങുന്നയാൾക്ക് പരിപൂർണാധികാരം നൽകിയത്.

ഉദ്ദേശ്യപൂർവമോ അല്ലാത്തതോ ആയ ബ്രിട്ടീഷ് നയത്തിന്റെയും കൊളോണിയൽ വ്യവസ്ഥയുടെയും പ്രതിഭാസങ്ങളെയും പ്രത്യാഘാതങ്ങളെയും കുറിച്ച് നമുക്ക് നിശ്ചയമില്ല. പണരൂപത്തിലുള്ള കടവും അത് ഈടാക്കാനുള്ള ചട്ടങ്ങളും ക്രിസ്ത്വാബ്ദത്തിനുമുമ്പ് തൊട്ടുതന്നെ ഇന്ത്യയിൽ നിയമത്തിന്റെ ഭാഗമായിരുന്നു. എല്ലാത്തരം ബാധ്യതകളും നിറവേറ്റാനാവാത്തതിനാൽ വ്യക്തിസ്വാതന്ത്ര്യം നഷ്ടപ്പെടുക ചരിത്രത്തിന്റെയും കെട്ടുകഥകളുടെയും ഭാഗമായിരുന്നു. ഈടാക്കാവുന്ന പലിശയുടെ ഉയർന്ന പരിധി നിശ്ചയിക്കപ്പെട്ടിരുന്നു. വട്ടിപ്പലിശയ്ക്കെതിരെ ബ്രിട്ടണിൽ പത്തൊമ്പതാം നൂറ്റാണ്ടിന്റെ പകുതിവരെ പലിശയുടെ ഉയർന്ന പരിധി നിശ്ചയിച്ചിരുന്നു. ബ്രിട്ടണിൽ വട്ടിപ്പലിശ നിർത്തലാക്കിയതിനുശേഷം ഇന്ത്യയിലെ ബ്രിട്ടീഷ് ഗവൺമെന്റ് പലിശയ്ക്കുമേലുള്ള നിയന്ത്രണങ്ങളെല്ലാം നീക്കി. ഇന്ത്യയുടെ മിക്ക ഭാഗങ്ങളിലും ഭൂപ്രഭുക്കളുടെയും കർഷകരുടെയും പക്കൽനിന്ന് ഭൂമി അതിവേഗം പലിശക്കാരുടെ പക്കലെത്തി. കർഷക കലാപങ്ങളുടെ കാരണങ്ങളിലൊന്ന് ഇതായിരുന്നു. എങ്കിലും സാമ്പത്തികമാറ്റത്തിലെ മന്ദഗതിയും അനന്തരാവകാശത്തിന്റെ പഴയ നിയമങ്ങളും ഭൂമി കൈമാറ്റം കുറയ്ക്കാനുള്ള പുതിയ നിയമങ്ങളും ഭൂമി കയ്യടക്കാനുള്ള പലിശക്കാരുടെ ശേഷിയില്ലായ്മയും കർഷകരുടെ പക്കൽനിന്ന് ഭൂമി അന്യാധീനപ്പെടുന്നതിന് തടസമായി. മിതാക്ഷര അനന്തരാവകാശ വ്യവസ്ഥയുടെ കീഴിൽ സ്വത്തിന് അനേകം അവകാശികളുള്ളതിനാൽ കടംകൊടുക്കുന്നവർക്ക് കടംവാങ്ങുന്നവരുടെ സ്വത്ത് പിടിച്ചെടുക്കാനായില്ല. നിരക്ഷര ദരിദ്രകർഷകർക്ക് ഈ നിയമങ്ങൾ മുതലെടുക്കാൻ കഴിയാത്തതിനാൽ അവർ കടംനൽകിയവരുടെ അടിമകളായി.

അപ്പോൾ കട അടിമത്തം ബ്രിട്ടീഷ് ഇന്ത്യയിൽ തുറന്നുവിട്ട വാണിജ്യവൽക്കരണത്തിന്റെ ഫലമായിരുന്നോ? വനവാസികളും മലവാസികളും വിദൂര നദീതടവാസികളും പരദേശത്തുനിന്നുള്ള അധികാരമോഹികളായ രാഷ്ട്രീയക്കാരെ കണ്ടുമുട്ടിയപ്പോഴാണ് കട അടിമത്തം തുടങ്ങിയതെന്ന് തോന്നുന്നു. ബ്രിട്ടീഷുകാർ തങ്ങളുടെ ദേശത്ത് അടിമത്തം നിയമംമൂലം നിർത്തലാക്കിയതിന് പരിമിതമായ ഫലമേയുണ്ടായുള്ളുവെന്നും നാമമാത്രമായ പുരോഗതിയുടെ സൂചികയും യാഥാർഥ്യവും തമ്മിലുള്ള ബന്ധവും ഫലപ്രദമായിരുന്നില്ല എന്നുംവരുന്നു. മറുവശത്ത് പൈതൃകമായ അടിമത്തം ബ്രിട്ടീഷ് ഇന്ത്യയിലെ വാണിജ്യവൽക്കരണത്തിനു മുമ്പേയുണ്ടായിരുന്നുവെന്നും കടം അത്തരം അടിമത്തത്തിന് സമ്മതം നൽകുകയാണ് പലപ്പോഴും ചെയ്തതെന്നും നമുക്കറിയാം.

കട അടിമത്തത്തിന്റെ എത്രഭാഗം പുതിയ സംഭവവികാസമായിരുന്നുവെന്നും അതിന്റെ എത്രഭാഗം പഴയ ദാസ്യവ്യവസ്ഥയുടെ പുതിയ തുടർച്ചയായിരുന്നുവെന്നും യഥാർഥത്തിൽ നമുക്കറിയില്ല. കൊളോണിയലിസത്തിനു കീഴിൽ കടവുമായി ബന്ധപ്പെട്ട സവിശേഷബന്ധനത്തിന്

അനുമതി ലഭിച്ചുവെന്നും അത് നേരത്തെ അപരിചിതമായിരുന്ന മേഖലകളിലേക്ക് വ്യാപിച്ചുവെന്നുമാണ് നമുക്കാകെ അറിയാവുന്നത്. മിച്ചമൂല്യം പണരൂപത്തിൽ ഈടാക്കുന്ന കൊളോണിയലിസം പലിശക്കാരും ഭൂപ്രഭുക്കളും കർഷകരും തമ്മിലുള്ള ബന്ധം നിലനിർത്തി. പാട്ടം നേരത്തേ ഈടാക്കിയിരുന്നുവെങ്കിലും അതെപ്പോഴും പണത്തിന്റെ രൂപത്തിലായിരുന്നില്ല. ബ്രിട്ടീഷ് ഇന്ത്യയിൽ പാട്ടം പണത്തിന്റെ രൂപത്തിലാണ് ഈടാക്കിയിരുന്നത്. പാട്ടം ഈടാക്കിയിരുന്ന പ്രധാന ഉൽപ്പന്നത്തിന്റെ വിപണി വില ഇടിയുന്ന സമയത്ത് തന്നെയാണ് പാട്ടം ഈടാക്കിയിരുന്നത്. കിഴക്കൻ ബംഗാളിലെയും ബീഹാറിലെയും ആനകൾക്ക് മുഖ്യന്മാർ നൽകിയിരുന്ന പാട്ടവും ഇതുപോലെയായിരുന്നു.

കൊളോണിയൽ സ്റ്റേറ്റിന്റെയും വാണിജ്യസംവിധാനത്തിന്റെയും പ്രവർത്തനത്തിലൂടെ പാട്ടത്തിന്റെ ക്രയവിക്രയമൂല്യം വർധിപ്പിച്ചത് ഗോത്രവർഗ അർധഗോത്രവർഗ ജനതയെപ്പോലെ വിപണി ക്രയവിക്രയത്തിലില്ലാതിരുന്നവരിലേക്കും വ്യാപിച്ചു. സ്വർണത്തിനുപകരം വെള്ളിയിലുള്ള പാട്ടമീടാക്കാൻ പുതിയ ക്രയവിക്രയമൂല്യങ്ങൾ അടിച്ചേൽപ്പിച്ചു. ധാന്യം ധനമാക്കി മാറ്റിയപ്പോഴും ധനം ധാന്യമാക്കി മാറ്റിയപ്പോഴും സാഹുക്കാറിന് ഓരോ തവണയും ബത്തയീടാക്കാൻ കഴിഞ്ഞു. കൊയ്ത്തുകാലത്തെ വിലയിടിവും ക്ഷാമകാല വിലവർധനവും സാഹുകാറിന് നേട്ടമുണ്ടാക്കിക്കൊടുത്തു.

തൊഴിലാളികളെയും ചെറുകിട കർഷകരെയും ഭൂപ്രഭുക്കൾക്കും പലിശക്കാർക്കും വിധേയമാക്കിയതിന്റെ മറ്റൊരുവശം നമുക്കെടുക്കാം. ഔപചാരികവും നിയമപരവുമായ ബന്ധനത്തിലൂടെയാണ് അവരിൽ മിക്കവരും തുടങ്ങിയത്. അത് പൈതൃകപരമായി ലഭിച്ച ഒരു അവസ്ഥയാകണമെന്നില്ല (Bremen 1974). ഈ യാദൃച്ഛികമായ ബന്ധനത്തിൽ നിശ്ചിതമോ അനിശ്ചിതമോ ആയ കാലയളവിലേക്ക് ഒരു പ്രത്യേക പ്രഭു കുടുംബത്തോട് ബന്ധിക്കപ്പെടുന്നു. തൊഴിലാളികളെ മാത്രമല്ല അവരുടെ കുടുംബങ്ങളെയും പ്രഭു കുടുംബത്തിന്റെ ദാസ്യ ആശ്രിതരായി കാണുന്നു. കൊളോണിയലിസവും അന്താരാഷ്ട്ര വിപണിയും ദശലക്ഷക്കണക്കിന് കൈത്തൊഴിലുകാരുടെ ജീവിതത്തെ പ്രതികൂലമായി ബാധിച്ചു. ഗ്രാമപ്രദേശത്തെ തൊഴിൽപടയെ സഹായിക്കാൻ കാർഷിക വളർച്ച പര്യാപ്തമായിരുന്നില്ല. തൊഴിലില്ലായ്മയാലും നിത്യപട്ടിണിയാലും അനേകം തൊഴിലാളിവർഗ കുടുംബങ്ങളും ചെറുകിട കർഷക കുടുംബങ്ങളും ഭൂപ്രഭുക്കളുടെ രക്ഷാധികാരത്തിലേക്ക് നീങ്ങി. കർഷകർക്ക് സ്വന്തമായി ഭൂമിയുണ്ടായിരുന്ന ഇടങ്ങളിൽ അല്ലെങ്കിൽ കൂട്ടുകൃഷിയുണ്ടായിരുന്ന ഇടങ്ങളിൽ (തൊഴിൽദാതാവിന്റെയോ പലിശക്കാരന്റെയോ ഭൂമിയിൽ) തന്റെ തൊഴിൽശക്തിയുടെ വിൽപ്പനയും കാർഷിക ഉൽപ്പന്നങ്ങളുടെ വിൽപ്പനയും കടമീടാക്കുന്നതിന്റെ വ്യവസ്ഥകളും പരസ്പരം ബന്ധിതമായി കിടന്നു. ഈ പരസ്പരബന്ധിത വിപണിയെക്കുറിച്ച് അനേകം പഠനങ്ങളുണ്ടായിട്ടുണ്ട്. ഈ പഠനങ്ങളിലധികവും വ്യത്യസ്ത

വിപണികളിലുള്ള ഭൂപ്രഭുവിന്റെ നേട്ടങ്ങളെക്കുറിച്ചാണ്. വിപണിശക്തികളുടെ പരസ്പരബന്ധം വിപണികളെ എപ്പോഴും പരസ്പര ബന്ധിതമാക്കുന്നുണ്ടോ? വിപണിക്കുപുറത്തുള്ള ശക്തികളുടെ വൈകൃതവും അതിനെ ബാധിക്കുന്നില്ലേ? കർഷകന്റെ കുടിലിൽ സൂക്ഷിച്ചിരിക്കുന്ന ധാന്യം ബലമായി പിടിച്ചെടുക്കാൻ ശ്രമിക്കുന്നില്ലേ?

ഇവിടെ യാദൃച്ഛികവും യാദൃച്ഛികമല്ലാത്തതുമായ ബന്ധനത്തിന്റെ ഉൽപ്പാദനത്തിലും കർഷകനെ തുടർച്ചയായി തൊഴിലാളിയുടെ തലത്തിലേക്കൊതുക്കുന്നതിലും ചില്ലറ ചരക്കുൽപ്പാദകരെയും കടക്കാരെയും ഒതുക്കുന്നതിലും അവ്യക്തതയുണ്ട്. നിലനിൽപ്പിനെക്കുറിച്ചുള്ള അസഹനീയമായ അനിശ്ചിതത്വം സ്വാതന്ത്ര്യം അടിയറവെക്കാൻ സ്വയം സന്നദ്ധനാക്കുന്നതിലായിരിക്കാം ബന്ധനത്തിന്റെ തുടക്കം. പക്ഷേ, അനേകം കുടുംബങ്ങൾക്ക് ബന്ധനം പൈതൃകമായി ലഭിച്ചതുപോലെയാണ്. വിപണി, ഭൗതികമായ നിലനിൽപ്പിനെ ബാധിക്കാത്തകാലം മുതൽതന്നെ ഈ ബന്ധനമുണ്ട്. വിപണി ബന്ധനങ്ങളിൽനിന്ന് വിപണിക്കുപുറത്തുള്ള ബലപ്രയോഗങ്ങളെ വേർതിരിക്കുക ദുഷ്കരമാണ്.

ബ്രിട്ടീഷ് ഇന്ത്യയിലെ മിശ്രിത തൊഴിലുകളുടെ ചരിത്രപരമായ മാറ്റം വായനയ്ക്കു പ്രയാസമുണ്ടാക്കുന്ന മറ്റൊരു ഉദാഹരണമാണ്. അനേകം കർഷകർക്ക് വൈദഗ്ധ്യമുള്ള കരകൗശലങ്ങൾ കൂടിയുണ്ടായിരുന്നു. ഈ മിശ്രിത തൊഴിൽ വ്യവസായത്തകർച്ചയെ തുടർന്ന് കൈത്തൊഴിലുകാർ കൃഷിത്തൊഴിൽ സ്വീകരിക്കാൻ നിർബന്ധിതരായതിനാലാണോ? അതോ മിശ്രിത തൊഴിൽ കർഷകർ വാണിജ്യവൽക്കരണത്തെത്തുടർന്ന് പ്രാചീന വ്യവസായവൽക്കരണത്താൽ അങ്ങനെ ചെയ്യുന്നത് ആദായകരമാണെന്ന് ബോധ്യമായതിനാലാണോ കരകൗശലമേഖലയിലേക്ക് വന്നത്? പതിനെട്ടാം നൂറ്റാണ്ടു മുതലുള്ള ഇന്ത്യയുടെ സാമ്പത്തികവും സാമൂഹികവുമായ ചരിത്രവായന ആദ്യത്തേതോ രണ്ടാമത്തേതോ അതോ രണ്ടിന്റെ കൂട്ടാണോ ശരിയെന്നതിനെ പ്രധാനമായും ആശ്രയിച്ചിരിക്കുന്നു.

നമ്മുടെ ചർച്ചകളധികവും മുകളിൽനിന്നോ പുറമെനിന്നോ ഉള്ള അടിച്ചേൽപ്പിക്കപ്പെട്ട മാറ്റങ്ങൾക്ക് അധഃസ്ഥിത വിഭാഗങ്ങൾ പതുക്കെ പൊരുത്തപ്പെടുകയായിരുന്നു എന്ന തരത്തിലായിരുന്നു. 1940കളും 1950കളും കർഷകരുടെയും തൊഴിലാളികളുടെയും മേലുള്ള പിടി ഇവരുടെ തുടർച്ചയായ ചെറുത്തുനിൽപ്പിന് കാര്യമായ പ്രസക്തി ഇല്ലാതാക്കുകയായിരുന്നു എന്നതിന്റെ ഭാഗികമായ പ്രതിഫലനമായിരുന്നു അത്. ബോധപൂർവമായ രചനയാൽ നമ്മുടെ പക്കലുള്ള രേഖകൾ ചൂഷിതരുടെ പ്രതികരണത്തെക്കാൾ ചൂഷകരുടെ നിയന്ത്രണ സംവിധാനങ്ങളെക്കുറിച്ചാണ്. വിരിഞ്ഞുവരുന്ന കഥയിൽ ചൂഷിതവർഗങ്ങളുടെ പോരാട്ടങ്ങളെ വേണ്ടുന്ന പ്രാധാന്യത്തോടെ ഉൾപ്പെടുത്താനാകാത്തവിധം രേഖീയമായ പ്രതിപാദനത്താലാണ് അത്.

ചൂഷിതവർഗത്തിന്റെ ഉപകരണങ്ങൾ അനവധി വൈവിധ്യങ്ങളുള്ളതായിരുന്നു. മറ്റുള്ളവരുടെ നേട്ടങ്ങൾക്കായി കഠിനമായി തൊഴിലെടുക്കാൻ

തൊഴിലാളി വിമുഖത കാണിച്ചിരുന്നു. ഈ വിമുഖതയെ കർഷകന്റെ മണ്ടത്തരമായാണ് രേഖകളിൽ വിവരിച്ചിരിക്കുന്നത്. നിലവിലുള്ള ബന്ധത്തിൽ മെച്ചപ്പെട്ട ഇടപാടിനായുള്ള സംഘർഷങ്ങളുണ്ടായിരുന്നു. ബന്ധം തന്നെ മാറ്റാൻ വല്ലപ്പോഴും വൻപ്രക്ഷോഭങ്ങളുണ്ടാകുമായിരുന്നു.

അത്തരം പ്രസ്ഥാനങ്ങളുടെ ആത്യന്തിക ലക്ഷ്യം അവ്യക്തമായിരുന്നു. പോരാട്ടത്തിൽ സംഭവിച്ച തിരിച്ചടി ചിലരെയൊഴിച്ചാൽ മനസിൽ അവ്യക്തതയുണ്ടാക്കി. കർഷകരുടെയും തൊഴിലാളികളുടെയും വേറിട്ട ഒരു വർഗത്തിന്റെ ഭ്രൂണാവസ്ഥയിലുള്ള അവബോധത്തിൽനിന്നു മാത്രമല്ല വിശാല സമൂഹത്തിലെ മനുഷ്യർ എന്ന നിലയിൽ കൂടിയാണ് അവർ ഈ പ്രക്ഷോഭങ്ങളിൽ പങ്കെടുത്തത്. ജാതിയും സമുദായവും വംശീയ സംഘങ്ങളും പ്രാദേശികതയുമാണ് അവരെ വിശാലസമൂഹവുമായി ബന്ധപ്പെടുത്തിയിരുന്നത്. വ്യക്തികൾക്കിടയിലെ ശുദ്ധ വർഗബന്ധങ്ങൾ മിക്ക സമൂഹങ്ങളിലും അമൂർത്തമായ നിലപാടാണ്.

പത്തൊമ്പതാം നൂറ്റാണ്ടിലെ ബംഗാളിനെക്കുറിച്ചുള്ള മിക്ക യാഥാസ്ഥിതിക രചനകളും കീഴടക്കപ്പെട്ട ജനങ്ങളുടെ അഭിലാഷങ്ങൾക്ക് ശബ്ദം നൽകുന്നുണ്ട് (Bagchi 1984). അവരുടെ നോട്ടം അപ്രത്യക്ഷമായ ഭൂതകാലത്തിലേക്കായതിനാൽ പുരോഗമന സാമൂഹ്യമാറ്റത്തിലേക്ക് ദിശചൂണ്ടാൻ യഥാർഥത്തിൽ അവർക്ക് കഴിയുന്നില്ല. എങ്കിലും സാമൂഹികഘടന ചിതറിയതിനെക്കുറിച്ച് പറയാൻ അവർക്ക് കഴിയുന്നുണ്ട്. ആധുനികവൽക്കരണക്കാർ എപ്പോഴും പ്രകടിപ്പിച്ചത് ഇന്ത്യയെ സാമ്രാജ്യത്വ താൽപ്പര്യങ്ങൾക്കൊത്ത് മാറ്റാൻ വന്ന കൊളോണിയൽ യജമാനരുമായി തങ്ങളുടെ ഭാഗ്യങ്ങൾ ബന്ധപ്പെട്ട ഒരു സംഘത്തിന്റെ താൽപ്പര്യങ്ങൾ മാത്രമാണ്. യാഥാസ്ഥിതികരും ആധുനികവൽക്കരണക്കാരും തമ്മിലുള്ള വൈരുധ്യം ഒഴിവാക്കാൻ തൊഴിലാളികളുടെയും കർഷകരുടെയും ചിതറിയ സമൂഹക്കാഴ്ചപ്പാടിനെ ശരിയാക്കിക്കൊണ്ടുമാത്രമേ സാമൂഹിക മാറ്റം സാധ്യമാവുകയുള്ളൂ.

പഴയ സമൂഹം അധഃസ്ഥിത ജനതയ്ക്ക് ഒരു സാമൂഹികഅവബോധം നൽകിയിരുന്നു. അതിജീവനത്തിന് അത്തരമൊരു അവബോധം ആവശ്യമായിരുന്നു. ഈ സാമൂഹിക അവബോധം പുതിയ നിയന്ത്രണ ശൃംഖലകളുണ്ടാക്കാൻ ഭരണകർത്താക്കൾ ഉപകരണമായി ഉപയോഗിക്കുകയായിരുന്നു. പഴയ സാമൂഹികക്രമത്തിനെതിരെ പൊരുതുന്നവർക്കെതിരെ ബലപ്രയോഗം നടത്തുവാൻ സുപ്രധാന ആയുധമായി അവർ അത് ഉപയോഗിച്ചു (Bagchi 1984a).

ഘടനയും ഉപരിഘടനയും തമ്മിലുള്ള കടുത്ത വേർതിരിവ് തകർക്കാൻ സമീപകാലത്ത് നടന്ന ആശയപരമായ ശ്രമങ്ങളിൽ സന്തുലനമില്ലാതാവുകയായിരുന്നു. ഭൗതികമായ അഭിലാഷങ്ങളിൽനിന്ന് വേർതിരിക്കപ്പെട്ട ജനങ്ങൾക്ക് ശുദ്ധമായ അവബോധം ചരിത്രപരമായ മാറ്റത്തിന്റെ നായകപദവി നൽകുകയായിരുന്നു. ജനങ്ങളുടെ സംഘർഷങ്ങൾ അവരുടെ അവബോധത്താൽ പരിമിതമാക്കപ്പെട്ടതും രൂപപ്പെടുത്തിയതുമാണെ

ങ്കിൽ ഈ പഠനങ്ങളിൽ സക്രിയഘടകമായി ഉൾപ്പെടുത്തിയ അവബോധത്തിന്റെ ഭാഗമാണ് ജനങ്ങളുടെ ഭൗതികമായ നിലനിൽപ്പ്. കൽക്കട്ടയിലെ ചണമിൽ തൊഴിലാളികൾ ശുദ്ധമായ വർഗബോധത്തിലെത്താൻ ഒരുപാട് സമയമെടുത്തു. ചണമിൽ തൊഴിലാളികളായതിനാൽ ഒരു മില്ലിൽ ഒത്തുചേർന്നവരും ആവശ്യമായാൽ തൊഴിലുടമയ്ക്കെതിരെ സമരംചെയ്യാൻ ശക്തവുമായ വർഗഅവബോധത്തെയാണ് 'ശുദ്ധ'വർഗ അവബോധമെന്നു പറയുന്നത്. സ്വാതന്ത്ര്യത്തിനുമുമ്പ് അവർ അത്തരമൊരു അവബോധത്തിലെത്തിയിരുന്നോ എന്നതിലും ചില സംശയങ്ങളുണ്ട്. വർഗീയ കലാപങ്ങളിലും ഭാഷാകലാപങ്ങളിലും മതപരവും ഭാഷാപരവുമായി വിഭിന്നഗ്രൂപ്പുകൾക്കിടയിലുള്ള കലാപങ്ങളുമാണ് അത്തരം സംശയങ്ങൾക്കിട നൽകിയത്.

അതിന്റെ പ്രതിഫലനങ്ങളെക്കാളുപരി അവബോധത്തെ വിശകലനം ചെയ്യേണ്ടതുണ്ട്. പക്ഷേ ഈ കണ്ടെത്തലുകളെല്ലാം ആശ്ചര്യജനകമാണോ? തൊഴിലാളികളുടെ നിയമനരീതിയും അവരുടെ ജീവിതരീതിയെ രൂപപ്പെടുത്തിയതും ചണമിൽ പരിസരങ്ങളിൽ അവർ ജീവിച്ചതും നോക്കൂ. കൊൽക്കൊത്തയിൽനിന്ന് നൂറുകണക്കിന് മൈൽ ദൂരെയുള്ള ഗ്രാമങ്ങളിൽനിന്നുള്ളവരാണവർ. നേരത്തെ നിയമിതരായവരുമായി ബന്ധമുള്ളവരായിരുന്നു അവർ. കടുത്ത ദാരിദ്ര്യത്തിൽ കുടുംബത്തിൽ നിന്നകന്നാണ് അവർ കഴിഞ്ഞിരുന്നത്. അവർ നിരക്ഷരരും സ്വന്തം ഭാഷാസമൂഹത്തിനു പുറത്തുള്ളവരുമായി ആശയവിനിമയം നടത്താൻ കഴിവില്ലാത്തവരുമായിരുന്നു. തൊഴിൽ സ്ഥിരതയില്ലാത്തതിനാൽ മക്കളെ കൽക്കട്ടയിലെ മില്ലുകളിലോ മറ്റെന്തെങ്കിലും തൊഴിലുകളിലോ തൊഴിലാളികളാക്കാൻ അവർക്ക് കഴിഞ്ഞിരുന്നില്ല. മില്ലിനകത്ത് അന്തസ്സാർന്ന ഫോർമാനോ സൂപ്പർവൈസറോ ആയി ഉയരാൻപോലും അവർക്ക് കഴിഞ്ഞിരുന്നില്ല. ആ തസ്തികകളെല്ലാം യൂറോപ്പുകാർക്കുള്ളതായിരുന്നു. യന്ത്രം പ്രവർത്തിപ്പിച്ചിരുന്നവരെക്കാളും മില്ലിലെ തുടക്ക ഒടുക്കഘട്ടങ്ങളിൽ പണിയെടുത്തിരുന്നവരെക്കാളധികം വേതനം ലഭിച്ചിരുന്നുവെങ്കിലും ക്ലർക്കുമാർക്കും യൂറോപ്പുകാരിൽനിന്നും കണിശ വേർതിരിവുണ്ടായിരുന്നു. സ്വന്തം ഗ്രാമങ്ങളുമായും ബന്ധത്തിലൂടെയും സമുദായപരമായും ഭാഷാപരമായുണ്ടാക്കിയ സൗഹൃദങ്ങളിലൂടെയുമാണ് അവർ നിലനിന്നിരുന്നത്. അവരുടെ ഭാഗത്തുനിന്നുള്ള ഏതൊരു സംഘർഷത്തെയും കനത്ത അടിച്ചമർത്തലിലൂടെയും പിരിച്ചുവിടൽ ഭീഷണിയിലൂടെയുമാണ് നേരിട്ടിരുന്നത്.

ജനസംഖ്യാപരവും രാഷ്ട്രീയവുമായ വിഷമവൃത്തത്തിലകപ്പെട്ട ചണമിൽ തൊഴിലാളികൾക്ക് നിലനിൽപ്പിനായുള്ള മിനിമം ആവശ്യങ്ങളുന്നയിക്കുക ദുഷ്കരമായിരുന്നു. പ്രാന്തീയവും മതപരവുമായ സംഘതാൽപ്പര്യങ്ങൾക്കതീതമായ കൂട്ടായ്മകൾക്ക് ആയുർദൈർഘ്യമുണ്ടായിരുന്നില്ല. മിൽ അധികൃതരും പൊലീസും ചേരികുടിലുടമകളും പരമ്പരാഗത അധികാര ഏജന്റുമാരും അവർക്കെതിരെ പ്രവർത്തിച്ചു. അനീതിക

ളോടുള്ള പകതീർക്കാനായി തൊഴിലാളി യൂണിയനുകളുണ്ടാക്കാൻ പരിശ്രമിച്ചവരും സാമൂഹിക അധികാരശ്രേണിയുടെ ഭാഗമായിരുന്നു. ബോധപൂർവം സ്വന്തം വർഗത്തിൽനിന്ന് പുറത്തുവരാനാഗ്രഹിച്ച ബാബുമാർ തൊഴിലാളികളോട് അധികാരഭാവത്തിൽ നിലകൊണ്ട് ചെറുത്തുനിൽപ്പിന് ശക്തിയില്ലാതായി. നിരന്തരമായ രാഷ്ട്രീയ അധ്യാപനവും തലമുറകളോളമുള്ള പ്രവർത്തനവും ഈ അപര്യാപ്തതകളെ നിർമാർജനം ചെയ്യാൻ ആവശ്യമായി വരും.

മുതലാളിത്ത, മുതലാളിത്തപൂർവ, കൊളോണിയൽ അധികാരക്രമത്തിന്റെ സവിശേഷതകളാണ് അത്തരം അപര്യാപ്തതകൾ. സമരത്തിനിറങ്ങുന്ന മിക്കവരെയുമത് തടഞ്ഞുവെക്കുന്നു. ഉൽപ്പാദനരീതികളുടെ കൂടിച്ചേരലിന്റെ പ്രത്യാഘാതമാണതെന്ന് പറയുന്നവരുണ്ട്. വ്യത്യസ്ത രീതികളെ വിശകലനം ചെയ്യാതെ അതിലേക്ക് കൂടുതൽ വെളിച്ചം നൽകാനാവില്ല. ഭൂപ്രഭു, ഗോത്രവർഗ, മുതലാളിത്ത ഉൽപ്പാദന വർണരാജിയിലെ പരിവർത്തന പ്രക്രിയയെ ഓരോ സന്ധിയിലും അടയാളപ്പെടുത്തേണ്ടതുണ്ട്. ചൂഷകവർഗങ്ങൾ വ്യത്യസ്ത സാമൂഹികരൂപങ്ങളുടെ ആയുധപ്പുരകളിൽ നിന്നെടുത്ത ചൂഷണോപകരണങ്ങളുപയോഗിക്കുകയായിരുന്നുവെന്ന പ്രയോജനപ്രദമായ കണ്ടെത്തലാണ് ഞാൻ നടത്തിയിട്ടുള്ളത്. അടിച്ചമർത്തപ്പെട്ടവർ, ദാരുണമായി വിവേകപൂർവമല്ലാതെ പഴയകാല കൂറിനെ അവർക്കെതിരെ തന്നെ ഉപയോഗിക്കാൻ അനുവദിക്കുകയായിരുന്നു.

പരിവർത്തനത്തിലുള്ള സമൂഹത്തെ വിശകലനം ചെയ്യുക ദുഷ്കരമാണ്. ആ സമൂഹത്തിലുള്ളവരുടെയും ആ സമൂഹത്തിന്റെ നിരീക്ഷകരുടെയും ഭാഷ മനസിലാക്കുകയും ദുഷ്കരമാണ്. ഘടനയുടെയും ഉപരിഘടനയുടെയും തലത്തിലും രണ്ടുംചേർന്ന് പൊട്ടിത്തെറിച്ച് ഘടനയുടെയും ഉപരിഘടനയുടെയും സങ്കരമുണ്ടാകുന്നിടത്തും നിരീക്ഷണം പ്രയാസകരമാണ്. ഇന്ത്യയെപ്പോലെ വൻതോതിൽ കോളനിവൽക്കരിക്കപ്പെട്ട ഒരു സമൂഹത്തിൽ സ്വതന്ത്രവും സങ്കീർണവുമായ സഹസ്രാബ്ദങ്ങളുടെ പരിണാമത്തിനുശേഷം അവ്യക്തതകളൊന്നും ബാക്കിയില്ലാതെ അടയാളങ്ങൾ വായിച്ചെടുക്കുക മഹത്തായൊരു കാര്യമാണ്. ഇവിടെ ഒരു കൊളോണിയൽ രാജ്യസംവിധാനം മുതലാളിത്തപൂർവ ഘടനകളെ സ്വന്തം നേട്ടങ്ങൾക്കായി സംരക്ഷിക്കുകയോ തകർക്കുകയോ ആണ്. പരമ്പരാഗത ഉപരിവർഗത്തിൽ നിന്നുള്ളവർ ആധുനികരാകാൻ ശ്രമിക്കുകയായിരുന്നു. പക്ഷേ, മുതലാളിത്ത യുക്തിപരതയിലൂടെ സ്വന്തം താൽപ്പര്യമല്ലാതെ മറ്റെല്ലാ ബന്ധങ്ങളും അലിയുന്ന തികഞ്ഞ ആധുനികത അവർക്ക് നിഷേധിക്കപ്പെട്ടിരുന്നു. കൊളോണിയൽ അന്തരീക്ഷത്തിൽ മുതലാളിത്ത വികസനം നിരുത്സാഹപ്പെടുത്തപ്പെട്ടിരുന്നുവെന്നു മാത്രമല്ല വ്യക്തികൾക്ക് വ്യക്തിത്വം നിഷേധിച്ച സാമൂഹികവും രാഷ്ട്രീയവുമായ ഘടനകളുണ്ടാക്കി മുതലാളിത്തം അത്തരം നിഷേധങ്ങളെ മറച്ചുവെച്ചു. എന്നോ നഷ്ടപ്പെട്ട ഭൂതകാലത്തെ പുനഃസൃഷ്ടിക്കാൻ പാര

മ്പര്യവാദികൾക്ക് കഴിഞ്ഞില്ല. പാരമ്പര്യത്തിനും ആധുനികതയ്ക്കുമിടയിലെ കളത്തിന് താങ്ങുകൾ നൽകി അലങ്കാരപ്പണി ചെയ്യുകയായിരുന്നു ഞാൻ.

ഗോപ്യമാക്കലിന്റെയും അവ്യക്തതകളുടെയും ഈ പാറ്റേണുകളെ അമൂർത്തതയോളം നെയ്തുകൊണ്ടേയിരിക്കാം. പക്ഷേ, ഘടനകളിലെയും ഉപരിഘടനകളിലെയും അവയുടെ അപകടകരമായ സംഗമമേഖലകളിലെയും ഈ അടരുകളെ അനാവരണം ചെയ്യുകയാണ് യാന്ത്രവിധിവാദത്തിനും ആശയവാദ ഘടനാവാദത്തിനും തുനിയുന്നതിനെക്കാൾ ഉപകാരപ്രദമായുള്ളത്. ഒടുവിൽ പറഞ്ഞ ശൈലിയുള്ള വിവരണത്തിനു പിറകിൽ വ്യക്ത്യാധിഷ്ഠിതമായ അഭയകേന്ദ്രങ്ങളന്വേഷിക്കാൻ എല്ലാ സമൂഹങ്ങളെയും ശിക്ഷിക്കുന്ന പ്രത്യയശാസ്ത്രം പതിയിരിക്കുന്നുണ്ട്. സ്വയം പ്രഖ്യാപിത വഴികാട്ടികൾക്ക് ഈ അഭയകേന്ദ്രത്തിലെ സമാധാനം മാനവരാശി മരണത്തോടെയനുഭവിക്കുന്ന ശാന്തതയാണെന്നറിയാം. പക്ഷേ, നമ്മുടെ അവകാശങ്ങൾക്കുവേണ്ടി നാം പൊരുതുമ്പോഴാണ് സമൂഹത്തിലെ മറ്റുള്ള മനുഷ്യരോടൊപ്പം ചിന്തിക്കുമ്പോഴാണ് നാം ജീവിക്കുന്നത്.

6

കൽക്കത്തയിലെ സമ്പത്തും അധ്വാനവും

തലസ്ഥാനനഗരിയായ കൽക്കട്ട

ആയിരത്തിത്തൊള്ളായിരത്തി പതിനൊന്ന് വരെ കൽക്കട്ട ബ്രിട്ടീഷ് ഇന്ത്യാ ഗവൺമെന്റിന്റെ ആസ്ഥാനവും ഒന്നാംലോക മഹായുദ്ധം വരെ ബ്രിട്ടീഷ് ഇന്ത്യൻ സാമ്രാജ്യത്തിന്റെ വാണിജ്യതലസ്ഥാനവുമായിരുന്നു. ബോംബെ പകരംനിന്ന 1850ലെയും 1860ലെയും രണ്ട് ദശാബ്ദങ്ങളിലൊഴികെ പത്തൊമ്പതാം നൂറ്റാണ്ടിലുടനീളം കൽക്കട്ടയായിരുന്നു ഇന്ത്യയിൽനിന്നുള്ള കയറ്റുമതിയുടെയും രാജ്യത്തിലേക്കുള്ള ഇറക്കുമതിയുടെയും കേന്ദ്രം. പഞ്ചാബിലും സിന്ധിലും റെയിൽവേ ശൃംഖല വികസിക്കുന്നതുവരെയും കറാച്ചി തുറമുഖമായി ഉയരുന്നതുവരെയും ഗംഗാതടത്തിൽനിന്നും സിന്ധുനദീതടത്തിൽനിന്നും മധ്യ ഇന്ത്യയിൽനിന്നും കാർഷിക ഉൽപ്പന്നങ്ങൾ കിഴക്കൻ ഏഷ്യയിലേക്കും യൂറോപ്പിലേക്കും യു എസിലേക്കും കയറ്റുമതി ചെയ്തിരുന്നത് കൽക്കട്ടയിലൂടെയായിരുന്നു. 1880കൾക്കുശേഷം പഞ്ചാബ്, സിന്ധ്, രാജസ്ഥാൻ, മധ്യ ഇന്ത്യയുടെയും ഉത്തർപ്രദേശിന്റെയും ഭാഗങ്ങൾ എന്നിവിടങ്ങളിൽ നിന്നുള്ള കയറ്റുമതി കൂടുതലായും കറാച്ചിയിലൂടെയും ബോംബെയിലൂടെയുമായി. കൽക്കട്ട തേയില, അസംസ്കൃത ചണം, ചണയുൽപ്പന്നങ്ങൾ തുടങ്ങിയ പുതിയയിനങ്ങൾ കയറ്റുമതി ചെയ്തുതുടങ്ങി. കോട്ടൺ തുണികളും മറ്റും ഉൾപ്രദേശങ്ങളായ ആസാം, ബംഗാൾ, ബീഹാർ, ഒറീസ, ഉത്തർപ്രദേശ്, മധ്യ ഇന്ത്യയുടെ വലിയൊരു ഭാഗം, ബ്രിട്ടീഷ് ബർമ, മദ്രാസ് നാട്ടുരാജ്യത്തിന്റെ ഭാഗങ്ങൾ എന്നിവിടങ്ങളിലേക്ക് ഇറക്കുമതി ചെയ്തത് കൽക്കട്ടയിലൂടെയായിരുന്നു.

ഈ കയറ്റുമതികളും ഇറക്കുമതികളും കൽക്കട്ടയിലേക്കുള്ള വരവുമുതൽ നിയന്ത്രിച്ചിരുന്നത് ബ്രിട്ടീഷ് സ്ഥാപനങ്ങളായിരുന്നു. ചണം,

തേയില, ഓപ്പിയം, മൈക്ക, മാംഗനീസ് എന്നിവ ഉൽപ്പാദന സ്ഥലങ്ങൾ മുതൽതന്നെ ബ്രിട്ടീഷ് സ്ഥാപനങ്ങൾ നിയന്ത്രിച്ചിരുന്നു. അത്തരം മിക്ക സ്ഥാപനങ്ങളും കൽക്കട്ടയിൽ സ്ഥിരമാക്കി. ദീർഘകാലം ഇംഗ്ലണ്ടിൽ രജിസ്റ്റർ ചെയ്ത കമ്പനികൾ ഇന്ത്യൻ കമ്പനികളെക്കാൾ കൂടുതൽ ഏക്കറുകൾ നിയന്ത്രിച്ചു. സ്റ്റെർയിങ്ങ് കമ്പനികൾ എന്നു വിശേഷിക്കപ്പെട്ടിരുന്ന ഇവയ്ക്ക് സ്വന്തം വിപണന ശൃംഖലകളുണ്ടായിരുന്നു. അവയുടെ സാമ്പത്തികയിടപാടുകൾ ബ്രിട്ടണിൽ രജിസ്റ്റർ ചെയ്ത ബാങ്കുകളിലൂടെയായിരുന്നു. സ്റ്റെർലിങ്ങ് കമ്പനികളുടെ ആദായത്തിന്റെ വളരെ ചെറിയൊരംശം മാത്രമേ ഇന്ത്യൻ മൂലധന ആസ്തികളിലേക്ക് കൂടിച്ചേർന്നുള്ളൂ. ആംഗ്ലോ ഇന്ത്യൻ, സ്റ്റെർലിങ്ങ് കമ്പനികളുടെ പ്രഭാവം കൽക്കട്ടയുടെ വിദേശ തീരദേശ, ഉൾപ്രദേശ വ്യാപാരങ്ങളിൽ കുറവായിരുന്നു.

കൽക്കട്ടയുടെ മാറുന്ന വാണിജ്യ സാമ്പത്തികഘടനയെക്കുറിച്ച് മനസിലാക്കാൻ നഗരത്തിലെ സമ്പത്തിന്റെയും വരുമാനത്തിന്റെയും വിതരണത്തെക്കുറിച്ച് മനസിലാക്കണം.

സാമ്രാജ്യത്തിന്റെ ആസ്ഥാനമെന്ന നിലയ്ക്ക് കൽക്കട്ട വലുപ്പത്തിന്റെയും ധനത്തിന്റെയും കാഴ്ചകളെ ഉത്തേജിപ്പിക്കുന്നുണ്ട്. എച്ച് ഇ എ കോട്ടൺ പറയുന്ന പ്രകാരം കൊളോണിയൽ ശക്തിയുടെ അന്ത്യത്തിൽ കൽക്കട്ടയ്ക്ക് രണ്ടു മുഖങ്ങളുണ്ടായിരുന്നു. ഞെട്ടിപ്പിക്കുന്ന വൈരുധ്യങ്ങളുണ്ടായിരുന്നു. പുരോഗതിയുടെ പ്രതികരണത്തിന്റെ കൊട്ടാരങ്ങളും യാചകരുടെ പടയും. വർഷത്തിൽ എട്ടുമാസം സിംലയായിരുന്നു തലസ്ഥാനം. സർ ജോൺ ലോറൻസിന്റെ കാലത്താണ് തലസ്ഥാനം മാറ്റാൻ തുടങ്ങിയത്.

നഗരത്തിന്റെ മധ്യഭാഗത്താണ് ധനികയൂറോപ്യന്മാർ താമസിച്ചിരുന്നത്. ബ്യൂറോക്രസി വിപുലമായതോടെ യൂറോപ്യരുടെ സമ്പത്ത് വർധിച്ചു. കൽക്കട്ട ഭാഗത്തുള്ള അതിദരിദ്ര കോളനികൾ നീക്കി. നഗരത്തിന്റെ മുഖം ഗണ്യമായി മാറി. അതോടൊപ്പം ദരിദ്രരെ നഗരത്തിന്റെ ഓരങ്ങളിലേക്ക് മാറ്റി. കൽക്കട്ടയിലെ പൊതുസൗകര്യങ്ങൾ 'കറുത്ത' കൽക്കട്ടക്കാർക്കും യൂറോപ്യർക്കുമിടയിൽ അസമമായി വിതരണം ചെയ്തു. കറുത്തവർ താമസിച്ചിരുന്നയിടങ്ങളിലും സമ്പന്നർക്കും ദരിദ്രർക്കുമിടയിൽ സൗകര്യങ്ങൾ അസമമായാണ് വിതരണം ചെയ്തത്.

ജനസംഖ്യ: തൊഴിൽ ഘടനകളിലെ മാറ്റങ്ങൾ

തുടക്കത്തിൽ മുനിസിപ്പൽ ചട്ടങ്ങളിലൂടെ രൂപീകരിക്കപ്പെട്ട കൽക്കട്ടയ്ക്ക് പത്തൊമ്പത് വാർഡുകളാണുണ്ടായിരുന്നത്. 1888നുശേഷം കൽക്കട്ട മുനിസിപ്പൽ ഏരിയയിലേക്ക് ചിത്പൂർ, ഉൽതഡംഗ, മണിക്താല, ബെലിയഘട്ട, എന്റലി, കാഷിപൂർ തുടങ്ങിയവയുടെ ഭാഗങ്ങളും ബെനിയപുകൂർ, ബാല്ലിഗഞ്ച്, വാട്ട്ഗഞ്ച്, ഇക്ബാൽപൂർ തുടങ്ങിയവ മുഴുവനായും ഗാർഡർറീച്ചിന്റെയും ടോളിഗഞ്ചിന്റെയും ഭാഗങ്ങളും കൂട്ടിച്ചേർക്കപ്പെട്ടു.

1888 ലെ മുനിസിപ്പൽ കൺസോളിഡേഷൻ ആക്ട് പ്രകാരം മുനിസിപ്പാലിറ്റിയുടെ അധികാരപരിധി 11,954 ഏക്കറിൽനിന്ന് 20,547 ആക്കി 72 ശതമാനം വർധിപ്പിച്ചു. കൽക്കട്ടയുടെ മധ്യത്തിൽ ജനസാന്ദ്രതകുറഞ്ഞു. പുറംഭാഗത്തുള്ള വാർഡുകളിൽ ജനസാന്ദ്രത വർധിച്ചു. മധ്യകൽക്കട്ടയിലും ജനസാന്ദ്രത വൻതോതിൽ മാറി. ഇന്ത്യക്കാർ മാത്രം വസിച്ചിരുന്ന വാർഡുകളിൽ ജനസാന്ദ്രത വളരെ കൂടുതലായിരുന്നു. യൂറോപ്യർ വസിച്ചിരുന്ന പാർക്ക് സ്ട്രീറ്റ്, വാട്ടർലൂ സ്ട്രീറ്റ്, വിക്ടോറിയ ടെറസ് എന്നീ വാർഡുകളിൽ ജനസാന്ദ്രത കുറവായിരുന്നു. തുടർച്ചയായ ചേരിനിർമാർജന യത്നങ്ങളിലൂടെ യൂറോപ്യൻ വാർഡുകളിൽ ആ ഏരിയയിൽനിന്ന് നീക്കം ചെയ്യപ്പെട്ട ചേരിനിവാസികളുടെ ചെലവിൽ കൂടുതൽ വസതിയിടം ലഭിച്ചു.

ചില വടക്കൻ വാർഡുകളിൽ പതിനെട്ടാം നൂറ്റാണ്ടിലും പത്തൊമ്പതാം നൂറ്റാണ്ടിന്റെ തുടക്കത്തിലും കുടിയേറിപ്പാർത്തവർ ആയിരുന്നപ്പോൾ മിക്ക വാർഡുകളിലും കുടിയേറിപാർപ്പുകാരെ കാണാമായിരുന്നു. കുടിയേറിപ്പാർത്തവരിൽ യൂറോപ്യരും രജപുത്താനയിൽനിന്നും ഉത്തരേന്ത്യയിൽനിന്നുമുള്ള വ്യാപാരിമാരും ബീഹാർ യുണൈറ്റഡ് പ്രോവിൻസ്, ഒറീസ, സെൻട്രൽ പ്രോവിൻസ്, മദ്രാസ് എന്നിവിടങ്ങളിൽനിന്നുള്ള തൊഴിലാളികളും കൈത്തൊഴിലുകാരും ഉണ്ടായിരുന്നു. കുടിയേറിപ്പാർത്തവരിലധികം പേരും പുരുഷന്മാരും മുതിർന്ന പ്രായക്കാരായ തൊഴിലാളികളുമായിരുന്നു. പുരുഷന്മാരുടെ എണ്ണം സ്ത്രീകളുടേതിന്റെ ഇരട്ടിയായിരുന്നു. സാധാരണ ജനസംഖ്യയുടേതിനെക്കാളും കുട്ടികളുടെ എണ്ണം കുറവായിരുന്നു. തൽഫലമായി കൽക്കട്ടയിലെ ജനസംഖ്യ വർധിച്ചില്ല. കുടിയേറ്റക്കാരുടെ സംഘങ്ങളാണ് ജനസംഖ്യയിൽ വർധനവുണ്ടാക്കിയത്.

കൂടിയ മരണനിരക്കും ഇതിനു കാരണമായി. ഇവിടെയും വ്യത്യസ്ത കൽക്കട്ടക്കാർ വ്യത്യസ്ത തോതിലുള്ള അപായസാധ്യതയെ നേരിട്ടു. കോളറ എല്ലാവർഷവുമുണ്ടായി. മലേറിയയടക്കമുള്ള പനികൾ അനേകം പേരുടെ ജീവനെടുത്തു. വടക്കൻ മേഖലയിലാണ് അധികം പേരും മരിച്ചത്. 1882ന്റെ ഒടുവിലത്തെ പാദത്തിൽ മരിച്ച 697 പേരിൽ 540 പേരും പട്ടണത്തിന് വടക്കുഭാഗത്തുള്ളവരായിരുന്നു. പട്ടണത്തിനു തെക്കുഭാഗത്ത് 157 പേരാണ് മരിച്ചത്. പാർക്സ്ട്രീറ്റ് വാർഡിൽ രണ്ടു മരണങ്ങൾ മാത്രമാണുണ്ടായത്. വാട്ടർലൂവാർഡിൽ നാലുമരണവും. (The Statesman 5 February 1883) ശുചീകരണ പ്രവർത്തനങ്ങൾ മികവുറ്റ രീതിയിൽ നടത്തിയിരുന്ന യൂറോപ്യൻ ക്വാർട്ടറുകളിലും മധ്യ ജില്ലയിലും മറ്റു വാർഡുകളെക്കാൾ രോഗങ്ങൾ കുറഞ്ഞു.

മിക്ക കൽക്കട്ടക്കാരും വ്യാപാരം, വ്യവസായം, ഗതാഗതം, മറ്റു സേവനങ്ങൾ എന്നിവയിൽനിന്ന് ഉപജീവനം കണ്ടെത്തി. ചിലർ വാടകയിനങ്ങളിൽനിന്നും കൃഷിയിൽനിന്നും വരുമാനം കണ്ടെത്തി. പര്യാപ്തമായ ഭൂമിയും സെമീന്ദാരിയുമുള്ളവർക്ക് തൊഴിലെടുക്കാതെ ജീവിക്കാൻ കഴി

ഞ്ഞു. തുടർച്ചയായ സെൻസസുകൾ നഗരത്തിലെ തൊഴിൽ ഘടനയിലെ മാറ്റം സൂചിപ്പിക്കുന്നുണ്ട്. സെൻസസുകൾക്കിടയിൽ വർഗീകരണത്തിന്റെ കാഴ്ചപ്പാടുകളും പദ്ധതികളും മാറി. 1911ലെയും 1921ലെയും സെൻസസുകൾ വ്യാപാരികളെ ഉൽപ്പാദകരിൽനിന്ന് വേർതിരിച്ചു. 1891ലും 1901ലും അത്തരം വേർതിരിവുകളുണ്ടായിരുന്നില്ല. ഭൗതികവസ്തുക്കളെ വിപണനം ചെയ്യുന്നവരെ ഞാൻ വ്യാപരിക്കുന്ന കൂട്ടത്തിൽ ചേർത്തു.

വിഭിന്നയിനങ്ങളിലുള്ള സമ്മർദങ്ങളാൽ കൽക്കട്ടയിലെ തൊഴിൽ ഘടന മാറി. സാമ്രാജ്യതലസ്ഥാനത്തിന്റെ വലിയൊരു വ്യാവസായിക ജനത കൽക്കട്ടയിലുണ്ടായിരുന്നു. പ്രതീക്ഷിച്ചിരുന്നതുപോലെ ബ്യൂറോക്രാറ്റുകളുടെ താമസ സൗകര്യത്തിനായി ഗവൺമെന്റ് മിക്ക വ്യവസായങ്ങളെയും പുറംമേഖലകളിലേക്ക് തള്ളി. ധനികരെ ലക്ഷ്യംവെച്ചുകൊണ്ടുള്ള വാഹന നിർമാതാക്കൾ, ജ്വല്ലറികൾ, വസ്ത്രക്കടകൾ, ഐസ് ഫാക്ടറികൾ, അനേകയിനം ഭക്ഷ്യവസ്തുക്കളുടെ കടകൾ, വീടലങ്കാര വിൽപ്പനക്കാർ എന്നിവ പ്രാദേശിക ഉപഭോക്താക്കൾക്ക് വേണ്ടിയുള്ളവയായിരുന്നു. കെട്ടിട നിർമാണസ്ഥാപനങ്ങൾ നഗരത്തിന്റെ വളർച്ചയ്ക്കും നവീകരണത്തിനുമുതകി. ചണത്തെയാധാരമാക്കിയുള്ള കയറ്റുമതി വ്യവസായങ്ങളുണ്ടായിരുന്നു. ടൗൺ പ്ലാനിങ്ങിന്റെ അഭാവം കാരണം ഏതു സ്ഥാപനത്തിനും എവിടെയും തുടങ്ങാമായിരുന്നു. വീടുകളുടെ മേഖലയും വ്യവസായങ്ങളുടെ മേഖലയും തമ്മിൽ വേർതിരിച്ചിട്ടുണ്ടായിരുന്നില്ല. 1890 സെപ്റ്റംബർ 13ന് സ്റ്റേറ്റ്സ്മാന്റെ പ്രതിനിധി മാക്കിന്റോസ്, ബേൺ ആന്റ് കമ്പനിയുടെ ചിമ്മിനി ബെന്റിക് സ്ട്രീറ്റ് ഏരിയയിൽ കറുത്തപുക തുപ്പുന്നതിനെക്കുറിച്ച് പരാതിപ്പെട്ടിരുന്നു.

പട്ടണത്തിലെ യൂറോപ്യൻ വാർഡുകൾ മെച്ചപ്പെടുത്തിയപ്പോൾ കൂടുതൽ ഒച്ചയുണ്ടാക്കുന്ന വ്യവസായങ്ങളെ നഗരത്തിന്റെ മറ്റു ഭാഗങ്ങളിലേക്ക് മാറ്റി. 1914ലെ നഗരവികസന പദ്ധതിയിൽ കൽക്കട്ട ഇംപ്രൂവ്മെന്റ് ട്രസ്റ്റിന്റെ ചീഫ് എഞ്ചിനീയറായ ഇ പി റിച്ചാർഡ്സ് കൽക്കട്ടയുടെ വ്യവസായ മേഖലയെ വിവരിക്കുന്നതിങ്ങനെയാണ്:

വടക്കുകിഴക്കൻ കൽക്കട്ടയിലെ റെയിൽവെയുടെയും കനാലുകളുടെയുമിടയിലാണ് വലിയ മാനുഫാക്ചറിങ് ഏരിയ രൂപീകരിച്ചിട്ടുള്ളത്. സിയാൽദ സ്റ്റേഷൻ മുതൽ കൽക്കട്ടയുടെ വടക്കനതിര് വരെയത് പരന്നുകിടക്കുകയാണ്. അവിടെനിന്ന് പടിഞ്ഞാറോട്ട് മാറി അത് ഹൂഗ്ലിയുടെ തീരംവരെയെത്തുന്നു. കിഴക്കുനിന്ന് കോൺവാലിസ് സ്ട്രീറ്റ് പാർപ്പിട ഏരിയയെ വളരുന്ന ചണം, പരുത്തി, ധാന്യം, കയർ മാനുഫാക്ചറിങ് മേഖല ഗ്രസിക്കുകയാണ്.

യുദ്ധസാങ്കേതികവിദ്യയുടെ യൂണിറ്റുകൾ ഒഴികെയുള്ള വ്യവസായങ്ങൾ പതുക്കെ കൽക്കട്ടയുടെ ഹൃദയഭാഗത്തുനിന്നും മാറ്റി സ്ഥാപിച്ചു. മാനുഫാക്ചറിങ് ഏതാനുംപേരെ സമ്പന്നരാക്കുകയും ബാക്കിയുള്ളവർക്ക് അന്നന്നത്തെ അന്നത്തിനുള്ള വകമാത്രം ലഭ്യമാക്കുകയും ചെയ്തു. അപരിഷ്കൃതമായ മാനുഫാക്ചറിങ് പ്രക്രിയകളും അനുവദി

ക്കപ്പെട്ട പ്രക്രിയകളുടെ നിയന്ത്രണമില്ലായ്മയും നഗരവാസികളിൽ ആരോഗ്യപ്രശ്നങ്ങളുണ്ടാക്കി.

കുടിയേറിപ്പാർത്ത ജനതയുടെ സവിശേഷതയും കൽക്കട്ടയുടെ തൊഴിൽ ഘടനയെ സ്വാധീനിച്ചു. അവരുടെ മൂലസ്ഥലങ്ങളിലെ സമ്മർദ മാണ് നിസ്സംശയം സ്വാധീനിച്ചത്. നഗരത്തിൽ അവരുടെ സേവനത്തിന്റെ ആവശ്യത്തിൽ വന്ന വ്യതിയാനവും സ്വാധീനം ചെലുത്തി. 1911ലെ സെൻസസ് റിപ്പോർട്ടിൽ പറയുന്നു:

ഓരോ അഞ്ച് പുരുഷ കുടിയേറ്റക്കാരുടെയും കൂടെ രണ്ട് സ്ത്രീകൾ മാത്രമാണുള്ളത്. പുരുഷന്മാരിൽ മൂന്നിൽ രണ്ടുഭാഗം യഥാർഥ തൊഴി ലാളികളാണ്. നാലിലൊന്ന് സ്ത്രീകൾ മാത്രമാണ് ഏതെങ്കിലും തൊഴിലി ലുള്ളത്. സ്ത്രീത്തൊഴിലാളികളിൽ നാലിലൊരു ഭാഗം വേശ്യകൾ മാത്ര മാണ്. മുതിർന്ന പ്രായക്കാരുടെ ഏഴിലൊന്ന് വേശ്യകളാണ്. പുരുഷന്മാ രിലെയും സ്ത്രീകളിലെയും 15 ശതമാനംപേർ 15 വയസിനു താഴെയുള്ള വരാണ്. സ്ത്രീകളിൽ പകുതിയും പുരുഷന്മാരുടെ മൂന്നിൽ രണ്ട് ഭാഗവും മുതിർന്ന പ്രായക്കാരാണ്. 15നും 40നുമിടയിലുള്ള ഈ പ്രായത്തിൽ ഓരോ സ്ത്രീക്കും മൂന്ന് പുരുഷന്മാരുണ്ട്. പുരുഷന്മാരുടെ 19 ശതമാനം വ്യാപാ രത്തിലാണ്. 14 ശതമാനം പേർ ഗാർഹിക തൊഴിലുകളിലാണ്. 13 ശത മാനം പേർ പകൽ തൊഴിലാളികളാണ്. 7 ശതമാനം പേർ ക്ലാർക്കുമാ രാണ്. 42 ശതമാനം സ്ത്രീകളും ഗാർഹിക തൊഴിലുകളിലാണ്. 25 ശത മാനം പേർ വേശ്യകളാണ്.

1911ലെ കുടിയേറ്റക്കാരുടെ ഈ സെൻസസ് 1911ലും 192ലും നഗര ത്തിലെ തൊഴിൽഘടനയുടെ മാറ്റങ്ങളുടെ ദിശ കാണിക്കുന്നുണ്ട്. കുടി യേറ്റത്തൊഴിലാളികൾക്കിടയിലെ വ്യാപാരികളുടെ തോത് മിൽ, ഫാക്ടറി തൊഴിലാളികളുടെ ആറിരട്ടിയായിരുന്നു. 1911ൽ കുടിയേറ്റ തൊഴിലാളി കളിലെ വീട്ടുവേലക്കാരികളും വേശ്യകളും തമ്മിലുള്ള അനുപാതം 2:1 ആയിരുന്നു.

സെൻസസ് അതോറിറ്റിയിൽ മിക്കവരും ജാതിക്ക് ഊന്നൽ നൽകി യിരുന്നു. അത് വേർതിരിക്കലിന്റെ ദൃഢമായ ദുഷ്പ്രവണതകളുണ്ടാക്കി. എന്നിട്ടും സെൻസസുകൾ എല്ലാ തൊഴിലുകളിലും ഏർപ്പെട്ട ജാതികളെ കണ്ടെത്തി. മേൽജാതിക്കാരായ ബ്രാഹ്മണരും ക്ഷത്രിയരും വീട്ടുവേല, കൂലിപ്പണി, യാചന തുടങ്ങിയ താഴ്ന്ന വൃത്തികളിലേർപ്പെട്ടിരുന്നു. മില്ലു കളും ഫാക്ടറികളും വ്യാപാരജാതികളായ അഗർവാലാ ഗന്ധാബണിക്, മഹേശ്വരി, സുബർണബണിക് എന്നിവയും ബൈദ്യ, ശൂർണ, ധോബി എന്നിവയും ഒഴിവുള്ള പട്ടികയിലുള്ള എല്ലാ ജാതിക്കാർക്കും തൊഴിൽ നൽകി. വേശ്യകൾ മിക്കവരും പശ്ചിമബംഗാൾ ജില്ലകളിൽനിന്നുള്ളവരാ യിരുന്നു. അവർ കർഷക മേൽജാതി കുടുംബങ്ങളിൽനിന്നുള്ളവരായി രുന്നു.

കൽക്കട്ട എല്ലാ ജാതിക്കാർക്കും ഇടപഴകാനുള്ള സ്ഥലമായിരുന്നു. ഏതു ജാതിക്കാരനും വ്യാപാരത്തിലേർപ്പെടാമായിരുന്നു. 1911ൽ വ്യാപാരി

കളുടെ മൂന്നിലൊരു ഭാഗം ബ്രാഹ്മണരും കായസ്തുകളുമായിരുന്നു. അവർ വ്യാപാര ജാതികളായ അഗർവാലാ, ഗന്ധബണിക്, മഹേശ്വരി, സുബർത്തബണിക്, ടെലിസ് എന്നിവരുടെ മൊത്ത സംഖ്യയെക്കാൾ കൂടുതലായിരുന്നു.

ഇവർക്കു പുറമെ കൽക്കട്ടയുടെ മധ്യ ജില്ലകളിൽ കേന്ദ്രീകരിച്ചിരുന്ന ഷോപ്പുടമകൾ, പലിശക്കാർ, ബാങ്കർമാർ എന്നിവരുടെ സാന്നിധ്യം കൊൽക്കത്തയിലുടനീളമുണ്ടായിരുന്നു. രാജസ്ഥാനിൽനിന്നുള്ള ഹിന്ദു വ്യാപാരികളും ജെയ്സുകളുമായിരുന്നു അവരിലെ ഏറ്റവും ധനികർ. 1901നും 1911നുമിടയ്ക്ക് ബംഗാൾ ജില്ലകൾക്കും ബീഹാറിലും ഒറീസയ്ക്കും യുണൈറ്റഡ് പ്രോവിൻസിനുംശേഷം ഏറ്റവും കൂടുതൽ കുടിയേറ്റക്കാർ വന്നത് രജപുത്താനയിൽനിന്നായിരുന്നു. ജയ്പൂരിൽനിന്ന് 8000 പേർ വന്നു. ബിക്കാനറിൽനിന്ന് 7000പേർ വന്നു. 1911ലെ സെൻസസ് പ്രകാരം ഈ മേഖലയിൽനിന്ന് മൊത്തത്തിലുള്ള കുടിയേറ്റം 21000 ആയി.

1911നും 21നുമിടയ്ക്ക് കൽക്കട്ടയിലേക്കുള്ള മാർവാരികളുടെയും ഉത്തരേന്ത്യൻ വ്യാപാരികളുടെയും കുടിയേറ്റം ഇതിലും വർധിച്ചു. 1921ൽ ആയിരം കൽക്കട്ടക്കാരിൽ 23പേർ രജപുത്താനയിൽനിന്നുള്ളവരായിരുന്നു. വ്യാപാരികളുടെ ക്ലർക്കുമാരും വേലക്കാരും രജപുത്താനയിൽനിന്നുള്ളവരായിരുന്നു. കൽക്കട്ടയിൽ സ്ഥിരവാസമുറപ്പിച്ച അവർ കുടുംബത്തെയുംകൂടെ കൊണ്ടുവന്നു. സ്ഥലം പിശുക്കി സാമുദായിക രഹസ്യങ്ങൾ നിലനിർത്തി സ്വന്തം പ്രദേശക്കാരുടെ കൂടെ തിങ്ങി വസിക്കുന്നത് കൽക്കട്ടയുടെ മധ്യബിസിനസ് ജില്ലയിൽ ആൾത്തിരക്കുണ്ടാക്കി.

1921ൽ നഗരം അതിന്റെ മാനുഫാക്ചറിങ്ങിന്റെയും ഭരണനിർവഹണത്തിന്റെയും മൂർധന്യം പിന്നിട്ടു. ജനത കൂടുതൽ സ്ഥിരതാമസമുറപ്പിച്ചതോടെ കൽക്കട്ട വ്യാപാരികളുടേതും പലിശക്കാരുടേതും പ്രൊഫഷണലുകളുടേതും തൊഴിലാളികളുടേതുമായിത്തീർന്നു. ലിംഗാനുപാതം ശരിയായി വന്നപ്പോൾ വേശ്യകളുടെ ആവശ്യം കുറഞ്ഞു. വീട്ടുവേലക്കാർക്കുള്ള ആവശ്യം കൂടി. തലസ്ഥാനം ന്യൂഡൽഹിയിലേക്കു മാറ്റിയതോടെ മിക്ക യൂറോപ്യരും സ്ഥലംവിട്ടു. ആഡംബര വസ്തുക്കൾക്കും യൂറോപ്യൻ വേശ്യകൾക്കുമുള്ള ആവശ്യം കുറഞ്ഞു.

വാസസ്ഥലം

കൽക്കട്ടയുടെ വർധിച്ചുവന്ന ജനസംഖ്യ വസിച്ചതെവിടെയാണ്? സ്ഥലവും സൗകര്യങ്ങളും മിക്ക വാർഡുകളിലും അപര്യാപ്തമായിരുന്നു. മിക്ക നഗരങ്ങളെയും മെച്ചപ്പെടുത്തുന്നതിന് ധനം നൽകുമായിരുന്ന നഗര ധനികർ സമയം നല്ലതായിരുന്നപ്പോൾ പണം നൽകുവാൻ തയാറായില്ല. എ കെ റേ *എ ഷോർട്ട് ഹിസ്റ്ററി ഓഫ് കൽക്കട്ട* എന്ന ഗ്രന്ഥത്തിൽ ഉദ്ധരിക്കുന്ന സ്ഥിതിവിവരക്കണക്കുപ്രകാരം വാടകയടക്കമുള്ളവയിൽനിന്നുള്ള ടൗൺ അഡ്മിനിട്രേഷൻ വരുമാനം 1827ലെ 2,84,000 രൂപയിൽ നിന്ന് 1850ൽ 4,19,167 രൂപയായി ഉയർന്നു. 1875നും 1901നുമിടയിൽ മുനിസിപ്പൽ വരുമാനം 21,79,589 രൂപയിൽനിന്ന് 57,86,580 രൂപയായി ഉയർന്നു.

മൊത്തം വരുമാനം ആകർഷകമായി തോന്നാമെങ്കിലും പൊതുജനോപകാരപ്രദമായ പണികൾ ചെയ്യാൻ ബാക്കിയായിരുന്നു. മധ്യജില്ലകളിൽ ജനസാന്ദ്രതയും ധനവും ജനസംഖ്യയെക്കാൾ വേഗത്തിൽ വർധിക്കുകയായിരുന്നു. ആംഗ്ലോ ഇന്ത്യൻ സ്ഥാപനങ്ങളുടെ വരുമാനത്തിന്റെ ഗണ്യമായ ഭാഗമായിരുന്ന ചണ മാനുഫാക്ചറുകൾ 1880നും 1910നുമിടയിൽ ഓരോ പത്ത് വർഷവും ഇരട്ടിയായിക്കൊണ്ടിരുന്നു. തേയില, കൽക്കരി എന്നിവയിലും ആംഗ്ലോ ഇന്ത്യൻ സ്ഥാപനങ്ങൾ സമാനമായ വർധനവുണ്ടാക്കി. വൻകിട സ്ഥാപനങ്ങൾ മിക്കവാറും എല്ലാ ചരക്കുകളുടെയും ഇടപാട് നടത്തി. യൂറോപ്യന്മാർ അവരുടെ കുടുംബങ്ങളെ സ്വദേശത്ത് നിർത്തി. ബ്രിട്ടീഷ് ബിസിനസുകാരും ബ്യൂറോക്രാറ്റുകളും (സിവിലും സൈനികവും) സ്വദേശത്താണ് മക്കളുടെ വിദ്യാഭ്യാസം നടത്തിയിരുന്നത്. കൽക്കട്ടയിലെ വാസത്തിന് അവർ കൂടുതൽ പണം ചെലവാക്കിയില്ല.

യൂറോപ്യൻ ബിസിനസുകാർ തങ്ങളുടെ വ്യാപാരം മുന്നോട്ടുകൊണ്ടു പോകാൻ കൂടുതൽ സൗകര്യങ്ങൾ ആവശ്യപ്പെട്ടു. ഒരു ഘട്ടത്തിൽ മുനിസിപ്പൽ തുറമുഖ സൗകര്യങ്ങളെ യോജിപ്പിക്കാനുള്ള പദ്ധതിയുണ്ടായിരുന്നു. ബിസിനസുകാരും അവരുടെ പ്രതിനിധികളും സ്വന്തം നിയന്ത്രണത്തിലുള്ള ദിനപത്രങ്ങളിലൂടെ പ്രതിഷേധിച്ചു. ബംഗാൾ ചേംബർ ഓഫ് കൊമേഴ്സിലൂടെയും ഗവർണർ ജനറലിന്റെയും ബംഗാൾ ലെഫ്റ്റനന്റ് ഗവർണറുടെയും കൺസൾട്ടേറ്റീവ് കൗൺസിലുകളിലൂടെയും അവർ പ്രതിഷേധിച്ചു.

സ്വന്തമായ ഫിനാൻസുകളുള്ള ഒരു പ്രത്യേക പോർട്ട്ട്രസ്റ്റ് 1870ലുണ്ടായി. അതിൽ എല്ലാവിധ സൗകര്യങ്ങളുമുണ്ടായിരുന്നു. പൗരന്മാർക്കുള്ള സൗകര്യങ്ങൾ മാത്രം മെച്ചപ്പെടുത്തിയില്ല. പൗര പരിസ്ഥിതി കാരണങ്ങളാൽ മുനിസിപ്പൽ കമ്മീഷണർമാരും ബ്രിട്ടീഷ് ഇന്ത്യൻ അസോസിയേഷനും പ്രതിഷേധിച്ചു.

കൽക്കട്ട മുനിസിപ്പൽ ഭരണനിർവഹണത്തിന്റെ ഘടന ബ്യൂറോക്രാറ്റിക് ആയിരുന്നു. കമ്മീഷണർമാരെ ഗവർണരും ചെയർമാന്മാരെ സർക്കാർ ഉദ്യോഗസ്ഥരും നോമിനേറ്റ് ചെയ്തു. 1870കൾക്കുശേഷം ഇന്ത്യക്കാർക്ക് മുനിസിപ്പൽ ഭരണനിർവഹണത്തിൽ കൂടുതൽ പങ്കുലഭിച്ചു. കനത്ത വാടകയീടാക്കി സൗകര്യങ്ങളില്ലാതെ നൽകിയിരുന്ന വീട്ടുകാരും യൂറോപ്യൻ ബിസിനസുകാരും ബ്യൂറോക്രാറ്റുകളും തമ്മിലുള്ള താൽപ്പര്യങ്ങളുടെ സംഘർഷം വർധിച്ചു. യൂറോപ്യന്മാർ വിശാലമായ വീടുകളും വീതിയേറിയ തെരുവുകളും ശുചിത്വവും ആവശ്യപ്പെട്ടു. എന്നാൽ അവരുടെ ധനത്തിനും വരുമാനത്തിനുമൊത്തവിധത്തിൽ അതിന് പണം നൽകാൻ അവർ തയാറായിരുന്നില്ല. സ്വന്തം പോക്കറ്റിൽനിന്ന് പണമെടുത്ത് നഗരത്തിന്റെ യൂറോപ്യൻ മേഖല സൗന്ദര്യവൽക്കരിക്കാൻ ഇന്ത്യക്കാർ തയാറായില്ല. ചേരികൾ നശിപ്പിക്കപ്പെടുകയാണെങ്കിൽ ചേരിപ്രഭുക്കൾക്ക് ആ സ്ഥാനം നഷ്ടപ്പെടുമായിരുന്നു. നിലവിലുള്ള സ്ഥിതിയിൽ

തുടരുകയാണെങ്കിൽ അവർ കോളറ, വസൂരി, മലേറിയ, പ്ലേഗ് തുടങ്ങിയവ കാരണം മരിക്കുമായിരുന്നു. പുറത്താക്കപ്പെട്ടപ്പോൾ അവർ തുല്യനിലയിൽ അപകടകരമായ ചേരികളിലെത്തി. അവർക്ക് തൊഴിലിടത്തിലേക്ക് പോകാൻ കൂടുതൽ യാത്രയും പണവും വേണ്ടി വന്നു.

പൗരസൗകര്യങ്ങൾ വർധിപ്പിക്കാൻ കൂടുതൽ പണം ചെലവഴിക്കുകയാണ് കൽക്കട്ട പോലൊരു നഗരത്തിൽ പരമാധികാരഗവൺമെന്റ് സ്വാഭാവികമായി ചെയ്യേണ്ടിയിരുന്നത്. 1914ലെ തന്റെ റിപ്പോർട്ടിൽ റിച്ചാർഡ്സ് സൂചിപ്പിച്ചതുപോലെ അമ്പത് വർഷത്തെ അവഗണനയുടെ പൂർത്തീകരണം ധനസഹായമില്ലാതെ ചെയ്യാനുള്ള സാമ്പത്തിക വിഭവങ്ങൾ കൽക്കട്ടയിലില്ല. തലസ്ഥാനനഗരിയായിരുന്നപ്പോഴും കൽക്കട്ട അവഗണിക്കപ്പെട്ടു. ആ അവഗണന എന്നും തുടരുകയാണ്.

ഇന്ത്യാക്കാരുടെ ചെലവിൽ തങ്ങളുടെ ആവശ്യങ്ങൾ നേടിയെടുക്കാൻ യൂറോപ്യന്മാർ സമ്മർദംചെലുത്തി. 1890കൾ മുതൽ മുനിസിപ്പൽ അഡ്മിനിസ്ട്രേഷനിലേക്ക് തിരഞ്ഞെടുക്കപ്പെട്ടവരെ ഫലത്തിൽ ഒഴിവാക്കിയിരുന്നു. വൻകിട വാണിജ്യ അസോസിയേഷനുകളിലും ബംഗാൾ ചേംബർ ഓഫ് കൊമേഴ്സിലും കൽക്കട്ട ട്രേഡ് അസോസിയേഷനിലും അംഗങ്ങളായ യൂറോപ്യന്മാർ അധികാരം നിയന്ത്രിച്ചു. വിക്ടോറിയാ ടെറസിലേക്ക് വഴിയൊരുക്കാൻ ജനനിബിഡമായ സമുൻചേരി നീക്കം ചെയ്തു. യൂറോപ്യൻ വാർഡുകളിൽ റോഡുകൾക്ക് വീതികൂട്ടി. മലിനജലനീക്കവും ശുദ്ധജല വിതരണവും കനത്ത തോതിൽ ഈ വാർഡുകളിൽ കേന്ദ്രീകരിച്ചിരുന്നു.

1872നും 1921നുമിടയിലുണ്ടായ ജനസംഖ്യാ അഭിവൃദ്ധി മിക്കവാറും ഇന്ത്യക്കാർ വസിച്ചിരുന്ന വടക്ക് മധ്യ വാർഡുകളായിരുന്നു. ജനസാന്ദ്രത കുറഞ്ഞ പാർശ്വവാർഡുകളിലും അവർ വസിച്ചു. യൂറോപ്പുകാർ വസിച്ചിരുന്ന വാർഡുകളിൽ ജനസംഖ്യ അതുപോലെ നിലനിൽക്കുകയോ കുറയുകയോ ആണുണ്ടായത്. ഇന്ത്യൻ വാർഡുകളായ കാലുടോളയിലും വാട്ഗഞ്ചിലും മാത്രമാണ് ജനസംഖ്യ കുറഞ്ഞത്. സെൻട്രൽ അവന്യൂ വന്നതോടെയാണ് കാലുടോളയിൽ ജനസംഖ്യ കുറഞ്ഞത്, വാട്ഗഞ്ചിൽ 1921ൽ വ്യാപാരമാന്ദ്യം വന്നതിനാലും.

വിദേശികളായ ന്യൂനപക്ഷമുള്ള കൊളോണിയൽ നഗരമായിരുന്നു കൊൽക്കട്ട. വൈവിധ്യമുള്ള ഇന്ത്യൻജനത സമൂഹത്തിന്റെ മറുഭാഗമായി. യൂറോപ്യൻ സമൂഹത്തിന്റെ മേൽത്തട്ടിൽ യൂറോപ്പുകാരുടെ സംരക്ഷകരായി വൈസ്രോയിയും കൗൺസിലുമായിരുന്നു. വൈസ്രോയിയുടെ ശമ്പളം പ്രതിമാസം 10,000 രൂപയായിരുന്നു. മുതിർന്ന ബ്യൂറോക്രാറ്റുകളുടെയും ജഡ്ജിമാരുടെയും വരുമാനം ഔദ്യോഗിക ശമ്പളത്തെക്കാളും വളരെയധികമായിരുന്നു. എന്തെന്നാൽ അവർക്ക് സൗജന്യമോ അഥവാ വാടകകുറഞ്ഞതോ ആയ ഭവനങ്ങളും സർക്കാർ ശമ്പളമുള്ള പരിചാരകരും ലഭ്യമായിരുന്നു.

യൂറോപ്യൻ വ്യാപാരി രാജകുമാരന്മാർ സർക്കാർ ഉദ്യോഗസ്ഥരെക്കാളധികം വരുമാനമുണ്ടാക്കി. എസ്പ്ലനേഡിലും ബെൽവെദരെയിലുമുള്ള ഗവൺമെന്റ് മന്ദിരങ്ങളിൽ അവർക്കു ലഭിച്ച പരിഗണനയാണ് അവരുടെ പദവിയെ നിർണയിച്ചിരുന്നത്. യൂറോപ്യൻ വ്യാപാര രാജകുമാരന്മാരും സർക്കാരുദ്യോഗസ്ഥരും ചെലവഴിച്ചിരുന്ന രീതി ആ അനേകം ആഡംബര വ്യവസായങ്ങളെ നിലനിർത്തി.

സമ്പാദ്യത്തിന്റെ പകുതിയോളം സ്വന്തം ദേശത്തേക്കയച്ചിരുന്ന യൂറോപ്യന്മാർ വൻവിലയുള്ള മാനുഫാക്ചറിങ്ങും ഖനികളും പ്ലാന്റേഷനുകളും ബാങ്കിങ്ങും നിക്ഷേപമിറക്കി നിയന്ത്രിച്ചു. വൻകിട സംരംഭങ്ങളിൽ മിക്കവയും നിയന്ത്രിച്ചിരുന്നത് രജിസ്ട്രേഡ് കമ്പനികളായിരുന്നു. അവയിൽ മിക്കവയുടെയും ഡയറക്ടർമാർ യൂറോപ്യന്മാരായിരുന്നു. സാധാരണ സംരംഭങ്ങളെക്കാളും വളരെയധികം പേരെ ഈ കമ്പനികൾ നിയമിച്ചു. 1911ൽ രജിസ്റ്റർ ചെയ്ത 105 കമ്പനികളിൽ 94ലും ഡയറക്ടർമാർ യൂറോപ്യന്മാരായിരുന്നു. നാലെണ്ണത്തിൽ യൂറോപ്യൻ, യൂറേഷ്യൻ, ഇന്ത്യൻ ഡയറക്ടർമാരുണ്ടായിരുന്നു. ഏഴെണ്ണത്തിൽ മാത്രമാണ് ഇന്ത്യൻ ഡയറക്ടർ മാത്രമുണ്ടായിരുന്നത്. 1921ൽ രജിസ്റ്റേർഡ് കമ്പനികൾ 190 ആയിരുന്നു. അതിൽ 119 കമ്പനികളുടെയും ഡയറക്ടർമാർ യൂറോപ്യരായിരുന്നു. 40 എണ്ണത്തിൽ മാത്രമാണ് ഇന്ത്യൻ ഡയറക്ടർമാരുണ്ടായിരുന്നത്. മുപ്പത്തിയൊന്നെണ്ണത്തിൽ യൂറോപ്യൻ, യുറേഷ്യൻ, ഇന്ത്യൻ ഡയറക്ടർമാർ ഒരുമിച്ചാണുണ്ടായിരുന്നത്.

പുതിയതരം സാങ്കേതികവിദ്യ ആവശ്യമായ സംരംഭങ്ങളിൽ മാനേജർമാർ യൂറോപ്യരോ യുറേഷ്യരോ ആയിരുന്നു. ഉടമസ്ഥർ ഇന്ത്യക്കാരനായാലും മേധാവികൾ വിദേശികളായിരുന്നു. ഇന്ത്യക്കാരിൽ ബംഗാളി ഹിന്ദുക്കളാണ് അധികമായുണ്ടായിരുന്നത്. 1911നും 1921നുമിടയിൽ മാർവാരികളോ മറ്റ് ഇന്ത്യൻ ഗ്രൂപ്പുകളോ ഉടമസ്ഥരോ മാനേജർമാരോ ആയ സംരംഭങ്ങളുടെ എണ്ണം വർധിച്ചു. എങ്കിലും അവരുടെ എണ്ണം താരതമ്യേന കുറവാണ്.

1921ലുണ്ടായിരുന്ന 1007 സംരംഭങ്ങളിൽ 623 എണ്ണം മാത്രമാണ് 1911ലെ 573 സംരംഭങ്ങളുമായി താരതമ്യം ചെയ്യാവുന്നത്. അവരുടെ പിൽക്കാല റെക്കോർഡുകൾ പ്രകാരം ബംഗാളി ഭദ്രലോകും ബംഗാളി ഹിന്ദു വ്യാപാരികളും വളരെയധികം വ്യവസായ സംരംഭങ്ങളുടെ ഉടമകളോ മാനേജർമാരോ ആയി. 1911ലെയും 1921ലെയും സെൻസസ് പ്രകാരം ബംഗാളി ഹിന്ദുക്കൾ അച്ചടി പ്രസ്, ഓയിൽ മില്ലുകൾ, ബേക്കറികൾ, ധാന്യമില്ലുകൾ, അരിമില്ലുകൾ, അയേൺഫൗണ്ടറികൾ, ഉരുക്കുപണികൾ, ലെതർ ടാന്നറി എന്നിവയുടെ ഉടമകളോ മാനേജർമാരോ ആയിരുന്നു. കാലു എന്ന ബംഗാളി ജാതി മാത്രമാണ് പരമ്പരാഗതമായ തൊഴിലിലുറച്ചു നിന്നത്. 1911ലെ പതിനേഴ് എണ്ണമിൽ ഉടമകളും മാനേജർമാരും കാലുകളായിരുന്നു.

സ്വദേശിക്കുവേണ്ടിയുള്ള ജോർജ് ബേഡ്‌വുഡ്, ഇ ബി ഹാവൽ എന്നിവരുടെ ഔദ്യോഗിക പ്രചരണത്തിനും ജോഗേന്ദ്ര ചന്ദ്രഘോഷ്,

മനീന്ദ്രചന്ദ്രനന്ദി, സത്യസുന്ദർദേബ് എന്നിവരുടെ ദേശീയ വാദശ്രമങ്ങൾക്കും വിപുലമായ സാമൂഹിക അടിത്തറയുണ്ടായിരുന്നു. അതിന്റെ രണ്ട് ശക്തികേന്ദ്രങ്ങളിൽ ഈ അടിത്തറ തകർന്നു. 1885ലെ ബംഗാൾ കുടിയായ്മ ചട്ടവും തുടർച്ചയായ സർവേകളും ഒത്തുതീർപ്പ് ശ്രമങ്ങളും ഭൂപ്രഭുക്കളുടെ പാട്ടം വർധിപ്പിക്കാനുള്ള അധികാരത്തെ പരിമിതപ്പെടുത്തി. അത് പഴയ സെമീന്ദർമാർക്കും ഭൂവുടമകൾക്കും വൻ ആഘാതമായി. 1920ലെയും 1930ലെയും കാർഷിക പരിഷ്കരണങ്ങളും ഇതേ ഫലമുണ്ടാക്കി. ചണം അടക്കം കൽക്കട്ട ഉൾനാടൻ വ്യാപാരങ്ങൾ മാർവാരികളും ഉത്തരേന്ത്യൻ വ്യാപാരികളും പിടിച്ചടക്കി.

ഇന്ത്യൻ നിയന്ത്രണത്തിലുള്ള വൻകിട വ്യവസായങ്ങളുടെ രക്ഷാധികാരിയാകാൻ ഗവൺമെന്റ് ദീർഘകാലമായി വിസമ്മതിച്ചിരുന്നതിനാൽ റിസ്ക്കെടുക്കാനും സാങ്കേതികവിദ്യയാർജിക്കാനുമുള്ള സന്നദ്ധത കൊണ്ടുമാത്രം നീണ്ടുനിൽക്കുന്ന ബിസിനസ് കൊളോണിയൽ സമ്പദ് വ്യവസ്ഥയിൽ സാധ്യമാകുമായിരുന്നില്ല. ഫിനാൻസിലും മാർക്കറ്റിങ്ങിലുമുള്ള സാമർഥ്യംകൊണ്ടു മാത്രമേ അത്തരം സമ്പദ്‌വ്യവസ്ഥയിൽ ബിസിനസ് നടത്തുവാൻ കഴിഞ്ഞിരുന്നുള്ളൂ. ബിസിനസിൽ ദുർബലരായ ബംഗാളികളോട് സ്റ്റേറ്റ്സ്മാന്റെ പത്രാധിപർ ഭൂമി വാങ്ങാനും ഭൂവുടമസ്ഥതയും വ്യാപാരവും ഒരുമിച്ച് നടത്തുവാനും ഉപദേശിച്ചിരുന്നു.

1890കളിലും 1900കളിലും ബംഗാളി മേൽജാതിക്കാർ ചെറുകിട വ്യവസായങ്ങളിൽ നിക്ഷേപിച്ചിരുന്നു. എന്നാൽ മാർവാരികൾ വ്യാപാരത്തിന്റെയും ആധിപത്യം യൂറോപ്യരിൽനിന്ന് ഏറ്റെടുത്തപ്പോൾ കൊളോണിയലിസത്തിനുശേഷമുള്ള മാറിക്കൊണ്ടിരിക്കുന്ന ആവശ്യങ്ങൾക്കൊത്താണ് അഭ്യസ്തവിദ്യരായ ബംഗാളികൾ നിലകൊണ്ടത്. മാറ്റം 1911നും 1921നുമിടയിൽ തന്നെ പ്രകടമായിരുന്നു.

ബംഗാളികളും അല്ലാത്തവരുമായ മുസ്ലിങ്ങളുടെ പ്രകടനം വ്യാപാരത്തിലും വ്യവസായത്തിലും മോശമായിരുന്നു. ഫാക്ടറി ഉടമകളിൽ ചെറിയൊരു അംശം മാത്രമേ മുസ്ലിങ്ങളുണ്ടായിരുന്നുള്ളൂ. പശ്ചിമേഷ്യയുമായി നേരിട്ട് വ്യാപാരത്തിലേർപ്പെട്ട നാഖുദാ വാപാരികളൊഴിച്ചാൽ ബാക്കിയുള്ളവർ ചെറുകിട വ്യാപാരത്തിലായിരുന്നു. പ്രാധാന്യമുള്ള ബാങ്കർമാരൊന്നും അവരുടെയിടയിൽ ഉണ്ടായിരുന്നില്ല. മാർവാരികളെ അപേക്ഷിച്ച് ഇത് അവരുടെ പ്രധാന ദൗർബല്യമായി. നാഖുദകളുടെ നീക്കങ്ങൾക്ക് ഫിനാൻസ് നൽകിയത് മാർവാരികളായിരുന്നു. അവർ കടുത്ത വ്യവസ്ഥയിലാണ് ഫിനാൻസ് നൽകിയിരുന്നത്. ടിപ്പുസുൽത്താന്റെയും ലഖ്നൗ നവാബിന്റെയും ധാക്ക നവാബിന്റെയും താവഴിയിലുള്ള ധനികർ ഉണ്ടായിരുന്നു. അവർ കൽക്കട്ടയിൽ സ്ഥാപനങ്ങൾ നടത്തിയിരുന്നു. പക്ഷേ, ഇവരാരും വ്യാപാരത്തിലോ വ്യവസായത്തിലോ ബാങ്കിങ്ങിലോ പരസ്യമായി ഇടപെട്ടിരുന്നില്ല. പശ്ചിമേന്ത്യയിൽ നിന്നുള്ള ആദംജീത് ദാവൂദ് എന്ന മുസ്ലിം വ്യാപാരി ഒന്നാം ലോക മഹായുദ്ധത്തിനുശേഷം ഏറ്റവും വലിയ വ്യാപാരികളിലൊന്നായി മാറി. അദ്ദേഹത്തിന്റെ സ്ഥാപനമാണ് ആദംജീത് ചണമില്ലിലേക്ക് വികസിച്ചത്.

കൂലിവേലക്കാരുടെ അവസ്ഥ

ഭൂമിയുടെയും മൂലധനത്തിന്റെയും ഉടമകളെക്കുറിച്ചാണ് നാം പറഞ്ഞുവന്നത്. സ്വന്തം ശരീരമല്ലാതെ മറ്റൊന്നുമില്ലാത്ത കൽക്കട്ടയിലെ മഹാഭൂരിപക്ഷം എങ്ങനെയാണ് കഴിഞ്ഞത്? കൽക്കട്ടയിലെ ദരിദ്രത്തൊഴിലാളികളുടെ ചരിത്രം ഇനിയും എഴുതാനിരിക്കുന്നതേയുള്ളൂ. അവർ എത്ര വരുമാനമുണ്ടാക്കിയെന്നും അവരുടെ വരുമാനം കാലംതോറും എങ്ങനെ മാറിയെന്നും പരിശോധിക്കാം. അവർ വരുമാനത്തിന്റെ ഭൂരിഭാഗവും ഭക്ഷണത്തിനുവേണ്ടി ചെലവഴിച്ചു. 1870നും നൂറ്റാണ്ടിന്റെ അവസാനത്തിനുമിടയിൽ ജീവിതച്ചെലവ് ഇരട്ടിയായി. അവിദഗ്ധതൊഴിലാളികളുടെ വരുമാനത്തിൽ നേരിയ തോതിലുള്ള വർധനവ് മാത്രമാണുണ്ടായത്. 1870കളിൽ താഴ്ന്ന വരുമാനക്കാരായിരുന്ന അവരുടെ വരുമാനം നൂറ്റാണ്ടിന്റെ അവസാനത്തിൽ പിന്നെയും താഴ്ന്നു.

വിദഗ്ധ തൊഴിലാളികളുടെ കാര്യത്തിൽ വരുമാന പ്രവണത വ്യത്യസ്തമായിരുന്നു. ജീവിതച്ചെലവിനെക്കാളും കൂടുതൽ വരുമാനം അവർക്ക് ലഭിച്ചു. 1870കൾക്കുശേഷം വിദഗ്ധതൊഴിലാളികളുടെ വരുമാനത്തിൽ വർധനവുണ്ടായില്ല. 1890കളിൽ കൽക്കട്ട വിദഗ്ധ കൈത്തൊഴിലുകാർക്ക് സ്വന്തം അവസ്ഥ മെച്ചപ്പെടുത്താൻ കഴിഞ്ഞിരുന്നില്ല. 1900ത്തിനുശേഷം ചണമിൽ തൊഴിലാളികളുടെ വേതനത്തിൽ വർധനവുണ്ടായില്ല.

അവിദഗ്ധതൊഴിലാളികൾക്ക് ഭക്ഷണത്തിനു പുറമെയുള്ളവയുടെ ചെലവ് കൂലിയിൽനിന്ന് കണ്ടെത്താൻ കഴിഞ്ഞിരുന്നോ? യാത്രാച്ചെലവിനെക്കുറിച്ച് മാത്രം ഞാൻ പറയാം. 1880കളിലാണ് കുതിരകൾ വലിക്കുന്ന ട്രാമുകൾ കൽക്കട്ടയിൽ വരുന്നത്. കാളിഘട്ട് മുതൽ ടാങ്ക്സ്ക്വയർ (ഇന്നത്തെ ബി ബി ഡി ബാഗ്) വരെയുള്ള യാത്രാക്കൂലി 2 അണയായിരുന്നു. അവിദഗ്ധ തൊഴിലാളിയുടെ കൂലി അക്കാലത്ത് 4 അണയായിരുന്നു. യാത്രയ്ക്കും മടക്കയാത്രയ്ക്കുംകൂടി ദിവസക്കൂലിതീരും. 1881ൽ യാത്രക്കൂലി 1 അണയായി കുറച്ചു.

യാത്രക്കൂലി കുറച്ചപ്പോൾ ഡ്രൈവറുടെയും കണ്ടക്ടറുടെയും ശമ്പളം ഗണ്യമായി കുറച്ചു. കണ്ടക്ടറുടേത് പ്രതിമാസം 20–25 രൂപയിൽനിന്ന് 14 രൂപയായി കുറഞ്ഞു. ട്രിപ്പിന്റെയടിസ്ഥാനത്തിലായി പിന്നീട് വേതനം. പ്രതിമാസം 20 രൂപ വരുമാനമുണ്ടാക്കാൻ കണ്ടക്ടർമാർക്ക് രാവിലെ 6 മണിമുതൽ രാത്രി 10 മണിവരെ ജോലി ചെയ്യേണ്ടിവന്നു. ട്രാംവേ കമ്പനിയുടെ അത്തരം പ്രവർത്തനങ്ങളെ തുടർന്ന് ജീവനക്കാർ തുടർച്ചയായ സമരങ്ങൾ നടത്തി.

സംഘടിത തൊഴിലാളി യൂണിയനുകൾ വളരെ കുറവായിരുന്നിട്ടും ഫാക്ടറികളിലെയും ആവിയന്ത്രമില്ലുകളിലെയും മറ്റു സ്ഥാപനങ്ങളിലെയും തൊഴിലാളികൾ തൊഴിൽ സാഹചര്യങ്ങളിലെയും വേതനത്തിലെയും മാറ്റങ്ങൾക്കെതിരെ സമരം ചെയ്തു. കോച്ച് നിർമാണ സ്ഥാപനമായ ഡൈക്ക്സ് ആന്റ് കമ്പനിയിലെ തൊഴിലാളികൾ ഹൂക്ക വലിക്കുന്നതിനായി പുറത്തുപോകുന്നത് നിരോധിച്ചതിനാൽ 1881 മാർച്ചിൽ സമരം

ചെയ്തു. മുനിസിപ്പൽ തൂപ്പുകാരും സിയാൽദ സ്റ്റേഷനു സമീപമുള്ള ചണമിൽ തൊഴിലാളി യൂണിയനും നടത്തിയ അനേകം സമരങ്ങൾ 1880ൽ ദിനപത്രങ്ങൾ റിപ്പോർട്ട് ചെയ്തിരുന്നു.

സാധാരണ തൊഴിലാളികളായ കൽക്കട്ടയിലെ ഭൂരിഭാഗം വരുന്നവർ താൽക്കാലികമായി കെട്ടിയുണ്ടാക്കിയ വീടുകളിലാണ് വസിച്ചിരുന്നത്. അവരുടെ മോശം ജീവിതസാഹചര്യങ്ങളും കൂടപ്പിറപ്പായ ദാരിദ്ര്യവും തൊഴിലിടത്തിനു പുറമെ കഠിനമായതിനാൽ കൊളോണിയൽ സ്വേച്ഛാധിപത്യഭരണത്തിന്റെ കുടിലതകൾ ഏറ്റവും കൂടുതൽ അനുഭവിച്ചത് അവരാണ്. യൂറോപ്യൻ ഫോർമാന്മാർ അവരെ മരിക്കാറാവോളം തൊഴിക്കുമായിരുന്നു. പൊലീസുകാർ അവരെ അടിച്ച് ജീവച്ഛവമാക്കുമായിരുന്നു. പൊതുനിരത്തുകളിലും പൂന്തോട്ടങ്ങളിലും നടക്കാൻ അവർക്ക് അവകാശമില്ലായിരുന്നു. അറസ്റ്റിന്റെയും അടിയുടെയും ഭീഷണിയിൽ ഭൂപ്രഭുക്കൾ ചേരിനിവാസികളെ ഒഴിവാക്കുമായിരുന്നു. നഗരം മെച്ചപ്പെടുത്താൻ മുനിസിപ്പൽ അഡ്മിനിസ്ട്രേഷൻ അവരെ അടിച്ചോടിക്കുമായിരുന്നു.

എല്ലാ തൊഴിലാളികൾക്കും തൊഴിലുണ്ടായിരുന്നില്ല. സാങ്കേതികവും ഭരണനിർവഹണപരവുമായ മാറ്റങ്ങൾ തുടർച്ചയായി തൊഴിലാളികളുടെ ഉപജീവനത്തെ അസ്ഥിരമാക്കുമായിരുന്നു. മോട്ടോർ കാർ കാര്യാജ് നിർമാണ സ്ഥാപനങ്ങളെ ബിസിനസിൽ നിന്നകറ്റി. ആ രംഗത്തുണ്ടായിരുന്ന ആയിരക്കണക്കിന് തൊഴിലാളികൾ തെരുവാധാരമായി. തുറമുഖത്തെ സൗകര്യങ്ങൾ മെച്ചപ്പെട്ടപ്പോൾ ആയിരക്കണക്കിന് ചുമട്ടുകാർക്ക് തൊഴിൽ നഷ്ടപ്പെട്ടു. ജെട്ടികളില്ലാത്തതിനാൽ വിശിഷ്ടാതിഥികളെ ബോട്ടിൽനിന്ന് കരയിലെത്തിച്ചിരുന്നത് ചുമട്ടുതൊഴിലാളികളായിരുന്നു. പോർട്ട് ലാന്റ് സിമന്റ് കണ്ടുപിടിച്ചതോടെ സുർക്കി പണികളില്ലാതായി. കൽക്കട്ടയിലെ ജനസംഖ്യ വർധിച്ച് വൻകെട്ടിടങ്ങളുടെ നിർമാണമുണ്ടായതോടെ വിസ്ഥാപിതരായവർക്ക് ഭാഗികമായി തൊഴിൽ ലഭിച്ചു. കുടിയേറ്റക്കാരുടെ വരവ് അതോടൊപ്പം തുടർന്നുകൊണ്ടിരുന്നു. തൊഴിലില്ലാത്തവരെ ജെയിന്മാർ രണ്ട് മണിക്കൂർ നേരത്തേക്ക് 2 അണ നൽകി മൂട്ടയ്ക്ക് രക്തം നൽകാൻ മെത്തയിൽ കിടത്തി. വ്യാപാരമാന്ദ്യം ഫാക്ടറികളെ ബാധിച്ചപ്പോൾ പുറത്തായ തൊഴിലാളികൾ സ്വന്തം നാട്ടിലേക്കു മടങ്ങുകയോ അർധപട്ടിണിയിൽ പുതിയ തൊഴിൽ കാത്തിരിക്കുകയോ ചെയ്തു.

കൽക്കട്ടയുടെ ചരിത്രം ഭൂരിഭാഗവും അത്തരം ജനങ്ങളുടെ യാതനയുടെയും സംഘർഷത്തിന്റെയും ദുരിതത്താൽ നഷ്ടമായ ജീവിതാനന്ദത്തിന്റെയും കഥയാണ്. അതോടൊപ്പം വലിയ സാഹിബുമാരുടെയും മഹാരാജാക്കന്മാരുടെയും നവാബുമാരുടെയും കഥയുമുണ്ട്. ആ കഥ ഇനിയും പറയാനിരിക്കുന്നേയുള്ളൂ.

7

തൊഴിലാളിവർഗ അവബോധം

ദീപേഷ് ചക്രവർത്തി സുപ്രധാനമായൊരു പുസ്തകം എഴുതിയിട്ടുണ്ട്. യാഥാസ്ഥിതിക വിലയിരുത്തലുകൾ വിട്ടുപോകുന്ന തൊഴിലാളിവർഗചരിത്രം ഉൾക്കൊള്ളുന്നു എന്നതിനാലാണതിന് പ്രാധാന്യമേറുന്നത്. പുതിയ ചോദ്യങ്ങളുന്നയിക്കുന്ന അതിന് സൈദ്ധാന്തിക മൂല്യമുണ്ട്. ചക്രവർത്തി മാർക്സിയൻ രാഷ്ട്രീയ സമ്പദ്വ്യവസ്ഥയുടെ രീതികളെ വെല്ലുവിളിക്കുന്നു. പ്രവർത്തനത്തിനും യുക്തിക്കുമിടയിൽ വേർതിരിവുണ്ടാക്കുന്നതിൽ പരാജയപ്പെടുന്ന ഒരു രാഷ്ട്രീയ സമ്പദ്വ്യവസ്ഥകൊണ്ട് ഒരു സംസ്കാരത്തെയോ അവബോധത്തെയോ വിശദീകരിക്കാനാവില്ലെന്ന് അദ്ദേഹം തെളിയിക്കുന്നു.

ചക്രവർത്തിയുടെ രീതിയെക്കുറിച്ച് എനിക്ക് കടുത്ത വിയോജിപ്പുണ്ടെന്ന് ആദ്യമേ വ്യക്തമാക്കുന്നു. ഇന്ത്യാചരിത്രത്തിലെയും സമകാലിക യാഥാർഥ്യത്തിലെയും പ്രശ്നങ്ങളിൽ മാർക്സിയൻ രാഷ്ട്രീയ സമ്പദ്വ്യവസ്ഥ പ്രയോഗിച്ചതിലെ കാഴ്ചപ്പാട് തീർത്തും അപൂർണമാണെന്നതിനോട് ഞാനും യോജിക്കുന്നു. ആ രീതികൾ അനുയോജ്യമല്ലെന്ന് ഞാൻ വിശ്വസിക്കുന്നില്ല. തൊഴിലാളിവർഗത്തിന്റെ പൊതു അസ്തിത്വപ്രശ്നങ്ങളിൽനിന്ന് സംസ്കാരവും അവബോധവും വേർതിരിക്കുന്നത് അന്വേഷണത്തിനുള്ള ഒരു രീതിയെന്ന നിലയ്ക്ക് ന്യൂനീകരണമാണ്. ഈ ന്യൂനീകരണമാണ് ചക്രവർത്തിയുടെ വ്യാഖ്യാനത്തിന്റെ പോരായ്മയായത്.

തൊഴിലാളിവർഗ ഇന്ത്യൻജനതയുടെ കൊളോണിയൽകാല പ്രശ്നങ്ങളെ ഇന്ത്യൻ പൗരന്റെ ആവിർഭാവത്തിന്റെ പ്രശ്നങ്ങളുടെ ദൃഷ്ടാന്തകഥയായി കാണാനുള്ള ആഗ്രഹമാണ് അദ്ദേഹത്തെ യാഥാർഥ്യത്തിൽ നിന്നകറ്റുന്നത്. പുസ്തകത്തിന്റെ മിക്കഭാഗങ്ങളിലും അദ്ദേഹം സ്റ്റേറ്റിന്റെ പ്രകൃതത്തെക്കുറിച്ച് ചോദ്യങ്ങളുന്നയിക്കുന്നു. മൂലധനത്തിന്റെ ആവശ്യ

വും മൂലധനവും തൊഴിലാളിയും തമ്മിലുള്ള ബന്ധവും അദ്ദേഹം ചോദ്യം ചെയ്യുന്നു. സ്റ്റേറ്റിന്റെ പ്രകൃതം ഇപ്പോൾ രാഷ്ട്രീയ തത്വചിന്തയുടെ വമ്പൻ ചോദ്യങ്ങളിലൊന്നാണ്. മൂലധനവും തൊഴിലാളിയും തമ്മിലുള്ള ബന്ധം ക്ലാസിക്കൽ രാഷ്ട്രീയ സമ്പദ്‌വ്യവസ്ഥയുടെ കേന്ദ്രപ്രശ്നങ്ങളിലൊന്നാണ്. അന്വേഷിക്കേണ്ട ഏരിയയ്ക്ക് ചരിത്രപരമായ കൃത്യത നൽകുന്നില്ലെങ്കിൽ അന്വേഷണത്തിന്റെ വിശാല സമുദ്രത്തിൽ വിശകലനക്കാരന് ദിശതെറ്റും. ആകസ്മികമായ ആത്മഗതങ്ങൾ അത്തരമൊരു അന്വേഷണത്തിന്റെ ഉള്ളടക്കമാകരുത്.

ഒരു ചരിത്രകാരൻ അല്ലെങ്കിൽ കേവലമൊരു ചരിത്രകാരനാകുന്നിടത്ത് ചക്രവർത്തി ഏറ്റവുമധികം ശോഭിക്കുന്നു. വിശ്വസനീയമായ വ്യാഖ്യാനങ്ങൾ അദ്ദേഹത്തിന് നൽകാനാകുന്നുണ്ട്. കൊളോണിയൽ സ്റ്റേറ്റിനെക്കുറിച്ചും കൊളോണിയൽ തലസ്ഥാനത്തെക്കുറിച്ചുമാണ് ചക്രവർത്തി പറഞ്ഞു വരുന്നതെന്ന് വായനക്കാരന് മനസിലാകുന്നുണ്ട്. ബോധപൂർവം സിദ്ധാന്തമെടുത്ത് ചുഴറ്റുമ്പോൾ അദ്ദേഹത്തിന്റെ ആഖ്യാനം ചരിത്രപരമായ അവ്യക്തതകളിലേക്ക് നഷ്ടപ്പെടുന്നു. യഥാർഥ മനുഷ്യരുടെ ജീവിതാനുഭവത്തിന്റെ ഒരുഭാഗം മാത്രം കാണിക്കുന്ന ചതിയോളമതെത്തുന്നു.

ചക്രവർത്തിയുടെ അഭിലാഷവും സൈദ്ധാന്തിക ആശയക്കുഴപ്പവും ആമുഖത്തിൽ തന്നെയുണ്ട്. അസമത്വത്തിന്റെ ഉത്ഭവത്തെക്കുറിച്ചു പറയുമ്പോൾ റൂസോയെ ഉദ്ധരിക്കുന്നു. പക്ഷേ സ്റ്റേറ്റിന്റെ പ്രകൃതത്തെ സിദ്ധാന്തവൽക്കരിക്കുമ്പോൾ ആർക്കും റൂസോ ഒരു ദുഷ്കരമായ സാക്ഷിയാണ്. പൗരനെ അന്വേഷിക്കുമ്പോഴും അങ്ങനെതന്നെ. സിവിൽസമൂഹം തന്നെ അസമത്വത്തിന്റെ ഉറവിടമാണെന്നാണ് റൂസോ പറഞ്ഞത്. റൂസോ സ്ത്രീയെ ഒഴിവാക്കി പുരുഷന്മാരെക്കുറിച്ച് മാത്രമാണ് പറഞ്ഞത്. അദ്ദേഹം കടന്നുവന്ന സാമൂഹികവും രാഷ്ട്രീയവുമായ അന്തരീക്ഷത്തെക്കുറിച്ചും പറഞ്ഞു. തന്റെ ധാർമിക അന്വേഷണത്തോട് അദ്ദേഹം ബന്ധിപ്പിക്കുന്ന നിർമിതികളാണവ. മുതലാളിത്ത സമൂഹത്തിലെയും മുതലാളിത്ത പൂർവ സമൂഹത്തിന്റെയും അസമത്വത്തിന്റെ പ്രകൃതങ്ങൾ തമ്മിലുള്ള വ്യത്യാസം കാണിക്കാൻ അദ്ദേഹത്തിന്റെ ചിന്തയെ ഉപയോഗിക്കാനാവില്ല. വ്യക്തി സാമൂഹിക നിർമിതിയാണെന്ന് കാണിക്കാൻ അദ്ദേഹം ഫൂക്കോയെ (Foucault) ഉദ്ധരിക്കുന്നു. ശുദ്ധമുതലാളിത്ത സമൂഹം വ്യക്തിയെ മറികടക്കാനാണ് ശ്രമിക്കുന്നത്. യഥാർഥത്തിൽ റൂസോയും കാൾമാർക്സും അതേ നിഗമനത്തിലെത്തിയിരുന്നു. പ്രകൃതിയിലെ മനുഷ്യനെക്കുറിച്ചുള്ള റൂസോയുടെ കാഴ്ചപ്പാട് പിതൃദായക്രമത്തിലുള്ള പുരുഷനായിരുന്നു. സ്ത്രീ അവിടെ അവന്റെ പ്രകൃതിയെ പൂർത്തീകരിക്കാനുള്ള ത്വര നിലനിർത്താൻ മാത്രമായിരുന്നു. ടോംപയനിയുടെ പുരുഷന്റെ അവകാശങ്ങളും പ്രസിദ്ധീകൃതമായത് അതേ വർഷമാണ്. മേരി വോൾസ്റ്റോൺ ക്രോഫ്റ്റ് (1791) സ്വാതന്ത്ര്യത്തിന്റെ പ്രബോധോദയ തത്വചിന്തയുടെ പിതൃദായകക്രമ അടിസ്ഥാനങ്ങളെ രൂക്ഷമായി

വിമർശിക്കുന്ന കൃതി പ്രസിദ്ധീകരിച്ചു. മൂലധന-തൊഴിലാളി ബന്ധമുണ്ടാക്കുന്ന അസമത്വത്തിലേക്കു മാത്രമാണ് താൻ ശ്രദ്ധ കേന്ദ്രീകരിക്കുന്നതെന്ന് ചക്രവർത്തി വാദിച്ചേക്കാം. സ്റ്റേറ്റിനാലുണ്ടാകുന്ന അസമത്വത്തിലേക്കും ശ്രദ്ധകേന്ദ്രീകരിക്കുന്നുണ്ടെന്ന് അദ്ദേഹം വാദിച്ചേക്കാം. പക്ഷേ, അത്രയും തീർത്തും പൊതുവായ ആശയം ബംഗാളിലെ ചണമിൽ തൊഴിലാളികളുടെ ദുരിതജീവിതത്തിലേക്ക് വെളിച്ചം വീശുമോ? എല്ലാ ആധുനിക സമൂഹങ്ങൾക്കും സ്റ്റേറ്റ് സംവിധാനമുണ്ട്. മിക്കയിടത്തും മൂലധന-തൊഴിലാളി ബന്ധങ്ങളുമുണ്ട്. അത്തരത്തിലുള്ള സൈദ്ധാന്തിക മൂർച്ചകൂട്ടലിനു ശ്രമിക്കാതെ റൂസോയെ തന്റെ കൃതിയിൽ ഉണർത്തുക മാത്രമാണ് ചക്രവർത്തി ചെയ്യുന്നത്.

മുതലാളിത്ത വ്യക്തി അദ്ദേഹം അന്വേഷിക്കുന്ന സമത്വവാദിയല്ലെന്ന് ചക്രവർത്തിക്കറിയാം. എന്നിട്ടും ആ വ്യക്തിയുടെ ആചാരത്തെ താനെതിർക്കുന്ന മുതലാളിത്ത പൂർവ ബന്ധങ്ങളുമായി താരതമ്യം ചെയ്യാനുള്ള മാനദണ്ഡമായി സ്വീകരിക്കുന്നു. അദ്ദേഹത്തിന്റെ സാങ്കൽപ്പിക തുലനങ്ങളെ വായിക്കുന്നതിലുള്ള പ്രശ്നങ്ങളോടൊപ്പം കൊളോണിയൽ സ്റ്റേറ്റിനെക്കുറിച്ചും കൊളോണിയൽ തലസ്ഥാനത്തെക്കുറിച്ചുമുള്ള അദ്ദേഹത്തിന്റെ ആശയരൂപീകരണത്തിലെ ഗുരുതരമായ പ്രശ്നങ്ങളുമുണ്ട്. റൂസോയുടെയോ ബെന്തമിന്റെയോ ജെയിംസ് ഹാരിങ്ടണിന്റെയോ ആശയമുള്ള വ്യക്തി ആശ്രിത കോളനിയിലെ കേവല പ്രജകൾക്കിടയിലുണ്ടാകാൻ കഴിയില്ല. മുതലാളിത്തപൂർവ സാമൂഹികരൂപങ്ങളിൽ പൗരന്മാരല്ല പ്രജകൾ മാത്രമാണുണ്ടാവുക എന്ന മറുപടി പര്യാപ്തമല്ല. നിരീക്ഷക്കപ്പെടുന്നത് മുതലാളിത്തപൂർവ സാമൂഹിക രൂപങ്ങളിലെ ജനങ്ങളുടെ പെരുമാറ്റത്തെയല്ലല്ലോ. പ്രജകളുടെ ഒരാവശ്യത്തിനും മറുപടി പറയാത്ത സ്റ്റേറ്റുള്ള ഒരു സമൂഹത്തിൽനിന്നുള്ള വിവരങ്ങളാണ് വിശകലനം ചെയ്യേണ്ടത്.

തന്റെ പുസ്തകം പ്രസിദ്ധീകരിക്കുന്നതിന് തൊട്ടുമുമ്പ് 1988ൽ പ്രസിദ്ധീകരിച്ച ചക്രവർത്തിയുടെ ഒരു ലേഖനത്തിൽ ഇന്ത്യൻ തൊഴിലാളികളെക്കുറിച്ചുള്ള മാർക്സിസ്റ്റ് ചരിത്രകാരന്മാരുടെ വിശകലനത്തെ കുറ്റപ്പെടുത്തുന്നുണ്ട്. ഇംഗ്ലീഷ് ചരിത്രം മുഴുവൻ ഇന്ത്യയുടെ തൊഴിലാളികളുടെ അവബോധത്തോട് ബന്ധപ്പെട്ട പ്രശ്നങ്ങളെ വിശദീകരിക്കാനുള്ള പുരാവൃത്ത മാതൃകയായി സ്വീകരിക്കുകയാണെന്ന് അദ്ദേഹം പറയുന്നു. ബൂർഷ്വാതത്വചിന്തകരുടെ സിദ്ധാന്തവൽക്കരണത്തിൽ സ്വാതന്ത്ര്യത്തെയും സമത്വത്തെയുംകുറിച്ച് പുരാവൃത്ത കാഴ്ചപ്പാടാണ് ചക്രവർത്തിക്കുള്ളത്. ആധുനിക മുതലാളിത്തത്തിന്റെ ഹൃദയതടങ്ങളിൽ എങ്ങനെ ആ പുരാവൃത്ത വീക്ഷണം സാക്ഷാൽക്കരിക്കപ്പെട്ടിരുന്നതെന്നും അദ്ദേഹം പറയുന്നു. ഹോബ്സിനും (Hobbes) ലോക്കിനും (Locke) ബെന്തമിനും (Bentham) സ്വാതന്ത്ര്യവും ഉദാരതയും എപ്പോഴും ധനികവർഗത്തിന്റെ സ്വത്തായിരുന്നു. തന്റെ പുസ്തകത്തിൽ സിദ്ധാന്തവൽക്കരിക്കാത്ത, വിവരിക്കാത്ത സമത്വത്തെക്കുറിച്ചുള്ള ബൂർഷ്വാ ധാരണയാണ് ചണമിൽ

തൊഴിലാളികളുടെ അവബോധത്തെക്കുറിച്ചുള്ള തന്റെ ധാരണകൾ വിലയിരുത്താനുള്ള മാനദണ്ഡമായി ഉപയോഗിക്കുന്നത്. യഥാർഥത്തിൽ ഒരു തരത്തിലുള്ള സമത്വവും ബൂർഷ്വാകൾ ജനങ്ങൾക്ക് സ്വയം നൽകിയ സമ്മാനമായിരുന്നില്ല. വർഷങ്ങളുടെ പോരാട്ടങ്ങളിലൂടെ നേടിയെടുത്തതായിരുന്നു അത്. നിയമത്തിനുമുമ്പിൽ എല്ലാ പൗരന്മാരും സമന്മാരാണെന്നതിനെ നിഷേധിച്ചുകൊണ്ടാണ് ഏറ്റവും തീവ്ര മുതലാളിത്ത സമൂഹങ്ങളായ ജർമനിയിലെ വിലെൽമിനും (Wilhelmine) ജപ്പാനിലെ മെയ്ജിയും (Meijli) നിലവിൽ വന്നത്.

കേന്ദ്രീകൃതമായ ഫാക്ടറികളിലൂടെ തൊഴിലാളിവർഗ അവബോധം ആർജിക്കുന്നതിന്റെ അമിതലളിതവൽക്കരണമാണ് യഥാർഥ ഇംഗ്ലീഷ് ചരിത്രത്തിലുള്ളതെന്ന് ചക്രവർത്തി ഊന്നിപ്പറയുന്നു. എന്നിട്ടും ഇന്ത്യൻ അവസ്ഥകളെ ചർച്ചചെയ്യുമ്പോൾ സ്റ്റേറ്റിന്റെ നിർമാണത്തിലെ അടിസ്ഥാന സവിശേഷതകളായ മൂലധനം, തൊഴിലാളി വർഗം, സമുദായം തുടങ്ങിയവയെ ഒഴിവാക്കുന്നു. സ്റ്റേറ്റിനെക്കുറിച്ചുള്ള ധാരണ തന്നെയെടുക്കുക. തങ്ങളുടെ ആവശ്യത്തിനൊത്ത് 5000 മൈൽ ദൂരെയുള്ള നിയമസാമാജികർക്ക് ഒരു വ്യക്തിയുടെ നിയമങ്ങൾ റദ്ദാക്കുന്നിടത്താണ് ചക്രവർത്തി പൗരന്മാരെ അന്വേഷിക്കുന്നത്. സ്വന്തം ഭാവിയെക്കുറിച്ചുള്ള രാഷ്ട്രീയ തീരുമാനങ്ങളിൽ സമാന സാഹചര്യങ്ങളിൽ ഭരണഘടനാപരമായ നിലപാടുകളാൽ, നടപടിക്രമങ്ങളാൽ ഒതുക്കപ്പെട്ടവരോടൊപ്പം പങ്കെടുക്കുന്നവനാണ് പൗരനെങ്കിൽ 1947നുമുമ്പ് ബ്രിട്ടീഷ് ഇന്ത്യൻ പ്രജകളിൽ ഒരു പൗരൻ പോലുമുണ്ടായിരുന്നില്ല. ഭരണംനടത്തുന്ന രാജ്യത്തിലെ പൗരന്മാരിൽനിന്നും ഇരട്ടി ദൂരം അകലത്തിലായിരുന്നു ചക്രവർത്തിയുടെ ബ്രിട്ടീഷ് ഇന്ത്യൻ പ്രജകൾ, അവർ കീഴടക്കപ്പെട്ട കറുത്തവരായിരുന്നു. ബ്രിട്ടീഷുകാർ അവരെ വംശീയമായി താഴ്ന്നവരായാണ് പരിഗണിച്ചത്. സ്വദേശീയർക്കും യൂറോപ്യന്മാർക്കുമുള്ള നിയമസംവിധാനങ്ങൾ ഭാഗികമായി ഏകോപിപ്പിച്ചപ്പോൾ സാഹിബിനുള്ളത് വേറെത്തന്നെ പ്രഖ്യാപിച്ചിരുന്നു. കൽക്കട്ടയിലെ പ്രമുഖ ഇംഗ്ലീഷ് അഭിഭാഷകനായിരുന്ന തിയഡോർ ഡിക്കൻസ് നിയമത്തിനുമുമ്പിൽ സമത്വത്തിനായുള്ള ഇന്ത്യൻ വാദക്കാരോട് പറഞ്ഞത്:

> നിങ്ങൾ കീഴടക്കപ്പെട്ട വംശമാണ്. സൽഭരണത്തിനുള്ള മൗലികമോ രാഷ്ട്രീയമോ ആയ അവകാശം നിങ്ങൾക്കില്ല. നിങ്ങൾ കീഴടക്കിയവരുടെ ദയയിലാണ്. മാഗ്നാകാർട്ട, ബിൽ ഓഫ് റൈറ്റ്സ്, ആക്ട് ഓഫ് സെറ്റിൽമെന്റ് തുടങ്ങിയവയിലൂടെ അവകാശങ്ങൾ ഉറപ്പുവരുത്തിയ ഒരു രാഷ്ട്രത്തിൽനിന്നാണ് ഞാൻ വരുന്നത്. നിങ്ങൾ രാഷ്ട്രീയമായി എന്നോട് തുല്യരാണെന്ന് എനിക്ക് സമ്മതിക്കാനാവില്ല (ഡിക്കൻസ് 1857).

ബൂർഷ്വാസ്വാതന്ത്ര്യം, സമത്വം, പൗരത്വം എന്നിവയെക്കുറിച്ച് അടിസ്ഥാനപരമായി ചരിത്രവിരുദ്ധമായ ധാരണകളിലൂടെയും കൊളോണിയ

ലിസത്തെക്കുറിച്ചുള്ള വീര്യം കൂട്ടിയ രൂപീകരണങ്ങളിലൂടെയും ചക്ര വർത്തി മുതലാളിത്തത്തിനെതിരെ പൊരുതാനുള്ള തൊഴിലാളിയുടെ ശേഷിയെ ശിഥിലമാക്കിയ സവിശേഷതകളെ കുഴിച്ചുമൂടുകയാണ്. ബാബു–കൂലിബന്ധത്തെക്കുറിച്ചുള്ള അദ്ദേഹത്തിന്റെ ധാരണകൾ നോക്കാം. തൊഴിലാളിയെ ശിഥിലമാക്കിയ സവിശേഷതകളെ മുതലാ ളിത്ത പൂർവ സവിശേഷതകളായാണ് അദ്ദേഹം കാണുന്നത്. ചക്ര വർത്തി എഴുതുന്നു:

> ധനികരും ദരിദ്രരും തമ്മിലുള്ള മുതലാളിത്തപൂർവ ബന്ധത്തിന്റെ ഈ പൊതുവശം കൊളോണിയൽ കൽക്കട്ടയിൽ തൊഴിലാളി യൂണിയൻ സംസ്കാരം രൂപപ്പെടുത്തിയ പാരമ്പര്യമാണ്. കൂടു തൽ നല്ലൊരു പദമില്ലാത്തതിനാൽ നമുക്കതിനെ ബാബു–കൂലി ബന്ധമെന്നു വിളിക്കാം. (പേജ് 143)

അത്തരം മുതലാളിത്ത പൂർവ ബന്ധങ്ങളുടെ ഉത്ഭവ പ്രക്രിയയെ ക്കുറിച്ച് ചക്രവർത്തി എവിടെയും പറയുന്നില്ല. ബാബു–കൂലിബന്ധത്തെ മുതലാളിത്തപൂർവ ബന്ധമെന്നു വിളിച്ച് അത് കൊളോണിയലിസത്തിനു മുമ്പുള്ള സമൂഹത്തിന്റെ സൃഷ്ടിയാണെന്നു ഉറപ്പുവരുത്തുമ്പോൾ അദ്ദേഹം പറയുന്നത് ശരിയല്ല. ബാബുവും കൂലിയും കൊളോണിയൽ വാക്കുകളാണ്. കൊളോണിയൽ സൃഷ്ടിയാണ്. കൊളോണിയൽ അനു ഭവത്തിന്റെ ഭാഗമായാണ് ബാബുവും കൂലിയും അടുത്തുവരുന്നത്. ഹോബ്സൺ ജോബ്സൺ ബാബുവിനെ വിവരിക്കുന്നു:

മാസ്റ്റർ, മിസ്റ്റർ എന്നിവപോലെ ഒരു പേരിനോട് ചേർത്ത ആദര സൂചകനാമം. മുമ്പ് ഹിന്ദുസ്ഥാനിന്റെ ചില ഭാഗങ്ങളിൽ വിശിഷ്ട വ്യക്തി കളുടെ പേരിനോടൊപ്പം ചേർത്തിരുന്നു. ഇപ്പോൾ ലോവർ ബംഗാളിൽ മാത്രമാണ് അത് ആദരസൂചകനാമമായി പ്രയോഗിക്കുന്നത് (ദക്ഷിണേ ന്ത്യയിൽ സർ, എന്റെ പ്രഭു എന്നിവയ്ക്ക് പകരമായി ഉപയോഗിക്കുന്നു ണ്ടെന്ന് സി വി ബ്രൗൺ രേഖപ്പെടുത്തുന്നു). ബംഗാളിലും മറ്റിടങ്ങളിലും ആംഗ്ലോ ഇന്ത്യക്കാർക്കിടയിൽ നിസ്സാരമാക്കലിന്റെ നേരിയ ആസ്വാദ്യത യോടെ പലപ്പോഴും സ്ത്രൈണമായി ഉപരിപ്ലവമായി സംസ്കൃതനായ വൻ എന്ന ധ്വനിയോടെ പ്രയോഗിക്കുന്നു. ഇംഗ്ലീഷ് എഴുതുന്ന ഇംഗ്ലീഷ് ഓഫീസുകളിലെ സ്വദേശി ക്ലർക്കിനെ ഈ നാമമുപയോഗിക്കുന്നു.

ഹോബ്സൺ ജോൺസണു അനേകം വർഷങ്ങൾക്കുമുമ്പ് ബങ്കിം ചന്ദ്ര ചതോപാധ്യായയെ സമകാലികരായ ബ്രിട്ടീഷുകാർ വിളിച്ചിരുന്നത് ബാബു ബങ്കിംചന്ദ്രചാറ്റർജിയെന്നായിരുന്നു. അദ്ദേഹത്തിന്റെ എല്ലാ അവ താരങ്ങളിലും ബാബുവിന്റെ വിപുലമായ വിശേഷവൽക്കരണം നൽകിയി ട്ടുണ്ട്. പാശ്ചാത്യവൽക്കരിക്കപ്പെട്ട, സായിപ്പിനെ അനുകരിക്കുന്ന സഹ ഇന്ത്യക്കാരുടെ ദുരിതത്തോട് അശ്രദ്ധനായ കോമാളിബാബു ഒരു നൂറ്റാ ണ്ടിന്റെ പഴക്കമുള്ള ബംഗാളി എഴുത്തിന്റെ പാരമ്പര്യത്തിലുണ്ട്. ചക്ര വർത്തി ദരിദ്രനായ തൊഴിലാളിയുടെ എതിർസ്ഥാനത്ത് നിൽക്കുന്ന ധനി

കനായാണ് ബാബുവിനെ കാണുന്നത് യജമാനനും വേലക്കാരനും പോലെ. ബ്രിട്ടീഷുകാരന്റെ കേവലം ക്ലർക്കായും ബങ്കിംചന്ദ്ര ബാബുവിനെ കാണുന്നു. ഇരകളുടെ വിഭിന്ന ഗ്രൂപ്പുകളുടെ ശത്രുവായും അദ്ദേഹം ബാബുവിനെ കാണുന്നു.

കൂലിയുടെ കൊളോണിയൽ ഉത്ഭവവും ശക്തമാണ്. ഒരു മനുഷ്യൻ കൂലിയാവാൻ പൂർണമായും അമാനവീകരിക്കപ്പെടേണ്ടതുണ്ട് (ബ്രമൻ 1989). സായിപ്പുമാർ, കൂലിയെ എങ്ങനെയാണ് രൂപപ്പെടുത്തിയതെന്നറിയാൻ നമുക്ക് ഹോബ്സൺ ജോബ്സൺ പരിശോധിക്കാം. (ഹോബ്സൺ–ജോൺസൺ 1903:249)

കൂലി...... ഒരു വാടകത്തൊഴിലാളി അല്ലെങ്കിൽ ഭാണ്ഡവാഹകൻ. ആധുനികകാലത്ത് ഇന്ത്യയിൽനിന്ന് കുടിയേറാൻ പ്രേരിതനായ തൊഴിലാളി. അല്ലെങ്കിൽ ചൈനയിൽനിന്ന് മൗറീഷ്യസ്, റങ്കൂൺ, വെസ്റ്റ് ഇൻഡീസ് എന്നിവിടങ്ങളിലെ തോട്ടങ്ങളിലെത്തിയ തൊഴിലാളി. ഫ്രഞ്ച്കോളനികളിൽ കൂലി അടിമസമാനമാണ്. ഉത്തരേന്ത്യയിൽ ഈ നാമം മണ്ണും കല്ലും ചുമക്കുന്ന താഴ്ന്ന ജാതികൾക്കുള്ളതായിരുന്നു. വിദഗ്ധ തൊഴിലാളികളിൽനിന്നും കൈക്കോട്ട് പണിക്കാരനിൽനിന്നും അവർ വേർതിരിക്കപ്പെട്ടിരുന്നു.

കിഴക്കൻ ഇന്ത്യയിലെ കോലി ജാതിയിൽനിന്നാണ് ആ പദം വരുന്നത്. മേൽപ്പറഞ്ഞ പണികളാണ് അവർ ചെയ്തുവന്നത്. അവരുടെ അപരിഷ്കൃതത്വവും അഴുക്കും പൊതുവായ അപചയവും മുൻകാലങ്ങളിൽ ശ്രദ്ധിക്കപ്പെട്ടിരുന്നു. അവരെ പിടികൂടി ബന്ധിത വേലക്കാരനാക്കിയിരുന്നു. കൂലി യൂറോപ്യൻ ഭാഷകളിൽ ബന്ധിത വേലക്കാരനെയാണ് സൂചിപ്പിക്കുന്നത്.

ഈ വിശദീകരണം കോലികളുടെ യഥാർഥ പരിസരത്തെക്കുറിച്ച് വ്യക്തത നൽകുന്നു. തെക്കുപടിഞ്ഞാറൻ ബീഹാറിലെ കോളുകളുമായ (Khol) അവരുടെ ബന്ധത്തിന്റെ സാധ്യതയും നൽകുന്നു. വിശദീകരണത്തിൽ ഒരു വാർപ്പുമാതൃകയെ നാണമില്ലാതെ അംഗീകരിക്കുകയാണ്. മറ്റൊരു കോളനീകരണ ശക്തിയിലേക്ക് അമാനവിക ഉപയോഗത്തിന്റെ നിന്ദ തിരിച്ചുവിടാനുള്ള ശ്രമവും വിശദീകരണത്തിലുണ്ട് (cf. Tinker 1974).

എങ്ങനെയാണ് കൂലിയെ രൂപപ്പെടുത്തിയതെന്ന് നോക്കുക. കോളനിവൽക്കരണക്കാരുടെ അവബോധത്തിൽ ഭ്രൂണാവസ്ഥയിൽ അയാൾ മുമ്പ് നിലവിലുണ്ടായിരിക്കാമെങ്കിലും കൊളോണിയൽ നീക്കങ്ങളിലൂടെ കുടിയേറ്റത്തിന് വിധേയമാക്കി പരുവപ്പെടുത്തേണ്ട അപരിഷ്കൃതനായി അയാൾക്ക് പ്രാധാന്യം ലഭിച്ചു. കൽക്കട്ടയിലേക്ക് കുടിയേറിയ കൂലിയെ കൊളോണിയൽ മുദ്രയ്ക്ക് വിധേയമാക്കിയിരുന്നു. ഒരു കുടിയേറ്റ തൊഴിലാളിയെന്ന നിലയിൽ അയാളെ കൊളോണിയൽ ബാബുവിന്റെയൊപ്പം നിർത്തിയിരുന്നു. ചില മുതലാളിത്ത പൂർവ അട്ടിമറികളാലല്ല ഇതുണ്ടായത്. ബീഹാറിന്റെ വിശാല ഗ്രാമമേഖലയിലും ഉത്തർപ്രദേശിലും

കൊളോണിയൽ രാജധാനിയിലും ഉയർന്നുവന്ന ചണമില്ലുകളിലും കൽക്കരി ഖനികളിലും കൽക്കട്ടയിലെയും പശ്ചിമേന്ത്യയിലെയും തേയിലത്തോട്ടങ്ങളിലും ആ അമാനവീകരണം നടപ്പാക്കുകയായിരുന്നു.

ചണമിൽ തൊഴിലാളികളുടെ യൂണിയന്റെ വളർച്ച വിവരിക്കുമ്പോൾ ചക്രവർത്തി ബൂർഷ്വാ നിയമത്തെക്കുറിച്ചും സംസ്കാരത്തെക്കുറിച്ചും ഏറ്റവും കൂടുതൽ വാചാലനാകുന്നു. അദ്ദേഹത്തിന്റെ വീക്ഷണത്തിൽ യഥാർഥ തൊഴിലാളി യൂണിയൻ ബൂർഷ്വാ ജനാധിപത്യ സംഘടനയായിരിക്കണം. ഈ വിശദീകരണ പ്രകാരം സ്വേച്ഛാധിപത്യ ഭരണകൂടത്തിനു കീഴിലുള്ള തൊഴിലാളിപ്രസ്ഥാനങ്ങളെ തൊഴിലാളി യൂണിയൻ പ്രസ്ഥാനങ്ങളിൽനിന്ന് അദ്ദേഹം ഒറ്റയടിക്ക് നീക്കം ചെയ്യുകയാണ്. കൊളോണിയൽ ഇന്ത്യയിൽ 1926ലെ ട്രേഡ്‌യൂണിയൻ ആക്ടിനുമുമ്പ് തൊഴിലാളി യൂണിയനുകളെ നിയമപരമായി അംഗീകരിച്ചിരുന്നില്ല. ആക്ട് പാസാക്കിയ ഉടനെ തൊഴിലാളി യൂണിയന്റെ പ്രധാന സംഘാടകരെ 1933 വരെ മീററ്റ് ഗൂഢാലോചനക്കേസിൽ വിചാരണ ചെയ്തു. ചക്രവർത്തി പഠനവിധേയമാക്കിയ കാലഘട്ടത്തിൽ തൊഴിലാളി യൂണിയനുകൾക്ക് അർധനിയമാനുമതിയേ ഉണ്ടായിരുന്നുള്ളൂ. കൊളോണിയൽ ഇന്ത്യയിൽ ബൂർഷ്വാ ജനാധിപത്യ തൊഴിലാളിയൂണിയനുകൾ ചക്രവർത്തി ഗൗരവപൂർവം പ്രതീക്ഷിച്ചിരുന്നുവോ? കൊളോണിയൽ ബംഗാളിൽ ഗവൺമെന്റ് തൊഴിലുടമകളുടെ വീക്ഷണമാണ് തൊഴിലാളികളുടെ ക്ഷേമത്തിന്റെ ഓരോ പ്രശ്നത്തിലും സ്വീകരിച്ചത്.

ചക്രവർത്തിയുടെ നിലപാടിനോടുള്ള ഒരു വിയോജിപ്പ് ബൂർഷ്വാ സംസ്കൃതിയും ബൂർഷ്വാ നിയമവും ബൂർഷ്വാ ജനാധിപത്യ സംഘടനകളും ഒരു നാളിലുണ്ടാകുന്നതല്ല എന്നതാണ്. ജനകീയ പോരാട്ടങ്ങളിലൂടെ വരേണ്യ പുനഃസംവിധാനങ്ങളിലൂടെ മന്ദമായ സാമൂഹിക പ്രക്രിയകളിലൂടെയാണതുണ്ടാകുന്നത്. കൃത്രിമമായി നിശ്ചലമാക്കിയ രൂപീകരണങ്ങളുടെ ധൃതിപിടിച്ചുള്ള ഷോട്ടെടുത്ത് പൂർണമായും രൂപീകൃതമായ ഒന്നിനോട് അതിനെ താരതമ്യം ചെയ്യുന്നതിന് പകരം ഈ പ്രക്രിയകളെക്കുറിച്ച് പഠിക്കേണ്ടത് ആവശ്യമാണ്. ചക്രവർത്തിയുടെ പുസ്തകത്തിൽ അത്തരം പ്രക്രിയകളെക്കുറിച്ചുള്ള പഠനമില്ല. തൊഴിലാളിയൂണിയന്റെ ഇടതുപക്ഷ സംഘാടകർക്ക് നിയമത്തിനുമുന്നിൽ തൊഴിലാളികൾക്കും ബാബുമാർക്കും തുല്യത ലഭിക്കുമെന്ന് ധാരണയുണ്ടായിരുന്നോ? ഇടതുപക്ഷ തത്വചിന്തയെ ഉൾക്കൊള്ളാത്ത തൊഴിലാളികൾക്ക് നിയമസാധുതയെക്കുറിച്ചുള്ള കാഴ്ചപ്പാട് എന്തായിരുന്നു? ചോദ്യങ്ങൾ ഉന്നയിക്കാത്ത ചക്രവർത്തിയിൽനിന്ന് ഇതിനുള്ള ഉത്തരം നമുക്ക് ലഭിക്കില്ല.

ഭദ്രലോക് (ബാബു) തൊഴിലാളി യൂണിയൻ വിദഗ്ധരും കൂലിത്തൊഴിലാളികളും തമ്മിലുള്ള ഉച്ചനീചത്വം തുടരുന്നതിനോടുള്ള ക്ഷോഭം മറച്ചുവെക്കാൻ ചക്രവർത്തി ഭാഷയെ ഗുരുതരമായി ദുരുപയോഗിക്കുന്നു. 1930കളിലെയും 1940കളിലെയും പ്രധാന തൊഴിലാളി യൂണിയൻ സംഘാടകനായ ശിബ്നാഥ് ബാനർജിയെക്കുറിച്ച് അദ്ദേഹം എഴുതുന്നു:

അദ്ദേഹത്തിന്റെ പ്രത്യയശാസ്ത്രവും ത്യാഗങ്ങളും ഉണ്ടായിരുന്നിട്ടും ശിബ്നാഥ് ബാൻജിയുടെ യൂണിയൻ സംഘടിതരൂപം വർഷങ്ങളോളം കൈക്കൊണ്ടില്ല. അത് ഒറ്റയാൾ പോരാട്ടമായി അദ്ദേഹത്തിന്റെ സെമീന്ദാരിയായി തുടർന്നു. ഒരു യഥാർഥ പ്രതിനിധിപോലും യജമാനനാവുകയാണുണ്ടായത് (പേജ് 153).

ഇതൊരു ആശയക്കുഴപ്പമുണ്ടാക്കുന്നുണ്ട്. ശിബ്നാഥ് ബാനർജി ചണമിൽ മാനേജ്മെന്റുപോലെ ഒരു യജമാനനായിരുന്നോ? തൊഴിലാളികളെ നിയമിക്കാനും പിരിച്ചുവിടാനുമുള്ള അധികാരം അദ്ദേഹത്തിനുണ്ടായിരുന്നോ? ഒരു പുറമെക്കാരനായ ബാബു യൂണിയൻ പ്രവർത്തനത്തിലുള്ള ബാബുവിനോട് തന്റെ പ്രവർത്തനശൈലി ശുദ്ധീകരിക്കാൻ പറയുന്നതുപോലെയാണ് ചക്രവർത്തി തോന്നിപ്പിക്കുന്നത്. തൊഴിലാളി യൂണിയൻ ശൈലിയെക്കുറിച്ചുള്ള തന്റെ വിമർശനത്തിന് മൂർച്ചകൂട്ടാൻ ചക്രവർത്തി ശ്രമിക്കുമ്പോൾ തന്റെ വിശകലനത്തിന്റെ ഗുണം ചോരുകയാണ്. വിമർശനത്തിന്റെ അനേകം മേഖലകളിൽ അദ്ദേഹം മൗനം പാലിക്കുന്നുണ്ട്.

രണ്ട്

കൊളോണിയലിസത്തെ ഗൗരവപൂർവം പരിഗണിക്കാത്തതിനാൽ തൊഴിലാളി യൂണിയൻ നേതാക്കളായ ബാബുമാരും തൊഴിലാളികളും തമ്മിലുള്ള ബന്ധങ്ങളുടെ ഉറവിടവും പ്രകൃതവും തെറ്റായി ചൂണ്ടിക്കാണിക്കുന്നതിലേക്കാണ് അദ്ദേഹത്തെ നയിച്ചത്. കൊളോണിയലിസത്തോടുള്ള അദ്ദേഹത്തിന്റെ അന്ധത വ്യാഖ്യാനത്തിന്റെ മറ്റു ഭാഗങ്ങളെയും ബാധിക്കുന്നുണ്ട്. പുസ്തകത്തിലെ മികച്ച അധ്യായങ്ങളിലൊന്നിൽ (അതിൽ നിന്നെനിക്ക് ഏറെ ഗുണമുണ്ടായി) ബംഗാളിലെ ചണവ്യവസായത്തിന്റെ വികാസത്തെക്കുറിച്ചാണ്. ഹൂഗ്ലിയുടെ കരയിൽ ഭണ്ഡികൾ വ്യവസായ വികസനത്തിനു നൽകിയ സംഭാവനകളെ മുമ്പുള്ളവരെക്കാൾ നന്നായി ചക്രവർത്തി പുറത്തു കൊണ്ടുവന്നു. ആദ്യകാല ചണമിൽ നിക്ഷേപകരിൽ മിക്കവരുടെയും അതിവേഗ ധനമനോഭാവവും റിച്ചാർഡ് മാക്കലിസ്റ്ററിനെപ്പോലുള്ളവർ മില്ലുകളെ ദുർവിനിയോഗം ചെയ്തതും അദ്ദേഹം അടിവരയിട്ടു പറയുന്നുണ്ട്. വിദേശവിപണികളിൽ ഇന്ത്യൻ ചണ മാനുഫാക്ചറുകളെ സ്ഥാപിച്ചത് സംരംഭത്തിലെ വൻ നീക്കമായിരുന്നുവെന്ന സത്യം അദ്ദേഹം പുറത്തുകൊണ്ടുവരുന്നുണ്ട്.

ബംഗാളി ചണമില്ലുകൾ പകരക്കാരുടെ വെല്ലുവിളികളെ നേരിടുന്നതിലെയും ഉൽപ്പാദനപ്രക്രിയ സാങ്കേതികമായി മെച്ചപ്പെടുത്തുന്നതിലെയും പരാജയം എന്തുകൊണ്ടാണെന്ന ചോദ്യത്തിനുമുന്നിൽ ചക്രവർത്തി കുഴങ്ങുന്നു. ഇതിനുള്ള പരിഹാരമായി വ്യവസായികളുടെ വ്യാപാര ചേതനയെ കൂടുതൽ വിശദമായി പറഞ്ഞാൽ ശാസ്ത്രസാങ്കേതിക പുരോഗതിയെ ഉൽപ്പന്നങ്ങളുടെ വിലക്കുറവിനാലും കൗശലപൂർവ

മുള്ള വിലയിടിവിലൂടെയും നേരിടുന്ന സാമ്പത്തിക കാഴ്ചപ്പാടിനെ ഉയർത്തിക്കാണിക്കുന്നു (പേജ് 43). അത്തരം മനോഭാവത്തിന്റെ ഉറവിടത്തെയും നിലനിൽപ്പിനെയും കുറിച്ച് ചക്രവർത്തി മറുപടി പറയുന്നതിൽ പരാജയപ്പെടുന്നു. ഒന്നാം ലോകമഹായുദ്ധംവരെ ചണ വ്യവസായത്തിന്റെ വളർച്ച വേഗത്തിലായിരുന്നുവെന്ന് നാമോർക്കണം. ഓരോ പത്ത് വർഷവും നിയമിച്ച തൊഴിലാളികളുടെ എണ്ണം ഇരട്ടിയായിക്കൊണ്ടിരുന്നു. ബ്രിട്ടീഷ് നിക്ഷേപകർക്ക് ബിസിനസ് അന്തരീക്ഷത്തിലുള്ള ആത്മവിശ്വാസമാണിത് കാണിക്കുന്നത്.

വേതനം കുറഞ്ഞ തൊഴിലാളികളുടെ ലഭ്യത ആ അന്തരീക്ഷത്തിലുണ്ടായിരുന്നു. അത് തൊഴിൽ വിപണിയുടെ മന്ദതയിലായിരുന്നില്ല. കിഴക്കൻ മധ്യ ഇന്ത്യയുടെ മിക്കഭാഗങ്ങളിലും സർദാർമാരിലൂടെയും ഇടനിലക്കാരിലൂടെയും തൊഴിലാളികളെ നിയമിക്കാൻ കൊൽക്കത്തയിലെ മാനേജിങ് ഏജൻസികളെ അനുവദിച്ചിരുന്നു. മാനേജിങ് ഏജൻസികൾ തൊഴിലാളിക്ഷാമത്തെക്കുറിച്ച് പരാതിപ്പെട്ടപ്പോഴെല്ലാം ഗവൺമെന്റ് അന്വേഷണം നടത്തിയിരുന്നു. ഏകദിശാ സ്വതന്ത്രവ്യാപാരവും വൻതോതിൽ ചൂഷണാത്മകമായ കാർഷിക വ്യവസ്ഥ തുടരുന്ന തൊഴിൽ ലഭ്യത കുറഞ്ഞ തൊഴിലാളികളെ കുറഞ്ഞ വേതനത്തിനു ലഭിക്കുന്നത് ഉറപ്പാക്കി. (Bagchi 1972: Chapters 5 and 8; Bagchi 1976; Bagchi 1982; Chapter 4) ചണമില്ലിൽ പണിയെടുക്കാൻ തൊഴിലാളികൾ എത്തിയപ്പോൾ എസ്റ്റേറ്റ് സംവിധാനത്തിന്റെ മുഴുവൻ ഭാരവും ചക്രവർത്തി നൽകുന്ന തെളിവുപോലെ വേതനവർധനവിനായുള്ള സമരങ്ങളെ മുളയിൽ തന്നെയില്ലാതാക്കി. ചണമില്ലിനകത്തും പരിസരത്തും കൊളോണിയൽ സ്റ്റേറ്റ് തുറന്ന ബലപ്രയോഗത്തിനു തുനിഞ്ഞില്ല. വെള്ളക്കാരുടെ അധീശത്വത്തിന്റെ പ്രത്യയശാസ്ത്രം അടിച്ചേൽപ്പിക്കുന്നതും മിൽ തൊഴിലാളികളുടെ താമസച്ചെലവ് കുറയ്ക്കാൻ ലോക്കൽ നികുതികൾ നടപ്പാക്കിയതും തൊഴിലാളികളുടെ ശ്രദ്ധതെറ്റിക്കാൻ ആവശ്യമായപ്പോൾ വർഗീയരാഷ്ട്രീയം പ്രയോഗിച്ചതും പര്യാപ്തമായിരുന്നു.

അസംസ്കൃതവസ്തു വിലക്കുറവും കുത്തകഘടന നിലനിർത്തി ചണത്തിന്റെ അളവും വിലയും നിയന്ത്രിക്കലുമായിരുന്നു ബിസിനസ് അന്തരീക്ഷത്തിന്റെ മറ്റു ഭാഗങ്ങൾ. ചണം വാങ്ങി വിദേശ വിപണിയിൽ വിറ്റിരുന്ന യൂറോപ്യൻ കമ്പനികൾ കുറഞ്ഞ വിലയ്ക്കത് ലഭിക്കുന്നത് ഉറപ്പാക്കി. കർഷകർക്കനുകൂലമായി ഗവൺമെന്റ് ലോണുകൾ ലഭ്യമായില്ല. ബംഗാൾ ചേംബർ ഓഫ് കൊമേഴ്സാണ് വിലങ്ങായി നിന്നത് (Bagchi 1972: 269 n).

മേൽപ്പറഞ്ഞവിധത്തിൽ ചണമിൽ ഉടമകൾക്ക് ബിസിനസ് അന്തരീക്ഷത്തിന്റെ സ്ഥിരതയിൽ വിശ്വാസം വന്നതോടെ വിപുലമായ വളർച്ച അതിവേഗമുണ്ടായി. കുറഞ്ഞ വേതനത്തിന് തൊഴിലാളികളെയും കുറഞ്ഞ വിലയ്ക്ക് അസംസ്കൃതവസ്തുക്കളും ലഭ്യമായപ്പോൾ സാങ്കേതികസംവിധാനത്തിൽ മാറ്റമില്ലാതെ കുറഞ്ഞ വേതനത്തിന് സൂപ്പർവൈ

സർമാരെയും ലഭിച്ചപ്പോൾ (സ്കോട്ട്ലന്റിൽ നിന്നുള്ള ബ്രിട്ടീഷുകാരെക്കാളും കുറഞ്ഞ വേതനത്തിൽ പ്രവർത്തിക്കുന്നവരെ നിയമിച്ചിരുന്നു) ചണമില്ലിൽനിന്ന് ഉയർന്ന ലാഭം ഉറപ്പാക്കി. അതിവേഗം മാറിക്കൊണ്ടിരിക്കുന്ന സാങ്കേതികവിദ്യയിൽ നിക്ഷേപിച്ച് തീവ്രവളർച്ചയുണ്ടാക്കുന്നതിനുപകരം മാറ്റമില്ലാത്ത കൂടുതൽ തൊഴിലാളികളെ ആവശ്യമുള്ള രീതിയാണ് കൂടുതലായും അവലംബിക്കപ്പെട്ടത്. തീവ്രവളർച്ചയ്ക്ക് വിദഗ്ധരായ തൊഴിലാളികളെ നിയമിക്കേണ്ടിയിരുന്നു. ദീർഘകാലാടിസ്ഥാനത്തിലുള്ള നിക്ഷേപവും ഗവേഷണത്തിലും വികസനത്തിലുമുള്ള നിക്ഷേപവും അതിന് ആവശ്യമായിരുന്നു. അതിന് മാനേജിങ് ഏജൻസികൾ കൂടുതൽ അപായസാധ്യതയ്ക്ക് സന്നദ്ധരാകേണ്ടിയിരുന്നു. ഉടമകൾ ബിസിനസ് ഇന്ത്യൻ മണ്ണിൽ സ്ഥിരമായി സ്ഥാപിക്കാനും തയാറാകേണ്ടിയിരുന്നു. 1919നുശേഷം സ്ഥിരനിക്ഷേപത്തിനു തയാറാകുന്നവരുടെ എണ്ണം തീർത്തും കുറഞ്ഞു. അതിനുമുമ്പ് യൂറോപ്യൻ ഉടമസ്ഥതയിലുള്ള വ്യവസായത്തിൽ സാങ്കേതിക പുരോഗതിയുണ്ടായില്ല എന്നല്ല ഉദ്ദേശിക്കുന്നത്. ചെയ്തു പഠിക്കുന്നതിന്റെ ഫലമായാണ് സാങ്കേതിക പുരോഗതി ആർജിച്ചത്. അതിന് കൂടുതൽ മൂലധന മുടക്ക് ആവശ്യമായിരുന്നില്ല (Missra 1985: Chapter 2 കാണുക).

ചക്രവർത്തി പുതിയവഴി വെട്ടിത്തുറക്കുന്നിടത്ത് ഞാൻ പ്രശ്നം സുദീർഘമായി വിശകലനം ചെയ്തിട്ടുണ്ട്. കൊളോണിയൽ മൂലധനത്തിന്റെ സവിശേഷതകൾ കൂടുതൽ ഗൗരവപൂർവം ഉൾക്കൊണ്ടിരുന്നുവെങ്കിൽ മൂലധനത്തെക്കുറിച്ച് അമൂർത്തമായി സംസാരിക്കില്ലായിരുന്നു.

മൂന്ന്

ചക്രവർത്തിയുടെ പുസ്തകത്തിലെ ഏറ്റവും വിവാദമാകുന്ന 'വർഗവും സമുദായവും' എന്ന ആറാം അധ്യായത്തിലേക്കാണ് ഞാനിപ്പോൾ തിരിയുന്നത്. ചണമിൽ തൊഴിലാളികളുടെ അവബോധത്തിൽ പരിണാമമുണ്ടായി. മുസ്ലിമായും ഹിന്ദുവായുമുള്ള തിരിച്ചറിവിനെ മറികടന്നുകൊണ്ടവർ വർഗത്തെ തിരിച്ചറിഞ്ഞുവെന്ന മാർക്സിസ്റ്റ് സാഹിത്യങ്ങളിലെ വിലയിരുത്തലിനെ അദ്ദേഹം ചോദ്യം ചെയ്യുന്നു. ചക്രവർത്തിയുടെ പ്രധാന തർക്കം പുസ്തകത്തിൽ നിന്നുദ്ധരിക്കാം.

> തൊഴിലാളികളുടെ പൊതുപ്രവർത്തനങ്ങളിലെല്ലാം സഹജമായ ഒരു ദ്വന്ദ്വമുണ്ടായിരുന്നു. അധികാരികൾക്കെതിരെയുള്ള സമരം പോലെയുള്ള കലാപങ്ങൾ തൊഴിലാളികൾക്കിടയിലുള്ള കലഹമായിത്തീരാനുള്ള സാധ്യതയുണ്ടായിരുന്നു. അത് മതപരമായ കലാപമായോ വംശീയ കലാപമായോ ആയിത്തീരുമായിരുന്നു. ചിലപ്പോൾ അതിന്റെ തീവ്രപ്രകടനങ്ങളെന്ന നിലയിൽ മതവംശീയ ആവശ്യങ്ങളുന്നയിക്കുന്ന സമരങ്ങളുണ്ടായി. തൊഴിലാളി

> വർഗത്തിന്റെ സംഘടിത പൊതുപ്രവർത്തനങ്ങളിലെ ഈ ദ്വന്ദ്വം രാഷ്ട്രീയവും അർഥശാസ്ത്രപരവുമായ വിശദീകരണങ്ങൾക്ക് പ്രേരണ നൽകുന്നു. ഈ വിശദീകരണങ്ങളൊന്നും ചോദ്യത്തിലുള്ള 'ദ്വന്ദ്വ'ത്തിലൂടെ പ്രകടമായ അവബോധത്തിന്റെ പ്രകൃതത്തെക്കുറിച്ച് സൂചന നൽകുന്നില്ല.

തുടർന്ന് അദ്ദേഹത്തിന്റെ ചില മുൻകാല ആശയരൂപീകരണങ്ങളെ വിമർശിച്ചിരുന്ന ഒരു ലേഖന (ബാഗ്ചി 1985)ത്തിൽനിന്ന് ചക്രവർത്തി ഉദ്ധരിക്കുന്നു. മറ്റു കാര്യങ്ങളോടൊപ്പം ഞാനെഴുതി: 'പഴയ സമൂഹം അധഃസ്ഥിത ജനതയ്ക്ക് അവർ അതിജീവനത്തിന് അത്തരമൊരു അവബോധം ആവശ്യപ്പെടുന്നതിനാൽ ഒരു സംഘബോധം നൽകിയിരുന്നു' ചക്രവർത്തി എഴുതുന്നു.

'ആവശ്യങ്ങളും' 'ഉപയോഗ്യത'യും അവബോധത്തിന്റെ രഹസ്യങ്ങളുടെ താക്കോലാണെന്ന് രാഷ്ട്രീയ സമ്പദ്വ്യവസ്ഥയുടെ മഹാരഥന്മാർ പറയും. 'സംസ്കാര'ത്തിൽനിന്ന് പ്രത്യേകമായ ഉള്ളടക്കത്തെ അത് നീക്കംചെയ്യുന്നു. അതിജീവനത്തിന്റെ ആവശ്യം നിറവേറ്റിക്കൊടുക്കുക എല്ലാ ചരിത്ര സന്ദർഭങ്ങളിലെയും എല്ലാ സംസ്കാരങ്ങളുടെയും പ്രവർത്തനത്തിലുണ്ടായിരുന്നു. ഈ ഫങ്ഷണലിസ്റ്റിക് ധാരണയ്ക്ക് സംസ്കാരം എങ്ങനെയാണ് നിർമിക്കപ്പെടുന്നതെന്നതിലേക്കും എങ്ങനെയാണ് യുക്തി ഉപയോഗിക്കുന്നത് എന്നതിലേക്കും നയിക്കാൻ കഴിയില്ല (പേജ് 211).

'ആവശ്യങ്ങൾ' ഉപയോഗ്യതയെക്കുറിച്ചുള്ള ധാരണയ്ക്ക് തുല്യമാകുമോ എന്ന് ഞാനാദ്യം ചോദിക്കുന്നു. ഇവിടെ തൊഴിലാളിയുടെ അവബോധം എങ്ങനെയാണ് രൂപീകരിക്കപ്പെട്ടതെന്ന് ചക്രവർത്തി പറയുമെന്നാണ് ഞാൻ പ്രതീക്ഷിച്ചത്. പകരം അദ്ദേഹത്തിൽ അവശേഷിക്കുന്ന മുതലാളിത്തപൂർവ, ബൂർഷ്വാ പൂർവ ഇനത്തെ പര്യാപ്തമായ വിശേഷവൽക്കരണമായി മുന്നോട്ട് വെക്കുന്നു. ബൂർഷ്വാപൂർവ ഘടകങ്ങളുള്ള ധാരണകളാലാണ് ചണമിൽ തൊഴിലാളികൾ പ്രവർത്തിച്ചതെന്ന് പറയുന്നു. തുടർന്ന് അദ്ദേഹം അത്തരം ബൂർഷ്വാപൂർവ സംസ്കാരത്തിന്റെ ഉദാഹരണങ്ങൾ നൽകാൻ ശ്രമിക്കുന്നു. ഒരു ബ്രാഹ്മണൻ തന്റെ ജാതിയുടെ അഭിമാനം സംരക്ഷിക്കാൻ കൂടുതൽ ചെലവഴിക്കുന്നു. ഒരു ബംഗാളി തൊഴിലാളി തന്റെ ഭാര്യയെ മില്ലിൽ തൊഴിലാളിയാക്കാൻ വിസമ്മതിക്കുന്നു. ചപ്രയിൽനിന്നുള്ള ഒരു വൃദ്ധ തന്റെ മകളെ തൊഴിലെടുക്കാൻ കൊണ്ടുവരുന്നു (പേജ് 213). ഈ സ്ത്രീയും ബൂർഷ്വാ ആകുന്നുണ്ടോ?

തുടർന്ന് മറ്റൊരു സമുദായത്താൽ അഭിമാനം വ്രണപ്പെട്ട ഒരു പ്രത്യേക സമുദായത്തിലെ തൊഴിലാളികൾ പ്രതിഷേധിക്കുന്നത് ചക്രവർത്തി ചൂണ്ടിക്കാണിക്കുന്നു. ഒരു ഹിന്ദു ഹോളിദിനത്തിൽ ഒരു മുസ്ലിമിന്റെമേൽ നിറയൊഴിക്കുന്നു. ഒരു സമുദായത്തിലെ സ്ത്രീയെ മറ്റൊരു സമുദായത്തിലെ പുരുഷൻ മാനഭംഗപ്പെടുത്തുന്നു. സാമുദായിക അർഥ

ത്തിലുള്ള ഈ അഭിമാനത്തിൽ ചക്രവർത്തി ചണമിൽ തൊഴിലാളിക ളുടെ വ്യക്ത്യാധിഷ്ഠിതമല്ലാത്ത ബൂർഷ്വാ പൂർവ സ്വത്വ പ്രകൃതത്തെ കാണുന്നു (പേജ് 215).

ഇത്തരത്തിലുള്ള എല്ലാവിധ പെരുമാറ്റവും ബൂർഷ്വാപൂർവമാണെന്ന് നമുക്ക് സമ്മതിക്കാം. പക്ഷേ, അത്തരമൊരു അഭ്യാസം എങ്ങനെയാണ് അവബോധത്തിന്റെ യുക്തിയെ പുറത്തുകൊണ്ടുവന്നത്. ചോദ്യങ്ങൾ ഉന്നയിക്കുന്നതോടെ ചക്രവർത്തിയുടെ വിശദീകരണത്തിലെ പോരായ്മ കൾ വ്യക്തമാകുന്നു. മതാധിഷ്ഠിതമായ അവബോധത്തിന്റെ സവിശേ ഷതകളും ആ അവബോധത്തിൽനിന്നുള്ള ഐക്യദാർഢ്യവും ബൂർഷ്വാപൂർവമാണോ? അങ്ങനെയാണെങ്കിൽ ഇംഗ്ലണ്ടിലെ പ്യൂരിറ്റൻ വിപ്ലവം മുതൽ എഡ്മണ്ട് ബർക്കിന്റെ കാലംവരെ എഴുതപ്പെട്ടവയെല്ലാം ഉത്ഭവത്തിൽ ബൂർഷ്വാപൂർവമാണെന്ന് പരിഗണിക്കേണ്ടിവരും. ഡേവിഡ് ഹ്യൂമിനും ആഡംസ്മിത്തിനും മുമ്പുള്ള ബ്രിട്ടനിലെ രാഷ്ട്രീയ തത്വചി ന്തകരെല്ലാം മതാധിഷ്ഠിത നിലപാടുള്ളവരായിരുന്നു (Pocock 1985; Tully 1988). അതുപോലെ ഇംഗ്ലണ്ടിൽ ഉയർന്നുവന്ന തൊഴിലാളിവർഗ ത്തിന്റെ അവബോധവും മതശൈലിയിലാണ് പ്രകടമായിരുന്നത്. മത ശൈലി ബൂർഷ്വാ സമൂഹത്തിന്റെ രൂപീകരണത്തിനു പാടില്ലാത്തതാണെ ങ്കിൽ കാൽവിന്റെ ജനീവ ഒരു ആദി ബൂർഷ്വാ നഗരം പോലുമാവില്ല.

ചക്രവർത്തിയുടെ അന്വേഷണത്തിനു പ്രസക്തമായ രണ്ടാമത്തെ ചോദ്യം തൊഴിലാളി പ്രസ്ഥാനങ്ങൾ മതാതിരുകൾക്കപ്പുറത്തുള്ള ഭാഷാ പരമായ രൂപം കൈക്കൊള്ളുന്നതിനുപകരം എന്തുകൊണ്ടാണ് വർഗീയ മായത്? നൈജീരിയയിലെ യൊറൂബകളെകുറിച്ചുള്ള പഠനത്തിൽ മത പരമായ അടിസ്ഥാനത്തിനുപകരം യഥാർഥമോ സാങ്കൽപ്പികമോ ആയ മൂലനഗരത്തിന്റെ അടിസ്ഥാനത്തിലാണ് അവർ രാഷ്ട്രീയമായി സംഘടി ച്ചതെന്ന് ഡേവിഡ് ലയിറ്റിൽ കണ്ടെത്തുന്നുണ്ട് (Laitin 1985). എന്തു കൊണ്ടാണ് ചണമിൽ തൊഴിലാളികൾ യൊറൂബകളെപ്പോലെ പെരുമാ റാതിരുന്നത്? മതപരം എന്നത് വർഗീയതയ്ക്കു തുല്യമാകുന്നില്ല എന്നതു കൂടി ശ്രദ്ധിക്കണം. സംഘർഷത്തിന്റെ വേളകളിൽ മതപരമായ അവ ബോധം വല്ലപ്പോഴും വർഗീയ ഹിംസയായി പൊട്ടിപ്പുറപ്പെടും. അതാണ് ചക്രവർത്തി രാഷ്ട്രീയ, അർഥശാസ്ത്ര ഘടകങ്ങളുമായി ബന്ധപ്പെ ടുത്തി വളരെയധികം പുച്ഛിക്കുന്നത്. ഈ രാഷ്ട്രീയ അർഥശാസ്ത്ര ഘട കങ്ങൾ മതപ്രസ്ഥാനങ്ങളുമായി അഭേദ്യമായി ബന്ധപ്പെട്ടവയായിരുന്നു. കൊളോണിയലിസത്തിനെതിരെയും ഈ പ്രസ്ഥാനങ്ങൾ നിലകൊണ്ടി ട്ടുണ്ട്. തൊഴിലാളിവർഗത്തിന്റെ അവബോധത്തിന്റെ കാരണങ്ങളെക്കു റിച്ച് അന്വേഷിക്കുമ്പോൾ ചക്രവർത്തി ഇവയെക്കുറിച്ച് ആകസ്മികമായ ല്ലാതെ പരാമർശിക്കുന്നില്ല.

പത്തൊമ്പതാം നൂറ്റാണ്ടിന്റെ ഒടുവിലെ മുസ്ലിം തൊഴിലാളികളുടെ അവബോധം പരിഷ്കരണ പ്രസ്ഥാനങ്ങളുടെ ഒരു പരമ്പരയിലൂടെ രൂപ പ്പെട്ടതാണ്. ഡൽഹിയിൽനിന്നും ഉത്തർപ്രദേശിൽനിന്നുമാണ് ആ

പ്രസ്ഥാനങ്ങൾ തുടങ്ങിയത്. തരീഖപ്രസ്ഥാനം, തയൂണിപ്രസ്ഥാനം, ഫറായ്സി പ്രസ്ഥാനം എന്നിവയാണവ. ഫറായ്സി പ്രസ്ഥാനത്തിന്റെ ഏറ്റവുമധികം പ്രത്യാഘാതമുണ്ടായത് ബംഗാളിലാണ്. മതപരമായ അധ്യാപനങ്ങളുടെ പ്രസാരണം ദിയൂബന്ദിലെ ദാറുൽ ഉലൂമിൽ നിന്നാണുണ്ടായത് (Robinson 1975; Ahmed 1981; Metcalf 1982). അവയിൽ ചിലത് മൗലികമായി ബ്രിട്ടീഷ് വിരുദ്ധമായിരുന്നു. പ്രധാന വിധ്വംസകർ ഹിന്ദു ഭൂപ്രഭുക്കളും പലിശക്കാരുമാണെന്ന് കണ്ടെത്തിയപ്പോൾ സമരങ്ങളിൽ ചിലത് വർഗീയനിറം എടുത്തണിഞ്ഞു (cf. Pander 1982). രാഷ്ട്രീയ സാമുദായികതയുടെ അടിസ്ഥാനം മതമായിരിക്കണമെന്ന നിലപാടാണ് മതമൗലികവാദി ഇസ്ലാമിനുണ്ടായിരുന്നത്. വിദേശ അക്രമികളായ ബ്രിട്ടീഷുകാർ ഇസ്ലാമിക പൗരോഹിത്യഭരണത്തിനെതിരെ നിലകൊണ്ടു. ഹിന്ദുക്കൾ ബ്രിട്ടീഷുകാരോടൊപ്പം നിൽക്കുകയാണെന്ന് തിരിച്ചറിഞ്ഞ ഇടങ്ങളിൽ ഇത് ബ്രിട്ടീഷ് വിരുദ്ധതയ്ക്ക് മുൻതൂക്കം നൽകി. മുസ്ലിങ്ങളെ വിദേശ കടന്നേറ്റക്കാരായും സനാതനധർമത്തെ മലിനമാക്കിയവരായും ചിത്രീകരിച്ചത് മുസ്ലിംവിരുദ്ധ മനോഭാവമുള്ള ഹിന്ദുക്കളിൽ പകയുണ്ടാക്കി (Mclane 1977; Yang 1989). മുസ്ലിംലീഗും ഹിന്ദുമഹാസഭയും നിലവിൽ വരുന്നതിന്റെ ദീർഘകാലം മുമ്പുതന്നെ ഈ തരംഗങ്ങൾ ഉത്തരേന്ത്യയിൽ പ്രവർത്തിച്ചിരുന്നു.

കൊളോണിയലിസം കുടിയേറ്റത്തൊഴിലാളികളുടെ മൂലസമൂഹങ്ങളുടെ ജീവിതസാഹചര്യങ്ങളെ ബാധിച്ചു. അവരിലധികംപേരും ഗ്രാമീണതലത്തിൽ അരക്ഷിതരായി ഉപേക്ഷിക്കപ്പെട്ടു. യൂറോപ്യൻ പ്ലാന്റേഴ്സുമായി സഖ്യത്തിലായി ഏറ്റവുമധികം അടിച്ചമർത്തപ്പെടുത്തുന്ന സെമീന്ദാരിയായിരുന്നു ബീഹാറിലും കിഴക്കൻ ഉത്തർപ്രദേശിലുമുണ്ടായിരുന്നത് (Yang 1989). വൻമതങ്ങളുടെ പുറത്തുള്ളവരുടെ മേലാണ് അടിച്ചമർത്തൽ അതികഠിനമായി നടന്നത്. ജാതീയവും സാമുദായികവുമായ അടിസ്ഥാനത്തിൽ വേർതിരിച്ച പരിഗണന നൽകി അടിച്ചമർത്തപ്പെട്ടവരിൽ കൂടുതൽ വിഭജനങ്ങളുണ്ടാക്കി. പല സമൂഹങ്ങളെയും പലവിധത്തിൽ കൊളോണിയലിസം ഭീഷണിപ്പെടുത്തി. കൊളോണിയൽ ഭൂനികുതി വ്യവസ്ഥ മേച്ചിൽപ്പുറങ്ങളെയും പൊതുനിലങ്ങളെയും തരിശാക്കി (Bagchi 1976). ഗോലകളാണ് ഈ പ്രക്രിയയിലൂടെ ഏറ്റവും കൂടുതൽ ഭീഷണിയിലായത്. അർധനാടോടികളായ ഗോലകളും കുടിപാർപ്പ് ഉറപ്പിച്ച കർഷകരും തമ്മിൽ മിക്കപ്പോഴും സംഘർഷമുണ്ടായി. കർഷകർ മുസ്ലിങ്ങളാകുമ്പോൾ ഹിന്ദുക്കളായ ഗോലകളുമായുള്ള സംഘർഷത്തിന് വർഗീയചരായ കൈവരും. പശു അങ്ങനെ പോരാട്ടത്തിന്റെ പ്രതീകമായി ത്തീർന്നു. അത് ഒരു കൂട്ടർക്ക് ജീവനോപാധിയും മറ്റു കൂട്ടർക്ക് ബലിമൃഗവുമായിരുന്നു. മുസ്ലിം നെയ്ത്തുകാരായ ജൂലഹകൾ കൊളോണിയലിസത്തിനു മുമ്പുള്ള നാളുകളിൽ രാജകീയ സംരക്ഷണത്തിലായിരുന്നു. പത്തൊമ്പതാം നൂറ്റാണ്ടിൽ കൈത്തറി നെയ്ത്ത് തകർന്നതും അവരെ ബാധിച്ചു. അവരുടെ പ്രധാന കടസ്രോതസും വിപണനചാനലും ഹിന്ദു

വ്യാപാരികൾ വഴിയായിരുന്നു. ജൂലഹകളുടെ അവസ്ഥ മോശമായതോടെ അവരുടെ ശക്തിയും ക്ഷയിച്ചു. ഇവിടെയും വർഗീയ സംഘർഷം തമ്മിലടിക്കുന്ന സാമ്പത്തിക താൽപ്പര്യങ്ങളുടെ കാഴ്ചപ്പാടിൽനിന്ന് തീവ്രതയാർജിക്കും. ചിലപ്പോൾ സാമ്പത്തിക താൽപ്പര്യങ്ങളുടെമേലുള്ള സംഘർഷം വർഗീയ സംഘർഷങ്ങളായി മാറും.

രാഷ്ട്രീയ അർഥശാസ്ത്ര വിശകലനത്തെ തീർത്തും വെറുക്കുന്ന ചക്രവർത്തി വിശ്വാസ സമ്പ്രദായങ്ങളുടെ കൃത്യതയിലേക്ക് അന്വേഷിക്കുന്നില്ല. കുടിയേറ്റക്കാരുടെ ഏതൊക്കെ സാമൂഹിക സംഘടനകളാണ് അതാത് കാലത്ത് വർഗീയ കലാപത്തിനിറങ്ങിയതെന്നും ചികയുന്നില്ല. 1931ലെ ഔദ്യോഗിക *റിപ്പോർട്ട് ഓഫ് റോയൽ കമ്മീഷൻ ഓൺ ലേബർ ഇൻ ഇന്ത്യ*യിൽ പറയുന്ന കാര്യങ്ങളുടെ അതേ രീതിയിലാണ് ചക്രവർത്തിയുടെ അവതണം. പ്രസ്തുത റിപ്പോർട്ട് പ്രകാരം വേരുകളില്ലാതായ ഇന്ത്യൻ കർഷകനാണ് ഇന്ത്യൻ മിൽത്തൊഴിലാളി.

ചക്രവർത്തിയുടെ ഒരു മുൻകാലരചനയെ ചരിത്രാതീത ദൃഢഭക്തിയെന്ന് വിമർശിച്ചതിൽ എനിക്കിപ്പോൾ കുറ്റബോധമുണ്ട് (Bagchi 1985). ചക്രവർത്തിയും അത്തരം പ്രയോഗങ്ങൾ അദ്ദേഹത്തിന്റെ പുസ്തകത്തിൽ നടത്തുന്നുണ്ട്. ചണമിൽ തൊഴിലാളികളുടെ അവബോധത്തെ വിവരിക്കാൻ അത്തരം പ്രയോഗങ്ങൾ നടത്തുന്നതിൽ രണ്ട് പ്രശ്നങ്ങളുണ്ട്. പുതിയ അർഥശാസ്ത്ര അനുഭവങ്ങളിലൂടെ ചരിത്രാതീത ദൃഢഭക്തികൾ മാറുമെന്നതാണ് ഒന്ന്. ചില മനോഭാവങ്ങളെ ചരിത്രാതീതമെന്ന് വിശേഷിപ്പിക്കാനാവില്ല എന്നതാണ് രണ്ടാമത്തെ പ്രശ്നം. പുതിയ സാഹചര്യത്തിൽ അത്തരം ചരിത്രാതീതദൃഢഭക്തികൾ എങ്ങനെയാണ് വരുന്നതെന്ന് അന്വേഷിക്കേണ്ടതുണ്ട്. അവബോധത്തിന്റെ രൂപീകരണത്തിലും പുനരുൽപ്പാദനത്തിലും തൊഴിലാളികളുടെ ജീവിത സാഹചര്യത്തിനുള്ള പങ്കിനെക്കുറിച്ചുള്ള ചർച്ച അപ്രസക്തമാണെന്നും സാമ്പത്തികവാദമാണെന്നും രാഷ്ട്രീയ സമ്പദ്വ്യവസ്ഥയാണെന്നും പറഞ്ഞ് ചക്രവർത്തി ഒഴിവാക്കുന്നു. അവബോധം നിലനിർത്തണമെങ്കിൽ തൊഴിലാളികൾ ജീവിക്കേണ്ടതുണ്ടെന്ന് ഞാൻ വീണ്ടും വാദിക്കുന്നു. ബംഗാൾ ചണമിൽ തൊഴിലാളികളുടെ അതിജീവന സാധ്യത ബംഗാളിലെ സാധാരണ ഗ്രാമീണരെക്കാൾ കുറവായിരുന്നുവെന്നതിന് ധാരാളം തെളിവുകളുണ്ട്. 1894–95 കാലത്ത് ഹൗറ, ഹൂഗ്ലി ജില്ലകളുടെ നഗരഭാഗങ്ങളിലെ മരണനിരക്ക് പരിശോധിക്കാം. ഹൂഗ്ലിയിൽ 47.8 ഉം ഹൗറയിൽ 25 മായിരുന്നു മരണനിരക്ക്. 1895–96 കാലത്ത് ഹൂഗ്ലിയിലും ഹൗറയിലും മരണനിരക്ക് 41.3 ആയിരുന്നു.

ഇവ അസാധാരണ വർഷങ്ങളായിരുന്നില്ല. അസാധാരണ സ്ത്രീപുരുഷ അനുപാതവും കോളറയും മലേറിയയും മറ്റും മൂലമുള്ള മരണങ്ങളും നഗരജനതയുടെ എണ്ണം കുറയ്ക്കുന്നത് പരിഗണിക്കുമ്പോൾ കുടിയേറ്റക്കാരുടെ പ്രവാഹമില്ലാതെ കൽക്കട്ടയിലെയും മില്ലുകളുള്ള പ്രാന്തങ്ങളിലെയും ജനസംഖ്യ പുനരുൽപ്പാദിപ്പിക്കപ്പെടുമായിരുന്നില്ല (Ghosh 1984: Chapter 3).

മിൽത്തൊഴിലാളികൾ കുടുംബത്തോടൊപ്പമല്ലാതെ മില്ലിനടുത്ത പ്രാന്തങ്ങളിൽ വൃത്തിഹീനമായ സാഹചര്യങ്ങളിൽ ജീവിച്ചു. അസുഖമുള്ളപ്പോൾ വൈദ്യപരിചരണം ലഭ്യമായിരുന്നില്ല. സർദാർമാർക്കും സായിപ്പുമാർക്കും അവരെ എപ്പോഴും തൊഴിച്ചുപുറത്താക്കാമായിരുന്നു. ഈ സാഹചര്യങ്ങളിൽ പള്ളിയും ക്ഷേത്രവും തൊഴിലാളികൾക്ക് ഒത്തുകൂടാനുള്ള ഇടമായി മാറി. ഒരേ പ്രദേശത്തുനിന്നുള്ള ഒരേ ഭാഷ സംസാരിക്കുന്ന ഒരേ മതത്തിൽനിന്നുള്ളവർ സംസാരിച്ചു പരസ്പരം സഹായമഭ്യർഥിച്ചു. ലോകവിഭവങ്ങൾ ചുരുങ്ങിയപ്പോൾ അവർ പ്രാർഥനയിൽ അഭയം തേടി. തിബിക്വ വൈദ്യസമ്പ്രദായം പ്രാക്ടീസ് ചെയ്യുന്ന മുല്ലമാർ പള്ളിയോടനുബന്ധിച്ചുണ്ടായിരുന്നു (Metcalf 1982: 103-04). ആവശ്യക്കാർക്ക് സാമ്പത്തിക സഹായവും നൽകിയിരുന്നു. ചില പള്ളികളിൽ താമസിക്കാനുള്ള താൽക്കാലിക ഇടങ്ങളുണ്ടായിരുന്നു.

മതപരമായ ആചാരങ്ങളുടെ ഭൗതികതയെ ചക്രവർത്തി എളുപ്പത്തിൽ നിഷേധിക്കുന്നു. കലാപങ്ങളിലും സമരങ്ങളിലും മാത്രമാണ് അവബോധം പ്രകടമായിരുന്നതെന്ന് അദ്ദേഹം കരുതുന്നു. മൂലധനത്തിന്റെ ആവശ്യങ്ങൾക്കൊത്ത് തൊഴിലാളികളെ എപ്പോഴും വളയ്ക്കാമെന്നത് റാഡിക്കൽ സാമൂഹികശാസ്ത്രജ്ഞർക്ക് ദീർഘകാലമായി അസ്വീകാര്യമാണ്. ഫാക്ടറി കവാടത്തിനകത്തുപോലും എതിരില്ലാത്ത സ്വേച്ഛാധിപതിയാണ് മുതലാളി എന്നതും അവർ സ്വീകരിക്കാതായിട്ടുണ്ട്. മാർക്സ് അങ്ങനെയാണ് അവകാശപ്പെട്ടിരുന്നത്. ഫാക്ടറിയും കൃഷിയിടവുമുൾപ്പെടെ സമൂഹത്തിന്റെ മുഴുവൻ ഭാഗത്തേക്കും അവർ പോരാട്ടത്തിന്റെ മേഖലയെക്കുറിച്ചുള്ള കാഴ്ചപ്പാട് വ്യാപിപ്പിച്ചിട്ടുണ്ട്. തൊഴിലിടത്തിന്റെ രാഷ്ട്രീയത്തെക്കുറിച്ച് ധാരാളം രചനകൾ വന്നുകഴിഞ്ഞു. നിയമപാലനത്തിൽ ശ്രദ്ധിക്കുന്ന ചക്രവർത്തി ഔദ്യോഗിക സ്രോതസുകളെ വളരെയധികം ആശ്രയിക്കുന്നു. ഔദ്യോഗിക വിലയിരുത്തലുകളിലെ നിശ്ശബ്ദത ചക്രവർത്തിയുടെ രചനയിലുമുണ്ട്.

രാഷ്ട്രീയ സമ്പദ്വ്യവസ്ഥയിലെ പദസമുച്ചയത്തെക്കുറിച്ചുള്ള ചക്രവർത്തിയുടെ ധാരണയിലേക്ക് നാം മടങ്ങുകയാണ്. “ആവശ്യങ്ങൾ അതായത് ‘ഉപയോഗ്യത’ അവബോധത്തിന്റെ രഹസ്യങ്ങളിലേക്കുള്ള താക്കോലാണെന്ന് അർഥശാസ്ത്ര വ്യവസ്ഥയുടെ വിദഗ്ധൻ പറയുന്നു”വെന്ന് അദ്ദേഹം എഴുതുന്നു (പേജ് 211). പ്രസക്തമായ ഗ്രന്ഥങ്ങളുമായി പരിചയമില്ലാത്തതിനാലാണ് ആവശ്യങ്ങളെ ഉപയോഗ്യതയായി തെറ്റിദ്ധരിക്കുന്നത്. ഉപയോഗവാദത്തെക്കുറിച്ചുള്ള ഗ്രന്ഥങ്ങളിൽ ഉപയോഗം, ആവശ്യങ്ങൾ, സൗഖ്യം, പ്രവർത്തനം എന്നിവയുടെ അസ്ഥികളാണുള്ളത്. സാമ്പത്തികശാസ്ത്രം ഒരു പഠനമേഖല എന്ന നിലയിൽ വികസിക്കുന്നത് ഈ നായകരുടെ ചുറ്റുമാണ്. ചില സുപ്രധാന സൈദ്ധാന്തിക സംവാദങ്ങളിൽ അതേസമയം അവ കാലാൾപ്പടകളാകുന്നുമുണ്ട്. ചില വൻകിട ക്ഷേമ പദ്ധതികളുടെ ചൂണ്ടുവിരലാകുന്നുണ്ട്. സ്വാതന്ത്ര്യവും സാധ്യതകളും ക്ഷേമ സാമ്പത്തികശാസ്ത്രത്തിന്റെ അടിസ്ഥാന ആശയങ്ങളായി

സ്വാധീനമുള്ള ഗ്രൂപ്പുകൾ അനുകൂലിക്കുന്നുണ്ട് (Sen and williams 1982; and Sen 1985 and 1987).

ആവശ്യങ്ങൾ അവബോധത്തിന്റെ രഹസ്യങ്ങളിലേക്കുള്ള താക്കോലാണെന്നു കരുതുന്ന സാമ്പത്തികശാസ്ത്രജ്ഞർ കുറവാണ്. അർഥശാസ്ത്രത്തിൽ പരിശീലനം ലഭിച്ചാലും ഇല്ലെങ്കിലും സമൂഹത്തെക്കുറിച്ച് പഠിക്കുന്ന മിക്കവരും നിലനിൽപ്പിന്റെ സീമയ്ക്കുസമീപം അപകടകരമായി ജീവിക്കുന്നതിന്റെ അനുഭവമുള്ള രോഗത്തിന്റെയും മരണത്തിന്റെയും ഭീഷണിയിൽ വർഷങ്ങളോളം കുടുംബത്തിൽ നിന്നകന്നു ജീവിക്കുന്നവർ, അവബോധത്തിലേക്ക് കടക്കുകയില്ലായെന്ന് കേട്ടാൽ ആശ്ചര്യഭരിതരാകും. തന്റെ നിലപാടിന് ബലമേകാൻ ചക്രവർത്തി തത്വചിന്താപരമെന്നു തോന്നിക്കുന്ന പ്രയോഗങ്ങൾ തലങ്ങും വിലങ്ങും പ്രയോഗിക്കുന്നു. താർക്കികമായി പ്രതിരോധിക്കുന്ന വാദങ്ങൾ അദ്ദേഹത്തിൽനിന്നു വരുന്നില്ല.

നാല്

ചക്രവർത്തിയുടെ അന്വേഷണരീതികളിലേക്കാണ് ഞാനിപ്പോൾ വരുന്നത്. തൊഴിലാളിവർഗ അവബോധത്തെക്കുറിച്ചാണ് ആ ഗ്രന്ഥം ഉദ്ദേശിക്കുന്നത്. എന്നിട്ടും തൊഴിലാളിവർഗത്തെക്കുറിച്ചുള്ള തെളിവുകളെല്ലാം വരുന്നത് ഔദ്യോഗിക റിപ്പോർട്ടുകളിൽനിന്നാണ്. ചക്രവർത്തി അവഗണിച്ച മറ്റുതരത്തിലുള്ള റിപ്പോർട്ടുകളുണ്ട്. 1974ലെ അഹമ്മദിന്റെ വിലയിരുത്തൽ അദ്ദേഹത്തിന് ലഭ്യമായിരുന്നു. മിക്കപ്പോഴും ഔദ്യോഗിക റിപ്പോർട്ടുകളെമാത്രം ആശ്രയിക്കേണ്ടി വന്നേക്കാം. എന്നാൽ ഔദ്യോഗിക റിപ്പോർട്ടുകളെ വായിച്ചെടുക്കുന്നതിൽ അദ്ദേഹം ശ്രദ്ധിക്കേണ്ടിയിരുന്നു. ഉദാഹരണത്തിന് ചണമില്ലിലെ മാനേജർമാരും തൊഴിലാളികളും തമ്മിലുള്ള ബന്ധത്തെ പരമ്പരാഗത മാതാപിതാബന്ധമെന്നു അദ്ദേഹം പരാമർശിക്കുന്നതു നോക്കുക.

ചക്രവർത്തിയുടെ വിലയിരുത്തലിൽനിന്ന് തൊഴിലാളികൾ അത്തരം ബന്ധങ്ങളിൽ വിശ്വസിച്ചിരുന്നുവെന്നാണ് തോന്നിപ്പോവുക. എന്നിട്ടും മിൽ മാനേജർമാരിൽനിന്നുള്ള വിലയിരുത്തലുകളെ വെള്ളം ചേർക്കാത്ത സത്യമായി സ്വീകരിക്കുന്നു. ഇംഗ്ലീഷിനുപകരം ഹിന്ദി, ബംഗാളി, ഒറിയ, തെലുഗു, മറ്റു ഇന്ത്യൻ ഭാഷകൾ എന്നിവയിലാകണം തൊഴിലാളികൾ തങ്ങളുടെ ചിന്തകൾ പ്രകടിപ്പിച്ചിട്ടുണ്ടാവുക. അധികാരികൾക്ക് പ്രാദേശികഭാഷകൾ അറിയാമെങ്കിലും ആശയവിനിമയത്തിന് പര്യാപ്തമായിരിക്കില്ല. അങ്ങനെ തൊഴിലാളികളുടെ ചിന്തകൾ നമുക്ക് ലഭിക്കുമ്പോൾ മൊഴിമാറ്റത്തിന്റെയും അനേകം ഘട്ടങ്ങളിലെ തിരുത്തിന്റെയും അടരുകളിലൂടെയാണ് നമുക്കതു ലഭിക്കുന്നത്. അത്തരം രീതികളിലൂടെ തൊഴിലാളികളുടെ അവബോധം ലഭിക്കുമെന്ന് ഒരു ഗവേഷകൻ യഥാർഥത്തിൽ പ്രതീക്ഷിക്കുമോ?

പൊതുജനത്തിനു മുന്നിൽ പ്രകടമാകുന്ന തൊഴിലാളികളുടെ പെരുമാറ്റത്തിൽ യാഥാർഥ്യം മറച്ചുപിടിക്കൽ നാം പ്രതീക്ഷിക്കും. മാതാപിതാബന്ധം തൊഴിലാളികളിൽ ഉണ്ടാക്കാനുള്ള നയപരമായ ബാധ്യതയാണ് ഊഹിക്കപ്പെട്ടതെന്ന് ചക്രവർത്തിക്ക് തോന്നുന്നില്ല. അത് ഭീകരരായ അധികാരികൾക്കു മുന്നിൽ പ്രതിരോധമില്ലാതാക്കാനുള്ളതായിരുന്നു. അത് മാനേജർമാർക്കും സർദാർമാർക്കുമിടയിൽ സംഘർഷമുണ്ടാക്കി അധികാരത്തിന്റെ ഏകശിലാരൂപത്തിൽ വിള്ളലുണ്ടാക്കാനുള്ളതായിരുന്നു. അനേകം തൊഴിലാളികൾ മാനേജർമാരോട് വിശ്വാസമർപ്പിക്കാൻ ആവശ്യപ്പെടുമായിരുന്ന ബന്ധമായിരുന്നു മാതാപിതാബന്ധം. ഉച്ചരിക്കപ്പെട്ട വിശ്വാസസമ്പ്രദായത്തിന്റെ ഭാഗമായി വ്യത്യസ്ത തൊഴിലാളികൾക്കിടയിലുള്ള വ്യത്യാസം അത്തരം നയപരമായ നിർമിതിയെ ആന്തരികവൽക്കരിക്കുമായിരുന്നു. തൊഴിലാളിവർഗ സംസ്കാരത്തിന്റെ സങ്കീർണതയിൽ ചക്രവർത്തി വിശ്വസിച്ചിരുന്നുവെങ്കിൽ തൊഴിലാളികൾ വ്യത്യസ്ത ഭാഷകളിൽ അധികാരികളുടെ മുന്നിൽ നടത്തിയ പ്രസ്താവനകളുടെ ഇംഗ്ലീഷ് ഭാഷ്യത്തെ അക്ഷരാർഥത്തിലെടുക്കാൻ കുതിക്കുകയില്ലായിരുന്നു.

എ സി ബാനർജി, കെ സി റോയ് ചൗധരി, പ്രഭാബതി ദാസ്ഗുപ്ത എന്നിവരോടുള്ള തൊഴിലാളികളുടെ ഊഹിക്കപ്പെട്ട മനോഭാവത്തെ അദ്ദേഹം സ്വീകരിക്കുന്നതിലും പ്രശ്നങ്ങളുണ്ട്. ധനികരും ശക്തരും തൊഴിലാളികൾക്കുവേണ്ടി പൊരുതാൻ സന്നദ്ധരുമായതിനാലാണ് തൊഴിലാളികൾ അവരുടെ സഹായം തേടിയത്. ചക്രവർത്തി അവരുടെ മനോഭാവത്തെ വിവരിക്കുന്നത് ഇങ്ങനെയാണ്. ദരിദ്രൻ തന്റെ ദുരിതങ്ങൾ വിവരിച്ച് ധനികന്റെ ദയയാർജിക്കുന്നത് മുതലാളിത്ത പൂർവ സംസ്കാരമുള്ള സമൂഹങ്ങളിൽ ഇപ്പോഴും കാണാം (P 143). അങ്ങനെയാണെങ്കിൽ ബ്രിട്ടൺ നമുക്കോർക്കാനാവുന്നത്ര ദീർഘകാലം മുതലാളിത്ത പൂർവ സംസ്കാരത്തിന്റെ ചുടുമെത്തയായിരുന്നു. ചക്രവർത്തി ദുരിതമനുഭവിക്കുന്ന അനേകം മാന്യരുടെ സംഘങ്ങളുടെ അപേക്ഷകളെ നേരിട്ടിട്ടുണ്ടോ? മുലയൂട്ടുന്ന അമ്മമാർ ലണ്ടനിലെയും പാരീസിലെയും തെരുവിലും ഭൂമിഗർഭ സ്റ്റേഷനുകളിലും ഇപ്പോൾ യാചിക്കുന്നതിനെക്കുറിച്ച് അദ്ദേഹം കേട്ടിട്ടില്ലെ?

ചക്രവർത്തി അവലംബിക്കുന്ന പ്രത്യേക വാഗ്വിലാസത്തിനുപുറമേ ഇത്തരത്തിലുള്ള സമീപനം ബ്രിട്ടീഷുകാർ ഇന്ത്യയിൽ നടത്തിയ സ്വേച്ഛാധിപത്യ ഭരണം മുഴുവനായി ഉൾക്കൊള്ളാൻ ചക്രവർത്തിക്ക് കഴിയാതെ പോയി എന്നു വെളിപ്പെടുത്തുന്നു. ചക്രവർത്തി തന്നെ പുറത്തു കൊണ്ടുവന്നതുപോലെ ദർവാന്മാരെയും സർദാർമാരെയും നിയോഗിച്ചുകൊണ്ടാണ് ഫാക്ടറികളിലും ചേരികളിലും തൊഴിലാളികളെ ഭരിച്ചത്. അപൂർവമായി മാത്രമേ സായിപ്പ് രംഗത്തു വന്നിരുന്നുള്ളൂ. പതിവ് ഭീകരതയ്ക്കപ്പുറം വല്ലതും സായിപ്പോ ദർവാനോ ചെയ്താൽ അവർക്കെതിരെ പരാതി നൽകാനാവില്ലായിരുന്നു. പൊലീസ് കോൺസ്റ്റബിൾ സാധാരണയായി

സായിപ്പിന്റെ ഉത്തരവിനെ അനുസരിക്കുകയാണ് ചെയ്തിരുന്നത്. പരിധിയില്ലാത്ത ശാരീരിക ഹിംസയിലൂടെ അദ്ദേഹത്തിന്റെ അധികാരം അടിച്ചേൽപ്പിക്കുമായിരുന്നു (തല്ലാ കലാപത്തിന്റെ കാലത്ത് പൊലീസ് നടത്തിയ ഹിംസയുടെ ചിത്രം *Atarthi* 1351 BS: 14-18 ലുണ്ട്). നിയമപാലനത്തിലെ നിയമഭാഗം നിലനിൽപ്പിന്റെ ഓരങ്ങളിൽ ജീവിക്കുന്ന മിൽത്തൊഴിലാളിക്ക് അപ്രാപ്യമായിരുന്നു. ബ്രിട്ടീഷുകാർ നിയമത്തെ ചെലവേറിയതും വിദൂരവുമാക്കി. തൊഴിലാളികളോട് പുച്ഛത്തോടെ ദേഷ്യപ്പെടുന്നതിനുപകരം സ്വേച്ഛാധിപത്യ സ്റ്റേറ്റിന്റെ അടിച്ചമർത്തലിനെ തുറന്നുകാട്ടാനാണ് ചക്രവർത്തി ശ്രമിക്കേണ്ടിയിരുന്നത്.

ഗ്രന്ഥകർത്താവിന്റെ അന്വേഷണം തൊഴിലാളികളുടെ അവബോധവേളകളിലേക്ക് ആയിരുന്നുവെങ്കിൽ അവബോധത്തിന്റെ കാരണങ്ങളെക്കുറിച്ച് ചോദ്യങ്ങൾ ഉന്നയിക്കാൻ പാടില്ലായിരുന്നു. അവബോധത്തോടൊപ്പമുള്ള ഉപരിതലകാര്യങ്ങളെയും പ്രതിപാദിക്കാൻ പാടില്ലായിരുന്നു. ഗ്രന്ഥകർത്താവിന്റെ ഘടനാവാദ, ഘടനാവാദാനന്തര വിശകലനമാണ് വായനക്കാരനെക്കൊണ്ട് ഈ നിലപാടെടുപ്പിക്കുന്നത്. എപ്പോഴും കാലാനുക്രമത്തിൽ അവബോധത്തിന്റെ വിശേഷവൽക്കരണം ഉപയോഗിക്കുന്നതാണ് ചക്രവർത്തിയെ പുറത്തുകടക്കുന്നതിൽനിന്നു തടയുന്നത്. അദ്ദേഹത്തിന്റെ മുതലാളിത്ത പൂർവ സംസ്കാരത്തെ മുതലാളിത്തേതര സംസ്കാരത്തിലേക്കോ മുതലാളിത്താനന്തര വകഭേദത്തിലേക്കോ പരിവർത്തിപ്പിക്കാനാകുന്നില്ല. അറിയപ്പെടുന്ന താർക്കിക പരിണാമങ്ങളെ അതിനായി ഉപയോഗിക്കാമായിരുന്നു. സംസ്കാരികമായ അധികാരത്തിന്റെയും അധികാരബന്ധങ്ങളുടെയും കാല ഉറവിടം അദ്ദേഹം കാണിക്കുന്നു. ഉദാഹരണത്തിന് അദ്ദേഹം എഴുതുന്നു:

> ഭരണവംശത്തിന്റെ ഒരംഗമെന്ന നിലയിലാണ് മിൽ മാനേജരുടെ അധികാരം അവർക്ക് ആലംബമായിത്തീരുന്നുവെന്നതിൽ സംശയമില്ല. ഈ അധികാരത്തിലെ ഇന്ത്യൻ ഘടകങ്ങൾ ശ്രദ്ധിക്കേണ്ടതാണ്. *ദേശീയവാദി* ദിനപത്രങ്ങളിൽ അഭിപ്രായപ്പെടുന്നതുപോലെ ചണമിൽ മാനേജർമാരുടെ അധികാരവും ബംഗാളി ഭൂപ്രഭുവിനെ അനുകരിച്ച പത്തൊമ്പതാം നൂറ്റാണ്ടിലെ ബംഗാളി പ്ലാന്ററും തമ്മിൽ സാമ്യമുണ്ട് (P 166).

യഥാർഥത്തിൽ ഇൻഡിഗൊ പ്ലാന്റർമാരും ചണമിൽ മാനേജർമാരും ഒരുപാടുകാലം സമകാലികരായിരുന്നു. രണ്ട് കൂട്ടരും അതേ പശ്ചാത്തലത്തിൽനിന്നുള്ള തൊഴിലാളികളെയും കർഷകരെയും ഒരുപോലെ ഭരിച്ചു. പാവം ഇൻഡിഗൊ പ്ലാന്റർക്ക് ബംഗാളി ഭൂപ്രഭുവിനെ അനുകരിക്കേണ്ടിയിരുന്നു എന്നത് ആശ്ചര്യജനകമാണ്.

അങ്ങനെ ചക്രവർത്തിക്ക് കാലക്രമം സുപ്രധാനമാണ്. കാലക്രമം പ്രയോഗിക്കുമ്പോൾപോലും അദ്ദേഹത്തിന് പിഴവ് പറ്റുന്നു. ഇൻഡിഗൊ പ്ലാന്റർ അനുകരിച്ച ബംഗാളി ഭൂപ്രഭു ബ്രിട്ടീഷ് ആധിപത്യത്തിന്റെ സൃഷ്

ടിയായിരുന്നു. അടിമകളെ ഉപയോഗിക്കുന്ന വെസ്റ്റ് ഇൻഡീസിൽനിന്നുള്ള മച്ചുനന്മാർക്കും പ്ലാന്റർ പങ്കാളികൾക്കും ക്രൂരതയുടെ പാഠങ്ങൾക്കായി ബംഗാളി ഭൂപ്രഭുവിനെ ആവശ്യമുണ്ടോ? ഇൻഡിഗൊ പ്ലാന്ററെന്നല്ല യഥാർഥ യൂറോപ്യരെല്ലാം നാടനാവുന്നത് വീഴ്ചയായാണ് കരുതിയിരുന്നത് (ഇന്ത്യൻ രീതികളോടുള്ള യൂറോപ്യൻ മനോഭാവത്തിന്റെ പത്തൊമ്പതാം നൂറ്റാണ്ടിലെ വിവരണം *Yang* 1989 അധ്യായം ഒന്നിലുണ്ട്). ചക്രവർത്തി ആഖ്യാനത്തിന്റെ പലയിടങ്ങളിലും ബോധപൂർവമായ ഉദ്ദേശ്യത്തിന് ഊന്നൽ നൽകുന്നുണ്ട്. കൊളോണിയൽ ഭരണകർത്താക്കളെ ചിത്രീകരിക്കുന്നത് അവർ വന്നുവീണ സമൂഹത്തിന്റെ സൃഷ്ടികളായാണ്.

അത്തരം കൈപ്പിഴകളിലൂടെ ചക്രവർത്തി ഒരേസമയം സ്റ്റേറ്റ് സംവിധാനത്തിന്റെ കൊളോണിയൽ സ്വഭാവത്തെ തിരിച്ചറിയുകയും നിഷേധിക്കുകയും ചെയ്യുന്നു. സാമൂഹികവും സാമ്പത്തികവുമായ പ്രക്രിയകളിലൂടെയുണ്ടായ മാറ്റങ്ങളെ വിശകലനം ചെയ്യുന്നതിനും ചില പ്രക്രിയകളെ പുനരുൽപ്പാദിപ്പിക്കുന്ന ഘടനകളെ തുറന്നു കാണിക്കുന്നതിനും ചക്രവർത്തിയുടെ ന്യൂനീകരണരീതി അദ്ദേഹത്തെ അനുവദിക്കുന്നില്ല. ബ്രിട്ടീഷ് ഭരണസംവിധാനവും അന്താരാഷ്ട്ര മൂലധനവും മുതലാളിത്തപൂർവ ഘടനയിലെ ചൂഷണരീതികളെയും പ്രത്യയശാസ്ത്രത്തെയും ഒരേ സമയം പരിവർത്തിപ്പിക്കുകയും നിലനിർത്തുകയും ചെയ്തുവെന്ന് കഴിഞ്ഞകാലത്തെ അനേകം സാമ്പത്തികശാസ്ത്രജ്ഞരും ചരിത്രകാരന്മാരും വിശകലനം ചെയ്തിട്ടുണ്ട്. ഉത്തരേന്ത്യയുടെ ചരിത്രകാരന്മാർ ബ്രിട്ടീഷ്രാജിന്റെ കീഴിൽ വൻകിട ഭൂപ്രഭുക്കൾ ഏർപ്പെടുത്തിയ നിയന്ത്രണരീതികളെ പഠനവിധേയമാക്കിയിട്ടുണ്ട് (Ghosh 1984 അധ്യായം1; Mitra 1985; Yang 1989). ഇന്ത്യയിലെ ബ്രിട്ടീഷ് ഭരണവർഗത്തിന്റെ വംശീയ പ്രത്യയശാസ്ത്രത്തിന് റാഡിക്കൽ നിരീക്ഷകരുടെയും സാമൂഹികശാസ്ത്രജ്ഞരുടെയും ശ്രദ്ധ ലഭിച്ചിട്ടുണ്ട് (House 1949; Bagchi 1970; 1972 Ballhatchet 1980; Chattopadhyay 1990). നമുക്കുവേണ്ടി ചക്രവർത്തിയുടെ പരിജ്ഞാനമുള്ള ചരിത്രകാരൻ തൊഴിലാളികളുടെ അവബോധത്തിന് പുതിയമാറ്റം നൽകി വെളിച്ചമേകുമെന്നാണ് ഞാൻ പ്രതീക്ഷിച്ചത്. തൊഴിലാളികളുടെ യഥാർഥ ശബ്ദം ചികയുന്നതിൽ പരാജയപ്പെട്ട അദ്ദേഹം ലോകത്തിന്റെ സ്ഥിതിയെക്കുറിച്ച് തനിക്കുള്ള ദേഷ്യത്തിന്റെ മൂകസാക്ഷികളായി തൊഴിലാളികളെ നിർത്തുകയും മാറുന്ന ചരിത്രസാഹചര്യത്തിൽ തൊഴിലാളികളെ നിർത്താൻ വിസമ്മതിക്കുകയും ചെയ്ത് ചക്രവർത്തി, അദ്ദേഹമുയർത്തിയ വൻപ്രതീക്ഷകളെ നിരാശപ്പെടുത്തുകയാണ്.

എങ്കിലും പ്രതീക്ഷകൾ ഉയർത്തുന്നതും പുതിയ ചോദ്യങ്ങൾ ഉന്നയിക്കുന്നതും പരിഗണനീയമായ സംഭാവനകളാണ്. വിയോജിപ്പുകളുണ്ടെങ്കിലും സാമൂഹികശാസ്ത്രജ്ഞരിൽ അപൂർവമായ പ്രസരിപ്പ് അദ്ദേഹത്തിന്റെ ആഖ്യാനത്തിനുണ്ട്. അതൊരിക്കലും മ്ലാനമാകുന്നില്ല. കൊളോ

ണിയലിസത്തിന്റെ പൈതൃകം ഇപ്പോഴും ഇന്ത്യൻ സമൂഹത്തിന്റെ ചാലക ശക്തിയാണെന്നത് എന്റെ ചിന്തയിലുമുണ്ട്. ഒരുപാട് ശ്രമങ്ങൾക്കുശേഷവും ഇന്ത്യയുടെ കൊളോണിയൽ പൂർവകാലത്തെ തുടച്ചുമായ്ക്കാൻ ബ്രിട്ടീഷുകാർക്ക് കഴിഞ്ഞില്ല എന്നുമാത്രമല്ല, സ്വാതന്ത്ര്യാനന്തര ഇന്ത്യയിൽ വർഗവും വംശവും ഭാഷയും വ്യത്യസ്ത സമുദായങ്ങളുടെ ജീവിതരീതികളും സിദ്ധാന്തവൽക്കരിക്കാത്ത അനേകം മുൻവിധികളും അന്ധവിശ്വാസങ്ങളുമുണ്ടാക്കിയ വേർതിരിവുകളെ നാം പിന്തുടരുകയാണ്. ജനാധിപത്യ സമൂഹത്തിന്റെ അടിത്തറയായി മാനവസമത്വത്തിന്റെ പ്രത്യയശാസ്ത്രമുണ്ടാക്കേണ്ട ദൗത്യം ഇപ്പോഴും വൻതോതിൽ അപൂർണമാണ്. ഗവേഷണത്തിനോ സമകാലിക പ്രത്യയശാസ്ത്ര ഇടപെടലിന്റെ ഫലപ്രാപ്തിക്കോ വേണ്ടി നമ്മുടെ പൂർവികരെ നമ്മുടെ ആകാംക്ഷകൾ ഉന്നയിക്കാനുള്ള സ്തംഭങ്ങളാക്കുന്നതിൽ കാര്യമില്ല. മാംസവും രക്തവുമുള്ള മനുഷ്യരായാണ് അവരും പരിഗണിക്കപ്പെടേണ്ടത്. സ്വന്തം വിധികളെക്കുറിച്ച് നിരന്തരമാലോചിക്കുന്ന മനസും അവർക്കുണ്ട്. തൊഴിലാളികൾ വർഗീയവാദികളായി തൊഴിലാളികളുടെ താൽപ്പര്യങ്ങളെ ചെറുക്കുന്നതിൽ പരാജയപ്പെട്ടുവെങ്കിൽ സ്വാതന്ത്ര്യത്തിനുവേണ്ടി പ്രയത്നിക്കാൻ അവർക്ക് കഴിയാതെ വന്നുവെങ്കിൽ അത് അവർ വിഷമവൃത്തത്തിലായതുകൊണ്ടാണ്. ജൂഡിത്ത് ശ്ക്ലർ പറഞ്ഞതുപോലെ (1984:18) 'ഇരകളെ അവരുടെ യാതനകളുടെ കാരണക്കാരാക്കുന്നത് ഒരാളെ അവരിൽ നിന്ന കറ്റും. അവരെ കുറ്റപ്പെടുത്തുന്നത് അവരിൽ വിശിഷ്ടഗുണം ആരോപിക്കുന്നതുപോലെത്തന്നെയാണ്.' അവരിലുള്ളവർ മെച്ചപ്പെട്ട ഭാവിക്കുവേണ്ടി പ്രയത്നിക്കുന്നതിൽ നേരിട്ട ബുദ്ധിമുട്ടുകളെ വസ്തുനിഷ്ഠമായി വിലയിരുത്തേണ്ടതുണ്ട്. കൂടുതൽ മൗലികമായ സാമൂഹികശാസ്ത്രജ്ഞന്റെ വർഗത്തിൽനിന്നോ സമൂഹത്തിൽനിന്നോ ആണ് അവർ വരുന്നതെന്നതുകൊണ്ട് അവരെ വാക്കുകൾകൊണ്ട് തടയരുത്. അത്തരം മനോഭാവങ്ങൾകൊണ്ട് എന്തെങ്കിലും ഗൗരവമുള്ളത് നേടാനാവുമെന്ന് എനിക്ക് തോന്നുന്നില്ല.

8

തൊഴിലാളിവർഗ ചരിത്രരചനയിലെ ദ്വന്ദ്വവാദവും വൈരുധ്യവാദവും

പടർന്നുകയറുന്ന ദ്വന്ദ്വവാദം

പാശ്ചാത്യ യൂറോപ്യൻ തത്വചിന്തയുടെ സ്ഥാപകപിതാക്കളിലൊരാളായ അരിസ്റ്റോട്ടിൽ അദ്ദേഹത്തിന്റെ *പൊളിറ്റിക്സ്* എന്ന ഗ്രന്ഥത്തിൽ മനുഷ്യരെ നൈസർഗിക ഉടമകളും നൈസർഗിക അടിമകളുമായി വിഭജിച്ചു. മനസിന്റെ അഭ്യാസംകൊണ്ട് മുൻകൂട്ടി കാണുന്നവൻ ഉടമയാണ്. അത്തരം ദൂരക്കാഴ്ച ശരീരംകൊണ്ട് ഫലപ്രദമാക്കുന്നവൻ നൈസർഗിക അടിമയാണ്. ഉടമയ്ക്കും അടിമയ്ക്കും ഒരേ താൽപ്പര്യമാണുള്ളത് (Aristotle 1988:2). അടിമത്തത്തിൽ അധിഷ്ഠിതമായ ഒരു സമൂഹത്തിന് പ്രത്യയശാസ്ത്രപരമായ നീതീകരണം നൽകിയ അദ്ദേഹം ഉടമ അടിമ സംഘർഷങ്ങളെ എഴുതിത്തള്ളുകയായിരുന്നു. അദ്ദേഹത്തിന്റെ കാലത്തും എതിരഭിപ്രായമുണ്ടായിരുന്നു. അരിസ്റ്റോട്ടിൽ അതിനെക്കുറിച്ച് ബോധവാനായിരുന്നു. പിന്നീട് അദ്ദേഹം ഏതാനും ഖണ്ഡികകൾ എഴുതി:

> ഒരു യജമാനൻ അടിമയെ ഭരിക്കുന്നത് പ്രകൃതിക്ക് വിരുദ്ധമാണെന്ന് ചിലർ ഉറപ്പിച്ചു പറയുന്നു. ഉടമയും അടിമയും തമ്മിലുള്ള വേർതിരിവ് നാട്ടുനടപ്പിൽ മാത്രമേയുള്ളുവെന്ന് അവർ പറയുന്നു. അത് നൈസർഗികമല്ലാത്തതിനാൽ ഇടപെടരുത്.

നൈസർഗിക ഉടമകളും നൈസർഗിക അടിമകളും തമ്മിലുള്ള അരിസ്റ്റോട്ടീലിയൻ വേർതിരിവ് ദൈവവചനം ഏറ്റുപറയാത്ത അപരിഷ്കൃതരെ വേർതിരിക്കുന്നതും ക്രിസ്ത്യൻ തോമിസ്റ്റ് ദൈവശാസ്ത്രത്തിൽ അരിച്ചെത്തി. അമേരിക്കൻ ഇന്ത്യക്കാരെ അടിമവൃത്തിക്ക് യോജിച്ചവരായി പരിഗണിക്കുന്നതിനുപകരം സ്വതന്ത്രമനുഷ്യരായി പരിഗണിക്കാനുള്ള

16–ാം നൂറ്റാണ്ടിലെ സ്പാനിഷ് സംവാദങ്ങളുടെ അടിത്തറയായി. ബർട്രാന്റ് റസ്സൽ ആധുനിക പാശ്ചാത്യതത്വചിന്തയുടെ സ്ഥാപകനായി പരിഗണിക്കുന്ന റെനെ ഡെസ്കർട്ടസ് അരിസ്റ്റോട്ടിലിയൻ, തോമിസ്റ്റ് ദ്വന്ദ്വങ്ങളെ വീണ്ടും ദൃഢമാക്കി. മനസിനും ശരീരത്തിനുമിടയിലുള്ള ദൃഢമായ വിഭജനമാണ് ഡെസ്കാർട്ടസ് മുന്നോട്ടുവെച്ചത്. യന്ത്രത്തിനകത്തെ ഭൂതമായാണ് അദ്ദേഹം മനസിനെ പരിഗണിച്ചത്. അപ്പോൾ എന്തുകൊണ്ട് ഒരാളുടെ ഭൂതത്തെ കൂടുതൽ ഉന്നതനായ ഒരാളുടെ ഭൂതത്താൽ ഭരിച്ചുകൂടാ എന്നതായിരുന്നു അദ്ദേഹത്തിന്റെ നിലപാട്.

അരിസ്റ്റോട്ടീലിയൻ, തോമിസ്റ്റ്, കാർട്ടീഷ്യൻ വേർതിരിവുകൾ കൊള്ളക്കാരായ യൂറോപ്യൻ പര്യവേക്ഷകരും ഭടന്മാരും കപ്പലോട്ടക്കാരും പോർച്ചുഗലിലെ നാവികനായ ഹെൻറി, ആഫ്രിക്കൻ തീരത്തേക്ക് സ്വർണത്തെയും അടിമകളെയും അന്വേഷിച്ചുപോയകാലം മുതൽ ഉപയോഗിക്കുന്നുണ്ട്. മൂല്യത്തിന്റെ അധ്വാനസിദ്ധാന്തത്തെ സ്പഷ്ടമായി രൂപീകരിക്കാതെ അധ്വാനശക്തിയിലൂടെ മാത്രമേ സമ്പത്തുൽപ്പാദിപ്പിക്കാൻ കഴിയുകയുള്ളൂവെന്ന് ഏറ്റവും കൂടുതൽ തൊഴിലാളികളെ ഫലപ്രദമായി സമാഹരിച്ച് ഉപയോഗിക്കുന്നവർ വിജയികളാകുമെന്നും അവർ മനസിലാക്കി. ചിന്തിക്കുന്ന, അനുഭവശേഷിയുള്ള മനുഷ്യരെ തൊഴിലാളികളാക്കാനുള്ള ഏറ്റവും ലളിതമായ വഴികളിലൊന്ന് മുഴുവൻ ജനതയെയും വംശീയവൽക്കരിക്കുകയും അമാനവീകരിക്കുകയും ചെയ്യുക എന്നതായിരുന്നു. ക്രിസ്ത്യാനികളല്ലാത്ത മുഴുവൻ ആഫ്രിക്കക്കാരെയും മിക്കപ്പോഴും ക്രിസ്ത്യൻ ആഫ്രിക്കക്കാരെയും അപരിഷ്കൃതരും നൈസർഗിക അടിമകളുമാക്കി.

ആധുനിക മുതലാളിത്തത്തിന്റെ പ്രത്യയശാസ്ത്രപരവും ഘടനാപരവുമായ അടിത്തറയിൽ കിടക്കുന്ന ഈ ദ്വന്ദ്വവാദത്തിന്റെ സ്വാധീനത്തിൽനിന്ന് രക്ഷപ്പെടാൻ തൊഴിലാളി ചരിത്രരചനയ്ക്ക് കഴിഞ്ഞിട്ടില്ല. ചില ചരിത്രകാരന്മാരും സാമ്പത്തികശാസ്ത്രജ്ഞരും തൊഴിലാളികളെ വേതനമാറ്റത്തോട് പ്രതികരിക്കുന്ന തൊഴിലിടത്തിലെത്തിയാൽ യന്ത്രങ്ങളെപ്പോലെ പെരുമാറുന്ന കേവലം ശരീരങ്ങളായാണ് പരിഗണിച്ചത്. സാമ്പത്തിക പ്രേരണകളോട് സാമ്പത്തികമായി മാത്രം പ്രതികരിക്കുന്നതിൽ പരാജയപ്പെടുന്നതിനാലും മറ്റു കൃത്യാന്തരബാഹുല്യങ്ങളുള്ളതിനാലും അവർ 'തൊഴിലാളികൾ' എന്ന പേര് അർഹിക്കുന്നില്ല എന്ന നിലപാടാണ് മറ്റു സാമൂഹികശാസ്ത്രജ്ഞർക്കുള്ളത്. ഒടുവിൽ പറഞ്ഞവരിലെ ഒരു ആന്തരികവിഭാഗം ഭാവനയില്ലാത്ത മനസിന്റെ സങ്കൽപ്പിത അവസ്ഥകളെ ജീവിക്കുന്ന, തൊഴിലെടുക്കുന്ന, സാമൂഹികമായി ഇടപെടുന്ന രീതികളെ സൂചിപ്പിക്കാതെ വിശദീകരിക്കാവുന്നവരായാണ് തൊഴിലാളികളെ പരിഗണിച്ചത്.

തൊഴിലാളി ചരിത്രരചനയിലും സാമ്പത്തികശാസ്ത്രത്തിലും ചട്ടക്കൂടായുള്ളത് താഴെപ്പറയുന്ന വിധത്തിലുള്ള ദ്വന്ദ്വങ്ങളാണ്.

a) ശരീരത്തിന്റെയും മനസിന്റെയും ദ്വന്ദ്വം, b) പൂർണ വികസിത

മുതലാളിത്തത്തിനുകീഴിലെ സ്വാതന്ത്ര്യവും അസ്വാതന്ത്ര്യവും, c) അസ്വതന്ത്ര മുതലാളിത്തപൂർവ കൊളോണിയൽപൂർവ വിപണിയും മുതലാളിത്ത കൊളോണിയൽ സ്വതന്ത്രവിപണിയും തമ്മിലുള്ള ദ്വന്ദ്വം, d) വ്യവസായവും കൃഷിയും തമ്മിലുള്ള ദ്വന്ദ്വം (ലെവിസ് ടൈപ്പ് ദ്വന്ദ്വാത്മക വളർച്ചയിലും വികസനത്തിലുമുള്ളതുപോലെ), e) തൊഴിലാളികളുടെ ഔപചാരികവും അനൗപചാരികവുമായ വിപണികൾ തമ്മിലുള്ള ദ്വന്ദ്വം, f) വിഘടിത തൊഴിലാളി വിപണികളുടെയും വിഘടിത സ്ഥലങ്ങളുടെയും മാതൃകയിലെ പ്രാഥമിക ദ്വിതീയ വിപണികൾ തമ്മിലുള്ള ദ്വന്ദ്വം.

ആത്യന്തിക അർഥത്തിലുള്ള മനോശരീര ദ്വന്ദ്വം ഗൗരവമുള്ള തത്വചിന്താപരമായ ശാസ്ത്രീയ വിലയിരുത്തലിനെ അതിജീവിക്കില്ല. വ്യത്യസ്ത ചട്ടക്കൂടുകളിലുള്ള ദ്വന്ദ്വത്തിൽ സത്യത്തിന്റെ ഒരു അകക്കാമ്പുണ്ട്. മുഴുവൻ ജനതയെയും കീഴ്പ്പെടുത്താനുള്ള ആവർത്തിക്കുന്ന ത്വരയോടെ ലോകം മുഴുവൻ വ്യാപിക്കുന്ന മുതലാളിത്ത കൊളോണിയലിസം ദ്വന്ദ്വാത്മക വിഘടിത ഘടനകളിലൂടെ തൊഴിൽകാത്തിരിക്കുന്ന തൊഴിലാളികളെ സൃഷ്ടിക്കുകയും പുനരുൽപ്പാദിപ്പിക്കുകയുമാണ്. ദ്വന്ദ്വം തീർത്തും നിശ്ചലമോ വിപണിയുടെ നീക്കങ്ങളിലൂടെ ഒരുദിവസം നിശ്ചലമാകുന്നതോ അല്ല. തൊഴിലാളികളുടെ ദ്വിതീയ വിപണി നിലയാലും അത് നിശ്ചലമാകുന്നില്ല. തൊഴിലാളി വിപണിയിലെ ദ്വന്ദ്വ പ്രതിഭാസം സാമ്രാജ്യത്വത്തിനും വംശീയ ഭരണവ്യവസ്ഥയ്ക്കും താഴെയാണ്. തീർത്തും നൈസർഗികത നഷ്ടപ്പെട്ട തൊഴിലാളിയെയും മൂലധനത്തെയും കണ്ടെത്താനാവില്ല. മൂലധന തൊഴിലാളിബന്ധം വംശീയ ഭാഷാ പ്രാദേശിക ബന്ധങ്ങളോടെയാണ് നിലകൊള്ളുന്നത്. അത്തരത്തിലുള്ള വിവേചനങ്ങളുടെ ഫലങ്ങൾ ദ്വന്ദ്വാത്മ ശിഥില ഘടനകളായി കാണപ്പെടുന്നു. മുതലാളിത്തത്തിനുകീഴിലെ അസമ വളർച്ചാപ്രക്രിയകൾ ദ്വന്ദ്വവാദത്തിന്റെ മാതൃകകളെ സൃഷ്ടിക്കുകയും പുനരുൽപ്പാദിപ്പിക്കുകയും ചെയ്യുന്നു. പക്ഷേ, എല്ലാതരത്തിലുള്ള ദ്വന്ദ്വവാദവും അതിന്റെ വൈരുധ്യങ്ങളെ ഉൽപ്പാദിപ്പിക്കുന്നു. ചിലപ്പോൾ നിലവിലുള്ള ഘടന തകരുകയും വൈരുധ്യാത്മക പ്രക്രിയയിലൂടെ പരിണമിക്കുകയും ചെയ്യുന്നു. ഇന്ത്യൻ തൊഴിലാളി ചരിത്ര രചനയുടെയും ആഫ്രിക്കയിലെയും ലാറ്റിനമേരിക്കയിലെയും തൊഴിലാളി ചരിത്രരചനയിലെയും ഉദാഹരണങ്ങൾ നമുക്ക് പരിശോധിക്കാം.

മനോ, ശരീര ദ്വന്ദ്വവും അടിമവേലക്കാരും

തൊഴിലാളി പഠനങ്ങളിലെ സ്വീകൃതമായ മനോശരീര ദ്വന്ദ്വം യൂറോപ്യൻ പ്രബുദ്ധതയും യൂറോപ്യേതര അന്ധവിശ്വാസങ്ങളും തമ്മിലും സ്വാതന്ത്ര്യവും അസ്വാതന്ത്ര്യവും തമ്മിലും അധികാരശ്രേണികളെ വണങ്ങി സ്വീകരിക്കുന്നതും ചെറുത്തുനിൽക്കുന്നതും തമ്മിലുള്ള വിച്ഛേദങ്ങളുടെ സൂചനകളോട് ബന്ധപ്പെട്ടതാണ്. തന്റെ ആദ്യകൃതിയായ *പൊളിറ്റിക്സിൽ* അരിസ്റ്റോട്ടിൽ മുന്നോട്ടുവെച്ച മനോശരീര ദ്വന്ദ്വവാദത്തെ

യൂറോപ്പ് രണ്ട് സഹസ്രാബ്ദത്തിലധികം പിന്തുടർന്നു. അടിമകൾ സ്വത്തിന്റെ ഒരു രൂപമായിരുന്നു. അടിമകൾ കേവലം ആത്മാവുള്ള സ്വത്തായിരുന്നു. യജമാനന്റെ ജീവിക്കുന്ന ഉപകരണമായ അടിമയുടെ ആത്മാവ് യജമാനനെ സേവിക്കാൻ മാത്രമുള്ളതായിരുന്നു. നൈസർഗിക അടിമകളാവാൻ സവിശേഷമായി അനുയോജ്യമായിരുന്നവർ അപരിഷ്കൃതരായിരുന്നു. വിവരണപ്രകാരം അവർ ഗ്രീക്കുഭാഷ സംസാരിച്ചിരുന്നില്ല. യുക്തിയുടെ, ആശയവിനിമയത്തിന്റെ ഏകമാധ്യമം ഗ്രീക്കായിരുന്നതിനാൽ അപരിഷ്കൃതർ യുക്തിയില്ലാത്തവരും അടിമകളാവാൻ അനുയോജ്യരുമായിരുന്നു. അടിമകളാക്കാൻ അനുയോജ്യരല്ലാത്ത അപരിഷ്കൃതരുമുണ്ടായിരുന്നു. സ്പാനിഷ് അധിനിവേശത്തിനുശേഷമുള്ള അമേരിക്കയിലെ അമേരിക്കൻ ഇന്ത്യക്കാർക്കുവേണ്ടി ഫ്രാൻസിസ് കെ ഡി വിക്ടോറിയ, ബർത്തലോമ ഡി ലാസ് കമ്പസ് തുടങ്ങിയ പ്രമുഖ ദൈവശാസ്ത്രജ്ഞർ വാദിച്ചത് സ്പെയിൻകാർക്ക് അവരെ അടിമകളാക്കാൻ അവകാശമില്ലെന്നാണ്. പക്ഷേ, അവരെ പ്രകൃതിയുടെ മക്കളായി പരിഗണിച്ച് സ്വേച്ഛാധിപതിയായ പിതാവിന്റെ അച്ചടക്കത്തിനു വിധേയമാക്കാം.

നൈസർഗിക അടിമത്തത്തിന്റെ സിദ്ധാന്തം യൂറോപ്യർ കീഴടക്കിയ ദശലക്ഷക്കണക്കിനാളുകളെ അടിമകളാക്കുന്നതിനെയും പന്ത്രണ്ട് ദശലക്ഷം ആഫ്രിക്കക്കാരെ അമേരിക്കയിലെത്തിച്ച് അടിമകളാക്കിയ അറ്റ്ലാന്റിക് അടിമവ്യാപാരത്തെയും ന്യായീകരിച്ചു. അറബ് ലോകത്തും ഏഷ്യയിലും ആഫ്രിക്കയിലും അടിമത്തം അമേരിക്കൻ പ്ലാന്റേഷനുകളിലെ ജംഗമസ്വത്ത് അടിമത്തത്തിൽനിന്നും വ്യത്യസ്തമായ രൂപത്തിലായിരുന്നു. ആഫ്രിക്കയിൽ പ്ലാന്റേഷൻ വരുന്നതുവരെ വൻകരയിലെ അടിമകളെ മിച്ചമൂല്യമുൽപ്പാദിപ്പിക്കുന്നതിനുപകരം ഗാർഹികവൃത്തിക്കും സൈനിക ഭരണനിർവഹണ ആവശ്യങ്ങൾക്കുമാണ് ഉപയോഗിച്ചിരുന്നത്.

പത്തൊമ്പതാം നൂറ്റാണ്ടിൽ ഏഷ്യയിലെയും ലാറ്റിനമേരിക്കയിലെയും ഖനികളിലും ഫാക്ടറികളിലും മുതലാളിത്ത ശൈലിയിലുള്ള പ്ലാന്റേഷനുകളിലും കറുത്തവരെ പണിയെടുപ്പിക്കുന്നതിനുമുമ്പ് കരീബിയകളിലും വടക്കെ അമേരിക്കയിലും ബ്രസീലിലും പെറുവിലും ആഫ്രിക്കയിൽനിന്നും അറ്റ്ലാന്റിക് കടത്തി ഖനികളിലും പ്ലാന്റേഷനുകളിലും ഏറ്റവുമധികം കറുത്തവരെ പണിയെടുപ്പിച്ചു. മിക്ക പ്ലാന്റർമാരും അവർ പണിയെടുപ്പിച്ച അടിമകളുടെമേൽ നൈസർഗിക അടിമത്തത്തിന്റെയും നൈസർഗിക ബാല്യത്തിന്റെയും സിദ്ധാന്തങ്ങൾ പ്രയോഗിച്ചു. നിത്യേനയുള്ള നിശ്ശബ്ദ പ്രതിഷേധത്തിലൂടെ അടിമകൾ ചെറുത്തുനിന്നു. വെറുതെയിരുന്നുകൊണ്ട്, കഠിനമായ തരം തൊഴിലിൽനിന്ന് മാറിനിന്നുകൊണ്ടും ഒളിച്ചോടിക്കൊണ്ടും കുഞ്ഞുങ്ങളെ ഉൽപ്പാദിപ്പിക്കാതെയും അകാലത്തിൽ മരണപ്പെട്ടും യജമാനരുടെ വിലയേറിയ സ്വത്തുക്കളെ നശിപ്പിച്ചുകൊണ്ടും പ്രതിഷേധിച്ചു. അടിമകൾ കലാപമുണ്ടാക്കി. വൻതോതിലുള്ള പാശ്ചാത്യശൈലിയുള്ള പ്ലാന്റേഷൻ അടിമത്തം ആദ്യമായി നിർമാർജനം ചെയ്തത് വെള്ളക്കാരുടെ അടിമത്ത വിരുദ്ധ പ്രചരണങ്ങളി

ലൂടെയായിരുന്നില്ല. അവരുടെ നിയമനിർമാണത്തിലൂടെയും ആയിരുന്നില്ല. അടിമകൾ സ്വയം സംഘടിപ്പിച്ച കലാപങ്ങളിലൂടെയാണത് സാധ്യമായത്. 1791ൽ സെന്റ് ഡൊമിങ്ങു (ഇന്നത്തെ ഹൈത്തി) വിലെ അടിമകൾ കലാപം നടത്തി. 1803ൽ അവർ പാശ്ചാത്യലോകത്തെ ആദ്യത്തെ കറുത്തവരുടെ റിപ്പബ്ലിക് സ്ഥാപിച്ചു. ബ്രിട്ടീഷുകാർ അവരുടെ അധീനദേശങ്ങളിൽ അടിമക്കച്ചവടം നിർത്തലാക്കുന്നത് അതുംകഴിഞ്ഞ് മൂന്നു വർഷത്തിനു ശേഷമാണ് (James 1989).

ടൗസന്റ് എൽ ഓവർച്ചർ നയിച്ച വിപ്ലവമാണ് അടിമകലാപങ്ങളിൽ ഏറ്റവും പ്രശസ്തമായത്. ചെറുതും വലുതുമായ അനേകം നേതാക്കൾ വേറെയുമുണ്ടായിരുന്നു. മിക്ക കലാപങ്ങളുടെയും ആവശ്യങ്ങളിലൊന്ന് സമരം ചെയ്യാനുള്ള അവകാശമായിരുന്നു. അവർ സ്വയം തൊഴിലാളികളായാണ് കണ്ടത്. 1823 ഓഗസ്റ്റ് 16ന് ബ്രിട്ടീഷ് ഗുയാനയിൽ 60 എസ്റ്റേറ്റുകളിലെ 30,000 അടിമകൾ കലാപം നടത്തി. കോളനിയുടെ ബ്രിട്ടീഷ് ഗവർണർ അവരെ കണ്ടപ്പോൾ അവർ പറഞ്ഞു: വെള്ളക്കാരെപ്പോലെ രക്തവും മാംസവുംകൊണ്ടാണ് ദൈവം അവരെയും സൃഷ്ടിച്ചത്. അവർ അടിമവൃത്തിചെയ്ത് തളർന്നിരിക്കുകയാണ്. അവരുടെ നല്ലവനായ രാജാവ് അവരെ സ്വതന്ത്രരാക്കണമെന്നും അവർ ഇനി പണിയെടുക്കില്ലെന്നും ഉത്തരവിറക്കിയിട്ടുണ്ട് (Craton 1982:283).

1831ലെ ക്രിസ്തുമസ് കാലത്ത് ജമൈക്കയിൽ 200 എസ്റ്റേറ്റുകളിൽ നിന്നുള്ള 60,000 അടിമകൾ സമരം നടത്തി. ക്രിസ്തുമസിനുശേഷം അടിമവേല ചെയ്യില്ലെന്നും സ്വാതന്ത്ര്യം ആർജിക്കുമെന്നും പരസ്പരം വിശ്വസ്തരാകുമെന്നും പ്രതിജ്ഞ ചെയ്തു (Craton 1982:291-321, Craton 1987:273).

ബ്രിട്ടീഷ് കരീബിയൻസിൽ ബാർബഡോസിൽ 1816ലും ഗുയാനയിൽ 1823ലും ജമൈക്കയിൽ 1831ലും പ്ലാന്റേഷൻ തൊഴിലാളികളായ കറുത്തവർ സമരത്തിലേർപ്പെട്ടപ്പോൾ സ്വത്തും പ്ലാന്റേഷനും നശിപ്പിക്കാതിരിക്കാൻ ശ്രദ്ധിച്ചു. ശക്തിസമരത്തെയും സ്വാതന്ത്ര്യത്തിനായുള്ള നീക്കങ്ങളെയും പിന്തുണയ്ക്കാൻ മാത്രമുപയോഗിച്ചു. പക്ഷേ, മൂന്നു സമരങ്ങളെയും ബ്രിട്ടീഷ് കൊളോണിയൽ അധികാരികൾ അസാധാരണമായ ക്രൂരതയോടെ നേരിട്ടു. സമരം ചെയ്ത നൂറുകണക്കിന് അടിമകളെ വെടിവെച്ചുകൊന്നു. എണ്ണമറ്റ അടിമകളെ ജയിലിലടച്ചു. വെളുത്ത വംശീയതയെ വെല്ലുവിളിച്ചതും അവരുടെ ലാഭത്തിന് ഭീഷണിയായതും സമ്മതത്തിനുപകരം നഗ്നമായ ബലപ്രയോഗത്തിലുള്ള സാമൂഹികക്രമം അപകടത്തിലായതുമാണ് ക്രൗര്യത്തെ പ്രകോപിപ്പിച്ചത്. എങ്കിലും 1854ലെ കലാപം ബ്രിട്ടീഷ് കരീബിയൻസിൽ അടിമത്തത്തിന്റെ വിധിയടച്ചു. അടിമകളെ ക്രിസ്ത്യാനികളാക്കുന്നതും അവരുടെ അവസ്ഥയ്ക്ക് അയവുവരുത്തുന്നതും നിലവിലുള്ള അവസ്ഥയെ രക്ഷിക്കുകയില്ലെന്ന് ബോധ്യമായിരുന്നു. പ്ലാന്റോക്രസിയുടെ ആർത്തി മേഖലയിൽ ബ്രിട്ടീഷ് സാമ്രാജ്യത്തെ അപകടത്തിലാക്കുമെന്ന് തിരിച്ചറിഞ്ഞിരുന്നു. ഫ്രഞ്ച് സെന്റ്

ഡൊമിങ്ങുവിന്റെ വിധി എല്ലാവരുടെയും ഓർമയിലുണ്ടായിരുന്നു. അങ്ങനെ ബ്രിട്ടീഷ് കരീബിയൻസിലെ അടിമകളുടെ മനോശരീരദ്വന്ദ്വവും അടിമത്തവും അവസാനിച്ചു. പ്ലാന്റേഷൻ തൊഴിലാളികൾക്ക് നിയമപരമായ സ്വാതന്ത്ര്യം ലഭിച്ചു.

മുതലാളിത്തത്തിനുകീഴിലെ സ്വാതന്ത്ര്യത്തിന്റെയും അസ്വാതന്ത്ര്യത്തിന്റെയും ദ്വന്ദ്വം

മാർക്സിന്റെ നിർവചനപ്രകാരം മുതലാളിത്തം ശുദ്ധമായ രൂപത്തിൽ മുഴുവൻ സമൂഹത്തെയും മുതലാളികളുടെ വർഗമായും തൊഴിലാളികളുടെ വർഗമായും വിഭജിക്കുന്നു. മുതലാളിവർഗം ഉൽപ്പാദനോപാധികളെ നിയന്ത്രിക്കുന്നു. തൊഴിലാളിവർഗം പൗരന്മാരെന്ന നിലയിൽ സ്വതന്ത്രരാണെങ്കിലും നിത്യജീവിതത്തിൽ ഒരാളുടെയും ഒരു സംഘടനയുടെയും അധികാരത്തിനു വിധേയരല്ലെങ്കിലും അവർ ഉൽപ്പാദനോപാധികൾ ഒന്നും ഇല്ലാത്തവരും നിലനിൽപ്പിനുവേണ്ടി സ്വന്തം തൊഴിൽ ശക്തി വിൽക്കാൻ നിർബന്ധിതരുമാണ്. സ്റ്റേറ്റിനു മാത്രമേ (നിയമങ്ങളിലൂടെ) അവരുടെ നിത്യജീവിതത്തെ നിയന്ത്രിക്കാൻ കഴിയുകയുള്ളൂ. പക്ഷേ അവർ എല്ലാ ഉൽപ്പാദനോപാധികളിൽനിന്നും അതിലൂടെ നിലനിൽപ്പിൽ നിന്നും സ്വതന്ത്രമാണ്. അധ്വാനശക്തി മാത്രമേ അവർക്ക് ബാക്കിയുള്ളൂ.

മുതലാളിത്ത വ്യവസ്ഥയിൽ തൊഴിലാളികൾ ഇരട്ട അസ്വാതന്ത്ര്യം അനുഭവിക്കുന്നുണ്ടെന്നത് പല നിരീക്ഷകരും ശ്രദ്ധിക്കുന്നില്ല. ആദ്യത്തേത് തൊഴിലാളികൾ അവരുടെ അധ്വാനശക്തി വിറ്റ് മുതലാളിയുമായി നിയമന ബന്ധനത്തിലെത്തുമ്പോൾ ഏകപക്ഷീയമായ അധികാരം പ്രയോഗിക്കുമ്പോഴാണ് (Marx 1887/1960). ബന്ധത്തിന്റെ കാലയളവിൽ തൊഴിലാളികൾ മുതലാളിയുടെ രാഷ്ട്രീയ അധികാരത്തിന്റെ ഇരകളാകുന്നുണ്ട്. അനേകം കമ്പനി നഗരങ്ങളിലുള്ളതുപോലെ വൻകിട ജാപ്പനീസ് സ്ഥാപനങ്ങളും അവരുടെ തൊഴിലാളികളും തമ്മിലുള്ള ബന്ധംപോലെ ഈ അധികാരം തൊഴിലിടത്തിനു പുറത്തേക്കും വ്യാപിക്കാറുണ്ട്. തൊഴിൽ പ്രക്രിയയ്ക്കു പുറത്തേക്കുള്ള രാഷ്ട്രീയബന്ധത്തിന്റെ വ്യാപനമില്ലാതെയും തൊഴിലുടമയ്ക്ക് സ്വാതന്ത്ര്യം അടിയറവെക്കുന്നതിന്റെ രാഷ്ട്രീയ പ്രകൃതം നിയമനബന്ധത്തിലെ ഒഴിവാക്കാനാവാത്ത അകക്കാമ്പായി നിൽക്കുന്നു.

രണ്ടാമത്തെ അസ്വാതന്ത്ര്യം അതിജീവനത്തിനായി തൊഴിലാളികൾ തൊഴിൽശക്തി വിൽക്കാൻ നിർബന്ധിതരാകുന്നു എന്നതാണ്. അവർ ആഗ്രഹിക്കുന്നവിധത്തിൽ ജീവിതത്തെ നിയന്ത്രിക്കാൻ അവർക്ക് കഴിയുന്നില്ല. മാർക്സ് (1857–58/1973:488) പറഞ്ഞതുപോലെ തൊഴിലാളികൾക്ക് അവരുടെ സാധ്യതയെ പൂർണമായും സാക്ഷാൽക്കരിക്കാനാകുന്നില്ല. പ്രകൃതിശക്തികളുടെമേൽ മനുഷ്യവൈദഗ്ധ്യം പൂർണമായി വികസിപ്പിക്കാനും മാനവികതയുടെ സ്വന്തം പ്രകൃതി വികസിപ്പിക്കാനും ക്രിയാത്മക സാധ്യതകളെ പൂർണമായി പ്രാവർത്തികമാക്കാനുമുള്ള സാധ്യത തൊഴിലാളികൾക്ക് നിഷേധിക്കപ്പെടുന്നു.

മറ്റു ദ്വന്ദ്വവാദങ്ങളെപ്പോലെ മുതലാളിത്ത അസ്വാതന്ത്ര്യവും വിപണി സ്ഥലത്തെ നാമമാത്രമായ സ്വാതന്ത്ര്യവും തമ്മിലും തൊഴിൽ പ്രക്രിയയിലെ അസ്വാതന്ത്ര്യവും വിശാലസമൂഹത്തിലെ പ്രത്യക്ഷ സ്വാതന്ത്ര്യവും തമ്മിലുള്ള വൈരുധ്യങ്ങൾ സംഘർഷങ്ങളിലേക്കും പോരാട്ടങ്ങളിലേക്കും നയിക്കുന്നുണ്ട്. തൊഴിലിടത്തിലെ സ്വന്തം ജീവിതങ്ങളെ കൂടുതൽ സ്വയം നിയന്ത്രിക്കാനുള്ള തൊഴിലാളികളുടെ പോരാട്ടത്തിന്റെ ചരിത്രം ബ്രാവർമാൻ (1974), ഫ്രീഡ്മാൻ (1977), ബുറവോയ് (1983), എൽബോം, ലബോനിക്ക്, വിൽക്കിൻസൺ, സീറ്റ്‌ലിൻ (1979), എൽബോമും വിൽക്കിൻസണും (1979), ഡേവിഡ് നോബ്ൾ (1979) എന്നിവർ വിപുലമായ ഗവേഷണത്തിന് വിധേയമാക്കിയിട്ടുണ്ട്. അതുപോലെ തൊഴിലാളി യൂണിയൻ അവകാശങ്ങൾക്കും സാമൂഹിക ജനാധിപത്യത്തിനും സോഷ്യലിസത്തിനുമായി യൂറോപ്യൻ രാജ്യങ്ങളിലും മറ്റു വികസിത മുതലാളിത്ത രാജ്യങ്ങളിലും നടന്ന പോരാട്ടങ്ങളെയും തൊഴിലിടത്തിന്റെ അകത്തും പുറത്തും സ്വന്തം ജീവിതങ്ങളുടെമേൽ കൂടുതൽ മികച്ച നിയന്ത്രണം ആർജിക്കാനും തൊഴിൽ ശക്തിയുടെ കൂടുതൽ പങ്കുനേടാനും തൊഴിലാളികൾ നടത്തിയ പോരാട്ടങ്ങളായി പരിഗണിക്കാം. എന്റെ ശ്രദ്ധ കേന്ദ്രീകരിക്കുന്നത് മൂന്നാംലോക രാജ്യങ്ങളിലേക്കായതിനാൽ മുതലാളിത്ത പൂർവ രൂപത്തിലുള്ള അസ്വാതന്ത്ര്യങ്ങളെ അവസാനിപ്പിച്ചാലും തൊഴിലിടത്തിലെയും വിശാലസമൂഹത്തിലെയും കുടുംബത്തിനകത്തെയും മുതലാളിത്ത അസ്വാതന്ത്ര്യത്തിന്റെ പ്രശ്നങ്ങൾ അവയുടെ കടുത്തരൂപത്തിൽ നിലനിൽക്കുകയും പ്രത്യക്ഷമാവുകയും ചെയ്യുമെന്ന് അഭിപ്രായപ്പെട്ടുകൊണ്ട് സംവാദത്തിന്റെ വൻമേഖലയെ ഞാൻ പിന്നിടുകയാണ്.

നമുക്കറിയാവുന്നതുപോലെ കുടുംബത്തിനകത്തെ അസ്വാതന്ത്ര്യം മുതലാളിത്തത്തോടൊപ്പമുണ്ട്. മുതലാളിത്തത്തിന്റെ കടന്നാക്രമണത്തിൽ കുടുംബംതന്നെ അപ്രത്യക്ഷമാകുമെന്ന് മാർക്സും എംഗൽസും *കമ്യൂണിസ്റ്റ് മാനിഫെസ്റ്റോവിൽ* പ്രവചിച്ചിരുന്നുവെങ്കിലും പിതൃദായക്രമം തൊഴിലാളി നിയന്ത്രണത്തിന്റെ ശക്തമായ ഉപകരണമെന്ന നിലയിൽ വർത്തിക്കുകയും തൊഴിലാളിയുടെ സാമൂഹിക പുനരുൽപ്പാദനത്തിന്റെയും അതിലൂടെ മൂലധനത്തിന്റെയും വില കുറയ്ക്കുകയാണ് ചെയ്തത്. എംഗൽസാണ് കുടുംബത്തെ ഒരു നിയന്ത്രണ സംവിധാനമായും വർഗസമൂഹത്തിന്റെ പുനരുൽപ്പാദന വ്യവസ്ഥയായും കുടുംബത്തെക്കുറിച്ചുള്ള മാർക്സിസ്റ്റ് സിദ്ധാന്തത്തിന് അടിത്തറയൊരുക്കിയത്. കഴിഞ്ഞ മുപ്പത് വർഷത്തിനുള്ളിൽ മാത്രമാണ് മൗലിക സാമൂഹികശാസ്ത്രജ്ഞരും സ്ത്രീവാദികളും മുതലാളിത്ത രാഷ്ട്രങ്ങളിലെ പിതൃദായക്രമത്തിന്റെ നീരാളിക്കൈകളെ തുറന്നുകാട്ടിയത്. എല്ലാ കൊളോണിയൽ മുൻകൊളോണിയൽ രാജ്യങ്ങളിലും അന്യരായ ഭരണകർത്താക്കളും തദ്ദേശ ഭരണവർഗവും പിതൃദായകക്രമത്തെ പുനരുൽപ്പാദിപ്പിക്കുന്നതിൽ സഹകരിച്ചിട്ടുണ്ട്. സ്ത്രീകളുടെ തൊഴിൽ ശക്തിയെ തരംതാഴ്ത്താൻ അവർ തീവ്രമായി ശ്രമിച്ചിട്ടുണ്ട്. പിന്നീട് നാം സെന്നിന്റെ (1996) സഹായത്തോടെ അത് വിശദമാക്കും.

മാർക്സിസ്റ്റ് ചരിത്രരചനയും മനോശരീര ദ്വന്ദ്വവും

ഒരു വർഗമെന്ന നിലയിൽ തൊഴിലാളികളുടെ ജീവചരിത്രം ആദ്യമായി എഴുതിയത് ഫ്രെഡറിക് എംഗൽസാണ് (1845/1962). മുതലാളിത്തരീതിയിലുള്ള ഉൽപ്പാദനത്തിന് വിധേയരായ തൊഴിലാളികളെക്കുറിച്ചും പുതിയ ഉൽപ്പാദനരീതിയുടെ സ്രഷ്ടാക്കളാക്കാനുള്ള അവരുടെ സാധ്യതയും മുതലാളിമാരോടുള്ള തൊഴിലാളികളുടെ വിധേയത്വവും ലാഭത്താൽ ചലിക്കുന്ന വിപണിയോടുള്ള വിധേയത്വവും അവസാനിച്ച പുതിയൊരു സമൂഹത്തെക്കുറിച്ചും പഠിക്കാനാണ് മാർക്സും എംഗൽസും ജീവിതം സമർപ്പിച്ചത്. മുതലാളിത്തരീതിയുടെ പ്രവർത്തനത്തിലേക്ക് ഏകാഗ്രമായി വെളിച്ചം വീശുമ്പോഴും തൊഴിലാളികളുടെ ഇടനിലയിലേക്ക് അദ്ദേഹം കൂടുതൽ ശ്രദ്ധിക്കുന്നില്ല. അവർ മുതലാളിത്തത്തിന്റെ കൽപ്പനയ്ക്ക് വിധേയരായി തുടരുമ്പോഴാണിത്. തൊഴിലാളികളെ മുതലാളിത്തം കെട്ടിയിടുന്ന സാമൂഹികവും രാഷ്ട്രീയവുമായ ഉപകരണങ്ങളിലേക്കാണ് അദ്ദേഹം ശ്രദ്ധ കേന്ദ്രീകരിച്ചത്. തീർച്ചയായും മാർക്സും എംഗൽസും മനോശരീര ദ്വന്ദ്വത്തിൽ വിശ്വസിക്കുന്നില്ല. തൊഴിൽ ശക്തി വിൽക്കുന്നതോടെ അവരുടെ മറ്റു സ്വത്വങ്ങളെയെല്ലാം ഒഴിവാക്കുന്നുമില്ല. തൊഴിലാളിവർഗത്തെക്കുറിച്ചുള്ള തന്റെ ആദ്യകാല വിസ്മയ രചനയിൽ തൊഴിലാളികളിലെ ഒരു പ്രത്യേക വിഭാഗത്തിന്റെ സാംസ്കാരിക സ്വത്വത്തെ എംഗൽസ് പൂർണമായും അംഗീകരിക്കുന്നു. ഇംഗ്ലീഷുകാർക്കെതിരെ ഐറിഷുകാർ തുടങ്ങിയ ഉദാഹരണങ്ങൾ പിൽക്കാല കൃതികളിലും കത്തിടപാടുകളിലുംകൂടി ആവർത്തിക്കുന്നുണ്ട്.

തന്റെ വഴിത്തിരിവായ കൃതിയിൽ എംഗൽസ് ഇംഗ്ലണ്ടിൽ ഐറിഷ് തൊഴിലാളികളുടെ ശോചനീയ ജീവിതസാഹചര്യങ്ങളെക്കുറിച്ച് സുദീർഘമായി വിവരിക്കുന്നു (Engels 1845/1962:124-27). സാംസ്കാരിക വിധിവാദികളിൽനിന്നും വ്യത്യസ്തമായി ഐറിഷുകാരുടെ അപചയത്തെ സംസ്കാരത്തോട് ബന്ധപ്പെടുത്തുന്നില്ല. അയർലണ്ടിൽ അവർ ജീവിച്ച ശോചനീയമായ സാഹചര്യങ്ങളിലേക്ക് അദ്ദേഹം അന്വേഷിച്ചെത്തുന്നുണ്ട്. കൂടുതൽ കടന്നുചെന്ന് ഹാജരാകാത്ത ഭൂപ്രഭുത്വവും അയർലണ്ടിലെ ബ്രിട്ടീഷ് കൊളോണിയലിസവും ഐറിഷുകാരുടെ അതിദയനീയ ദാരിദ്ര്യത്തെയും തമ്മിൽ ബന്ധിപ്പിക്കുന്നു. സാധാരണ ഐറിഷുകാരന്റെ കടുത്ത ദാരിദ്ര്യത്തിനിടയിൽ ഉരുളക്കിഴങ്ങ് കൃഷി പരാജയപ്പെട്ടതിനെ തുടർന്നുണ്ടായ ഐറിഷ് ക്ഷാമത്താൽ അയർലണ്ടിൽനിന്നുണ്ടായ കുടിയേറ്റത്തിന്റെ വൻതരംഗത്തെ എംഗൽസും പിന്നീട് മാർക്സും പിന്തുടരുന്നുണ്ട് (Marx 1853; Marx 1857; Chapter 25).

മാർക്സും എംഗൽസും യഥാർഥ തൊഴിലാളിയുടെ സാംസ്കാരിക പരിസരങ്ങളെയും അടിച്ചേൽപ്പിക്കപ്പെട്ട പരസ്പരമുള്ള മത്സരത്തിലൂടെ അത് കൂടുതൽ ശോചനീയമാകുന്നതിനെക്കുറിച്ചും പൂർണമായും ബോധവാന്മാരായിരുന്നു. അപ്പോൾ ശാരീരിക വിധിവാദികളായി മാർക്സിസ്റ്റുകളെ കുറ്റപ്പെടുത്തുന്നത് ആശ്ചര്യകരമാണ്. മുതലാളിത്തക്രമത്തെ പുറ

ന്തള്ളുന്നതിലൊഴിച്ചാൽ തൊഴിലാളികളുടെ ചിന്താപ്രക്രിയയെ മാർക്സിസ്റ്റ് ചിന്തകരും പ്രവർത്തകരും അവഗണിക്കുകയാണെന്ന് മാർക്സിസത്തിന്റെ എതിരാളികൾ പലപ്പോഴും ആക്ഷേപമുന്നയിച്ചിട്ടുണ്ട്. തീർച്ചയായും അവരാർജിക്കാത്ത വർഗഅവബോധത്തിന്റെ ഒരു അളവാണ് മാർക്സിസ്റ്റു പ്രവർത്തകർ ബോധപൂർവമോ അബോധപൂർവമോ ആയി തൊഴിലാളികൾക്ക് നൽകിയത്. പഴയ സമൂഹത്തിന്റെ ദുരിതങ്ങളില്ലാത്ത 'പുതിയ മനുഷ്യന്റെ' ഉദയത്തിലാണ് മാർക്സിസ്റ്റുകളും മൗലികചിന്തകരും ശ്രദ്ധകേന്ദ്രീകരിച്ചത്. തൊഴിലാളികളുടെ യഥാർഥ അവബോധപ്രകൃതിയിലായിരുന്നില്ല അവർ ശ്രദ്ധിച്ചിരുന്നത് (ഗോർക്കിയുടെ *അമ്മ* പുതിയ സ്ത്രീയെയും പ്രകീർത്തിക്കുന്നുണ്ട്).

നമ്മുടെ കാലത്ത് ആദ്യമായി വ്യവസായവൽക്കരിക്കുന്ന സമൂഹത്തിലെ തൊഴിലാളികളുടെയും സമൂഹത്തിന്റെ അവബോധത്തിന്റെയും ഏറ്റവും പ്രധാനപ്പെട്ട മൂന്നു ചരിത്രകാരന്മാരെക്കുറിച്ച് അത്തരം ആരോപണങ്ങൾ ഉന്നയിക്കാനാവില്ല. ക്രിസ്റ്റഫർ ഹിൽസിന്റെ പ്രാഥമികശ്രദ്ധ വിപ്ലവകാരികളുടെയും കൈത്തൊഴിലുകാരുടെയും മജിസ്ട്രേറ്റുമാരുടെയും അവബോധത്തിന്റെയും 1640നും 1760നുമിടയിലെ രാജ്യത്തിന്റെയും ബ്രിട്ടണിലെ കോടതിയുടെയും അവസ്ഥയിലായിരുന്നു (Hills 1940, 1974, 1975). എറിക് ഹോബ്സ് ബോം തൊഴിലെടുക്കുന്ന പാവങ്ങളുടെ അവബോധത്തെക്കുറിച്ചും അവരുടെ ജീവിതത്തിന്റെ ഭൗതികസാഹചര്യങ്ങളെക്കുറിച്ചും ധാരാളമെഴുതിയിട്ടുണ്ട് (Hobsbawm 1962 Chapter 11-13). ഇ പി തോംസൺ *The making of English working class* (1963) ലൂടെ യുദ്ധാനന്തര ബ്രിട്ടണിലെ പ്രധാന ചരിത്രകാരനായി മാറി. തുടർന്നങ്ങോട്ട് ബ്രിട്ടീഷ് തൊഴിലാളിവർഗത്തിന്റെയും പാവങ്ങളുടെയും അവബോധത്തെക്കുറിച്ചുള്ള അന്വേഷണം മാർക്സിസ്റ്റുകളുടെയും അല്ലാത്തവരുടെയും പ്രധാന കൃത്യമായിത്തീർന്നു.

മനോശരീര ദ്വന്ദ്വം തൊഴിലാളിവർഗത്തെ സംബന്ധിച്ച ഇന്ത്യൻ ചരിത്രരചനയിൽ

അക്കാദമിക പഠനങ്ങളിലെ മറ്റു മേഖലകളിലെന്നപോലെ ഇവിടെയും മാർക്സിസ്റ്റുകൾ ന്യൂനപക്ഷമായിരുന്നു. രജനികാന്തദാസിൽ തുടങ്ങുന്ന ഇന്ത്യൻ തൊഴിലാളി ചരിത്രത്തെക്കുറിച്ചുള്ള ഗൗരവമേറിയ ചർച്ചകൾ തുടക്കം മുതൽതന്നെ വേതനം, പ്രവൃത്തിസമയം, പ്രവർത്തന പരിസരം, തൊഴിലാളികളുടെ ഞെരുക്കങ്ങൾ, കൊളോണിയൽ സ്റ്റേറ്റ് നൽകിയിരുന്ന നിയമസംരക്ഷണം എന്നിവയിലേക്ക് വ്യാപിച്ചിരുന്നു. എങ്കിലും, ആ പഠനങ്ങൾ അനേകം ഫാക്ടറി, പ്ലാന്റേഷൻ കമ്മീഷനുകളും തൊഴിൽ ക്ഷാമത്തെക്കുറിച്ച് അന്വേഷിക്കുന്ന അധികൃതരും നൽകിയ ഡാറ്റകളെ ആശ്രയിക്കുന്നവയായിരുന്നു. റോയൽ കമ്മീഷൻ ഓഫ് ലേബറിനെയും അവർ ആശ്രയിച്ചിരുന്നു.

തൊഴിലാളികൾക്കുള്ള നിയമപരമായ സംരക്ഷണം പ്രവർത്തനസമയം പരിമിതപ്പെടുത്തുന്നതിലേക്കും സുരക്ഷ നൽകാനുമുള്ളതായിരുന്നു. ഫാക്ടറികളുടെ ഔദ്യോഗിക ഇൻസ്പെക്ടർമാരുടെ നിയമപരിധിയിൽ വരുന്ന ഫാക്ടറികളിലെ തൊഴിലാളികൾക്കേ അത് ലഭിച്ചിരുന്നുള്ളൂ. വേതനത്തെയും നിയമനത്തെയുംകുറിച്ചുള്ള കണക്കുകൾ അതേ അധികാരത്തിലൂടെയും സെൻസസുകളിലൂടെയും തൊഴിലാളികളുടെ അവസ്ഥയെക്കുറിച്ചുള്ള ആകസ്മിക അന്വേഷണങ്ങളിലൂടെയുമാണ് ശേഖരിച്ചിരുന്നത്. പ്രധാന തൊഴിലാളി യൂണിയനുകളുടെയും സംഘടനകളുടെയും പ്രവർത്തനം സംഘടിത ഫാക്ടറികളിലെ തൊഴിലാളികളെ സ്വന്തം വരുതിയിലാക്കുന്നതിൽ കേന്ദ്രീകരിച്ചുകൊണ്ടുള്ളതായിരുന്നു. അന്വേഷണങ്ങളുടെയും തൊഴിലാളി യൂണിയൻ പ്രവർത്തനങ്ങളുടെയും ഈ പരിമിതികൾ തൊഴിലാളി ചരിത്രത്തെക്കുറിച്ചുള്ള പഠനങ്ങളിലും പ്രതിഫലിക്കുന്നുണ്ട്. പഠനങ്ങളുടെ ഒരു ഭാഗം വേതനങ്ങളെക്കുറിച്ചും ഫാക്ടറികളിലെ തൊഴിൽ സാഹചര്യങ്ങളെക്കുറിച്ചുമാവുമ്പോൾ മറുഭാഗം തൊഴിലാളി യൂണിയനുകളെ കുറിച്ചായിരിക്കും (Singh 1965).

തൊഴിലാളികളുടെ അവസ്ഥകളെക്കുറിച്ച് കൂടുതൽ കാഴ്ചപ്പാടുള്ള ചരിത്രകാരന്മാർ രണ്ടായി വിഭജിച്ച വിവരണത്തോടും വിശകലനത്തോടുമൊപ്പം നിൽക്കുമ്പോൾതന്നെ അസംഘടിത-സംഘടിത മേഖലകൾ പ്രതിപ്രവർത്തിച്ചതെങ്ങനെയെന്നും അന്വേഷിക്കുന്നുണ്ട്. ബുഖാനൻ (1934) തന്റെ കൃതിയിൽ നാല് അധ്യായങ്ങൾ 'തൊഴിലാളി: സ്രോതസുകളും അവസ്ഥകളും', 'തൊഴിലാളി പ്രസ്ഥാനം' എന്നിവയ്ക്ക് നീക്കിവെച്ചു. ഈ അധ്യായങ്ങളിൽ ഫാക്ടറി മതിലുകൾക്ക് പുറത്തേക്ക് തൊഴിലാളികൾ വരുന്ന വിശാലലോകത്തേക്ക് തൊഴിൽദാതാവ് പ്രധാന പങ്ക് വഹിച്ച തിരഞ്ഞെടുപ്പ് പ്രക്രിയയിലേക്കും തൊഴിലാളികളുടെ തദ്ദേശ പരിസ്ഥിതിയും ദൃഢമല്ലാത്ത കൂട്ടായ്മകളും ഒരു പങ്ക് നിർവഹിച്ച സമരങ്ങളിലേക്കും ശ്രദ്ധിക്കുന്നുണ്ട്. മുഖർജി (1945/1951)യുടെ കൃതിയുടെ പതിനെട്ട് അധ്യായങ്ങളിൽ മൂന്നെണ്ണം 'കാർഷിക പശ്ചാത്തല'ത്തെയും പ്ലാന്റേഷനുകളിലെയും ഖനികളിലെയും നിയമനത്തെയും കുറിച്ചായിരുന്നു. ഒരധ്യായം സ്ത്രീബാലവേലക്കാരെ കുറിച്ചായിരുന്നു. ഒരധ്യായം തൊഴിലാളികളുടെ ജീവിതനിലവാരത്തെക്കുറിച്ചായിരുന്നു. വേതനത്തെക്കുറിച്ച് അനേകം അധ്യായങ്ങളുണ്ടായിരുന്നു. ഒരധ്യായം തൊഴിലാളി യൂണിയനെ കുറിച്ചായിരുന്നു. ഈ അധ്യായങ്ങളിലെല്ലാം ഫാക്ടറിക്കു പുറത്തുള്ള ലോകമുണ്ടായിരുന്നു. കരാർ തൊഴിലാളികളെക്കുറിച്ചുള്ള അധ്യായത്തിൽ സംഘടിത അസംഘടിത തൊഴിലാളികൾ തമ്മിലുള്ള പ്രതിപ്രവർത്തനമുണ്ടായിരുന്നു.

ഈ വിഭാഗത്തിലെ കൃതികൾക്കുള്ള മറ്റു ഉദാഹരണങ്ങൾ വി ബി സിങ്ങിന്റെ *തൊഴിലാളി യൂണിയൻ പ്രസ്ഥാനം*, ജൂർഗൻ കുഴിൻസ്കിയുടെ *തൊഴിലാളികളുടെ അവസ്ഥ* 1880–1950, മുഖർജിയുടെ *വ്യവസായ*

ത്തൊഴിലാളികളുടെ ജീവിതനിലവാരങ്ങൾ 1965 എന്നിവയാണ്. ഈ പുസ്തകങ്ങളൊന്നും തൊഴിലാളികളുടെ അവബോധത്തിന് പ്രത്യേകം അധ്യായങ്ങൾ നീക്കിവെക്കുന്നില്ല. അവ തൊഴിലാളികളെ ജീവനുള്ള യന്ത്രങ്ങളായും വിവരിക്കുന്നില്ല. തൊഴിലാളികൾ ചിന്തിക്കുന്നവരാണെന്നുള്ളതിന്റെ ഏക തെളിവായി സംഘടിത തൊഴിലാളി യൂണിയനുകളെ പരിഗണിക്കുന്നുമില്ല. തൊഴിലാളികൾ അസംഘടിത, പ്രത്യക്ഷത്തിൽ സംഘടിതമല്ലാത്ത സമരങ്ങളിലൂടെയും തൊഴിൽ സ്തംഭനത്തിലൂടെയും മറ്റു തരത്തിലുള്ള പ്രതിഷേധങ്ങളിലൂടെയുമാണ് ചെറുത്തുനിന്നത്. അമാനവിക സാഹചര്യങ്ങളിൽ പതിനഞ്ച് മണിക്കൂറുകളോളം തൊഴിലെടുക്കേണ്ടതുള്ളപ്പോൾ തൊഴിലാളികൾക്ക് സ്വയം സംഘടിക്കുന്നതിലെ ബുദ്ധിമുട്ട് അവർ സൂചിപ്പിക്കുന്നു. ദൈർഘ്യമേറിയ ജീവിതത്തിനു തികയുന്ന വേതനം അവർക്ക് ലഭിച്ചിരുന്നുമില്ല.

പിൽക്കാലത്ത് അനേകം സാമൂഹികശാസ്ത്രജ്ഞർ ഇന്ത്യൻ തൊഴിലാളികളെക്കുറിച്ച് സാമൂഹിക നരവംശശാസ്ത്രപഠനങ്ങൾ നടത്തി. ലാംബർട്ട് (1963), സേഥ് (1968), ഹോം സ്ട്രോം (1976, 1985), രാമസ്വാമി (1977) എന്നിവരാണ് പഠനം നടത്തിയവരിൽ പ്രമുഖർ. അവർ തൊഴിലാളികളുടെ തൊഴിൽ പരിസ്ഥിതി, ആ പരിസ്ഥിതിയോടുള്ള തൊഴിലാളികളുടെ പ്രതികരണം, അവരുടെ പൊതുവിലുള്ള അവബോധം എന്നിവ പരിശോധിച്ചു. അവരിലെല്ലാവരും തൊഴിലാളികളുടെ അവബോധത്തെ വിശാലമായ സാമൂഹിക സാമ്പത്തിക പരിസ്ഥിതിയുമായോ അവയുടെ ചരിത്രപരമായ ഉത്ഭവങ്ങളുമായോ ബന്ധിപ്പിച്ചില്ല.

പ്ലാന്റേഷൻ, ഖനി, ചണമിൽ തൊഴിലാളികളുടെ തൊഴിലാളിവർഗ അവബോധത്തെക്കുറിച്ചുള്ള ചോദ്യം അമലേന്ദു ഗുഹ (1977)യുടെയും രഞ്ജിത്ദാസ് ഗുപ്ത (1984, 1985, 1994)യുടെയും പുസ്തകങ്ങളിലും ലേഖനങ്ങളിലും വന്നിട്ടുണ്ട്. തൊഴിലാളികളുടെ അവബോധമെന്ന പ്രശ്നം ചണമിൽ തൊഴിലാളികളെക്കുറിച്ചുള്ള ചക്രവർത്തി (1989)യുടെ പഠനത്തിന്റെ ഊന്നായി മാറി. സമീപകാലത്ത് ചന്ദ്രാവർക്കർ ബോംബെയിലെ പരുത്തിമിൽ തൊഴിലാളികളുടെ പരിസ്ഥിതി, വാസസ്ഥലം, അവബോധം എന്നിവയെക്കുറിച്ചുള്ള തന്റെ പഠനം പ്രസിദ്ധീകരിച്ചു. ഇന്ത്യൻ ചരിത്രത്തിൽ പൊതുവെയും ഇന്ത്യൻ തൊഴിലാളികളുടെ ചരിത്രകാരന്മാരെ പ്രത്യേകിച്ചും ഇ പി തോംസൺ സ്വാധീനിച്ചതിനെ അദ്ദേഹം വിലയിരുത്തുന്നുണ്ട് (Chandravarkar 1994, 1998).

തൊഴിലാളികളുടെ ഇന്ത്യൻ ചരിത്രരചനയിൽ മനോശരീര ദ്വന്ദ്വത്തിന്റെ കാലം അവസാനിച്ചു കഴിഞ്ഞു. ഭാവി ദൗത്യം തൊഴിലാളികളുടെ അവബോധത്തെ അവരുടെ തൊഴിലിടപരിസ്ഥിതിയുമായും വീടുമായും പരിചിത പരിസ്ഥിതിയുമായും അസ്തിത്വബന്ധങ്ങളുമായും ബന്ധപ്പെടുത്തി അവയെ പ്രദേശത്തെയും രാജ്യത്തെയും രാഷ്ട്രീയ സാമ്പത്തികമാറ്റങ്ങളുടെ തുടർച്ചയായി കാണുകയും ചെയ്യുകയെന്നതാണ്.

തൊഴിലാളികളുടെ അവബോധത്തിന്റെ പ്രകൃതത്തെക്കുറിച്ചും അത് വായിച്ചെടുക്കാനുള്ള ഉപാധികളെക്കുറിച്ചുമുള്ള സംവാദങ്ങൾ തുടരുകയാണ്. സാമൂഹിക നരവംശശാസ്ത്രജ്ഞരുടെ പഠനങ്ങളും സ്വകാര്യ വിലയിരുത്തലുകളും കൂടുതലായി ലഭ്യമായിട്ടും വാചാചരിത്രങ്ങളുണ്ടായിട്ടും ചരിത്രകാരന്മാരുടെ പ്രധാന സ്രോതസ് ബ്രിട്ടീഷ് കാലത്തെ ഔദ്യോഗികരേഖകളാണ്. ഈ രേഖകൾ അധികാരികളുടെയും തൊഴിലുടമകളുടെയും മാനേജർമാരുടെയും മുൻവിധികളെയാണ് പ്രതിഫലിപ്പിക്കുന്നത്. ഈ റിപ്പോർട്ടുകൾ തൊഴിലാളികളുടെ പ്രസ്താവനകൾ പുനരുൽപ്പാദിപ്പിക്കാൻ ഉദ്ദേശിച്ചവയായിരുന്നു. തൊഴിലാളികൾ മൊഴിമാറ്റക്കാരെക്കാളുപരി സ്വന്തം യജമാനരും ഭരണകർത്താക്കളുമായി കണ്ടവരുടെ മുന്നിൽ നടത്തിയ പ്രസ്താവനകളായിരുന്നു അവയെന്നോർക്കണം. പ്രാദേശിക ഉപഭാഷയിൽ നടത്തിയ പ്രസ്താവനകൾ ഇംഗ്ലീഷിലേക്ക് മൊഴിമാറ്റിയപ്പോൾ തൊഴിലാളികളുദ്ദേശിക്കാത്ത അർഥങ്ങൾ ഉൽപ്പാദിപ്പിച്ചിട്ടുണ്ടാകും. അങ്ങനെ പറഞ്ഞില്ലെങ്കിൽ സായിപ്പിന് ദേഷ്യം പിടിക്കുമെന്നതുകൊണ്ടാണോ സായിപ്പുമാരെ തങ്ങൾക്ക് മാതാപിതാക്കളായാണ് കാണുന്നതെന്ന് അവർ പറഞ്ഞത്? തൊഴിലാളികളുടെ പ്രസ്താവനയ്ക്ക് ഏകഭാഷാ അർഥം നൽകുമ്പോൾ തൊഴിലാളികളും മാനേജർമാരും തമ്മിലുള്ള ഉപഭാഷാ സംഘർഷങ്ങൾ നഷ്ടപ്പെടുന്നു. സ്വത്തുള്ളവരും സ്വത്തില്ലാത്തവരും തമ്മിലും ഭരിക്കപ്പെടുന്നവരും ഭരിക്കുന്നവരും തമ്മിലുള്ള സംഘർഷങ്ങളാണ് നഷ്ടപ്പെടുന്നത്.

ഔദ്യോഗികമായി രേഖപ്പെടുത്തിയ തെളിവ് നാമെങ്ങനെ വായിക്കുമെന്നതിനുപുറമെ സ്വതന്ത്ര മനുഷ്യരെന്ന നിലയിൽ തൊഴിലാളികൾ സ്വന്തം ആഗ്രഹം എങ്ങനെ പ്രകടിപ്പിക്കുമെന്ന ചോദ്യമുണ്ട്. ഇവിടെ രണ്ട് വ്യത്യസ്ത പ്രശ്നങ്ങളുണ്ട്. ആദ്യത്തേത് 'അന്യരു'ടെ പങ്കാണ്. സ്വന്തം നിലപാട് അസ്വീകാര്യമാകുമ്പോൾ തൊഴിലാളികൾ എങ്ങനെ പ്രതിഷേധിക്കുമെന്നതാണ് രണ്ടാമത്തേത്.

1908ലെ ഇന്ത്യൻ ഫാക്ടറിത്തൊഴിലാളി കമ്മീഷനുമുന്നിൽ സാക്ഷികൾ രേഖപ്പെടുത്തിയ ഏറ്റവും മികച്ച തെളിവും തർക്കങ്ങളുമുണ്ട്. ടി എം നായർ എം ഡി എഴുതിയ റിപ്പോർട്ടിനുള്ള വിയോജനക്കുറിപ്പുമുണ്ട് (Nair 1908/1990). പരുത്തിമിൽ തൊഴിലാളികൾ പതിമൂന്ന് മണിക്കൂറും മറ്റുചില ഫാക്ടറികളിലെ തൊഴിലാളികൾ ഇരുപത് മണിക്കൂറുമെടുത്ത് നൽകിയ അതിദീർഘമായ തെളിവുകൾ നായർ സംക്ഷേപിക്കുന്നു. നിരക്ഷരരായ, പോഷണക്കുറവുള്ള, തൊഴിലെടുത്തു തളർന്ന ഓപ്പറേറ്റർമാരുടെ നിസ്സഹായതയും മാനേജർമാരുടെയും മില്ലുടമകളുടെയും അശ്രദ്ധയും നായർ ചുരുക്കിപ്പറയുന്നുണ്ട്. ടാറ്റാ ഗ്രൂപ്പിനെപ്പോലെയുള്ള മില്ലുടമകൾ പ്രവൃത്തി സമയം ചുരുക്കാൻ നിയമനിർമാണം വേണമെന്ന് ആവശ്യപ്പെട്ടിരുന്നു. ദീർഘകാലാടിസ്ഥാനത്തിൽ ചുരുങ്ങിയ മണിക്കൂറുകളിലെ കാര്യക്ഷമതയാണ് നല്ലതെന്ന് അവർ തിരിച്ചറിഞ്ഞിരുന്നു. എല്ലാ ഫാക്ടറികളുടെയും പ്രവൃത്തി സമയം ചുരുക്കിയില്ലെങ്കിൽ സ്വന്തം

ഫാക്ടറികളിൽ ദീർഘകാലം പ്രവൃത്തി സമയം ചുരുക്കാനാവില്ലെന്ന് ടാറ്റയ്ക്കറിയാമായിരുന്നു. സർവോപരി, പ്രവൃത്തി നിയമത്തിന്റെ നിയമപരമായ ചുരുക്കൽ സംഘടിത തൊഴിലാളി പ്രസ്ഥാനത്തിന്റെ ഇടപെടലിനു പുറത്തായിരുന്നു. ലങ്കാഷെയറിന്റെ താൽപ്പര്യങ്ങൾ അതിന്റെ പിറകിലുണ്ടായിരുന്നു. തൊഴിലാളികളുടെ അവസ്ഥയെ ലഘൂകരിക്കാനുള്ള ഗവൺമെന്റിന്റെ താൽപ്പര്യവും ദീർഘദൃഷ്ടിയുള്ള ഇന്ത്യൻ മുതലാളിമാരും അതിന്റെ പിറകിലുണ്ടായിരുന്നു. നിയമപരിഷ്കരണത്തിന്റെ പേരിൽ തർക്കത്തിനുകഴിയുന്ന തൊഴിലാളിയെ മാനേജ്മെന്റ് പുറത്താക്കുകയും സംസ്ഥാന ജയിലിലടയ്ക്കുകയും ചെയ്യുമായിരുന്നു. അത്തരം വ്യക്തികൾ മില്ലുകളിൽ നിയമിക്കപ്പെട്ടിട്ടുണ്ടെങ്കിൽ അവർ അധികം കഴിയാതെ പുറത്താകുമായിരുന്നു. സ്വത്തിനും സ്റ്റേറ്റിനുമെതിരെ തൊഴിലാളി യൂണിയൻ പ്രവർത്തനത്തിലേർപ്പെടുന്നവരെക്കുറിച്ച് മുഖർജി (1945/1951) ആശങ്കപ്പെടുന്നുണ്ട്.

തൊഴിലുടമ 'അന്യരോട്' വിരോധംപുലർത്തുന്നത് തൊഴിലാളികൾക്കിടയിൽ നിന്നുയർന്നുവരുന്ന കാര്യകാരിണികൾ വിധേയരായിരിക്കുമെന്ന അദ്ദേഹത്തിന്റെ പ്രതീക്ഷയും അനുഭവവും അടിസ്ഥാനമാക്കിയാണ്. ഇത് സത്യമാണെങ്കിൽ തൊഴിലുടമകളുമായി സമാധാനകാലത്തും സമരകാലത്തും ധൈര്യത്തോടെയും സ്ഥൈര്യത്തോടെയും വിലപേശേണ്ട തൊഴിലാളി യൂണിയന്റെ ലക്ഷ്യങ്ങളാണ് തള്ളിപ്പോകുന്നത്. തൊഴിലാളികളുടെയും അവരുടെ വക്താക്കളുടെയും ഇടയിലുള്ള അസമത്വത്തിൽ കോപാകുലരാകുന്ന തൊഴിലാളി ചരിത്രകാരന്മാർ പീഡനത്തിന്റെ സ്റ്റേറ്റ് സംവിധാനത്തിന്റെ പിന്തുണയുള്ള തൊഴിലുടമകളും സ്വന്തം നിയന്ത്രണത്തിൽ ചുരുങ്ങിയ വിഭവങ്ങളുള്ള തൊഴിലാളികളും തമ്മിലുള്ള അടിസ്ഥാനപരമായ വ്യത്യാസത്തെ അവഗണിക്കുന്നു. കൊളോണിയൽ ഇന്ത്യയിലെ തൊഴിലാളി ചരിത്രത്തിൽ അന്യരുടെ സഹായത്തോടു കൂടിയതോ അല്ലാത്തതോ ആയ തൊഴിലാളി നീക്കങ്ങളുടെ ധാരാളം തെളിവുണ്ട് (Punekar and Varickayil 1990:303-341). ബോംബെയിലെയും കൽക്കട്ടയിലെയും വൻകിട ടെക്സ്റ്റയിൽ കേന്ദ്രങ്ങളിൽ മാത്രമല്ല നാം തൊഴിലാളി സമരത്തിന്റെയും മറ്റു പ്രതിഷേധത്തിന്റെയും അനേകം ഉദാഹരണങ്ങൾ കാണുന്നത് (Chakrabarty 1989; Bagchi 1990; Das Gupta 1994). ഇന്ത്യയിലുടനീളം പ്ലാന്റേഷനിലെയും ഖനികളിലെയും ക്വാറികളിലെയും ചെറുകിട വൻകിട ഫാക്ടറികളിലെയും തൊഴിലാളികൾ സമാധാനപരമായ പ്രതിഷേധങ്ങൾക്ക് മുതിരുന്നതും ചിലപ്പോൾ അവരുടെ ക്ലേശങ്ങൾക്ക് പരിഹാരം കാണാൻ കലാപങ്ങൾ നടത്തുന്നതും റെക്കോർഡുകളിൽ നമുക്ക് കാണാം.

1904ലെ ഏഴുമാസം നീണ്ടുനിന്ന മദ്രാസ് ഗവൺമെന്റ് പ്രസ് സമരം പൂർണമായും തൊഴിലാളി നേതാക്കളുടേതായിരുന്നു. സ്വന്തം നേതാക്കളുടെ കീഴിലാണ് മദ്രാസിലെ പേരാമ്പൂർ വർക്ക്ഷോപ്പിലെയും സതേൺ മറാഠാ, റെയിൽവേയിലെയും തൊഴിലാളികൾ ആറുമാസത്തിലധികം

നീണ്ടുനിന്ന സമരം നടത്തിയത്. ഖനി മാനേജർമാർ കൊണ്ടുവന്ന പുതിയ രജിസ്ട്രേഷൻ സമ്പ്രദായത്തിനെതിരെ 1930ൽ കോലാർ സ്വർണ്ണപ്പാടത്തെ തൊഴിലാളികൾ ജോലി നിർത്തിവെച്ചു. പുതിയ സമ്പ്രദായപ്രകാരം, കുറ്റവാളി അല്ലയെന്നു തെളിയിക്കപ്പെടുന്നതുവരെ എല്ലാ ഖനിത്തൊഴിലാളികളെയും കുറ്റവാളികളായി പരിഗണിക്കുമായിരുന്നു. കോലാർ സ്വർണപ്പാടത്തെ സ്ഥിരതൊഴിലാളികളും കരാർ തൊഴിലാളികളും തമ്മിലുള്ള ഐക്യദാർഢ്യം ഖനി അധികൃതരുടെ കടുത്ത അടിച്ചമർത്തൽ നടപടിയുണ്ടായിട്ടും സമരം തുടരാൻ മാത്രം ശക്തമായിരുന്നു. മൈസൂർ ഗവൺമെന്റ് സമരത്തിന്റെ വിനാശകരമായ പ്രത്യാഘാതത്തിൽ ആശങ്കാഭരിതരായി. എം എ ശ്രീനിവാസൻ എന്ന ഉദ്യോഗസ്ഥനെ തൊഴിലാളികളുടെ ജീവിതസാഹചര്യങ്ങളെക്കുറിച്ച് അന്വേഷിക്കാൻ നിയമിച്ചു (Sreenivasan 1980). തൊഴിലാളി നേതാക്കൾ ഹാജരാകാത്തത് അധികൃതരെ ബുദ്ധിമുട്ടിച്ചു (Nair 1990:79). ഈ സാഹചര്യത്തിൽ തൊഴിലാളികളെക്കാളുപരി അധികൃതർ 'അന്യരെ' തൊഴിലാളികളുടെ പ്രതിനിധികളാകാൻ നിർബന്ധിച്ച് വിലപേശൽ തന്ത്രത്തിന് ആക്കംകൂട്ടി. നേരെമറിച്ച് മീററ്റ് ഗൂഢാലോചനക്കേസിൽ തൊഴിലാളികളുടെ 'പുറമെക്കാരായ' നേതാക്കളെ സ്റ്റേറ്റിനെതിരെ ഉപജാപം നടത്തുന്നവരായാണ് പരിഗണിച്ചത്. നേതാക്കളെ രാക്ഷസവൽക്കരിക്കുന്നതിനും തൊഴിലാളികളുടെ തീവ്രത കുറയ്ക്കുന്നതിനും വേണ്ടിയായിരുന്നു അത്. പുറമെക്കാർക്ക് തൊഴിലാളികളുടെമേൽ സ്വയം അടിച്ചേൽപ്പിക്കാൻ കഴിഞ്ഞിരുന്നില്ല. തൊഴിലാളികളുടെ പോരാട്ടത്തിൽ അവരുടെ വില അവർക്ക് തെളിയിക്കേണ്ടിയിരുന്നു. വിനയ്ബഹ്ലും ദിലീപ് സിമിയോണും ശ്രദ്ധയോടെ വിശകലനം ചെയ്ത തൊഴിലാളി പ്രസ്ഥാനത്തിന്റെ ഒരു ഉദാഹരണം നോക്കാം. ഇന്ത്യൻ നാഷണൽ കോൺഗ്രസിന്റെ സഹായത്തോടെ 1920 ലാണ് ടാറ്റാ അയേൺ ആന്റ് സ്റ്റീൽ കമ്പനി (Tisco)യിലെ തൊഴിലാളികളെ സംഘടിപ്പിക്കാൻ ജംഷഡ്പൂർ ലേബർ അസോസിയേഷൻ (JLA) തുടങ്ങുന്നത്. ജെ എൽ എ 1920–21 ലെ ടിസ്കൊ തൊഴിലാളികളുടെ സമരത്തെ നയിച്ചു (Bahl 1995: Chapter 4). 1928ൽ നടന്ന മറ്റൊരു വൻ സമരത്തിനിടയിൽ തൊഴിലാളികൾ ജെ എൽ എയുടെ നേതൃത്വത്തെ നിരന്തരമായി നിരസിച്ചു. അവർക്കിടയിൽനിന്നുള്ള നേതാക്കളെയും കമ്യൂണിസ്റ്റ് പുറമെക്കാരെയും അവർ പിന്തുടർന്നു. തദ്ദേശ അധ്വക്കേറ്റായ മനേക്ക് ഹോമിയെയും അവർ പിന്തുടർന്നിരുന്നു (Bahl 1995: Chapter 6; Simeon 1995: Chapter 2). തൊഴിലാളികളുടെ അവബോധത്തിന്റെ സമീപകാല വിലയിരുത്തലുകളിൽ (Chakrabarty 1989) സാമുദായിക ബന്ധങ്ങളെ തൊഴിലാളികളുടെ ഐക്യദാർഢ്യത്തിന് തടസമായും തൊഴിലാളികളുടെ ഐക്യദാർഢ്യത്തിന്റെ ശത്രുവായുമാണ് കാണുന്നത്. എങ്കിലും 1928ലെ ടിസ്കൊ സമരത്തിനിടയിൽ ഗോൽഖലി ചൊപ്ര മസ്ജിദ് പോലെയുള്ള ആരാധനാസ്ഥലങ്ങളും പഞ്ചാബികളുടെയും പഠാന്മാരുടെയും വംശീയ ബന്ധങ്ങളും സമരത്തിലുള്ള തൊഴിലാളികളെ പിന്തുണയ്

ക്കാൻ ഉപയോഗപ്പെടുത്തിയിരുന്നു (Simeon 1995:52-53). മറ്റു സാഹചര്യങ്ങളിൽ സാമുദായികബന്ധം വർഗീയതയായി മാറുന്നത് നിഷേധിക്കാനല്ല ഇതുപറയുന്നത്. ഓരോ സന്ദർഭത്തിലും രാഷ്ട്രീയ സാമ്പത്തിക സാഹചര്യം വിശകലനം ചെയ്യേണ്ടതുണ്ട്.

സ്വാതന്ത്ര്യത്തിന്റെയും ബന്ധനത്തിന്റെയും ദ്വന്ദ്വവും വൈരുധ്യങ്ങളും

കൊളോണിയൽ തൊഴിലാളികളുടെ ചരിത്രരചനയിൽ ഇടയ്ക്ക് വരുന്ന മറ്റൊരു ദ്വന്ദ്വം മുതലാളിത്ത കൊളോണിയലിസത്തിലെ സ്വതന്ത്ര തൊഴിലാളിയും മുതലാളിത്തപൂർവ ബന്ധനസ്ഥനായ തൊഴിലാളിയും തമ്മിലാണ്. കൊളോണിയൽ പൂർവ തൊഴിലാളിയുടെയും സമൂഹത്തിന്റെയും മുതലാളിത്തപൂർവ മൂല്യങ്ങളുടെ വിശകലന ആശയ സംവിധാനങ്ങളുമായി ബന്ധപ്പെട്ടാണ് ഈ ദ്വന്ദ്വം നിലകൊള്ളുന്നത്. പ്രാചീന മുതലാളിത്തം ഉൾക്കൊള്ളുന്ന തലമുറയെയും തൊഴിലാളികളുടെ ചിന്തകളെയും പ്രവർത്തനങ്ങളെയും തടസപ്പെടുത്തുന്ന ഉപേക്ഷിക്കപ്പെട്ട ഭാണ്ഡമായാണ് ഈ മൂല്യങ്ങൾ പരിഗണിക്കപ്പെടുന്നത്. മുതലാളിത്ത കൊളോണിയലിസം പരിപോഷിപ്പിക്കാൻ ശ്രമിക്കുന്ന പൗരസ്വാതന്ത്ര്യം നേടുന്നതിനെയും ഈ മൂല്യങ്ങൾ തടസപ്പെടുത്തുന്നതായി പരിഗണിക്കപ്പെടുന്നുണ്ട് (Chakrabarty 1989). പൗരസ്വാതന്ത്ര്യത്തിന്റെ ആശയങ്ങളെ സ്കോട്ടിഷ്, ഫ്രഞ്ച് പ്രബുദ്ധതയുടെ നായകരിലേക്കും കൂടുതൽ സമീപ കാലത്ത് പത്തൊമ്പതാം നൂറ്റാണ്ടിലെ യൂറോപ്യൻ ഉദാരവാദത്തിലേക്കും അന്തിമമായി മാർക്സിലേക്കും മാർക്സിസത്തിലേക്കും അന്വേഷിച്ചെത്താം. അവജ്ഞയുള്ള വിശകലനക്കാർ പൗരാവകാശങ്ങൾ ആർജിക്കാത്തതിന് തൊഴിലാളികളെ കുറ്റപ്പെടുത്തുകയും ഈ പൈതൃകത്തിന്റെ പിന്തുടർച്ചക്കാരായി അവരതിനെ സംരക്ഷിക്കേണ്ടിയിരുന്നുവെന്ന് അഭിപ്രായപ്പെടുകയും ചെയ്യുന്നു.

അതുമായി ബന്ധമുള്ള രണ്ടു നിർദേശങ്ങളെ ഈ ഗ്രൂപ്പ് ചോദ്യം ചെയ്യാതെ സ്വീകരിക്കുന്നതാണ് ഈ ദ്വന്ദ്വത്തിന്റെ കെട്ടഴിക്കുന്നതിന് തടസമാകുന്നത്. നിർദേശങ്ങളിൽ ഒന്ന് മൂന്നാം ലോകത്തിന്റെ ഭൂരിഭാഗവും കോളനിവൽക്കരിച്ചിരുന്നപ്പോൾ യൂറോപ്യനും വടക്കെ അമേരിക്കനുമായ തൊഴിലാളികൾ പൗരസ്വാതന്ത്ര്യം യഥാർഥത്തിൽ അനുഭവിച്ചു എന്നതാണ്. മറ്റൊന്ന് സ്വാതന്ത്ര്യത്തെക്കുറിച്ചുള്ള ഭരണവർഗ വിവരണം സ്വത്തുള്ളവരെയും ഇല്ലാത്തവരെയും ഉൾക്കൊണ്ടിരുന്നു എന്നതാണ്.

പത്തൊമ്പതാം നൂറ്റാണ്ടിന്റെ രണ്ടാം പകുതിയിലെത്തുന്നതിനു മുമ്പ് ഈ നിർദേശങ്ങൾ പരിശോധിക്കപ്പെടേണ്ടതുണ്ട്. 1650കളിൽ ഒലിവർ ക്രോംവെല്ലിന്റെ സേന അയർലണ്ടിനെ വീണ്ടും കീഴടക്കുന്നതിനും ബ്രിട്ടീഷ് പാർലമെന്റ് 1829ൽ കാത്തലിക് ഇമാൻസിപ്പേഷൻ ആക്ട് പാസാക്കുന്നതിനുമിടയിൽ ഐറിഷ് കത്തോലിക്കക്കാർക്ക് തുടർച്ചയായി പൗരസ്വാതന്ത്ര്യം നഷ്ടപ്പെട്ടിരുന്നു. ഉദാരവാദത്തോട് ചേർന്ന പ്രബുദ്ധത

യുടെ ലളിതമായ പ്രകടനം മാത്രമായിരുന്നില്ല, ആക്ട്. ഐറിഷ് പ്രക്ഷോഭത്തിന്റെ ഭീഷണിയെ തുടർന്നാണ് അത് ഉണ്ടാകുന്നത്. അക്കാലത്ത് ബ്രിട്ടണിന്റെ ടോറി പ്രധാനമന്ത്രിയായിരുന്ന വെല്ലിങ്ടൺ പ്രഭു കാത്തലിക് ഇമാനിസിപ്പേഷൻ ബിൽ അവതരിപ്പിച്ചുകൊണ്ട് പ്രഭുസഭയിൽ പറഞ്ഞത്, ആഭ്യന്തരയുദ്ധം മാത്രമാണ് വിമോചനത്തിന്റെ ബദൽ എന്നാണ്. നമ്മൾ പ്രതീക്ഷിക്കേണ്ട നടപടി ആഭ്യന്തരയുദ്ധം മാത്രമാണ്. നമ്മൾ പ്രയോഗിക്കേണ്ട നടപടികൾ ഇവയാണ്. ഈ നടപടി മുമ്പോട്ടുകൊണ്ടുവരുന്നതിന്റെ സാധ്യത നാം ആശ്ലേഷിച്ചില്ലെങ്കിൽ...... (Beckett 1981:303)

പന്ത്രണ്ടാം നൂറ്റാണ്ടിലെ നോർമന്റെ കടന്നാക്രമണം മുതൽക്ക് ആരംഭിച്ച അയർലണ്ടിലെ ബ്രിട്ടീഷ് കൊളോണിയലിസം കൊളോണിയൽ അയുക്തിയുടെയും കീഴടക്കപ്പെട്ടവരുടെ സ്വാതന്ത്ര്യത്തിന്റെ നിഷേധത്തിന്റെയും അതിന് പ്രത്യയശാസ്ത്രപരവും നിയമപരവുമായ പുറംപൂച്ചു നൽകാൻ വംശീയതയെ ഉപയോഗിച്ചതിന്റെയും പഠനത്തിന്റെ ഒരു സന്ദർഭമാണ്. പതിമൂന്നാം നൂറ്റാണ്ടിന്റെ മധ്യം മുതൽ ഐറിഷുകാരനോട് അവന്റെ രക്തം സ്വതന്ത്രമല്ലാത്തതുകൊണ്ട് മറുപടി പറയേണ്ടതില്ലെന്ന് ഇംഗ്ലീഷുകാരന് അവകാശപ്പെടാമായിരുന്നു (Bartlet 1994:215). തീർത്തും സമാനമായൊരു വാദം, 1851ൽ തിയഡോർ ഡിക്കൻസ് എന്ന ഇംഗ്ലീഷ് അഭിഭാഷകൻ കൽക്കട്ടയിൽ പ്രാക്ടീസ് ചെയ്യുമ്പോൾ ബ്രിട്ടീഷ് വാഴ്ചയിലെ ഇന്ത്യൻ പ്രജകൾ ബ്രിട്ടണിൽ ജനിച്ചവർക്കു സമാനമായി നിയമത്തിന്റെയും നിയമക്കോടതികളുടെയും ഗുണം അവകാശപ്പെടരുതെന്ന് വാദിച്ചിരുന്നു (Bose 1981; Bagch 1998).

പതിനാറാം നൂറ്റാണ്ടിൽ പോർച്ചുഗീസുകാരുടെയും സ്പെയിൻകാരുടെയും നേതൃത്വത്തിൽ യൂറോപ്യന്മാർ യൂറോപ്പിനു പുറത്തുള്ള ഭൂമി കീഴടക്കാൻ തുടങ്ങിയപ്പോൾ ഇംഗ്ലണ്ടും നെതർലന്റും യൂറോപ്പിന്റെ മുഴുവൻ ഭാഗങ്ങളും ഭരിച്ചിരുന്നത് ഫ്യൂഡൽ സ്ഥാപനങ്ങളായിരുന്നു. സ്പെയിനിലും പോർച്ചുഗലിലും ഫ്യൂഡൽ വിധേയത്വങ്ങൾ ജനസംഖ്യയിൽ വലിയൊരു വിഭാഗത്തിന്റെ പൗരസ്വാതന്ത്ര്യത്തെ പരിമിതപ്പെടുത്തി. നെതർലന്റിലെ സാധാരണ ജനങ്ങളും ഇൻഡോനേഷ്യ, ഇന്ത്യ, ആഫ്രിക്ക, കരീബിയൻസ് എന്നിവിടങ്ങളിൽ വൻ കോളനികൾ സ്ഥാപിക്കുന്നതുവരെ ചെറിയൊരളവോളം ബ്രിട്ടണിലും പൗരസ്വാതന്ത്ര്യമുണ്ടായിരുന്നു. രണ്ടു രാജ്യങ്ങളിലും സ്വത്തുള്ളവരുടെ ഭരണം സ്വത്തില്ലാത്ത തൊഴിലാളികളുടെ പൗരസ്വാതന്ത്ര്യമെന്ന യാഥാർഥ്യത്തെ പരിമിതമാക്കി (Boxer 1973; Parry 1973; Schama 1987; Thompson 1991; Corrigan and Sanger 1985).

ബ്രിട്ടനിൽ ഫ്യൂഡലിസത്തിന്റെ ശേഷിപ്പുകളെ കുറഞ്ഞ കാലത്തെ കോമൺവെൽത്തും 1660ൽ സ്ഥാപിച്ച പുനരുജ്ജീവന രാജവാഴ്ചയും അവസാനിപ്പിച്ചു. തീർപ്പുകൽപ്പിക്കുന്നതിന്റെയും നിഷ്കാസനത്തിന്റെയും ഒരു ചട്ടം 1662ൽ പാസാക്കി. പാവങ്ങൾക്കുള്ള ആശ്വാസ നടപടികൾ തുടർച്ചയായി നടത്താനായിരുന്നു അത് (Porter 1990: 127-28). ഓരോ

ഇംഗ്ലണ്ട് സ്വദേശിയും ഒരു ഇടവകയിൽ തീർപ്പ് നേടണമെന്ന് കൽപ്പിക്കപ്പെട്ടിരുന്നു. പാവങ്ങളെ തുണയ്ക്കാനുള്ള നികുതി 1597 മുതൽ സ്വത്തുടമകളിൽനിന്ന് ഈടാക്കിയിരുന്നു. മജിസ്ട്രേറ്റുമാരുടെ മേൽനോട്ടത്തിൽ പ്രവർത്തിക്കുന്ന ഓവർസിയർമാരാണ് അത് നിജപ്പെടുത്തിയിരുന്നത്. തൊഴിലന്വേഷിച്ച് ഇടവക വിടാൻ ഒരു സർട്ടിഫിക്കറ്റ് നിയമപ്രകാരം ആവശ്യമായിരുന്നു. അലഞ്ഞുതിരിയുന്നവരെയും പാർപ്പിടമില്ലാത്തവരെയും ഇടവകയിലേക്ക് തിരിച്ചോടിക്കാൻ അധികൃതർക്ക് അധികാരമുണ്ടായിരുന്നു (Porter 1990:128). മജിസ്ട്രേറ്റുമാരുടെയും ഓവർസീയർമാരുടെയും ഈ അധികാരങ്ങൾ കുട്ടികളെ ഏറ്റെടുക്കാൻ ഇടവക തയാറല്ലാത്തതിനാൽ അവിവാഹിത ഗർഭിണികളെ കൊല്ലുന്നതടക്കം അനേകം ക്രൂരതകളിലേക്ക് നയിക്കുമായിരുന്നു. ഇംഗ്ലണ്ടിൽ പതിനെട്ടാം നൂറ്റാണ്ടിൽ സ്വത്തിനെതിരെയുള്ള മുഴുവൻ നീക്കങ്ങളെയും ക്രിമിനൽവൽക്കരിച്ചു. അവയിൽ മിക്കവരും വധശിക്ഷയായിരുന്നു വിധിച്ചിരുന്നത്. വധശിക്ഷയ്ക്കും ദീർഘകാല ജയിൽശിക്ഷയ്ക്കും ഇടയാക്കുന്ന നിയമലംഘനങ്ങൾക്കുള്ള ശിക്ഷനടപ്പാക്കിയിരുന്നത് തദ്ദേശസ്വത്തുടമകളിൽനിന്ന് തിരഞ്ഞെടുത്ത മജിസ്ട്രേറ്റുമാരായിരുന്നു. ഇംഗ്ലണ്ടിലും അയർലാണ്ടിലും മുഴുവൻ 1830കളിൽ യാത്ര ചെയ്ത ടോക്യുവില്ലി രേഖപ്പെടുത്തിയത് ഇംഗ്ലീഷ് സമൂഹം മുഴുവൻ പണത്തിന്റെ മുൻവിധിയെ അടിസ്ഥാനമാക്കിയുള്ളതാണ് എന്നാണ് (Toqueville note dated 11 may 1835, 1958:90-91). പിന്നീട് ഒരു വിലനിലവാര സൂചിക അദ്ദേഹം നൽകുന്നുണ്ട്.

സ്റ്റേറ്റിൽനിന്ന് ലഭിക്കുന്നതിനെക്കാൾ ചെലവാക്കപ്പെടുന്ന ജീവിതശൈലി പ്രതീക്ഷിക്കപ്പെടുന്നതിനാൽ ഒരാൾ മന്ത്രിയാകാൻ ധനികനായിരിക്കണം.

തിരഞ്ഞെടുപ്പു ചെലവുകൾ കനത്തതായതിനാൽ കോമൺസ് സഭയിലേക്കെത്താൻ ഒരാൾ ധനികനായിരിക്കണം.

ജസ്റ്റിസ് ഓഫ് പീസ്, ലോഡ് ലെഫ്റ്റനെന്റ്, ഹൈ ഷെരീഫ്, മേയർ, ഓവർസിയർ ഓഫ് പുവർ എന്നിവർക്ക് വേതനമില്ലാത്തതിനാൽ ഈ തസ്തികകളിലെത്തുന്ന ആൾ ധനികനായിരിക്കണം.

ബാരിസ്റ്റർ, ജഡ്ജ് എന്നിവയാകാൻ ഒരാൾ ധനികനായിരിക്കണം. ഈ തൊഴിലുകളിലെത്താനുള്ള വിദ്യാഭ്യാസച്ചെലവ് വളരെയധികമാണ്.

പുരോഹിതനാകാൻ ധനികർക്കു മാത്രമേ സാധിക്കുകയുള്ളൂ. അതിനുള്ള വിദ്യാഭ്യാസച്ചെലവ് ഭീമമാണ്.

കോടതിയിൽ വ്യവഹാരം നടത്താൻ ഒരാൾ ധനികനാകേണ്ടതുണ്ട്. ജാമ്യസംഖ്യ നൽകാനാവാത്തവർ ജയിലിൽ പോകും. നീതി ധനികരുടെ വിശേഷാധികാരമായ വേറൊരു രാജ്യവും ലോകത്തില്ല. പാവങ്ങൾക്കായുള്ള ട്രിബ്യൂണൽ ഉണ്ടായിരുന്നില്ല.

സ്വത്തുള്ളവരും സ്വത്തില്ലാത്തവരും തമ്മിലുള്ള കടുത്ത അസമത്വം പാവങ്ങൾക്ക് രാഷ്ട്രീയാധികാരം ഇല്ലാതാക്കി. അവരുടെ പൗരസ്വാതന്ത്ര്യത്തെ ഗുരുതരമായി പരിമിതപ്പെടുത്തുകയും ചെയ്തു. മുതലാളിത്തം

പ്രധാന ഉൽപ്പാദനരീതിയായി ഉയർന്നുവന്ന നൂറ്റാണ്ടുകളിലെല്ലാം സ്ത്രീകൾ വളരെ കുറഞ്ഞ സ്വാതന്ത്ര്യമാണ് അനുഭവിച്ചത്. ഇംഗ്ലണ്ടിലെ രാജവാഴ്ചയിലൊഴികെ സ്വത്തുണ്ടെങ്കിലും അവർക്ക് അധികാരം ലഭിച്ചില്ല. ഭർത്താവിന്റെ സ്പഷ്ടമായ അനുവാദമില്ലാതെ നിയമപ്രാബല്യമുള്ള കരാറുകളിലൊന്നും ഏർപ്പെടാനാവാത്തതിനാൽ വിവാഹം ഇംഗ്ലണ്ടിലെ സ്ത്രീക്ക് സാമൂഹികമായ മരണമായിരുന്നു. സ്വാതന്ത്ര്യമെന്നത് പര്യാപ്തമായ പ്രവർത്തനങ്ങളുടെമേലുള്ള ആത്മനിയന്ത്രണമാണെങ്കിൽ പത്തൊമ്പതാം നൂറ്റാണ്ടിന്റെ അന്ത്യപാദത്തിലെ ശുചീകരണത്തിലെയും വൈദ്യത്തിലെയും മുന്നേറ്റങ്ങൾക്കും എല്ലാ തലങ്ങളിലേക്കുമുള്ള വിദ്യാഭ്യാസത്തിന്റെയും വ്യാപനത്തിനും മുമ്പ് ഇംഗ്ലണ്ടിൽപ്പോലും വളരെ കുറച്ചാളുകൾ മാത്രമാണ് പര്യാപ്തമായ സ്വാതന്ത്ര്യം അനുഭവിച്ചത്.

യൂറോപ്പിലെ സ്വാതന്ത്ര്യത്തെക്കുറിച്ചുള്ള ചർച്ചയിലേക്ക് തിരിയുമ്പോൾ സ്വത്തുള്ളവരും സ്വത്തില്ലാത്തവരും തമ്മിലുള്ള യഥാർഥ ജീവിത വ്യത്യാസം മുതലാളിത്തത്തിന്റെ വിജയകാലം മുതൽ പ്രതിഫലിക്കുന്നത് നമുക്ക് കാണാം. ഹോബ്സിന്റെ കാലം മുതൽ മിൽസിന്റെ പ്രതിനിധി ഗവൺമെന്റ് വരെയുള്ള ഇംഗ്ലണ്ടിലെ രാഷ്ട്രീയ സിദ്ധാന്തം അധികാരത്തിന് വിധേയരാക്കപ്പെടുന്നവരെക്കാളുപരി രാഷ്ട്രീയ അധികാരത്തിന്റെ ആവശ്യത്തെയും പ്രകൃതത്തെയുംകുറിച്ചായിരുന്നു. ഹോബ്സിന്റെയും ലോക്കിന്റെയും രാഷ്ട്രീയ വിധേയത്വത്തെക്കുറിച്ചുള്ള സിദ്ധാന്തം വ്യാഖ്യാനിക്കേണ്ടതെങ്ങനെയാണെന്നതിനെക്കുറിച്ച് ഇംഗ്ലണ്ടിലെ രാഷ്ട്രീയ സിദ്ധാന്തക്കാർ ഇപ്പോഴും സംവാദം നടത്തുന്നുണ്ട്. ജനാധിപത്യത്തിന്റെയും റിപ്പബ്ലിക്കനിസത്തിന്റെയും മിക്ക സൈദ്ധാന്തികരും അനിയന്ത്രിതമായ അധികാരത്തെയും പിന്തുണയ്ക്കുന്നുണ്ട്. പതിനേഴാം നൂറ്റാണ്ടിലെ റിപ്പബ്ലിക്കൻ അനുകൂലികളടക്കം അനേകം പേർ സ്വത്തിനെ ഔചിത്യവുമായി തുല്യമാക്കിയിരുന്നു (Macpherson 1962; Dunn 1969, 1984; Pocock 1985). ലോക്ക് അടക്കമുള്ള മിക്ക സൈദ്ധാന്തികരും ഭരണാവകാശം സ്വത്തുള്ളവരിലേക്ക് ഒരുക്കുകയും സ്വത്തില്ലാത്തവർക്ക് പൗരസ്വാതന്ത്ര്യം നിഷേധിക്കാതിരിക്കുകയും ചെയ്തു. സ്വത്തില്ലാത്തവർക്ക് യാഥാർഥ്യത്തിന്റെ അഭിപ്രായരൂപീകരണത്തിൽ പങ്കുണ്ടാകുന്നത് അവർക്ക് ഭീതിജനകമായിരുന്നു. തീവ്രറിപ്പബ്ലിക്കൻ വാദത്തിന് നമുക്ക് പതിനെട്ടാം നൂറ്റാണ്ടിൽ റൂസോ വരെയും പത്തൊമ്പതാം നൂറ്റാണ്ടിൽ ജെയിംസ്മിൽ വരെയും കാത്തിരിക്കേണ്ടി വന്നു. ദൈവം എല്ലാവർക്കും നൽകിയ ഉൽപ്പാദനോപാധികളില്ലാത്തവരെ അതില്ലാതായാൽ വിധേയരാക്കാമെന്നതിനോട് ലോക്ക് സ്പഷ്ടമായി വിയോജിച്ചിരുന്നു (Dunn 1984:43). സാമ്പത്തിക സാഹചര്യങ്ങളുടെ കടുത്ത അസമത്വം ചെറുതാക്കുന്ന സ്വാതന്ത്ര്യത്തിന്റെ ബാധ്യതയെ ചുരുക്കം ചില സൈദ്ധാന്തികർ ശ്രദ്ധിച്ചു. പത്തൊമ്പതാം നൂറ്റാണ്ടിലാണ് ബാലവേലയുടെയും ഇംഗ്ലണ്ടിലെ വ്യവസായനഗരങ്ങളുടെ നാശത്തിന്റെയും ഭീകരത അത്തരം ആശങ്കകളെ ആശ്വാസപദ്ധതികളിലെത്തിക്കുന്നത്. അത് കരാറിന്റെ

സ്വാതന്ത്ര്യം ജീവിതസ്വാതന്ത്ര്യത്തിനനുസരിച്ച് വെട്ടിക്കുറയ്ക്കുന്നതിലേക്കും യാതനയനുഭവിക്കുന്ന ദരിദ്രർ പൗരസ്വാതന്ത്ര്യം അനുഭവിക്കുന്നതിനുള്ള മിനിമം ആവശ്യകതകളിലേക്കും നയിച്ചു.

അങ്ങനെ കോളനിവൽക്കരിക്കുന്ന യൂറോപ്യൻ ശക്തികൾ ഏകപക്ഷീയമായ രക്ഷാകർതൃത്വത്തെ വഹിക്കുകയും സമൂഹത്തിന്റെ താഴെതട്ടിലുള്ളവരോട് പുച്ഛമനോഭാവം കൈക്കൊള്ളുകയും ചെയ്തു. അവരുടെ കീഴിലുള്ള ഉദ്യോഗസ്ഥരും താഴ്ന്ന വർഗങ്ങളോട് ഈ മനോഭാവം കൈക്കൊണ്ടില്ലെങ്കിലേ അത്ഭുതമുള്ളൂ (Cain and Hopkins 1993). ആശ്രിത ഭൂഭാഗങ്ങളിലെ തൊഴിലാളികളെയും സ്വത്തിനെയും ഈ നിറത്തിലൂടെയാണ് കോളനിവൽക്കരണക്കാർ നോക്കിക്കണ്ടത്.

പത്തൊമ്പതാം നൂറ്റാണ്ടിലെ യൂറോപ്പിൽ തൊഴിലാളികളുടെ പൗരരാഷ്ട്രീയ സ്വാതന്ത്ര്യം വ്യവസ്ഥാപിതമായി ഹനിക്കപ്പെട്ടിരുന്നു. യു എസ് തൊഴിലാളികളുടെ തൊഴിലാളി യൂണിയൻ അംഗീകാരത്തിനുള്ള സുദീർഘമായ പോരാട്ടങ്ങൾ കാണിക്കുന്നതുപോലെ തൊഴിലാളികളുടെ സ്ഥിതി അവിടെയും മെച്ചമായിരുന്നില്ല. പത്തൊമ്പതാം നൂറ്റാണ്ടിന്റെ ഒടുവിൽ ക്യൂബയെയും ഫിലിപ്പൈൻസിനെയും കീഴടക്കുന്നതുവരെ യു എസിന് ഔദ്യോഗികമായ കോളനികളുണ്ടായിരുന്നില്ല. കൊളോണിയലിസത്തിന്റെയും അടിമവേലയുള്ള പ്ലാന്റേഷനുകളുടെ സമൃദ്ധിയുടെ അടിത്തറയിട്ട വംശീയതയിൽനിന്ന് യു എസ് തൊഴിലാളികൾക്ക് ഒളിച്ചോടാനാവില്ല. ഇംഗ്ലീഷ് ഭൂപ്രഭുത്വത്തിൽ ക്ഷാമത്തിൽനിന്നും വാഗ്ദത്ത ഭൂമിയിലേക്ക് കുടിയേറിയ ഐറിഷ് തൊഴിലാളികൾ യു എസിലെ അടിമത്തവിരുദ്ധ പ്രചാരണത്തിൽനിന്നകന്ന് തങ്ങൾ 'വെള്ളക്കാരാ'ണെന്ന് തെളിയിക്കുകയും മിക്കപ്പോഴും അവരുടെ തൊഴിലുകളിൽനിന്ന് കറുത്തവരെ പുറത്താക്കുകയും ചെയ്തു. അവർക്കകത്ത് നിന്നു ഉപയോഗിക്കാവുന്നവരെക്കുറിച്ച് മുതലാളിമാർ സംതൃപ്തരായി. അവർ വേതനം വെട്ടിക്കുറച്ചു. പൗരസ്വാതന്ത്ര്യത്തിനായുള്ള വെളുത്തവർഗ തൊഴിലാളികളുടെ പോരാട്ടങ്ങളെ വംശീയവാദം ദീർഘകാലം പിഴപ്പിച്ചു. ഫലപ്രദമായ രാഷ്ട്രീയ അധികാരവും അന്തസായ ജീവിതനിലവാരവും അവർക്ക് ലഭിക്കാതിരുന്നു (Roediger 1991; Ignatiev 1995). അങ്ങനെ ഔപചാരിക ഫ്യൂഡലിസമില്ലാത്ത അതിവികസിത രാജ്യത്തും കൊളോണിയലിസത്തിനും വംശീയവാദത്തിനും മൂലധന–തൊഴിലാളി ബന്ധങ്ങളെ സ്വാധീനിക്കാൻ കഴിഞ്ഞു. മൂലധനത്തിന് വികസിക്കാൻ പരിധിയില്ലാത്ത സ്വാതന്ത്ര്യം വാഗ്ദാനം ചെയ്തിരുന്ന ആ രാജ്യത്തുതന്നെ മുതലാളിത്തം അസ്വാതന്ത്ര്യത്തിന്റെ പുതിയ ഘടനകളെയുണ്ടാക്കി.

സാമ്രാജ്യത്ത രാജ്യങ്ങളുടെ ഔപചാരിക കോളനികളിൽ സ്വദേശികൾക്കുള്ള 'സ്വാതന്ത്ര്യം' നല്ല പെരുമാറ്റത്തിന് ഭരണകർത്താക്കൾ നൽകുന്ന സമ്മാനമായിരുന്നു. ശിക്ഷാനടപടിയായി അത് പിൻവലിക്കപ്പെടുകയും ചെയ്തിരുന്നു. കോളനികളിലെ തൊഴിലാളികൾക്ക് എത്രമാത്രം സ്വാതന്ത്ര്യം നൽകണമെന്ന് നിശ്ചയിക്കാൻ ചുരുങ്ങിയത് മൂന്നു

വഴികളുണ്ടായിരുന്നു. ആദ്യത്തേത് പൊതുമരാമത്തായിരുന്നു. കൊളോണിയൽ പ്രദേശങ്ങളിലെല്ലാം തുടക്കത്തിൽ റോഡു നിർമാണം, ചുമട്ടു തൊഴിൽ, കാലാൾപ്പട എന്നിവ തൊഴിലാളികളെ ആകർഷിച്ചു. അവർ വണ്ടികൾ, വരൾച്ചാ മൃഗങ്ങൾ, ബോട്ടുകൾ, കാലിത്തീറ്റ എന്നിവ ഭാഗ്യഹീനരായ ഇരകളിൽനിന്ന് നിർബന്ധസൈന്യസേവനത്തിനായി പിടിച്ചെടുത്തു. സ്വദേശി ഭരണകർത്താക്കളുടെ പ്രവർത്തനത്തിന്റെ തുടർച്ചയായി കൊളോണിയൽ ശക്തി ചെയ്തതാണിതെന്നാണ് ന്യായീകരിക്കപ്പെട്ടത്. പക്ഷേ, മിക്ക സ്ഥലങ്ങളിലും ഈ പ്രവർത്തനം നവീകരിക്കപ്പെടുകയും കൊളോണിയൽ ഭരണത്തിനുകീഴിൽ വിപുലമാക്കപ്പെടുകയുമാണുണ്ടായത്. സ്പാനിഷ് അമേരിക്കയിലെ ഖനികളിലെയും റോഡ് നിർമാണത്തിലെയും തൊഴിലാളികളിൽനിന്ന് മിതാ (Mita) ഈടാക്കിയത് ഇത്തരത്തിലുള്ള വിപുലീകരണത്തിന്റെ ഒരു പ്രധാന ഉദാഹരണമാണ് (Bagchi 1982: Chapter 3). പിന്നോക്കം നിൽക്കുന്ന സ്പെയ്നിലെയും പോർച്ചുഗലിലെയും കോളനികളെ മാത്രം അപവാദമായി ഇതിനെ പരിഗണിക്കാനാവില്ല. 1806ലെ ബംഗാൾ റഗുലേഷൻ XI പ്രകാരം കൂലികൾ, ബോട്ടുകാർ, വണ്ടികൾ, കാളകൾ എന്നിവയുൾപ്പെട്ട പടയെ നൽകേണ്ടത് സ്വദേശി ഓഫീസർമാരാണ് (Das 1941:154). 1820ലെ ബംഗാൾ റെഗുലേഷൻ III അതിലെ ചില ഭാഗങ്ങളെ ഒഴിവാക്കി (Anderson 1993:98). സമാനമായ നിയമനടപടികൾ ബോംബെയിലും മദ്രാസിലും പാസാക്കിയിരുന്നു.

പ്ലാന്റേഷനുകൾ, വനങ്ങൾ, ഖനികൾ എന്നിവയുടെയും ചിലപ്പോൾ ഫാക്ടറികളുടെയും ഉടമകളായ വെള്ളക്കാരുടെ താൽപ്പര്യങ്ങൾ നിലനിർത്തിക്കൊണ്ട് തൊഴിലാളികളുടെ സ്വാതന്ത്ര്യം പരിമിതപ്പെടുത്തുന്ന നിയമ അനുവാദങ്ങളും പ്രവർത്തനങ്ങളും കോളനികളിൽ സ്പഷ്ടമായി അവതരിപ്പിച്ചിരുന്നു. ഇംഗ്ലണ്ടിൽ കരുത്തുറ്റ അടിമത്തവിരുദ്ധ പ്രക്ഷോഭം ഉയർന്നുവന്നപ്പോൾ കരീബിയയിലെ പ്ലാന്റർമാരുടെ താൽപ്പര്യവും അതിനെതിരെ തുല്യശക്തിയിൽ ഉയർന്നുവന്നു. 1807ൽ ബ്രിട്ടീഷ് ടെറിട്ടറികളിൽ അടിമക്കച്ചവടം അന്തിമമായി നിരോധിക്കപ്പെട്ടുവെങ്കിലും 1833 വരെ ബ്രിട്ടീഷ് കോളനികളിൽ അടിമത്തം നിർത്തലാക്കിയിരുന്നില്ല. 1831ലെ ജമൈക്കൻ അടിമപ്രക്ഷോഭം ബ്രിട്ടീഷ് സാമ്രാജ്യത്തിന് വെല്ലുവിളിയായതിനെ തുടർന്നായിരുന്നുവത്.

കരീബിയയിൽ അടിമത്തം നിർത്തലാക്കിയതിനെത്തുടർന്ന് ബ്രിട്ടീഷ് ഇന്ത്യയിൽനിന്ന് വെസ്റ്റ് ഇന്ത്യൻ ദ്വീപുകൾ, മൗറീഷ്യസ്, ഫിജി, സിലോൺ, സൗത്ത് ആഫ്രിക്ക എന്നീ രാജ്യങ്ങളിലേക്ക് അസുരക്ഷിത തൊഴിലാളികളെ കൊണ്ടുവന്നു (Tinker 1974). അങ്ങനെ അടിമത്തത്തെ പിന്തുടർന്നുവന്നത് സ്വതന്ത്രവേതനത്തൊഴിലിന്റെ അടിസ്ഥാനത്തിലുള്ള വ്യവസ്ഥയായിരുന്നില്ല. പകരം കുടിയേറ്റക്കാരുടെ അസ്വതന്ത്ര തൊഴിലാണു വന്നത്. 1860കളിൽ ആസാമിലെ പ്ലാന്റേഷനുകളിൽ ഒരുതരം അസ്വതന്ത്ര തൊഴിൽവിന്യാസം തുടങ്ങി. ദക്ഷിണാഫ്രിക്ക, റൊഡേഷ്യ,

കെനിയ എന്നീ രാജ്യങ്ങളിൽ ഗവൺമെന്റ് ആലോചിച്ചുറപ്പിച്ച് ആഫ്രിക്കക്കാർ സ്വത്ത് നേടുന്നത് പരിമിതമാക്കി. ദക്ഷിണാഫ്രിക്കയിലും ദക്ഷിണ റൊഡേഷ്യയിലും വംശീയാടിസ്ഥാനത്തിൽ വെള്ളക്കാരെയും കറുത്തവരെയും വർണക്കാരെയും (സങ്കരവർണക്കാർ) കടുത്തരീതിയിൽ വേർതിരിക്കുന്ന ഒരു വ്യവസ്ഥ വികസിച്ചു വന്നു. ഡച്ച് അധിനിവേശക്കാരായ ബോർമാരിൽനിന്നു മാത്രമല്ല ദക്ഷിണാഫ്രിക്കൻ വർണവിവേചനം തുടക്കം കുറിച്ചത്. കേപ്പ് കോളനിയിലെ ബ്രിട്ടീഷ് അധികൃതരുടെയും ബ്രിട്ടീഷ് അധിനിവേശക്കാരുടെയും നടപടികളുടെ പരമ്പര അതിന് വേഗത കൂട്ടി. 1820ൽ കേപ്പ് കോളനിയിലെ ബ്രിട്ടീഷ് ഗവൺമെന്റ് ആഫ്രിക്കൻ ജനതയായ ഞൂണികൾ, ഖോയിസ്, സാൻസ് എന്നിവരുടെ ഭൂഭാഗങ്ങളിലേക്ക് വെള്ളക്കാരായ അധിനിവേശക്കാരെ കൊണ്ടുവന്നു. അധിനിവേശക്കാർ അതിർത്തിയുദ്ധങ്ങളിലൂടെ ഈ ജനങ്ങളെ നിർഭയമായി സ്വത്തില്ലാത്തവരാക്കി. ഡച്ച്, ബ്രിട്ടീഷ് അധിനിവേശക്കാർ ആഫ്രിക്കൻ ഭൂമിയും കാലികളെയും വ്യവസ്ഥാപിതമായി കയ്യടക്കി. യജമാനഭൃത്യ ചട്ടം അവതരിപ്പിച്ച ബ്രിട്ടീഷ് അധികാരികൾ അലഞ്ഞുതിരിയലിനെതിരെയും നിയമം കൊണ്ടുവന്നു. ആരുടെയെങ്കിലും തൊഴിലാളിയാണെന്ന തെളിവില്ലാതെ ഒരിടത്തും കഴിയാൻ പാടില്ലെന്നായി.

1845നും 1876നുമിടയ്ക്ക് മറ്റൊരു ബ്രിട്ടീഷ് കോളനിയായ നതാലിൽ ബ്രിട്ടീഷ് അഡ്മിനിസ്ട്രേറ്ററും നതാൽ സുലുസിന്റെ സ്വയം പ്രഖ്യാപിത വെള്ളക്കാരുടെ മുഖ്യനുമായ തിയോഫിലസ് ഷെപ്സ്റ്റോൺ വംശീയാടിസ്ഥാനത്തിലുള്ള തൊഴിൽ വിഭജനത്തിന്റെ ഒരു മാതൃക മുന്നോട്ടു വെച്ചു. കറുത്ത ആഫ്രിക്കക്കാർക്ക് അദ്ദേഹം നിക്ഷിപ്തമേഖലകൾ ഉണ്ടാക്കി. അവിടെനിന്ന് വെള്ളക്കാരുടെ നിയന്ത്രണത്തിലുള്ള വാണിജ്യ മേഖലകളിലേക്ക് അവരെ കൊണ്ടുപോകാനാണ് ഉദ്ദേശിച്ചിരുന്നത് (Welsh 1971; Freund 1984: Chapter 4; Sparks 1990: 32, 66; Worden 1995). ഇതേ മാതൃകയെ പിന്തുടർന്ന് സെസിൽ റോഡ്സിന്റെ ദക്ഷിണാഫ്രിക്കാ കമ്പനി ആഫ്രിക്കക്കാരുടെമേൽ കുടിൽ നികുതി ഏർപ്പെടുത്തി. ആഫ്രിക്കക്കാരെ നിക്ഷിപ്തമേഖലകളിലേക്ക് ഒതുക്കി. അവരുടെ നീക്കങ്ങൾ നിയന്ത്രിക്കാനുള്ള നിയമങ്ങളും കൊണ്ടുവന്നു (Ranger 1969; Chanaiwa 1985:202-07). അങ്ങനെ ഇരുപതാംനൂറ്റാണ്ടിലെ വർണവിവേചനത്തിന്റെയും വംശീയഭരണത്തിന്റെയും ഭീകരത ദക്ഷിണാഫ്രിക്കയിലും സിംബാബ്‌വെയിലും സൃഷ്ടിക്കപ്പെട്ടത് പതിനൊന്നാം നൂറ്റാണ്ടിലെ ബ്രിട്ടീഷ് കൊളോണിയൽ സാമ്രാജ്യത്വത്തിന്റെ അടിസ്ഥാനത്തിലാണ്. ആഫ്രിക്കക്കാരുടെ സ്വത്ത് പിടിച്ചെടുത്താണ് അവരെ പിന്നോക്ക തൊഴിലാളികളാക്കി മാറ്റിയത്. ഒറ്റയടിക്കുതന്നെ അവരെ കടുത്ത അസ്വാതന്ത്ര്യത്തിന് ഇരയാക്കിയിരുന്നു. ബെൽഗയിൻ കോംഗോവിൽ വനങ്ങളും ധാതുക്കളും കഴിയുന്നത്ര ചൂഷണം ചെയ്യുന്ന സ്വകാര്യസംരംഭത്തിനു പിറകിൽ സ്റ്റേറ്റിന്റെ കടുത്ത പീഡനശക്തിയുണ്ടായിരുന്നു. ആഫ്രിക്കൻ അടിമത്തത്തിന്റെ ഈ 'പുതിയ സമ്പ്രദായങ്ങൾ' കടുത്ത ക്രൂരതയിലേക്കും വംശ

ഹത്യയിലേക്കും നയിച്ചു (Conrad 1899/1902; Stengers 1969; Conquery - Vidrivitch 1985). തൊഴിലാളികളുടെ സ്വാതന്ത്ര്യത്തിന്റെ ഈ പരിമിതപ്പെടുത്തലുകൾ ഇരുട്ടിലാണ്ട പതിനേഴും പതിനെട്ടും നൂറ്റാണ്ടുകളിൽ ആയിരുന്നില്ല. അവ യൂറോപ്പിലും ദക്ഷിണാഫ്രിക്കയിലും ഉദാരവാദത്തിന്റെ കാലത്ത് 1980കൾ വരെ തുടർന്നു (Sparks 1990).

ആഫ്രിക്കക്കാരുടെ സ്വാതന്ത്ര്യവും ഭൂസ്വത്തും വെള്ളക്കാരുടെ അധിനിവേശസമ്പദ്‌വ്യവസ്ഥകളിൽ പരിമിതപ്പെടുത്തിയത് പ്രധാനമായി വെള്ളക്കാരുടെ പ്ലാന്റേഷനുകളെ ജീവനക്ഷമമാക്കുന്നതിനായിരുന്നു. ബലപ്രയോഗത്തിലൂടെ പ്രോലിറ്റേറിയനായ കുറഞ്ഞവേതന തൊഴിൽശക്തിയില്ലാതെ പ്രഥമമായി ഈ പ്ലാന്റേഷനുകൾ സാധ്യമാവുകയില്ലായിരുന്നു. ദക്ഷിണാഫ്രിക്കയിലെ സ്വർണഖനനത്തിനും ഇതേ നിരീക്ഷണം ബാധകമാണ്. എങ്കിലും അനേകം അധിനിവേശ സമ്പദ്‌വ്യവസ്ഥകളിൽ ആഫ്രിക്കൻ ചെറുത്തുനിൽപ്പും ആഗോളപ്രതിസന്ധിയും പീഡനനടപടി ഫലപ്രദമല്ലാതാക്കിയപ്പോൾ വെള്ളക്കാരായ മുതലാളിമാർക്കിടയിൽ താൽപ്പര്യങ്ങളുടെ സംഘർഷത്തിന്റെ രൂപത്തിൽ വൈരുധ്യങ്ങൾ ഉടലെടുത്തു (Mosley 1983: Chapter 2, 4). കൊളോണിയൽ വെളുത്തവർഗ നിയന്ത്രണം തുടർന്നപ്പോൾ തൊഴിലിന്റെയും ഭൂനിയന്ത്രണത്തിന്റെയും ബലപ്രയോഗരീതികൾ നിയമപുസ്തകത്തിൽ തുടർന്നു. ചിലപ്പോഴത് പ്രയോഗത്തിലുമുണ്ടായിരുന്നു.

ഭൂഭാഗപരമായി കൊളോണിയൽ ഭരണകർത്താക്കളെ പൗരസ്വാതന്ത്ര്യങ്ങൾ പരിമിതപ്പെടുത്തുന്നതിന് പ്രേരിപ്പിച്ച ഏറ്റവും വ്യാപകമായ ഘടകം ഭരണത്തിന്റെ ആവശ്യകത തന്നെയായിരുന്നു. ഭരണസംവിധാനം നിലനിർത്തുന്നതിനും സ്വന്തം ദേശത്തേക്കയയ്ക്കുന്നതിനും ആവശ്യമായ വരുമാനം കൊളോണിയൽ ഭരണകർത്താക്കൾക്ക് കണ്ടെത്തേണ്ടിയിരുന്നു. ഭരണത്തിന്റെ അത്യാവശ്യകാര്യങ്ങൾക്ക് തദ്ദേശ സഹകാരികളെ കൊളോണിയൽ നീക്കത്തോടൊപ്പം സംതൃപ്തരായി നിലനിർത്തേണ്ടിയിരുന്നു. പത്തൊമ്പതാം നൂറ്റാണ്ടിൽ റിപ്പബ്ലിക്കൻ ഫ്രാൻസ് കീഴടക്കിയ ഭൂഭാഗങ്ങളിലെ ആഫ്രിക്കക്കാരെ തുടക്കം മുതൽതന്നെ പൗരന്മാരെന്നതിനു പകരം അധീനരായാണ് നിർവചിച്ചിരുന്നത്. രാഷ്ട്രീയ അവകാശങ്ങൾ അർഹിക്കാത്ത പ്രാചീനരാണ് ആഫ്രിക്കക്കാരെന്നാണ് ഇതിനു കാരണമായി പറഞ്ഞിരുന്നത്. 1905ൽ തുടർന്നും നിയമപരമായി അടിച്ചേൽപ്പിക്കാനാവില്ലെന്ന് വന്നതുവരെ ഫ്രഞ്ചധീന പാശ്ചാത്യ ആഫ്രിക്കയിൽ അടിമത്തം നിയമപരമായി അംഗീകരിക്കപ്പെട്ടിരുന്നു. എങ്കിലും തൊഴിൽ അടിച്ചേൽപ്പിക്കുന്ന രീതി പൊതു ആവശ്യങ്ങൾക്കായി തുടർന്നു (Conklin 1998). 1912ൽ പാസാക്കിയ ഒരു വിധിപ്രകാരം പതിനഞ്ചു വയസിനുമുകളിലുള്ള ഓരോ ആഫ്രിക്കക്കാരനും പ്രതിവർഷം പന്ത്രണ്ട് ദിവസത്തിൽ കവിയാതെ ഭരണനിർവഹണവിഭാഗത്തിനുവേണ്ടി തൊഴിലെടുക്കണം (Conklin 1998:439). ഡാകറിലെ ഫ്രഞ്ച് കൊളോണിയൽ ഗവൺമെന്റ് പുതിയ ലേബർകോഡിലൂടെ ഈ വിധി സ്വകാര്യ സംരംഭ

കർക്ക് വിട്ടുകൊടുത്തു. ഔദ്യോഗിക മൗനാനുവാദത്തോടെ വളർന്ന ഈ രീതിക്ക് സ്പഷ്ടമായ നിയമപിന്തുണയില്ലായിരുന്നു. കീഴടക്കപ്പെട്ട ജനതയുടെ അവസ്ഥ മെച്ചപ്പെടുത്തുകയാണെന്നപേരിൽ അടിച്ചേൽപ്പിക്കപ്പെട്ട തൊഴിലുകൾക്ക് 1930കൾ വരെ ഔദ്യോഗിക അംഗീകാരമുണ്ടായിരുന്നു (Conklin 1998:440).

1890കളിൽ നൈജീരിയയെ കീഴടക്കാനുള്ള അന്തിമ പടയോട്ടത്തിന് ബ്രിട്ടീഷുകാർ തുടക്കമിട്ടപ്പോൾ ഉത്തരമധ്യ നൈജീരിയയിലെ മിക്ക ഭാഗങ്ങളുടെയും നാമമാത്രമായ പരമാധികാരം സൊകോട്ടൊ ഖലീഫയ്ക്കായിരുന്നു. അയൽപക്ക നൈഗറിന്റെയും പിന്നീട് ഫ്രഞ്ചുകാരും ജർമൻകാരും കയ്യേറിയ കാമറൂണിന്റെ ഭൂഭാഗങ്ങളും ഈ ഖലീഫയുടെ പരമാധികാരത്തിലായിരുന്നു. ഈ ഭൂഭാഗങ്ങളിൽ ഭീമമായ അടിമ ജനസംഖ്യയുണ്ട്. കണക്കുപ്രകാരം ഒരു ദശലക്ഷം മുതൽ 2.5 ദശലക്ഷം വരെ (Lovejoy and Hogendorn 1993:1). 1890കൾ മുതൽ റോയൽ നൈഗർ കമ്പനിയുടെ തലവനെന്ന നിലയ്ക്ക് ജോർജ് ഗോൾഡി സൊകോട്ടോ ഖലീഫയുടെ ഭരണപ്രദേശങ്ങളിൽ ബ്രിട്ടീഷ് വ്യാപനത്തിന്റെ കുന്തമുനയായി മാറി. ഗോൾഡിയുടെ പടയോട്ടങ്ങളും പിടിച്ചടക്കലുകളും സൊകോട്ടൊ ഖിലാഫത്തിന്റെ സ്ഥിരതയെത്തന്നെ ബാധിക്കുമെന്ന് തോന്നി. ഖിലാഫത്തിനുവേണ്ടിയുള്ള ഫ്രഞ്ച് വ്യാപനത്തിന്റെ പരിണതിയിൽ ആശങ്കാഭരിതരായ ബ്രിട്ടിഷ് ഗവൺമെന്റ് പശ്ചിമാഫ്രിക്കൻ അതിർത്തി സേന രൂപീകരിച്ച് ഫ്രെഡറിക് ലുഗാർഡിനെ കമാൻഡറാക്കി. ഖിലാഫത്തിന്റെ അന്തിമ പുറന്തള്ളൽ ലുഗാർഡ് പൂർത്തിയാക്കി 1903ൽ ബ്രിട്ടീഷ് ഭരണം സ്ഥാപിച്ചു (Lovejoy and Hogendorn 1993: Chapter 1).

ഈ നീക്കങ്ങൾക്കിടയിൽ ഗോൾഡിയും ലുഗാർഡും അടിമത്ത വിരുദ്ധ വാചാടോപം അവരുടെ പിടിച്ചടക്കൽ നയത്തിന്റെ നീതികരണങ്ങളിലൊന്നായി ഉപയോഗിച്ചു. അനേകം അവസരങ്ങളിൽ യുദ്ധത്തടവുകാരായ അടിമകളെ സംരക്ഷിച്ച് ഭടന്മാരും സഹായികളുമായി ഉപയോഗിച്ചു. 1897ൽ കീഴടക്കിയ ഭൂഭാഗങ്ങളിൽ ഗോൾഡി അടിമത്തത്തിന്റെ നിയമപദവി നീക്കം ചെയ്തു. അടിമകൾ സ്വതന്ത്രരാക്കപ്പെട്ടില്ലെങ്കിലും അടിമത്തം നിർത്തലാക്കപ്പെട്ടില്ലെങ്കിലും അടിമത്തത്തിന് കോടതികളിൽ ഒരു നിയമ സംവിധാനമെന്ന നിലയ്ക്കുള്ള അംഗീകാരം ലഭിക്കാതെയായി (Lovejoy and Hogendorn 1993:6). നാം കാണാനിരിക്കുന്നതുപോലെ ഈ സമീപനം ഇന്ത്യക്കു പുറത്താണ് ആദ്യം പരീക്ഷിക്കപ്പെട്ടത്.

കീഴടക്കപ്പെട്ട ഭൂഭാഗങ്ങളിലെ ഉൽപ്പാദനത്തെ പ്രതികൂലമായി ബാധിച്ചതിനാൽ കൊളോണിയൽ ഗവൺമെന്റ് അടിമകളുടെ പരിത്യജിക്കലിനെ പരിഹരിക്കാൻ താൽപ്പര്യപ്പെട്ടു. അതിലുപരി പ്രക്ഷോഭത്തിലേർപ്പെടുകയോ ഒളിച്ചോടുകയോ ചെയ്യുന്ന അടിമകൾ കൊളോണിയൽ ഭരണത്തിന് ഭീഷണിയായിരുന്നു. 1905–06 കാലത്ത് ഉത്തര നൈജീരിയയിലെ സത്തിറുവിൽ ബ്രിട്ടീഷുകാർക്കു കീഴടങ്ങിയ ഖിലാഫത്തിനും കീഴടക്കുന്ന ബ്രിട്ടീഷുകാർക്കുമെതിരെ പ്രക്ഷോഭം പൊട്ടിപ്പുറപ്പെട്ടു. അടി

മകളെ സ്വതന്ത്രരാക്കിയ തീവ്രവാദി മുസ്ലിം മതപുരോഹിതരാണ് പ്രക്ഷോഭത്തിന് പ്രചോദനം നൽകിയത്. പ്രക്ഷോഭത്തെ ഒതുക്കിയ ബ്രിട്ടീഷുകാർക്ക് യുദ്ധത്തടവുകാരുടെയും വിപ്ലവകാരികളാകാൻ സാധ്യതയുള്ള അടിമകളുടെയും കാര്യത്തിൽ ജാഗ്രത പുലർത്തി. അടിമത്തത്തെ ആധാരമാക്കിയുള്ള ഉൽപ്പാദനത്തിൽനിന്ന് സ്വതന്ത്ര തൊഴിലാളികളെ ആധാരമാക്കിയുള്ളതിലേക്കുള്ള സംക്രമണത്തെ വിനിയോഗിക്കുന്നതിൽ കൊളോണിയൽ അധികാരികൾ നേരിട്ട വൈഷമ്യം ലവ്ജോയും ഹോഗൻഡോണും നന്നായി അവതരിപ്പിച്ചിട്ടുണ്ട് (1993:65–66).

അടിമപ്പദവി നീക്കിയതോടെ അടിമകൾ തൊഴിലിടം വിടാൻ തുടങ്ങി. വെപ്പാട്ടികൾ മറ്റു പുരുഷന്മാരിലേക്ക് നീങ്ങാൻ തുടങ്ങി. കൃഷിയിടത്തിലെ കൃഷി നിലച്ചതോടെ ഭക്ഷ്യവിതരണം തകരാറിലായി. ശക്തരും അഹംഭാവികളുമായിരുന്നവർ നിരാശരായി. മുൻ അടിമകൾ നിയമം കയ്യിലെടുത്തു. ആദി കൊളോണിയൽ സ്റ്റേറ്റ് വൻ വിപത്തിലായി. വിശാലമായ സ്ഥലങ്ങളും തദ്ദേശ സഖ്യങ്ങളും വ്യാപാരം, ഭക്ഷണം, വിപണികൾ, സമൃദ്ധി എന്നിവ നിയന്ത്രിക്കുന്നതിനുള്ള ഭടന്മാരുമില്ലാത്തതിനാലാണ് വൻ വിപത്തിലായത്. ചുരുക്കത്തിൽ പഴയ സമ്പ്രദായമായ അടിമത്തത്തെ സംക്രമണത്തിന് നിലനിർത്തേണ്ടി വന്നു. 1901നുശേഷം പിറക്കുന്ന കുഞ്ഞുങ്ങളുടെ അടിമവൽക്കരണം നിരോധിക്കുന്ന ഒരു ചുവട് മാത്രമാണ് ബ്രിട്ടീഷ് കൊളോണിയൽ അധികാരികൾ അടിമത്തത്തിന്റെ നിയമപദവി നിർത്തലാക്കിയശേഷം അടിമത്തം അവസാനിപ്പിക്കാനുള്ള ദിശയിൽ എടുത്തത്. ഓടിപ്പോകാനുള്ള പ്രവണതയുള്ള അടിമകളെ നേരിടാൻ രണ്ട് നിയമങ്ങൾ അവരുണ്ടാക്കി. ഒന്ന് അലഞ്ഞുതിരിയൽ ആക്ടാണ്. ഗവൺമെന്റിനും ഇസ്ലാമിക കോടതികൾക്കും ഈ ആക്ട് അലഞ്ഞുതിരിയുന്നവരെ അവരുടെ മൂലസ്ഥാനങ്ങളിലേക്ക് തിരിച്ചയയ്ക്കാനുള്ള അധികാരം നൽകി. രണ്ടാമത്തെ നീക്കം സ്റ്റേറ്റിനെ ഭൂമിയുടെ ഉടമയാക്കി അടിമകളെ വെച്ചിരുന്ന പ്രഭുജനവാഴ്ചയുടെയും സ്വതന്ത്ര കർഷകരുടെയും ഭൂമിക്കുമേലുള്ള അധികാരം നികുതിയടയ്ക്കണമെന്ന വ്യവസ്ഥയിൽ നൽകി. ഓടിപ്പോകുന്ന അടിമകൾക്കും അലഞ്ഞുതിരിയുന്നവർക്കും പാഴ്ഭൂമിയിലുള്ള അവകാശവും ഈ നിയമത്തിലൂടെ നിഷേധിച്ചിരുന്നു. ഈ സമ്പ്രദായം അടിമത്തം നിലനിർത്തി. വാണിജ്യം, സാമ്പത്തിക പ്രതിസന്ധിയും വികസിച്ചതോടെ അടിമത്തം ഒരു സ്ഥാപനമെന്നനിലയിൽ ക്ഷയിച്ചു. പക്ഷേ സാമ്പത്തിക പ്രതിസന്ധി, പാവങ്ങളുടെ അരക്ഷിതത്വം, ചില ഭൂവുടമകൾ അനുഭവിച്ച തൊഴിലാളി ക്ഷാമം എന്നിവ 'സന്നദ്ധ' രൂപത്തിൽ അടിമത്തത്തെ പുനരവതരിപ്പിക്കാൻ ഇടയാക്കുകയും മറയ്ക്കു പിറകിലുള്ള അടിമവ്യാപാരം വർധിപ്പിക്കുകയും ചെയ്തു. 1936ൽ ലീഗ് ഓഫ് നേഷൻസ് നടത്തിയ ഒരു അന്വേഷണത്തിൽ നൈജീരിയയിൽ 120,000 അടിമകളുണ്ടെന്ന് റിപ്പോർട്ട് ചെയ്തിരുന്നു. പക്ഷേ, യഥാർഥ കണക്ക് 40,00,00ത്തോളം വരും (Lovejoy and Hogendora 1993:270-80). ആ വർഷത്തിൽ മാത്രമാണ് എല്ലാ അടിമകളെയും സ്വ

തന്ത്രരാക്കുന്ന കരു വിജ്ഞാപനം പുറപ്പെടുവിക്കാൻ ഗവൺമെന്റ് നിർബ ന്ധിതമായത്. അടിമകളുടെ യഥാർഥ കണക്ക് ഔദ്യോഗിക നോട്ടത്തിൽനിന്നു മറച്ച രീതിയിൽനിന്ന് മനസിലാക്കാവുന്നത് ആ തീയ തിക്കു ശേഷവും അടിമത്തം അവശേഷിക്കുന്നുണ്ടെന്നാണ്.

ബീഹാറൊഴിച്ചുള്ള ഉത്തരേന്ത്യയിൽ അടിമത്തം മിക്കവാറും ഗാർഹിക രൂപത്തിലായിരുന്നു. ദക്ഷിണേന്ത്യയിൽ വൻസംഖ്യയിലുള്ള അടിമകളുണ്ടായിരുന്നു. 1843ൽ ബ്രിട്ടീഷ് ഗവൺമെന്റ് അടിമത്തത്തിന്റെ നിയമപദവിയെ നീക്കം ചെയ്യുന്നതിനുമുമ്പ് പിൽക്കാലത്ത് നൈജീരിയയി ലെന്നപോലെ ഔദ്യോഗിക വൃത്തങ്ങളിൽ ഗണ്യമായ സംവാദമുണ്ടായി രുന്നു. 1841ൽ ഇന്ത്യൻ ലോ കമ്മീഷനിലെ ഭൂരിഭാഗവും അവരുടെ റിപ്പോർ ട്ടിൽ അടിമത്തത്തിന്റെ നിയമപരമായ നിർത്തലാക്കൽ നിർദേശം ചെയ്തു. പക്ഷേ അനന്തരാവകാശമാക്കാവുന്ന സ്വത്തായി അടിമകളെ കാണുന്ന ഹിന്ദുക്കളുടെയും മുസ്ലിങ്ങളുടെയും 'പരമ്പരാഗത' കുടുംബ നിയമങ്ങളിലെ നിലനിൽക്കുന്ന അനുമതികളുടെ സമഗ്രതയെ സംരക്ഷി ക്കാൻ മിക്ക അധികൃതരും ആശങ്കാഭരിതരായിരുന്നു. അടിമകളുടെ സ്വത്ത വകാശങ്ങളെക്കുറിച്ചും അവർ ആശങ്കാഭരിതരായിരുന്നു (Anderson 1993:100-03).

ദക്ഷിണേന്ത്യയിൽ ബന്നിയൻ, പാരക്കുടി, പുലിയ എന്നീ പേരുക ളിലും ബീഹാറിൽ കമിയ എന്നുമാണ് അസ്വതന്ത്ര തൊഴിലാളികൾ അറി യപ്പെട്ടിരുന്നത് (T Sarkar 1985; Prakash 1990). റോമൻ, ബ്രിട്ടീഷ് വിധി ന്യായങ്ങളുടെ വിഭാഗങ്ങളിലേക്ക് അവരുടെ അവസ്ഥയെ എളുപ്പത്തിൽ ഉൾപ്പെടുത്താനാവില്ല. യാഥാർഥ്യത്തിനു നിരക്കാത്ത മതിപ്പുകണക്കാണ് ബ്രിട്ടീഷുകാരുണ്ടാക്കിയത്. അതിലുമുപരിയായി അടിമത്തത്തിന്റെ 'നിയമ പദവി' നിർത്തലാക്കിയ ഉടനെത്തന്നെ ബ്രിട്ടീഷുകാർ 'കരാറിലെ സ്വാത ന്ത്ര്യ'ത്തെ വ്യാഖ്യാനിച്ച് കടത്തിലൂടെ അസ്വാതന്ത്ര്യത്തിലെത്തിയവരെ യും ഒഴിവാക്കാനാവാത്ത ബാധ്യതയുള്ളവരെയും ഉൾക്കൊള്ളാൻ നിർബ ന്ധിതരായി (Prakash 1990). ബ്രിട്ടീഷ് ഇന്ത്യൻ കോടതികൾ ഖഫുക ളുടെയും മതട്രസ്റ്റുകളുടെയും സ്ഥാപനത്തിൽ ബാധകമായ നിരന്തര തയെ നിരസിച്ചുവെങ്കിലും അവ മിക്കപ്പോഴും കടത്തിലൂടെ കരാറിലെ ത്തിയ അനന്തരാവകാശ നിരന്തര ബന്ധനത്തെ അംഗീകരിച്ചു (Kozlowski 1985; Bagchi 1992; Bhattacharya 1983, 1985; Fox 1984).

1874നുമുമ്പ് ബ്രിട്ടീഷ് ഇന്ത്യക്ക് കരാർ നിയമമുണ്ടായിരുന്നില്ലെങ്കിലും കരാർ ലംഘിച്ചാലുള്ള തൊഴിലിന്റെ അസ്വാതന്ത്ര്യവും ക്രിമിനൽ വൽക്കരണവും 1819ൽ തന്നെ ബംഗാൾ റഗുലേഷൻ VIലൂടെ നിയമ മാക്കിയിരുന്നു (Das 1941:154-55). 1862ൽ ആ റഗുലേഷൻ നീക്കം ചെയ്തു. പക്ഷേ, യജമാന ഭൃത്യനിയമവും ആസാം പ്ലാന്റേഷനുകളി ലേക്കും കടലിനക്കരേക്കും കരാർ ലംഘനത്തിനുമുള്ള തൊഴിലിന്റെ അസ്വതന്ത്രമാക്കൽ നിയമവും നിലനിർത്തി (Tinker 1974; Guha 1977; T Sarkar 1985; Anderson 1993; Das Gupta 1994).

അതിനാൽ, കൊളോണിയൽ ഭരണത്തിനുകീഴിൽ കുതിച്ചുവരുന്ന പൗരാവകാശ ആശയങ്ങളായി ഇന്ത്യയിലെ തൊഴിലാളി ചരിത്രത്തെ എഴുതാനാവില്ല. സ്വാതന്ത്ര്യത്തിന്റെയും അസ്വാതന്ത്ര്യത്തിന്റെയും ദ്വന്ദ്വം പ്രത്യയശാസ്ത്രത്തിന്റെയും നിയമരൂപീകരണത്തിന്റെയും പ്രവർത്തനത്തിന്റെയും കാര്യത്തിൽ മിക്കപ്പോഴും മങ്ങി. പൗരസ്വാതന്ത്ര്യ പ്രാപ്തിക്ക് തൊഴിലാളികൾക്ക് അവരുടെതന്നെ പോരാട്ടങ്ങൾ, തൊഴിലാളികളുടെ പോരാട്ടത്തിൽനിന്ന് സാമ്രാജ്യത്വ ശക്തിക്കുള്ള ഭീഷണി, തൊഴിലാളികളുടെ പ്രശ്നങ്ങൾ പരിഹരിക്കാനുള്ള വിശാല രാഷ്ട്രീയ പ്രസ്ഥാനങ്ങൾ, സാമ്രാജ്യത്വഭരണത്തിന്റെ നയചട്ടത്തിലെ വൈരുധ്യങ്ങൾ എന്നിവ വരെ കാത്തിരിക്കേണ്ടി വന്നു.

അത്തരം സംഘർഷങ്ങളുടെ പരിപ്രേക്ഷ്യപരമായ ഉദാഹരണങ്ങളിലൊന്ന് സമിതസെൻ (1996) നൽകിയിട്ടുണ്ട്. ആസാം തൊഴിൽ കുടിയേറ്റ ആക്ടി (1901ലെ ആക്ട് IV)ന്റെ രൂപീകരണത്തിന്റെയും നടപ്പിലാക്കലിന്റെയും പിന്നിൽ മൂന്നുദിശയിലുള്ള സംഘർഷമുണ്ടായിരുന്നു. ആസാമിലെയും കടലിനക്കരെയുമുള്ള കോളനികളിലെ ലിംഗ അസമത്വം ശരിയാക്കാൻ അസ്വതന്ത്ര ഇന്ത്യൻ തൊഴിലാളികളെ കഴിയുന്നത്ര നിയമിച്ചു. രണ്ടാമതായി, ഇന്ത്യൻ പിതൃദായക സമൂഹം വീട്ടിലെ സ്ത്രീയുടെ വിധിനിശ്ചയിക്കുന്നതിൽ പിതാവിനും ഭർത്താവിനുമുള്ള അവകാശം മുറുകെ പിടിക്കുന്നവരായിരുന്നു. മൂന്നാമതായി, ഇന്ത്യൻ കുടുംബത്തിന്റെ പരിശുദ്ധിയും സമഗ്രതയും ഉയർത്തിപ്പിടിക്കാനും വരാനുദ്ദേശിക്കുന്ന കുടുംബത്തിന്റെ തിരഞ്ഞെടുപ്പ് സ്വാതന്ത്ര്യം സംരക്ഷിക്കാനും ബ്രിട്ടീഷ് ഇന്ത്യൻ ഗവൺമെന്റ് ബാധ്യസ്ഥരായിരുന്നു. മൂന്നു ലക്ഷ്യങ്ങളും മൂന്നുതരം താൽപ്പര്യങ്ങളും ഉദ്ദേശിക്കുന്ന കുടിയേറ്റക്കാരെ രജിസ്റ്റർ ചെയ്യലും അവരുടെ കുടിയേറ്റത്തിന്റെ സ്വഭാവം സ്ഥാപിക്കലും ഉൾക്കൊള്ളുന്ന നിയമം അസുഖകരമായ ഒരു വിട്ടുവീഴ്ചയായിരുന്നു. മിക്കപ്പോഴും നിയമന ഏജൻസികളുടെ താൽപ്പര്യങ്ങളും ജില്ലാഭരണസംവിധാനത്തിന്റെ കഠോരതയും ഗൂഢാലോചനയും പിതൃദായക്കാരെ പരാജയപ്പെടുത്തി. നിയമനക്കാരുടെ താൽപ്പര്യങ്ങൾ വിജയിച്ചു. വീട്ടിനകത്തെ ബന്ധനത്തിൽനിന്ന് ഒരു കൂലിത്തൊഴിലാളിയുടെ സ്വാതന്ത്ര്യത്തിന്റെ വിജയമായി ഈ സന്ദർഭങ്ങളെ പരിഗണിക്കാമോ? ആസാം, നതാൽ, മൗറീഷ്യസ് എന്നിവിടങ്ങളിലെ പ്ലാന്റേഷനുകളിലെത്തിയാൽ സ്ത്രീക്ക് തന്റെ താൽപ്പര്യത്തിനൊത്ത് എത്രമാത്രം ജീവിക്കാനാകും? അവർക്ക് എത്രമാത്രം നല്ല ജീവിതം ലഭിക്കും? (നല്ല ജീവിതമെന്നത് 1993ൽ സെൻ നടത്തിയ പ്രസ്താവത്തിൽനിന്ന്). പ്ലാന്റേഷനുകളിലേക്ക് കൊണ്ടുവന്നാൽ അവൾക്ക് മറ്റു തൊഴിലുകൾ നേടാനാവില്ല. പ്ലാന്റേഷൻ വിട്ട് പുറത്തുപോകാനുമാവില്ല. പിതൃദായകക്കാർ വിജയിച്ചുവെന്ന് വെക്കുക. സ്ത്രീക്ക് തെരഞ്ഞെടുക്കാനുള്ള സ്വാതന്ത്ര്യവും നല്ല ജീവിതവും എത്രമാത്രമുണ്ടാകും? വീട്ടിനകത്ത് കഷ്ടപ്പെട്ട് അടിമയെപ്പോലെ പണിയെടുക്കുന്നവളായി അവൾ തുടരുമോ? സ്വാതന്ത്ര്യത്തിന്റെയും അസ്വാതന്ത്ര്യത്തിന്റെയും ദ്വന്ദ്വത്തെ

യൂറോപ്യൻ ഭരണത്തിന്റെ പ്രബുദ്ധതയുടെയും കോളനി വാഴ്ചയ്ക്കു മുമ്പുള്ള ഇരുളാണ്ടകാലത്തിന്റെയും അപരദ്വന്ദ്വവുമായി ബന്ധിപ്പിക്കുമ്പോൾ സ്വാതന്ത്ര്യത്തിന്റെ ഈ തലങ്ങളും അർഥവുമാണ് നഷ്ടപ്പെടുന്നത്.

സ്വകാര്യസ്വത്ത് ആസ്തികളുടെയും അസ്വതന്ത്ര വ്യക്തികളുടെയും നിയന്ത്രണത്തിന്റെ പ്രധാനരീതിയായിത്തീർന്നു. നിയമത്തിലൂടെ അത്തരത്തിലുള്ള ബന്ധനങ്ങൾ നിർത്തലാക്കിയപ്പോഴും മുൻ ബന്ധിത സ്ത്രീകളും പുരുഷന്മാരും അവരുടെ പൂർണമായ പൗരാവകാശങ്ങൾ ഉള്ളവരായി മാറിയില്ല. മാർക്സും അമർത്യാസെന്നും പറയുന്ന പൂർണ രൂപത്തിലുള്ള മനുഷ്യസ്വാതന്ത്ര്യവും അവർക്ക് ലഭിച്ചില്ല. യു എസിൽ അമേരിക്കൻ ആഭ്യന്തരയുദ്ധകാലത്ത് അടിമത്തം നിർത്തലാക്കി. പക്ഷേ 1964ൽ പൗരാവകാശനിയമം പാസാക്കുന്നതുവരെ ആഫ്രിക്കൻ അമേരിക്കക്കാർക്ക് യു എസ് പൗരന്മാരെന്ന നിലയിൽ ഏറ്റവും കുറഞ്ഞ അവകാശങ്ങൾപോലും ആസ്വദിക്കാൻ കഴിഞ്ഞിരുന്നില്ല. സാമൂഹിക ഗോവണിയുടെ അടിയിലുള്ള വംശീയ ന്യൂനപക്ഷമെന്നനിലയിൽ ആഫ്രിക്കൻ അമേരിക്കക്കാർക്ക് 1970കൾ വരെ അവരുണ്ടാക്കിയ നേട്ടങ്ങൾ 1980കളിൽ നഷ്ടപ്പെട്ടു (Carnoy 1994; Darity and Mason 1998).

കൊളോണിയലും അതിനു മുമ്പുള്ളതുമായ ഇന്ത്യയിൽ എല്ലാ അസ്പൃശ്യരും ബന്ധിതരായിരുന്നില്ലെങ്കിലും ബന്ധിതരെല്ലാം അസ്പൃശ്യ ജാതികളിൽനിന്നുള്ളവരായിരുന്നു. തീർച്ചയായും അസ്പൃശ്യത ആഭ്യന്തരസ്വാതന്ത്ര്യത്തിനുള്ള ഗുരുതരമായ തടസമായിരുന്നു. അസ്പൃശ്യതയുടെ ആചാരം നിയമപരമായി തിരിച്ചറിയാവുന്ന കുറ്റമാക്കിയത് ഇന്ത്യ സ്വാതന്ത്ര്യം നേടിയതിനുശേഷം മാത്രമാണ്. അസ്പൃശ്യരെന്നോ പട്ടികജാതി (പ്രത്യേക പരിഗണന അർഹിക്കുന്നവരെന്നനിലയിൽ ഇന്ത്യൻ ഭരണഘടനയിൽ പ്രത്യേക പട്ടികയിലാണ് അവരെ ഉൾപ്പെടുത്തിയത്) ക്കാരെന്നോ വിളിക്കപ്പെടുന്ന ഇപ്പോൾ ദളിതർ (അധഃസ്ഥിതർ) എന്ന് വിശേഷിപ്പിക്കപ്പെടുന്നവരിൽ മഹാഭൂരിഭാഗവും സ്വത്തില്ലാത്തവരും നിരക്ഷരരുമായിരുന്നു. ദളിതരടക്കമുള്ള ഭൂരഹിത കർഷകരുടെ അഭിവൃദ്ധിക്കായുള്ള ഭൂപരിഷ്കരണം ജമ്മുകാശ്മീർ, കേരള, പശ്ചിമബംഗാൾ, ത്രിപുര, കർണാടകയുടെ ചില ഭാഗങ്ങൾ എന്നിവിടങ്ങളിൽ മാത്രമാണുണ്ടായത്. തൽഫലമായി, ദളിതുകളുടെ ആഭ്യന്തര രാഷ്ട്രീയ അവകാശങ്ങൾ പതിവായി നിഷേധിക്കപ്പെടുകയാണ്. ബീഹാർ, ആന്ധ്രപ്രദേശ്, മധ്യപ്രദേശ്, ഉത്തർപ്രദേശ്, ഒറീസ, രാജസ്ഥാൻ തുടങ്ങിയ സംസ്ഥാനങ്ങളിൽ അവർ ഭൂപ്രഭുക്കളുടെ ഹിംസയുടെ ഇരകളാണ്. ഈ ഹിംസയാണ് ബീഹാറിലെയും ആന്ധ്രപ്രദേശിലെയും കർഷകരെ ഭൂപ്രഭുക്കൾക്കെതിരെ പൊരുതിക്കാനുള്ള നക്സലൈറ്റ് സംഘങ്ങളുടെ ശക്തിയുടെ പ്രധാന കാരണമായത്. ഇന്ത്യയുടെ ഗ്രാമീണമേഖലയിൽ ദ്വന്ദ്വവാദം അതിന്റെ സവിശേഷ ഇനമായ വൈരുധ്യങ്ങളെ ഉൽപ്പാദിപ്പിച്ചിട്ടുണ്ട്.

ഔപചാരികവും അനൗപചാരികവുമായത് തമ്മിലുള്ള ദ്വന്ദ്വവാദം അഥവാ പ്രാഥമികവും പ്രാന്തീയമായതും തമ്മിലുള്ള ദ്വന്ദ്വവാദം

തൊഴിലാളിവർഗത്തിന്റെ ഘടന, സ്വഭാവം, അവസ്ഥ എന്നിവയെക്കുറിച്ച് സാമ്പത്തികശാസ്ത്രജ്ഞരും ചരിത്രകാരന്മാരും സാമൂഹിക സൈദ്ധാന്തികരും മറ്റൊരു തരത്തിലുള്ള ദ്വന്ദ്വം സങ്കൽപ്പിച്ചിട്ടുണ്ട്. ഇതിനെ a) പരമ്പരാഗത ആധുനിക മേഖലകളിൽനിന്നുള്ള തൊഴിലാളികൾ തമ്മിലുള്ള വേർതിരിവ്, b) കൃഷിയും വ്യവസായവും തമ്മിലുള്ള വേർതിരിവ്, c) സംഘടിത, അസംഘടിത മേഖലകൾ തമ്മിലുള്ള; ഔപചാരികവും അനൗപചാരികവുമായ മേഖലകൾ തമ്മിലുള്ള ചേരിതിരിവ്, d) രാഷ്ട്രീയ ബന്ധങ്ങളുള്ള തൊഴിലാളികളും ബന്ധങ്ങളില്ലാത്ത തൊഴിലാളികളും തമ്മിലുള്ള വേർതിരിവ്, e) ആകസ്മിക തൊഴിലാളികളും സ്ഥിര തൊഴിലാളികളും തമ്മിലുള്ള വേർതിരിവ് എന്നിങ്ങനെ അവർ വിശേഷിപ്പിക്കുന്നു. വിഭജിത തൊഴിൽ വിപണി, തൊഴിലാളികൾക്ക് വേർതിരിച്ച പാർപ്പിടങ്ങൾ, അതിവികസിത രാജ്യങ്ങളിലെ പ്രാഥമിക പ്രാന്തീയ (അഥവാ ദ്വിതീയ) വ്യവസായ, സേവന മേഖലകൾ എന്നിവയുമായി ഈ സങ്കൽപ്പിത വിഭജനത്തിന് സാമ്യമുണ്ട്.

ഔപചാരികതയെയും അനൗപചാരികതയെയും കെയ്ത്ത് ഹാർട്ട് വേർതിരിക്കുകയും അതിന് ഇന്റർനാഷണൽ ലേബർ ഓഫീസും പിന്നീട് ലോകബാങ്കും പ്രചാരണം നൽകുകയും ചെയ്യുന്നതിനുമുമ്പുതന്നെ തൊഴിലിന്റെയും ധനവിപണിയുടെയും ഇന്ത്യൻ ചരിത്രരചനയിൽ സംഘടിത, അസംഘടിത തൊഴിലുകൾ തമ്മിലുള്ള വ്യതിരിക്തത സ്ഥാനം പിടിച്ചിരുന്നു (Hart 1973; ILO 1972). ഇന്ത്യൻ തൊഴിലിന്റെ ആദ്യകാല ചരിത്രകാരന്മാർ സംഘടിത, അസംഘടിത മേഖലകളും ഗ്രാമീണ നഗര സാഹചര്യങ്ങളും തമ്മിലുള്ള അടുത്ത ബന്ധത്തെക്കുറിച്ച് ബോധവാന്മാരായിരുന്നു (Das 1923; Buchanan 1934: Chapters 14-15; Mukerjee 1945/1951: Chapters 1-2 and 14-15). ഔപചാരിക അനൗപചാരിക സംഘടിത അസംഘടിത മേഖലകളിലെ തൊഴിലാളികളുടെ സാഹചര്യങ്ങളും ജീവിതനിലവാരവും തമ്മിൽ അടുത്ത ബന്ധമുണ്ടെന്ന് ഇപ്പോൾ വ്യാപകമായി അംഗീകരിക്കപ്പെട്ടിട്ടുണ്ട്. കൊളോണിയൽ, ആശ്രിതരാജ്യങ്ങളിലെയോ വികസ്വര രാജ്യങ്ങളിലെയോ തൊഴിലാളികളുടെ സാഹചര്യങ്ങളിലോ ജീവിതനിലവാരത്തിലോ വ്യത്യാസങ്ങളുണ്ടെങ്കിലത് മുതലാളിത്ത വളർച്ചയുടെ നിർബന്ധങ്ങളും തൊഴിലാളികളുടെ സ്വന്തം സമൂഹത്തിന്റെ പ്രകൃതവും കാരണമാണ്. അത് ഗവൺമെന്റിന്റെ 'അന്യായ' മായ സംരക്ഷണം മൂലമോ തൊഴിലാളി യൂണിയന്റെ നേട്ടങ്ങൾകൊണ്ടോ നേടുന്നതിനെക്കാളധികമായിരുന്നു (ഈ പ്രശ്നങ്ങളുടെ മികച്ച ചർച്ചയ്ക്ക് Porters and Schauffler 1993; Chand avarkar 1994: Chapter എന്നിവ കാണുക). മിക്ക വികസ്വര രാജ്യങ്ങളിലും തൊഴിൽ നിയമന നിരക്ക് കുറഞ്ഞതോടെ ലോകബാങ്ക്, ഗവൺമെന്റുകൾ, നയഉപദേശകർ എന്നിവർ അനൗപചാരിക മേഖലയെയും ഔപചാരിക മേഖലയിൽ

തൊഴിലാളികളുടെ ചെറു സംഘത്തെയും പിരിച്ചുവിടുന്നത് തുടരണമെന്ന് കരുതുന്നവരാണ്. തൊഴിൽ വളർച്ചയ്ക്കുള്ള പരിഹാരമായാണ് അവരതിനെ കാണുന്നത് (ഈ നിലപാടിന്റെ കടുത്ത വിവരണങ്ങൾക്ക് De Soto 1989 കാണുക).

വേതനത്തിലെ വ്യത്യാസങ്ങൾ, തൊഴിൽ സാഹചര്യങ്ങൾ, വാസസ്ഥലം, ജീവിത നിലവാരങ്ങൾ എന്നിവയോടൊപ്പം ഔപചാരിക അനൗപചാരിക മേഖലകൾ തമ്മിലുള്ള വ്യത്യാസം, തൊഴിലിനോടുള്ള മനോഭാവം, തൊഴിലാളിയൂണിയൻ രൂപീകരിക്കാനുള്ള താൽപ്പര്യം, ലഹളയുണ്ടാക്കാനും അതിനെ നേരിടാനുമുള്ള പ്രവണത, നഗരവൽക്കരണത്തെ സ്വീകരിക്കലും നിരസിക്കലും തുടങ്ങിയ സംസ്കാരത്തിലെ വ്യത്യാസങ്ങളോടും ബന്ധപ്പെട്ടതായിരുന്നു. ഇന്ത്യൻ തൊഴിൽ ചരിത്രത്തിന്റെ ഗൗരവമുള്ള വിദ്യാർഥികൾ സൂചിപ്പിച്ചതുപോലെ അത്തരമൊരു ചിത്രീകരണം ഇരു മേഖലകളിലെയും തൊഴിലാളികൾ സാമൂഹികമായും രാഷ്ട്രീയമായും സാംസ്കാരികമായും പ്രതിപ്രവർത്തിച്ച് നഗരഅന്തരീക്ഷത്തിലെ ജീവിതമാറ്റങ്ങളെ പങ്കുവെച്ച അനേകം വഴികളെ ഒഴിവാക്കുന്നുണ്ട് (Holmstorm 1985: Chapter 6; Chandavarkar 1994: Chapters 3, 5).

ഔപചാരിക അനൗപചാരിക മേഖലകൾ തമ്മിലുള്ള വ്യത്യാസം ഊഹിക്കപ്പെടുന്നത് മിക്കപ്പോഴും ബോധപൂർവമല്ലാത്ത പശ്ചിമയൂറോപ്പിലെ വ്യവസായവൽക്കരണത്തിന്റെ ചരിത്രത്തെക്കുറിച്ചുള്ള സാമാന്യവൽക്കരണത്തിൽനിന്നാണ്. സ്ഥിരമായ, വർധിക്കുന്ന, വിട്ടുപോവാത്ത ഫാക്ടറി പട്ടണങ്ങളിലെയും ഗ്രാമങ്ങളിലെയും തൊഴിൽ ശക്തിക്ക് സൂര്യന്റെ നീക്കങ്ങൾക്കുപകരം ക്ലോക്കിനെ അടിസ്ഥാനമാക്കിയുള്ള ബോധപൂർവമായ അച്ചടക്കവും ഉയർന്നു. വേതനത്തിന് സ്ഥിരത കൂടുതലും ഉറപ്പാക്കേണ്ടിയിരുന്നു (Thompson 1967; Hicks 1977). പുതിയ വ്യവസായങ്ങളിലെ മികവിന്റെ രൂപീകരണം വ്യക്ത്യാധിഷ്ഠിതമായിരുന്നതിനാൽ ചെയ്തു പഠിക്കുന്നതിനെ ആശ്രയിച്ചുകൊണ്ട് തൊഴിൽ മികവ് വർധിപ്പിച്ച് കൂടുതൽ അച്ചടക്കമുള്ള സമർപ്പിത തൊഴിൽശക്തി ആന്തരിക തൊഴിൽ വിപണികളിലേക്ക് വികസിച്ചു.

ഇത് യുക്തിസഹമായി തോന്നാമെങ്കിലും ചരിത്രത്തിന്റെ ഈ നാട്ടുമൊഴി ഇന്ത്യൻ തൊഴിൽ ശക്തികളുടെയോ കൊളോണിയൽ തൊഴിൽ ശക്തിയുടെയോ ചരിത്രത്തിൽ പ്രയോഗിക്കാനാവില്ല. മിക്ക സന്ദർഭങ്ങളിലും തൊഴിലാളികളെ ബലപ്രയോഗത്തിലൂടെ ഫാക്ടറികളിലും ഖനികളിലും ദിവസക്കൂലിക്ക് നിയമിച്ചിരുന്നു. വിഭിന്നമായ സാമ്പത്തിക സംവിധാനങ്ങളിലൂടെ പൊതുജന ക്രമീകരണ പീഡനങ്ങളിലൂടെയും ദിവസക്കൂലിക്കാരെ നിയമിച്ചിരുന്നു (Arrigi 1970, 1973; Bagchi 1982: Chapter 6; Frennd 1988: Chapter 3-4). രേഖകളില്ലാത്തതിനാൽ വലിയൊരു വിഭാഗം കൊളോണിയൽ ജനതയ്ക്ക് ഭൂമിയും വനവും നിഷേധിച്ചത് നിലവിലുള്ള ഉപയോഗത്തെയും വിഭവ സംരക്ഷണത്തെയും നിലനിർത്താനെന്ന പേരിലായിരുന്നു. ഇത് കൊളോണിയൽ ജനതയെ ബാര

ക്കുകളിലും കൂലി നിരകളിലും ഖനന വാസസ്ഥലങ്ങളിലും മറ്റു ചേരി കളിലുമെത്തിച്ചു.

ഉറച്ച കൃഷിയും വൻതോതിൽ കൈത്തൊഴിൽ ജനതയും തൊഴി ലാളികളും കൊത്തുപണിയിൽ വിദഗ്ധരായ തൊഴിലാളികളുമുള്ള മിക്ക കോളനിയാനന്തര രാജ്യങ്ങളിലും അവരെല്ലാം വ്യവസായത്തകർച്ചയി ലൂടെ അഗതികളായി മാറി (Bagchi 1976). വ്യവസായത്തകർച്ചയുടെ പ്രദേശങ്ങളും ഘട്ടങ്ങളുമുണ്ടായത് അടിസ്ഥാനപരമായി കൈത്തൊഴിൽ ഉൽപ്പന്നങ്ങൾക്കുള്ള ആവശ്യം ആഭ്യന്തര ആവശ്യങ്ങളുടെ സങ്കോചത്തി ലൂടെ തീർത്തും ഇല്ലാത്തത് മൂലമാണ്. ആഭ്യന്തര ആവശ്യം ഇല്ലാതാ യത് ഉപഭോക്താക്കളുടെ വരുമാനം തീരെ കുറഞ്ഞതുകൊണ്ടും വിദേശ ത്തുനിന്നുള്ള ഫാക്ടറി ഉൽപ്പന്നങ്ങൾ എത്തിയത് കൊണ്ടുമാണ്. വിദേശ ഉൽപ്പന്നങ്ങളുമായുള്ള മത്സരത്തിലൂടെ കയറ്റുമതി കുറഞ്ഞതും തകർച്ച യ്ക്ക് കാരണമായി. തൊഴിലാളികളുടെ ഇത്തരത്തിലുള്ള വിസ്ഥാപനം ഫാക്ടറി വ്യവസായത്തിന്റെ ഉയർച്ചയ്ക്കുവേണ്ടിയുള്ള തയാറെടുപ്പിന്റെ ഒഴിവാക്കാനാവാത്ത ഭാഗമായോ കുറഞ്ഞ ലാഭമുള്ള കൈത്തൊഴിൽ ഉൽപ്പന്നങ്ങൾക്കുപകരമായി കൂടുതൽ ലാഭമുള്ള കാർഷിക ഉൽപ്പന്ന ങ്ങൾ വരുന്നതോ ആയി കാണാനാവില്ല (Bagchi 1976).

മൂന്നാമതായി ഇന്ത്യയുൾപ്പെടെയുള്ള അനേകം കൊളോണിയൽ രാജ്യങ്ങളിൽ തൊഴിലാളി യൂണിയൻ അനുഭവമുണ്ടാകുന്നതിന് മുമ്പ് വിദഗ്ധതൊഴിലാളികളിൽനിന്ന് വ്യത്യസ്തമായി അവിദഗ്ധ തൊഴിലാളി കൾക്ക് തൊഴിലുടമകൾ വർധിക്കുന്ന വേതനമോ ഉയർന്ന വേതനമോ നൽകാൻ സന്നദ്ധരായിരുന്നില്ല. ഫാക്ടറി വ്യവസായത്തിന്റെ ആദ്യവർഷ ങ്ങളിൽ തൊഴിലാളികളെ ആകർഷിക്കാൻ ഉയർന്ന വേതനം നൽകിയി രുന്നു. കാലം ചെല്ലുന്തോറും ഫാക്ടറി വേതനവും ഫാക്ടറിയേതര വേത നവും തമ്മിലുള്ള വ്യത്യാസം കുറഞ്ഞു (Buchanan 1934: Chapter 14). കൊളോണിയൽ ഇന്ത്യയിലെയും മറ്റു കൊളോണിയൽ രാഷ്ട്രങ്ങളിലെ യും വേതനത്തെക്കുറിച്ചുള്ള കണക്കുകളുടെ ലഭ്യതയും ഗുണവും പ്രശ്ന സങ്കീർണമാണ് (ഇന്ത്യയിലെ പ്രസക്തമായ കണക്കിന്റെ പ്രകൃത ത്തെക്കുറിച്ചുള്ള ഒരു ചർച്ചയ്ക്ക് Mukerjee 1965 കാണുക). ഈ കണക്കു കളുടെ ശ്രദ്ധാപൂർവമുള്ള വിലയിരുത്തൽ ഫാക്ടറികളിലെ പൊതു തൊഴിലാളികളുടെയും കൂലികളുടെയും വരുമാനവും ചുറ്റുഭാഗത്തുള്ള അവിദഗ്ധതൊഴിലാളികളുടെ വേതനവും തമ്മിലുള്ള വ്യത്യാസം ലഭ്യ മാക്കുന്നതിൽ പരാജയപ്പെട്ടു (Mukerjee 1965; Bagchi 1990 a).

കൊളോണിയൽ രാജ്യങ്ങളിൽ നാഗരിക ഗ്രാമീണ തൊഴിലാളിക ളുടെ വേതനവും ജീവിതസാഹചര്യങ്ങളും വികസിതവും പരമ്പരാഗതവു മായ മേഖല തൊഴിലാളികൾ തമ്മിലും വിദഗ്ധ അവിദഗ്ധ മേഖലകളിലെ തൊഴിലാളികൾ തമ്മിലുള്ള ദ്വന്ദ്വവും ശീലമാക്കപ്പെടുകയും തൊഴിലാളി കൾ ജീവിച്ച വേർതിരിവിന്റെയും അസ്വാതന്ത്ര്യത്തിന്റെയും മുദ്രകുത്തലി ന്റെയും അടിസ്ഥാനത്തിൽ തിരിച്ചിടുകപോലും ചെയ്തിരുന്നു. ആസാമി

ലെയും സിലോണിലെയും യൂറോപ്യൻ പ്ലാന്റർമാർ മധ്യ ദക്ഷിണേന്ത്യകളിൽനിന്ന് തൊഴിലാളികളെ ഇറക്കുമതി ചെയ്യുകയും അസ്വതന്ത്രമാക്കുകയും തദ്ദേശ തൊഴിലാളികൾക്കുപകരം നിയമിക്കുകയും ചെയ്തു. ചുറ്റുമുള്ള പ്രദേശങ്ങളിലെ കാർഷിക വേതനം പ്ലാന്റേഷനുകളിലേതിനെക്കാൾ കൂടുതലായിരുന്നതിനാലാണിത്. വ്യാവസായികവും കാർഷികവുമായ വേതനങ്ങൾ തമ്മിലുള്ള പിന്തിരിയുന്ന വ്യത്യാസമാണ് ബംഗാളിയിതര തൊഴിലാളികളെ ബംഗാളി തൊഴിലാളികൾക്കുപകരമായി ബംഗാൾ ചണമില്ലുകളിൽ നിയമിച്ചതിനുകാരണം (Bagchi 1972 r: Chapters 4, 5). പരിശീലനം ലഭിച്ച എഞ്ചിനീയർമാരെയും ടെക്നീഷ്യന്മാരെയും കിഴക്കൻ ഇന്ത്യയിലെ ബ്രിട്ടീഷ് ഉടമസ്ഥതയിലുള്ള ഫാക്ടറികളിൽ നിയമിക്കുന്നത് വളരെ കുറവായിരുന്നു. വംശീയ ഭരണനിർവഹണഘടന അത്തരം വ്യക്തികൾ കറുത്തവരോ തദ്ദേശികളോ ആണെങ്കിൽ മില്ലുകളിൽ നിയമിക്കാൻ അനുവദിക്കില്ലായിരുന്നു (Bagchi 1972: Chapter 5; Bagchi 1976 a; Chakrabarty 1989). മുഖർജി (1945/1951) രേഖപ്പെടുത്തിയതുപോലെ മിക്ക യൂറോപ്യൻ നിയന്ത്രിത ഫാക്ടറികളിലും ഇന്ത്യക്കാർക്ക് ആഗ്രഹിക്കുന്ന ഏറ്റവും ഉയർന്ന തസ്തിക സർദാറിന്റേതായിരുന്നു. യൂറോപ്യൻ സൂപ്പർവൈസർമാരുടെയും ഇന്ത്യൻ കൈവേല തൊഴിലാളികളുടെയും പൊതുനിരയുടെ ഇടനിലക്കാരനായിരുന്നു സർദാർ. ദക്ഷിണാഫ്രിക്കയിൽ വംശീയ സാമ്രാജ്യം സ്വയം നിലനിർത്തിയത് വ്യവസ്ഥാപിതമായി വെളുത്തവംശ തൊഴിലാളികൾക്ക് ഉയർന്ന വേതനവും സൂപ്പർവൈസറി തസ്തികകളിലേക്ക് നീങ്ങാനുള്ള അവസരവും കൈക്കൂലിയായി നൽകിയാണ്. കറുത്തവർ എത്രമാത്രം വിദഗ്ധരാണെങ്കിലും അവർക്കിതെല്ലാം നിഷേധിച്ചിരുന്നു. ലിംഗ അടിസ്ഥാനത്തിൽ വേതനവും തൊഴിൽ വ്യവസ്ഥാപിതമായി വേർതിരിക്കുന്നത് ഒരു ആഗോള പ്രതിഭാസമായിരുന്നു. തൊഴിലുടമകൾ സ്ത്രീ തൊഴിലാളികളിൽനിന്ന് പ്രത്യേക വെല്ലുവിളി നേരിടുമ്പോൾ വെളുത്തവംശത്തിന്റെ പ്രത്യേകതയ്ക്ക് അപ്പീൽ ഉയർത്തുമായിരുന്നു (ഉദാഹരണത്തിന് Hyslop 1995 കാണുക).

അന്തിമമായി, മുതലാളിത്തം എപ്പോഴും വികസിതവും തഴയപ്പെടുന്നതുമായ മേഖലകൾക്കിടയിലും വിശേഷഭാഗ്യമുള്ളവരും ഇല്ലാത്തവരുമായ തൊഴിലാളികൾക്കിടയിലുമുള്ള ദ്വന്ദ്വത്തെ തുടർച്ചയായി പ്രവചിക്കാനാവാത്ത ഉൽപ്പാദനഘടനാ മാറ്റങ്ങളിലൂടെയും തൊഴിൽ ശക്തിയുടെ ആസ്തിയല്ലാതെ മറ്റൊന്നുമില്ലാത്ത തൊഴിലാളികളെ തൊഴിലിനും കൂടുതൽ മികച്ച നേട്ടങ്ങൾക്കുമായി പരസ്പരം പോരടിപ്പിച്ചുകൊണ്ടും പുനരുൽപ്പാദിപ്പിക്കാൻ ശ്രമിക്കുകയാണ് (Shulman 1984; Botniwick 1993; Mason 1995). ഇവിടെയാണ് മാർക്സിന്റെ തൊഴിലിന്റെ നിക്ഷിപ്തസേനയുടെ മുതലാളിത്ത പുനരുൽപ്പാദനത്തെക്കുറിച്ചുള്ള സ്ഥൂല സാമ്പത്തിക സിദ്ധാന്തം നമുക്ക് വംശം, ജാതി, ലിംഗം, വാസസ്ഥലം തുടങ്ങിയ മേഖലകളിലെപ്പോലെ അനേകം തലങ്ങളിലുള്ള ദ്വന്ദ്വവും വിഘടനവും ചർച്ച

ചെയ്യാനുള്ള വിശകലനചട്ടക്കൂട് നൽകുന്നത് (വാസസ്ഥല ദ്വന്ദ്വത്തിന് Tabb and Sawers 1984 കാണുക).

ഉപസംഹാരം

ഈ പ്രബന്ധത്തിൽ പ്രാഥമികമായും തൊഴിലിന്റെ ചരിത്രരചനയെ കുറിച്ചാണ് നാം ആലോചിച്ചത്. പക്ഷേ നമ്മുടെ വിശകലനം എവിടെയുമുള്ള തൊഴിലാളി പ്രസ്ഥാനങ്ങളുടെ വൈഷമ്യങ്ങളെ പങ്കുവെക്കുന്നുണ്ട്. വൈദ്യസാങ്കേതികവിദ്യയിലെ മുന്നേറ്റങ്ങളിലൂടെയും വിദ്യാഭ്യാസത്തിലെ വികസനങ്ങളിലൂടെയും പോഷകനിലവാരങ്ങളിലെ മുന്നേറ്റങ്ങളിലൂടെയും അവയെല്ലാം വിതരണം ചെയ്യപ്പെടുന്നത് അസമമായാണെങ്കിലും വികസിത മുതലാളിത്തം തൊഴിലിന്റെ പുനരുൽപ്പാദനപ്രശ്നങ്ങളെ മറികടന്നിട്ടുണ്ട്. ഇപ്പോഴത് ശ്രമിക്കുന്നത് എവിടെയുമുള്ള തൊഴിൽ ശക്തിയെ ഒരു ചരക്കായി ലേലവിപണികളിൽ നിയമ തൊഴിലാളിയൂണിയൻ സംരക്ഷണങ്ങളില്ലാതെ ന്യൂനീകരിക്കാനാണ്. മറുവശത്ത്, ദരിദ്ര രാജ്യങ്ങളിൽനിന്നുള്ള തൊഴിലാളികളുടെ കുടിയേറ്റത്തിന്റെ എന്നും വർധിക്കുന്ന നിയന്ത്രണങ്ങളേർപ്പെടുത്തി മൂലധനത്തെ പൂർണമായും ചലിക്കുന്നതാക്കി ആ രാജ്യങ്ങളിലെ തൊഴിലാളികളുടെമേൽ ഇരട്ട കഴിവില്ലായ്മയുണ്ടാക്കിയിരിക്കുകയാണ്. ദുർബലമാക്കപ്പെട്ട സ്റ്റേറ്റിൽനിന്നുള്ള സംരക്ഷണം അവർക്കു ലഭ്യമല്ല. യൂറോപ്യൻ തൊഴിലാളികൾ 1850 കൾക്കും 1920 കൾക്കുമിടയിൽ ചെയ്തതുപോലെ ഉയർന്ന വേതനം ലഭിക്കുന്ന രാജ്യങ്ങളിലേക്ക് നീങ്ങാനോ അവർക്ക് കഴിയുകയില്ല (Hatton and williamson 1994). അതിലുമുപരി, ആ തൊഴിൽനിലവാരങ്ങളെ അന്തർദേശീയ വ്യാപാരം ക്രമീകരിക്കുന്ന സാമ്രാജ്യത്തിൽ ഉൾപ്പെടുത്തി G-7 രാജ്യങ്ങൾ വികസ്വര രാഷ്ട്രങ്ങളുടെ വിപണികളെ പിന്നെയും വെട്ടിച്ചുരുക്കി സാമ്പത്തിക പിന്നോക്കാവസ്ഥയെ കനത്തതോതിൽ ഗുരുതരമാക്കുകയാണ്. ദൗർഭാഗ്യകരമായി, വികസിത മുതലാളിത്ത രാഷ്ട്രങ്ങളിലെ തൊഴിലാളി യൂണിയൻ നേതാക്കൾ തൊഴിലാളികളുടെ ജീവിതത്തെ ശോഷിപ്പിക്കുന്ന, സ്വാതന്ത്ര്യത്തെ ബാധിക്കുന്ന നയസംരംഭങ്ങളോട് അത് വികസിത മുതലാളിത്ത രാജ്യങ്ങളുടെ തൊഴിലാളികളുടെ ചെറുത്തുനിൽപ്പിന്റെ ശക്തി കുറയ്ക്കുമെന്ന് തിരിച്ചറിയാതെ സഹകരിക്കുകയാണ്. തൊഴിലാളികളുടെ ജീവിതത്തിലും അവബോധത്തിലും ചെറുത്തുനിൽപ്പിലും വരേണ്യർ അടിച്ചേൽപ്പിച്ച് ദ്വന്ദ്വവാദത്തിന്റെ ചരിത്രരചനയെ ഓർമിക്കുന്നത് എവിടെയുമുള്ള തൊഴിലാളി യൂണിയൻ വാദികളും സമത്വ സ്വതന്ത്ര സമൂഹത്തെ പിന്തുണയ്ക്കുന്നവരും നേരിടുന്ന ഇപ്പോഴത്തെ നയസംവാദങ്ങളെ സുതാര്യമാക്കാൻ സഹായിക്കും.

9

നവ ഉദാരവാദ സാമ്പത്തിക പരിഷ്കരണങ്ങളും മൂന്നാംലോക തൊഴിലാളികളും ക്രിസ്തുവർഷം രണ്ടാം സഹസ്രാബ്ദത്തിനൊടുവിൽ

ലക്ഷ്യങ്ങളും തർക്കങ്ങളും പ്രശ്നങ്ങളും: മുതലാളിത്തത്തിനു കീഴിലെ അധ്വാനത്തിന്റെ സാമൂഹിക പുനരുൽപ്പാദന പ്രക്രിയയിലെ വൈരുധ്യങ്ങൾ

ഈ പ്രബന്ധത്തിൽ നാം മുതലാളിത്തത്തിനു കീഴിലെ തൊഴിലിന്റെ സാമൂഹിക പുനരുൽപ്പാദനത്തിന്റെ സമീപകാല അനുഭവവും ചരിത്രവും ചുരുക്കത്തിൽ രേഖപ്പെടുത്തുകയാണ്. ആഫ്രിക്കയിലെയും ഏഷ്യയിലെയും ലാറ്റിനമേരിക്കയിലെയും തൊഴിൽ അനുഭവത്തിന്റെ അടിസ്ഥാനത്തിൽ ഇരുപതാം നൂറ്റാണ്ടുവരെ സ്വതന്ത്ര തൊഴിൽശക്തിയെ സൃഷ്ടിക്കുന്നതിലും ചലിപ്പിക്കുന്നതിലും മൂലധനം കടുത്ത പ്രശ്നങ്ങളെ നേരിട്ടുവെന്ന് നാം വാദിക്കുന്നു. അതിനാൽ സ്വന്തം ലക്ഷ്യങ്ങളെ സംരക്ഷിക്കാൻ മൂലധനമുടമകൾ അടിമത്തം മുതൽ സാധാരണക്കാർക്ക് അടിസ്ഥാനപരമായ സിവിൽ, രാഷ്ട്രീയ അവകാശങ്ങൾ നിഷേധിക്കുന്നതുവരെയുള്ള നിരവധി ബന്ധനങ്ങൾ അടിച്ചേൽപ്പിച്ചു. മൂലധനത്തിന്റെ ഇടപെടലിൽ സ്ത്രീകളെ പുരുഷന് വിധേയമാക്കുന്നത് മിക്കവാറും ആഗോളതലത്തിലായി മാറി. വംശം, ഗോത്രത്തനിമ, തൊഴിലാളികളെ വേർതിരിക്കുന്ന മറ്റു സവിശേഷതകൾ എന്നിവയും ഈ പദ്ധതിയുടെ കീഴിൽ സൗകര്യപ്രദമായിത്തീർന്നു. മുതലാളിത്തത്തിനു കീഴിലെ അസമ വികസനം തൊഴിലാളി വർഗത്തിന്റെ വിഭജനത്തെ തുടർച്ചയായി പുനരുൽപ്പാദിപ്പിക്കുകയും പരിവർത്തിപ്പിക്കുകയും ചെയ്തു. എന്നാൽ ചില വികസിത മുതലാളിത്ത സമ്പദ്വ്യവസ്ഥകളിൽ സ്വന്തം പോരാട്ടങ്ങളിലൂടെയും രാഷ്ട്രനിർമാണത്തിന്റെ ഭാഗമെന്ന നിലയിലും തൊഴിലാളികൾ മെച്ചപ്പെട്ട ജീവിത സാഹചര്യങ്ങൾ നേടിയെടുത്തു. കഴിഞ്ഞ രണ്ടു ദശാബ്ദങ്ങളിൽ സ്വതന്ത്ര മൂലധന പദ്ധതിയുടെയും അന്താരാഷ്ട്ര

നിശ്ചല തൊഴിലാളികളുടെയും കീഴിൽ തൊഴിലാളികളുടെ, പ്രത്യേകിച്ചും മൂന്നാംലോക തൊഴിലാളികളുടെ ജീവിത നിലവാരങ്ങൾ ആക്രമിക്കപ്പെട്ടു. അന്താരാഷ്ട്ര നയരൂപീകരണത്തിന്റെ പ്രവണതയും എങ്ങുമുള്ള സാധാരണ ജനങ്ങളുടെ അഭിവൃദ്ധിയുടെ താൽപ്പര്യത്തിനായി തിരിച്ചിട്ടില്ലെങ്കിൽ വേതനങ്ങളുടെയും ജീവിതസാഹചര്യങ്ങളുടെയും ഭാവി മങ്ങിയതായി തുടരും.

പ്രമുഖ ഔദ്യോഗിക ജീവചരിത്രകാരന്മാരുടെ (കാൾ മാർക്സ്, ഫ്രെഡറിക് എംഗൽസ്, മൗറിസ് ഡോബ്, ഫെർണാണ്ട് ബ്രോഡൽ, ഇമ്മാനുവൽ വെല്ലർസ്റ്റീൽ തുടങ്ങിയവർ) അഭിപ്രായപ്രകാരം ക്രിസ്തുവർഷം രണ്ടാം സഹസ്രാബ്ദത്തിനൊടുവിൽ മുതലാളിത്തം 500 വർഷം മാത്രം പഴക്കമുള്ളതാണ്. പുരാവസ്തുശാസ്ത്രജ്ഞരും മാനവ പരിണാമത്തിന്റെ ചരിത്രകാരന്മാരും 5–9 ദശലക്ഷം വർഷം മുമ്പാണ് കുരങ്ങന്മാരിൽനിന്ന് മനുഷ്യവംശം വേർതിരിഞ്ഞു വന്നതെന്ന് കണക്കാക്കിയിട്ടുണ്ട്. മിക്ക വിദഗ്ധരും അംഗീകരിക്കുന്നത് മനുഷ്യവർഗത്തിന്റെ ആദ്യത്തെ മുത്തശ്ശി ആഫ്രിക്കയിൽ വളർന്നുവെന്നാണ് (Diamond 1998). ക്രിസ്തുവിനുമുമ്പ് 11,000 വർഷത്തിനടുത്ത് ഗ്രാമീണജീവിതവും ആദ്യത്തെ കൃഷിയും ലോകത്തിന്റെ അനേകം ഭാഗങ്ങളിൽ ഉത്ഭവിച്ചുവെന്ന് കരുതപ്പെടുന്നു. ഈ ഉത്ഭവകാലങ്ങളുമായി താരതമ്യം ചെയ്യുമ്പോൾ മുതലാളിത്തം നന്നേ ചെറിയ പ്രായത്തിലുള്ള ഒരിനമാണ്. ലോകത്തിന്റെ ഏറ്റവുമധികം ജനസംഖ്യയുള്ള ഏഷ്യാ വൻകരയിലെ മുതലാളിത്ത രാഷ്ട്രീയ ആധിപത്യപ്രകാരം വിധി പറയാവുന്നത് മുതലാളിത്തത്തിന് 250–300 വർഷം മാത്രമേ പ്രായമുള്ളൂവെന്നാണ്.

ഈ കാലയളവിൽ ലോകത്തിലെ ഉൽപ്പാദനവും വാർത്താവിനിമയവും സാമൂഹികവ്യവസ്ഥകളും വിപ്ലവവൽക്കരിക്കപ്പെട്ടിട്ടുണ്ട്. മാർക്സും എംഗൽസും (1848) സ്മരണീയമായ വിധത്തിൽ ആ വിപ്ലവത്തിന്റെ ഘടനയും ആഘാതവും 150 വർഷംമുമ്പ് വിവരിച്ചിട്ടുണ്ട്. ജനസംഖ്യാവർധനവിന്റെ നിയമങ്ങളും മനുഷ്യരിലെ കൂടുതൽ ഭാഗ്യവാന്മാരായ വിഭാഗങ്ങളുടെ ജീവിതത്തിന്റെ ഗുണവും മനുഷ്യരെയും പരിസ്ഥിതിയെയും വൻതോതിൽ നശിപ്പിക്കുന്ന സാങ്കേതികവിദ്യകളും സംഘടനവും മുഴുവൻ ശക്തിയുപയോഗിച്ച് മുതലാളിത്തം മാറ്റിയിട്ടുണ്ട്. ദരിദ്രരും ധനികരും തമ്മിലും ഭാഗ്യവാന്മാരും ഭാഗ്യഹീനരും തമ്മിലും ഉൽപ്പാദനോപാധികളുടെ ഉടമകളും നിയന്ത്രിക്കുന്നവരും അവർക്കു വേണ്ടി തൊഴിലെടുക്കുന്നവരും തമ്മിലുമുള്ള വൈരുധ്യം ഒരിക്കലും ഇരുപതാം നൂറ്റാണ്ടിന്റെ ഒടുവിലുള്ളത്ര അത്രയും കൂടുതൽ രൂക്ഷവും വ്യാപകവുമായിരുന്നില്ല. മുതലാളിത്തത്തിന്റെ വൈരുധ്യങ്ങളുടെ ഏറ്റവും ദുരിതമനുഭവിക്കുന്നത് ലോകജനസംഖ്യയുടെ നാലിൽ മൂന്നുവരുന്ന മൂന്നാംലോക തൊഴിലാളി വർഗമാണെന്ന അവകാശവാദം വിശ്വസനീയമായി മുന്നോട്ടുവെക്കാം.

അതിന്റെ പ്രാബല്യത്തിൽ വന്ന രാജ്യങ്ങളിലെ ജീവിതത്തിന്റെ എല്ലാ കോശങ്ങളിലേക്കും മുതലാളിത്തം തുളച്ചുകയറിയപ്പോൾ ആശ്രിത

കോളനികളിലെ മഹാഭൂരിപക്ഷം വരുന്ന ജനത പ്രാഥമികമായി അതിനെ അനുഭവിച്ചത് അപഹരണമായിട്ടായിരുന്നു. ഭൂമിയുടെയും തൊഴിലുകളുടെയും അപഹരണം സാമൂഹികപദവിയുടെയും മനുഷ്യരെന്ന നിലയിലുള്ള അന്തസ്സിന്റെയും അപഹരണം ജീവിതത്തിന്റെ തന്നെയും അപഹരണം ഉൽപ്പാദനത്തിലും നിത്യജീവിതത്തിന്റെ സൗകര്യങ്ങളിലും വർധനവുണ്ടായി. ജീവിതസൗകര്യങ്ങളിലെ വർധനവ് കൊളോണിയൽ ഭരണകർത്താക്കൾക്കും അവരോട് സഹകരിക്കുന്ന അതാത് രാജ്യങ്ങളിലെ വരേണ്യർക്കും സംവരണം ചെയ്യപ്പെട്ടതായിരുന്നു.

ആഫ്രിക്കയിലെയും ഏഷ്യയിലെയും ജനസംഖ്യാ വർധനവിലെ കീഴ്മേൽ മറിച്ചിൽ രണ്ടാം ലോകയുദ്ധത്തിനു ശേഷമുള്ള പ്രതിഭാസമാണ്. ആഫ്രിക്കയിൽ മുഴുവനായും ഏഷ്യയുടെ അനേകം ഭാഗങ്ങളിലും തൊഴിലാളികളെ തിരഞ്ഞ് ഒരു കാലത്ത് മുതലാളിമാർ തിരച്ചിലും കൊള്ളയും നടത്തിയെന്നതാണ് മുതലാളിത്തത്തിന്റെ വിരോധാഭാസം. അതേ വ്യവസ്ഥ ഇപ്പോൾ; തൊഴിലാളികൾ അവകാശങ്ങളും മനുഷ്യരെന്ന നിലയിലുള്ള അന്തസ്സും ആവശ്യപ്പെടുമ്പോൾ പ്രത്യേകിച്ചും, ഒഴിവാക്കാവുന്ന ഒരു ശല്യമായാണ് പൊതുവിൽ തൊഴിലാളികളെ പരിഗണിക്കുന്നത്. നിയമം വികസിച്ചപ്പോൾ മുതലാളിത്തത്തിനു കീഴിലെ മനുഷ്യേതര മൂലധനത്തിന്റെ പുനരുൽപ്പാദനം ഇടക്കാല പ്രതിസന്ധിയുണ്ടാക്കിയാണ് പ്രവർത്തിക്കുന്നത്. തൊഴിലിന്റെ സാമൂഹിക പുനരുൽപ്പാദന നിയമവും തൊഴിൽശക്തിയുടെ നിയമവും പ്രവർത്തിച്ചുകൊണ്ടിരിക്കുന്നത് കുടുംബങ്ങളിലും തൊഴിലിടങ്ങളിലും അയൽപക്കങ്ങളിലും രാജ്യങ്ങളിലും അന്താരാഷ്ട്രബന്ധങ്ങളിലും വൈരുധ്യങ്ങളുണ്ടാക്കിക്കൊണ്ടാണ്.

മുതലാളിത്തത്തിന്റെ സുവർണകാലം എന്നു പറയപ്പെടുന്നത് (Marglin and Schor 1990) 1946 മുതൽ 1973 വരെയായിരുന്നു. കാൽനൂറ്റാണ്ടിനെക്കാൾ സ്വൽപ്പം മാത്രം അധികം. ഉത്തര അറ്റ്ലാന്റിക് കടലോരത്തെ തൊഴിലാളികൾ കുറഞ്ഞ പ്രവർത്തന സമയം, സാമൂഹിക സുരക്ഷ എന്നിവയുടെ കാര്യത്തിൽ സ്റ്റേറ്റ് നയങ്ങളിലൂടെയും അവരുടെ തന്നെ പോരാട്ടങ്ങളിലൂടെയും നേട്ടമുണ്ടാക്കി. അതേകാലത്ത് അർജന്റീന, മെക്സിക്കോ, ചിലി, ബ്രസീൽ തുടങ്ങിയ വികസ്വര രാജ്യങ്ങളിലെ തൊഴിലാളികൾ സ്വൽപ്പം രാഷ്ട്രീയ സ്വാധീനം ആർജിക്കുകയും സമ്പദ്വ്യവസ്ഥയുടെ ഘട്ടങ്ങളിലൂടെ ഉയർന്ന വേതനങ്ങളും സ്വൽപ്പം ആദ്യകാല സാമൂഹിക ഇൻഷുറൻസും നേടുകയും ചെയ്തു. ഇന്ത്യയും തുർക്കിയുമുൾപ്പെടെയുള്ള മിക്ക ഇതര വികസ്വര രാജ്യങ്ങളിലും വൻകിട സംരംഭങ്ങളിലെ മിക്കപ്പോഴും സ്റ്റേറ്റ് സംരംഭങ്ങളിലെ തൊഴിലാളികൾ മാത്രമാണ് ഗണ്യമായ വേതന വർധനയും സ്വൽപ്പം ആരോഗ്യ സാമൂഹിക ഇൻഷുറൻസും നേടിയത്. ദക്ഷിണകൊറിയ, ഹോങ്കോങ്, തായ്വാൻ, സിങ്കപ്പൂർ എന്നീ കിഴക്കൻ ഏഷ്യയിലെ 'നാലു കടുവകൾ' എന്ന് വിളിക്കപ്പെടുന്ന രാജ്യങ്ങളിൽ യഥാർഥ വേതനങ്ങൾ ഗണ്യമായി ഉയർന്നു. പക്ഷേ, തൊഴിലാളികളെ സ്റ്റേറ്റും സ്റ്റേറ്റിന്റെ ഉടമസ്ഥതയിലുള്ള നിയമപരമായി

അംഗീകരിക്കപ്പെട്ട ട്രേഡ്‌യൂണിയൻ ഉൾപ്പെടെയുള്ള സംവിധാനങ്ങളും കടുത്ത തോതിൽ അടിച്ചമർത്തിയിരുന്നു. തായ്‌ലാണ്ടിലും മലേഷ്യയിലും ട്രേഡ്‌യൂണിയനുകളുടെ രക്ഷാധികാരിയും നിയന്ത്രകനുമായി മിക്കപ്പോഴും വർത്തിക്കുന്ന സ്റ്റേറ്റിനോടൊപ്പം തൊഴിലാളികളുടെ വൻകിട വിഭാഗങ്ങൾ ഗണ്യമായ നേട്ടങ്ങളുണ്ടാക്കി. 1997ന്റെ അവസാന പകുതിയിൽ തുടങ്ങിയ ഏഷ്യൻ സാമ്പത്തിക പ്രതിസന്ധിയോടെ ഈ കിഴക്കൻ, തെക്കു-കിഴക്കൻ ഏഷ്യൻ രാഷ്ട്രങ്ങളിലെ തൊഴിലാളികൾക്ക് തൊഴിലും യഥാർഥ വരുമാനങ്ങളും ഗണ്യമായി നഷ്ടപ്പെട്ടു (Lee 1998: 35-853).

വികസിത വികസ്വര സമ്പദ്‌വ്യവസ്ഥകളുടെമേൽ ആധിപത്യം ചെലുത്തുന്ന മുതലാളിത്ത വ്യവസ്ഥയെ നയിക്കുന്നത് നിലയ്ക്കാത്ത മത്സരവും അസമവികസനത്തിന്റെ ഘടനകളുടെ തുടർച്ചയായ ഉൽപ്പാദനവും പുനരുൽപ്പാദനവുമാണ്. ഈ ഘടനകളെ അസമവികസനത്തിന്റെ മറ്റു പാറ്റേണുകളെ ഉൽപ്പാദിപ്പിക്കാൻ പരിവർത്തിപ്പിക്കുന്നു. ചില ദിശകളിൽ മുതലാളിത്തം തൊഴിലാളികളെ സ്വതന്ത്രമാക്കുമ്പോൾ മറ്റുചില വഴികളിൽ അവരെ അടിമകളാക്കുന്നു. അങ്ങനെ ചെയ്യുമ്പോൾ മിക്കപ്പോഴും അത് മുതലാളിത്ത ശൈലിയിലുള്ള മത്സരങ്ങൾക്കും ക്രമീകരണങ്ങൾക്കും മുമ്പുള്ള അടിച്ചമർത്തലിന്റെ ഘടനകളെ അനുകരിക്കുകയോ ഏറ്റെടുക്കുകയോ ചെയ്യുന്നു. ഉദാഹരണത്തിന് മിക്ക വികസ്വര രാജ്യങ്ങളും തൊഴിൽ അവസരങ്ങളുടെ അപര്യാപ്തതയോ സീസണൽ തൊഴിലില്ലായ്മയോ അനുഭവിക്കുന്നു. അത്തരം സാഹചര്യങ്ങളിൽ തൊഴിലാളികൾ മിക്കപ്പോഴും ഭൂപ്രഭുക്കളുമായി ബന്ധനത്തിന്റെ ബന്ധങ്ങളിലേക്കും യോജിപ്പിലേക്കും കടക്കുന്നു (Bagchi 1973). അത്തരം ബന്ധങ്ങൾ തീർച്ചയായും ജാതീയ അടിച്ചമർത്തൽ, പരമ്പരാഗത കടം, ദാസ്യവേല, ഭൃത്യവേല തുടങ്ങിയതുപോലെ മുൻകാല വ്യവസ്ഥയിൽ ചൂഴ്ന്നവയാണ് (Berman 1974). പ്രശ്നപരിഹാരത്തിനുള്ള നിയമസംവിധാനമോ തൊഴിൽ അവസരലഭ്യതയുടെ ബദൽ വഴികളോ തൊഴിലാളികൾക്കെത്തുന്ന ദൂരത്തല്ല (Brass 1990:36-37). അങ്ങനെ വംശീയത, ഗോത്രപുറത്താക്കൽ, പിതൃദായകക്രമം, ഭൃത്യവേല, രക്ഷാധികാരി-കക്ഷി ബന്ധങ്ങൾ എന്നിവയെല്ലാം മുതലാളിത്തത്തിന്റെ പരിണാമവുമായി ബന്ധപ്പെട്ട പ്രക്രിയയുടെ ഭാഗമാണ്.

മൂലധന സമാഹരണത്തിലെ പ്രതിസന്ധികളും കോർപ്പറേറ്റ് വാദവും സ്വേച്ഛാധിപത്യവാദവും മൂന്നാംലോക തൊഴിലാളികളുടെ ഭാവിയും

1930 കൾ ലാറ്റിനമേരിക്കൻ രാജ്യങ്ങളിലെ സമാഹരണത്തിൽ വ്യാപകമായ പ്രതിസന്ധിയുണ്ടാക്കി. വളരെയധികമാളുകൾ സൈനിക, സ്വേച്ഛാധിപത്യ, പൗര ജനാധിപത്യ ഭരണകൂടങ്ങൾ മാറുന്നതിന് സാക്ഷികളായി (Hobsbawm 1994; Skidmore and Smith 1989). തൊഴിലാളികളോടുള്ള

ഈ ഭരണകൂടങ്ങളിൽ മിക്കവയുടെയും മനോഭാവം അടിച്ചമർത്തലിന്റേതായിരുന്നു. എന്നാൽ മെക്സിക്കോവിൽ ലസാറോ കാർഡനാസ പ്രസിഡന്റായിരുന്ന കാലത്ത് തൊഴിലാളികളെ രാഷ്ട്ര നിർമാണത്തിൽ ഉൾപ്പെടുത്താനുള്ള വ്യവസ്ഥാപിത ശ്രമം നടത്തി. രണ്ടാം ലോകയുദ്ധത്തിനു ശേഷം കോർപ്പറേറ്റ് വാദം കൂടുതൽ വ്യാപകമായി. ഉദാഹരണത്തിന് പെറോണിന്റെ അർജന്റീനയും ബ്രസീലിന്റെ വികസനവാദി സ്റ്റേറ്റും 1960 കളിലെ സൈനിക പിടിച്ചടക്കൽ വരെ അതിനോടൊപ്പമായിരുന്നു. മെച്ചപ്പെട്ട വേതനവും തൊഴിൽ സാഹചര്യങ്ങളും നൽകുന്ന രക്ഷാധികാര വ്യവസ്ഥയ്ക്കുവേണ്ടി തൊഴിലാളികൾ സ്റ്റേറ്റിന്റെ മാർഗദർശനം സ്വീകരിച്ചു (Roxborough 1994).

എങ്കിലും കോർപ്പറേറ്റുവാദം സ്റ്റേറ്റിനെയോ തൊഴിലാളികളെയോ സമാഹരണത്തിന്റെ പ്രതിസന്ധികളിൽനിന്ന് രക്ഷിച്ചില്ല. അർജന്റീനയിൽ നടന്നതുപോലെ ഈ പ്രതിസന്ധികൾ സംരക്ഷകസ്റ്റേറ്റിനെ മിക്കപ്പോഴും വേതനം കുറയ്ക്കുന്നതിലേക്കും അർജന്റീനയിലെയും ചിലിയിലെയും സൈനിക ഭരണകൂടങ്ങൾക്കു കീഴിലുണ്ടായപോലെ പൗര രാഷ്ട്രീയാവകാശങ്ങൾ വെട്ടിക്കുറയ്ക്കുന്നതിലേക്കും നയിച്ചു.

1980കളിലുണ്ടായ വ്യാപകമായ പിൻവാങ്ങൽ മൂന്നാം ലോക സമ്പദ്വ്യവസ്ഥകളെ വെട്ടിച്ചുരുക്കിയതുകൊണ്ടായിരുന്നു (Dornbusch 1993; Camargo, Jatoba and Mezzera 1995). ആഫ്രിക്കയിലെയും ലാറ്റിനമേരിക്കയിലെയും അനേകം രാജ്യങ്ങൾ പ്രതിശീർഷവരുമാനത്തിലെയും മൊത്ത ദേശീയ വരുമാനത്തിലെയും ദശാബ്ദം നീണ്ടുനിന്ന ഇടിവുകളിലൂടെ കടന്നുപോയി. പക്ഷേ ചൈന, തായ്വാൻ, ദക്ഷിണകൊറിയ, സിങ്കപ്പൂർ എന്നിവ ഉൾപ്പെടുന്ന കിഴക്കൻ ഏഷ്യയിലെയും തെക്കുകിഴക്കൻ ഏഷ്യയിലെയും നഗര രാഷ്ട്രങ്ങളും രാജ്യസമൂഹങ്ങളും ഈ പ്രവണതയിൽനിന്ന് കരുത്താർജിച്ച് ആഗോള സമ്പദ്വ്യവസ്ഥയിൽ പ്രധാന ചലനാത്മകശക്തിയാണെന്ന് തെളിയിച്ചു.

1982ൽ കടപ്രതിസന്ധികൾ പൊട്ടിപ്പുറപ്പെട്ട് ലാറ്റിനമേരിക്കയെ മുഴുവനായും സബ്സഹാറൻ ആഫ്രിക്കയെയും അതിന്റെ അധ്വാനത്തിൽ ബന്ധനസ്ഥരാക്കിയപ്പോൾ തൊഴിലാളിവർഗമാണ് ഏറ്റവും കൂടുതൽ ദുരിതമനുഭവിച്ചത്. ഉദാഹരണത്തിന് ചിലിയിൽ 1982ൽ ജി ഡി പി 23.6 ശതമാനമായി. 1983ൽ തൊഴിൽശക്തിയുടെ 31.3 ശതമാനം തൊഴിൽ രഹിതരായി. തുടർന്നുള്ള നാലു വർഷങ്ങളിൽ അത് 24 ശതമാനമായിരുന്നു. തൊഴിലുകൾ ലഭിക്കാൻ ഭാഗ്യവാന്മാരായിരുന്നവരുടെ യഥാർഥ വേതനത്തിൽ 20 ശതമാനം ഇടിവുണ്ടായി. ആരോഗ്യം, വിദ്യാഭ്യാസ, പാർപ്പിട ബജറ്റുകൾ 20 ശതമാനം വെട്ടിക്കുറച്ചു (Meller 1992). ബ്രസീലിൽ 1979–83 കാലത്ത് യഥാർഥ വേതനത്തിൽ 18 ശതമാനം കുറവുണ്ടായി. 1983–87 കാലത്തെ തിരിച്ചുവരവിനുശേഷം 1986–89 കാലത്ത് വീണ്ടും 11 ശതമാനം കുറവുണ്ടായി. അർജന്റീനയിൽ 1983–86 കാലമൊഴിച്ചാൽ 1980 മുതൽ 1991 വരെ യഥാർഥ വേതനത്തിൽ തുടർച്ചയായ കുറവുണ്ടായി.

1980–83 കാലത്ത് നഗരതൊഴിൽ രാഹിത്യത്തിന്റെ തോത് 81 ശതമാനം വരെ ഉയർന്നു. തൊഴിൽ രാഹിത്യത്തിൽ 1983–86 കാലത്ത് 19 ശതമാനം വർധനവും 1986–89 കാലത്ത് 36 ശതമാനം വർധനവും ഉണ്ടായി. 1990 –91 കാലത്ത് 13 ശതമാനത്തിന്റെ മാത്രം കുറവുണ്ടായി (Altimir 1994: 41-52). മെക്സിക്കൻ കഥ ചിലിയുടെയും അർജന്റീനയുടെയും ബ്രസീലിന്റെയും അനുഭവങ്ങളുടെ മിശ്രിതമാണ്.

വികസ്വര രാജ്യങ്ങളിലെ ക്രമപ്പെടുത്തലിന്റെ (adjustment) നവ ഉദാരദൈവശാസ്ത്രത്തിൽ അനൗപചാരിക മേഖലയ്ക്ക് അൾത്താരയിൽ പ്രത്യേക സ്ഥാനം നൽകിയിരുന്നു. ഗവൺമെന്റ് ക്രമീകരണങ്ങൾ അവതരിപ്പിച്ച തൊഴിൽ വിപണിയുടെ ദൃഢതകളെ ശരിയാക്കാനും ഗുരുതരമായ അസന്തുലനങ്ങളെ ശരിയാക്കാനുമുള്ള ആവശ്യത്താൽ സമ്പദ്‌വ്യവസ്ഥ ആടിയുലയുമ്പോൾ സമ്മർദത്തെ ഉൾക്കൊള്ളാനുമായിരുന്നു അത്. ഹെർമൻ ഡെ സോട്ടൊ (1989) യെപ്പോലുള്ള ചില പ്രധാനവക്താക്കളും ലോകബാങ്കും മറ്റുള്ളവരും അനൗപചാരിക മേഖലയെ വികസ്വര സമ്പദ്‌വ്യവസ്ഥകളിലെ പ്രധാന ചലനാത്മക ശക്തിയായിപ്പോലും പരിഗണിച്ചിട്ടുണ്ട്. അനൗപചാരികമേഖലയെ വികസ്വര സമ്പദ്‌വ്യവസ്ഥകളിലെ അനുകൂലക ശക്തിയായും ഔപചാരിക മേഖലയെ അവരുടെ വളർച്ചയിലൂടെ ആർജിച്ച പ്രാധാന്യത്തെ പിറകോട്ട് വലിക്കുന്ന നിഷേധഘടകമായും കാണുന്നത് കാര്യക്ഷമമായ വേതനങ്ങളെക്കുറിച്ച് സാമ്പത്തിക ശാസ്ത്രജ്ഞരുടെ മറ്റൊരു സംഘം സിദ്ധാന്തം തിരക്കിട്ട് വിശദമാക്കുമ്പോൾ നവ ഉദാര ദൈവശാസ്ത്രത്തിന്റെ കാപട്യത്തിന്റെ സവിശേഷതയാണ് (Leibenstein 1957; Prasad 1970; Akerlefarc and Yellen 1986; Bowles and Boyer 1990:187-217). ആ സിദ്ധാന്തത്തിന്റെ പ്രധാന അടിസ്ഥാനം തൊഴിലുടമകളും തൊഴിലാളിയും തമ്മിലുള്ള ദീർഘകാല ബന്ധമാണ് വ്യവസായവൽക്കൃതമോ വ്യവസായവൽക്കരിക്കപ്പെടുന്നതോ ആയ 'ഔപചാരിക' മേഖലയിൽ സംരക്ഷിക്കപ്പെടുന്ന ഒരു ബന്ധം.

മുഖ്യധാരാ വിവരണങ്ങളിലുള്ളതുപോലെ 'അനൗപചാരികമേഖല' സ്റ്റേറ്റ് തീർത്തും ഒറ്റപ്പെടുത്തിയ, നിയമനത്തിന്റെയോ വേതനത്തിന്റെയോ സുരക്ഷയുടെയോ, പിരിച്ചുവിടലിന്റെയോ, പ്രസവാവധിയുടെയോ പിരിയുമ്പോഴുള്ള മെച്ചങ്ങളുടെയോ ക്രമീകരണങ്ങളോ വ്യവസ്ഥകളോ ഇല്ലാത്തതാണ്. സ്റ്റേറ്റിന്റെ ക്രീമകരണമില്ലാതെ തൊഴിലാളികളും അവരുടെ തൊഴിലുടമകളും സ്വയം ഏറ്റവും മികച്ച വിലപേശലിലെത്തുമെന്നും എല്ലാവരും ആ പ്രക്രിയയിൽനിന്ന് നേട്ടമുണ്ടാക്കുമെന്നുമാണ് വിവക്ഷ.

യുക്തിയുടെ ഈ രീതി ദീർഘവീക്ഷണത്തെയും മിക്കപ്പോഴും മാർഗത്തെ ആശ്രയിച്ചിരിക്കുന്ന ഉൽപ്പാദന വികസനത്തിന്റെ പ്രകൃതിയെയും വൈദഗ്ധ്യങ്ങളെയും അവഗണിക്കുകയും തൊഴിൽ ശക്തിയെ ഒരു ചരക്കെന്ന നിലയിലുള്ള പ്രത്യേക പ്രകൃതിയെ പരിഗണിക്കുന്നതിൽ പരാജയപ്പെടുകയും ചെയ്യുന്നു. ആധുനിക വ്യവസായ സംരംഭങ്ങളിൽ ഉൽപ്പാദനക്ഷമത വർധിക്കുന്നത് സ്ഥിര മൂലധനത്തിലുള്ള നിക്ഷേപത്തി

ലൂടെയും ഉൽപ്പാദന വൈദഗ്ധ്യങ്ങളിലുള്ള നിക്ഷേപത്തിലൂടെയും സ്ഥാപനത്തിന് അകത്തും പുറത്തുമുള്ള മാനേജ്മെന്റിലൂടെയും പ്രത്യേക സ്ഥാപനങ്ങളിലെയും ഫാക്ടറികളിലെയും വ്യക്ത്യാധിഷ്ഠിത മാർഗാശ്രിത അറിവുനേടലിലൂടെയുമാണ്. ഇവയ്ക്കെല്ലാം സ്ഥാപക നിയന്ത്രകരുടെ ദീർഘവീക്ഷണമുള്ള തീരുമാനങ്ങളും മാനേജർമാരും സൂപ്പർവൈസർമാരും ഉടമകളും തൊഴിലാളികളും ഉൾപ്പെട്ട കേന്ദ്രസംഘവുമായുള്ള ദീർഘകാലബന്ധവും ആവശ്യമാണ്. പ്ലാന്റുകളുടെ തടസമില്ലാത്ത പ്രവർത്തനവും ഉൽപ്പന്നങ്ങളുടെ ഡിസൈനിലേക്കും ഫാബ്രിക്കേഷനിലേക്കുമുള്ള നിരന്തര ശ്രദ്ധയും അനേകം പ്രക്രിയാ വ്യവസായങ്ങൾക്കും വൻവിതരണത്തിനും സാങ്കേതിക സങ്കീർണമായ ഉൽപ്പന്നങ്ങളും സേവനങ്ങളും നൽകുന്നതിന് അനുപേക്ഷണീയമാണ്. അങ്ങനെ വേതനത്തൊഴിലിനെ നിയമിക്കുന്ന മുതലാളിത്ത സ്ഥാപനങ്ങളുടെ പ്രവർത്തനരീതി ദിവസാടിസ്ഥാനത്തിൽ ലേലവിപണിയിൽനിന്ന് തൊഴിൽശക്തിക്ക് വില പേശുക എന്നതല്ല. സ്വന്തം താൽപ്പര്യത്താൽ മുതലാളിമാർ അവരുടെ വിദഗ്ധ തൊഴിലാളികൾക്ക് പൊതുവെ സ്ഥിര തൊഴിലും അവരിൽ മിക്കവർക്കും പാർപ്പിടവും ചികിത്സാസൗകര്യങ്ങളും മറ്റ് ആനുകൂല്യങ്ങളും സ്റ്റേറ്റ് തൊഴിലിന്റെ ക്രമീകരണം ഏറ്റെടുക്കുന്നതിന് വളരെ മുമ്പുതന്നെ നൽകിയിട്ടുണ്ട് (Hicks 1974: 20-44, Lee 1970: 442-91). ഇംഗ്ലണ്ടിലെ റോബർട്ട് ഓവന്റെയും പിന്മുറക്കാരുടെയും തൊഴിലാളി ക്ഷേമ പ്രവർത്തനങ്ങളും ജർമനിയിലെ ആദ്യകാല വ്യവസായികളായ ക്രുപ്പിന്റെയും ഫാബറിന്റെയും ക്ഷേമപ്രവർത്തനങ്ങളും ജപ്പാനിലെ വിദഗ്ധ പുരുഷ തൊഴിലാളികൾക്കുണ്ടായിരുന്ന ആജീവനാന്ത തൊഴിൽ വ്യവസ്ഥയുമെല്ലാം വ്യവസായ ബന്ധങ്ങളുടെ ഗവൺമെന്റ് നിയന്ത്രണങ്ങൾക്കു പുറത്തോ അതിനു മുമ്പോ ഉണ്ടായതാണ്.

രണ്ടാമതായി, വേതനം, തൊഴിൽസാഹചര്യങ്ങൾ, വാടക, പ്രസവ ആനുകൂല്യങ്ങൾ പോലുള്ള ക്ഷേമസേവനങ്ങളുടെ മിനിമം അനുമതി എന്നിവയെ ഭരിക്കാനുള്ള ക്രമീകരണങ്ങൾ എന്നിവയിൽനിന്ന് തൊഴിലാളികൾക്കും ആനുകൂല്യമുണ്ടായെങ്കിലും അവ മുതലാളിത്തത്തിന്റെ താൽപ്പര്യത്തിലാണ് അവതരിപ്പിച്ചത്. ഒരു പ്രത്യേക സംരംഭത്തിൽ പ്രവർത്തിക്കുമ്പോൾ തൊഴിലാളികൾ വൈദഗ്ധ്യവും സ്ഥാപനംവിട്ട് മറ്റെവിടെയെങ്കിലും തൊഴിലെടുക്കാനുള്ള പ്രേരണയും നേടിയെങ്കിൽ ആദ്യത്തെ തൊഴിലുടമയ്ക്ക് അത്തരം വൈദഗ്ധ്യങ്ങളിൽ നിക്ഷേപമിറക്കാനുള്ള പ്രേരണ കുറയുമായിരുന്നു. ആദ്യകാല മുതലാളിത്ത സംരംഭങ്ങളിലേതു പോലെ തൊഴിലാളികൾ പന്ത്രണ്ടും പതിനാലും മണിക്കൂറും തൊഴിലെടുത്ത് വൃത്തിഹീനമായ പരിസരങ്ങളിൽ ജീവിക്കുമ്പോൾ ആരോഗ്യവും ഉൽപ്പാദനക്ഷമതയും കുറയുമായിരുന്നു. ദീർഘകാലയളവിൽ ഉടമകൾക്ക് തൊഴിലാളികളെ നിയമിക്കാനും ചേരികൾ ശരിയാക്കാനും കൂടുതൽ പണം ചെലവാക്കേണ്ടിയിരുന്നു. ചെലവു ചുരുക്കാൻ ഉൽപ്പന്നത്തിന്റെ ഗുണം വെട്ടിച്ചുരുക്കുമ്പോൾ ഉപഭോക്താക്കൾ മാത്രമല്ല അത

നുഭവിച്ചിരുന്നത്. മുഴുവൻ അയൽപക്കങ്ങളുടെയും വ്യവസായമേഖലയുടെയും സൽപ്പേര് നഷ്ടപ്പെടുമായിരുന്നു. അങ്ങനെ മുതലാളിമാർക്കിടയിലുള്ള മത്സരത്തിനു നിയമങ്ങളും പരിധിയുമുണ്ടാക്കാൻ തൊഴിലാളികൾക്കിടയിലും അവർക്കു വേണ്ടിത്തന്നെ മത്സരമുണ്ടാക്കുന്ന ഒരു അംപയർ ആവശ്യമായിത്തീരും. തൊഴിൽ വിപണിയിലെ 'ക്രമരാഹിത്യങ്ങൾ' എന്നു പറയപ്പെടുന്നവയെ നീക്കം ചെയ്യാനുള്ള താൽപ്പര്യത്തിൽ സ്പഷ്ടമായോ അസ്പഷ്ടമായോ പൂർണക്രമീകരണരാഹിത്യത്തെ പിന്തുണയ്ക്കുന്നവരാൽ തെറ്റായി പ്രതിനിധീകരിക്കപ്പെട്ടതാണ് തൊഴിൽ വിപണി ക്രമീകരണത്തിന്റെ ചരിത്രം.

ചെറിയ പ്രത്യേകാവകാശമുള്ള ന്യൂനപക്ഷത്തിന് ആനുകൂല്യങ്ങളുടെ ആധിക്യവും ഊർജസ്വലമായ സംരംഭകരുടെ വരവിനെതിരെ അനാവശ്യമായി തടസങ്ങളുണ്ടാക്കുകയും ചെയ്യുന്ന ക്രമീകരണങ്ങളില്ല എന്നല്ല ഇതുകൊണ്ട് അർഥമാക്കുന്നത്. അടുത്തുനിന്ന് പരിശോധിച്ചാൽ അവ മൂലധനത്തിന്റെ താൽപ്പര്യങ്ങളാൽ സൃഷ്ടിക്കപ്പെട്ടവയാണെന്ന് കാണാം. മൂലധനത്തിന്റെയും അതിലുപരി തൊഴിലാളികളുടെ വരുമാനത്തിന്റെയും നിയമനത്തിന്റെയും വളർച്ചയെ പ്രോത്സാഹിപ്പിക്കുന്നത് നിലച്ചപ്പോഴും അവയെ നിലനിർത്തിയെങ്കിൽ അത് മൂലധനത്തിന്റെ പ്രത്യേക വിഭാഗങ്ങളുടെയും ഭരണസംവിധാനത്തിന്റെയും താൽപ്പര്യത്തിലായിരുന്നു (Hirschman 1968: 531-62). പൊതുമേഖലാ സംരംഭങ്ങളുണ്ടാക്കി സ്വകാര്യ സംരംഭത്തിന് വിലകുറഞ്ഞ വൈദ്യുതിയും അസംസ്കൃത വസ്തുക്കളും നൽകിയോ അഴിമതിക്കാരായ രാഷ്ട്രീയക്കാർക്ക് അന്യായമായ നേട്ടങ്ങൾ ഒഴുക്കിയോ സബ്സിഡൈഡ് ചെയ്യുകയാണെങ്കിൽ തൊഴിലാളികൾക്ക് ഉച്ഛിഷ്ടം മാത്രമാണ് ലഭിച്ചിരുന്നത്. വ്യവസായ ബന്ധങ്ങളുടെ കോർപ്പറേറ്റിസ്റ്റ് മാനേജ്മെന്റിനു കീഴിൽ ട്രേഡ്യൂണിയൻ ബോസുമാർക്ക് നഷ്ടപ്പെടുന്നവയുടെ ഒരു പങ്ക് ലഭിക്കുമായിരിക്കും. പക്ഷേ മെക്സിക്കോയിലെ സി ടി എം അനുഭവം വ്യക്തമായി കാണിച്ചതുപോലെ സാമ്പത്തിക പ്രതിസന്ധിയുടെയോ മെക്സിക്കോയുടെ പ്രസിഡന്റും പി ആർ ഐയും അടക്കമുള്ള രാഷ്ട്രീയ സംവിധാനത്തിന്റെ ഉന്നത മാനേജർമാരുമായുള്ള സംഘർഷത്തിന്റെയോ സന്ദർഭത്തിൽ (Patroni 1988) ബോസുകളെ മാറ്റുകയും തൊഴിലാളികളുടെ വേതനം ശക്തമായി കുറയ്ക്കുകയും ചെയ്യാം. അത്തരം സന്ദർഭങ്ങൾ സ്ഥാപന യൂണിയനിൽനിന്ന് സ്വതന്ത്രമായ ട്രേഡ്യൂണിയനുകൾ സ്ഥാപിക്കാനും സംയുക്ത സംഘടനകളുണ്ടാക്കാനും 1990കളിൽ മെക്സിക്കോയിലും ദക്ഷിണകൊറിയയിലും സംഭവിച്ചതുപോലെ പുതിയ പോരാട്ടങ്ങൾക്ക് പ്രേരണ നൽകാനും കഴിയും.

മുതലാളിത്ത മത്സരത്തിന്റെ ശക്തികളുണ്ടാക്കുന്ന നാശത്തെതുടർന്നും മുതലാളിത്തത്തിന്റെ കളിയുടെ നിയമങ്ങളാൽ തൊഴിലാളികൾ തമ്മിലുള്ള മത്സരത്തിന്റെ ഫലമായും ഔപചാരിക മേഖലയിൽനിന്ന്

അനൗപചാരിക മേഖലയിലേക്കും തിരിച്ചുമുള്ള ഒഴുക്കിനെക്കുറിച്ച് ഗ്രാഹ്യ മുണ്ടാക്കുകയും ചെയ്താൽ ഔപചാരിക അനൗപചാരിക മേഖലകളുടെ പങ്കിനെക്കുറിച്ച് ശരിയായ പരിപ്രേക്ഷ്യം നേടാൻ നമുക്ക് കഴിയും. വ്യാവ സായിക, സാമ്പത്തിക വളർച്ചകൾ പര്യാപ്തമാംവിധം ശക്തമാണെങ്കിൽ തൊഴിൽ ശക്തിയുടെ വലിയൊരു ഭാഗം ഔപചാരിക മേഖലയിലേക്ക് വലിച്ചെടുക്കപ്പെടുകയും മുതലാളിമാർ പുതിയ തൊഴിലാളികളെ ആകർ ഷിക്കാനും അപൂർവ വൈദഗ്ധ്യമുള്ളവരെ നിലനിർത്താനും കൂടിയ വേതനം വാഗ്ദാനം ചെയ്യാൻ നിർബന്ധിതരാകും. എന്നാൽ തൊഴിൽ ശക്തിയുടെ വളർച്ച നിയമന വിപുലീകരണത്തെ മറികടക്കുമ്പോൾ ഉയർന്ന വളർച്ചയുടെ ഘട്ടങ്ങളിലും യഥാർഥ വേതനങ്ങളും തൊഴിൽ സാഹചര്യങ്ങളും മാറ്റമില്ലാതെ തുടരുകയും വിദഗ്ധ തൊഴിലാളികളുടെ വേതനം മാത്രം ഉയരുകയും ചെയ്യും. 1980 കളിൽ ലാറ്റിനമേരിക്കയു ടെയും ആഫ്രിക്കയുടെയും അനേകം ഭാഗങ്ങളിൽ 1997ന്റെ മധ്യം മുതൽ കിഴക്കൻ ഏഷ്യയിലും തെക്കുകിഴക്കൻ ഏഷ്യയിലും സംഭവിച്ചതു പോലെ സമ്പദ്വ്യവസ്ഥയുടെ ഗുരുതരമായ താൽക്കാലികതകർച്ചയും സങ്കോചവുമുണ്ടാകുമ്പോൾ ഔപചാരിക മേഖല തൊഴിലാളികളെ അനൗപചാരിക മേഖലയിലേക്ക് തള്ളുന്നു. അനൗപചാരിക മേഖല സൂക്ഷ്മ സംരംഭങ്ങളിലെ തൊഴിലാളികളുടെയും സ്വയംതൊഴിൽ കണ്ടെ ത്തുന്നവരുടെയും തസ്തികകൾ വീർപ്പിക്കുന്നു. തൽഫലമായി കുറച്ചു പ്രാരംഭ മൂലധനം മുടക്കി സ്വയംതൊഴിൽ കണ്ടെത്തിയവരുടെയും സൂക്ഷ്മസംരംഭങ്ങളിലെ തൊഴിലാളികളുടെയും വരുമാനം കുറയുന്നു (Portes and Schauffler 1993: 33-60).

അനേകം മൂന്നാംലോക ഭരണകൂടങ്ങൾ അനൗപചാരിക മേഖല യിലെ തൊഴിലാളികളെ സംരക്ഷിക്കാൻ നിയമപരമായ കുറഞ്ഞ കൂലി കൾ ഏർപ്പാടാക്കിയിട്ടുണ്ട്. പക്ഷേ മൂന്നാം ലോക രാജ്യങ്ങളിൽ ഭരണ കൂടമോ ട്രേഡ്യൂണിയനോ കർഷക സംഘടനകളോ കുറഞ്ഞ കൂലി നിരീക്ഷിക്കാൻ ഉത്തേജനമുള്ളവരാണെങ്കിലും അതിനുള്ള ക്ഷമതയില്ല. ബ്രസീലിലും ഇൻഡോനേഷ്യയിലും നടന്നതുപോലെ കുറഞ്ഞ കൂലി വേതന തുകയുടെ അടിത്തറയാവുന്നതിനുപകരം, പരമാവധിയായി തീരു കയാണുണ്ടായത് (Porters 1989; ILO 1996 a).

ചലിക്കുന്ന മൂലധനത്തിന്റെയും ചലിക്കാത്ത മൂലധനത്തിന്റെയും വലയിലായ തൊഴിലാളികൾ

ദേശീയ സാഹചര്യങ്ങൾക്കും നയങ്ങൾക്കും പുറമെ പ്രധാന അന്താ രാഷ്ട്ര പരിമിതികളും മൂന്നാംലോക തൊഴിലാളികളുടെ സാഹചര്യങ്ങളെ ബാധിക്കുന്നു. ഏറ്റവും സ്പഷ്ടമായവയെക്കുറിച്ച് ഇതിനകം സൂചി പ്പിച്ചിട്ടുണ്ട്. അസ്ഥിരമായ കടം കൂട്ടിയിടുന്നതിന് ഒരു രാജ്യം വലയിലാ ക്കപ്പെടുകയും അതിനുശേഷം വാഷിങ്ടൺ ഇരട്ടകളായ ഐ എം എഫി

ന്റെയും ലോകബാങ്കിന്റെയും ആശയങ്ങളായ ഘടനാപരമായ ക്രമീകരണം അടിച്ചേൽപ്പിക്കുമ്പോൾ തൊഴിലാളികളുടെ യഥാർഥ വേതനം കുറയുകയും ട്രേഡ്‌യൂണിയൻ സംഘടനകൾ ആക്രമിക്കപ്പെടുകയും തൊഴിൽ രാഹിത്യം വർധിക്കുകയും ഭാവിവളർച്ചയുടെ പ്രതീക്ഷകൾ മുമ്പത്തെക്കാളും മങ്ങുകയും ചെയ്യുന്നു.

പത്തൊമ്പതാം നൂറ്റാണ്ടിൽമാത്രം അവസാനിച്ച അറ്റ്ലാന്റിക് അടിമക്കച്ചവടം ആഫ്രിക്കയിലും ലാറ്റിനമേരിക്കൻ സമൂഹങ്ങളിലും ജനവാസമില്ലാതാക്കി ഗാർഹിക അടിമത്തവും പരിസ്ഥിതി നാശവുമുണ്ടാക്കി. എല്ലാ കുടിയേറ്റങ്ങളും തൊഴിലാളികളോടോ കുടിയേറിയ രാജ്യത്തോടോ ശത്രുത പുലർത്തുന്നതായിരുന്നില്ല. സമീപകാലത്തെ കൂടുതൽ വലിയ ജന കുടിയേറ്റങ്ങളുമുണ്ടായത് യൂറോപ്പിൽനിന്ന് വടക്കെ അമേരിക്ക, തെക്കേ അമേരിക്ക, കനഡ, ഓസ്ട്രേലിയ, വെള്ളക്കാരുടെ മറ്റു കുടിയേറ്റ കോളനികൾ എന്നിവിടങ്ങളിലേക്കായിരുന്നു. പത്തൊമ്പതാം നൂറ്റാണ്ടിന്റെ അന്ത്യത്തിനും 1920കളുടെ മധ്യത്തിനുമിടയിൽ ഏകദേശം 40 ദശലക്ഷം യൂറോപ്യന്മാർ കടലിനക്കരേക്ക് കുടിയേറി (Woodruff 1966).

യൂറോപ്പിൽനിന്നുള്ള വൻതോതിലുള്ള കുടിയേറ്റക്കാരുടെ ഈ ഒഴുക്കിന്റെ ആഘാതം കുടിയേറിയ രാജ്യത്തിനുമേൽ കനത്തതായിരുന്നു. സുസ്ഥിരമായ അടിസ്ഥാനത്തിൽ തൊഴിലാളികൾക്കുള്ള ആവശ്യം ലഭ്യതയുമായി ബന്ധപ്പെടുത്തി വർധിപ്പിച്ചുകൊണ്ട് യഥാർഥ വേതനം വർധിക്കാൻ വിപണി പ്രക്രിയകളിലൂടെയും തൊഴിലാളികളുടെ പോരാട്ടങ്ങളിലൂടെയും അത് സഹായിച്ചു. സ്വീഡനിലെപ്പോലെ കുട്ടികൾ കടലിനക്കരെ ഭാഗ്യംതേടി പോയതിനാൽ പ്രായമായവർക്ക് പ്രത്യേക പരിചരണം നൽകാൻ അത് ഗവൺമെന്റ് നയങ്ങളെ സ്വാധീനിച്ചു (Massey 1988; Hatton and Williamson 1994). തദ്ദേശ ദേശീയ ഗവൺമെന്റുകൾ മുതലാളിത്ത ആശീർവാദത്തോടെയുള്ള വ്യാവസായിക വികസനവുമായി ബന്ധപ്പെട്ട ആസൂത്രിതമല്ലാത്ത നഗരവൽക്കരണത്തിന്റെ പ്രത്യാഘാതത്താൽ ഉണർന്നുവെങ്കിലും കുടിയേറ്റം കുടിയേറിയ രാജ്യത്തെ നഗരസൗകര്യങ്ങളുടെ മേലുള്ള സമ്മർദം കുറച്ചു (Szreter 1996).

ഇരുപതാം നൂറ്റാണ്ടിന്റെ ഒടുവിൽ എല്ലാ രാജ്യങ്ങളുടെ അതിരുകളും വിദേശത്തുനിന്നുള്ള കുടിയേറ്റക്കാരുടെ മുന്നിൽ പ്രത്യേകിച്ചും മൂന്നാം ലോകത്തുനിന്നുള്ളവരുടെ മുന്നിൽ അടയ്ക്കപ്പെട്ടിരുന്നു. മുതലാളിത്തം പതിവ് ദേശീയ അന്തർദേശീയ ക്രമീകരണങ്ങളിൽനിന്ന് കൂടുതലായി സ്വതന്ത്രമാകുമ്പോഴും കഴിഞ്ഞ രണ്ടു പതിറ്റാണ്ടുകളിൽ ഈ പുറത്തുനിർത്തൽ കടുത്ത രീതിയിൽ വളർന്നിട്ടുണ്ട്. തന്നിഷ്ടം അടിച്ചേൽപ്പിക്കുന്ന മുതലാളിത്തവും ദേശീയ അതിർത്തികൾക്കു കുറുകെയുള്ള തൊഴിലാളികളുടെ നിശ്ചലീകരണവും ദേശീയ നിയമങ്ങളിലും ഉത്തര അമേരിക്കൻ സ്വതന്ത്രവ്യാപാര അഗ്രിമെന്റിലും (NAFTA) ശിശുവായ ലോകവ്യാപാര സംഘടനയുടെ ഉടമ്പടികളിലും രേഖപ്പെടുത്തിയിട്ടുണ്ട്.

ശിക്ഷിക്കപ്പെടുകയില്ലെന്ന ധൈര്യത്താൽ യു എസിന്റെ സൈന്യവും പൊലീസും വടക്കോട്ട് അന്യായമായി അതിർത്തി കടന്നുവരാൻ ശ്രമിച്ച മെക്സിക്കോക്കാരെ വധിച്ചു. വ്യാപാരത്തെയും ഫിനാൻസിനെയും പൂർണമായും സ്വതന്ത്രമാക്കിക്കൊണ്ട് കുടിയേറ്റക്കാരെ പുറത്തു നിർത്തുന്ന നിയമങ്ങളും പ്രവർത്തനം നിലനിർത്തിയ NAFTA മൂലധനത്തിന്റെയും തൊഴിലാളികളുടെയും നിയമപരമായ പൊരുത്തക്കേടുകൾ വീണ്ടും കൂടുതലാക്കിയിട്ടുണ്ട്. അതിന്റെ വ്യാപാരവുമായി ബന്ധപ്പെട്ട നിക്ഷേപ നടപടികളി (TRIMS)ലൂടെ WTO വിദേശമൂലധനത്തിന്റെ നീക്കത്തിനും സ്വഭാവത്തിനും ക്രമീകരണങ്ങളേർപ്പെടുത്താനുള്ള ഗവൺമെന്റുകളുടെ അധികാരത്തെ ഇല്ലാതാക്കി. എല്ലാ മൂലധനത്തെയും ഗവൺമെന്റുകളുടെ ക്രമീകരണത്തിൽനിന്ന് അകലെ നിർത്തുന്ന ബഹുതല നിക്ഷേപ ഗ്യാരണ്ടി ധാരണ (MIGA) അവതരിപ്പിക്കാനുള്ള ശ്രമം, ഇപ്പോൾ നടന്നുകൊണ്ടിരിക്കുകയാണ്.

മൂലധനം ദേശീയ അതിർത്തിക്കു കുറുകെ കൂടുതൽ ചലിക്കുന്നതാവുകയും അതിന്റെ ഒരു ഭാഗത്ത് തൊഴിലാളികളുടെ വലുപ്പമുള്ള ഒരു സേനയുമുണ്ടെങ്കിൽ ഇരുവശത്തുമുള്ള തൊഴിലാളികളുടെ വേതനം കുറയുമെന്ന് പ്രവചിക്കാം. സംഘടിത തൊഴിലാളികളുടെ ചെറുത്തുനിൽപ്പിലൂടെ മാത്രമേ ഇതിനൊരു വ്യത്യാസമുണ്ടാവുകയുള്ളൂ. അവിദഗ്ധ തൊഴിലാളികളുടെയും തകരുന്ന വ്യവസായങ്ങളുടെ വൈദഗ്ധ്യമുള്ള തൊഴിലാളികളുടെയും വേതനം കുറയും. മെക്സിക്കോയിലെയും യു എസിലെയും അവിദഗ്ധ, വൈദഗ്ധ്യം കുറഞ്ഞ തൊഴിലാളികളുടെ കാര്യത്തിൽ നടന്നതിതായിരുന്നു (Lusting 1992; Pastor Jr 1994) NAFTA യും 1994–95 കാലത്തെ മെക്സിക്കൻ പ്രതിസന്ധിയും ഈ പ്രവണതകളെ തീവ്രമാക്കിയിട്ടുണ്ട്.

കുടിയേറ്റക്കാരുടെ വൻ ഒഴുക്ക് പശ്ചിമേഷ്യ, കിഴക്കൻ ഏഷ്യ, തെക്കു കിഴക്കൻ ഏഷ്യ എന്നിവിടങ്ങളിലേക്ക് കടക്കുന്നുണ്ട്. സ്വതന്ത്ര ട്രേഡ്യൂണിയനുകളുടെ അന്താരാഷ്ട്ര കോൺഫെഡറേഷന്റെ സെക്രട്ടേറിയറ്റ് പ്രസിദ്ധീകരിച്ച കണക്കുപ്രകാരം ലോകമൊട്ടാകെ 30 ദശലക്ഷം നിയമവിരുദ്ധമായ കുടിയേറ്റക്കാരുണ്ട്. ഈ നിയമവിരുദ്ധ തൊഴിലാളികൾ പൊതുവെ ഗാർഹിക തൊഴിലാളികളെക്കാളും അംഗസംഖ്യയിൽ കുറവായ നിയമാനുസൃത തൊഴിലാളികളെക്കാളും അവകാശങ്ങൾ നിഷേധിക്കപ്പെട്ടവരാണ്. അവർ നിയമിക്കുന്നവരുടെയും യജമാനരുടെയും ദയയിലായതിനാൽ അമാനവിക തൊഴിൽ സാഹചര്യങ്ങൾക്കെതിരെ പൊരുതുകയാണെങ്കിൽ അവർ പുറത്താക്കപ്പെടാം (Park 1997; Jomo ad Kanapathy 1996). ഏഷ്യൻ സാമ്പത്തിക പ്രതിസന്ധിയുടെ തുടക്കത്തോടെയും ലോകത്തിന്റെ മറ്റു ഭാഗങ്ങളിലെ താഴ്ന്ന വളർച്ചാ നിരക്കോടെയും കുടിയേറ്റ തൊഴിലാളികളുടെ കഷ്ടാവസ്ഥ മുമ്പത്തേക്കാളും കൂടുതൽ പരിതാപകരമായിട്ടുണ്ട്.

തൊഴിലാളിവർഗ വേർതിരിവുമുദ്രയുടെ സാമൂഹിക പുനരുൽപ്പാദനം: ലിംഗവും വംശീയതയും വർഗവും മുതലാളിത്തത്തിനു കീഴിൽ

വർഗത്തിന്റേതൊഴികെ ജനങ്ങൾക്കിടയിലുള്ള എല്ലാ വ്യത്യാസങ്ങളെയും മുതലാളിത്തം നിർമാർജനം ചെയ്യുമെന്ന് അനേകം ഗവേഷകർ വിശ്വസിച്ചിരുന്നു. എന്നാൽ ലിംഗപരമായ ഉച്ചനീചത്വവും വംശീയ, മതപര ദേശീയത, വേർതിരിവുകൾ ഏറ്റവും സമകാലികമായ സമൂഹങ്ങളിൽ പെരുകുന്നത് തുടരുകയാണ്. മുതലാളിമാർക്കും അവരുടെ മാനേജർമാർക്കും ഈ ആരോപിക്കപ്പെടുന്ന വ്യത്യാസങ്ങൾ തൊഴിലാളികളെ വിഭജിക്കാനും അവരുടെ ചെറുത്തുനിൽപ്പ് മുളയിലേ ഇല്ലാതാക്കാനും അവരെ നിയന്ത്രിക്കാനും ഉപയോഗപ്രദമാണെന്നതാണ് ഇവയുടെ ഒരു കാരണം (ബ്രിട്ടണിൽനിന്നുള്ള ഉദാഹരണങ്ങൾക്ക് Elbanm, Lazonick, Wilkinson, Zeitlin 1979; കൊളോണിയൽ ഇന്ത്യയിൽനിന്നുള്ളവയ്ക്ക് Bagchi 1972: Chapter 5, Chakrabarty 1989; Bagchi 1998 a).

രണ്ടാമതായി, മുതലാളിത്തം അതിന്റെ പ്രകൃതത്താൽ അസമമായ വികസനത്തെ ഉൽപ്പാദിപ്പിക്കുകയും പുനരുൽപ്പാദിപ്പിക്കുകയും ചെയ്യുന്നു (ലെനിനിലേക്കും റോസാലക്സംബർഗിലേക്കും നീളുന്ന ഈ മാർഗത്തിലുള്ള യുക്തിയുടെ സമീപകാല വെളിപ്പെടുത്തലുകൾക്ക് Shulma 1984 കാണുക). ലാറ്റിനമേരിക്കയിലെ അനേകം രാജ്യങ്ങളിൽ അമേരിന്ത്യൻ മൂലക്കാരായ ജനങ്ങൾക്ക് സ്പാനിഷ് കൊളോണിയലിസത്തിനിടയിലും തുടർന്നുവന്ന പത്തൊമ്പതാം നൂറ്റാണ്ടിലെയും ഇരുപതാം നൂറ്റാണ്ടിലെയും ക്രിയോൾ ഭരണവർഗങ്ങൾക്കു കീഴിലും അവരുടെ ഭൂസ്വത്തിനും വിഭവങ്ങളുടെയുംമേലുള്ള അവകാശം നഷ്ടപ്പെട്ടു. മിക്ക രാജ്യങ്ങളിലും അവർക്ക് വിദ്യാഭ്യാസം, കടം, വിപണി, അടിസ്ഥാന സൗകര്യങ്ങൾ എന്നിവയെ സമീപിക്കാനുള്ള നിലയും കുറവാണ്. തൽഫലമായി, താഴ്ന്ന വേതനക്കാരുടെ കൂട്ടത്തിൽ അവരുടെ പ്രാതിനിധ്യം വളരെ കൂടുതലാണ്. അതുപോലെ, ഇന്ത്യയുടെ മിക്ക ഭാഗങ്ങളിലും ഇന്ത്യൻ ഭരണഘടനയ്ക്കു കീഴിൽ അംഗീകാര പ്രവർത്തനത്തിന്റെ ലക്ഷ്യത്തിലുള്ള പട്ടികജാതി പട്ടികവർഗക്കാർ ദരിദ്രരുടെയും വിദ്യാഭ്യാസം കുറഞ്ഞവരുടെയും കുറഞ്ഞ വരുമാനക്കാരുടെയും ആകസ്മിക അസുരക്ഷിത തൊഴിലാളികളുടെയും ഇടയിൽ ഔപചാരിക അനൗപചാരിക മേഖലകളിൽ വളരെ കൂടുതലായി തീർന്നുകൊണ്ടിരിക്കുകയാണ് (Psachara-poulos and Patrinos 1994; ILO 1996; and Bagchi 1999).

എല്ലാ മേഖലകളിലും പ്രദേശങ്ങളിലും രാഷ്ട്രങ്ങളിലും അസമവികസനമുണ്ടാകാം. പ്രത്യേക വ്യവസായങ്ങൾ തകരുമ്പോൾ അവയിൽ നേരത്തേ നിയമിതരായിരുന്നവർ തൊഴിൽരഹിതരാകുന്നു. തൊഴിൽ കണ്ടെത്താൻ ഭാഗ്യമുള്ളവർക്ക് വെട്ടിക്കുറച്ച വേതനവും മോശമാകുന്ന തൊഴിൽ വ്യവസ്ഥകളുമാണ് ലഭിക്കുന്നത്. ചില പ്രത്യേക സംഘത്തൊഴിലാളികൾ തീവ്രമായ വിധത്തിൽ തൊഴിൽരഹിതരാകുന്നു. ലോകമൊ

ട്ടുക്കും സ്ത്രീത്തൊഴിലാളികളെ പൊതുവേ അവരുടെ പുരുഷ സഹപ്രവർത്തകർക്കു മുമ്പേ പിരിച്ചുവിടാറുണ്ട്. അതുപോലെ യു എസിലെ ആഫ്രോ അമേരിക്കക്കാർ തൊഴിലില്ലായ്മയുടെ കൂടുതൽ ആവൃത്തികൾ നേരിടുന്നു. സാമ്പത്തികത്തകർച്ച ഒരു മേഖലയെയോ പ്രദേശത്തെയോ ബാധിക്കുമ്പോൾ സാധാരണയായി താൽക്കാലികമായി ആദ്യം പിരിച്ചുവിടപ്പെടുന്നവരും അവരാണ്. മേഖലകളിൽ ഒന്നിച്ചുള്ള അസമവികസനം പ്രത്യേകിച്ചും മോശമായ അധഃപതിക്കുന്ന പാർപ്പിടവും പൊതുജന അടിസ്ഥാന സൗകര്യങ്ങളുമുള്ള നഗരങ്ങളെയും പരിസരങ്ങളെയും പാഴ്നിലങ്ങളാക്കുന്നു.

നാം നേരത്തെ സൂചിപ്പിച്ചതുപോലെ വികസിത മുതലാളിത്ത രാജ്യങ്ങളിലെ അനിയന്ത്രിതമായ നഗരവൽക്കരണം ഒരുകൂട്ടം മോശം പ്രത്യാഘാതങ്ങളുണ്ടാക്കി (Bairoch 1988; Massey 1988; Szreeter 1996). സിങ്കപ്പൂരും ഹോങ്കോങ്ങും ഒഴികെയുള്ള മൂന്നാം ലോകരാജ്യങ്ങൾ കൂടുതലായിക്കൊണ്ടിരിക്കുന്ന ജനബാഹുല്യവും മോശമായ നഗരാന്തരീക്ഷവും നേരിടാനുള്ള വിഭവങ്ങളുടെ ഇല്ലായ്മ അനുഭവിക്കുകയാണ്. വിജയകരമായതോടെ ലാഭത്തിനായി നീങ്ങുന്ന ദൈവശാസ്ത്രത്തിനുകീഴിൽ ഭരണവർഗങ്ങൾ സ്വയം നികുതി നൽകാനും നഗര പ്രതിസന്ധിയെ മറികടക്കാനുള്ള വിഭവങ്ങൾ കണ്ടെത്താനും കടുത്തതോതിൽ വിമുഖരായിരുന്നു. മുതലാളിത്തത്തിന്റെ അന്താരാഷ്ട്ര കാവൽഭടന്മാർ അവരോട് പതിവായി പരിസ്ഥിതി സംരക്ഷണത്തിന്റെ ഗുണങ്ങളെക്കുറിച്ച് സംസാരിച്ചിരുന്നു. അത്തരത്തിലുള്ള സംരക്ഷണത്തെ ഈ രാജ്യങ്ങളെ മരവും ധാതുക്കളും കൃഷിയിട ഉൽപ്പന്നങ്ങളും വിനാശകരമായി താഴ്ന്ന വിലയ്ക്ക് വിറ്റ് പാരിസ്ഥിതിക സുസ്ഥിരതയ്ക്ക് ആവശ്യമായ വിഭവങ്ങളെ ദൂരെ കൊണ്ടുപോയി ദശലക്ഷക്കണക്കിന് ഭൂരഹിതരെ തിങ്ങിപ്പാർക്കുന്ന നഗരങ്ങളിലേക്ക് തള്ളി തൃണവൽക്കരിക്കുകയാണ്.

ഈ പ്രക്രിയകൾ മൂന്നാംലോക രാജ്യങ്ങളിൽ വ്യാപകമായ ക്രമക്കേടുണ്ടാക്കുകയും അയൽപക്കങ്ങളെയെല്ലാം ക്രിമിനൽവൽക്കരിക്കുകയും ചെയ്തിട്ടുണ്ട് (UNRISD 1995). അതിലുമുപരി അത്തരത്തിലുള്ള സാമൂഹിക വിസ്ഥാപന നാസി ജർമനിയെയും താലിബാൻ അഫ്ഗാനിസ്ഥാനെയുംപോലെ പുറത്തുനിർത്തുന്ന സ്വത്വരൂപീകരണത്തിന്റെ സംസ്കാരത്തിന്റെയും രാഷ്ട്രീയത്തിന്റെയും ഫലഭൂയിഷ്ഠ പ്രജനന ഭൂമിയായിരുന്നു.

സ്ത്രീകൾ മത്സരത്തിന്റെ കടൽച്ചുഴിയിൽ

സാർവദേശീയമായി, വിപണികളുടെ മത്സരാധിഷ്ഠിത കീഴടക്കലിന്റെ ഒരു വ്യവസ്ഥയായാണ് മുതലാളിത്തം പരിണമിച്ചത്. തൊഴിലാളി സ്രോതസുകളും അസംസ്കൃത വസ്തുക്കളും ആയുധങ്ങളുമാണ് പലപ്പോഴും കീഴടക്കലിനെ തീരുമാനിച്ചത്. ദേശീയ വരുമാനത്തിന്റെയും തൊഴിൽ നിയമനത്തിന്റെയും വൻഭാഗം വ്യവസായം ലഭ്യമാക്കിയ സമ്പദ്

വ്യവസ്ഥ പൂർണമായും വ്യവസായവൽക്കരിച്ച ആദ്യരാഷ്ട്രമായ ബ്രിട്ടൺ ലോകം കണ്ട എക്കാലത്തും ഏറ്റവും വലിയ ഔപചാരിക സാമ്രാജ്യവുമായി മാറി. ഇരുപതാം നൂറ്റാണ്ടിൽ, യു എസ് ഉയർന്ന മുതലാളിത്ത രാഷ്ട്രമായതോടെ, അത് സൈനികമായി ഭൂമിയിലെ ഏറ്റവും ശക്തമായ രാഷ്ട്രമായി മാറി. ആഗോള പ്രതിരോധ ചെലവുമായി യു എസ് സൈനിക ചെലവിന്റെ അനുപാതം 1985ലെ 30.4 ശതമാനത്തിൽനിന്ന് 1996ൽ 33.3 ശതമാനമായി. അതിനുമപ്പുറം യു എസിന്റെയും നാറ്റൊ രാഷ്ട്രങ്ങളുടെയും സംയുക്ത പ്രതിരോധ ചെലവിന് ആഗോള മൊത്തം ചെലവുമായുള്ള അനുപാതം 1985ലെ 50.8 ശതമാനത്തിൽനിന്ന് 1996ൽ 62.8 ശതമാനമായി ഉയർന്നു (Achar 1998).

മുതലാളിത്ത വ്യവ്സ്ഥയ്ക്കുകീഴിലുള്ള തുടർച്ചയായ ഈ സായുധ മത്സരം പൊതുവെ പ്രഖ്യാപിതമല്ലാത്ത കാരണങ്ങളാൽ സ്ത്രീകളെ പുരുഷന്മാർക്ക് വിധേയരാക്കാൻ അവസരമൊരുക്കിയിട്ടുണ്ട്. പിടിച്ചടക്കുന്നതോ പ്രതിരോധിക്കുന്നതോ ആയ വീരനായകന്മാരുമായി പുരുഷന്മാർ പുറത്തുപോകുമ്പോൾ സ്ത്രീകൾക്ക് വീടിന് കാവൽ നിൽക്കേണ്ടിയിരുന്നു. ഉത്തര അറ്റ്ലാന്റിക് കടലോര രാജ്യങ്ങളിൽപ്പോലും വരുമാനത്തിലും മാനേജീരിയൽ തസ്തികകൾപോലുള്ള അധികാരസ്ഥാനങ്ങളിലും പാർലമെന്റ് സീറ്റുകളിലും സ്ത്രീകളുടെ പങ്ക് പുരുഷന്മാരുടേതിനെക്കാൾ വളരെ കുറവായി തുടരുന്നു (HDR 1998). ജപ്പാനിൽ പത്തൊമ്പത് ഇരുപത് നൂറ്റാണ്ടുകളിൽ നടന്ന വൻതോതിലുള്ള അനേകം യുദ്ധങ്ങൾക്കുശേഷം സ്ത്രീകളുടെ സ്ഥാനം പുരുഷന്മാരുടേതിനെക്കാൾ വളരെയധികം താഴ്ന്ന് തുടരുന്നു: സ്ത്രീകൾക്ക് പാർലമെന്റ് സീറ്റുകളുടെ 7.7 ശതമാനവും ഭരണനിർവഹണ മാനേജീരിയൽ തസ്തികകളുടെ 8.9 ശതമാനവും മാത്രമാണുള്ളത്. പക്ഷേ, സ്ത്രീകളുടെ വിദ്യാഭ്യാസത്തിന്റെ ഉയർന്ന നിലകളും ശമ്പളമുള്ള തൊഴിലിൽ അവരുടെ കൂടിയ പങ്കും കാരണം അവരുടെ വരുമാന പങ്ക് 34 ശതമാനമായിരുന്നുവെങ്കിലും ഉയർന്ന മാനവ വികസന സൂചികകളുള്ള രാഷ്ട്രങ്ങളിലെ ശരാശരി 35 ശതമാനമായിരുന്നു.

കഴിഞ്ഞ ഇരുപത് വർഷങ്ങളിൽ വേഗത്തിൽ വളരാൻ കഴിഞ്ഞ (Amsdon 1989; Bagchi 1982) കിഴക്കും തെക്കുകിഴക്കും ഏഷ്യയിലെ മറ്റു രാജ്യങ്ങളിൽ സ്ത്രീകളുടെ സ്ഥാനം മിക്ക സൂചികകൾ പ്രകാരം അളന്നപ്പോഴും അവരുടെ വികസനത്തിന്റെ നിലകളുമായി താരതമ്യം ചെയ്യുമ്പോൾ താഴ്ന്ന് തന്നെ നിലനിൽക്കുന്നു. യു എൽ ഡി പി മാനവ വികസന റിപ്പോർട്ടിൽ ലിംഗ വികസന സൂചിക (GDI)യും മാനവ വികസന സൂചിക (HDI) യുമുണ്ട്. എച്ച് ഡി ഐയിൽ നിന്ന് ജി ഡി ഐ കുറയ്ക്കുകയാണെങ്കിൽ നെഗറ്റീവ് അക്കം ലഭിക്കുകയാണെങ്കിൽ ആ രാജ്യം അതിന്റെ മാനവ വികസന നിരക്കുമായി താരതമ്യപ്പെടുത്തുമ്പോൾ സ്വന്തം സ്ത്രീകളെ ശരാശരിയിൽനിന്നും മോശമായാണ് പരിഗണിക്കുന്നതെന്ന് മനസിലാക്കാം. ജപ്പാൻ, ഹോങ്കോങ് (ചൈന), സിങ്ക

പ്പൂർ, റിപ്പബ്ലിക്ക് ഓഫ് കൊറിയ എന്നീ രാജ്യങ്ങളുടെ എച്ച് ഡി ഐയും ജി ഡി ഐയും തമ്മിലുള്ള വ്യത്യാസം യഥാക്രമം −5, −8, +1, −8 എന്നിവയായിരുന്നു. സിങ്കപ്പൂരിന്റെ കണക്ക് തെറ്റിദ്ധരിപ്പിക്കുന്നതാണ്, കാരണം ലിംഗ ശാക്തീകരണത്തിൽ സിങ്കപ്പൂർ 42–ാം സ്ഥാനത്താണ്. അതേ സമയം എച്ച് ഡി ഐയും ജി ഡി ഐയും യഥാക്രമം 28, 29 എന്നിവയാണ്. ഈ രാജ്യങ്ങൾ അടിച്ചുനിരത്താനുള്ള ഉപകരണങ്ങളായി പുരുഷാധിപത്യത്തെ ഉപയോഗിച്ചുകൊണ്ടുള്ള വിദേശ വിപണികളുടെ വമ്പിച്ച ആക്രാമകമായ നുഴഞ്ഞുകയറ്റക്കാരാണെന്ന് തെളിയിച്ചിട്ടുണ്ട്.

ദക്ഷിണകൊറിയയെ ഒരു മാതൃകാവികസന സ്റ്റേറ്റായി എടുക്കുകയാണെങ്കിൽ ആശയപ്പൊരുത്തമുള്ള വിധത്തിൽ സാമ്പത്തിക വികസനത്തിന്റെ ലക്ഷ്യത്തെ പിന്തുടരാനുള്ള അതിന്റെ കഴിവിനെ ആശ്രയിച്ചാണ് അതിന്റെ സാമ്പത്തിക വിജയമുണ്ടായതെന്ന് നാം കാണുന്നു. ദക്ഷിണകൊറിയ സ്റ്റേറ്റിന്റെ അധികാരത്തെ വിപണിയെ ക്രമീകരിക്കാനും പ്രോത്സാഹിപ്പിക്കാനും നിരാകരിക്കാനും ഉപയോഗിച്ചിരുന്നു. എന്നാൽ യു എസിന്റെയും അതിന്റെ സഖ്യകക്ഷികളുടെയും (പ്രത്യേകിച്ചും ജപ്പാന്റെയും യുദ്ധസജ്ജമാക്കിയ ദക്ഷിണകൊറിയൻ സൈനിക ഭരണകൂടത്തിന്റെയും അതിന്റെ ശത്രുതയെയും ഭീഷണിയെയും നേരിടുന്ന ഉത്തരകൊറിയുടെയും) ഭൂഭാഗ രാഷ്ട്രീയ സുരക്ഷാപരിഗണനകൾക്ക് ദക്ഷിണകൊറിയയിലെയും തായ്‌വാനിലെയും വികസനപരമായ സ്റ്റേറ്റിന്റെ നിർമിതിയിലും സുസ്ഥിരതയിലും ഗണ്യമായ ഒരു പങ്കുണ്ട് (Cumings 1984; Woo-Cumings 1999).

ദക്ഷിണകൊറിയൻ (കിഴക്കൻ ഏഷ്യയിലെയും) രാഷ്ട്രീയ സാമ്പത്തികശാസ്ത്ര ഘടനയുടെ മിക്കപ്പോഴും ശ്രദ്ധിക്കാതെപോയ ശക്തികേന്ദ്രം സ്ത്രീകളെ ജീവിതത്തിന്റെ മിക്ക മേഖലകളിലും പുരുഷന്മാർക്ക് കീഴ്പ്പെടുത്തിയ പിതൃദായകക്രമമാണ്. വികസിത വിപണി സമ്പദ്‌വ്യവസ്ഥകളുടെ മാനദണ്ഡങ്ങൾ പ്രകാരം വേതനമുള്ള തൊഴിൽ നിയമനത്തിൽ ദക്ഷിണകൊറിയൻ സ്ത്രീകളുടെ പങ്കാളിത്തത്തിന്റെ നിരക്ക് വളരെ കുറവായിരുന്നു. അത് 1965ലെ 36.5 ശതമാനത്തിൽനിന്ന് 1994ൽ 47.9 ആയി ഉയർന്നു (Bagchi 1987; ILO 1995). യുവതികൾ ഫാക്ടറികളിലെയും ഓഫീസുകളിലെയും വേതനമുള്ള തൊഴിലിൽ ചേരുകയും വിവാഹിതരാവുമ്പോൾ വലിയൊരു ഭാഗം വീട്ടുകാര്യങ്ങളും കുട്ടികളെയും ശ്രദ്ധിക്കാനായി തൊഴിൽ ഉപേക്ഷിക്കുകയും ചെയ്യുന്നു. വിദ്യാഭ്യാസത്തിന്റെ എല്ലാ നിലകളിലും സ്ത്രീകൾക്ക് അവരുടെ തുല്യനിലയിലുള്ള പുരുഷന്മാരെക്കാൾ പകുതിയോ അതിൽ കുറച്ചു കൂടുതലോ വേതനം മാത്രമാണ് ലഭിക്കുന്നത്. ദക്ഷിണകൊറിയൻ സ്ത്രീകളുടെ വിദ്യാഭ്യാസത്തിന്റെ നില പുരുഷന്മാരുടേതിനൊപ്പം ഉയർന്നിട്ടുണ്ട്. പക്ഷേ, ഇത് ബിസിനസ് സ്ഥാപനങ്ങളിലെ അഭിപ്രായ രൂപീകരണസ്ഥാനങ്ങളിലും ഭരണനിർവഹണത്തിലും സൈനികസംവിധാനത്തിലും സ്ത്രീകളുടെ സ്ഥാനത്തിൽ മാറ്റമുണ്ടാക്കിയിട്ടില്ല (Bagchi 1987; Lindaner et al. 1998).

ദക്ഷിണകൊറിയയിലെ ഓരോ പ്രധാന സാമ്പത്തിക പ്രതിസന്ധിയിലും, പുരുഷന്മാരെക്കാളധികം സ്ത്രീകൾ താൽക്കാലികമായി പിരിച്ചുവിടപ്പെടുന്ന പ്രവണതയുണ്ടായിരുന്നു. 1997 നവംബറിലുണ്ടായ പ്രതിസന്ധി ഇതിനൊരപവാദമല്ല. 4 5 1999ന്റെ ഏഷ്യൻ വാൾ സ്ട്രീറ്റ് ജേണലിലെ ഒരു റിപ്പോർട്ട് പ്രകാരം ഒരു ശുപാർശാസംഘമായ സോൾ വിമൻസ് ട്രേഡ് യൂണിയൻ സൂചിപ്പിച്ചത് കമ്പനികൾ ചെലവു കുറയ്ക്കുമ്പോൾ സ്ത്രീകളാണ് ആദ്യം തൊഴിൽരഹിതരാകുന്നതെന്നാണ്. ഉദാഹരണത്തിന് 1998 ഒക്ടോബറിൽ ഒമ്പത് വാണിജ്യബാങ്കുകൾ 4,463 താഴ്ന്ന തസ്തികയിലുള്ള തൊഴിലാളികളെ പിരിച്ചുവിട്ടപ്പോൾ അതിൽ 87 ശതമാനവും സ്ത്രീകളായിരുന്നു. ബാങ്കുകളുടെ താഴ്ന്ന സ്റ്റാഫിന്റെ 29 ശതമാനം മാത്രമായിരുന്നു സ്ത്രീകൾ.

ദക്ഷിണകൊറിയ, തായ്‌വാൻ, ഹോങ്കോങ് എന്നീ രാജ്യങ്ങളിലും ഇപ്പോൾ ചൈനയിലും സാമ്പത്തിക വളർച്ച തേടുന്നത് മത്സരത്തിലൂടെയും സാമൂഹിക ഇൻഷുറൻസിലെ മിനിമം സ്റ്റേറ്റ് ചെലവിലൂടെയും സമൂഹത്തിൽ കുടുംബത്തിന്റെ സ്ഥാനം ഉയർത്താനും വാർധക്യകാലത്ത് മാതാപിതാക്കളെ പിന്തുണയ്ക്കേണ്ട ഉത്തരവാദിത്വം ആൺകുട്ടികൾക്കു മാത്രമാണെന്ന ആശയത്തിലൂടെയുമാണ് (Zeng Yietal 1993; Park and Cho 1995). കിഴക്കൻ ഏഷ്യൻ രാജ്യങ്ങളുടെ മത്സരക്ഷമത അവയെ മുന്നോട്ടു കുതിക്കാനും ആഗോള പിറകോട്ടടിയെ മറികടക്കാനും സാധിച്ച കഴിഞ്ഞ ഇരുപത് വർഷങ്ങളിലാണ് ഈ പരിവർത്തനങ്ങളിൽ മിക്കവയും സംഭവിച്ചത്.

മറ്റു മൂന്നാംലോക സമൂഹങ്ങളിൽ, സ്ത്രീകളുടെ അവസ്ഥ ഇതിലും ഭേദമായിരുന്നില്ല. മിക്കപ്പോഴും ദക്ഷിണകൊറിയൻ സ്ത്രീകളെക്കാളും മോശമായ സ്ഥിതിയിൽപോലുമായിരുന്നു. തൊഴിലിന്റെ സ്ത്രൈണവൽക്കരണം അർഥമാകുന്നത് കൂടുതൽ കൂടുതൽ സ്ത്രീകൾക്ക് ഭൂമിയും ഉൽപ്പാദന ആസ്തികളും നഷ്ടമാകുന്നുവെന്നും അവർ സ്വന്തത്തെയും കുടുംബത്തെയും പരിപാലിക്കാൻ കുറഞ്ഞവേതനമുള്ള ആകസ്മിക ജോലികളിലേക്ക് തിങ്ങിക്കൂടുന്നുവെന്നുമാണ് (ഇന്ത്യൻ സാഹചര്യത്തിന് Bagchi 1999 കാണുക). പെൺഭ്രൂണഹത്യയും പെൺശിശുഹത്യയും പശ്ചിമേഷ്യയിലെയും ഉത്തര ആഫ്രിക്കയിലെയും പിതൃദായകക്രമത്തിന്റെ പിടിയിലായ ദരിദ്ര സമൂഹങ്ങളിലെ പതിവുചര്യയാണ്.

മുതലാളിത്തത്തിന്റെ കാൽച്ചുവട്ടിലെ തൊഴിലാളികൾ പുതിയ സഹസ്രാബ്ദത്തെ അഭിമുഖീകരിക്കുന്നു

ദീർഘകാലത്തിനുശേഷം മാനവവികസനത്തിന്റെ ഗതിവേഗം കൂട്ടുന്നതിൽ മുതലാളിത്തം വിജയിച്ചിട്ടുണ്ട്. ലോകത്തുടനീളം ആയുർദൈർഘ്യം വർധിപ്പിച്ചുകൊണ്ടും ശിശുക്കളുടെയും മുതിർന്നവരുടെയും മരണം കുറച്ചുകൊണ്ടുമാണ് അത് സാധ്യമായത്. പക്ഷേ, സബ് സഹാറൻ ആഫ്രിക്കയിലെയും ദക്ഷിണേഷ്യയിലെയും മിക്ക രാജ്യങ്ങളിലും അസ്ഥി

കാര്യമാംവിധം ഉയർന്ന തോതിലുള്ള ശിശുക്കളുടെയും മുതിർന്നവരുടെയും മരണം ഇപ്പോഴുമുണ്ട്. ചുരുക്കത്തിൽ തൊഴിലാളികൾ മുമ്പത്തെക്കാളെല്ലാം അധികമായപ്പോൾ മുതലാളിത്ത വ്യവസ്ഥയ്ക്ക് തൊഴിൽ ശക്തിയിലെ ഈ ആധിക്യത്തെ ഉപയോഗപ്പെടുത്താൻ കഴിയുന്നില്ല.

പശ്ചിമയൂറോപ്പിൽ പത്തൊമ്പതാം നൂറ്റാണ്ടുമുതൽ തൊഴിലാളികളുടെ ജീവിതനിലവാരവും ഉൽപ്പാദനക്ഷമതയും ഉയർത്തുന്നതിൽ സ്റ്റേറ്റിന്റെ പ്രവർത്തനം അതിപ്രധാനമായ ഒരു പങ്ക് നിർവഹിച്ചിട്ടുണ്ട്. വെള്ളക്കാരുടെ കുടിയേറ്റ രാജ്യങ്ങളിലേക്കുള്ള കനത്ത കുടിയേറ്റം ഈ പ്രക്രിയയെ സഹായിച്ചു. മൂന്നാംലോക തൊഴിലാളികൾ ഇപ്പോൾ സ്റ്റേറ്റ് സംരംക്ഷണത്തിന്റെ പിൻവാങ്ങലും കൂടുതൽ ഉയർന്ന ജീവിതനിലവാരം വാഗ്ദാനം ചെയ്യുന്ന രാജ്യങ്ങളിലേക്കുള്ള കുടിയേറ്റത്തിനുള്ള നിയന്ത്രണവും നേരിടുകയാണ്. ആഗോള പിൻവാങ്ങലിനും രൗദ്രതയുടെ പുതിയ ഉയരങ്ങളിലെത്തുന്ന അന്താരാഷ്ട്ര മത്സരങ്ങൾക്കുമൊപ്പം സ്ത്രീകൾക്കും വംശീയ ന്യൂനപക്ഷങ്ങൾക്കും ലഭിക്കുന്നത് ഇടപാടിന്റെ ഏറ്റവും മോശമായ ഭാഗമാണ്. അന്താരാഷ്ട്ര മൂലധനത്തിന്റെ പ്രിയ സ്ഥാനമായിട്ടുണ്ടെങ്കിലും മൂന്നാംലോകത്തെ വൻരാജ്യങ്ങളിൽ ചൈന മാത്രമാണ് മൂലധനത്തിന്റെ ചലനത്തെ നിയന്ത്രിക്കാൻ ശ്രമിച്ചത്. 1990കളിലെ പിൻവാങ്ങൽകാലത്തുപോലും ചൈനയുടെ സമ്പദ്വ്യവസ്ഥയുടെ വളർച്ചയുടെ ഉയർന്ന നിരക്ക് വരുമാനത്തിന്റെയും തൊഴിൽ ലഭ്യതയുടെയും വളർച്ചയിലേക്ക് നയിച്ചിട്ടുണ്ട്. പക്ഷേ, ഇതിനെത്തുടർന്ന് വർധിച്ചുകൊണ്ടിരിക്കുന്ന തൊഴിലിന്റെ ആകസ്മികവൽക്കരണവും തൊഴിൽ സുരക്ഷാനഷ്ടവും പ്രത്യേകിച്ചും സംയുക്തസംരംഭങ്ങളിൽ ഉണ്ടായിട്ടുണ്ട് (Bagchi 1998 b; Sargeson 1999).

മൂലധനത്തിന്റെ വർധിച്ച ചലനം നിശ്ചലമായ തൊഴിലാളികളോടൊപ്പം വിദഗ്ധരായ ചിലർക്ക് സംരക്ഷണം നൽകുമായിരിക്കാം (Wood 1994) പക്ഷേ, മുതലാളിത്ത മത്സരത്തിന് വൈദഗ്ധ്യങ്ങൾ അമിതമായി ലഭ്യമാക്കാനും മുൻകാല വൈദഗ്ധ്യങ്ങളെ തരംതാഴ്ത്താനും കഴിയും. അന്താരാഷ്ട്ര മത്സരത്തിന്റെ വേദിയിലേക്ക് പ്രവേശിക്കുന്ന ഒരു രാജ്യത്തിനും ഈ പ്രക്രിയകളിൽനിന്ന് രക്ഷപ്പെടാനാവില്ല.

അനേകം മൂന്നാംലോക രാജ്യങ്ങൾ സാമ്പത്തിക തകിടംമറിയലുകളിൽനിന്നും, വർധിക്കുന്ന ക്രിമിനൽ സ്വഭാവത്തിൽനിന്നും വംശീയ വിഭജനത്തിൽനിന്നും ഒരു തരത്തിൽ അല്ലെങ്കിൽ വേറൊരു തരത്തിലുള്ള മതമൗലികവാദത്തിൽനിന്നും ദുരിതമനുഭവിക്കുമ്പോൾ കൃത്യമായി അതേ കാലത്തുതന്നെ അന്താരാഷ്ട്ര സംഘടനകൾ എല്ലാ രാജ്യങ്ങളിലും മനുഷ്യാവകാശം സംരക്ഷിക്കുന്നതിന്റെയും തൊഴിൽ നിലവാരങ്ങൾ മെച്ചപ്പെടുത്തുന്നതിന്റെ ആവശ്യത്തെക്കുറിച്ച് അലറിവിളിക്കുന്നത് വിരോധാഭാസമാണ് (UNRISD 1995). ബാലവേല ഇല്ലാതാവുകയോ തൊഴിൽ നിലവാരങ്ങൾ ഉയരുകയോ ചെയ്യണമെങ്കിൽ സമൂഹങ്ങൾക്കും സ്റ്റേറ്റുകൾക്കും പര്യാപ്തമായ വിഭവങ്ങളും അത് സ്വന്തം രീതിയിൽ

ചെയ്യാനുള്ള സ്വയംഭരണവും ആവശ്യമാണ്. കടപ്രതിസന്ധിയും പ്രാഥമിക ചരക്കു വിപണികളുടെ തുടരുന്ന ബലഹീനതയും മൂന്നാം ലോകത്തുനിന്ന് ജി 7 രാജ്യങ്ങളിലെ മുതലാളിമാരിലേക്കും ന്യൂയോർക്ക്, ലണ്ടൻ, പാരീസ്, സൂറിച്ച്, ഫ്രാങ്ക്ഫർട്ട് എന്നിവിടങ്ങളിലെ രഹസ്യസമ്പത്തിന്റെ സുരക്ഷിത സ്ഥാനങ്ങളിലെത്തിക്കുന്ന എല്ലാ രാജ്യങ്ങളിൽനിന്നുള്ള ധനികരിലേക്കും വാർന്നൊഴുകുകയാണ്. രാഷ്ട്രാന്തര കോർപ്പറേഷനുകളുടെ രൂപത്തിൽ മൂലധനത്തിന്റെ കൂടുതലായ അന്താരാഷ്ട്രവൽക്കരണവും അവയുടെ ലോകസമ്പദ്‌വ്യവസ്ഥയിലുള്ള വർധിക്കുന്ന ആധിപത്യവും മനുഷ്യാവകാശ ലംഘനങ്ങളെ കുറയ്ക്കുന്നതിനുപകരം കൂട്ടുകയാണ് ചെയ്തത്. ദക്ഷിണാഫ്രിക്കയിലെ ജനതയുടെ സാമ്പത്തിക പ്രശ്നങ്ങളാലുണ്ടായ പ്രക്ഷോഭം അസ്ഥിരമാക്കുന്നതുവരെ രാഷ്ട്രാന്തര കോർപ്പറേഷനുകൾ വർണവിവേചന ഭരണകൂടത്തിനു കീഴിൽ സന്തോഷത്തോടെ ബിസിനസ് നടത്തുകയായിരുന്നു. ഒഗോണി ജനതയുടെ അവകാശങ്ങളെ ഷെൽ ലംഘിച്ചതാണ് കവി ഫെറോവിവയുടെയും അദ്ദേഹത്തിന്റെ സഖാക്കളുടെയും പ്രതിഷേധത്തിലേക്കും സാനി അബാച്ചയുടെ സൈനിക ഭരണകൂടം അവരെ വധിക്കുന്നതിലേക്കും നയിച്ചത്. ഇന്ത്യയിലെ മഹാരാഷ്ട്രയിൽ എൻറോണിന്റെ ധാബോൾ വൈദ്യുതി നിലയം ഗുരുതരമായ മനുഷ്യാവകാശ ലംഘനത്തിന് കുറ്റം ചുമത്തപ്പെട്ടിരുന്നു (Human Rights Watch 1999).

ഈ പശ്ചാത്തലത്തിൽ മൂന്നാംലോകത്തെ തൊഴിലാളികൾ ഉൾപ്പെടെയുള്ള ജനതയുടെ ഇച്ഛയ്ക്കെതിരായുള്ള മനുഷ്യാവകാശങ്ങളുടെയും തൊഴിലവകാശങ്ങളുടെയും അന്താരാഷ്ട്ര കാവൽ ഫലപ്രദമല്ലാതാവുകയോ വളച്ചൊടിക്കപ്പെട്ട ഫലങ്ങളിലേക്ക് നയിക്കുകയോ ചെയ്യും. യുഎസ് അതിന്റെ 301, സൂപ്പർ 301 അനുമതികളിൽ ചെയ്തതുപോലെ സംരക്ഷകവാദ ഉപകരണമായി അവയെ ഉപയോഗിക്കാം; അല്ലെങ്കിൽ അൽബേനിയക്കാരുടെ മനുഷ്യാവകാശങ്ങൾ സംരക്ഷിക്കാനായി കൊസോവൊയിൽ ചെയ്തതുപോലെ അവലക്ഷണപരമാവാം. യൂഗോസ്ലാവിയയിലും കൊസോവൊയിലും നാറ്റൊ കനത്ത നശീകരണവും മനുഷ്യാവകാശങ്ങളുടെ ലംഘനവുമാണ് നടത്തിയത്.

ലോകമെങ്ങുമുള്ള തൊഴിലാളികളുടെ അവസ്ഥ മെച്ചപ്പെടുത്താൻ കുറഞ്ഞപക്ഷം മുതലാളിത്തത്തിന്റെ തന്നിഷ്ടത്തിനു കടിഞ്ഞാണിടലും മൂന്നാംലോകരാജ്യങ്ങളിലെ മുതലാളിമാരെ നികുതികളടയ്ക്കാനും രാജ്യത്തെ നിയമങ്ങളനുസരിക്കാൻ നിർബന്ധിക്കലും ജനങ്ങൾ തന്നെ നടത്തുന്ന സാമൂഹിക പരിഷ്കരണങ്ങളിലൂടെ ദേശരാജ്യങ്ങളുടെ അടിത്തറകൾ ദൃഢമാക്കലും അത്തരത്തിൽ സാമൂഹികമായ പുനർദൃഢീകരിച്ച രാജ്യത്തിന്റെ അധികാരങ്ങൾ വൈദഗ്ധ്യങ്ങളുടെ വർധന, വിദ്യാഭ്യാസം, പുരുഷ സ്ത്രീ തൊഴിലാളികളുടെ ജീവിതാവസരങ്ങൾ എന്നിവ ഉയർത്താനുള്ള നയങ്ങൾ സ്വീകരിക്കേണ്ടത് ആവശ്യമാണ്. തൊഴിലാളികളുടെ ചലനത്തിനുള്ള അനേകം തടസങ്ങളെ നീക്കുന്നത് 'നിയമവിരുദ്ധ'

കുടിയേറ്റക്കാരോടുള്ള മോശം പെരുമാറ്റത്തിന്റെ രൂപത്തിലുള്ള മനുഷ്യാവകാശ ലംഘനവും വ്യത്യസ്ത വംശീയ മത ബന്ധങ്ങളിൽനിന്നുള്ള തൊഴിലാളികളുടെ വർധിച്ച ഐക്യദാർഢ്യവുമുണ്ടാക്കും. രണ്ടാം സഹസ്രാബ്ദത്തിന്റെ ഒടുവിൽ 'സർവരാജ്യ തൊഴിലാളികൾ ഒന്നിക്കുക' എന്ന മുദ്രാവാക്യത്തിന് പ്രസക്തി നഷ്ടപ്പെട്ടിട്ടില്ല. പുതിയ അവസരങ്ങളെയും മുതലാളിത്ത ആശീർവാദത്തോടെയുള്ള വികസനം അന്ധാളിപ്പിക്കുന്ന പുതിയ അപകടങ്ങളെയും മനസിൽവെച്ച് അതിന് പുതിയ ഉള്ളടക്കം നൽകേണ്ടതുണ്ട്.

ബഹുസാംസ്കാരികതയും വർഗീയതയും ബൂർഷ്വാസിയും

10

ഇന്ത്യയിലെ കവർച്ചാ സ്വഭാവമുള്ള വാണിജ്യവൽക്കരണവും വർഗീയതയും

'വർഗീയത' എന്ന വാക്കിനർഥം അനേകം രീതികളിൽ പരിഭാഷപ്പെടുത്താം. ഏതൊരു സമുദായത്തിലെയും അംഗങ്ങൾക്ക് ഏതെങ്കിലും മാനദണ്ഡമനുസരിച്ച് മറ്റേതൊരു സമുദായത്തോടുമുള്ള ശത്രുതാമനോഭാവത്തെ വർഗീയത എന്നുപറയുന്നു. പക്ഷേ ഇന്ത്യൻ സാഹചര്യത്തിൽ അത് വ്യത്യസ്ത മതങ്ങൾ പ്രചരിപ്പിക്കുന്നതിനിടയിലുള്ള ശത്രുതാമനോഭാവം സവിശേഷമായി ഉപയോഗിക്കുന്ന ഒന്നായി മാറിയിട്ടുണ്ട്. സ്വാതന്ത്ര്യാനന്തര ഇന്ത്യയിൽ പ്രത്യേകിച്ചും അതു ഹിന്ദുക്കൾക്കും മുസ്ലീങ്ങൾക്കിടയിലുമുള്ള ശത്രുതാമനോഭാവമായും 1980 കളിൽ രാജ്യത്തിന്റെ പ്രത്യേകഭാഗങ്ങളിൽ സിഖുകാർക്കും ഹിന്ദുക്കൾക്കുമിടയിലുള്ളതായി മാറിയിട്ടുണ്ട്. ഹിന്ദുക്കളോ മുസ്ലീങ്ങളോ സിഖുകാരോ പുറംലോകത്തിനുമുന്നിൽ ഒരു ഏകശിലാരൂപം അവതരിപ്പിക്കുന്നുവെന്ന് ഇതുകൊണ്ട് അർഥമാക്കുന്നില്ല. തങ്ങൾ പൂർണമായോ നാമമാത്രമായോ പ്രചരിപ്പിക്കുന്ന മതമായി തങ്ങളുടെ സ്വത്വങ്ങളെ നിർവചിക്കാത്ത നാമധാരികളായി മാത്രം ഈ സമുദായങ്ങളുടേതായ അനേകം ജനങ്ങളുടേതിനു പുറമെ ഈ സമുദായങ്ങൾക്കിടയിൽ വിഭജനങ്ങളുമുണ്ട്. ഏറ്റവുമധികം ഉള്ളിലോട്ടിറങ്ങുന്ന വിഭജനം മേൽജാതി ഹിന്ദുക്കളും പട്ടികജാതിക്കാരെന്ന് നിയമപരമായി വിവരിക്കപ്പെടുന്ന ദളിതുകളും തമ്മിലാണ്. ഇന്ത്യയിലെ മുസ്ലീങ്ങളിൽ ഭൂരിപക്ഷമായ സുന്നികളും ശിയാകളും തമ്മിലുള്ള വിഭജനം ചിലപ്പോൾ അക്രമങ്ങളിലെത്തിയിട്ടുണ്ട്. മേൽജാതിഹിന്ദുക്കളും ദളിതുകളും തമ്മിലുള്ള വിഭജനം ഇന്ത്യയുടെ അനേകം ഭാഗങ്ങളിൽ ബുദ്ധമതത്തിലേക്കും ഇസ്ലാമിലേക്കുമുള്ള ദളിതുകളുടെ മതംമാറ്റത്തിലേക്കെത്തിച്ചിട്ടുണ്ട്. അവയിൽ പഴക്കമേറിയ സംഘർഷങ്ങൾ നാമമാത്ര മതപരമായ വാക്കുകളിൽ വിവരിക്കപ്പെട്ട സാമുദായിക സംഘർഷങ്ങളായിരുന്നു.

വർഗീയതയിൽ നിന്നുണ്ടാകുന്ന അക്രമപ്രവർത്തനങ്ങളെക്കുറിച്ച് നാം ഇതിനകം സൂചിപ്പിച്ചിട്ടുണ്ട്. യഥാർഥത്തിൽ വർഗീയതയുടെ പ്രകടനത്തെ നാമെങ്ങനെയാണ് തിരിച്ചറിയുക? എന്റെ അയൽക്കാരൻ തന്റെ സ്വത്തും സാമൂഹികപദവിയും വളരെയധികം മോടി പ്രകടിപ്പിക്കുന്നതരത്തിലും എന്റെ അഭിരുചിയനുസരിച്ചിടത്തോളം നിർലജ്ജമായും പ്രകടിപ്പിച്ചാലും എനിക്കോ അയാൾക്കോ ആക്രമണ മനോഭാവമില്ലെങ്കിൽ അതു പരസ്യപ്രവൃത്തിയായോ പൊരുമാറ്റമായോ പുറത്തുവരികയില്ല. അപ്പോൾ 'വർഗീയത' എന്ന് നാമകരണം ചെയ്യപ്പെട്ട ശത്രുതാമനോഭാവങ്ങളുടെ പൊതുപ്രവർത്തനങ്ങളുടെയും ലക്ഷണങ്ങളുടെയും തെളിവ് ശേഖരിക്കേണ്ടത് ആവശ്യമാണ്. ഒരു സംഘം ഹിന്ദുക്കൾ ഒരു സംഘം മുസ്ലിങ്ങൾക്കെതിരെ അക്രമത്തിൽ മുഴുകുന്നത് കാണുമ്പോൾ അത് വർഗീയ സംഘർഷത്തിന്റെ വ്യക്തമായ അടയാളങ്ങളാണെന്ന് തോന്നിക്കാം. പക്ഷേ ഇനിയും ഉറപ്പില്ല: സ്വകാര്യവഴക്കുകളിൽ നിന്നു മാത്രമായി ആ സംഘർഷമുണ്ടാകാം, ഹിന്ദുക്കൾ ഹിന്ദുനായകന്റെ കൂട്ടുകാർ മാത്രമായിരിക്കും. മുസ്ലീങ്ങൾ മുസ്ലീം നായകന്റെ കൂട്ടുകാർ മാത്രമായിരിക്കും. കൂട്ടുകാരോടൊപ്പം അതേ മതത്തിൽനിന്നുള്ള മറ്റുള്ളവർകൂടി അപര മതസമുദായത്തിൽനിന്നുള്ള എതിരാളിയുടെ കൂട്ടുകാരെയും ആക്രമിക്കുമ്പോൾ സ്വകാര്യ വഴക്ക് വർഗീയ സംഘർഷമായി മാറുന്നു. ഒരു പ്രത്യേകവ്യക്തിക്കോ സംഘത്തിനോ എതിരെ ഒരു പ്രത്യേകസമുദായത്തിലെ അംഗങ്ങൾ പ്രതിഷേധിക്കുന്ന സാഹചര്യങ്ങളുമുണ്ടാകാറുണ്ട്; എതിരാളി വ്യത്യസ്ത മതത്തിൽനിന്നാവുമ്പോൾ സംഘർഷം വർഗീയമാണെന്ന് പ്രത്യക്ഷത്തിൽ തോന്നാം. കൽക്കട്ടയിലെ 1897–ലെ ടാലാകലാപത്തിൽ (ദാസ്ഗുപ്ത 1984) സംഭവിച്ചതിതാണ്. തർക്കഭൂമിയിലെ മുസ്ലീംപള്ളി പൊളിച്ച പൊലീസിനെതിരെ ഒരു സംഘം മുസ്ലീങ്ങൾ നടത്തിയ കലാപമായിരുന്നു അത്. ഇതിനെ വർഗീയ സംഭവമെന്നോ വർഗീയകലാപമെന്നോ വിശേഷിപ്പിക്കപ്പെടുന്നതിന്റെ കൃത്യവിവരം നൂലാമാലകളുമായി ബന്ധിപ്പിക്കപ്പെട്ടതാണ്. കാരണം, തെറ്റായ ഒരു കൃത്യവിവരം ഒറ്റയടിക്ക് അന്വേഷകന്റെ വഴി അപ്രസക്തമായ വസ്തുതകൾകൊണ്ട് നാനാവിധമാക്കുകയും വഴിതെറ്റിക്കുന്ന ഉത്തരങ്ങൾ ഉണ്ടാവുകയും ചെയ്യും.

രണ്ടു സമുദായങ്ങൾക്ക് അവരുടെ സ്വത്വത്തിന്റെ വികാരങ്ങളുമായി അയൽപ്പക്കങ്ങളിൽ യാതൊരു വർഗീയ സംഭവവും വർഗീയ കലാപവുമില്ലാതെ അപരസമുദായങ്ങളോട് സ്വൽപ്പം വെറുപ്പോടെയോ അവജ്ഞയോടെയോ ജീവിക്കാം. ഒരേ ചുറ്റുപാടിൽ ജീവിച്ച മിക്ക ഹിന്ദുക്കളുടെയും മുസ്ലീങ്ങളുടെയും സിഖുകാരുടെയും ജീവിതം അങ്ങനെയായിരുന്നു. ദുരിതങ്ങളിൽ മുതലെടുക്കാൻ ആഗ്രഹിക്കുന്നവർ മിക്കപ്പോഴും വർഗീയ സംഭവങ്ങൾക്ക് പ്രകോപനം നൽകാൻ ശ്രമിക്കുന്നു. വർഗീയകലാപമോ അപരസമുദായവുമായി താരതമ്യപ്പെടുത്തുമ്പോൾ ആധിപത്യമോ ആണ് അവർ ആഗ്രഹിക്കുന്നത്. നമ്മൾ

ഇവിടെ അന്വേഷിക്കാൻ വ്യാപൃതരാകുന്നത് വർഗീയസമുദായങ്ങൾക്ക് പ്രകോപനം നൽകി സംഘർഷങ്ങളാക്കുന്ന സാഹചര്യങ്ങളെക്കുറിച്ചാണ്. ഹിന്ദുക്കളും മുസ്ലീങ്ങളും ഉൾപ്പെടുന്ന വർഗീയ സംഭവങ്ങളിലേക്ക് ഈ അന്വേഷണം നമുക്ക് ഒതുക്കാം.

വളരെ വിശാലമായി, താഴെപ്പറയുന്ന ബദൽസാഹചര്യക്കൂട്ടുകൾ വർഗീയപ്രവർത്തകർക്ക് വർഗീയ സംഭവങ്ങളും കലാപങ്ങളുമുണ്ടാക്കാൻ ആവശ്യമാണെന്ന് തോന്നുന്നു. ആദ്യമായി, സമുദായങ്ങളുമായുള്ള ബന്ധംനഷ്ടപ്പെടുന്നതായി മനസിലാകുന്നു. രണ്ടാമതായി ഒരു സമുദായത്തിലെ സാധാരണക്കാർക്ക് അവരുടെ ജീവിതനിലവാരത്തിൽ വൻ ഇടിവ് സംഭവിക്കുകയും അപരസമുദായത്തിന്റെ ചിലരെയോ മുഴുവൻ പേരെയുമോ (സംഘടിതകുറ്റത്തിലൂടെയും മുഴുവൻ സമുദായത്തിന്റെ വ്യക്തിവൽക്കരണത്തിലൂടെയും) ആ ഇടിവിന്റെ കാരണക്കാരായികാണുകയും ചെയ്യുന്നു. മൂന്നാമതായി, തൊട്ടടുത്തു കിടക്കുന്ന രണ്ടു സമുദായങ്ങളിലെ വ്യാപാരികൾ മത്സരത്തിലേർപ്പെടുകയും മത്സരസമർദത്തിലൂടെയോ ബാഹ്യശക്തികളാലോ നഷ്ടമനുഭവിക്കുകയും ചെയ്യുമ്പോൾ ഒരേ സാമ്പത്തിക ഒരേ നൈസർഗിക ഇടത്തിനായാണു മത്സരിക്കുന്നതെന്ന് മനസിലാക്കുകയും വർഗീയ ഐക്യദാർഢ്യത്തെയും രാഷ്ട്രീയ ഉപകരണങ്ങളെയും സ്വന്തം ആവശ്യങ്ങൾക്കായി ഉപയോഗിക്കുകയും ചെയ്യുന്നു. അന്തിമമായി, ജനാധിപത്യ സംവിധാനത്തിലായാലും പാകിസ്ഥാനിലെ സിയാവുൽഹഖിന്റെതുപോലുള്ള സൈനികഭരണകൂടത്തിനു കീഴിലായാലും രാഷ്ട്രീയത്തിന്റെ സർവവ്യാപിയായ യഥാർഥ്യങ്ങളുണ്ട്. ചില രാഷ്ട്രീയനേതാക്കൾ ഒരു സമുദായത്തിന്റെ പോരാളികളാവുകയും ബാക്കിയുള്ളവർ സാമുദായിക ഐക്യത്തിന്റെ പോരാളികളാവുകയും വർഗീയതയുടെ കുട്ടകം തുടർച്ചയായി തിളങ്ങുന്നുണ്ടെന്ന് ഉറപ്പുവരുത്തുകയും ചെയ്യുന്നു.

രണ്ട്

ബ്രിട്ടീഷ് കൊളോണിയലിസത്തിനു കീഴിൽ വർഗീയസംഘർഷം പൊട്ടിപ്പുറപ്പെട്ട ചില വഴികളിലേക്കുള്ള ധൃതിപിടിച്ച നോട്ടമാണ് ഈ പരിച്ഛേദത്തിൽ നടത്തുന്നത്. ബ്രിട്ടീഷ് ശൈലിയിലുള്ള മുതലാളിത്ത കൊളോണിയലിസത്തിന്റെ കീഴിൽ ഇന്ത്യയുടെ മിക്ക പ്രദേശങ്ങളിലും ഇരപിടിയൻ വാണിജ്യവൽക്കരണത്തെ തടസമില്ലാത്ത പുതുമയോടെ അഴിച്ചുവിടുകയും അത് ജീവിതത്തിന്റെ മിക്കമേഖലകളിലും സാധിക്കുകയും ചെയ്തിരുന്നു. നഷ്ടക്കാർ അടിസ്ഥാന വർഗക്കാരനാക്കപ്പെടുകയും കൂടുതൽ മോശമായവർ പാപ്പരാക്കപ്പെടുകയും ചെയ്യുന്ന വാണിജ്യവൽക്കരണ പ്രക്രിയയുടെ തുടർച്ചയായ നീക്കങ്ങൾ സ്വതന്ത്രപൂർവ ഇന്ത്യയിൽനിന്ന് സ്വാതന്ത്ര്യാനന്തര ഇന്ത്യയിലേക്കുള്ള അടി

സ്ഥാന തുടർച്ചകളിലൊന്നാണ്. സ്വത്തില്ലാത്ത, പാപ്പരാക്കപ്പെട്ടവർക്ക് തൊഴിൽ നിയമനവും ലഭ്യമായിരുന്നില്ല; നഷ്ടക്കാർ 'സ്വതന്ത്ര' തൊഴിലാളികളാകാൻ സമ്മതിക്കുമ്പോഴും ചുമത്തപ്പെട്ട സാമൂഹ്യപദവിയിൽ ലഭ്യമായ തൊഴിൽ നിയമനത്തെ നിരസിക്കുമ്പോഴും ഇതു സംഭവിക്കാം. അഷ്റഫുകളും ബ്രാഹ്മണരും അവിദഗ്ധ തൊഴിൽ സ്വീകരിക്കാതെ പലപ്പോഴും പട്ടിണി കിടന്നിട്ടുണ്ട്; തീർച്ചയായും, സാമൂഹിക വലുപ്പങ്ങളും അത്തരം തൊഴിലുകളുടെ ചുമതലകളിൽനിന്ന് അവരെ വിലക്കിയിട്ടുണ്ട്. ഇത് തൊട്ടടുത്ത ചുറ്റുപാടുകളിലെങ്കിലും സംഭവിപ്പിച്ചിരുന്നു.

മുതലാളിത്ത കൊളോണിയലിസവും അതിന്റെ അനിവാര്യ പങ്കാളിയായ ഇരപിടിയൻ വാണിജ്യവൽക്കരണവും; എല്ലാ സമുദായങ്ങളേയും നശിപ്പിക്കാനല്ല തുടങ്ങിയത്; നികുതി ഈടാക്കുന്നതിനും സ്വകാര്യലാഭമുണ്ടാക്കലിനും തടസമായിനിന്ന സാമുദായിക പദവി നിലപാടുകളെയാണത് ആക്രമിച്ചത്. പക്ഷേ, അത് വ്യത്യസ്ത സമുദായങ്ങളെ വ്യത്യസ്തമായാണ് ബാധിച്ചത്. അത് അവർ എവിടെയാണ് ഉണ്ടായിരുന്നത് എന്നതിനെ ആശ്രയിച്ചായിരുന്നു. ഉദാഹരണത്തിന് നെയ്ത്തുകാരുടെ അനുഭവമെടുക്കാം. ബ്രിട്ടനിൽനിന്നുള്ള യന്ത്രനിർമിത നൂലും വസ്ത്രങ്ങളും വിപണിയിൽ നിറഞ്ഞുകവിഞ്ഞതോടെ നൂൽനൂൽപ്പും കൈത്തറിയും തളർന്നത് ഹിന്ദുമുസ്ലീം നെയ്ത്തുസമുദായങ്ങളെ ബാധിച്ചു. എങ്കിലും പൂർവബംഗാളിൽ കൃഷിക്ക് ഉപയുക്തമായ വന ചതുപ്പുനിലങ്ങൾ ഗണ്യമായ അളവിലുണ്ടായിരുന്നു. അനേകം കർഷകർ ഈ ഭൂമി തെളിയിച്ചെടുക്കാൻ നീങ്ങി. ചില വിസ്ഥാപിത നെയ്ത്തുകാരും കർഷകരായി. അവർ മിക്കപ്പോഴും ഭൂസ്വത്തുള്ള കർഷകരാകുന്നതിനെക്കാൾ കർഷകത്തൊഴിലാളികളാകുകയാണ് ചെയ്യുന്നത്. കർഷകരും നെയ്ത്തുകാരും ഭൂമികൈവശം വെച്ചപ്പോഴും അത് അസുരക്ഷിതകുടിയായ്മയിലായിരുന്നു. ഭൂപ്രഭുക്കൾ പ്രബലരായ ഹിന്ദുക്കളും കർഷകർ മുസ്ലീങ്ങളുമായിരുന്നപ്പോൾ ഇത് വർഗീയതയിലേക്ക് തിരിയുന്ന പ്രശ്നങ്ങളുണ്ടാക്കി. എങ്കിലും കൈത്തൊഴിലുകളുടെ നഷ്ടത്തിന്റെ ആഘാതം ഇത്തരത്തിലുള്ള ജനനീക്കങ്ങളിലൂടെ ഭാഗികമായി സ്വാംശീകരിച്ചിരുന്നു. തൊഴിൽമാറ്റത്തിന്റെ ഭാവി ശൂന്യമായിരുന്ന മേഖലകളിലും നെയ്ത്തുകാർ അതിവൈദഗ്ധ്യമുള്ളവരും - നഗരകൈത്തൊഴിലുകാർ കർഷകരിൽനിന്ന് വ്യത്യസ്തമായ ജീവിതശൈലിയാണ് പതിവാക്കിയിരുന്നത്. അവർ കുറഞ്ഞുകൊണ്ടിരിക്കുന്ന വരുമാനമുള്ള തൊഴിൽ ചെയ്യുന്നത് തുടർന്നു. ഇന്ത്യൻ സാഹചര്യങ്ങളിൽ, മുൻകൂർപണത്തിനും കടത്തിനുംവേണ്ടി അവർ വ്യാപാരികളെയും പലിശക്കാരെയും മുൻപത്തേക്കാളും ആശ്രയിക്കുന്നവരായി മാറി എന്നതാണ് ഇതുകൊണ്ട് അർഥമാക്കുന്നത്. പൊതുവെ വട്ടിപ്പലിശയുടെ നിരക്ക് ഈടാക്കി തുടങ്ങി. അനേകം നെയ്ത്തുകാർ മുസ്ലീങ്ങളും വ്യാപാരികളും പലിശക്കാരും ഹിന്ദുക്കളുമാണെങ്കിൽ വാണിജ്യഫി

നാൻസ് മേഖലകളിൽ നെയ്ത്തുകാർക്കും പലിശക്കാർക്കുമിടയിലുള്ള സംഘർഷങ്ങൾ നെയ്ത്തുകാർ സമ്പർക്കത്തിലേർപ്പെടുന്ന മേൽനോട്ട മാമൂലുകാർ മതനേതാക്കളാണെങ്കിൽ പ്രത്യേകിച്ചും ഇത് വർഗീയത യിലേക്ക് തിരിയും; സാമ്പത്തികവും മതപരവുമായ ഇരട്ടമുനയുള്ള അത്തരം സംഘർഷങ്ങളെ അനേകം ചരിത്രകാരന്മാർ രേഖപ്പെടുത്തു കയും വിശകലനം ചെയ്യുകയുമുണ്ടായി. (Hardy 1972, Malane 1977; Pandey 1982, 1983; Chatterjee 1984; Ghosh 1984; Sarkar 1987; Das 1990)

നെയ്ത്തുകാർക്കു പുറമെ മറ്റനേകംപേരുടെയും ഭാവി ബ്രിട്ടീഷ് കൊളോണിയലിസം തകർത്തു. നികുതി ഈടാക്കലിന്റെ വ്യവസ്ഥയ് ക്കും കൊളോണിയലിസത്തിനു കീഴിലുള്ള വാണിജ്യവൽക്കരണ പ്ര ക്രിയയും എല്ലാ ഇന്ത്യാക്കാരെയും ബാധിച്ചു. ആഘാതങ്ങൾ വ്യത്യ സ്ത സംഘങ്ങൾ വ്യത്യസ്തമായാണ് അനുഭവിച്ചത്. മുഗളന്മാർ കൃഷിഭൂമിയിൽ നിന്നുമാത്രമാണ് നികുതി ഈടാക്കിയിരുന്നത്. താരത മ്യേന കുറഞ്ഞ ജനസംഖ്യ ആടുമാടുകൾക്ക് വിശാലമായ മേച്ചിൽപ്പുറ ങ്ങൾ നൽകി. ഉത്തരേന്ത്യയിലെയും ഉത്തരപശ്ചിമ ഇന്ത്യയിലെയും ആടുമാടുകളുടെ ഉടമകളായ കർഷകർ ഈ പ്രത്യേകപരിചരണ ത്തിൽനിന്ന് നേട്ടമുണ്ടാക്കുകയും കന്നുകാലികളും ജനതയുംതമ്മിലു ള്ള ഏറ്റവും ഉയർന്ന അനുപാതം ഇന്ത്യയിലാവുകയും ചെയ്തു. ബ്രിട്ടീഷുകാരുടെ കീഴിൽ ഓരോ തുണ്ടുഭൂമിയും സ്വകാര്യവ്യക്തിയു ടെയോ ഗവൺമെന്റിന്റെയോ ഉടമസ്ഥതയിലാകണമെന്ന് കരുതപ്പെട്ടി രുന്നു. കൃഷിചെയ്താലും ഇല്ലെങ്കിലും സ്വകാര്യവ്യക്തിയുടെ ഉടമസ്ഥ തയ്ക്ക് പാട്ടമടയ്ക്കണമായിരുന്നു. ഭൂമി, ഗവൺമെന്റ് ഉടമസ്ഥതയിലാ ണെങ്കിൽ കർഷകരും ആട്ടിടയന്മാരും അതിലെ മരമോ കാലിത്തീറ്റ യോ ഉപയോഗിക്കുന്നതിന് പണമൊടുക്കേണ്ടിയിരുന്നു. മേച്ചിൽപ്പുറ ങ്ങളെ താരതമ്യേന അനുകൂലമായ റവന്യൂ ഉദ്ദേശ്യത്തിനായി ഉപ യോഗിക്കുന്നത് അതോടെ നിലച്ചു.

അതിനുശേഷം കന്നുകാലികളെ പാലിക്കുന്നത് കൂടുതൽ ദുഷ് കരമായി. തൽഫലമായി കന്നുകാലികളും ജനങ്ങളും തമ്മിലുള്ള അ നുപാതവും പ്രതി ഏക്കർ കൃഷിഭൂമിയിലെ കന്നുകാലികളുടെ എണ്ണവും കുറഞ്ഞു (Bagchi 1976). കൃഷിച്ചെലവിനെക്കാൾ കൂടുതൽ വിളവു നൽകുന്ന ഓരോ തുണ്ടുഭൂമിയിലും കൃഷിചെയ്യാനുള്ള സാമർഥ്യമു ണ്ടായിരുന്നതിനാലാണിത്. മുൻകാലങ്ങളിൽ ഖുദ്കശ്തി (പാരമ്പര്യാ വകാശമുള്ള സ്വയം കൃഷിചെയ്യാവുന്നതോ ആ അവകാശം ഉൾപ്പെടു ത്തി കുടിയായ്മയാക്കാൻ പറ്റുന്നതോ ആയ ഭൂമി) കുടിയായ്മയിലുള്ള കർഷകരും പട്ടീദാർ (ഭൂമിയിൽ പാരമ്പര്യാവകാശമുള്ള ഗുജറാത്തിലെ കർഷകർ)മാരും വിശേഷാവകാശമുള്ള കർഷകരും ദീർഘകാലം കൃഷിചെയ്യുകയോ നികുതിയടയ്ക്കുകയോ ചെയ്തിട്ടില്ലെങ്കിലും ഒരു തുണ്ട് ഭൂമി കൃഷി ചെയ്യാനുള്ള അവകാശം മിക്കപ്പോഴും ഉന്ന

യിക്കുമായിരുന്നു, ആ തുണ്ട് ഭൂമിയുമായി ഒരു പൂർവികബന്ധം അവർ സ്ഥാപിക്കണമെന്നു മാത്രം. ബ്രിട്ടീഷ് വാഴ്ചയിൽ ഭൂവുടമസ്ഥത ഉപാധിയോടുകൂടി മാത്രമായി. ഭൂനികുതി കൃത്യമായി വർഷത്തിലൊരിക്കലോ ഘട്ടങ്ങളായോ അടയ്ക്കണമായിരുന്നു. അതിനാൽ ഒരു തുണ്ടു ഭൂമിയിൽനിന്നും മിച്ചവിളവുണ്ടാകാനുള്ള വാഗ്ദാനത്തിൽ ഉറപ്പില്ലായിരുന്നുവെങ്കിലും കർഷകർ അതിനെ തരിശാക്കിയിടാൻ ധൈര്യം കാണിക്കില്ലായിരുന്നു. ഭാവിയിലൊരിക്കൽ സ്വൽപ്പം മിച്ചമുണ്ടാക്കുമെന്നു പ്രതീക്ഷിച്ചു. ഒരൊറ്റവർഷം നികുതിയടയ്ക്കുന്നതിൽ വീഴ്ചവരുത്തിയാൽ ആ ഭൂമി നഷ്ടപ്പെടുമായിരുന്നു. അതോടുകൂടി അയാളുടെ അതിജീവനസാധ്യതകൾ പ്രസക്തമായ വിധത്തിൽ മങ്ങുകയും ചെയ്യുമായിരുന്നു. പഴമൊഴിയിലെ കർഷകഭൂമിബന്ധം നികുതിവ്യവസ്ഥയുണ്ടാക്കിയ അരക്ഷിതത്വത്താൽ ഊട്ടിയുറപ്പിക്കുകയായിരുന്നു.

കൂടുതൽ കന്നുകാലികൾ മിക്ക ഇന്ത്യക്കാർക്കും കൂടുതൽ പാലും വെണ്ണയും നെയ്യും ലഭ്യമാക്കുകയും ഇത് കൂടുതൽ പ്രോട്ടീനും കൊഴുപ്പും ഉറപ്പാക്കുകയും ചെയ്തു. കൃഷിയിടങ്ങൾക്ക് കൂടുതൽ ചാണകം ലഭിക്കുകയും ചെയ്തു. ഇടയസമുദായങ്ങളായ ഗോല, യാദവ് തുടങ്ങിയവർക്ക് കന്നുകാലികൾ ഉപജീവന സ്രോതസുകൂടിയായിരുന്നു. ഗവൺമെന്റ് പൊതുമേച്ചിൽപ്പുറങ്ങൾ അതിന്റെ സ്വത്തായി ഏറ്റെടുത്തപ്പോഴും മേച്ചിൽപ്പുറങ്ങളും വനഭൂമികളും സ്വകാര്യഭൂമികളാക്കി വിട്ടുകൊടുത്തപ്പോഴും മറ്റുള്ളവർ അവകാശമുന്നയിക്കുന്ന ഭൂമിയിലേക്ക് അതിക്രമിച്ചുകയറാതെ മേച്ചിൽക്കാർക്ക് അവരുടെ കന്നുകാലികളെ തീറ്റുന്നത് ദുഷ്കരമായി. വൈക്കോൽകുറ്റികൾ വയലുകളിൽ നിലനിർത്തുകയും കൊയ്ത്തിനുശേഷം വയലുകൾ തുറന്നുവിടുകയും ചെയ്യുന്ന പരമ്പരാഗതരീതി കുറച്ചാശ്വാസം നൽകിയെങ്കിലും അത് പര്യാപ്തമായിരുന്നില്ല. ഗ്രാമീണ സമ്പദ്വ്യവസ്ഥയിലെ താഴ്ന്നതോതിലുള്ള പണവൽക്കരണം കാലിമേയ്ക്കുന്നവർക്ക് കാലീതീറ്റപ്പുല്ല് വളർത്താനുള്ള പുൽമേടുകളിലെ കൃഷിച്ചെലവിൽനിന്ന് ജീവിതച്ചെലവ് കണ്ടെത്താനും അവയുടെ നികുതിയടയ്ക്കാനുമുള്ള ശേഷിയുണ്ടാക്കാൻ കഴിഞ്ഞില്ല. തങ്ങളുടെ കാലിക്കൂട്ടങ്ങളുമായി തീറ്റാവുന്ന ഒഴിഞ്ഞ വയലുകളിൽ ഒന്നിൽനിന്ന് മറ്റൊന്നിലേക്ക് നീങ്ങി. വിളയുന്ന വയലുകളിൽ അവരുടെ കാലികളെ തുറന്നുവിടുന്നതിൽനിന്ന് അവരെ വിലക്കുന്ന പതിവുകാവലുകളോ സാമൂഹികദേശാചാരങ്ങളോ മിക്കപ്പോഴും ഉണ്ടായിരുന്നില്ല. ഇത് കർഷകർക്കും മേച്ചിൽക്കാർക്കുമിടയിൽ സംഘട്ടനമുണ്ടാക്കി. കർഷകർ മുസ്ലീങ്ങളും മേച്ചിൽകാർ ഹിന്ദുക്കളുമാകുമ്പോൾ സംഘട്ടനങ്ങൾ വർഗീയസ്വഭാവം ഉൾക്കൊണ്ടു.

എന്നാൽ അനേകം വർഗീയസംഭവങ്ങളുണ്ടാക്കുകയും ഉത്തരേന്ത്യയുടെയും അനേകം ഭാഗങ്ങളിൽ വർഗീയത പടരാൻ സഹായിക്കുകയും ചെയ്തു. 'ഗോസംരക്ഷണ പ്രസ്ഥാന'ത്തെ അർധനാടോടി മേച്ചിൽകാരുടെയും സഞ്ചരിക്കാത്ത കർഷകരുടെയും ഇടയിലുള്ള

വിഭാഗീയത സംഘട്ടനത്തിന്റെ പ്രതിഫലനങ്ങളായി തീർച്ചയായും കാണാനാവില്ല. പാലിന്റെ സ്രോതസെന്ന നിലയ്ക്കും ഉഴവുമൂരിയുടെ അമ്മയെന്ന നിലയ്ക്കും കൃഷിയുടെ പ്രധാന ഊർജസ്രോതസെന്ന നിലയ്ക്കും പശു കാലങ്ങളായി ഹിന്ദു ഇന്ത്യയിൽ സമൃദ്ധിയുടെ ബിംബമാണ്. (എരുമ ആ സ്ഥാനം എന്തുകൊണ്ട് കയ്യടക്കിയില്ലെന്നത് രസകരമായ ആലോചനയ്ക്ക് വക നൽകുന്നുണ്ട്. ആര്യൻ കോളനി വൽക്കരണക്കാർ അതിനകം പശുവിനെ വീട്ടുമൃഗമാക്കിയിരുന്നുവെന്ന തുകൊണ്ടും എരുമയെ അവർ ആദ്യം കാണുന്നത് വന്യമായ അവസ്ഥ യിലാണെന്നതുകൊണ്ടും ബ്രാഹ്മണാധിപത്യത്തിനു പുറത്തുള്ള ജന ങ്ങളുടെ മുഖ്യ സമ്പത്തായി വീട്ടുമൃഗമാക്കപ്പെട്ട എരുമ മാറിയിരുന്നു എന്നത് കൊണ്ടുമാണോ അത്?) അന്യമായ ഒരു ഭരണത്താൽ അവ രുടെ മുഖ്യവരുമാന സ്രോതസുകളിലൊന്ന് ഭീഷണിയിലായതായി കർ ഷകരും ഇടയന്മാരും കണ്ടപ്പോൾ അദൃശ്യവ്യവസ്ഥയിൽ നിന്നുള്ള സങ്കൽപ്പിത ദൃശ്യ ശത്രുവിലേക്ക് ദേഷ്യം ചൊരിഞ്ഞുകൊണ്ട് അവർ ഗോമാംസം കഴിക്കുന്നവരെ തങ്ങളുടെ ആക്രമണത്തിന്റെ ലക്ഷ്യമാ ക്കി. തീർച്ചയായും വെളുത്തവർഗഭരണാധികാരികളും ഗോമാംസം കഴിക്കുന്നുണ്ട്. പക്ഷേ, വെള്ളക്കാർ എണ്ണത്തിൽ കുറവും പലയിടത്തു മായിരുന്നു. അവർ കർഷകരെക്കൊണ്ട് കഴിയാവുന്ന അക്രമത്തിൽനിന്ന് വളരെയകലെയുമായിരുന്നു. ഗോസംരക്ഷണപ്രസ്ഥാനത്തിന് അതിന്റെ ശ്രദ്ധാകേന്ദ്രം നഷ്ടപ്പെട്ടതോടെ അയൽപക്കമുസ്ലീങ്ങൾ ആക്രമണ ത്തിന്റെ മുഖ്യലക്ഷ്യമായി.

ഗോസംരക്ഷകരുടെ മുസ്ലീംവിരുദ്ധ ആക്രമണങ്ങളെയും ഹിന്ദു വിരുദ്ധ ജൂലഹകളുടെയും ദരിദ്രരുടെയും ജിഹാദും (ഇസ്ലാമിന്റെ ചെറു ത്തുനിൽപ്പിനുള്ള വിശുദ്ധ യുദ്ധം) യാദൃച്ഛികമായിരുന്നില്ല. വർഗീയ ഹിംസയിലൂടെ ദേഷ്യം പ്രകടിതമാകാൻ കുറച്ച് സംഘടനയും ആസൂ ത്രണവും എപ്പോഴും ആവശ്യമാണ്. മേൽജാതിഭൂപ്രഭുക്കൾ പിന്തുണ യ്ക്കുന്ന ബ്രാഹ്മണരുണ്ടാക്കിയ സാമൂഹികശ്രേണിയും (ദർഭംഗ മഹാ രാജാവ് ബ്രാഹ്മണനായിരുന്നു. അദ്ദേഹം രജപുത്രരോടും ഭൂമിഹാറു കളോടുമൊപ്പം ബീഹാറിലെയും കിഴക്കൻ ഉത്തർപ്രദേശിലെയും പ്രബലമായ ഭൂപ്രഭുഭരണമുണ്ടാക്കി. ഇതായിരുന്നു ഗോവധവിരുദ്ധ കലാപങ്ങളുടെ മുഖ്യപ്രശ്നകേന്ദ്രം) പാളം തെറ്റിയ ഗോവധസംരക്ഷ ണം പ്രസ്ഥാനത്തിന് പ്രത്യയശാസ്ത്രപരമായ പിന്തുണയും പേശി ശക്തിയും നൽകി വർഗീയകലാപമുണ്ടാക്കി. അതുപോലെ ഉലമകൾ (മുസ്ലിം വേദഗ്രന്ഥങ്ങളിലും മറ്റു പരമ്പരാഗത ഇസ്ലാമിക പഠനങ്ങളി ലും അവഗാഹമുള്ളവർ) ഇന്ത്യയെ ഇസ്ലാമിന് അനുകൂലിക്കുന്ന ഒരു രാഷ്ട്രത്തിൽനിന്ന് നിഷേധികളുടെ രാജ്യമാക്കിയ ബ്രിട്ടീഷുകാർക്കെ തിരെ തുടക്കത്തിൽ ജിഹാദ് നടത്തി. അവർ ഡൽഹിയിലെ മസ്നാദിൽ കുടിയേറിയ (ലക്ഷണപരമായി പറയുകയാണെങ്കിൽ ആദ്യമായും സാഹിത്യപരമായി പറയുകയാണെങ്കിൽ 1911 മുതലും) സത്യനിഷേധി

യോടു പോരാടാനുള്ള നിശ്ചയദാർഢ്യത്തെക്കാളും അയൽപ്പക്കത്തെ സത്യനിഷേധിയോടുള്ള ഒരു വെറുപ്പ് കുത്തിനിറയ്ക്കുന്നതാണ് എളുപ്പമെന്ന് അവർ കണ്ടു. അതിലുപരി പ്രസ്ഥാനത്തിനോടൊപ്പം സർ സമിദിന്റെ ആംഗ്ലോ-ഓറിയന്റ ലിസ്റ്റ് പ്രസ്ഥാനമുണ്ടായിരുന്നു. ആംഗ്ലോ-ഓറിയന്റ ലിസ്റ്റ് പ്രസ്ഥാനവും ഉത്തർപ്രദേശിലെ ഉന്നതവർഗ മുസ്ലീങ്ങളുടെ ആംഗലവൽക്കരിച്ച വിഘടനവാദി രാഷ്ട്രത്തിന്റെ ഉദയവും കാണിക്കുന്നത് വർഗീയത തികഞ്ഞ ശോഷണത്തിൽനിന്നു മാത്രമല്ല താരതമ്യേന ശോഷണത്തെക്കുറിച്ചുള്ള അവബോധങ്ങളിൽനിന്നും പിറക്കാമെന്നാണ്. പോൾബ്രസിന്റെ അഭിപ്രായപ്രകാരം പത്തൊമ്പതാം നൂറ്റാണ്ടിന്റെ പശ്ചിമാർധത്തിലെ ഉത്തർപ്രദേശിലെ മുസ്ലീം ധനികരും ഭൂപ്രഭുക്കളും സമാനരായ ഹിന്ദുക്കളെക്കാൾ മോശമായിരുന്നില്ല. ഒരു കാലത്ത് ലക്നൗവിൽ നബാബ് ഭരിച്ചിരുന്നതിനാലും ഡൽഹിയിൽനിന്ന് മുഗൾ ചക്രവർത്തി ഭരിച്ചിരുന്നതിനാലും പിൽക്കാലത്ത് അവർക്ക് തരംതാഴ്ത്തപ്പെട്ടവരായി തോന്നുകയും ഇതവരുടെ ഹിന്ദു വിരുദ്ധവികാരങ്ങളുടെ പ്രധാനകാരണമാവുകയും ചെയ്തു. തീർച്ചയായും എല്ലാ മുസ്ലീം ധനികരും ഭൂപ്രഭുക്കളും ഒരുപോലെയല്ല പെരുമാറിയത്. ദേശീയവാദിസമരങ്ങളിൽ ചേർന്ന അനേകം പേരുണ്ട്, മറുവശത്ത് അന്ത്യംവരെ ബ്രിട്ടീഷ് ഗവൺമെന്റിന്റെ വിശ്വസ്തരായ ഹിന്ദുപ്രഭുക്കളും പ്രൊഫഷണലുകളുമുണ്ട്. സർവോപരി 'ദേശീയവാദ'ത്തിന്റെ ഭൂരിഭാഗവും മതപരമായ പ്രതീകാത്മകത്വത്തിലും വാചകക്കൂട്ടിലും മനോവികാരത്തിലും കുടുങ്ങിക്കിടന്നു. പക്ഷേ, ഇന്ത്യയുടെ മിക്ക ഭാഗങ്ങളിലുമുള്ള മുസ്ലീം സാധാരണക്കാർക്കിടയിൽ ഉലമയുടെ വർഗീയ പ്രത്യയശാസ്ത്രവും ഉത്തർപ്രദേശിലെ ഉന്നതവർഗ മുസ്ലീങ്ങളുടെ ആംഗ്ലോ-ഓറിയന്റ ലിസ്റ്റ് അവബോധങ്ങളുമാണ് വ്യാപിച്ചത്.

സ്വാതന്ത്ര്യത്തിനുശേഷം മുസ്ലീങ്ങൾക്കിടയിലെ പ്രൊഫഷണലുകൾ വൻതോതിൽ പാകിസ്ഥാനിലേക്ക് കുടിയേറി. അതോടൊപ്പം ഇന്ത്യൻ നാട്ടുരാജാക്കന്മാരുടെ സെമീന്ദാരീ അവകാശങ്ങൾ ഇന്ത്യൻ റിപ്പബ്ലിക്കിൽ അവസാനിച്ചു. ഈ മാറ്റങ്ങൾ ഉത്തർപ്രദേശിലെ ചില മുസ്ലീംവിഭാഗങ്ങൾക്ക് വൻ ആഘാതമായി. ഉത്തർപ്രദേശിലായിരുന്നു മുസ്ലീം ഭൂപ്രഭു കുലീനരും പ്രൊഫഷണലുകളും മുസ്ലീങ്ങളുടെ വിശേഷാവകാശങ്ങൾക്കു വേണ്ടിയും പിന്നീട് പാകിസ്ഥാനുവേണ്ടിയുമുള്ള ആവശ്യങ്ങൾക്ക് നേതൃത്വം നൽകിയത് (Brass 1975 Chapter 3 and 4). മുസ്ലീം ഭൂപ്രഭുക്കളുടെ രക്ഷാധികാരത്തെ ആശ്രയിച്ച സ്ഥാപനങ്ങൾ മാറ്റങ്ങൾക്കുശേഷം ദരിദ്രാവസ്ഥയിലായി. സമാനമായ ചെറിയ അളവിൽ ഇന്ത്യയുടെ മറ്റു ഭാഗങ്ങളിലുമുണ്ടായി. മുസ്ലീങ്ങൾക്കെതിരെ വിവേചനത്തിന്റെ മറച്ചുവെച്ച പ്രക്രിയകളില്ലായിരുന്നുവെങ്കിലും കൂടുതലായി വാണിജ്യവൽക്കരിക്കപ്പെട്ടുകൊണ്ടിരുന്ന സമൂഹത്തിൽ പ്രൊഫഷണൽ വർഗങ്ങളിലേക്ക് ഉയർന്ന മുസ്ലീങ്ങളുടെ ശതമാനം കുറഞ്ഞു. പ്രബലമായി ഹിന്ദു-ഭരണനിർവാഹമുള്ള സ്ഥാപനങ്ങളിൽ

നടക്കുന്നതുപോലെയുള്ള സാമൂഹികവിവേചനം ഇതോടൊപ്പം ചേർന്നപ്പോൾ പ്രൊഫഷണൽ വർഗങ്ങളിലുള്ള മുസ്ലീങ്ങളുടെ അനുപാതം പൊതുജനസംഖ്യയിലുള്ള അവരുടെ അനുപാതത്തെക്കാൾ കുറയുമെന്ന് പ്രതീക്ഷിക്കാം. ശരാശരി മുസ്ലീം അവന്റെ പുരോഗതി മതേതരമെന്ന് നടിക്കുകയും വ്യവസ്ഥാനുസൃതമല്ലെങ്കിലും വ്യവസ്ഥാപരമായ വിവേചനം വിശേഷാവകാശങ്ങൾ കുറഞ്ഞ ന്യൂനപക്ഷത്തിനെതിരെ പ്രയോഗിക്കുകയും ചെയ്യുന്ന സമൂഹത്തിൽ തടസപ്പെടുന്നതായി മനസിലാക്കി.

മൂന്ന്

കവർച്ചാസ്വഭാവമുള്ള വാണിജ്യവൽക്കരണത്തിന്റെ നീക്കങ്ങളെ യഥാർഥ വലുപ്പത്തിൽ വർത്തിക്കാൻ നമ്മെ സഹായിക്കുന്ന സ്വാതന്ത്ര്യാനന്തര ഇന്ത്യയിലെ സാമ്പത്തികമായും ജനസംഖ്യാപരവുമായ നിലകളുടെ ചില വശങ്ങളെ പരിശോധിക്കാനാണ് നാം ഈ ഭാഗത്ത് ശ്രമിക്കുന്നത്. ഗ്രാമ നഗര പ്രദേശങ്ങളിലെ മുസ്ലീങ്ങളുടെയും ഹിന്ദുക്കളുടെയും എണ്ണത്തിലേക്ക് നോക്കുമ്പോൾ മുസ്ലീങ്ങൾ ഹിന്ദുക്കളെക്കാൾ നഗരവൽക്കരിക്കപ്പെട്ട സമുദായമാണെന്ന് വ്യക്തമാകും. മഹാരാഷ്ട്രപോലുള്ള ചില സംസ്ഥാനങ്ങളിൽ ഗ്രാമങ്ങളെക്കാളധികം നഗരപ്രദേശങ്ങളിലാണ് മുസ്ലീങ്ങൾ അധികം വസിക്കുന്നത്. ഇന്ത്യയിലെ വർഗീയ കലാപങ്ങളിൽ മിക്കതും നഗരങ്ങളിലായിരുന്നു എന്നത് യാദൃച്ഛികമല്ല. എന്നാൽ ഭഗത്പൂർ കലാപങ്ങൾ നഗരകലാപങ്ങളിലേക്ക് നയിക്കുന്ന സാഹചര്യങ്ങളറിയാമെങ്കിൽ വർഗീയകലാപങ്ങളെ പൊതുവായി മനസിലാക്കാം എന്ന മിഥ്യ നിലനിർത്തരുതെന്ന് തെളിയിക്കുന്നു. കവർച്ചകൾക്കായുള്ള വാണിജ്യവൽക്കരണത്താൽ അനേകമാളുകൾക്ക് സ്വത്തില്ലാത്തവരോ സ്വത്ത് നഷ്ടപ്പെടുമെന്ന് ഭീഷണിയിലായവരോ ആകുകയും അത്തരം വാണിജ്യവൽക്കരണത്തിന്റെ ഇരകൾക്ക് ഉപകാരം ചെയ്യാൻ സമൂഹമോ സ്റ്റേറ്റോ ഒട്ടും ശ്രദ്ധിക്കാതിരിക്കുകയോ ചെയ്യുമ്പോൾ വർഗീയകലാപങ്ങൾക്ക് സൗകര്യം ചെയ്യുന്ന ഭൗതിക സാഹചര്യങ്ങൾ എല്ലായിടത്തുമുണ്ട്.

നാം മുമ്പ് സൂചിപ്പിച്ചതുപോലെ ബ്രിട്ടീഷുകാരുടെ കീഴിലുള്ള മുതലാളിത്ത കൊളോണിയലിസം ഇപ്പോൾതന്നെ ജനങ്ങളുടെ ഉപജീവനത്തെ പലവിധത്തിലും ബാധിച്ചിട്ടുണ്ട്. കൊളോണിയൽ പൂർവദിനങ്ങളിൽ അനേകം സമുദായക്കാർക്ക് നൽകിയിരുന്ന സംരക്ഷണത്തിൽ അത് കുറവ് വരുത്തി. പകരം പുതിയ സംരക്ഷണസംവിധാനങ്ങളൊന്നുമുണ്ടായതുമില്ല. സെമീന്ദാരി സംവിധാനത്തിലും കൂടുതൽ പ്രധാനമായ നാട്ടുരാജാക്കന്മാർക്കും ചുറ്റും പുതിയ രക്ഷാധികാരബന്ധം വളർന്നു. പക്ഷേ, മിക്കയിടത്തും സെമീന്ദാർമാരുടെ സാമ്പത്തികസ്ഥാനം കാലത്തിനൊപ്പം ക്ഷയിച്ചു. താരതമ്യേന ശോഷണ

ത്തിന്റെ ഭീഷണിയിലായ സെമീന്ദാർമാർ അവരുടെ ആവശ്യങ്ങൾ നിർദയമായി വർധിപ്പിക്കുകയും ഒടുവിൽ സഹികെട്ട കർഷകർ അത് നിർത്തലാക്കുകയും ചെയ്തു.

ബ്രിട്ടീഷ്ഭരണം ഭൂപ്രഭുക്കളെ പ്രബലരാക്കി. എങ്കിലും അതിനുമേൽ വൈരുധ്യമുള്ള വലികളുണ്ടായിരുന്നു. അവരുടെ ധൂർത്തിനാലും പലിശക്കാർക്ക് പണയപ്പെട്ട സ്വത്തുക്കൾ ഏറ്റെടുക്കാമെന്ന പുതിയ അവകാശത്താലും സെമീന്ദാർമാർ കനത്തഭീക്ഷണിയായപ്പോഴാണ് അത് കൂടുതൽ പ്രകടമായിരുന്നത്. പരിപാലനം കോടതിയാലും അവരെ ഒരു വർഗമെന്ന നിലയിൽ വിചാരണചെയ്തു രക്ഷിക്കാനുമുള്ള നിയമത്താലും ബ്രിട്ടീഷ് ഭരണാധികാരികൾ കുതിച്ചെത്തി. പഞ്ചാബിൽ കാർഷികേതര ആവശ്യക്കാർ ഏറ്റെടുക്കുന്നതിൽനിന്ന് ഭൂമിയെ രക്ഷിക്കാൻ ബ്രിട്ടീഷുകാർ പ്രത്യേക നടപടികൾ സ്വീകരിച്ചു. മുഖ്യമായും കൊളോണിയൻ ഭരണകൂടത്തെ സേവിച്ച സംവിധാനങ്ങളിലേക്കും നടപടികളിലേക്കുമാണ് സാമ്രാജ്യത്വത്തിന്റെ ഉദ്ദേശ്യങ്ങൾ നീങ്ങിയതെങ്കിലും ചിലപ്പോൾ രക്ഷാധികാര ശൃംഖലയിലുള്ള അംഗങ്ങളുടെ ചില വിശേഷാവകാശങ്ങൾ സംരക്ഷിക്കപ്പെടുമായിരുന്നു. കരകൗശല പണിക്കാരെ തൊഴിൽരഹിതരാക്കിയും കർഷകരെ സ്വത്തില്ലാത്തവരാക്കിയും വ്യാപാരികളെയും പലിശക്കാരെയും സമ്പന്നരാക്കിയും ചെറുകിട ഭൂപ്രഭുക്കളെ തകർത്തും കൊളോണിയൽ ഭരണകൂടത്തിന്റെയും ഭൂപ്രഭു ആധിപത്യത്തിന്റെയും വ്യാപകമായ ചട്ടക്കൂടിനുകീഴിൽ അധികാരത്തിന്റെ പുതിയ പൊരുത്തപ്പെടലുകൾ ഉണ്ടാക്കിയും കവർച്ചയ്ക്കായുള്ള വാണിജ്യവൽക്കരണം നിലവിലുണ്ടായിരുന്ന മിക്ക സംവിധാനങ്ങളെയും ദുർബലമാക്കി.

സ്വാതന്ത്ര്യാനന്തരം കവർച്ചയ്ക്കായുള്ള വാണിജ്യവൽക്കരണം കോളനിയാനന്തര അനുകരണപരമായ ഭരണോപകരണങ്ങൾ സ്റ്റേറ്റിന്റെ പുതിയ സംവിധാനങ്ങളിലൂടെ പ്രവർത്തനം തുടർന്ന് വ്യവസായവൽക്കരണത്തിന്റെ പുതിയ കേന്ദ്രങ്ങൾ അടിച്ചേൽപ്പിക്കുകയും ഗ്രാമങ്ങൾ ഭൂപ്രഭുക്കളുടെയും കർഷകരുടെയും ആധിപത്യത്തിലാക്കുകയും നഗരകേന്ദ്രങ്ങൾ തമ്മിലടിക്കുന്ന അനേകം ചെറുകിട വ്യാപാരികളുടെയും കുത്തകമുതലാളിമാരുടെയും ആധിപത്യത്തിലാക്കുകയും ചെയ്തു. സ്വയം പ്രവർത്തിച്ചുകൊണ്ട് തൊഴിലാളികളാക്കാതെ ജനങ്ങളെ പാപ്പരാക്കുന്നുവെന്നത് കവർച്ചയോന്മുഖമായ വാണിജ്യവൽക്കരണത്തിന്റെ സവിശേഷതകളിലൊന്നാണ്. നാം ഇതിനകം ശ്രദ്ധിച്ചതുപോലെ കൈത്തൊഴിലുകാരും കർഷകരും ചെറുകിട ഭൂപ്രഭുക്കളുമായ ഉൽപ്പാദനോപാധികളുടെ ഉടമസ്ഥർ ദീർഘകാലാടിസ്ഥാനത്തിൽപ്പോലും ബദൽ വരുമാനതൊഴിലുകളിലേക്ക് വലിച്ചു ചേർക്കപ്പെടാതെയാണ് പാപ്പരാകുന്നത്. ബദൽതൊഴിലാളികളിലെ സാധ്യതയുള്ള തൊഴിൽ ലഭ്യത പര്യാപ്തമായ നിരക്കിൽ വളരാത്തതുകൊണ്ടാണിത്. പഴയ സമൂഹത്തിലെ കൽപ്പിതപദവിയുടെ ആവശ്യങ്ങളെ അത് തൃപ്തിപ്പെ

ടുത്തുന്നതുകൊണ്ടും അവർക്ക് ലഭ്യമായ തൊഴിലിനെ നഷ്ടക്കാർ സ്വീകരിക്കുന്നതുകൊണ്ടും ഇതു സംഭവിക്കാം. അതേ അയൽപക്കങ്ങളിലെങ്കിലും വീടുപണിയോ അവിദഗ്ധതൊഴിലോ സ്വീകരിക്കുന്നതിനു പകരം അഷ്റഫ് മുസ്ലീങ്ങളും മേൽജാതി ഹിന്ദുക്കളും കൊളോണിയൽ ഇന്ത്യയിലെ ക്ഷാമകാലത്ത് മിക്കപ്പോഴും പട്ടിണികിടന്നു മരിക്കുകയായിരുന്നു. അത്തരം ഭീഷണിയിലായ സംഘങ്ങളുടെ പലായനത്തിനുള്ള പ്രേരണകളിലൊന്ന് കൽപ്പിത പദവിയിലേക്ക് ഉറ്റുനോക്കുന്ന കണ്ണുകളിൽനിന്ന് താരതമ്യേന സ്വതന്ത്രമാവുക എന്നതായിരുന്നു.

അത്തരം സാംസ്കാരിക തടസങ്ങളുടെ പ്രാധാന്യത്തെ തീർച്ചയായും നാം പെരുപ്പിച്ചുകാണിക്കരുത്. തൊഴിലന്വേഷണങ്ങൾ പരാജയപ്പെടുകയാണെങ്കിൽ അത് മിക്ക സന്ദർഭങ്ങളിലും വിപണി സ്ഥിതികളിലെ മാറ്റങ്ങളിലൂടെ പഴയ തൊഴിലുകൾ തകർക്കപ്പെട്ടപ്പോൾ പുതിയവ ഉണ്ടായില്ല എന്ന കാരണത്താലായിരുന്നു. മുതലാളിത്ത കൊളോണിയലിസവും കവർച്ചയ്ക്കായുള്ള വാണിജ്യവൽക്കരണവും ദശലക്ഷകണക്കിന് ഹിന്ദുക്കളുടെയും മുസ്ലീങ്ങളുടെയും സിഖുകാരുടെയും ക്രിസ്ത്യാനികളുടെയും ബുദ്ധമതക്കാരുടെയും പ്രധാനമതങ്ങൾക്കു പുറത്തുള്ളവരുടെയും സമ്പത്തിനെ പ്രതികൂലമായി ബാധിച്ചു.

സാമുദായിക കൽപ്പനയിലൂടെയുള്ള നഗര-ഗ്രാമീണ ജനസംഖ്യാവിതരണത്തിന്റെ കണക്കുകൾ ഉപയോഗിച്ച് വർഗീയകലാപങ്ങളിലേക്ക് നയിക്കുന്ന സാഹചര്യങ്ങളെക്കുറിച്ച് കൂടുതലെന്തെങ്കിലും നമുക്ക് പറയാനാകുമോ എന്ന് നോക്കാൻ നമുക്ക് ശ്രമിക്കാം. ആസാമിനെയും പശ്ചിമബംഗാളിനെയും മാറ്റിനിർത്തിയാൽ ഇന്ത്യയുടെ കൂടുതൽ ജനസംഖ്യയുള്ള സംസ്ഥാനങ്ങളിൽ മുസ്ലീങ്ങളിൽ നഗരജനസംഖ്യാനിരക്ക് മൊത്തം ജനസംഖ്യയിലെ അവരുടെ നിരക്കിനെക്കാൾ കൂടുതലായതിനാൽ മുസ്ലീങ്ങൾ കൂടുതലായി നഗരവൽക്കരിക്കപ്പെട്ട ഒരു സമുദായമാണ് എന്ന് കാണാം. കൂടുതൽ നഗരവൽക്കരിക്കപ്പെട്ട ഗുജറാത്ത്, മഹാരാഷ്ട്ര പോലുള്ള സംസ്ഥാനങ്ങളിൽ മുസ്ലീം ജനസംഖ്യയുടെ ഭൂരിഭാഗവും നഗരമുസ്ലീങ്ങളാണ്. ഇന്ത്യാക്കാരുടെ നഗരവൽക്കരണത്തിന്റെ ഗതി കാലാനുസൃതമായി വർധിക്കുന്നുണ്ടെങ്കിലും ചില സംസ്ഥാനങ്ങളിൽ മുസ്ലീങ്ങളുടെ നഗരവൽക്കരണം കൂടുതൽ വേഗതയിലാണ് നടക്കുന്നത്.

സാമ്പത്തികശാസ്ത്രജ്ഞരുടെ പദപ്രയോഗമായ തള്ളും വലിയും (Push and Pull) നഗരവൽക്കരണപ്രക്രിയയെ ബാധിക്കുന്നുണ്ട്. അനേകം സംസ്ഥാനങ്ങളിൽ ഭൂരഹിതതൊഴിലാളികളും മൊത്തം ഗ്രാമീണ തൊഴിലാളിശക്തിയും തമ്മിലുള്ള അനുപാതം വർധിച്ചിട്ടുണ്ട്. ഹരിയാനയിലും പഞ്ചാബിലും പശ്ചിമ ഉത്തർപ്രദേശിലും പ്രതി ഹെക്ടർ തൊഴിലാളി നിയമനം കൃഷിയിൽ കാലം മാറിയതോടെ കുറയുകയും ചെയ്തിട്ടുമുണ്ട്. സമീപവർഷങ്ങളിൽ കൃഷിയിലെ തൊഴിൽ നിയമനത്തിന്റെ നിരക്ക് ഗുരുതരമായി കുറഞ്ഞിട്ടുണ്ട്. ഈ സംഭവവികാസങ്ങ

ളോടൊപ്പം നഗരപ്രദേശങ്ങളിലും ഗ്രാമീണപ്രദേശങ്ങളിലും തൊഴിൽ രാഹിത്യം വർധിക്കാൻ തുടങ്ങിയിട്ടുണ്ട്.

43–ാം വട്ട ദേശീയ സാംപിൾസർവേ (എൻ എസ് എസ്) ശേഖരിച്ച കണക്കുകളെ അടിസ്ഥാനമാക്കി 1987–88 ലെ മൊത്തം തൊഴിലില്ലായ്മ 12.43 ദശലക്ഷം വ്യക്തി വർഷങ്ങളാണെന്ന് പതിവ് മുഖ്യപദവി (യു പി എസ്) അളവുകോൽ പ്രകാരവും 15.3 ദശലക്ഷമാണെന്ന് പ്രതിവാര പദവി (ഡബ്ല്യു എസ്) പ്രകാരവും 18.95 ദശലക്ഷമാണെന്ന് പ്രതിദിന പദവി (ഡി എസ്) പ്രകാരവും കാണുന്നുണ്ട്. നിയമനമില്ലാത്ത തൊഴിലാളികളുടെ അനുപാതം ഗ്രാമീണപ്രദേശങ്ങളെക്കാൾ കൂടുതൽ നഗരപ്രദേശങ്ങളായിരുന്നു. ഗ്രാമങ്ങളിലും നഗരങ്ങളിലും പുരുഷന്മാരെക്കാൾ കൂടുതൽ സ്ത്രീകളായിരുന്നു. കൂടുതൽ ആശങ്കയുണർത്തുന്ന ഒരു വസ്തുത തൊഴിലില്ലാത്തവരുടെ എണ്ണം വിശേഷിച്ചും യു പി എസ് അളവുകോൽ പ്രകാരം 1970കളിലും 1980കളിലും മുഴുവൻ വർധിക്കുകയായിരുന്നുവെന്നതാണ്. 1977–78ലെയും 1983ലെയും തൊഴിൽരഹിതരായ സ്ത്രീകൾക്കുമാത്രമാണ് പരമ്പരയിൽ ഇടർച്ചയുണ്ടായത്. തൊഴിൽ ശക്തികളുടെ അനുപാതമെന്നനിലയിൽ തൊഴിലില്ലായ്മയുടെ നിരക്കുകൾ 1983–നും 1987–88നുമിടയ്ക്ക് ഡി എസ് അളവുകോൽ പ്രകാരമുള്ള തൊഴിലില്ലായ്മയെ ഒഴിച്ചുനിർത്തിയാൽ വർധിച്ചിട്ടുണ്ട്. ഇത് തൊഴിൽ ശക്തികളുടെ ആകസ്മികവൽക്കരണത്തിന്റെ വർധിച്ച തോതിനെ സൂചിപ്പിക്കുന്നുണ്ട്. (രജിസ്റ്റർ ചെയ്തതും അല്ലാത്തതുമായ ഫാക്ടറി സംരംഭങ്ങളുടെ എണ്ണത്തിൽ വർധനവും സ്വകാര്യ ഫാക്ടറി മേഖലയിൽ നിയമന വളർച്ച കുറഞ്ഞപ്പോഴും അത്തരം സംരംഭങ്ങളിലെ നിയമനവളർച്ചയും തൊഴിലിന്റെ ആകസ്മികവൽക്കരണത്തിനുള്ള മറ്റൊരു തെളിവാണ്.)

തീർച്ചയായും, ഗ്രാമീണ നഗരപ്രദേശങ്ങളിലെ തൊഴിലില്ലായ്മ സംസ്ഥാനങ്ങളിൽ സമമായിട്ടല്ല വ്യാപിച്ചിട്ടുള്ളത്. തൊഴിലില്ലായ്മയുടെ നിരക്ക് ദരിദ്രരുടെ അരക്ഷിതത്വത്തിന്റെ തോതിനെ സൂചിപ്പിക്കുന്നുമില്ല. ദരിദ്രരുടെ അനുപാതം കുറഞ്ഞ പ്രദേശങ്ങളിൽ അനേകം അനൗപചാരിക സാമൂഹിക സംവിധാനങ്ങളും ഉയർന്ന വേതനമുള്ള ആകസ്മിക തൊഴിലും മനോവീര്യത്തെ നിലനിർത്തുമായിരിക്കും. കൂടുതൽ അന്വേഷണങ്ങളില്ലാത്ത അത്തരമൊരു പൊതു പ്രസ്താവനയെ പൂർണമായും വിശ്വസിക്കാനാവില്ല. ദരിദ്രരുടെ ജീവിതസാഹചര്യങ്ങളോടു ബന്ധപ്പെട്ട ചിലതരം കണക്കുകളെ വലിച്ചെടുത്ത് അരക്ഷിതത്വത്തിന്റെ തോതിന് പ്രദേശത്തെ വർഗീയഹിംസയിലേക്ക് നയിക്കാനാവുന്നതിന്റെ ഒരു ഏകദേശ സൂചിക നൽകാനാകുമോ എന്നു നോക്കുകയാണ്.

43–ാം വട്ട എൻ എസ് എസ് (1987–88) നടന്ന ഇന്ത്യയുടെ വൻ സംസ്ഥാനങ്ങളിലെ ഏറ്റവും കുറച്ചു ചെലവഴിക്കുന്ന മൂന്നുവർഗങ്ങളിലെ (പ്രതിശീർഷക ചെലവുപ്രകാരം) ഗ്രാമീണ നഗരമേഖലകളിൽ

നിന്നുള്ള വ്യക്തികളുടെ ശതമാനം നോക്കാം. (ജനതയെ ഗ്രാമീണ നഗര മേഖലകളിൽ പന്ത്രണ്ട് വർഗങ്ങളായി തിരിച്ചിട്ടുണ്ട്. വിലയും സാമ്പത്തിക വരുമാനവും നഗരപ്രദേശങ്ങളിൽ കൂടുതലായതിനാൽ നഗരപ്രദേശങ്ങളിലെ ഏറ്റവും കുറഞ്ഞ ചെലവുവർഗത്തിനും ഏറ്റവും കൂടിയതിനും ഉയർന്ന ഒഴിവാക്കൽ ബിന്ദുവുണ്ട്. ഗ്രാമപ്രദേശങ്ങൾക്ക് ഏറ്റവും കുറവുള്ള മൂന്നു ചെലവുവർഗങ്ങളുടെ താഴ്ന്ന പരിധി 95 രൂപ പ്രതിശീർഷവും നഗരപ്രദേശങ്ങൾക്ക് 135 രൂപ പ്രതിശീർഷവുമുണ്ട്. താരതമ്യേന നഗരവൽക്കൃതവും അല്ലാത്തതുമായ സംസ്ഥാനങ്ങളിൽ ഏതൊരു മാനദണ്ഡപ്രകാരവും അതിദരിദ്രരായി പരിഗണിക്കപ്പെടാവുന്ന ജനങ്ങൾ വലിയൊരു അനുപാതമുണ്ട്. (ഇവിടെ ഞാൻ വ്യത്യസ്ത സംസ്ഥാനങ്ങൾക്കിടയിലുള്ള ദാരിദ്ര്യത്തിന്റെ തോത് താരതമ്യം ചെയാനുള്ള സാങ്കേതികചർച്ചയിലേക്ക് പ്രവേശിക്കുന്നില്ല. താരതമ്യ വിലഘടന, കേവലവിലനിലകൾ, ദരിദ്രരുടെ ഉപഭോഗരീതിയിലെ വ്യത്യാസങ്ങൾ എന്നിവയെല്ലാം ശ്രദ്ധയിൽ വരുന്നു.) അതിദരിദ്രരുടെ അനുപാതം ഗ്രാമീണജനതയുടെ 10ശതമാനത്തിലധികമുള്ള വൻ സംസ്ഥാനങ്ങൾ ഹരിയാന, ഹിമാചൽപ്രദേശ്, ജമ്മുകാശ്മീർ, പഞ്ചാബ് എന്നിവ ഉത്തരേന്ത്യയിലും ദക്ഷിണേന്ത്യയിൽ കേരളവുമാണ്. ഉയർന്ന ജനസംഖ്യയുള്ള ചില സംസ്ഥാനങ്ങളായ ബീഹാർ, മധ്യപ്രദേശ്, ഒറീസ, ഉത്തർപ്രദേശ്, കർണാടക, തമിഴ്നാട് എന്നിവയിൽ ഗ്രാമീണജനതയിൽ 25 ശതമാനത്തിലധികം ഏറ്റവും താഴ്ന്ന മൂന്ന് ചെലവുവർഗങ്ങളിലാണ്. മഹാരാഷ്ട്രയുടെയും ആന്ധ്രാപ്രദേശിന്റെയും ശതമാനം 20നും 25നുമിടയ്ക്കാണ്. ഏറ്റവും താഴ്ന്ന ചെലവുവർഗങ്ങളിൽ ആസാമിന്റെ കുറഞ്ഞ സംഖ്യകൾ കിഴക്കൻ സംസ്ഥാനങ്ങളെക്കാളധികവും പൂർവോത്തര സംസ്ഥാനങ്ങളുടേത് പോലെയുമാണ്. (ബംഗ്ലാദേശിൽനിന്നും ഇന്ത്യയിലെ തൊട്ടടുത്ത സംസ്ഥാനങ്ങളിൽനിന്നും കുടിയേറ്റക്കാർക്ക് ആസാമിലേക്കുള്ള ആകർഷണം ഇവിടെ വിശദമാക്കുന്നുണ്ട്.)

നഗരപ്രദേശങ്ങളിലെ ഏറ്റവും താഴ്ന്ന ചെലവുവർഗത്തിന്റെ കണക്കുകൾ അതാത് സംസ്ഥാനങ്ങളിലെ ഗ്രാമീണമേഖലകളിലെ സമാനമായ കണക്കുകൾക്കൊത്ത് വൻതോതിൽ വ്യത്യാസപ്പെടുന്നുണ്ട്. ആന്ധ്രാപ്രദേശ്, മഹാരാഷ്ട്ര, തമിഴ്നാട് എന്നിവിടങ്ങളിലെ നഗരദരിദ്രരുടെ അനുപാതത്തിലുള്ള കണക്കുകൾ ഗ്രാമീണ മേഖലയിൽ നിന്നുള്ള സമാനമായ കണക്കുകളെക്കാൾ ഗണ്യമായി ഉയർന്നതാണ്. മധ്യപ്രദേശിൽ നഗരദരിദ്രരുടെ അനുപാതം മൊത്തം നഗരദരിദ്രരുടെ 25 ശതമാനത്തിൽ കൂടുതലായതിനാൽ ഇത് സൗകര്യപ്രദമാണ്. കർണാടക, ഗുജറാത്ത്, മഹാരാഷ്ട്ര എന്നിവിടങ്ങളിലെ ശരാശരിയും കൂടുതലുള്ള വ്യവസായ വളർച്ച നഗരദരിദ്രരുടെ എണ്ണം കുറയ്ക്കാൻ ഉപകരിച്ചിട്ടുണ്ട്.

വർഗീയതയുടെയും ജാതീയതയുടെയും മാരകമായ രാഷ്ട്രീയം

ലക്ഷ്യമിടുന്ന ചട്ടക്കൂടിന്റെ അസന്തുലനം പരിശോധിച്ച് ചില സാമൂഹിക, രാഷ്ടീയ പ്രത്യയശാസ്ത്രവിവക്ഷകളിലെത്താം. 43–ാം വട്ട എൻ എസ് എസ് വിലയിരുത്തിയ നഗരപ്രദേശങ്ങളിലെ തൊഴിൽരാഹിത്യത്തിന്റെ സംസ്ഥാനം തിരിച്ചുള്ള കണക്ക് ഇതിനായി അടിസ്ഥാനമാക്കാം. ഇതിനായി തൊഴിൽരാഹിത്യത്തിന്റെ പതിവ് പ്രധാന പദവി അളവുകോലാണ് നാമെടുക്കുന്നത്. ഇടതുകക്ഷികൾ ഭരിക്കുന്ന പശ്ചിമബംഗാളിലും കേരളത്തിലുമാണ് പുരുഷന്മാർക്കിടയിൽ തൊഴിൽരാഹിത്യം ഏറ്റവും കൂടുതലായുള്ളത്. ഈ രണ്ടു സംസ്ഥാനങ്ങളിൽ തന്നെയാണ് രാജ്യത്തിലെ ഏറ്റവും കൂടുതൽ തൊഴിൽരഹിതരായ സ്ത്രീകളുള്ളത്. മിക്ക ഉത്തരേന്ത്യൻ സംസ്ഥാനങ്ങളിലും തൊഴിൽരഹിത സ്ത്രീകളുടെ എണ്ണം കുറവാണ്. സ്ത്രീകളുടെ മുന്നിൽ തൊഴിൽ നിയമനത്തിന്റെ വ്യാപകമായ പ്രലോഭനമുള്ളതുകൊണ്ടല്ലയത്. വീട്ടിനു പുറത്തുള്ള തൊഴിൽപടയിൽ സ്ത്രീകളുടെ പങ്കാളിത്ത നിരക്കു കുറവായതുകൊണ്ടാണത്.

നാല്

ഇതുവരെ ശേഖരിച്ച അരക്ഷിതത്വത്തിന്റെയും ദാരിദ്ര്യത്തിന്റെയും വിവരങ്ങളെവെച്ച് സമീപകാലങ്ങളിലെ വർഗീയ, ജാതീയ ഹിംസകളുടെ പരുക്കൻ ചട്ടക്കൂട് നമുക്ക് പരിശോധിക്കാം. വർഗീയഅക്രമത്തിനുള്ള സാധ്യതയെ ദാരിദ്ര്യവുമായി ബന്ധിപ്പിക്കുന്ന സങ്കൽപ്പത്തോട് യോജിക്കുന്നത് ബീഹാറും ഉത്തർപ്രദേശുമാണെന്ന് തോന്നുന്നു. സർവോപരി തിങ്ങിനിറഞ്ഞ നഗരചേരികളിലെ വൻതോതിലുള്ള തൊഴിൽരഹിതരായ പുരുഷന്മാർക്ക് അടിക്കടിക്ഷോഭിക്കുന്ന മനോനിലകളും അത്തരം ക്ഷോഭങ്ങൾക്ക് ആവശ്യമായ കത്തിക്കാവുന്ന വസ്തുക്കൾ ഗുണദോഷങ്ങൾ സൂക്ഷ്മമായി വിലയിരുത്തി യുദ്ധസജ്ജമാക്കാനുമുള്ള അവസരങ്ങൾ നൽകുന്നു. എന്നാൽ ഗുജറാത്ത് ഈ വാർപ്പു മാതൃകയ്ക്ക് ഒട്ടും അനുരൂപമാകുന്നില്ല. ആ സംസ്ഥാനം സമീപകാലത്ത് ഏറ്റവും നിഷ്കൃഷ്ടമായ ചില വർഗീയകലാപങ്ങൾക്ക് സാക്ഷിയായി (Engineer 1985a 1985b; Iyengar and Patel 1985). ഗുജറാത്തിലെ ദാരിദ്ര്യവും നഗരതൊഴിൽരാഹിത്യവും വൻ ഇന്ത്യൻ സംസ്ഥാനങ്ങളുടെ ശരാശരിയെക്കാൾ കുറവാണ്. (മൊത്തം ദേശീയ ശരാശരി എൻ എസ് എസ് കണക്കു കൂട്ടിയത് പൂർവോത്തര സംസ്ഥാനങ്ങൾക്ക് ജനസംഖ്യാനുപാതത്തെക്കാളധികം തൂക്കം നൽകുന്നതിനാലാണ് കൂടുതൽ താഴോട്ടുപോയത്). ഇതിന്റെ കാരണം ഗുജറാത്തിലെ ഉപരിവർഗങ്ങൾക്കിടയിലും മേൽജാതിക്കാർക്കിടയിലും പൊതുവെയുള്ള അഭിപ്രായ കാലാവസ്ഥ വർഷങ്ങളോളം സാമൂഹിക ഡാർവിനിസം പ്രയോഗിച്ചിട്ടുണ്ട് എന്നതാണ് (Breman 1990; Patel; Kalathil 1990) നിലവിലുള്ള തദ്ദേശജനതയെ കുറഞ്ഞ കൂലിക്ക് ചൂഷണംചെ

യ്യാതെ വേറെയെവിടെ നിന്നെങ്കിലും തൊഴിലാളികളെ അതിലും കുറഞ്ഞ കൂലിക്ക് കൊണ്ടുവരികയാണെങ്കിൽ ചൂഷണം ചെയ്യപ്പെടാവുന്ന തദ്ദേശജനതയും മരിച്ചുവീഴും. ഇന്ത്യയിലെവിടെയും അടിച്ചേൽപ്പിക്കുന്ന കവർച്ചയ്ക്കായുള്ള വാണിജ്യവൽക്കരണത്തിന്റെ സ്പഷ്ടമായ പ്രത്യയശാസ്ത്രമിതാണ്. അതിന്റെ പ്രത്യയശാസ്ത്രം ഗുജറാത്തിൽ നഗ്നമായി പ്രവർത്തിക്കുകയാണ്. മിനിമം വേതനസുരക്ഷിതത്വം ക്രമീകരണങ്ങളെ മിക്കവയെയും പരസ്യമായി തദ്ദേശമുതലാളിമാർ ലംഘിക്കുന്നത് സംസ്ഥാനഭരണസംവിധാനത്തിന്റെ ഗൂഢാലോചനയോടും മൗനാനുവാദത്തോടെയുമാണ്. ഈ സംസ്ഥാനം തന്നെയാണ് പിന്നോക്കജാതിക്കാർക്ക് ചില ജോലികളിൽ സംവരണം നൽകുന്നതിനെതിരെ പ്രതിഷേധിച്ച് ഏറ്റവും ഹീനമായ കൂട്ടക്കൊലകളിലൊന്നിന് മേൽജാതിക്ക് ദുഷ്പ്രേരണ നൽകിയത്; ഈ ജാതീയ വെറുപ്പ് പിന്നീട് പാവങ്ങൾക്കെതിരെയുള്ള വർഗീയകലാപമായി മാറി. അത്യാഹിതങ്ങളിലും സ്വത്തുനഷ്ടത്തിലും കൂടുതലുമനുഭവിച്ചത് ദരിദ്രരായിരുന്നു.

ഈ പ്രത്യയശാസ്ത്രത്തെ നേരിടാൻ വല്ല വഴിയുമുണ്ടോ? ഗുജറാത്തിലെ ആക്ടിവിസ്റ്റുകൾ പൊതുതാൽപ്പര്യഹർജികൾ കൊടുത്തിരുന്നു. തമിഴ്നാടിനെ ഒഴിച്ചുനിർത്തിയാൽ പട്ടികജാതിക്കാരും ആദിവാസികളുമൊഴികെയുള്ള പിന്നോക്കജാതിക്കാർക്ക് ജോലിസംവരണമേർപ്പെടുത്താൻ ശ്രമിച്ച ആദ്യത്തെ ഗവൺമെന്റ് ഗുജറാത്ത് ആയിരുന്നു. അതോടൊപ്പം ഉയർന്നുവന്ന അനേകം സർക്കാരേതര സംഘടനകൾ സ്ത്രീകളുടെയും ദരിദ്രരുടെയും ആദിവാസികളുടെയും ആവശ്യങ്ങൾക്കുവേണ്ടി രംഗത്തുവന്നു. പക്ഷേ, ഈ നീക്കങ്ങളിൽ മിക്കവയേയും വൻനഗരങ്ങളെയും പട്ടണങ്ങളെയും ഗ്രസിച്ച് ഗ്രാമങ്ങളിലേക്കുപോലും പടർന്ന ജാതികലാപങ്ങളും വർഗീയകലാപങ്ങളും വീണ്ടും വീണ്ടും മുക്കിക്കൊന്നു.

അയൽപക്കത്തെ മഹാരാഷ്ട്രയെ നമുക്ക് നോക്കാം. അവിടെ വ്യവസായ വളർച്ചയുടെയും പശ്ചിമേഷ്യയിലേക്കുള്ള വ്യാപാരത്തിന്റെയും ഉയർന്ന നിരക്കുകളുണ്ടായിട്ടും തൊഴിൽരാഹിത്യം കനത്ത തോതിൽ ഉയർന്നുനിൽക്കുന്നു. ഗ്രാമീണപുരുഷതൊഴിൽ രാഹിത്യ നിരക്ക് മഹാരാഷ്ട്രയിൽ ഒരുവിധം കുറവാണ്. 43-ാംവട്ട എൻ എസ് എസ് പ്രകാരമത് കേരളത്തെക്കാളും പശ്ചിമബംഗാളിനെക്കാളും വളരെകുറവാണ്. ഒരു വൻ വരൾച്ചയുടെ തുടക്കത്തിൽ മഹാരാഷ്ട്രാ ഗവൺമെന്റ് തുടങ്ങിയ തൊഴിലുറപ്പുപദ്ധതി ഒരുപക്ഷേ, ഒരു വികസ്വര രാജ്യത്ത് തൊഴിലവകാശം ഒരു അടിസ്ഥാന അവകാശമായി ഉറപ്പു നൽകുന്ന ആദ്യത്തെ പദ്ധതിയായി പുകഴ്ത്തപ്പെട്ടിരിക്കുന്നു. (Acharya 1990: Project). എന്നിട്ടും മഹാരാഷ്ട്രയിലെ ഗ്രാമീണ വേതനം മിക്കപ്പോഴും നിമാനുസൃത മിനിമം വേതനത്തെക്കാൾ കുറവാണ്. അവർക്ക് ഉറപ്പുനൽകിയ തൊഴിലിനുവേണ്ടി തൊഴിലാളികൾ വ്യർഥത

യോടെ കാത്തിരിക്കുന്നു. ഏറ്റവും കുറഞ്ഞ മൂന്ന് ചെലവ് നിലകളിലെ തൊഴിലാളികളുടെ അനുപാതം 24 ശതമാനമാണ്. ഇത് മഹാരാഷ്ട്ര യെക്കാളും വ്യവസായവാണിജ്യവളർച്ചകളിൽ വളരെ മോശമായ കേരളത്തെക്കാളും പശ്ചിമബംഗാളിനെക്കാളും വളരെ കൂടുതലാണ്. ബോംബെയിലും സമീപപ്രദേശങ്ങളിലും ചിലപ്പോൾ മറ്റുപ്രദേശങ്ങ ളിലും അടിക്കടിയുണ്ടാകുന്ന വൻ വർഗീയകലാപങ്ങൾ മഹാരാഷ്ട്ര യെ കുഴയ്ക്കുന്നുണ്ട്. മഹാരാഷ്ട്രയിലെ നഗരങ്ങളിലെ തൊഴിലില്ലാ ത്ത പുരുഷന്മാരുടെ എണ്ണം വൻ സംസ്ഥാനങ്ങളുടെ കൂട്ടത്തിൽ ഏറ്റ വും കൂടുതലാണ്. മഹാരാഷ്ട്രയിൽ 496,000 നഗര തൊഴിലില്ലാത്ത വരാണുള്ളത്. തൊട്ടു പിറകിൽനിൽക്കുന്ന പശ്ചിമബംഗാളിലിത് 492,000 മാണ്. പശ്ചിമബംഗാളിലെ ജനസംഖ്യ മഹാരാഷ്ട്രയെക്കാൾ ഗണ്യമായി കുറവാണെന്ന് നാമോർക്കണം. നഗര തൊഴിലില്ലായ്മ യുടെ മോശം റെക്കോർഡിനുശേഷവും ചുരുങ്ങിയ പക്ഷം 1970കളുടെ പകുതിക്കുശേഷം സാമുദായിക സമാധാനം സൂക്ഷിക്കുന്നതിൽ ഏറ്റ വും മികച്ച റെക്കോർഡ് അവകാശപ്പെടാമെന്നതിൽനിന്ന് വർഗീയ അക്രമങ്ങളുടെ പ്രത്യയശാസ്ത്രപരവും രാഷ്ട്രീയവുമായ വശങ്ങൾ ക്ക് പ്രസക്തി ആർജിക്കുന്നു.

ഇനി ഞാനിപ്പോൾ മുകളിൽ അവതരിപ്പിച്ച ചിത്രത്തിൽ കൂടുത ലായൊന്നും അവകാശപ്പെടാതെ അവർക്ക് പിന്തുണ മാത്രം നിർദേശി ച്ചുകൊണ്ട് ചില അഭിപ്രായങ്ങൾ മുന്നോട്ടുവയ്ക്കട്ടെ. ആദ്യത്തെ അഭി പ്രായം ഇന്ത്യയുടെ മിക്കസംസ്ഥാനങ്ങളിലും ജോലി ലഭിക്കാൻ ഭാഗ്യ മുണ്ടെങ്കിൽ ലഭിക്കുന്ന അൽപ്പനിത്യവരുമാനത്താലും കവർച്ചയ്ക്കാ യുള്ള വാണിജ്യവൽക്കരണത്തെ തുടർച്ചയായി അഭിമുഖീകരിക്കു ന്നതിനാലുള്ള തൊഴിൽ നഷ്ടഭീഷണിയും ദരിദ്രരിലുണ്ടാക്കുന്ന അര ക്ഷിതത്വവും നിത്യജീവിതസാഹചര്യങ്ങളിലെ രോഗത്തിന്റെയും മര ണത്തിന്റെയും ഭീഷണിയും എല്ലാത്തരത്തിമുള്ള വിഭജനങ്ങളിലൂടെ യുള്ള സംഘർഷങ്ങൾക്ക് വളക്കൂറുള്ള മണ്ണൊരുക്കുന്നു എന്നതാണ്.

രണ്ടാമത്തെ അഭിപ്രായം മിക്കനഗരങ്ങളിലെയും തിങ്ങിനിറഞ്ഞ സാഹചര്യങ്ങളും കുത്തകവൽക്കരിക്കപ്പെടാവുന്ന ഊഹക്കച്ചവടം നട ത്താവുന്ന അത്യാർത്തിക്കാർക്ക് ലാഭമുണ്ടാക്കാൻ വീണ്ടും വീണ്ടും വിഭജിക്കപ്പെടുന്നു. വിലയേറിയ നഗരസ്ഥലം വ്യത്യസ്ത ചെറുകിട സംഘർഷങ്ങൾ പടച്ചുവിടുന്നു എന്നതാണ്. കൗശലപൂർവം ചൂഷണം ചെയ്താൽ അത്തരം ചെറിയ സംഘർഷങ്ങളെ ഭയങ്കര നഷ്ടങ്ങളു ണ്ടാക്കുന്ന ഒരു വൻ വർഗീയതയാക്കി മാറ്റാം.

മൂന്നാമത്തെ അഭിപ്രായം ദരിദ്രരുടെ സാമൂഹിക ഉയർച്ചയ്ക്കുള്ള സാധ്യതകൾ മെച്ചപ്പെടുത്താനുള്ള ഏതൊരു നടപടിയും മറ്റുള്ളവ രോട് വിലപേശാനുള്ള ശക്തികൂടി അവർക്ക് നൽകികൊണ്ടാണെങ്കിൽ വർഗീയ അക്രമം കുത്തിപ്പൊക്കുന്നതിനുള്ള സാഹചര്യങ്ങൾ കുറയ് ക്കും. ഈ നടപടികളിൽ ഭൂപ്രഭുത്വത്തെ ഫലപ്രദമായി നിർമാർജനം

ചെയ്യുന്ന കർഷകപക്ഷ ഭൂപരിഷ്കരണം, സാക്ഷരത സാർവത്രികമാക്കാനുള്ള തുടർച്ചയായ സംഘടിതപ്രവർത്തനം, സ്ത്രീകളെ വർഗീയ അക്രമത്തിന്റെ ഇരകളും ബന്ധികളുമാക്കുന്ന പ്രത്യേകസ്ഥാനം നീക്കംചെയ്യൽ, ജീവിതത്തിന്റെ അടിസ്ഥാന ആവശ്യങ്ങൾ എല്ലാവർക്കും ഉറപ്പാക്കൽ എന്നിവയാണ്. ആദ്യമൂന്ന് നടപടികൾതന്നെ ചെറുകിട കർഷകർക്ക് കൂടുതൽ ഭൂമിനൽകി സാക്ഷരതയിലൂടെ തൊഴിലാളികളുടെ ഉൽപ്പാദന ക്ഷമത വർധിപ്പിച്ച് സ്ത്രീകളുടെ ഉൽപ്പാദനോർജ്ജത്തെ മോചിപ്പിച്ച് ദാരിദ്ര്യവും അരക്ഷിതത്വവും കുറയ്ക്കും. മിതാക്ഷര വ്യവസ്ഥയ്ക്കുകീഴിൽ സ്വത്തുള്ള ഹിന്ദുക്കൾ പ്രത്യേക ബൂർഷ്വാ പൂർവ വിശേഷാധികാരങ്ങളും നീക്കി അവരുടെ മേൽക്കൈ ഇല്ലാതാക്കുന്നത് മുൻതൂക്കമില്ലാതിരുന്ന സമാനമായ സ്ഥാനമില്ലാതിരുന്നവരുടെ ഉന്നമനത്തിനുള്ള സാധ്യതകൾ വർധിപ്പിക്കാൻ ഏകസിവിൽകോഡിനു കഴിയും. സ്ത്രീകളെ പുരുഷന്മാരുമായി സ്വത്തിന്റെയും അധ്വാനഫലങ്ങളുടെയും തുല്യ അവകാശികളാക്കുന്ന സിവിൽ നിയമം ജനസംഖ്യയിൽ പകുതിയുടെ ഊർജ്ജത്തെ വിമോചിപ്പിക്കും. (ഇന്ത്യ സ്ത്രീകളുടെ തൊഴിലിന്റെയും ആരോഗ്യസേവനങ്ങളുടെയും സാക്ഷരതയുടെയും കാര്യത്തിൽ പശ്ചിമേഷ്യയോടൊപ്പം മോശം റെക്കോർഡാണ് പങ്കുവെക്കുന്നത്).

പക്ഷേ, സാമൂഹികവും സാമ്പത്തികവുമായ ഈ പരിഷ്കരണങ്ങളോടും കൂടെ ആരും പട്ടിണികിടന്ന് മരിക്കേണ്ടതില്ലെന്നും തണുപ്പിനാലും ചൂടിനാലും എളുപ്പത്തിൽ പ്രതിരോധിക്കാവുന്ന രോഗങ്ങളാലും മരിക്കേണ്ടതില്ലെന്നും ഉറപ്പുവരുത്തുന്ന അടിസ്ഥാനപരവും വ്യാപകവുമായ സാമൂഹിക സുരക്ഷാ വ്യവസ്ഥയുണ്ടാകേണ്ടതുണ്ട്. തൊഴിലില്ലായ്മ ഉടനെ പരിഹരിക്കപ്പെടാനിടയില്ലാത്തതിനാലും ഭൂമിയില്ലായ്മയും സ്വത്തില്ലായ്മയും കൂടുന്നത് തുടരുമെന്നതിനാലും മിനിമം നിലയിലേക്ക് വേതനത്തെ ഉയർത്താൻ വിപണനശക്തികളെമാത്രം നമുക്ക് ആശ്രയിക്കാനാവില്ല എന്നതിനാലും ഈ വ്യവസ്ഥ ആവശ്യമാണ്.

നിയമബന്ധിതമല്ലാത്ത മതപരമായ അളവുകോലിൽനിന്ന് അകലം പാലിക്കുന്ന സിവിൽനിയമത്തിന്റെ പ്രാധാന്യത്തിന് വീണ്ടും ഊന്നൽ നൽകേണ്ടതുണ്ട്. ഉത്തരേന്ത്യയിലെയും മധ്യേന്ത്യയിലെയും ഭൂപ്രഭുതാവഴിയും വ്യാപാരിതാവഴിയും വിപണിയേതരശക്തികളെയും പ്രതിബന്ധങ്ങളുണ്ടാക്കുന്ന സംഘടനകളുടെയും ആചാരങ്ങളുടെയും ശക്തിയെയും അവരുടെ മോൽക്കൈ സംരക്ഷിക്കാൻ ഫലപ്രദമായി ഉപയോഗിച്ചിട്ടുണ്ട്. ഭൂപരിധി നിയമങ്ങളും കുടിയായ്മ നിയമനിർമാണവും ദുർബലമായിരുന്നതും മോശമായി നടപ്പാക്കിയിരുന്നതുമായ ഇടങ്ങളിലെല്ലാം ഭൂപ്രഭുത്വം നിലനിന്നു. തദ്ദേശ ഭരണപരമായതും പൊലീസ് അതോറിറ്റിയുടെയും രാഷ്ട്രീയ അധികാരം പ്രയോഗിച്ച് നാമമാത്രമായി ജനാധിപത്യമുള്ള സമൂഹത്തിൽ ഭൂപ്രഭു താവഴികൾ രാഷ്ട്രീയാധികാരത്തിന് അടിത്തറയുണ്ടാക്കി. ഉത്തർപ്രദേശിലെയും

മധ്യപ്രദേശിലെയും മുസ്ലീംഭൂപ്രഭുക്കൾക്ക് നേരത്തെയുണ്ടായിരുന്ന പ്രമുഖസ്ഥാനങ്ങൾ നഷ്ടപ്പെട്ടു. അനേകംപേർ പാകിസ്ഥാനിലേക്ക് പലായനം ചെയ്തു. ബാക്കിയുള്ളവർക്ക് അവരുടെ സ്ഥാനം താവഴി ബന്ധങ്ങളിലൂടെയും തദ്ദേശഭരണവിഭാഗങ്ങളോടും പൊലീസിനോടും ബന്ധങ്ങളുണ്ടാക്കി സംരക്ഷിക്കുന്നത് ദുഷ്കരമായി. ഭരണനിർവഹണ ത്തിലെ നിർണായകസ്ഥാനങ്ങളിൽ മുൻകാലത്തുണ്ടായിരുന്ന അവ രുടെ സഹമതക്കാരുടെ പലായനവും അവരുടെ ആശ്രിതർക്ക് രക്ഷാധി കാര ശൃംഖല നൽകുന്ന പിന്തുണയും ദുർബലമായതും അപൂർണ ജനാധിപത്യത്തിൽ വിലമതിക്കുന്ന അവരുടെ പേശീബലവും അല മുറവീര്യവും ചോർത്തി.

മുസ്ലീം ഭൂപ്രഭുക്കളുടെ സമ്പത്ത് കുറഞ്ഞുവരികയും മുസ്ലീം കൈത്തൊഴിലുകാരുടെ ഉപജീവനം തുടർച്ചയായി പതുക്കെ പതുക്കെ നശിക്കുന്നതോടെ നേരത്തെ മുസ്ലീം വരേണ്യർ ആധിപത്യം പുലർ ത്തിയിരുന്ന ഹൈദരാബാദിലും ഉത്തർപ്രദേശിലും വിദ്യാഭ്യാസപര മായ പിന്നോക്കാവസ്ഥ പുതുതായി വന്നതോടെ പൊതുമേഖലാ നിയ മനത്തിനുള്ള അവസരങ്ങൾ കുറയുകയും ചെയ്തു. അങ്ങനെ മുസ്ലീ ങ്ങളുടെ ഉയർച്ചയ്ക്കുള്ള പ്രധാനവഴി വ്യാപാരമായിത്തീർന്നു. ഇവിടെ ഹിന്ദുവ്യാപാരികളുടെ പ്രത്യേകസമൂഹങ്ങൾ നിലനിർത്തിയ ആധിപ ത്യസ്ഥാനം അവരുടെ നേരത്തെയുള്ള തുടക്കത്താലും സ്വത്തവകാശ ത്തിന്റെയും വിഭജിക്കലിന്റെയും മിതാക്ഷരാനിയമം അവർക്ക് നൽകിയ പ്രത്യേക ആനുകൂല്യത്താലുമായിരുന്നു. ബോറകളും വോജകളും മേമന്മാരുമൊഴികെയുള്ള വ്യാപാരികളല്ലാത്ത മുസ്ലീംഗ്രൂപ്പുകളുടെ മാത്രമല്ല പ്രത്യേക ആനുകൂല്യമില്ലാത്ത ഹിന്ദുജാതീയ ദേശീയതാ ഗ്രൂപ്പുകളുടെയും വ്യാപാരപ്രവേശനത്തെ അവർ ശക്തമായി എതിർ ത്തു. ഹിന്ദുവ്യാപാരികളുടെ അഖിലേന്ത്യാ താവഴികളാൽ കുത്തക വൽക്കരിച്ചിട്ടില്ലായിരുന്ന സംസ്ഥാനങ്ങളിൽ പുതിയ വ്യാപാര വ്യവ സായഗ്രൂപ്പുകൾ തദ്ദേശ രാഷ്ട്രീയത്തിന്റെ വിഭവങ്ങളും വിവിധ ഗവൺ മെന്റ് സബ്സിഡികളും കരാറുകളും ഉപയോഗിച്ച് ഉയർന്നുവന്നു. തമിഴ്നാടും ആന്ധ്രപ്രദേശും അത്തരത്തിലുള്ള ഉയർച്ചയുടെ അനേ കം ഉദാഹരണങ്ങൾ നൽകുന്നുണ്ട്. ചില ഗ്രൂപ്പുകളോ വ്യക്തികളോ അപവാദങ്ങളായി ഉണ്ടെങ്കിലും ഈ വഴി പൊതുവിൽ മുസ്ലീങ്ങൾ ക്കായി തുറന്നിട്ടതായിരുന്നു. പ്രവണതകൾക്കെതിരെയുള്ള ബോധ പൂർവമായ പൊതുപ്രവർത്തനമില്ലെങ്കിൽ നഗരപ്രദേശങ്ങളിലെ മുസ്ലീ ങ്ങളിലെ മഹാഭൂരിപക്ഷത്തിനും സ്വന്തം പക്കൽ ഉള്ളതിൽ തൃപ്തിയട യാനോ അതിലും മോശമായ സ്ഥിതിയിൽ താഴോട്ട് പോകാനോ മാത്ര മേ കഴിയുകയുള്ളൂ. പാപ്പരാക്കപ്പെട്ട ഈ ജനത അതേ സാഹചര്യങ്ങ ളിലുള്ള ഹിന്ദുസഹോദരന്മാരോടൊപ്പം കള്ളക്കടത്തിനും മയക്കു മരുന്നുകടത്തലിനും കവർച്ചാസംഘങ്ങൾക്കും കവർച്ചയ്ക്കായുള്ള

വാണിജ്യവൽക്കരണത്തിന്റെ മറ്റു നിയമവിരുദ്ധ അർധനിയമാനുസൃത മായ പ്രവർത്തനങ്ങൾക്കും മുൻനിരക്കാരായി ഉപയോഗിക്കപ്പെടുന്നു. അവർ തീർച്ചയായും വർഗീയതയെ സ്വന്തം ആവശ്യങ്ങൾക്കുവേണ്ടി ഉപയോഗിക്കുന്ന രാഷ്ട്രീയക്കാരുടെ കൗശലത്തിനും ഇരകളാവു ന്നുണ്ട്.

ശോഷിതരായ മുസ്ലീങ്ങളെയും ഹിന്ദുക്കളെയും നിയമവിരുദ്ധ മായ കാലഘട്ടത്തിന്റെ കാലാൾപടയായി ഉപയോഗിക്കുന്നത് ഞാൻ നേരത്തെ പരാമർശിച്ച കവർച്ചയ്ക്കുള്ള വാണിജ്യവൽക്കരണത്തിന്റെ ഏറ്റവും സ്പഷ്ടമായ വശമാണ്. ഇന്ത്യയിൽ ഇന്ന് നടക്കുന്ന വാണിജ്യ വൽക്കരണത്തിന്റെ മർമം അതിനാൽ നഷ്ടക്കാരാകുന്നവരുടെ മിനിമം ആവശ്യങ്ങൾ ഉറപ്പാക്കാനുള്ള സാമൂഹികസ്ഥാപനങ്ങളോ സംവിധാ നങ്ങളോ ഇല്ല എന്നതാണ്. വാണിജ്യവൽക്കരണം ഒരു പ്രക്രിയയെന്ന നിലയിൽ അന്ധമാണെങ്കിലും വ്യത്യസ്തഗ്രൂപ്പുകൾ വഴുക്കുന്ന നില ത്ത് മുന്നേറാൻ ഉപയോഗിക്കുന്ന സ്ഥാപനഘടനകളിൽ വ്യത്യാസ മുണ്ട്. ജാതിക്കകത്തും വംശത്തിനകത്തുമുള്ള ബന്ധങ്ങളും കോസ്-ഷാപ്പ് നയമുള്ള അനേകം പൊതുമേഖലാ സ്വകാര്യമേഖലാ സ്ഥാപന ങ്ങളിലെ ട്രേഡ്‌യൂണിയൻവാദത്തെയും ഉപയോഗിക്കുന്നതും വൻപ്രഭു ക്കളും ധനികകർഷകരും താവഴികളാൽ രാഷ്ട്രീയ പേശിശക്തികളിൽ ചെലുത്തുന്നതും സമുദായത്തിന്റെ പ്രത്യേകവിഭാഗങ്ങളിലെ നില വിലുള്ള സ്ഥാനങ്ങൾ നിലനിർത്താനും മറ്റ് അംഗങ്ങളെ വളർച്ചയ് ക്കനുകൂലമായ സംരക്ഷിതസ്ഥാനങ്ങളിലെത്തിക്കാനും അനുവദിക്കു ന്നു. ഈ സാഹചര്യത്തിൽ ന്യൂനപക്ഷസമുദായങ്ങളിലെ ദരിദ്രരുടെ പോരാട്ടനായകരായി വർഗീയവാദി സംഘടനകളും രാഷ്ട്രീയക്കാരും നിലകൊള്ളും. അവർക്ക് സ്കൂളുകളും കോളേജുകളും ആശുപത്രി കളും സമുദായാംഗങ്ങൾക്ക് പ്രത്യേകമായി പ്രവർത്തിക്കാൻ തുടങ്ങും. ഈ നേട്ടങ്ങൾ എത്രമാത്രം പ്രാന്തീയമാണെങ്കിലും ദരിദ്രർക്കാശ്വാസം നൽകുന്നതിൽ ഗവൺമെന്റിനുള്ള നിസ്സാരപങ്കിനോട് താരതമ്യം ചെയ്യു മ്പോൾ ഇത് തുലോം കൂടുതലായി തോന്നാം. അനേകം മതസ്ഥാപന ങ്ങൾ ഇതോടൊപ്പം മനഃശാസ്ത്രപരമായ ആശ്വാസം നൽകുകയും ദാനവും മരുന്നുകളും മറ്റു യഥാർഥമോ മിഥ്യയായതോ ആയ സേവന ങ്ങൾ നൽകുകയും ദരിദ്രരുടെ അവബോധത്തിൽ അവരുടെ പിടിമുറു ക്കുകയും ചെയ്യുന്നു.

ഇന്ന് ഇന്ത്യയിലെ സാമുദായിക ശാന്തിക്കുള്ള ഏറ്റവും വലിയ വെല്ലുവിളി രാഷ്ട്രീയത്തിന്റെ വർഗീയവൽക്കരണമാണ്. സംസ്ഥാന ഭരണകൂടത്തിന്റെ പിന്തുണയുള്ള പ്രത്യയശാസ്ത്രയുദ്ധത്തിന് വർഗീ യതയുടെ വേലിയേറ്റത്തെ തടയാൻ കഴിഞ്ഞതിന്റെ ഉദാഹരണം സമീ പകാലത്ത് പശ്ചിമബംഗാൾ നൽകിയിട്ടുണ്ട്. ജനങ്ങളുടെ അവബോ ധത്തെ മതേതരവൽക്കരിക്കാനുള്ള വൻ ഉദ്യമങ്ങളിലൂടെ അത്തരം

പോരാട്ടങ്ങളുടെ പ്രത്യയശാസ്ത്രപരമായ അടിത്തറയെ പ്രബലമാക്കേണ്ടതുണ്ട്. ഈ പ്രത്യയശാസ്ത്രപരമായ ആഴംകൂട്ടൽ നിയമസംവിധാനങ്ങളിലൂടെയും സാമൂഹിക ഘടനയിലൂടെയും രാഷ്ട്രീയ ക്രമീകരണങ്ങളിലൂടെയും ദരിദ്രരുടെ ആവശ്യങ്ങൾക്കൊത്ത് മുഴുവൻ സമൂഹത്തെയും പൊരുത്തപ്പെടുത്തി സാമൂഹികവ്യവസ്ഥയുടെ എല്ലാ അടരുകളിലേക്കും വ്യാപിക്കുന്ന സുസ്ഥിര സാമ്പത്തിക വളർച്ചയുടെ ആവശ്യങ്ങൾക്കൊപ്പം നിലനിർത്തേണ്ടതുണ്ട്. ഒരു അഖിലേന്ത്യാ പശ്ചാത്തലത്തിൽ ഒരു സംസ്ഥാനവും ഒരു ദ്വീപാകുന്നില്ല. ജീവിതത്തിന്റെ ഭൗതിക അവസ്ഥയിലുള്ള മാറ്റമില്ലാതെ ഒരു ശുദ്ധ പ്രത്യയശാസ്ത്ര പ്രവർത്തനത്തെ നിലനിർത്താനുമാവില്ല.

അഞ്ച്

മുന്നോട്ടുവെച്ച അഭിപ്രായങ്ങളുടെ ചില വിവക്ഷകളെ ദൃഢമാക്കി ഞാൻ ഈ പ്രബന്ധം ഉപസംഹരിക്കുകയാണ്. നമ്മുടെ രാജ്യത്തെ ദരിദ്രരുടെ അവബോധത്തിന്റെ പ്രധാന പ്രത്യയശാസ്ത്ര സ്വാധീനങ്ങൾ മാറ്റമില്ലാത്തവയല്ല. ഹിന്ദുമതം ചില പുരാതന ഗ്രന്ഥങ്ങളുടെ ആധികാരികത വീണ്ടും പ്രബലമാക്കാനോ പരിഷ്കരണത്തിന്റെയോ ഭക്തിയുടെയോ യാഥാസ്ഥിതികതയുടെയോ പേരിൽ ഒരു പുതിയ സമ്പ്രദായം കണ്ടെത്തുന്നതിന്റെയോ ഇടവിട്ടുള്ള ശ്രമങ്ങളോടെയുള്ള വിശ്വാസങ്ങളുടെയും ആചാരങ്ങളുടെയും ഒരു കൂട്ടാണ്. ജനകീയചര്യകൾ വീണ്ടും വീണ്ടും ശ്രദ്ധാപൂർവം പണിത ആ അതിരുകൾക്കപ്പുറത്തേക്ക് പോകുന്നുണ്ട്. ബ്രാഹ്മണ ഹിന്ദുമതത്തിനുള്ളത് ഏറ്റവുമധികം അസമത്വമുള്ള പ്രത്യയശാസ്ത്രവും സാമൂഹിക അധികാരശ്രേണികളുമാണ്. ജനങ്ങളുടെ ഒരു വൻവിഭാഗത്തെ തൊട്ടുകൂടാത്തവരായി (ദക്ഷിണേന്ത്യയിലെ നായാടികളെ കണ്ടുകൂടാത്തവരായാണ് പരിഗണിക്കുന്നത്) വർണിക്കുന്ന ശീലത്തെ ഉൾക്കൊള്ളുന്ന ജാതിവ്യവസ്ഥയാണത്. തൽഫലമായി ദൈവത്തിന്റെ മുമ്പിൽ സമത്വം ചുരുങ്ങിയ പക്ഷം പുരുഷന്മാർക്കെങ്കിലും പ്രചരിപ്പിക്കുന്ന മതങ്ങൾ ക്ലിപ്തരൂപമില്ലാത്ത ഹിന്ദുജനതയിൽനിന്ന് അനുയായികളെ സ്വന്തമാക്കിയിട്ടുണ്ട്. ദക്ഷിണേന്ത്യയിൽ മുസ്ലിങ്ങളുടെ എണ്ണം പതിവായി ഉയരുന്നതിനു കാരണമായ ഒരു ഘടകം തീർച്ചയായും ഇതാണ്. സമാനമായ കാരണങ്ങളാൽ 1950കളിൽ ദളിതുകൾ വൻതോതിൽ ബുദ്ധമതം സ്വീകരിച്ചു.

ആര്യസമാജം, ആധുനിക രാഷ്ട്രീയ പ്രസ്ഥാനങ്ങളായ രാഷ്ട്രീയ സ്വയംസേവക്സംഘവും വിശ്വഹിന്ദു പരിഷത്തും ഭാരതീയ ജനതാപാർട്ടിയും തീവ്ര ഇസ്ലാമിനെപ്പോലെ ഒരു തീവ്ര ഹിന്ദുമതം സൃഷ്ടിക്കാൻ ശ്രമിച്ചിട്ടുണ്ട്. ഏകനായ സ്രഷ്ടാവോ അധികാരത്തിന്റെ ഏകകേന്ദ്രമോ ഉള്ള ഒരു മതമല്ല ഹിന്ദുമതം. പുണ്യഗ്രന്ഥങ്ങളുടെ ബഹു

വിധ വ്യാഖ്യാനങ്ങളുണ്ടെന്നു മാത്രമല്ല ഏതാനും നൂറ്റാണ്ടുകൾക്കകം പുതിയ പുണ്യഗ്രന്ഥങ്ങൾ ഉണ്ടാക്കുന്നുമുണ്ട്. ബംഗാളിൽ ശക്തരും വൈഷ്ണവരും തമ്മിലും ദക്ഷിണേന്ത്യയിൽ വീരശൈവരും പരമ്പരാഗത ബ്രാഹ്മണ ഹിന്ദുക്കളും തമ്മിലുള്ള കലഹങ്ങൾ ചില അവസരങ്ങളിൽ ഹിന്ദു മുസ്ലിം കലഹങ്ങളെക്കാൾ വിദ്വേഷപരമായിരുന്നു. അതിലുപരി ഹിന്ദുക്കൾ മിക്കപ്പോഴും പരസ്പരം വിരുദ്ധമായ വിശ്വാസങ്ങളെയും പാരമ്പര്യങ്ങളെയും വെച്ചുപുലർത്തുന്നുണ്ട്. ഒരു ഏകവിശ്വാസ വ്യവസ്ഥയോ ഏക അധികാര ഘടനയോ അത്തരമൊരു മതത്തിലുള്ള ജനങ്ങളുടെമേൽ (അത്തരമൊരു മതസമൂഹത്തിന്റെമേൽ) അടിച്ചേൽപ്പിക്കാനുള്ള ശ്രമം സമൂഹത്തെയും ദേശാചാരത്തെയും ഭീമമായ തോതിൽ ബാധിക്കുന്ന വിഭാഗീയ ഭിന്നിപ്പുണ്ടാക്കും. ആർ എസ് എസും വി എച് പിയും ബി ജെ പിയും ഹിന്ദുക്കളുടെമേൽ ഒരു ഏക പ്രത്യയശാസ്ത്രം അടിച്ചേൽപ്പിക്കാനും മറ്റുള്ളവരുടെമേൽ അത് വ്യാപിപ്പിക്കാനും നടത്തുന്ന ശ്രമത്തിലൂടെ ഇന്ത്യൻ രാജ്യഘടനയെ കടന്നാക്രമിച്ച് സമീപവർഷങ്ങളിൽ വർഗീയ അക്രമം പെട്ടെന്ന് ക്ഷോഭിക്കുന്നതിനിടയാക്കി. അവരുടെ പ്രത്യയശാസ്ത്ര കടന്നാക്രമണം രണ്ടു കാരണങ്ങളാൽ പരാജയപ്പെടും. ജാതിക്കെതിരെയുള്ള സ്വാമി ദയാനന്ദ സരസ്വതിയുടെ പ്രസംഗങ്ങൾക്കുശേഷവും ജാതിയുടെ പദവിമുദ്രകൾ സങ്കുചിത ഭൗതിക കാരണങ്ങളാലും ബീഭത്സമായ വൈവിധ്യത്തോടെ സമീപകാല സംവരണ വിരുദ്ധ പ്രസ്ഥാനം കാണിച്ചതുപോലെ മേൽജാതിക്കാരുടെ പദവിയുടെ കാരണങ്ങളാലും ഉന്നതമായി കാത്തുസൂക്ഷിക്കുന്നുണ്ട്. രണ്ടാമത്തെ കാരണം, ഹിന്ദുക്കളിലെ ഭൂരിപക്ഷം പേരും ഒരൊറ്റ ചരിത്ര പാരമ്പര്യം മാത്രമുള്ള ഒരു ഗ്രന്ഥത്തിൽ മാത്രം വിശ്വാസമുള്ളവരാകാൻ സന്നദ്ധതയോ കഴിവോ ഉള്ളവരായിരിക്കില്ല. ആ പാരമ്പര്യത്തിന്റെ മിക്കഭാഗവും മിത്തിനെ ആധാരമാക്കിയുള്ളതാണ്. മിത്തുകളിൽ ചിലത് അവരുടെ മുൻപിൽതന്നെ കൂട്ടിച്ചേർത്തുണ്ടാക്കിയതാണ്.

അപകടം നിറഞ്ഞ കാര്യത്തിന് തുനിയുന്ന തീവ്രഇസ്ലാമിനെയും തീവ്രഹിന്ദുത്വത്തെയും പ്രത്യയശാസ്ത്രപരമായി നേരിടേണ്ടതുണ്ട്. നേരിടൽ ഇംഗ്ലീഷിലോ പ്രാദേശിക ഭാഷകളിലോ ഉള്ള പണ്ഡിതോചിത ലേഖനങ്ങളിലൂടെ സാധിക്കുന്നില്ല. ഒരുപക്ഷേ, മതേതരത്വത്തിന്റെ ഉദാരവാദ തീവ്ര പ്രചാരകർക്ക് പത്തൊമ്പതാം നൂറ്റാണ്ടിലെ ബംഗാളിലെ ഫറായിസി, തയ്യൂണി പ്രസ്ഥാനങ്ങളിൽനിന്ന് പ്രവർത്തന രീതി കടമെടുക്കാം. ഈ പ്രസ്ഥാനത്തിന്റെ പ്രഭാഷകർ വെള്ളത്തിലെ മത്സ്യത്തെപ്പോലെ (മൗസെദോങ് പിൽക്കാലത്തെ മഹാപ്രസ്ഥാനത്തിലെ അണികളോട് ആവശ്യപ്പെട്ടതുപോലെ) സാധാരണ ജനങ്ങളുടെ തലത്തിൽ ജീവിച്ച് നാട്ടുഭാഷയിലുള്ള അനേകം മതസംബന്ധ

മായ പ്രബന്ധങ്ങളിലൂടെ ഇസ്ലാമിനെ പ്രചരിപ്പിക്കാൻ ശ്രമിച്ചു (മുഴുവൻ മനസിലാക്കാത്ത *ഖുർആനി*ന്റെ അറബി പതിപ്പുകളുമുണ്ടായിരുന്നു). ഇടയ്ക്കിടെയുള്ള ഔപചാരിക അനൗപചാരിക കൂടിച്ചേരലുകളുമുണ്ടായിരുന്നു (A M Ahmed 1970; R Ahmed 1981).

തീവ്ര ഇസ്ലാമും പരിഷ്കരണവാദി ഇസ്ലാമും ദൈവത്തിനു മുന്നിൽ സമത്വം ആഹ്വാനം ചെയ്യുകയും ദരിദ്രർക്ക് 'ഉമ്മ'യെന്ന സ്വത്വം നൽകുകയും ചെയ്തു. പക്ഷേ ദൗർഭാഗ്യകരമായി, സ്ത്രീകളെ ശാശ്വതമായി താഴ്ന്ന സ്ഥാനത്ത് മതപരമായും സ്വത്തവകാശത്തിന്റെ കാര്യത്തിലും വരുമാനത്തിന്റെ കാര്യത്തിലും നിർത്തി. മറ്റുവിധത്തിൽ പൗരോഹിത്യ ഇസ്ലാമിക പ്രത്യയശാസ്ത്രത്തിന്റെ ആധിപത്യമുള്ള സമൂഹങ്ങളുടെ പ്രവർത്തനം എന്നത്തെയും പോലെ അസമവും ജനാധിപത്യ വിരുദ്ധവുമായി തുടരുന്നു. ഹിന്ദുത്വം അതിന്റെ ഉദ്യമത്തിൽ വിജയിക്കുകയാണെങ്കിൽ അത് ഏറ്റവും മികച്ച നിലയിലായാൽത്തന്നെ പരിഷ്കരണവാദി ഇസ്ലാമുണ്ടാക്കിയ അതേ ഫലങ്ങളാണുണ്ടാക്കുക. ഏറ്റവും മോശമായ നിലയിലായാൽ അത് ജാത്യാധിഷ്ഠിത അസമത്വങ്ങൾക്ക് ചിരപ്രതിഷ്ഠ നൽകുകയും ചെയ്യും.

തീവ്രമതേതര പ്രത്യയശാസ്ത്രം ജനങ്ങളുടെ അവബോധത്തിലേക്ക് വ്യാപിപ്പിക്കുകയും ദരിദ്രർക്ക് മരണാനന്തരം സ്വർഗം വാഗ്ദാനം ചെയ്യുകയും ഭൂമിയിൽ ഒന്നും നൽകാതിരിക്കുകയും ചെയ്യുന്ന മതകേന്ദ്രിത പ്രത്യയശാസ്ത്രങ്ങളുടെ കൃത്യവിലോപം തുറന്നുകാണിക്കപ്പെടുകയും വേണം. മിക്ക ഇടതുകേന്ദ്രിത പാർട്ടികളുടെയും രാഷ്ട്രീയ പ്രവർത്തനങ്ങൾ പ്രത്യയശാസ്ത്രത്തിന്റെ അത്തരം യഥാർഥ പ്രശ്നങ്ങളെ ഉത്സാഹത്തോടെ ഒഴിവാക്കിയിട്ടുണ്ട്. അണികളും മിക്കസമയത്തും സ്വൽപ്പം കൂടുതലായിട്ടാണെങ്കിലും മിക്ക ദരിദ്ര ഗ്രാമീണരിൽ നിന്നും പട്ടണവാസികളിൽനിന്നും അകലാൻ ശ്രദ്ധിച്ചിട്ടുണ്ട്. മതേതരത്വം അവരിൽ മിക്കവർക്കും മറ്റു പൗരന്മാരുടെ ചെലവിൽ കൂടുതൽ കൂടുതൽ പൊതുഇടം നേടിയെടുക്കാൻ മതപരമായ അവകാശികളെ അനുവദിക്കലാണ്. ഇത്തരത്തിലുള്ള സഹിഷ്ണുത പൊതുസ്ഥലങ്ങൾക്കുമേലുള്ള അവകാശം ഇതിനകം ദാരുണമായ പ്രത്യാഘാതങ്ങളോടെ നടന്നതുപോലെ സംഘർഷത്തിലേക്കെത്താതെ അനിശ്ചിതമായി വ്യാപിപ്പിക്കാനാവില്ല (മതപ്രവർത്തനങ്ങളെന്നു പറയപ്പെടുന്ന അനേകം നീക്കങ്ങളോടൊപ്പമുള്ളത് പള്ളികളും ക്ഷേത്രങ്ങളും കൈവശം വെക്കുന്ന നല്ല ഭൂമിക്കുമേലുള്ള അവകാശം, വരിസംഖ്യയുടെ രൂപത്തിൽ സംരക്ഷണ സംഖ്യ വർധിപ്പിക്കാനുള്ള അവകാശം എന്നിവയാണ് – ഞാൻ അത്തരം പ്രശ്നങ്ങൾ മാറ്റിവെക്കുകയാണ്). കഴിഞ്ഞ കാലത്ത് സാധുക്കളും ഫക്കീർമാരും നടത്തിയ അതേ ശ്രദ്ധയോടെയും പ്രതിബദ്ധതയോടെയും ജനങ്ങളുടെ അവബോധത്തെ മതേതരവൽക്കരിക്കാനുള്ള ദൗത്യം ഏറ്റെടുക്കാൻ ഈ അണികൾ തയാറാണോ?

അന്തിമമായി, വർഗീയതയെ ചെറുക്കുന്നതിൽ ചില വിജയങ്ങളുണ്ടായ കേരളവും പശ്ചിമബംഗാളുമടക്കം എല്ലാ സംസ്ഥാനങ്ങളിലും മതേതരത്വത്തിന് ഇടം ലഭിക്കാൻ ദരിദ്രരുടെ തൊഴിൽ നിയമനത്തിന്റെയും വരുമാനത്തിന്റെയും ശക്തമായ വാസ്തവികമായ വളർച്ച നമുക്ക് ആവശ്യമാണ്. കർഷകപക്ഷ ഭൂപരിഷ്കരണവും സാർവത്രിക സാക്ഷരതയും അത്തരം വളർച്ചാ സാഹചര്യങ്ങളൊരുക്കാൻ ദീർഘദൂരം കൂടെ നിൽക്കും. അത്തരം സാമൂഹികമാറ്റങ്ങൾ വർഗീയ അക്രമങ്ങളെ പ്രകോപിപ്പിക്കുന്ന സാഹചര്യങ്ങൾക്ക് നേർക്കുനേരെ ആഘാതമേൽപ്പിക്കും.

11

ബഹുസാംസ്കാരികതയും ഭരണവും ഇന്ത്യൻ ബൂർഷ്വാസിയും

സാന്ദ്രമായ വർഗീകരിച്ച ജനാധിപത്യ ബഹുസാംസ്കാരികതയും അസഹിഷ്ണുവായ സ്വത്വരാഷ്ട്രീയത്തിലേക്കുള്ള വഴുതലും

ചരിത്രത്തിന്റെ മിക്കകാലത്തും മനുഷ്യർ കുടിയേറ്റക്കാരായിരുന്നു. വേരുകളറുത്ത് പുതിയ സ്വത്വങ്ങൾ - സ്വയം നിർമിച്ചതും മറ്റുള്ളവർ അവർക്കുവേണ്ടി നിർമിച്ചതും - നിർമിച്ച് മുന്നോട്ടുപോയി മറ്റു സ്വത്വങ്ങളും കൈക്കൊണ്ടു. ഈ പ്രക്രിയയിൽ അവർ മിക്കപ്പോഴും ഉറവിടങ്ങളെയും മുഴുവൻ ചരിത്രങ്ങളെയും കണ്ടെത്തി. ചില കീഴ്മേൽ മറിയലുകൾ ശ്രദ്ധയോടെ നിർമിച്ച മിത്തുകളെയും ചരിത്രങ്ങളെയും സ്വത്വങ്ങളെയും നശിപ്പിക്കുകയോ സമൂലമായി മാറ്റുകയോ ചെയ്യുന്നതുവരെ അവയിൽ വിശ്വസിച്ചു. അനേകം വ്യത്യസ്ത ഭൂഭാഗങ്ങളിൽ വ്യത്യസ്ത സ്വത്വങ്ങളുള്ള സംഘങ്ങൾ കൂടിക്കലരുകയും ഉന്തിത്തള്ളുകയും ചിലപ്പോൾ സായുധ സംഘട്ടനങ്ങളിലേർപ്പെടുകയും ചെയ്തു. പക്ഷേ, അവർ എപ്പോഴും സൗഹൃദത്തിലല്ലെങ്കിലും സഹിഷ്ണുതയോടെയുള്ള സഹവർത്തിത്വത്തിന്റെ നിയമാവലിയുണ്ടാക്കി.

ഇന്ത്യാ വൻകര മുഴുവൻ യൂറോപ്യൻ വൻകരയുടെയത്ര വ്യത്യസ്ത സ്വത്വങ്ങളും ജീവിതശൈലികളും വിശ്വാസവ്യവസ്ഥകളുമുള്ള കുടിയേറ്റധാരകളും വാസമുറപ്പിച്ച ജനതകളും തമ്മിലുള്ള കൂടിച്ചേരൽ കണ്ടിട്ടുണ്ട്. ഈ കൂടിക്കലരൽ വൻതോതിലുള്ള സായുധസംഘർഷങ്ങളിലൂടെയും ഒരു സംഘത്തിന് മറ്റൊരു സംഘത്തിനുമേലുള്ള ആധിപത്യത്തിലൂടെയും മുഴുവൻ സംഘങ്ങളെയും അധികാരശ്രേണിയുടെ ചില നിയമാവലികളുടെ നൂറ്റാണ്ടുകളോളം കീഴൊതുക്കിയും (ജാതിവ്യവസ്ഥയിലൂടെയും ആര്യ-ദാസ്യു, അഷ്റഫ്-അജ്ലഫ്, ഭദ്രലോക്-ചാസ വേർതിരിക്കലുകളിലൂടെയും മാറ്റും). പക്ഷേ, യുഗങ്ങളോളം വ്യത്യസ്ത സ്വത്വ

ങ്ങളും വിശ്വാസ വ്യവസ്ഥകളുമുള്ള സമുദായങ്ങൾ തൊട്ടുരുമ്മി സാന്ദ്രമായ ബഹുസാംസ്കാരിക വ്യവസ്ഥയിൽ ജീവിച്ചിട്ടുണ്ട്. വ്യത്യസ്ത സമുദായങ്ങൾ ആചാരങ്ങൾ കൈമാറി. ബാഹ്യവേഷങ്ങൾ സ്വീകരിച്ചു. മറ്റു സമുദായങ്ങളുടെ വിശ്വാസ വ്യവസ്ഥകളുടെ ഭാഗങ്ങൾ ഉൾക്കൊണ്ടു.

ഇന്ത്യൻ വ്യാപാര സമുദായങ്ങൾ ഈ പരിതസ്ഥിതിയിൽ നൂറ്റാണ്ടുകളോളം ജീവിച്ചു. വ്യാപാരസമുദായത്തിലെ അനേകം അംഗങ്ങൾ അവരുടെ വിശ്വാസവ്യവസ്ഥകൾ ബ്രാഹ്മണ ക്ഷത്രിയ കേന്ദ്രിത സനാതന ധർമ അധികാരശ്രേണിയോട് പ്രതിഷേധിച്ചപ്പോൾ ജൈനമതമോ ബുദ്ധമതമോ സ്വീകരിച്ചു. വീണ്ടും തിളക്കം വരുത്തിയ ബ്രാഹ്മണവാദം ബുദ്ധമതത്തിനും ജൈനമതത്തിനുംമേൽ വിജയം വരിച്ചതിനുശേഷവും അവരിൽ അനേകംപേർ ജൈനമതത്തോടൊപ്പം നിന്നു. ഉത്തരേന്ത്യയുടെയും ദക്ഷിണേന്ത്യയുടെയും മിക്കഭാഗങ്ങളും ഇസ്ലാം മതക്കാരായ സുൽത്താന്മാരുടെയും പാദ്ഷാമാരുടെയും ഭരണത്തിലായപ്പോൾ പ്രധാന വ്യാപാര സമുദായങ്ങൾ ഹിന്ദുമതത്തിലോ ജൈനമതത്തിലോ തുടർന്നു. ഒരു മുസ്ലിം രാജാവിനു കീഴിലുള്ള പ്രജകളെ മുഴുവൻ 'ശരിയായ വിശ്വാസ'ത്തിലേക്ക് മതംമാറ്റം നടത്താൻ ആഗ്രഹിച്ച മതപുരോഹിതരുടെ പ്രഭാഷണങ്ങൾക്കും പ്രേരണകൾക്കും ശേഷവും മിക്ക ഭരണാധികാരികളും സഹിഷ്ണുത പുലർത്തുകയും ചിലർ സ്പഷ്ടമായി അവരുടെ പ്രജകൾക്കിടയിൽ വിശ്വാസങ്ങളുടെ വൈവിധ്യത്തെ പ്രോത്സാഹിപ്പിക്കുകയും ചെയ്തു (മധ്യകാല ഇന്ത്യയിലെ ബഹുസാംസ്കാരികതയിലേക്കും ഭരണത്തിലേക്കുമുള്ള സമീപനത്തിന്റെ തർക്കങ്ങളെക്കുറിച്ചുള്ള ആകർഷകമായ ഒരു വിവരണത്തിന് Alam 1996 കാണുക).

പോരടിക്കുന്ന വിശ്വാസങ്ങൾക്കുമീതെ മറയില്ലാതെ സ്റ്റേറ്റിനെ വെക്കുന്ന മതേതരത്വത്തിന്റെ കൂടുതൽ തന്ത്രപരമായ രൂപമാണ് ബ്രിട്ടീഷുകാർ പ്രയോഗിച്ചത്. സ്റ്റേറ്റിന്റെ കാര്യങ്ങളെ സമൂഹത്തിന്റെ കാര്യങ്ങളുമായി കലരാതെ–അതേസമയം പ്രജകളുടെമേൽ തികഞ്ഞ ആധിപത്യം പ്രയോഗിച്ചുമുള്ള വേർതിരിവ് ചില വഴികളിലൂടെ വർഗീയ നിറമുള്ള സംഘർഷങ്ങൾ പൊട്ടിപ്പുറപ്പെടുന്നതിനിടയാക്കി (Pandey 1990). ഇന്ത്യൻ വ്യാപാരസമുദായങ്ങൾ ഭാഗികമായി സ്വേച്ഛാധിപത്യ വൈദേശിക ഭരണത്താലും, ഭാഗികമായി രാഷ്ട്രീയാധികാരത്തിന്റെ സംവിധാനങ്ങളിൽ നിന്നുള്ള പരമ്പരാഗതമായ വേർപിരിയലിനാലും, ഭാഗികമായി മഹാത്മ ഗാന്ധി ജവഹർലാൽ നെഹ്റു പോലുള്ള നേതാക്കളുടെ സ്വാധീനത്താലും അവരിൽ കുറച്ചുപേർ നിർണായക രാഷ്ട്രീയ ഘട്ടത്തിൽ തീവ്ര ഹിന്ദുക്കളും തീവ്രമുസ്ലിങ്ങളുമായെങ്കിലും പൂർണമായും സമ്മിശ്രമാകാത്ത ബഹുസാംസ്കാരികത ആചരിച്ചു.

പുതുതായി സ്വതന്ത്രമായ ഇന്ത്യൻ റിപ്പബ്ലിക് മതേതരത്വത്തിന്റെ ഒരു വകഭേദമാണ് ഇന്ത്യൻ ഭരണഘടനയിൽ പ്രതിഷ്ഠിച്ചത്. നെഹ്റു ജീവിച്ചിരുന്നിടത്തോളം കാലം മതപരമായ സംഘർഷങ്ങളിൽ നിഷ്പക്ഷമായ നിലപാടാണ് ഇന്ത്യൻ ഭരണസംവിധാനം സ്വീകരിച്ചിരുന്നത്. ഇന്ത്യാ

രാജ്യം പെരുമാറേണ്ടത് എങ്ങനെയാണെന്നതിനെക്കുറിച്ച് വ്യത്യസ്തമായ ഒരു കാഴ്ചപ്പാട് രഹസ്യമായുള്ളപ്പോഴും ഇന്ത്യൻ വ്യാപാരസമൂഹം ഈ ജനാധിപത്യ ബഹുസാംസ്കാരികതയെ എതിർപ്പില്ലാതെ സമ്മതിച്ചു.

സമീപകാലത്ത് ഈ പ്രായോഗിക ബഹുസാംസ്കാരികതയ്ക്ക് പകരമായി മിക്കപ്പോഴും വ്യാപാര സമൂഹത്തിലെ ഒരു വിഭാഗം സ്വത്വ രാഷ്ട്രീയത്തെ പരസ്യമായി വരിക്കുകയും ഇന്ത്യയെ എല്ലാ ഹിന്ദുക്കളെയും പ്രതിനിധീകരിക്കുന്നുവെന്ന് അവകാശപ്പെട്ട് ഇന്ത്യയെ ഒരു ഭൂരിപക്ഷ സ്വേച്ഛാധിപത്യ രാഷ്ട്രീയ ഘടനയാക്കി മാറ്റുന്ന കക്ഷികളെയും സംഘടനകളെയും പിന്തുണയ്ക്കുകയും ചെയ്യുന്നുണ്ട്. ഈ പ്രബന്ധം ഇന്ത്യൻ വ്യാപാരസമൂഹങ്ങൾക്കിടയിലെ ബഹുസാംസ്കാരികതയുടെ പടിപടിയായ അനേകം പരിവർത്തനങ്ങളെയും ബഹുസാംസ്കാരികതയുടെ ഘടനാപരവും പ്രത്യയശാസ്ത്രപരവുമായ പരിമിതികളെയും മനസിലാക്കി വിളറിയ ബഹുസാംസ്കാരികതയുടെ വിഘടനത്തെക്കുറിച്ച് പ്രത്യേകിച്ചും 1992–93ലെ ബോംബെ കലാപങ്ങളുടെ ഭയാനകതകളെക്കുറിച്ച് ചില അനുമാനങ്ങൾ മുന്നോട്ട് വെക്കാനുമാണ് ശ്രമിക്കുന്നത്.

ബഹുസാംസ്കാരിക പശ്ചാത്തലത്തിലെ ഇന്ത്യൻ ബൂർഷ്വാസി

മിക്ക സോഷ്യലിസ്റ്റേതര രാജ്യങ്ങളിലെയും മിക്ക മുതലാളിത്ത രാജ്യങ്ങളിലെയും ഭരണാധികാരികൾ ഏതെങ്കിലുമൊരു മതത്തിൽ വിശ്വസിച്ചിരുന്നവരാണ്. പക്ഷേ, മതങ്ങളിൽ ഏക സംഘടനയോ പരമാധികാരിയായ മതത്തലവനോ ഇല്ലാത്തവയുമുണ്ട്. ഒരൊറ്റ ഗ്രന്ഥത്താലോ ഗ്രന്ഥങ്ങളുടെ ഒരു സെറ്റിനാലോ നയിക്കപ്പെടാത്ത മതങ്ങളുമുണ്ട്. ഒരു മതസമൂഹം ആരാധനാലയത്താലോ ഗ്രന്ഥത്താലോ ഭരിക്കപ്പെടാത്ത സമൂഹങ്ങളിൽ മതസംഘടനകളും സ്റ്റേറ്റും തമ്മിലുള്ള ബന്ധം അയഞ്ഞതായിരിക്കും. സൈന്യത്തെയും ഭരണത്തിന്റെ മറ്റു ദൃശ്യ അനുസാരികളെയും നിയന്ത്രിക്കുന്ന ബലത്തിന്മേൽ സുരക്ഷിതത്വം അനുഭവിക്കുന്ന ഭരണാധികാരികൾ വ്യത്യസ്ത മതക്കാരായ ജനങ്ങളെയും അവരാഗ്രഹിക്കുന്ന വിധത്തിൽ ദൈവാരാധന നടത്താൻ അനുവദിച്ചിട്ടുണ്ട്. ഭരണാധികാരികൾക്ക് അവരുടെ ആരാധനാരീതികളിലേക്ക് ആത്മീയമായ ആവശ്യത്താലോ അപരമതക്കാരായ പ്രജകൾ തങ്ങളുടെ മതേതരമായ അധികാരത്തിന് ഭീഷണിയാണെന്ന ദൃഢവിശ്വാസത്താലോ പരിവർത്തിപ്പിക്കാൻ ത്വരയുള്ള ഇടങ്ങളിൽ വ്യത്യസ്ത മതവിശ്വാസം പോരാട്ടങ്ങളിലൂടെയാണ് മത അരങ്ങിൽ നിറഞ്ഞുനിന്നത്. ഈ സങ്കീർണതകളിൽ നിന്ന് മനസിലാക്കാവുന്നത് 16–ാം നൂറ്റാണ്ട് മുതലുള്ള മിക്ക യൂറോപ്യൻ പശ്ചാത്തലങ്ങളിൽനിന്നും വ്യത്യസ്തമായി പ്രജകളുടെയും പൗരന്മാരുടെയും ഭരണാധികാരികളുടെയും വിശ്വാസങ്ങളിലും ആചാരങ്ങളിലും മതത്തിനുള്ള സ്ഥാനം ചോദ്യം ചെയ്യുന്നത് ദക്ഷിണേഷ്യയിൽ ലളിതമായി ചർച്ചും സ്റ്റേറ്റും തമ്മിലുള്ള ബന്ധങ്ങൾപോലെ ഉന്നയിക്കാനാവില്ല.

നാമത് മനസിലാക്കിയാൽ ഇന്ത്യാ വൻകരയിൽ ബഹുസാംസ്കാരികതയ്ക്ക് ഇടമുണ്ടാക്കുന്നതിലെ പ്രശ്നം മുഴുവനായും യൂറോപ്യൻ സംവാദത്തിന്റെ രൂപത്തിൽ പ്രകടിപ്പിക്കാനാവില്ല എന്നും നമുക്ക് കാണാം. മതത്തെ സ്വകാര്യവിശ്വാസ മണ്ഡലമായും സ്റ്റേറ്റിനെ പൊതുബലമോ പൗര അവബോധമോ പ്രയോഗിക്കാനുള്ള മണ്ഡലമായും കാണുന്ന ലളിതദ്വന്ദ്വത്തിലേക്കുള്ള മതാധിഷ്ഠിത പ്രത്യയശാസ്ത്രത്തർക്കംതീർക്കലിലേക്കുള്ള മുന്നേറ്റമായിരുന്നില്ല ഇന്ത്യയിലെ പ്രശ്നം. ഇവിടെ പ്രശ്നമിക്കപ്പോഴും നേരത്തെ എല്ലാ രാഷ്ട്രീയ അവകാശങ്ങളും നിഷേധിക്കപ്പെട്ടിരുന്ന പ്രജ ഒരു പൗരനെന്ന നിലയ്ക്ക് മതവിശ്വാസത്തിന്റെ പേരിൽ സ്വകാര്യ ഇടവും പൊതുഇടവും അപഹരിച്ചുവെന്നതാണ്.

ഈ വ്യത്യാസങ്ങളെ സൂചിപ്പിക്കുന്നത് കഴിഞ്ഞ രണ്ടു നൂറ്റാണ്ടിലെ ഇന്ത്യൻ സ്റ്റേറ്റിന്റെയും സമൂഹത്തിന്റെയും ചരിത്രത്തിൽ മതത്തിനുള്ള സ്ഥാനം അതേകാലത്ത് യൂറോപ്പിൽ നടന്ന സംവാദത്തിന്റെ ആവിഷ്കാരരീതികളെ ആവാഹിക്കാതെ ചർച്ചചെയ്യാമെന്ന് അവകാശപ്പെടാനല്ല. യൂറോപ്യൻ പ്രമേയാഖ്യയുടെ അറിയപ്പെടുന്ന കാര്യങ്ങളിൽനിന്ന് ഇന്ത്യൻ പശ്ചാത്തലത്തിലെ അറിയപ്പെടാത്ത കാര്യങ്ങൾ വായിച്ചെടുക്കാമെന്ന നീക്കങ്ങളെയും സ്വകാര്യവിശ്വാസവും പൊതുബലവും തമ്മിലുള്ള സംഘർഷ പരിഹാരത്തിന്റെ അടിസ്ഥാനമില്ലാത്ത പ്രതീക്ഷകളെയും നാം നിരീക്ഷിക്കണം.

തുടരുന്നതിനുമുമ്പ് നാം മറ്റൊരു കൂട്ടം ഭിന്നതകളെ ബഹുസാംസ്കാരികതയുടെ പതിവു സംവാദത്തിലേക്ക് അവതരിപ്പിക്കുകയാണ്. ഇവ, ബഹുസാംസ്കാരികത സ്വകാര്യ സാമൂഹികചര്യ എന്ന നിലയ്ക്കും ബഹുസാംസ്കാരികത ഒരു പൊതുനയം എന്ന നിലയ്ക്കുമുള്ളവ തമ്മിലുള്ള ഭിന്നതകളാണ്. ബഹുസാംസ്കാരികതയെ ഏകശിലാരൂപമാക്കിയതായി ധാരണയുണ്ടാക്കുന്ന ആളുകൾ മിക്കപ്പോഴും അകന്നുനിൽക്കുന്ന അനുഷ്ഠാനചര്യകളെയും ദൈവനിന്ദകമായ സാമൂഹിക സ്വഭാവങ്ങളെയും അംഗീകരിക്കാതെ വിശ്വാസങ്ങളുടെ മണ്ഡലത്തിലുള്ള ബഹുസ്വരതയെ അംഗീകരിക്കൽ മാത്രമായിരുന്നു ഇതെന്ന് കാണുന്നതിൽ വീഴ്ച വരുത്തുന്നു. ഈ പ്രബന്ധത്തിൽ കൊളോണിയൽപൂർവ, കൊളോണിയൽ അനന്തര യുഗങ്ങളിലെ ഇന്ത്യൻ വ്യാപാര സമുദായങ്ങളുടെ സാഹചര്യവും വ്യത്യസ്ത രാഷ്ട്രീയ പശ്ചാത്തലങ്ങളിലെ മതവിശ്വാസങ്ങളുടെ ബഹുസ്വരതയെ തരണംചെയ്ത വഴിയും ഞാൻ ചർച്ചചെയ്യാം.

യൂറോപ്യൻ വ്യാപാരികൾ ഇന്ത്യൻ വിപണിയിലേക്ക് നുഴഞ്ഞുകയറിയതിനും അവരുടെ രാഷ്ട്രീയ ആധിപത്യം സ്ഥാപിച്ചതിനും ദീർഘകാലം മുമ്പ് ഇന്ത്യയിൽ തിരിച്ചറിയാവുന്ന വിഭിന്നമായ വ്യാപാര സമുദായങ്ങളുണ്ടായിരുന്നു. ഇന്ത്യയിലുടനീളം ഹിന്ദു ബനിയ സമുദായങ്ങളുണ്ടായിരുന്നു. ഇസ്ലാം വിശ്വാസികളായ വ്യാപാരികളും കപ്പലുടമകളും ബാങ്കർമാരുമുണ്ടായിരുന്നു. ബനിയകളും വൈശ്യരുമല്ലാത്ത ഹിന്ദുക്കളായ ബാങ്കർമാരും വ്യാപാരികളുമുണ്ടായിരുന്നു. ബ്രിട്ടീഷുകാർക്കു

തൊട്ടുമുമ്പത്തെ കാലഘട്ടത്തിലെ മിക്ക വ്യാപാരികളും ബാങ്കർമാരും രാജ്യഭരണസംവിധാനത്തിന് വിധേയരായാണ് കഴിഞ്ഞിരുന്നത്. അവർ സേനയെയും മുഗൾ സഭകളെയും അവരുടെ സുബഹ്ദാർമാരെയും ഫൗസ്ദാർമാരെയും മുഗളന്മാരെയും താവഴിക്കാരെയും ദക്ഷിണേന്ത്യയിലെ മറ്റു ഭരണകർത്താക്കളുടെ അധികാരത്തിലുള്ള ചെറുനാട്ടുരാജ്യങ്ങളെയും സേവിച്ചിരുന്നു. ചിലർ രാജസഭാംഗം ജനറൽ എന്നീ സ്ഥാനങ്ങൾ തങ്ങളുടെ വ്യാപാര താൽപ്പര്യങ്ങളെ പോഷിപ്പിക്കാൻപോലും ഉപയോഗിച്ചു (Subramanyam 1990). പക്ഷേ, പകരക്കാരായ രാജാക്കന്മാരെക്കാളും നവാബുമാരെക്കാളുമധികം രാജഭരണസംവിധാനത്തെ നിയന്ത്രിക്കാനാഗ്രഹിച്ച ഒരു വ്യാപാരിസംഘത്തെക്കുറിച്ചും രേഖകളില്ല.

മുഗളന്മാരുടെ കീഴിൽ, പ്രത്യേകിച്ചും അക്ബറിന്റെ കാലം മുതൽ, മതത്തിന്റെയും രാഷ്ട്രീയത്തിന്റെയും മണ്ഡലങ്ങൾ വേർതിരിച്ചുവെച്ചിരുന്നു. തീർച്ചയായും അക്ബറിന് ശ്രദ്ധേയമായ ഐക്യഭാവം എല്ലാ മതങ്ങളോടുമുണ്ടായിരുന്നു (അക്ബറിന്റെ വചനങ്ങളുടെ ഔദ്യോഗികാംശീകരണം Moosvi 1994: 126-29ൽ കാണുക). ഔറംഗസീബിന്റെ കീഴിൽ ഹിന്ദുക്കളുടെമേൽ 'ജസിയ' വീണ്ടും അടിച്ചേൽപ്പിച്ചതിനുശേഷവും എലിസബത്തിനുകീഴിൽ ഇംഗ്ലണ്ടിൽ ആംഗ്ലിക്കാനിസം രാജ്യമതമായതുപോലെ ഇസ്ലാം രാജ്യമതമായില്ല. ഡൽഹിയിലെ പാദ്ഷായുടെ മറ്റു പ്രജകളോടൊപ്പം ഇന്ത്യക്കാരായ ഹിന്ദു മുസ്ലിം വ്യാപാരികൾക്ക് സിവിൽ അധികാരികളിൽനിന്ന് തുല്യ പരിഗണന പ്രതീക്ഷിക്കാൻ കഴിഞ്ഞിരുന്നു. ആ പരിഗണന ചിലപ്പോൾ ബോധിച്ചതുപോലെ ആയിരുന്നുവെങ്കിലും അത് വ്യവസ്ഥാപിതമായി ഇരയുടെ മതവിശ്വാസവുമായി ബന്ധപ്പെട്ടതായിരുന്നില്ല.

വ്യാപാരികൾ, പ്രത്യേകിച്ചും അവരിലെ ഹിന്ദുക്കൾ, സായുധ അക്രമം ഒഴിവാക്കി പ്രതിഷേധത്തിന്റെയും സമ്മർദത്തിന്റെയും നീക്കങ്ങളെന്ന നിലയിൽ പലായനം, ഹർത്താൽ, ധർണ, ഉപവാസം, ബഹിഷ്കരണം എന്നിവയ്ക്ക് തുനിഞ്ഞു (Bagchi 1985). 1730കളിൽ സൂറത്തിലെ മുസ്ലിം വ്യാപാരികൾ അവരുടെ അവകാശങ്ങൾ ഭീഷണിയിലൂടെ നേടിയെടുക്കാൻ ആയുധമെടുത്തപ്പോൾ അവർ പൂർണമായും പരാജയപ്പെടുത്തപ്പെടുകയും ബ്രിട്ടീഷുകാർ അവരുടെ ആധിപത്യമുറപ്പിച്ചപ്പോൾ പൂർണമായും പ്രാന്തവൽക്കരിക്കപ്പെടുകയും ചെയ്തു (Das Gupta 1970, 1979; Bagchi 1985). ബ്രിട്ടീഷുകാർക്ക് സായുധ ഇന്ത്യൻ വ്യാപാരികളോട് അവരുടെ തൊട്ടടുത്ത മുൻഗാമികളുടെയത്ര സഹിഷ്ണുത തീർച്ചയായും ഉണ്ടായിരുന്നില്ല. ഗുഡ്ഹോപ്പ് മുനമ്പിലൂടെ വാസ്കോഡഗാമ ഇന്ത്യയിലേക്കുള്ള വഴി കണ്ടെത്തിയതു മുതലുള്ള സമുദ്രത്തിനപ്പുറത്തേക്കുള്ള വ്യാപാരത്തിൽ യൂറോപ്യന്മാരുടെ സാമ്പത്തിക വർധനവിനും ആധിപത്യത്തിനും സമാധാനകാംക്ഷികളായ വ്യാപാരികൾപോലും എന്തെങ്കിലും ഭീഷണിയുയർത്തിയപ്പോൾ അവരുടെ സ്ഥിതിയും മോശമായി. ഇന്ത്യക്കും വിദേശരാജ്യങ്ങൾക്കുമിടയിലുള്ള മിക്ക സമുദ്രപാത

കളുടെയും കുത്തക ബ്രിട്ടീഷുകാരുടെ കീഴിലായതിനാൽ ഇന്ത്യയിലെ ങ്ങുമുള്ള ഇന്ത്യക്കാരായ കപ്പലുടമകളെ ബ്രിട്ടീഷ് പരമാധികാരം സ്ഥാപി തമായശേഷം കടുത്ത തോതിൽ ബാധിച്ചു.

ബ്രിട്ടീഷുകാർക്ക് മുമ്പ് പ്രത്യേകിച്ചും മുഗൾസാമ്രാജ്യത്തിന്റെ അവ സാനകാലം മുതൽ ഇന്ത്യൻ ബാങ്കർമാർക്ക് ഇന്ത്യൻ ഭരണാധികാരിക ളുടെ നികുതി വർധന പ്രവർത്തനങ്ങളുമായും ഫിനാൻസുമായും അടുത്ത ബന്ധമുണ്ടായിരുന്നു. ബ്രിട്ടീഷുകാർ ആ ഭരണാധികാരികളെ പുറത്താക്കിയപ്പോൾ ഈ ഫിനാൻസിയേഴ്സ് അതിവേഗം തകർച്ചയി ലായി. ബംഗാളിൽ ജഗത്സേഠ് മഹതാബ്ചന്ദ് സേഠിന്റെ കുടുംബത്തിനു സംഭവിച്ചതുപോലെ പേഷ്വാ രാജസഭയിലെ മറാഠാബാങ്കർമാരെയും ബാധിച്ചു (Jenkins 1827; Little 1967; Divekar 1982). എങ്കിലും അനേകം ബാങ്കർമാർ നിലനിന്ന വിധേയരായ ഇന്ത്യ ഇന്ത്യൻ രാജകുമാരന്മാരു ടെയും നന്നെ ചെറിയ നാട്ടുരാജ്യങ്ങളുടെയും പ്രവർത്തനങ്ങൾക്ക് സഹായം നൽകുന്നത് തുടരുകയും ബ്രിട്ടീഷുകാർക്ക് ഭൂനികുതി അടയ് ക്കേണ്ട ഭൂപ്രഭുക്കൾക്കും ഉടമകൾക്കും കടം നൽകി വരുമാനത്തിനുള്ള പുതിയ വഴികളുണ്ടാക്കുകയും ചെയ്തു.

രാജ്യത്ത് രാഷ്ട്രീയ സാന്നിധ്യം ഉറപ്പിക്കുന്നതിനു മുമ്പുതന്നെ ബ്രിട്ടീഷുകാർ ഇന്ത്യൻ വ്യാപാരികളെയും ബാങ്കർമാരെയും ഉപയോഗി ച്ചു. പക്ഷേ, ബ്രിട്ടീഷ് ഭരണം ഉറച്ചതോടെ ഈ സഹകാരികളെ തരം താഴ്ത്തി താഴ്ന്ന പങ്കാളികളാക്കുകയും, ഇന്ത്യക്കാർ ഭീഷണിയുയർത്തി മത്സരിക്കുമെന്ന് തെളിയിച്ചപ്പോൾ അവരെ പൂർണമായും ഒഴിവാക്കുകയും കനത്ത ഭൂനികുതിയടക്കം പ്രധാന വിഭവങ്ങളെ പുതിയ ഭരണാധികാരി കൾ നിയന്ത്രിച്ച് അവരെ അപ്രസക്തരാക്കുകയും ചെയ്തു. എങ്കിലും ബ്രിട്ടീഷ് അധീന ഭൂഭാഗങ്ങളിൽപ്പോലും ബാങ്കർമാരും പലിശക്കാരും നികുതി ഈടാക്കുന്ന സംവിധാനത്തെ സേവിക്കുന്നതിൽ പ്രാധാന്യമുള്ള വരായി തുടർന്നു. ദരിദ്രകർഷകർ മാത്രമല്ല, അനേകം സ്വത്തുള്ള ഭൂപ്രഭു ക്കളും (സെമീന്ദാർ, താലൂക്ക്ദാർ, മിറാസ്ദാർ എന്നിങ്ങനെ അറിയപ്പെടു ന്നവർ) സാഹുകാർമാരും മഹാജന്മാരും വെച്ചുനീട്ടുന്ന കടത്തെ ഭൂനി കുതിയടയ്ക്കാൻ ആശ്രയിച്ചിരുന്നു.

കൊളോണിയൽ ശാസനത്തിൽ മതവും സ്റ്റേറ്റും വേർതിരിച്ചുവെച്ചി രുന്നുവെങ്കിലും മുതലാളിത്ത, മുതലാളിത്ത പൂർവ കപ്പക്കാരും പാട്ടം സ്വീകരിക്കുന്നവരും സംരംഭകരും സമൂഹത്തിന്റെ എല്ലാ തലങ്ങളിലും അധികാര നടത്തിപ്പിനുള്ള എല്ലാ സംവിധാനങ്ങളിലും ഇടകലർന്നിരുന്ന സാമൂഹിക രാഷ്ട്രീയ ക്രമത്തിൽ സ്റ്റേറ്റ് ആധ്യക്ഷം വഹിച്ചു. യൂറോപ്പിൽ നിന്നും വ്യത്യസ്തമായി ഫ്യൂഡൽ പ്രഭുക്കളുടെ നിയന്ത്രണത്തിലും ഉയർന്നുവരുന്ന ഏകാധിപത്യ രാജക്രമ സ്റ്റേറ്റുകളുടെ സഹായവുമുള്ള സ്റ്റേറ്റും മതവും തമ്മിലുള്ള ബന്ധങ്ങളെ തകർക്കാൻ വ്യാപാരികൾ പോരാടിയില്ല.

ഗാന്ധിജിയും ബഹുസാംസ്കാരികതയുടെ ബനിയ ശൈലിയും

വ്യക്തികളുടെയും സമൂഹത്തിലെ സൂക്ഷ്മതല പ്രസ്ഥാനങ്ങളുടെയും പങ്കും സൂക്ഷ്മതല മാറ്റങ്ങളെക്കാൾ പൊതുവെ കൂടുതലായ വിശകലനാത്മക വേർതിരിക്കൽ തന്ത്രപൂർവവും സൂക്ഷ്മതല പരസ്പര പ്രവർത്തനങ്ങളുടെ സങ്കലനം മാത്രമായി സിദ്ധാന്തവൽക്കരിക്കാനാകാത്തതുമാണ്. മുതലാളിമാരെ ആ സമൂഹങ്ങളിലെ ഏറ്റവും പ്രധാനപ്പെട്ട അധികാര നിയന്ത്രകരാകാൻ അനുവദിച്ച പശ്ചിമ യൂറോപ്യൻ സമൂഹങ്ങളിൽ പരിവർത്തനമുണ്ടാക്കിയ സാമൂഹിക രാഷ്ട്രീയ മാറ്റങ്ങളെ വിശകലനം ചെയ്യുന്നതിലും ഈ പ്രശ്നം ഉയർന്നുവരുന്നു. പ്രൊട്ടസ്റ്റന്റ് (ജൂത, പഴയ വിശ്വാസി) മതധർമങ്ങൾക്ക് മുതലാളിത്ത പരിവർത്തനത്തിലുള്ള വെബർ-സോംബാർട്ട്-ടാവ്നി തർക്കം ആ മതധർമത്തിന്റെ യഥാർഥ പ്രകൃതത്തെക്കുറിച്ചും മുതലാളിത്തവർഗത്തിന്റെ അധികാരത്തെയും സവിശേഷതയെക്കുറിച്ചും ആ സവിശേഷതകളിൽ കാലങ്ങളായി വന്ന മാറ്റങ്ങളെക്കുറിച്ചും സ്വരൂപിച്ച തെളിവ് എത്ര വൻതോതിലുള്ളതാണെങ്കിലും അത് എളുപ്പത്തിലുള്ള ഒരു ഉത്തരം നൽകുന്നില്ല.

സിഖുമതത്തിന്റെ പ്രത്യേക തരത്തെയോ ഹിന്ദുമതത്തിന്റെ കൂടുതൽ ശല്യമുണ്ടാക്കുന്ന ഒരു പ്രത്യേക തരത്തെയോ പോലുള്ളവയ്ക്ക് ആധിപത്യമുറപ്പിക്കാൻ സാമ്പത്തിക പിന്തുണയോ ചിലപ്പോൾ പ്രവർത്തന നിർദേശമോ നൽകുന്നതിൽ വൻകിട ചെറുകിട ഇന്ത്യൻ വ്യാപാരികളുടെ പങ്ക് ഇന്ത്യൻ രാഷ്ട്രീയത്തിന്റെയും വിഭാഗീയ അക്രമത്തിന്റെയും ഗൗരവമുള്ള എല്ലാ വിദ്യാർഥികളും നിരീക്ഷിച്ചിട്ടുണ്ട്. ഇന്ത്യൻ ബൂർഷ്വാസിയുടെ ഇപ്പോഴും ശക്തിമത്തായ വിഭാഗമായ ഇന്ത്യൻ വ്യാപാരികളുടെയും ബാങ്കർമാരുടെയും ധർമാനുകൂല മൂല്യങ്ങളെ ഓർത്തുനോക്കേണ്ടത് ആവശ്യമാണ്. കാരണം മുതലാളിത്തപൂർവവും കൊളോണിയലുമായ ഭരണകൂടസംവിധാനങ്ങളുമായും സാമൂഹികരൂപീകരണങ്ങളുമായും അവരെങ്ങനെയാണ് ബന്ധപ്പെട്ടിരുന്നതെന്ന് അവ സൂചിപ്പിക്കും. അതേസമയം വ്യാപാര സമുദായങ്ങളുടെ പ്രവർത്തനങ്ങൾ മാത്രമല്ല മൂല്യങ്ങളും സാമൂഹിക പ്രയോഗങ്ങളും അനേകം വിധത്തിൽ പരമ്പരാഗത ഭരണാധികാരികളിൽനിന്നും സൈന്യാധിപന്മാരിൽനിന്നും വ്യത്യസ്തവും ചില വിധത്തിൽ മാക്സ്വെബർ (1925) 'പ്രൊട്ടസ്റ്റന്റ്' മതധർമമെന്ന് നാമനിർദേശം ചെയ്ത മൂല്യങ്ങൾക്ക് വളരെയടുത്തുമായിരുന്നു.

അത്തരത്തിലുള്ള ഒരു വിവരണത്തിന്റെ താൽക്കാലിക തുടക്കം ഹിന്ദുമതത്തെയും ബഹുസംസ്കാരികതയെയും കുറിച്ചുള്ള മഹാത്മാ ഗാന്ധിയുടെ ചില പ്രസ്താവനകളെ പരിശോധിച്ചാൽ ലഭിക്കും. ഗാന്ധിജിക്ക് അനേകം കാരണങ്ങളാൽ പ്രാധാന്യമുണ്ട്. ഇന്ത്യൻ സ്വാതന്ത്ര്യസമരത്തിന്റെ ഏറ്റവും പ്രധാനപ്പെട്ട നേതാവ് തീർച്ചയായും ഗാന്ധിജിയായിരുന്നു. അദ്ദേഹം മതപരമായ ഭാഷാശൈലിയാണ് സാമൂഹിക രാഷ്ട്രീയ സന്ദേശങ്ങൾ പ്രചരിപ്പിക്കാൻ ഉപയോഗിച്ചത്. ഈ ഭാഷാശൈലി ആധുനികതയുടെ ഭാഷ ഇംഗ്ലീഷ് മൊഴിപോലെ അന്യമായി

രുന്ന ഇന്ത്യക്കാരിൽ ഉണർവുണ്ടാക്കി (ഉത്തര ബീഹാറിലെ അധഃസ്ഥിത സമുദായമായ താത്മ ഗാന്ധിജിയുടെ സന്ദേശങ്ങൾ സ്വീകരിക്കുകയും ഗ്രഹിക്കുകയും ചെയ്തതിന്റെ ശക്തമായ വർണനയ്ക്ക് സതിനാഥ് ദാദുരി ബംഗാളിയിലെഴുതിയ *ദൊരൈ ചരിത് മാനസിൽ* കാണാം). ഇന്ത്യൻ വ്യാപാരികളിലെ സ്വാധീനമുള്ള ഗ്രൂപ്പുകളുമായി ഗാന്ധിജി ആശയവിനിമയം നടത്തിയിരുന്നു. അവരിൽ ചിലർ ഗാന്ധിജിയുടെ അനുയായികളാകാൻ പ്രതിജ്ഞയെടുത്തു. ആധുനിക ഇന്ത്യയിലെ ഏറ്റവും പ്രധാനപ്പെട്ട വ്യാപാര ഗ്രൂപ്പുകളിൽപ്പെട്ട ജി ഡി ബിർലയും ജമൻലാൽ ബജാജും അനുയായികളായവരുടെ കൂട്ടത്തിലുണ്ടായിരുന്നു. ഒരു ഗുജറാത്തി ബനിയ കുടുംബത്തിൽ പിറന്ന് ദക്ഷിണാഫ്രിക്കയിൽ ഇസ്ലാം വിശ്വാസിയായ മറ്റൊരു ഗുജറാത്തി ബനിയയുടെ കീഴിൽ നിയമിതനായിരുന്നു ഗാന്ധി എന്നത് ഈ പശ്ചാത്തലത്തിൽ ചിലപ്പോൾ യാദൃച്ഛികത ആയിരിക്കില്ല.

മാക്സ്‌വെബർ പാശ്ചാത്യ മുതലാളിത്തത്തിന്റെ ആവേശഭരിതമായ ശക്തികളിലൊന്നായി പരിഗണിച്ച പ്രൊട്ടസ്റ്റന്റ് മതധർമത്തിന്റെ അനേകം വചനങ്ങൾ ഗാന്ധിജിയുടെ രചനകളിൽ നമുക്ക് കാണാൻ കഴിയും:

> എന്റെ മണ്ഡലം കർമമാണ്, എന്റെ ദീപ്തികളാൽ ഞാൻ എന്റെ ചുമതലയാണെന്ന് മനസിലാക്കുന്ന എന്റെ വഴിയിൽ വരുന്നവ ഞാൻ ചെയ്യുന്നു. എന്റെ കർമങ്ങളെല്ലാം സേവനത്തിന്റെ ചൈതന്യത്താൽ യാഥാർഥ്യമാകുന്നു. അഹിംസയെ ഒരു ശാസ്ത്രമായി ക്രോഡീകരിക്കാവുന്നവർ അത് ചെയ്യട്ടെ, അത് സ്വയം അത്തരം പരിചരണത്തിന് സൗകര്യപ്പെടുന്നുണ്ടെങ്കിൽ.......
>
> ദൈവം മാത്രമാണ് സർവജ്ഞനായിട്ടുള്ളത്. മനുഷ്യൻ മൗലികമായി അപൂർണനനാണ്. ദൈവത്തിന്റെ പ്രതിഛായയിലാണ് അവർ സൃഷ്ടിക്കപ്പെട്ടതെന്ന് വിവരിക്കാം. പക്ഷേ, അവർ ദൈവമാകുന്നതിൽനിന്ന് വളരെ അകലെയാണ്. ദൈവം അദൃശ്യനാണ്, മനുഷ്യ ദൃഷ്ടിയുടെ സീമയിൽനിന്നും അകലെയാണ്. അതിനാൽ നമുക്കാകെ ചെയ്യാവുന്നത് ദൈവത്തിന്റെ ആളുകളെന്ന് നാം പരിഗണിക്കുന്നവരുടെ വാക്കുകളും കർമങ്ങളും മനസിലാക്കുകയാണ്. അവരെ നമ്മുടെ സത്തയിലേക്ക് അരിച്ചിറക്കി അവ കർമങ്ങളാക്കാൻ ഉത്സാഹിക്കാം. പക്ഷേ, അവ നമ്മുടെ ഹൃദയത്തിന് ആകർഷകമാകേണ്ടതുണ്ട് (Gandhi 1946).

സർവേപ്പള്ളി രാധാകൃഷ്ണന്റെ ചില ചോദ്യങ്ങൾക്കുള്ള മറുപടിയായി ഗാന്ധിജി പറഞ്ഞു:

> എന്റെ മതം ഹിന്ദുമതമാണ്. അതെനിക്ക് മാനവികതയുടെ മതവും എനിക്കറിയാവുന്ന എല്ലാ മതങ്ങളെയും ഉൾക്കൊള്ളുന്നതുമാണ്......

> നാമറിഞ്ഞ ദൈവത്തെ നിഷേധിക്കൽ. നാമറിയാത്ത സത്യത്തെ നിഷേധിക്കൽ. മാനവജാതിയുടെ ഏറ്റവും അജ്ഞരായവരിലും കുറച്ച് സത്യമുണ്ട്. നാമെല്ലാം സത്യത്തിന്റെ കിരണങ്ങളാണ്. ഈ കിരണങ്ങളുടെ ആകെത്തുക അവിവരണീയമാണ്. ഇനിയുമറിയപ്പെടാത്ത സത്യമായ അതാണ് ദൈവം.....
>
> സാമൂഹിക ജീവിതത്തിൽ ഈ മതത്തിന്റെ ഭാവം ഒരാളുടെ ദൈനംദിന സമ്പർക്കത്തിലാണ് കാണേണ്ടത്. അത്തരത്തിലുള്ള മതത്തോട് നേരുള്ളവനാകാൻ ഒരാൾ എല്ലാ ജീവിതങ്ങളോടുമുള്ള തുടർച്ചയായ സേവനത്തിൽ സ്വയം നഷ്ടപ്പെടേണ്ടതുണ്ട്...... അതിനാൽ എനിക്ക് സാമൂഹിക ജീവിതത്തിൽനിന്നുള്ള ഒരു ഒളിച്ചോട്ടവുമില്ല...... (Iyer 1991:158-59).

ജീവിതത്തിന്റെ ഒരു ആന്തരികദർശനത്തെക്കുറിച്ചുള്ള പ്രസ്താവനകൾ, അഹിംസയുടെയും ബ്രഹ്മചര്യത്തിന്റെയും ആവശ്യം ഗാന്ധിജിയുടെ രചനകളിലെ അസംഖ്യം വാക്യങ്ങളിൽനിന്ന് പെറുക്കിയെടുക്കാം. ഗാന്ധിജിയുടെ ഭാഷാശൈലി ഹിന്ദുപാരമ്പര്യത്തിന്റെ പ്രത്യേകിച്ചും അദ്ദേഹം സ്പഷ്ടമായി അംഗീകരിച്ച വൈഷ്ണവ പാരമ്പര്യത്തിന്റേതായിരുന്നു (Gandhi 1920). ഗുജറാത്തിലെ വൈഷ്ണവ ഭക്തകവിയായിരുന്ന നരസിംഹ മേഹ്ത്ത (1414–79)യുടെ ഒരു കവിത സബർമതി ആശ്രമത്തിലെ ദൈനംദിന പ്രാർഥനകളുടെ ഭാഗമായിരുന്നു (Iyer 1991). പത്തൊമ്പതാം നൂറ്റാണ്ടിലെ ഗുജറാത്തിലെ മിക്ക ഹിന്ദു ബനിയകളും വൈഷ്ണവപക്ഷത്തെ വല്ലഭാചാര്യയുടെ അനുയായികളായിരുന്നു. മറ്റുള്ളവർ ജൈനന്മാരോ ശ്രമണന്മാരോ ആയിരുന്നു (Gazetteer of the Bombay Presidency 1901:69). അവരെല്ലാം അഹിംസയിൽ വിശ്വസിക്കുന്ന സസ്യാഹാരികളായിരുന്നു. അവരുടെ സ്വന്തം സമുദായങ്ങൾക്കകത്തും മറ്റു വ്യവസായികളുമായുള്ള ഇടപാടുകളിലും അവർ മിക്കവാറും കച്ചവടക്കൂട്ടുകെട്ടിലും മാന്യതയെ അടിസ്ഥാനമാക്കി ചെയ്ത വാഗ്ദാനത്തിലും വിശ്വാസമർപ്പിച്ചു. അതിനായി എഴുതപ്പെട്ട രേഖകളൊന്നുമില്ലായിരുന്നു. ഇതിനുപുറമെ വ്യാപാരിയുടെ മിതവ്യയവും പിശുക്കും ഇന്ത്യയിലെങ്ങും ബനിയ സ്ഥിരരൂപത്തിന്റെ ഭാഗമായിരുന്നു. അതിനാൽ ഒരുപക്ഷേ, സാമൂഹിക സേവനമൊഴികെ ഗാന്ധിജി പുകഴ്ത്തിയിരുന്ന എല്ലാ സദ്ഗുണങ്ങളും നല്ല നിലയിൽ വളർത്തപ്പെട്ട ഒരു ഹിന്ദു ബനിയയുടെ മൂല്യവ്യവസ്ഥയുടെ ഭാഗമായിരുന്നു.

പത്തൊമ്പതാം നൂറ്റാണ്ടിന്റെ മധ്യത്തിൽപ്പോലും ഇന്ത്യയുടെ അനേകം ഭാഗങ്ങളിൽ സ്വത്ത് കൈമാറ്റം ചെയ്യാനാവാത്തതോ മറ്റൊരു രൂപത്തിൽ കഠിനമായ ഉപാധികളോടെ കൈമാറ്റം ചെയ്യാവുന്നതോ ആയിരുന്ന പാരമ്പര്യങ്ങളെ പിന്തുടർന്ന് പലിശക്കാരും ബാങ്കർമാരും നേരിട്ടുള്ള ഭൂസ്വത്തുടമസ്ഥതയിൽ താൽപ്പര്യമില്ലാതെ നിന്നു (Kolf 1980). എങ്കിലും ബ്രിട്ടീഷുകാർ ഭൂമിയിൽ നിന്നുള്ള ഉൽപ്പന്നങ്ങളിലുള്ള അവ

കാശത്തിനും നികുതിയടയ്ക്കാനുള്ള അവകാശവും അതിനെ കൈമാറ്റം ചെയ്യാവുന്നതും പാരമ്പര്യാവകാശമുള്ളതുമായ സ്വത്താക്കാൻ നിയമ നിർമാണം കൊണ്ടുവന്നപ്പോൾ പലിശക്കാരും ബാങ്കർമാരും ഭൂവുടമക ളായി.

ബാങ്കർമാരും വ്യാപാരികളും ഭൂവുടമസ്ഥതയിൽനിന്നും അകറ്റപ്പെ ട്ടിരുന്നെങ്കിലും ഇല്ലെങ്കിലും കൊളോണിയൽ ഇന്ത്യയുടെ മിക്കഭാഗങ്ങളി ലെയും ആധിപത്യമുള്ള ഭൂപ്രഭുക്കളുടെ സാമൂഹിക ശീലങ്ങളിൽനിന്ന് സ്വയം രക്ഷപ്പെടാൻ കഴിഞ്ഞില്ല. ഉദാഹരണത്തിന് മധ്യ പ്രോവിൻസു കളി (ഇന്നത്തെ മധ്യപ്രദേശ്) ലേക്ക് കുടിയേറി വ്യാപാരത്തിലും ബാങ്കി ങ്ങിലും ആധിപത്യമുണ്ടാക്കിയ മാർവാരി സമുദായം മിതവ്യയക്കാരായി രുന്നുവെങ്കിലും വിവാഹമോ മറ്റേതെങ്കിലും സാമൂഹിക പരിപാടിയോ ആഘോഷിക്കപ്പെടുമ്പോൾ ധൂർത്തടിക്കുമായിരുന്നു. (Russel and Hiralal 1915: Gazetteer of Bombay Presidency 1901: 90-93ൽ മേഷ്റി, വൈഷ്ണവ ബനിയകളുടെ വിപുലമായ വിവാഹാഘോഷത്തിന്റെ വിവര ണമുണ്ട്). വാർധയിലെ സേഠ് ബച്ച്രാജിന്റെ ദത്തെടുത്ത പൗത്രനും മാർ വാരി ബനിയയുമായ മുപ്പത്തൊന്ന് വയസുകാരനായ ജമുനലാൽ ബജാ ജിന്റെ വിവാഹം 'വൻ ആഡംബര'ത്തോടെയാണ് ആഘോഷിച്ചത്. സദ്യ കളോടെയും നൃത്തങ്ങളോടെയും വെടിക്കെട്ടുകളോടെയും വിരുന്ന് അനേകം ദിവസം തുടർന്നു (Nanda 1990:9). അക്കാലത്തെ പദവി വില യിരുത്തലിന് അനുരൂപമായി തന്റെ കാലത്തെ ഏറ്റവും ശക്തനായ വ്യാപാരിയായിരുന്ന ജി ഡി ബിർലയും ആർ കെ ഡാൽമിയയും കേവലം വ്യാപാരികളോ വ്യവസായികളോ ആയിട്ടല്ല, സെമീന്ദാർമാരായിട്ടായിരുന്നു പതിവായി വിവരിക്കപ്പെട്ടിരുന്നത്.

ഒരേ ജാതിയിൽപ്പെട്ട, ഒരേ പ്രദേശത്തു നിന്നുത്ഭവിക്കുന്ന ഒരേ ഭാഷ സംസാരിക്കുന്ന സവിശേഷതകളുള്ള പ്രത്യേക സമുദായങ്ങളിൽ നിന്നു ള്ളവരാണെന്ന ഇന്ത്യൻ വ്യാപാരികളുടെ സ്വയം നിർവചനം ഇന്ത്യയിലെ ബ്രിട്ടീഷ് വ്യാപാരശൈലികളാൽ വീണ്ടും ദൃഢീകരിക്കപ്പെട്ടു. ബംഗാൾ ബാങ്കും ബോംബെ ബാങ്കും മദ്രാസ് ബാങ്കും മിക്കപ്പോഴും പ്രത്യേകിച്ചും പ്രതിസന്ധി കാലഘട്ടങ്ങളിൽ ചെട്ടിയാർ, മാർവാരി, മുൾത്താൻ ബനി യകൾ എന്നിവരെ വ്യക്തികൾ എന്ന നിലയിലോ വിഭിന്ന കൂട്ടുകുടുംബ ങ്ങളെന്ന നിലയിലോ ഉള്ള യോഗ്യതകളെ പരിശോധിക്കാതെ ഒരേ അള വിലുള്ള പ്രീതിയോടെയോ അപ്രീതിയോടെയോ പരിഗണിച്ചിരുന്നു. മഹാ ത്മാഗാന്ധി വർണാശ്രമധർമത്തെ പിന്തുണച്ചതിന്റെ ഒരു വശം പ്രത്യേക വ്യാപാര സമുദായങ്ങൾക്ക് വേറിട്ട സ്വത്വം നിലനിർത്തിയതാവാം. അങ്ങനെ സ്വാതന്ത്ര്യപൂർവ ബഹുസ്വരതയും വിഭിന്ന വ്യാപാര സമുദായ ങ്ങളുടെ സഹവർത്തിത്വവും ആന്തരിക പരസ്പരാശ്രയത്വം സംരക്ഷിക്കാനും വിരോധമില്ലെങ്കിലും പൊതുവെ ധിക്കാരിയായ അന്യ ഭരണവർഗത്തെയും ആധിപത്യമുള്ള വ്യാപാര സമൂഹത്തെയും നേരി ടാനുമുള്ള വഴിയായിരുന്നു. തിരിച്ചറിയാവുന്ന ഗ്രൂപ്പുകളെന്ന നിലയിലുള്ള

വ്യാപാര സമുദായങ്ങളുടെ വേറിട്ട അസ്തിത്വത്തിന് വ്യാപാരികളുടെ ജീവിതപ്രവൃത്തിയെ ഗൗരവം വെടിഞ്ഞ് കണ്ടിരുന്ന ഭൂപ്രഭുക്കളും നാട്ടുരാജാക്കന്മാരും സൗകര്യം ചെയ്തുകൊടുത്തിരുന്നു. ഒരു അർധഫ്യൂഡലും കൊളോണിയലുമായ സമൂഹഘടന ലാഭമുണ്ടാക്കുന്നവരെ തിരിച്ചറിയാവുന്ന ഗ്രൂപ്പുകളായി വേർതിരിക്കാൻ സൗകര്യം ചെയ്തു.

ഹിന്ദുമതത്തിന്റെ സാംസ്കാരിക പ്രയോക്താക്കളായ ഗാന്ധിജിയും ടാഗോറും; മതേതരത്വത്തോടുള്ള ഹിന്ദു വ്യാപാരസമൂഹത്തിന്റെ നിസ്സംഗതയും

സ്വാതന്ത്ര്യലബ്ധിയെത്തുടർന്ന് ഗവൺമെന്റിനും നിയമവിധേനയുള്ള കൈവശക്കാരനോ ഭൂവുടമയ്ക്കോ ഇടയിലുള്ള നിയമാംഗീകൃത ഇടനിലക്കാരെ നീക്കം ചെയ്തു. പക്ഷേ പശ്ചിമബംഗാൾ, കേരളം, ജമ്മു കാശ്മീർ എന്നീ സംസ്ഥാനങ്ങളിലല്ലാതെ ഗ്രാമങ്ങളിലും ചെറുപട്ടണങ്ങളിലും തലസ്ഥാന നഗരങ്ങളിൽപ്പോലും ഭൂപ്രഭു അധികാരം ഇല്ലാതാക്കിയില്ല. മഹാഭൂരിപക്ഷം കർഷകരുടെയും കൈത്തൊഴിലുകാരുടെയും ഔപചാരിക അനൗപചാരിക മേഖലകളിലെ ആകസ്മിക തൊഴിലാളികളുടെയും കർഷകത്തൊഴിലാളികളുടെയും കടുത്ത ദാരിദ്ര്യം ഭൂപ്രഭുവും വ്യാപാരിയും പലിശക്കാരനും തമ്മിലുള്ള സാമൂഹികവും സാമ്പത്തികവും രാഷ്ട്രീയവുമായ ബന്ധത്തിന് അടിത്തറ നൽകുന്നത് തുടർന്നു. ചിലപ്പോൾ ബ്യൂറോക്രാറ്റുകളുടെയും രാഷ്ട്രീയക്കാരുടെയും അധികാരത്താൽ വർധിച്ചും ഒരേ കുടുംബത്തിന്റെ പരിധികൾക്കകത്ത് മൂർത്തമായും സ്വത്ത് വിഭജിക്കപ്പെട്ടിട്ടില്ലാത്ത ഹിന്ദുകുടുംബത്തിന്റെ ഉടമസ്ഥതയെയും അനന്തരാവകാശത്തെയും സംബന്ധിച്ച നിയമം - ബംഗാളി ഹിന്ദുക്കൾ ഒഴികെയുള്ള സ്വത്തുടമകളായ എല്ലാ ഹിന്ദുക്കൾക്കും ബാധകമായ നിയമം - ബനിയകളെയും ഭൂപ്രഭുകുടുംബങ്ങളെയും സ്റ്റേറ്റും വ്യാപാര ബന്ധങ്ങളിലെ കടക്കാരും വ്യാപാരത്തിൽ മത്സരിക്കുന്നവരും ഉൾപ്പെടെ പുറമെനിന്നുള്ള വെല്ലുവിളികൾക്ക് പലവിധ തടസ്സങ്ങളുയർത്തുന്നതിനെ അനുവദിക്കുകയും ചെയ്തു. കൊളോണിയൽ കാലശേഷ ഗവൺമെന്റുകൾ വ്യാപാരത്തെ പ്രോത്സാഹിപ്പിച്ചു. പക്ഷേ, അവരുടെ നീക്കങ്ങൾ ഇന്ത്യൻ വ്യാപാരസമൂഹത്തിന്റെ മത്സരേതര സംരംഭേതര സവിശേഷതകളെ വർധിപ്പിക്കുകയും ലാഭവും ആഡംബരവും ആസ്വദിക്കാൻ അവരെ അനുവദിക്കുകയും ചെയ്തു. ഹോട്ടലുകളുടെ നിർമാണത്തിന് ധാരാളിത്തത്തോടെ സബ്സിഡികൾ നൽകുകയും വ്യാപാരികളുടെ യഥാർഥ വരുമാനങ്ങളിൽ മിക്കതും നികുതിയടയ്ക്കാത്ത (നികുതി വീഴ്ചയ്ക്ക് മാപ്പ് നൽകൽ, ചെലവിനുള്ള ആനുകൂല്യങ്ങൾ, ട്രസ്റ്റ് സ്വത്തുക്കളെ ഒഴിവാക്കൽ തുടങ്ങിയവയിലൂടെ) താവുകയും ആയതോടെ ഇന്ത്യൻ ബിസിനസുകാർ മുൻകാല മഹാരാജാക്കന്മാരുടെ ജീവിതശൈലിയെ അനുകരിച്ചു. ഉത്തര, പൂർവ, പശ്ചിമ ഇന്ത്യയിലെ അനേകം വ്യാപാരസമുദായങ്ങൾ രജപുത്ര, ക്ഷത്രിയ

താവഴി അവകാശപ്പെടുകയും വൈശ്യരായി വിശേഷിക്കപ്പെടുമ്പോൾ അ സന്തുഷ്ടരാവുകയും ചെയ്യുന്നു.

ഇന്ത്യൻ ഹിന്ദുബൂർഷ്വാസികൾ ചില അപവാദങ്ങളൊഴിച്ചാൽ തീക്ഷ്ണമായി മതബോധമുള്ളവരായിരുന്നു. ഈ മതപരത മതാനുഷ്ഠാനങ്ങളോടുള്ള അവരുടെ സൂക്ഷ്മതയുള്ള അനുസരണത്തിലും ക്ഷേത്രങ്ങൾക്കും പുതിയ ക്ഷേത്രങ്ങളുടെ പ്രതിഷ്ഠാപനത്തിനും അവർ നൽകിയ ദാനത്തിലും പ്രകടമായിരുന്നു. ബിർലമാർ നിർമിച്ച അനേകം ക്ഷേത്രങ്ങൾ ഇന്ത്യയുടെ വൻനഗരങ്ങളിലുണ്ട്. ഈ ക്ഷേത്രങ്ങളും അവയുടെ അനുബന്ധങ്ങളും വരുമാനത്തിന്റെയോ നികുതിയൊഴിവാക്കുന്നതിന്റെയോ ഉപാധികളാവുകയും പലപ്പോഴും പൊതുഇടങ്ങളെ കയ്യേറുകയും ചെയ്തു. ജി ഡി ബിർലയും ജമുനലാൽ ബജാജും ഗാന്ധിജിയുടെ അനുയായികളായിരുന്നപ്പോൾ ഗാന്ധിജിയുടെ ലാളിത്യം സ്പഷ്ടമായും അവരെയോ അവരുടെ കുടുംബങ്ങളെയോ തൃപ്തരാക്കിയില്ല. തന്റെ ജീവിതത്തിന്റെ അവസാനകാലത്തെ ആത്മീയ പ്രതിസന്ധിയുടെ കാലഘട്ടത്തിൽ ബജാജ് തന്റെ 'ഗുരു'വിനെ കണ്ടെത്തിയത് ആനന്ദമയിമായിലാണ് (അവർ കമലാനെഹ്റുവിന്റെയും 'ഗുരു'വായിരുന്നു).

ഗുജറാത്തിന്റെ അനേകം ഭാഗങ്ങളിൽ മെഷ്രി, ശ്രാവക ബനിയകൾ ബ്രാഹ്മണരെക്കാൾ ഉയർന്ന സാമൂഹിക പദവി അനുഭവിച്ചിരുന്നു (Gazetteer of the Bombay Presidency 1901: Section 111). എന്നിട്ടും അവർ പിതൃദായക, അധികാരശ്രേണിയുള്ള, അനുഷ്ഠാനാത്മക സാമൂഹിക ക്രമം നിലനിർത്താൻ ബ്രാഹ്മണ ധർമസംഹിതയാൽ ബാധ്യസ്ഥരായിരുന്നു. മധ്യകാല, ആധുനികകാല രാജസ്ഥാനിൽ മേൽത്തട്ടിൽ ഭരണസംഘമായ രജപുത്രരും അവരുടെ ഫിനാൻസിയേഴ്സും നികുതി വർധിപ്പിക്കുന്നവരുമായ ബനിയകളും വിഭിന്ന ജാതികൾക്കും ഉപജാതികൾക്കും സ്വകാര്യപൊതുമേഖലാ വസ്തുക്കൾ ലഭ്യമാക്കുന്നതിന്റെ പദവിക്രമത്തിനുള്ള പ്രമാണം നൽകിയിരുന്ന ബ്രാഹ്മണരും ചേർന്നതായിരുന്നു. മതേതര അധികാരത്തിന്റെ ഫലപ്രദമായ ശബ്ദമായി രജപുത്രരെ ബനിയ സർപാഞ്ചുകൾക്ക് നിഷ്കാസനം ചെയ്യാമായിരുന്നു. ബ്രാഹ്മണർ വിധവകളുടെ സതിക്ക് (1980ൽ ശെഖാവതിയിലെ ജർദി ഗ്രാമത്തിലെ ഓം കൻവറിനെയും 1987ൽ അതേ പ്രദേശത്തെ ദേവ്രാല ഗ്രാമത്തിലെ രൂപ്കൻവറിനെയുംപോലെ) ന്യായീകരണം കണ്ടെത്തി നൽകുകയും ബനിയകൾ രജപുത്ര പാരമ്പര്യങ്ങളെ അനുകരിക്കുകയും ചെയ്തു (Vaid and Sangari 1991).

ജീവിതശൈലിയിലെ വല്ലപ്പോഴുമുള്ള ധൂർത്തിനൊപ്പം ഇന്ത്യൻ ബനിയകളുടെ മതപരതയ്ക്ക് എങ്ങനെ നീങ്ങാനാവുമെന്ന് നാം കണ്ടുകഴിഞ്ഞു. ശരിയായ ചര്യ (സത്യവുമായുള്ള പരീക്ഷണങ്ങൾ എന്ന വാക്യത്തിൽ മൂർത്തമാക്കിയ)യെ ഒരു വിശ്വാസവ്യവസ്ഥയുടെ യഥാർഥ പ്രകടനത്തിൽ ഊന്നുന്ന മഹാത്മാഗാന്ധിയെക്കുറിച്ച് ഇത് തെറ്റായ ധാരണയുണ്ടാക്കുന്നു. വിശ്വാസികളുടെ ചിന്തകൾക്കും പ്രവർത്തനങ്ങൾക്കും

മാർഗദർശനം നൽകുന്ന കർക്കശമായ ധാരണകളുടെ ഒരു ക്രമം എന്നതിനെക്കാൾ വിശ്വാസ വ്യവസ്ഥകളുടെ ഒരു സമൂഹമെന്ന നിലയിൽ ഹിന്ദുമതത്തിന്റെ പ്രത്യക്ഷമായ സർവസമ്മതി എങ്ങനെയാണ് പൊതുവെ ബനിയകൾക്കിടയിലും ഹിന്ദു ഉപരിവർഗങ്ങൾക്കിടയിലും മേൽജാതിക്കാർക്കിടയിലും വർത്തിച്ചത്?

ഈ ചോദ്യത്തിനുള്ള ഉത്തരം എളുപ്പമല്ല. ഹിന്ദുക്കളെ അംഗീകൃത ഗ്രന്ഥങ്ങളിൽ ഉറച്ചുവിശ്വസിപ്പിച്ച് അവരെ നിത്യജീവിതത്തിൽ പിന്തുടരുന്ന ഒരു വിഭാഗത്തിലേക്ക് പരിവർത്തിപ്പിക്കാനുള്ള ശ്രമങ്ങൾ കൊളോണിയൽ ഇന്ത്യയിൽ നടത്തിയിരുന്നു. സ്വാമി ദയാനന്ദസരസ്വതി തുടങ്ങിവെച്ച ആര്യസമാജ പ്രസ്ഥാനത്തിന്റെ ആവിർഭാവത്തിൽ ഇതു കാണാം (അദ്ദേഹത്തിന്റെ പ്രവർത്തനങ്ങളും വിശ്വാസവും അറിയാൻ Sharma 1972; Yadar 1978 കാണുക). ഗുജറാത്തിൽ തന്നെ ഒരു ബ്രാഹ്മണ കുടുംബത്തിൽ ജനിച്ച ദയാനന്ദ് ഗുജറാത്തി ബനിയമാർക്കിടയിൽ വൻ അനുയായിവൃന്ദമുള്ള വല്ലഭാചാര്യ അവാന്തരവിഭാഗത്തെ നിശിതമായി വിമർശിച്ചു. ദയാനന്ദിന്റെ അനുയായികൾ വിദ്യാഭ്യാസരംഗത്തു നടത്തിയ പ്രവർത്തനങ്ങളെ പുകഴ്ത്തുമ്പോഴും ഗാന്ധിജിക്ക് ആര്യസമാജത്തിൽ നിന്നകന്ന് സനാതന (പരമ്പരാഗത) ധർമത്തിന്റെ അനുയായിയാണെന്ന് സ്വയം വിശേഷിപ്പിക്കാമായിരുന്നു (Gandhi 1916: 333-38). ആര്യസമാജവുമായ അഭിപ്രായഭിന്നതയ്ക്ക് ഗാന്ധിജി നൽകിയ ഒരു കാരണം ശ്രദ്ധേയമാണ്:

> എനിക്ക് ഹിന്ദുമതം പര്യാപ്തമാണ്. അതിന്റെ വിപുലമായ ആശ്ലേഷത്തിൽ എല്ലാതര വിശ്വാസങ്ങൾക്കും സംരക്ഷണമുണ്ട്. ആര്യസമാജക്കാരും സിഖുകാരും ബ്രഹ്മസമാജക്കാരും ഹിന്ദുക്കളിൽ നിന്ന് വ്യത്യസ്തരായി നിൽക്കാൻ ഇഷ്ടപ്പെടുന്നുവെങ്കിലും ഭാവിയിൽ ഹിന്ദുമതത്തിൽ ലയിച്ച് പൂർണത കൈവരിക്കുമെന്നതിൽ എനിക്ക് സംശയമില്ല. മറ്റേതൊരു മാനവസ്ഥാപനംപോലെ ഹിന്ദുമതത്തിനും ന്യൂനതകളുണ്ട്. ഇവിടെ ഏത് പ്രവർത്തകനും പരിഷ്കരണത്തിന് പ്രയത്നിക്കാൻ വിപുലമായ സാധ്യതയുണ്ട്. പക്ഷേ, വിഘടനത്തിനുള്ള ഇടം കുറവാണ് (ibid: 333).

ഇന്ത്യൻ ദേശീയതയുടെ പ്രത്യയശാസ്ത്രത്തിനുമേലുള്ള മറ്റൊരു പ്രധാന സ്വാധീനമായ രവീന്ദ്രനാഥ ടാഗോറിന് രാഷ്ട്രീയത്തെക്കുറിച്ച് ഗാന്ധിജിയിൽനിന്ന് തീർത്തും വ്യത്യസ്തമായ ഒരു വീക്ഷണമാണുള്ളത്. വല്ലപ്പോഴുമുള്ള പരസ്പരവിരുദ്ധമായ പ്രസ്താവനകളൊഴിച്ചുനിർത്തിയാൽ ടാഗോർ മതപരമായ വിഭാഗീയതയിൽനിന്ന് തീർത്തും മുക്തനായിരുന്നു. പക്ഷേ അനേകം അവസരങ്ങളിൽ ഗാന്ധിജിയുടെതിന് സമാനമായ ഭാഷയിലാണ് അദ്ദേഹം തന്റെ വിശ്വാസങ്ങൾ പ്രകടിപ്പിച്ചത്. 1912 ഏപ്രിൽ – മേയ് കാലത്ത് (ബംഗാളി കലണ്ടറിൽ വൈശാഖ് 1319) 'സ്വയം തിരിച്ചറിയൽ' എന്ന തലക്കെട്ടോടെ പ്രസിദ്ധീകരിക്കപ്പെട്ട ലേഖനത്തിൽ

ബ്രഹ്മോകുടുംബത്തിൽ പിറന്ന ടാഗോർ ഹിന്ദുബ്രഹ്മോ ആയി തിരിച്ചറിയുന്നു.

ടാഗോർ ഇവിടെ ബോധപൂർവമായോ അബോധപൂർവമയോ ബംഗാളി സ്വദേശി പ്രസ്ഥാനകാലത്ത് ദേശീയപത്രമായ *സന്ധ്യ*യുടെ പത്രാധിപരായിരുന്ന ബ്രഹ്മബൻധബ് ഉപാധ്യായയെ അനുകരിക്കുകയാണ്. ഉപാധ്യായ ഏതാനും വർഷങ്ങൾക്കുമുമ്പ് റോമൻ കത്തോലിക്കാ മതത്തിലേക്കുള്ള പരിവർത്തനശേഷം സ്വയം ഹിന്ദു കത്തോലിക്കാ വാദിയെന്നോ കത്തോലിക്കാ ഹിന്ദുവെന്നോ ആണ് വിശേഷിപ്പിച്ചിരുന്നത് (ഉപാധ്യായ പിന്നീട് ക്രിസ്തുമതം ഉപേക്ഷിച്ചു). ഒരു യാഥാസ്ഥിതിക ബ്രഹ്മൊ ടാഗോറിന്റെ ഒരു ലേഖനത്തെ രൂക്ഷമായി വിമർശിച്ചതിനെ തുടർന്നുണ്ടായ വിവാദത്തിൽ ടാഗോർ തന്റെ നിലപാടിനെ ചെറുത്തു (Tagore 1361 BS: 580-88). സ്വന്തത്തെയും മറ്റുള്ളവരെയും തിരിച്ചറിയുക മതപരമായ വിശ്വാസത്തിന്റെ പ്രകൃതം, ഒരു സങ്കീർണ വിശ്വാസ വ്യവസ്ഥയെന്ന നിലയിലുള്ള ഹിന്ദുമതത്തിന്റെ വളർച്ച എന്നിവയുടെ അളവുകോലിനെ ഉൾപ്പെടുത്തുന്ന ടാഗോറിന്റെ വാദമുഖങ്ങൾ വിശദവും ചില ഭാഗങ്ങളിൽ സൂക്ഷ്മവുമാണ്. ഇസ്ലാംമതത്തെയോ ക്രിസ്തുമതത്തെയോ ആശ്ലേഷിച്ചാലും ഒരാൾക്ക് ഹിന്ദുവായി തുടരാമെന്ന് അദ്ദേഹം അവകാശപ്പെട്ടു (Tagore 1361 BS:464). അന്ധവിശ്വാസങ്ങൾ ത്യജിച്ച് ശരാശരി ഹിന്ദുവിനെക്കാൾ ഉയർന്ന മാർഗദർശനം സ്വീകരിച്ചതിനാൽ ഒരു ഹിന്ദുവെന്ന് കൂടി ചേർക്കാതെ ബ്രഹ്മോമാത്രമായി സ്വയം വിശേഷിപ്പിക്കുമ്പോൾ അന്ധവിശ്വാസത്തിലും യാതനയിലും മുങ്ങിയ ആ ഹിന്ദുക്കളുടെ സഹോദരൻ (സഹോദരി) ആയി അയാൾ (അവൾ) തനിക്കുള്ള താദാത്മ്യത്തെ നിഷേധിക്കുകയാണ്. ഏകദൈവവിശ്വാസങ്ങളായ ക്രിസ്തുമതത്തിലും ഇസ്ലാമിലും സിഖുമതത്തിലുമുള്ളവർ ഗാന്ധിജിയും ടാഗോറും ഉദ്ഘോഷിച്ച മതവ്യവസ്ഥകളുടെ പരമാധികാര പ്രവണതയെ നിരസിച്ചേക്കാം. പക്ഷേ, ഹിന്ദുമതത്തെ ഒരു ഏകവിശ്വാസപ്രമാണമായും ആചാരങ്ങളുടെ ഏകസംഹിതയായും മാറ്റാൻ ആഗ്രഹിച്ച പരിഷ്കർത്താക്കൾ അവയെ അതിനെക്കാളേറെ നിരസിക്കും. ബ്രഹ്മാവാദത്തെയും യാഥാസ്ഥിതിക ഹിന്ദുമതത്തെയും കാരണമില്ലാതെ താൻ പറയുന്നതു മാത്രം ശരിയെന്ന് ശഠിക്കുന്നവരും ഉദാരമാനവികതാവാദികളും വ്യാഖ്യാനിച്ചതിന്റെ ഏറ്റുമുട്ടുന്ന വഴികൾ ടാഗോറിന്റെ നോവലായ *ഗോര*യിൽ ചിത്രീകരിച്ചിട്ടുണ്ട്. അവർക്ക് ബ്രഹ്മാവാദത്തിനും യാഥാസ്ഥിതിക ഹിന്ദുമതത്തിനും പകരം ഇതര വിശ്വാസ സമ്പ്രദായങ്ങളുടെ മതേതരത്വവും സഹിഷ്ണുതയുമായിരുന്നു സ്വീകാര്യമായ ഏക ആദർശം (ഇതുമായി ബന്ധപ്പെട്ട J Bagchi 1996 കാണുക).

ഹിന്ദുമതത്തിന്റെ തീവ്രവകഭേദങ്ങളോടുള്ള ഗാന്ധിജിയുടെയും ടാഗോറിന്റെയും വിയോജിപ്പ് മതപ്രചാരണത്തിനോ മതയാഥാസ്ഥിതികതയുടെ പ്രതിഷ്ഠാക്കോ ബലമോ രാജാധികാരമോ പ്രയോഗിക്കുന്നതിനോടുള്ള എതിർപ്പിൽനിന്ന് ഉയർന്നു വന്നതായിരുന്നു. അപരനിൽ മത

വിശ്വാസങ്ങളുടെ ഒരു സംഹിത ശാക്തീകരിക്കുന്നതിന് ധാർമിക പ്രേരണയും ആന്തരിക ദൃഢവിശ്വാസവും ഉപയോഗിക്കുകയല്ലാതെ ഗാന്ധിജിയും ടാഗോറും രാജ്യഭരണ സംവിധാനവുമായി അതിനായി ഇടപാട് നടത്തിയിരുന്നില്ല. വിഭാഗീയവും ഇന്ത്യൻ വാക് ശൈലിയിൽ വർഗീയ സംഘടനകളുമായ രാഷ്ട്രീയ സ്വയം സേവക് സംഘ്, വിശ്വഹിന്ദു പരിഷത്ത്, ജമാ അത്തെ ജസ്ലാമി എന്നിവയ്ക്കും ഗാന്ധിജിയുടെ കാര്യത്തിൽ അധ്വാനിക്കുന്ന പാവപ്പെട്ടവർക്കുവേണ്ടിയുള്ള സ്വത്തിന്റെ മുതലാളിമാരായ 'ട്രസ്റ്റി'മാരും നൽകുന്ന പിന്തുണ വെറുക്കപ്പെടേണ്ടതാണ്.

ആഴത്തിൽ നിൽക്കുന്ന മതവിശ്വാസങ്ങൾ ബഹുസാംസ്കാരിക ജനാധിപത്യത്തിലുള്ള കലർപ്പില്ലാത്ത വിശ്വാസവുമായി ചേർക്കുന്നതിന്റെ വഴി അവരുടെ രചനകൾ കാണിക്കുന്നതിനാൽ ഗാന്ധിജിയുടെയും ടാഗോറിന്റെയും ബഹുസാംസ്കാരികതയെക്കുറിച്ചുള്ള പ്രതിപാദനങ്ങൾ സുപ്രധാനമാണ്. ഏതാനും അപവാദങ്ങളൊഴിച്ചാൽ ഇന്ത്യൻ ബൂർഷ്വാസിയുടെ ഭാഷാശൈലി അതിന്റെ ശൈലീസമുച്ചയത്തിൽ മതപരമായിരുന്നു. പക്ഷേ ഗാന്ധിജിയുടെയും ടാഗോറിന്റെയും പ്രതിപാദനങ്ങളിലേക്ക് വ്യാപിച്ച തരത്തിലുള്ള തുറസ് (openness) അവരുടെ പ്രതികരണത്തിലുണ്ടായില്ല.

ഈ ഭാഗം വിടുന്നതിനുമുമ്പ് ദളിതുകളുടെയും മുസ്ലിങ്ങളുടെയും സംവരണത്തിൽ ഗാന്ധിജിയുടെ ഉത്സാഹമില്ലായ്മ പിൽക്കാല വിശകലനക്കാരും ബി ആർ അംബേദ്കറിനെപ്പോലെയുള്ള സമകാലീന ചെറുപ്പക്കാരും വിമർശിച്ചിരുന്നുവെന്നത് ശ്രദ്ധിക്കുന്നത് രസകരമായിരിക്കും (cf. Ambedkar 1932; Baxi 1995). സാമൂഹിക തിന്മകളെ നേരിടുന്നതിൽ കൊളോണിയൽ ആശിർവാദത്തിലുള്ള രാജ്യത്തിന്റെ പ്രവർത്തനങ്ങളിലുള്ള വിശ്വാസമില്ലായ്മയിൽനിന്നാണ് ഭാഗികമായി ചുരുങ്ങിയപക്ഷം അദ്ദേഹത്തിന്റെ മനോഭാവം ഉയർന്നുവന്നത്. സ്വരാജ് (സ്വന്തം വിധിയെ നിയന്ത്രിക്കാനുള്ള കഴിവ് നേടൽ) പ്രാപിക്കുന്നതിനെ തുടക്കത്തിൽതന്നെ കടുത്തതോതിൽ അസമമായ സ്വത്തുവിതരണത്തിന്റെ സ്വാധീനത്തെ അദ്ദേഹം വാസ്തവത്തിൽ താഴ്ത്തിപ്പറഞ്ഞിരിക്കാം. ഇന്ത്യൻ ബൂർഷ്വാസിയുടെ ഭൂരിപക്ഷത്തെയും ബഹുസാംസ്കാരികതയുടെ ഗുണത്തെക്കുറിച്ച് ബോധ്യപ്പെടുത്താൻ ഗാന്ധിജിക്ക് കഴിയാതിരുന്നതുപോലെ രണ്ട് നൂറ്റാണ്ടുകാലത്തെ കൊളോണിയൽ ഭരണത്തിലൂടെ അവർ ചെറുത്തുനിൽക്കാൻ ശ്രമിച്ച അവരുടെ പിടിച്ചെടുത്ത സ്ഥാനങ്ങളെ ഭീഷണിപ്പെടുത്തുന്ന സംവരണത്തിന്റെ ആവശ്യത്തെക്കുറിച്ച് അതിലും കുറച്ചാണ് അദ്ദേഹത്തിന് ബോധ്യപ്പെടുത്താൻ കഴിഞ്ഞത്.

അനേകം ബിസിനസുകാരുൾപ്പെടെ അനേകം ഇന്ത്യക്കാർ ഗാന്ധിജിയെ ദൈവസമാനനായാണ് പരിഗണിച്ചിരുന്നത്. ഇത് ഗാന്ധിയൻ ദർശനത്തിന്റെ ധർമനിർദേശങ്ങളുടെ ഉല്ലംഘനവുമായി തീർത്തും പൊരുത്തപ്പെടുന്നതായിരുന്നു. അനേകം ഹിന്ദു ആത്മീയ നേതാക്കൾക്ക് ദൈവസമാനമായ ഗുണങ്ങൾ നൽകി ദിവ്യന്മാരും ദേവസ്ത്രീകളുമാക്കുന്നത്

ഇന്ത്യൻ ബൂർഷ്വാസികൾക്കിടയിൽ പതിവായിരുന്നു. ചില അവസരങ്ങളിൽ ഒരു കാലത്ത് ഇന്ദിരാഗാന്ധിയോട് വളരെ അടുപ്പമുണ്ടായിരുന്ന ധീരേന്ദ്ര ബ്രഹ്മചാരിയെപ്പോലെയുള്ള ദിവ്യന്മാരുടെ വൃത്തങ്ങളോ മുൻ പ്രധാനമന്ത്രി നരസിംഹറാവു മുതൽ സുബ്രഹ്മണ്യസ്വാമി വരെയുള്ള അനേകം രാഷ്ട്രീയക്കാരോട് അടുപ്പമുണ്ടായിരുന്ന ചന്ദ്രസ്വാമിയോ അധികാരത്തിന്റെ ശൃംഖലകളായി പ്രവർത്തിക്കുക കൂടി ചെയ്യുന്നു. ഇന്ത്യയുടെ രാഷ്ട്രീയ വാണിജ്യ സാഹചര്യങ്ങളിൽ അവർ ഒരുപക്ഷേ റോട്ടറി ക്ലബുകളെക്കാളും ലയൺസ് ക്ലബുകളെക്കാളും കൂടുതൽ സ്വാധീനമുള്ളവരാണ്. ബിർലമാരുടെ മൂലഗ്രാമമായ പിലാനിയിൽ ജി ഡി ബിർല സ്ഥാപിച്ച യൂണിവേഴ്സിറ്റിയിൽ ഉയർത്താൻ ജ്ഞാനദേവതയായ സരസ്വതിയുടെ അവതാരങ്ങളായി മാർക്സിന്റെയും ലെനിന്റെയും പ്രതിമകൾ ആവശ്യപ്പെട്ടത് അസാധാരണമായിരുന്നു. അദ്ദേഹത്തിന്റെ ആത്മീയ മാർഗദർശിയും ഗോൾഡേഴ്സ് ഗ്രീൻ ക്രെമറ്റോറിയ പൂന്തോട്ടത്തിൽ ബിർലയുടെ പ്രതിമ അനാവരണം ചെയ്യാൻ ക്ഷണിതാവുമായിരുന്ന സ്വാമി ചിന്മയാനന്ദൻ പിന്നീട് 1992ൽ അയോധ്യയിലെ ബാബരി മസ്ജിദ് നിയമവിരുദ്ധമായി തകർത്തതിലുള്ള പങ്കിലൂടെ പ്രത്യേകമായ കുപ്രസിദ്ധി നേടിയ സംഘടനയായ വിശ്വഹിന്ദു പരിഷത്തിൽ ഒരു പ്രധാന വ്യക്തിയായി (T Basu, P Dutta, S Sarkar and S Sen 1993:65).

പാർസികളെ ഒഴിച്ചുനിർത്തിയാൽ ക്ഷേത്രങ്ങൾ നിർമിച്ച സാമൂഹികമായും രാഷ്ട്രീയമായും ആചാരനിഷ്ഠയുള്ള ഹിന്ദുവ്യാപാരികളുടെയും ബാങ്കർമാരുടെയും ഗ്രൂപ്പുകളാണ് സ്വാതന്ത്ര്യത്തിന് മുമ്പ് മിക്ക ആധുനിക വ്യവസായ സ്ഥാപനങ്ങളും നിർമിക്കുകയോ വിലയ്ക്കുവാങ്ങുകയോ ചെയ്തത് (Bagchi 1972: Chapter 6). സ്വാതന്ത്ര്യത്തിന് ശേഷവും സ്വകാര്യമേഖലയിൽ അതേ ഗ്രൂപ്പിനാണ് ഇന്ത്യൻ വ്യവസായത്തിൽ ആധിപത്യമുണ്ടായത്. അവരുടെ പ്രാമുഖ്യവും പരസ്യമായി പ്രകടിതമായ മതപരതയും വർധിച്ചിട്ടുണ്ട്. ഫാക്ടറികളുടെയും ബിസിനസ് പരിസരങ്ങളുടെയും ശിലാസ്ഥാപനം രാഷ്ട്രീയക്കാരായാണെങ്കിലും അത്തരം അവസരങ്ങളിൽ മതപരമായ ചടങ്ങ് മിക്കവാറും നിർബന്ധമായിട്ടുണ്ട് (cf. നാഷണൽ ഓർഗാനിക് കെമിക്കൽസ് ലിമിറ്റഡിന്റെ പരിസരങ്ങളിൽ അരവിന്ദ് മഫത്ത്ലാലിന്റെയും ഭാര്യയുടെയും ഫോട്ടോ, Herdeck and Piramal 1986).

എന്റെ വാദത്തിന്റെ അന്തിമനിരയിലേക്ക് തിരിയുന്നതിനുമുമ്പ് ഇന്ത്യൻ ബൂർഷ്വാസിക്ക് ബൂർഷ്വാസി എന്ന നിലയിൽ സ്വാതന്ത്ര്യത്തിനു മുമ്പ് ഭരണസംവിധാന നടത്തിപ്പിൽ ചെറിയൊരു പങ്കുമാത്രമെ ഉണ്ടായിരുന്നുള്ളൂവെന്ന് വീണ്ടും ഊന്നിപ്പറയേണ്ടതുണ്ട്. ബ്രിട്ടീഷുകാർ അങ്ങനെ അതിനകം ചെയ്തിരുന്നതിനാൽ മതശാഖയിൽനിന്നോ ഒരു മതവർഗത്തിന്റെ സംഘടനാ സംവിധാനത്തിൽനിന്നോ രാജ്യത്തെ വേർപെടുത്താൻ അവർക്ക് സമരം ചെയ്യേണ്ടിവന്നില്ല. രാജ്യനയങ്ങളുടെമേൽ നിർണായക സ്വാധീനം ചെലുത്താനുള്ള ആദ്യത്തെ യഥാർഥ അവസരം

സ്വാതന്ത്ര്യത്തോടൊപ്പം വന്നു. ജവഹർലാൽ നെഹ്റുവിന്റെ ഭരണ കാലത്ത് ഇന്ത്യൻ ബൂർഷ്വാസി; ഭരണകൂടം പിന്തുടർന്ന മതേതര രാജ്യ നയത്തോടൊപ്പം നീങ്ങി. എന്നാൽ ഭരണവർഗങ്ങളുടെ സഖ്യത്തിലുണ്ടായ വിള്ളലുകൾ സഖ്യത്തിലെ ഒരു വിഭാഗം മതത്തെ രാഷ്ട്രീയ ആയുധമായി ഉപയോഗിക്കുന്നതിലേക്ക് നയിച്ചു. വൻകിട ബൂർഷ്വാസിയും – ചെറുകിട ബിസിനസുകാരുടെ വലിയൊരു വിഭാഗവും – സമ്മതിദായക പിന്തുണ ഉറപ്പിക്കുന്നതിനും മതന്യൂനപക്ഷങ്ങളുടെ വലിയ വിഭാഗങ്ങൾക്കുമേൽ ജനാധിപത്യവിരുദ്ധമായി അധികാരം പ്രയോഗിക്കുന്നതിനും മതപരമായ ഭാഷാശൈലിയും മുദ്രാവാക്യങ്ങളും ഉപയോഗിച്ച കക്ഷികൾക്ക് സമ്പത്ത് നൽകുകയും സജീവമായി പിന്തുണയ്ക്കുകയും ചെയ്തു.

ബോംബെയിലെ ഇന്ത്യൻ മുതലാളിമാരുടെ ജഗന്മൈത്രിയും അതിന്റെ ദൗർബല്യവും

സ്വന്തം അതിർത്തി നിർണയിക്കുന്നതിന് ഇന്ത്യൻ ബൂർഷ്വാസിയും ഹിന്ദു ദേശീയതാ വാദികളും ഒരുപോലെ മതത്തെ വിഭാഗീയമായി ഉപയോഗിച്ചതിന്റെ ആരംഭം സ്വാതന്ത്ര്യത്തിനുമുമ്പുള്ള കാലത്താണ്. ദേശീയതാവാദത്തെയോ ദേശീയ സ്വത്വത്തെയോ യഥാർഥമതത്തിന്റെ ഒരു പ്രത്യേക വീക്ഷണത്തെയോ ഇങ്ങനെ കൂട്ടിച്ചേർക്കുന്നതിൽ ഹിന്ദു ബൂർഷ്വാസിക്കോ സ്വാതന്ത്ര്യപൂർവ സംഘർഷങ്ങളുടെ മറ്റു നായകർക്കോ അതുല്യത അവകാശപ്പെടാനാവില്ല. ജർമൻ രാഷ്ട്രത്തിന്റെ സ്വാതന്ത്ര്യത്തിന്റെ പേരിലാണ് പാശ്ചാത്യ ക്രിസ്തുമതത്തിനുമേലുള്ള പോപ്പിന്റെ നിയന്ത്രണത്തിനെതിരെയുള്ള മാർട്ടിൻ ലൂഥർകിങ്ങിന്റെ പ്രചരണം മിക്കപ്പോഴും നടന്നിരുന്നത് (Tawney 1926-38; Sabine and Thorson 1973:336-39). മതം ദേശീയതാവാദത്തിനുള്ള പതിനാറാം നൂറ്റാണ്ടിലെ വാക്കാണെന്ന് സർ ലെവിസ് നേമിയറെ ഉദ്ധരിച്ചുകൊണ്ട് ക്രിസ്റ്റഫർ ഹിൽസ് പറയുന്നുണ്ട്. ഇംഗ്ലണ്ടിൽ 1640ന് മുമ്പും ശേഷവും പ്രൊട്ടസ്റ്റന്റു മതത്തിനെതിരെയുള്ള യഥാർഥമോ ഭാവനാത്മകമോ ആയ ഏതൊരു ഭീഷണിക്കെതിരെയും ഉടനെ ഭൂരിപക്ഷവും അണിനിരക്കുമായിരുന്നു (Hills 1986:19-20). ഹെൻറി എട്ടാമന്റെ കീഴിൽ ഇംഗ്ലീഷ് മതസഭയുടെ ആദ്യപരിഷ്കരണത്തിനുശേഷം ഇംഗ്ലണ്ടിൽ ക്രിസ്തുമതത്തിലേക്കുള്ള എല്ലാ വിഭാഗങ്ങളോടുമുള്ള സഹിഷ്ണുത ഉറപ്പിക്കാൻ മൂന്നു നൂറ്റാണ്ട് വേണ്ടിവന്നു. പശ്ചിമയൂറോപ്പിലെ പ്രബുദ്ധ നാടുകളിൽപ്പോലും എല്ലാ മത ദേശീയതാ സമൂഹങ്ങൾക്കും പൗര രാഷ്ട്രീയ അവകാശങ്ങൾ ലഭ്യമാക്കുന്നത് ഇപ്പോഴും ഇടയ്ക്കിടെയുള്ള പോരാട്ടങ്ങളുടെ വിഷയമാണ്.

കൊളോണിയൽ ഇന്ത്യയിൽ കാര്യം നേടാൻ യോജിച്ച വിധത്തിൽ സ്റ്റേറ്റ് മിക്കപ്പോഴും ഒരിടത്ത് ഒരു പ്രത്യേക മതവർഗത്തിന്റെ വിശേഷാനുകൂല്യ അവകാശങ്ങളെ അംഗീകരിക്കുകയും മറ്റൊരിടത്ത് നിയമത്തിനു മുന്നിലെ സമത്വത്തിന്റെയും ആഭ്യന്തരക്രമസമാധാനം സംരക്ഷിക്കുന്നതി

ന്റെയും പേരിൽ സമാനമായ വിശേഷാനുകൂല്യങ്ങൾ നിരസിക്കുകയും ചെയ്തു. ഗോവധാനുമതി ഇത്തരത്തിലുള്ള ഒരു വിവാദപ്രശ്നമായിരുന്നു. ആ പ്രശ്നത്തിൽ ഉത്തരേന്ത്യയിലെ അനേകം പട്ടണങ്ങളിലും ചില ഗ്രാമങ്ങളിലും ധനിക ഹിന്ദുവ്യാപാരികളും ഭൂപ്രഭുക്കളും കൈത്തൊഴിലുകാരും കർഷകരുമായ മുസ്ലിങ്ങൾക്കെതിരെ അണിനിരന്നു. ചൂഷിതനായ നെയ്ത്തുകാരൻ വ്യാപാരിയെ ലക്ഷ്യമാക്കി തന്റെ പോരാട്ടത്തെ സത്യനിഷേധിക്കെതിരെയുള്ള ജിഹാദാക്കി മാറ്റിയപ്പോൾ വ്യാപാരി ഗോവധനിരോധത്തെ കലാപകാരിയായ കൈത്തൊഴിലുകാരനെ ഒതുക്കാനുള്ള ആയുധമാക്കി (Pandey 1990).

മാർവാരി ബനിയകൾ ഉത്തരേന്ത്യയിലെയും പൂർവേന്ത്യയിലെയും ഏറ്റവും പ്രധാനപ്പെട്ട വ്യാപാര സമുദായമാണ്. അവരുടെ പതിവ് ജീവിതരീതിക്ക് ഏറ്റവും കുറഞ്ഞ ശല്യമുണ്ടാക്കുന്ന വൻനഗരങ്ങളിലെയും പട്ടണങ്ങളിലെയും മാറുന്ന സാമ്പത്തിക സാഹചര്യങ്ങളോടുള്ള പൊരുത്തപ്പെടലാണ് സാമൂഹിക പരിഷ്കരണംകൊണ്ടും മതപരിഷ്കരണംകൊണ്ടും അവർ ഉദ്ദേശിച്ചിരുന്നത്. ആധുനികതയും പാശ്ചാത്യ വിദ്യാഭ്യാസവും സ്വീകരിക്കപ്പെടുന്നതിനെക്കാൾ എതിർക്കപ്പെടുകയാണുണ്ടായത് (Timberg 1972). ജി ഡി ബിർലയുടെയും ആർ കെ ഡാൽമിയയുടെയും ജമുനലാൽ ബജാജിന്റെയും തലമുറയിൽ വിശദമായ ഔപചാരിക വിദ്യാഭ്യാസത്തിനു സമയം ലഭിക്കുന്നതിനുമുമ്പ് പത്തും പതിനൊന്നും വയസുകളിൽ വ്യാപാര ജീവിതചര്യ തുടങ്ങുമായിരുന്നു. ഇളം പ്രായത്തിലുള്ള അത്തരം പരിശീലനം കുടിയേറ്റ മാർവാരികൾക്കിടയിലെ പരസ്പരാശ്രിതത്തോടൊപ്പം ചേർന്ന് അവരെ പ്രബലരായ വ്യാപാരികളും ഫിനാൻസിയേഴ്സുമാക്കി. അവരുടെ കലർപ്പില്ലാത്ത പ്രേരണയിലൂടെയും ജിജ്ഞാസയിലൂടെയും ബജാജിനും ബിർലക്കും വിശാലമായ വിദ്യാഭ്യാസം നേടാനായി എന്നത് ശ്രദ്ധേയമാണ്. എന്നാൽ ഒരു പുരുഷാധിപത്യമുള്ള സാമൂഹികമായി യാഥാസ്ഥിതികമായ മതാചാരവിചാരങ്ങളുടെ നിരോധനമുയർത്തിയ തടസങ്ങളെ തകർക്കാൻ അത്തരം വിദ്യാഭ്യാസം പ്രേരണ നൽകിയില്ല (ibid 90-105 and Appendix B).

ഇന്ത്യയുടെ മിക്കഭാഗങ്ങളിലെയും ഹിന്ദു വ്യാപാര സമൂഹത്തിന്റെ യാഥാസ്ഥിതികത പത്തൊമ്പതാം നൂറ്റാണ്ടിന്റെ ഒടുവിൽ ബോംബെയിലെ വ്യാപാര സമുദായങ്ങളിലുണ്ടായ സാമൂഹിക ക്ഷോഭത്തിന് തീർത്തും വിരുദ്ധമാണ് (Dobbin 1992: Chapter 3-4). രാഷ്ട്രീയത്തിലും വ്യാപാരത്തിലും മത്സരിക്കുന്ന വ്യത്യസ്ത മതക്കാരായ അനേകം ഇന്ത്യൻ ബിസിനസ് ഗ്രൂപ്പുകൾ ബോംബെയിലുണ്ടായിരുന്നതിനാലാണ് ആ ക്ഷോഭമുണ്ടായത്. മറ്റു തുറമുഖ നഗരങ്ങളായ കൽക്കട്ട, മദ്രാസ്, റങ്കൂൺ, കറാച്ചി എന്നിവിടങ്ങളിലെയത്ര ആധിപത്യം ബ്രിട്ടീഷുകാർക്ക് ബോംബെയിലുണ്ടായിരുന്നില്ല എന്ന യാഥാർഥ്യവും ബോംബെയിലെ തദ്ദേശ വ്യാപാരികൾക്കിടയിൽ സാമൂഹിക പ്രസ്ഥാനങ്ങളുടെ ഇരച്ചുകയറ്റത്തിന് കാരണമായി. ഭരണവംശമെന്നനിലയിൽ അവരുടെ മേൽക്കോയ്മയുടെ

മറ്റൊരടയാളമായി ബ്രിട്ടീഷുകാർ കെട്ടിച്ചമച്ച 'ആധുനികത'യോട് വിരുദ്ധമായ സവിശേഷതകളോടുകൂടി ബോംബെയിലെ ഇന്ത്യൻ വ്യാപാരികൾക്ക് സ്വന്തം സ്വത്വങ്ങളെ നിർവചിക്കേണ്ടി വന്നില്ല. ബ്രിട്ടീഷുകാരുമായി മുൻപേ തുടങ്ങിയ കൂടുതൽ അടുപ്പമുള്ള ബന്ധത്താൽ പാശ്ചാത്യ രീതിയിലുള്ള വിദ്യാഭ്യാസവും സ്ത്രീവിമോചനവും മറ്റുള്ളവരെക്കാൾ ഹൃദ്യമായി സ്വീകരിച്ച പാർസികളും ബോംബെയിലെ വ്യാപാരഗ്രൂപ്പുകളിലുണ്ടായിരുന്നു. ബോംബെയിലെ പ്രധാന ഹിന്ദു ഷെട്ടിയകളായ ഭാട്ടിയകളിലും കപോൽ ബനിയകളിലും സാമൂഹിക പരിഷ്കരണത്തിനായുള്ള നീക്കങ്ങൾ താൽക്കാലികമായിരുന്നു. ദാവൂദി ബോറകളെയും ഇസ്മായിൽ ഖോജകളെയും പോലുള്ള മുസ്ലിം വ്യാപാര സമുദായങ്ങളുടെ മതാചാരങ്ങളെ പരിഷ്കരിക്കാനുള്ള ഏതൊരു ശ്രമവും ഇതിനെക്കാൾ താൽക്കാലികമായിരുന്നു. വ്യത്യസ്ത ഗ്രൂപ്പുകൾക്കിടയിൽ സമുദായങ്ങൾ തമ്മിലുള്ള ചില സംഘർഷങ്ങളുമുണ്ടായിരുന്നു (ibid: Chapter 4). എങ്കിലും ആ സമുദായങ്ങൾക്കെല്ലാം ബോംബെയുടെ വ്യാപാരലോകത്തും മുനിസിപ്പൽ രാഷ്ട്രീയത്തിലും പിന്നീട് ദേശീയ രാഷ്ട്രീയത്തിലും ചില പങ്ക് നിർവഹിക്കാനുണ്ടായിരുന്നു. അവരെല്ലാം – കൽക്കട്ടയിലെപ്പോലെ ബുദ്ധിജീവികൾ മാത്രമല്ല. വിവിധ സാമൂഹിക മതപരിഷ്കരണ പ്രസ്ഥാനങ്ങളാൽ സ്പർശിക്കപ്പെട്ടിരുന്നു.

പ്രമുഖ ഷെട്ടിയമാർ പ്രത്യേകിച്ചും അവരിലെ പുരുഷന്മാർ സാമൂഹികമായും വ്യാപാരത്തിലും നിരന്തരമായി ഇടകലർന്നു. മൂന്ന് സുപ്രധാന ഇന്ത്യൻ വ്യാപാരസമുദായങ്ങളായ പാർസികളും ഗുജറാത്തി ഹിന്ദുക്കളും ഗുജറാത്തി മുസ്ലിങ്ങളും ബാങ്ക് ഓഫ് ബറോഡയുടെ ഭരണസമിതിയിൽ 1868 മുതൽ അത് 1920ൽ ഇംപീരിയൽ ബാങ്ക് ഓഫ് ഇന്ത്യയിൽ ലയിക്കുന്നതുവരെ പ്രതിനിധീകരിക്കപ്പെട്ടിരുന്നതിലും അത് പ്രകടമായിരുന്നു. അതുപോലെ ബോംബെ ചേംബർ ഓഫ് കൊമേഴ്സും ബോംബെ മില്ലുടമകളുടെ അസോസിയേഷനും കൽക്കട്ടയിലെ സമാനമായ സംഘടനകളെക്കാൾ സാർവലൗകികതയുള്ളവയായിരുന്നു.

എങ്കിലും ബോംബെ വരേണ്യരുടെ സാർവലൗകികതയ്ക്ക് കൊളോണിയൽ കാലത്തുപോലും പരിമിതികളുണ്ടായിരുന്നു. മുഹമ്മദലി ജിന്നയ്ക്ക് തന്റെ പാർസി അമ്മായിഅപ്പനുമായും തന്റെ പിതാവിന്റെ ആഗ്രഹത്തിനെതിരെ പാർസിയിൽനിന്ന് ക്രിസ്തുമതം സ്വീകരിച്ചയാളെ വിവാഹം ചെയ്യാൻ വാശിപിടിച്ച മകളുമായും ഉണ്ടായ ദുഷ്കരമായ ബന്ധങ്ങൾ ഇവ ചിത്രീകരിക്കുന്നുണ്ട്. തന്റെ സ്ഥാപനമായ ഡഗ്ലസ് ഗ്രഹാം ആന്റ് കമ്പനിയുടെ ലണ്ടൻ ഓഫീസിൽ മുഹമ്മദലി ജിന്നയെ നിയമിക്കാൻ ശുപാർശ ചെയ്ത സർ ഫ്രെഡറിക് ലീ കോഫ്റ്റിനോടാണ് തന്റെ തൊഴിലിന്റെ ആദ്യപടിയോട് അദ്ദേഹം കടപ്പെട്ടിരിക്കുന്നത്. അവിടെ ജിന്ന തന്റെ ഉദാര രാഷ്ട്രീയ വീക്ഷണങ്ങൾ വികസിപ്പിക്കുകയും ബാരിസ്റ്റർ യോഗ്യത നേടുകയും സമ്പന്നരും ശക്തരുമായവരുമായി സൗഹൃദം സ്ഥാപിക്കുകയും ചെയ്തു. അവരിൽ ബോംബെയിലെ പാർസി സമുദാ

യത്തിന്റെയും കോട്ടൺ മില്ലുടമകളുടെയും സമുന്നത നേതാക്കളിലൊരാളായ ദിൻഷാ മനോക്ജി പെറ്റിറ്റുമുണ്ടായിരുന്നു. 1916ൽ കോൺഗ്രസും മുസ്ലിം ലീഗും തമ്മിലുള്ള ലഖ്നൗ സന്ധി രൂപപ്പെടുത്തുന്നതിൽ വിജയിച്ചയുടനെ ജിന്ന തന്റെ സുഹൃത്തായ സർ ദിൻഷായുടെ പതിനാറു വയസുള്ള കുട്ടിയെ വിവാഹം കഴിക്കാനുള്ള ആഗ്രഹം പ്രകടിപ്പിക്കുകയും അതു നിരാകരിക്കപ്പെടുകയും ചെയ്തു. സാമൂഹികവും നിയമപരവുമായ എല്ലാ തടസങ്ങളെയും മറികടന്ന് 1918ൽ ജിന്ന കുട്ടിയെ വിവാഹം കഴിച്ചു. ഏതാനും വർഷങ്ങൾക്കുള്ളിൽ വിവാഹമോചനവുമുണ്ടായി. വിവാഹത്തിനുശേഷം ദിൻഷാ മകളെ ഒരിക്കലും അംഗീകരിച്ചില്ല. ജിന്നയ്ക്ക് കുട്ടിയിൽ പിറന്ന മകളായ ദിന ക്രിസ്തുമതം സ്വീകരിച്ച് പാർസിമില്ലുടമയായ നെവില്ലെ വാഡിയയെ വിവാഹം കഴിച്ചപ്പോൾ ജിന്ന മകളെ ഉപേക്ഷിച്ചു. പിതാവും മകളും തമ്മിൽ വല്ലപ്പോഴുമുള്ള കത്തിലൂടെ ബന്ധമുണ്ടായിരുന്നുവെങ്കിലും ജിന്ന ജീവിച്ചിരിക്കുമ്പോൾ പാകിസ്ഥാനിൽ കാൽ കുത്തിയില്ല. ജിന്നയുടെ ശവസംസ്കാര ചടങ്ങിൽ പങ്കെടുക്കാൻ മാത്രമാണ് ദിന പാകിസ്ഥാനിലേക്ക് പോയത് (Wolpert 1984: Chapters 2-4 and 23). വൻകരയിലെ ഉപരിവർഗങ്ങളുടെ ഈ ദുരന്തവും മതസമുദായത്തിന്റെ അടിസ്ഥാനത്തിലുള്ള അതിന്റെ വിഭജനവും ഈ ബഹുസാംസ്കാരിക വൻകരയിൽനിന്ന് പാകിസ്ഥാനെ മുറിച്ചെടുത്ത വ്യക്തിയുടെ ഏകാന്തതയുടെ ദുരിതത്തിൽ പ്രതിഫലിച്ചിരുന്നു.

കൽക്കട്ടയിൽ ഇന്ത്യൻ വ്യാപാര സമുദായങ്ങൾക്കിടയിൽ ആദ്യകാലത്ത് ബഹുസാംസ്കാരിക സാമൂഹികത കുറവായിരുന്നു. നഗരത്തിലെ ആധിപത്യമുള്ള വ്യാപാര കൂട്ടായ്മകൾ ബ്രിട്ടീഷുകാരുടേതായിരുന്നു. ഇന്ത്യക്കാരിൽ ഒരു മതത്തിൽനിന്നോ ഭാഷാവിഭാഗത്തിൽനിന്നോ വിഭജനങ്ങളിലൂടെയോ വിഭാഗീയതയിലൂടെയോ ഒരു വർഗത്തിന്റെയോ ഒരു ദേശീയതയുടെതോ ആയ ആധിപത്യമുള്ളവയാണ് ഇന്ത്യൻ വ്യാപാര ഗ്രൂപ്പുകൾ തുടങ്ങിയത്. ബംഗാൾ നാഷണൽ ചേംബർ ഓഫ് കൊമേഴ്സ് ബംഗാളി സംസാരിക്കുന്ന മിക്കവാറും ഹിന്ദുക്കളായ വ്യാപാരികളെയാണ് പ്രതിനിധീകരിച്ചിരുന്നത്. ഓറിയന്റൽ ചേംബർ ഓഫ് കൊമേഴ്സ് മുസ്ലിം വ്യാപാരികളെയും ഭാരത് ചേംബർ ഓഫ് കൊമേഴ്സ് മാർവാരികളെയും പ്രതിനിധീകരിച്ചു. മാർവാരികൾക്കിടയിൽ തന്നെ രാജഭക്തരും ദേശീയതാവാദികളും തമ്മിൽ വ്യത്യാസങ്ങളുണ്ടായിരുന്നു (Herdeck and Piramal 1986: 109). ഇത് ബോംബെയിലെ ചെറുതും എന്നാൽ ദേശീയതാ ചായ്‌വുള്ള വ്യാപാരികളും ബോംബെ മില്ലുടമാ അസോസിയേഷനിൽ സംഘടിതരായ വലിയ മില്ലുടമകളും തമ്മിലുള്ള വ്യത്യാസങ്ങൾ പോലെയായിരുന്നു (Gordon 1978: Chapters 4-5). പക്ഷേ ഈ സംഘർഷങ്ങൾ സാമൂഹിക പരിഷ്കരണങ്ങളെയും അപരരെ സാമൂഹിക സമന്മാരായി സ്വാഗതം ചെയ്യാനായി സമുദായത്തെ തുറന്നിടുന്നതിനെക്കാളേറെ രാഷ്ട്രീയ തന്ത്രങ്ങളെ കുറിച്ചായിരുന്നു.

ഇന്ത്യൻ വ്യാപാരസമുദായങ്ങൾ സാമൂഹികമായി യാഥാസ്ഥിതികമായിരുന്നുവെങ്കിലും വ്യത്യസ്ത പ്രത്യയശാസ്ത്രങ്ങളുള്ള വ്യത്യസ്ത രാഷ്ട്രീയ കക്ഷികളുമായി ചർച്ചകൾ നടത്തേണ്ടതെങ്ങനെയെന്ന് പഠിച്ചിട്ടുണ്ട്. ഷിപ്പിങ്, കെട്ടിനിർമാണ, പഞ്ചസാര, ഓട്ടോമൊബൈൽ മേഖലകളിലും പ്രമുഖ സംരംഭകരായ പാൽചന്ദ് ബ്രദേഴ്സിനെ കുറിച്ച് സർദാർ വല്ലഭഭായ്പട്ടേൽ നടത്തിയ പ്രസ്താവനയിൽ ഇത് തെളിയുന്നുണ്ട്. 'ഗുലാബ്ചന്ദ് ഹിന്ദുസഭയിൽ നിന്നാണ്, ലാൽചന്ദ് കോൺഗ്രസുകാരനാണ്, രതൻചന്ദ് ഒരു പാർട്ടിയുടെയും ആളല്ല, വാൻചന്ദ് എല്ലാ പാർട്ടികളുടെയും ആളാണ് (Herdeck and Piramal 1986:404). ഈ പ്രായോഗിക രാഷ്ട്രീയ ദർശനത്തെ ശരിവെക്കുന്ന വിധത്തിൽ ഇന്ത്യൻ ബിസിനസുകാരിൽ മിക്കവരും സ്വാതന്ത്ര്യത്തിനുശേഷം കോൺഗ്രസിനെ പിന്തുണച്ചു. അതിന്റെ നയങ്ങളാൽ അവർക്ക് മെച്ചമുണ്ടായി. വ്യക്തിഗതമായി ചില ബിസിനസുകാർ ചില പ്രത്യേക ഗവൺമെന്റ് നിയന്ത്രണങ്ങൾക്കെതിരെ തടസമുണ്ടാക്കിയിരുന്നു. എങ്കിലും ചേരിചേരാപ്രസ്ഥാനത്തിന്റെ പ്രതാപകാലത്ത് നെഹ്റു കമ്യൂണിസ്റ്റുകളുമായുണ്ടാക്കിയ സൗഹൃദം കോൺഗ്രസിന്റെ ചില മുൻകാല അനുയായികളെ കമ്യൂണിസ്റ്റേതര പ്രതിപക്ഷ കക്ഷികളുമായി അടുക്കുന്നതിന് പ്രേരിപ്പിച്ചു. പശ്ചിമേന്ത്യയിൽ പ്രവർത്തിക്കുന്ന ഈയിനത്തിൽപ്പെട്ട രണ്ടു കക്ഷികളായിരുന്നു സ്വതന്ത്ര പാർട്ടിയും (അത് സ്വേച്ഛയോടെ സ്വതന്ത്രസംരംഭങ്ങൾക്ക് വേണ്ടിയുള്ളതായിരുന്നു) ശിവസേനയും (മഹാരാഷ്ട്ര ആ നാട്ടുകാരാൽ ഭരിക്കപ്പെടണമെന്നതായിരുന്നു അവരുടെ ആവശ്യം. ഹിന്ദുക്കൾ മാത്രമാണ് മഹാരാഷ്ട്രക്കാരെന്നതാണ് ശിവസേനയുടെ നിലപാട്). ജമുനലാൽ ബജാജിന്റെ മക്കളായ കമൽനയർ ബജാജും രാമകൃഷ്ണബജാജും ഈ പാർട്ടികളോട് കൂട്ടുകൂടി ഉത്തരബോംബെ പാർലമെന്റ് സ്ഥാനാർഥിയായിരുന്ന കോൺഗ്രസ് ഔദ്യോഗിക നോമിനി വി കെ കൃഷ്ണമേനോനെതിരെ ജെ സി കൃപലാനിയെ പിന്തുണച്ചു (Kamath 1988:166-88). സ്വതന്ത്ര പാർട്ടി തകർന്നു. ശിവസേന വളരെയധികം സങ്കുചിതമായ വിഭാഗീയ രാഷ്ട്രീയകക്ഷിയായി തുടരുന്നു. 1992 ഡിസംബറിലെയും 1993 ജനുവരിയിലെയും ബോംബെ കലാപങ്ങൾക്കു പിറകിലെ പ്രധാന ശക്തികളിലൊന്ന് ശിവസേനയായിരുന്നു.

ബിസിനസുകാരും രാഷ്ട്രീയക്കാരും കമ്യൂണിസ്റ്റ് ആധിപത്യമുള്ള ട്രേഡ്യൂണിയനുകളെ പൊളിക്കാൻ ശിവസേനയെ ബോധപൂർവം ഉപയോഗിച്ചു. ശിവസേന മറാഠാ പരമാധികാര പ്രത്യയശാസ്ത്രത്തെ ഉപയോഗിച്ചു. കോൺഗ്രസ് നേതാവായ വൈ ബി ചവാനെയും അദ്ദേഹത്തിന്റെ ശക്തനായ പിൻഗാമിയായ ശരദ് പവാറിനെയുംപോലുള്ള നേതാക്കൾ മറാഠാശൗര്യത്തിന്റെയും നഷ്ടപ്രതാപം വീണ്ടെടുക്കാനുള്ള ആവശ്യത്തിന്റെയും അതേ ഭാഷാശൈലി ഉപയോഗിച്ചു. ശിവസേന അതിന്റെ സാമ്പത്തിക പിന്തുണക്കാരെ ബോംബെയിലെ മുതലാളിമാരുടെയും മധ്യവർഗത്തിന്റെയുമിടയിൽ കണ്ടെത്തി. അതിന്റെ നിയോജകമണ്ഡലം വിശാ

ലമായ ബ്രാഹ്മണേതര ദളിതേതര മറാഠകളും കുൻബികളും നയിക്കുന്ന ജാതികളുടെ കൂട്ടായിരുന്നു. അതിന്റെ പടയാളികൾ അസംതൃപ്തരായ ആകസ്മികതൊഴിലാളികളും തൊഴിൽരഹിതരും മിക്കപ്പോഴും ക്രിമിന ലുകളാക്കപ്പെട്ട ചേരിനിവാസികളുമായിരുന്നു. ബോംബെയുടെ സമാന്തര സമ്പദ്വ്യവസ്ഥ സമാന്തര രാഷ്ട്രീയമുണ്ടാക്കുകയും അത് നിയമപാല കരുടെ മൗനാനുവാദത്തോടെ 1992–93 കാലത്തെ ബോംബെ കലാപ ത്തിൽ നടന്നപോലെയും സജീവ പിന്തുണയോടെയും പരിപോഷിക്ക പ്പെടുകയും ചെയ്തു. ശിവസേനയുടെ ബലിയാടുകൾ റിയൽ എസ്റ്റേറ്റ് ഊഹക്കച്ചവടക്കാർക്കും കള്ളക്കടത്തുകാർക്കും മില്ലുകളുടെ സ്ഥലത്ത് ഹൗസിംഗ് കോംപ്ലക്സുകൾ നിർമിക്കാനാഗ്രഹിക്കുന്ന തകരുന്ന തുണി മില്ലുകളുടെ ഉടമകൾക്കും പകരം തീവ്ര ട്രേഡ് യൂണിയൻ നേതാക്കളും ദളിതുകളും മുസ്ലിങ്ങളുമായിരുന്നു. ശിവസേനയുടെ കാവിവൽക്കരണവും അതിന്റെ മറാഠാ കുമ്പി സങ്കുചിതത്വവും വർഗീയതയും തമ്മിലുള്ള ലയ നവും സ്വാഭാവിക പരിണതികളായിരുന്നു. തീർച്ചയായും വിരോധാഭാ സമായി ബോംബെ കലാപങ്ങളിൽ അനേകം ദളിതുകൾ ശിവസേനയുടെ ആക്രമണഭടന്മാരായി രംഗത്തുണ്ടായിരുന്നു. സ്വയം ആദരണീയ ഹിന്ദു ക്കളാകാൻ ആഗ്രഹിക്കുന്ന ഉപരിവർഗത്തിലേക്കുയരുന്ന ദളിതുകൾ ശിവ സേനയിലും ബി ജെ പിയിലും സ്വാഗതം ചെയ്യുന്നൊരു ആശ്ലേഷം കണ്ടി ട്ടുണ്ടാകാം (Lele 1981, 1995; Gupta 1982; Hansen 1997: Chapters 8-10).

ഭരണസംവിധാനത്തിലുള്ള കോൺഗ്രസ് പാർട്ടിയുടെ മേൽക്കോയ്മ ഗൗരവപൂർവം വെല്ലുവിളിക്കപ്പെടുകയും ചിലപ്പോൾ ശിഥിലമാവുകയും കോൺഗ്രസ് രാഷ്ട്രീയക്കാർ ബോധപൂർവം വ്യത്യസ്ത മതവിഭാഗങ്ങ ൾക്ക് സ്വീകാര്യമാകുന്ന മുദ്രാവാക്യങ്ങൾ ഉപയോഗിക്കുകയും ചെയ്ത പ്പോൾ ബഹുസാംസ്കാരികത ഉപായത്തിലൂടെയുള്ള തരപ്പെടുത്തലി ന്റെയും സംഘർഷങ്ങളുടെയും വേദിയായി (Lele 1995). പ്രതിപക്ഷത്തോ ടൊപ്പം പരസ്യമായിനിന്ന ചില ബിസിനസുകാർ കോൺഗ്രസ് ഗവൺ മെന്റിന്റെ വിവേചനം അനുഭവിച്ചു. തൊഴിലില്ലായ്മയുടെ വളർച്ചയും ലുംപൻ പ്രോലിറ്റേറിയറ്റിന്റെ വിപുലമാകലും ഓഫീസ് കോംപ്ലക്സു കളും സമ്പന്ന താമസകേന്ദ്രങ്ങളുമാക്കി മാറ്റാവുന്ന ചേരികളടക്കമുള്ള നഗരപ്രദേശങ്ങൾക്കു വേണ്ടിയുള്ള കടിപിടിയും നഗരങ്ങളിലെ സംഘർ ഷങ്ങളെ ഉയർത്തി. ഇത് രാഷ്ട്രീയക്കാർക്ക് ഒരു ബന്ധിത തിരഞ്ഞെ ടുപ്പ് നിയോജകമണ്ഡലമുണ്ടാക്കാൻ, ഒരു പ്രത്യേക സമുദായത്തെ പ്രേരി പ്പിക്കാൻ വർഗീയപ്രശ്നം കുത്തിപ്പൊക്കാൻ അനുയോജ്യമായ പരിതഃ സ്ഥിതികൾ നൽകി. നാം നേരത്തെ സൂചിപ്പിച്ചതുപോലെ അനേകം ബിസിനസുകാർ ഈ കളിയോടൊപ്പം നീങ്ങാൻ സന്നദ്ധരായിരുന്നു (Bagchi 1991).

ഈ രീതിയിൽ പ്രാദേശിക പൊലീസിന്റെ മനഃപൂർവമുള്ള പ്രകോ പനത്താലുണ്ടായ ചില കലാപങ്ങളടക്കം അനേകം കലാപങ്ങൾക്ക്

സാക്ഷിയായ ഉത്തർപ്രദേശ് മാത്രമല്ല ഇന്ത്യൻ വൻകിട ബൂർഷ്വാസിയുടെ തലസ്ഥാനവും മഹാത്മാഗാന്ധിയുടെ നാടുമായ പശ്ചിമേന്ത്യയിലും 1970കൾ മുതൽ പതിവായി കലാപങ്ങളുണ്ടായി. ബാബറി മസ്ജിദിന്റെ തകർക്കലിനെത്തുടർന്ന് ഈ മുസ്ലിം വിരുദ്ധ കലാപങ്ങൾ ബോംബെ നഗരത്തിൽ ഏറ്റവും കഠിനമായി. ഈ കലാപത്തിന് രണ്ട് ഘട്ടങ്ങളുണ്ട്. ആദ്യഘട്ടത്തിൽ കലാപങ്ങൾ താരതമ്യേന അസംഘടിതമായിരുന്നു. രണ്ടാംഘട്ടത്തിൽ ശിവസേനയും ബി ജെ പിയും ബോംബെ പൊലീസും അക്രമത്തിന് തുടക്കമിടുന്നതിലും മുസ്ലിം ചേരികളും മുസ്ലിം വീടുകളും തീയിട്ട് നശിപ്പിക്കുന്നതിലും അവരിലെ അനേകം പേരെ കൊല്ലുന്നതിലും പ്രധാന പങ്ക് വഹിച്ചു (18 HRC 1994: esp 95-116). ഇതിനെ ഗോസംരക്ഷണ പ്രസ്ഥാനത്തിന്റെ തുടർച്ചയായി 1893 ആഗസ്റ്റിൽ ബോംബെയിൽ നടന്ന കലാപങ്ങളുടെ വൻതോതിലുള്ള പുനരാവിഷ്കാരമായി കാണാം.

നേരത്തെ നാം ബോംബെയിലെ പ്രമുഖ ബിസിനസുകാർക്കിടയിലുള്ള ശ്രദ്ധേയമായ സഹകരണത്തെക്കുറിച്ച് പറഞ്ഞിട്ടുണ്ട്. തിരഞ്ഞെടുപ്പുള്ള സമിതികളിലും വ്യാപാര സംഘടനകളിലും വ്യത്യസ്ത വ്യാപാര സമുദായങ്ങളിൽ നിന്നുള്ള പ്രതിനിധികൾക്ക് അവസരത്തിന് ഈ സഹകരണം പൊതുവെ രൂപം നൽകിയിരുന്നു. ഉയർന്ന തലത്തിലെ സഹകരണത്തിന്റെ ഈ പ്രവണത സ്വയമേവ വലിയൊരു അനുപാതത്തിൽ കുടിയേറ്റക്കാരുള്ള പാവപ്പെട്ടവരിൽ സമാനമായ മനോഭാവമുണ്ടാക്കിയില്ല. അവരുടെ പാർപ്പിട സൗകര്യം മോശമായിരുന്നു. അവർക്ക് ശുചിത്വ സംവിധാനങ്ങളൊന്നുമുണ്ടായിരുന്നില്ല. തൊഴിൽസുരക്ഷയും ഉണ്ടായിരുന്നില്ല. അവരിൽ ചിലർ അവസരത്തിനൊത്ത് മൊല്ലയെയും സമുദായത്തെയും ചെറുക്കാൻ സന്നദ്ധരായ പേശീബലമുള്ളവരുടെ കൂട്ടായ്മകളിലേക്ക് പതിവായി സംഘടിപ്പിക്കപ്പെട്ടിരുന്നു (Chandravarkar 1994: esp. Chapter 5). ഒഫീഷ്യൽ ഗസറ്റിയർ ഓഫ് ദി ബോംബെ സിറ്റി ആന്റ് ഐലന്റ് വിവിധ തരത്തിലുള്ള കലാപങ്ങളുടെയും ആഭ്യന്തര അസ്വസ്ഥതകളുടെയും കണക്ക് കൊടുത്തുകൊണ്ട് തിങ്ങിക്കവിഞ്ഞ വാസയോഗ്യമല്ലാത്ത ജീവിത സാഹചര്യങ്ങളാണ് ഇതൊക്കെയുണ്ടാക്കുന്നതെന്ന് ആവർത്തിച്ചു പറഞ്ഞു (Edwards 1909:150-96). പാർസി പത്രപ്രവർത്തകന്റെയും പാർസി പ്രചരണ വിദഗ്ധന്റെയും അവിവേക പൂർവ (ഒരിക്കൽ എഡ്വേർഡിന്റെ അഭിപ്രായത്തിൽ നിന്ദാപൂർവമായതും)മായ ഇസ്ലാമിനെയോ മുഹമ്മദ് നബിയെയോ കുറിച്ചുള്ള പ്രസ്താവനകളാൽ പ്രകോപിതരായി 1851ലും 1874ലും മുസ്ലിങ്ങൾക്കും പാർസികൾക്കുമിടയിൽ കലാപങ്ങളുണ്ടായി. ഖോജകളിലെ ശത്രുതയുള്ള വിഭാഗങ്ങൾക്കിടയിലും ശിയാക്കളുടെയും സുന്നികളുടെയുമിടയിലും കലാപങ്ങളുണ്ടായി (ibid: 156, 179, 195). പക്ഷേ, ഇവയെല്ലാം മിക്ക അവസരങ്ങളിലും സ്വത്തിന് പരിക്കും നാശവുമുണ്ടാക്കുന്ന (ക്ഷേത്രങ്ങളും പള്ളികളുമടക്കമുള്ള) ചെറുകിട സംഭവങ്ങളായിരുന്നു. മരണങ്ങൾ അവ കൊണ്ടുണ്ടായില്ല. പക്ഷേ, 80 പേരുടെ മരണവും സ്വത്തിന് വൻനാശവുമുണ്ടാക്കിയ

1893ലെ കലാപം വളരെയധികം ഗുരുതരമായിരുന്നു (ibid:193). വൻ വ്യാപാരികൾ കലാപത്തിന്റെ അടിത്തട്ടിൽ വരെ എത്തുന്നില്ല എന്നും പക്ഷേ ചില വ്യാപാരികൾ കലാപകാരികളെ സഹായിക്കാനും കുറ്റം ചെയ്യാൻ പ്രേരിപ്പിക്കാനും തയാറായിരുന്നുവെന്നും ഈ കലാപം തെളിയിച്ചു. ചില ഷെട്ടിയമാർ (ഭൂരിഭാഗവും ഗുജറാത്തിൽ നിന്നുള്ളവർ) 1893ലെ കലാപങ്ങളിലേക്ക് നയിച്ച ഗോ സംരക്ഷണ സംഘത്തിനും പിന്നീട് കലി തുള്ളുന്ന ജനങ്ങൾക്കും സാമ്പത്തിക സഹായം നൽകി (Upadhyay 1989; കലാപത്തിന്റെ മറ്റൊരു കാഴ്ചയ്ക്ക് Masselos 1993 കാണുക).

ബഹുസാംസ്കാരികതയോടുള്ള ഇന്ത്യൻ ബൂർഷ്വാസിയുടെ നിലപാടിന്റെ ഘടനാപരമായ നിർണായക ഘടകങ്ങൾ

ഗവൺമെന്റ് പിന്തുടർന്ന സാമ്പത്തികവും ഇറക്കുമതി കയറ്റുമതി നികുതിപരവുമായ നയത്താൽ ബോംബെയിലെ പ്രധാന വ്യവസായമായ പരുത്തിമില്ലുകൾ ഒരു പ്രതിസന്ധി കാലഘട്ടത്തിലെത്തിയപ്പോഴാണ് 1893ൽ ബോംബെയിൽ കലാപമുണ്ടായതെന്നത് യാദൃച്ഛികമല്ലാതിരിക്കാം. അതിനെത്തുടർന്ന് ഒരു ദശകത്തോളം കയറ്റുമതി താഴുകയും ബോംബെ വ്യവസായ വളർച്ച കുറയുകയും ചെയ്തു (സാമ്പത്തിക ദുരിതം മാത്രമല്ല അസഹ്യതയും ഇതിലൊരു പങ്ക് നിർവഹിച്ചു. അസഹ്യതയുടെ പ്രത്യാഘാതത്തിൽ മിൽ തൊഴിലാളികളുടെ ദുഃഖപൂർണമായ ജീവിത സാഹചര്യങ്ങൾ മൂർഛിച്ചു). 1982–93 കാലത്തെ വമ്പിച്ച ബോംബെ തുണിമിൽ സമരത്തിന്റെ തകർച്ചയ്ക്കുശേഷം ഏകദേശം ഒരു ദശകം കഴിഞ്ഞാണ് കലാപം ഉണ്ടാകുന്നത്. ആ കാലയളവിൽ നേരത്തെ മിൽ മേഖലകളായിരുന്നിടത്ത് ഭൂമിയുടെ ഊഹക്കച്ചവടത്തിന് വേഗത കൂടിയതും ഈ കലാപങ്ങൾക്ക് കാരണമായി.

1992–93 കാലത്തെ കലാപങ്ങൾ നൂറ്റാണ്ടിന്റെ പഴക്കമുള്ള കലാപങ്ങളിൽനിന്ന് അനേകം പ്രധാന കാരണങ്ങളാൽ വ്യതിരിക്തമായിരുന്നു. അവ കൂടുതൽ ദീർഘമാവുകയും ജീവനും സ്വത്തിനും കൂടുതൽ നഷ്ടമുണ്ടാക്കുകയും ചെയ്തു. നിയമക്രമസമാധാന പാലന ശക്തികൾ ആ സമയത്തേക്കെങ്കിലും സമാധാനകാംക്ഷികളായ പൗരന്മാരുടെ പക്ഷത്ത് നിൽക്കുന്നതിനെക്കാളധികം കലാപക്കാരുടെ പക്ഷത്തായിരുന്നു. ഇന്ത്യൻ വൻകിട ബൂർഷ്വാസി അവരുടെ ഏറ്റവും തലമൂത്ത നേതാവായ ജെ ആർ ഡി ടാറ്റയോടൊപ്പം നിസ്സഹായ നിരീക്ഷകരായി കലാപങ്ങൾ നിർത്തലാക്കാൻ ഗവൺമെന്റിനോട് വ്യർഥമായി ആവശ്യപ്പെട്ടുകൊണ്ടിരുന്നു (ഇതുമായി ബന്ധപ്പെട്ട് Sharma 1995: 268-86 കൂടി കാണുക).

ജെ ആർ ഡി ടാറ്റയുടെ അനുഭവം ചില രീതികളിൽ ഇന്ത്യൻ സാഹചര്യത്തിൽ ഒരു മതേതര മനോഭാവമുള്ള വ്യവസായമായി പ്രവർത്തിക്കുന്നതിലെ പ്രശ്നങ്ങൾ ചിത്രീകരിക്കുന്നുണ്ട് (Lala 1992 കാണുക). ഒരു പാർസി പിതാവിന്റെയും ഫ്രഞ്ച് മാതാവിന്റെയും (വിവാഹശേഷം സൊരാഷ്ട്രിയൽ വിശ്വാസം സ്വീകരിച്ചു) മകനായി 1904 ൽ പിറന്ന ടാറ്റ

തന്റെ ജീവിതത്തിന്റെ ആദ്യ 11 വർഷം പാരീസിലായിരുന്നു. 1915 മുതൽ 1919 വരെ ഇന്ത്യയിലായിരുന്നു. യൂറോപ്പിൽ തിരിച്ചെത്തിയ ടാറ്റ ഫ്രഞ്ച് സേനയുടെ പട്ടികയിലുൾപ്പെട്ടു. കേംബ്രിജ് യൂണിവേഴ്സിറ്റി പ്രവേശനത്തിനുള്ള പരിശീലനവും അതോടൊപ്പം നടത്തുന്നുണ്ടായിരുന്നു. പക്ഷേ ഉടനെ അദ്ദേഹത്തെ ഇന്ത്യയിലേക്ക് തിരിച്ചുവിളിച്ചു. സിവിലിയൻ പൈലറ്റായി പരിശീലനം സിദ്ധിച്ച അദ്ദേഹം ഇന്ത്യനുടമസ്ഥതയിലുള്ള ആദ്യത്തെ സിവിലിയൻ വിമാനത്തിന്റെ പൈലറ്റായി. എസ് എൽ കിർലോസ്ക്കറിനെ ഒഴിച്ചുനിർത്തിയാൽ സാങ്കേതിക പശ്ചാത്തലമുള്ള തന്റെ കാലത്തെ ഏക വൻകിട വ്യവസായി ജെ ആർ ഡി ടാറ്റയായിരുന്നു. അക്കൂട്ടത്തിൽ പ്രൊഫഷണൽ മാനേജർമാരുടെ ഒരു കേഡറിനെ പരിശീലിപ്പിച്ച ഒരേയൊരു ഗ്രൂപ്പ് അദ്ദേഹത്തിന്റേതായിരുന്നു. ശാസ്ത്രത്തെയും കലയെയും പ്രോത്സാഹിപ്പിക്കുന്നതടക്കം മതേതര പരോപകാര തൽപ്പരതയ്ക്ക് വൻതുക നൽകുന്നതിൽ അദ്ദേഹം ടാറ്റാ ഗ്രൂപ്പിന്റെ സ്ഥാപകരടക്കമുള്ള പാർസികളെ പിന്തുടർന്നു.

എങ്കിലും ചില വകഭേദങ്ങളോടെ പാർസികൾക്കും ബാധകമായ ഹിന്ദു അവിഭജിതകുടുംബത്തിനുള്ള ഇന്ത്യൻ നിയമം കുടുംബത്തിനകത്തെ സ്വത്തുടമസ്ഥതയ്ക്ക് അസാധാരണമായ ആനുകൂല്യങ്ങൾ സമ്മതിക്കുന്നുണ്ട്. അതിനാൽ തന്റെ ഉന്നത മാനേജ്മെന്റിനെ പ്രൊഫഷണലൈസ് ചെയ്ത് എല്ലാ സമുദായങ്ങളിൽ നിന്നുമുള്ളവരെ നിയമിക്കാൻ ടാറ്റയ്ക്ക് കഴിഞ്ഞപ്പോഴും ഗ്രൂപ്പിന്റെ പരമമായ നിയന്ത്രണം ഒരു മച്ചുനനായിരുന്നു (ടാറ്റയ്ക്ക് മക്കളില്ലായിരുന്നു). ടാറ്റയുടെ പൊതുപ്രവർത്തനങ്ങളുടെ മതേതരവൽക്കരണം മറ്റു ഇന്ത്യൻ ബൂർഷ്വാസിയുടെ വിഭാഗീയ പ്രവണതകളെ മാറ്റാൻ ഉപകരിച്ചില്ല (സമ്പാദിക്കുക, ലാഭമുണ്ടാക്കുന്ന സംരംഭങ്ങളിൽ നിക്ഷേപിക്കുക, ക്ഷേത്രങ്ങളുണ്ടാക്കുക – അവയും തീർച്ചയായും ലാഭമുണ്ടാക്കും എന്നിവയായിരുന്നു ജി ഡി ബിർലയുടെ ആദർശ വചനം). ഡി ബി താക്നറ്റ് ഹിന്ദിയിൽ ബ്രജ്മോഹ ബിർലയെ കുറിച്ചെഴുതിയ കൃതി അദ്ദേഹത്തിന്റെ ഭൗതികമായ ആശങ്കകൾക്ക് ഒട്ടും ഇടം കൊടുക്കാത്ത, ക്ഷേത്രങ്ങളെ തിളങ്ങുന്ന ദൈവങ്ങളോടൊപ്പവും പ്രധാനപ്പെട്ട നാല് ശൈവമഠങ്ങളിലൊന്നിന്റെ യാഥാസ്ഥിതിക ഗുരുവായ ശങ്കരാചാര്യയോടൊപ്പവുമുള്ള തന്റെ കൂട്ടായ്മയ്ക്കും പ്രാധാന്യം കൊടുത്താണ് അവതരിപ്പിച്ചിരിക്കുന്നത്.

മിക്കപ്പോഴും ഗവൺമെന്റുമായി സഹകരിച്ച് അതിലൂടെ പ്രവർത്തിക്കേണ്ടതുണ്ടായിരുന്നുവെങ്കിലും ജെ ആർ ഡി ടാറ്റ രാഷ്ട്രീയക്കാരായ വ്യക്തികളിൽനിന്ന് അകലം പാലിച്ചിരുന്നു. ഇതിലും അദ്ദേഹം വിജയികളായ മറ്റു മിക്ക ബിസിനസുകാരിൽനിന്നും വ്യത്യസ്തനായിരുന്നു. തന്റെ ഗ്രൂപ്പിലെ മാനേജർമാർക്ക് ഒരു ആന്തരിക തൊഴിൽ വിപണിയുണ്ടാക്കാനുള്ള അദ്ദേഹത്തിന്റെ ശ്രമം മറ്റു ഇന്ത്യൻ ബിസിനസുകാർ അനുകരിച്ചില്ല. തൊഴിലാളികളിലെയും മാനേജർമാരിലെയും കേഡറിന് സ്ഥാപനസവിശേഷ വൈദഗ്ധ്യങ്ങളിലും ഗ്രൂപ്പ് സവിശേഷ വൈദഗ്ധ്യ

ങ്ങളിലും പരിശീലനം നൽകുന്നതിനുള്ള നിക്ഷേപം പൊതു അന്തരീക്ഷ ത്തെ വ്യതിരിക്തമല്ലാതെ വൈദഗ്ധ്യമില്ലാത്ത തൊഴിലാളികളുമായോ വിശ്വാസയോഗ്യമല്ലാത്ത സർട്ടിഫിക്കേഷനുള്ള വിദഗ്ധ തൊഴിലാളിക ളുമായോ വ്യാപിപ്പിക്കുന്നത് ലാഭവീതങ്ങളുണ്ടാക്കില്ല.

1992–93 കാലത്തെ ബോംബെ കലാപങ്ങൾ ഇന്ത്യൻ ബൂർഷ്വാസി രാജ്യഭരണസംവിധാനത്തെ സജീവമായി ഉപായങ്ങളിലൂടെ തരപ്പെടുത്തി സൃഷ്ടിച്ചതും അതിവേഗം വളരുന്ന ജനസംഖ്യയുടെ പ്രധാന വിഭാഗ ങ്ങൾക്ക് ജീവിതസുരക്ഷയും നിലനിൽപ്പും നൽകുന്നതിൽ സ്വാതന്ത്ര്യാ നന്തര ഭരണവർഗങ്ങൾ പരാജയപ്പെട്ടതിന്റെ പ്രത്യാഘാതങ്ങളും തമ്മി ലുള്ള വൈരുധ്യങ്ങളുടെ വൈവിധ്യപൂർണമായ ചിത്രീകരണമാണ്. ബോംബെയുടെ പ്രധാന ഉൽപ്പാദന വ്യവസായമായ കോട്ടൺ തുണി വ്യവസായത്തിന്റെ തകർച്ചയും ധനികരായ സ്വത്ത് വികസനക്കാരുടെ നീക്കങ്ങളിലൂടെയുണ്ടായ നഗരത്തിന്റെ ആസൂത്രിതമായ വളർച്ചയും ചേർന്ന് മിക്ക തൊഴിലാളികളുടെയും ജീവിതം വൻതോതിൽ അസുര ക്ഷിതമാക്കി. നാമമാത്ര മദ്യനിരോധനവും വ്യാജമദ്യകടത്തും കള്ളക്കട ത്തും എളുപ്പത്തിൽ ബോംബെയെ ഇന്ത്യയിലെ സാമ്പത്തികകുറ്റങ്ങളുടെ തലസ്ഥാനമാക്കി (Banerjee - Guha 1995:100-20).

തൊഴിൽരഹിതരായവരും തൊഴിൽരഹിതരാകാവുന്നവരുമായ അവി ദഗ്ധ തൊഴിലാളികൾ ഇന്ത്യയെപ്പോലെ പതുക്കെ വികസിക്കുന്ന ഒരു ദരിദ്ര രാജ്യത്ത് എപ്പോഴും ഭൂമിയിലും രാഷ്ട്രീയത്തിലുമുള്ള ഊഹ ക്കാരെ ആകർഷിക്കുകയും വ്യക്തിഗത ബിസിനസുകാരുടെ മതേതര അഭിലാഷങ്ങളെ അപായപ്പെടുത്തുകയും ചെയ്യും. ഇന്ത്യൻ വൻകിട ബൂർഷ്വാസിയിൽ മിക്കവരും പൊതുരാഷ്ട്രീയ മണ്ഡലത്തെയും സ്വകാര്യ മതമണ്ഡലത്തെയും കർശനമായി വേർതിരിക്കുന്ന ഒരു തത്വത്തെ ആശ്ലേ ഷിക്കുന്നതിൽനിന്ന് അതിവിദൂരമാണ്. സ്വാതന്ത്ര്യത്തിന് മുമ്പ് വ്യക്തി സ്വാതന്ത്ര്യവാദിയായ പ്രൊഫഷണലുകളായി വ്യവസായത്തിന് മുതിർന്ന ബിസിനസുകാർ ഉൽപ്പാദനവൈദഗ്ധ്യത്തെക്കാളധികം വ്യാപാരവും പ്രൊഫഷണൽ മികവിനെക്കാളധികം കുടുംബവും വംശബന്ധവും പ്രബുദ്ധതയുടെ സ്പഷ്ടമായ പ്രകടനത്തിനുപകരം പരിഷ്കരണവിരോ ധിയായ സാമൂഹിക മാതൃകകളോടൊപ്പം നിൽക്കലും നിലനിന്ന ഒരു രാജ്യത്ത് അവരെ വ്യാപാരികളും ഫിനാൻസിയേഴ്സും ഒതുക്കാനാണ് സാധ്യത. അവരുടെ സംരംഭങ്ങൾ മിക്കവയും ഒടുവിൽ പറഞ്ഞവരുടെ നിയന്ത്രണത്തിലായി (Bagchi 1990:212-23 Ray 1992: Introduction). എച്ച് ജി വെൽസിന്റെ കഥയിലെ നായകൻ കണ്ടെത്തിയതുപോലെ അന്ധ രുടെ രാജ്യത്ത് ഒറ്റക്കണ്ണന് രാജാവാകാൻ കഴിയില്ല.

വിദേശികളുമായുള്ള സഹകരണത്തെയും സ്റ്റേറ്റിന്റെ പങ്കിനെയും കുറിച്ച് ചെറുകിട വൻകിട ബൂർഷ്വാസിയുടെ മനോഭാവങ്ങളിൽ വൻ വ്യത്യാസങ്ങളുണ്ട്. ബൂർഷ്വാസിയിലെ അനേകം അംഗങ്ങൾ വിവാഹ ത്തിലും സാമൂഹിക പെരുമാറ്റത്തിലും ഉദാരമായതും ആധുനികവുമായ

നിയമാവലികൾ സ്വീകരിക്കുന്നുണ്ട്. പക്ഷേ, ബിസിനസ് കാര്യങ്ങളിലെയും സാമൂഹിക അധികാരത്തിന്റെയും കേന്ദ്രം കുടുംബത്തിൽ തന്നെ അവശേഷിക്കുന്നു. കുടുംബ പെരുമാറ്റത്തിന് യാഥാസ്ഥിതിക നിയമാവലികൾ കണ്ടെത്തുന്നതോ സ്വീകരിക്കുന്നതോ വെല്ലുവിളിയുള്ളപ്പോൾ ചെറുത്തുനിൽപ്പിന്റെ നയമാവുകയും അത് പ്രകോപനമില്ലാതെയുള്ള ആക്രമണത്തിന്റെ ആയുധമാവുകയും ചെയ്യും. വൻകിട ഇടത്തരം ബൂർഷ്വാസിക്ക് ബഹുസാംസ്കാരിക പാരമ്പര്യത്തിന്റെയോ പുതുതായി കണ്ടെത്തിയ പാരമ്പര്യത്തിന്റെയോ സുരക്ഷിത സ്ഥാനങ്ങളുടെ നിർമാണമാണ്. അത് തടസങ്ങളെ തകർത്ത് എല്ലാത്തരം മതവിശ്വാസികളെയും ആശ്ലേഷിക്കലാകുന്നില്ല. ഇന്നത്തെ സാഹചര്യങ്ങളിൽ മതേതരത്വത്തിന് കൂടുതൽ ഉയർന്ന അളവിലുള്ള സാമ്പത്തിക സാമൂഹിക തുല്യതയും പ്രാരംഭ ആസ്തികളുടെ കൂടുതൽ മെച്ചപ്പെട്ട വിതരണവും എല്ലാവർക്കും മെച്ചപ്പെടുത്തുന്നതിനുള്ള സാധ്യതകൾ തുലനം ചെയ്യലും ആവശ്യമാണ്.

യൂറോപ്പിൽ ദൈവവും സമ്പത്തും തമ്മിൽ അകലമുണ്ടാക്കാൻ ആഗ്രഹിക്കുന്ന പ്രൊട്ടസ്റ്റന്റ് മതധർമ ബിസിനസുകാർ ബഹുസംസ്കാര ജനാധിപത്യത്തെ തിരഞ്ഞെടുത്തില്ല. ജനസമ്മതിയുള്ള പോരാട്ടങ്ങളുടെയും സമ്പദ്വ്യവസ്ഥയുടെയും സമൂഹത്തിന്റെയും ഘടനയിലുള്ള മാറ്റങ്ങളിലൂടെയുമാണ് അവർ അതിന് നിർബന്ധിതരായത്. ഇന്ത്യയിലും എല്ലാവർക്കും തുല്യാവകാശങ്ങളുള്ള ബഹുസംസ്കാര ജനാധിപത്യം വിജയിക്കണമെങ്കിൽ അത്, ഇന്ത്യൻ ബൂർഷ്വാസി ഇന്നത്തെപ്പോലെ സാംസ്കാരികമായും സാമൂഹികമായും രാഷ്ട്രീയമായും ആയിത്തീർന്നിരിക്കുന്നതിനാൽ ആയിരിക്കുകയില്ല; മറിച്ച് അതിനെതിരെ ആയിരിക്കും.

www.ingramcontent.com/pod-product-compliance
Lightning Source LLC
LaVergne TN
LVHW101411051026
849519LV00005BC/1730
* 9 7 8 9 3 8 2 1 6 7 0 4 4 *